നസറായനായ യേശു സംശയത്തിന്റെ നിഴലിൽ

ഡെനീഷ് സെബാസ്റ്റ്യൻ

ഏകദേശം രണ്ടു ദശാബ്ദക്കാലമായി ആദിമ ക്രിസ്ത്യാനിത്വത്തെ സംബന്ധിച്ച അക്കാദമിക് ഗവേഷണങ്ങൾ അത്യന്തം താല്പര്യത്തോടെ പിന്തുടരുന്ന ഒരു സ്വതന്ത്ര പഠിതാവും പ്രഭാഷകനുമാണ്. കൊച്ചി താലൂക്കിലെ കുമ്പളങ്ങിയാണ് സ്വദേശം. നിലവിൽ ദുബൈയിൽ ഒരു സ്വകാര്യ സ്ഥാപനത്തിൽ ടെക്നിക്കൽ എഞ്ചിനീയറായി സേവനമനുഷ്ഠിക്കുന്നു. ക്രിസ്തീയതയുമായി ബന്ധപ്പെട്ട നിരവധി ചർച്ചകളിലും നാസ്തിക പ്രസ്ഥാനങ്ങളുടെ പ്രതിനിധികളുമായി ഔദ്യോഗിക പൊതു സംവാദങ്ങളിലും പങ്കെടുത്തിട്ടുണ്ട്. വിശ്വാസിയും സന്ദേഹവാദിയുമെന്ന തന്റെ തന്നെ രണ്ടു വ്യക്തിത്വങ്ങൾ വാദപ്രതിവാദത്തിലേർപ്പെടുന്ന ആശയ സംഘർഷ വേദിയാണ് തന്റെ ചിന്താമണ്ഡലമെന്ന് തിരിച്ചറിഞ്ഞ്, വിശ്വാസിയുടെ സ്വാഭാവിക പരിമിതികളെ മറികടക്കുവാൻ, സ്വതന്ത്രമായും വസ്തുനിഷ്ഠമായും ചിന്തിക്കുന്ന ഒരു ചരിത്രകാരന്റെ വീക്ഷണകോണിലൂടെ വിജ്ഞാനത്തിന്റെ പാത തേടിയുള്ള ഒരു യാത്രയുടെ പരിണിതഫലമാണ് ഈ ഗ്രന്ഥം. എഴുത്തുകാരനെക്കുറിച്ച് കൂടുതൽ അറിയുവാൻ denishsebastian.com സന്ദർശിക്കുക.

നസറായനായ യേശു സംശയത്തിന്റെ നിഴലിൽ

ഡെനീഷ് സെബാസ്റ്റ്യൻ

Nasaraayanaaya Yeshu Samshayathinte Nizhalil

Copyright © Denish Sebastian 2024

denishsebastian.com

All rights reserved. Subject to statutory exceptions, no part of this publication may be reproduced, stored in a retrieval system, or transmitted, in any form or by any means, without the prior written permission of the publisher.

Language: Malayalam

Category: History

First published 2024

ISBN 979-8-224-20369-7 Paperback

The publisher has no responsibility for the persistence of URLs for external or third-party internet websites referred to in this publication and does not guarantee that any content on such websites will remain accurate or appropriate. They are provided in good faith as a resource for information only.

Cover image: AI Generated, Jesus, 8176159 by CharlVera via Pixabay

സെഞ്ജുവിനും സ്റ്റെലീൻസയ്ക്കും

ഏതൊരു ചരിത്രത്തെ സംബന്ധിച്ചിടത്തോളവും, അത് സത്യമാണെങ്കിലും, അത് യഥാർത്ഥത്തിൽ സംഭവിച്ചുവെന്ന് കാണിക്കുവാനും, അതിനെക്കുറിച്ച് ഗ്രഹണാത്മകമായ ഒരു ധാരണ ഉണ്ടാക്കുവാനും പ്രയത്നിക്കുന്നത്, ചെയ്യാൻ ശ്രമിക്കാവുന്നതിൽ വച്ച് ഏറ്റവും ബുദ്ധിമുട്ടുള്ള ഉദ്യമങ്ങളിലൊന്നാണ്, ചില സന്ദർഭങ്ങളിൽ അസാധ്യവുമാണ്.

അലക്സാന്ത്രിയയിലെ ഒരിജൻ, സെൽസസിനെതിരെ, 1.42.1

ഭാഗം III. ചരിത്രാന്വേഷണത്തിന്റെ അടിസ്ഥാനങ്ങൾ

ഭാഗം IV. ചരിത്രാന്വേഷണത്തിന്റെ നിർവ്വഹണം

ആമുഖം

2013-ൽ കേംബ്രിഡ്ജ് സർവ്വകലാശാല പ്രസ്സ്, സ്റ്റോണി ബ്രൂക്ക് സവ്വകലാശാലയിലെ പ്രൊഫസറായ സ്റ്റീവൻ സ്കീനയും ഗൂഗിളിലെ എഞ്ചിനീയറായ ചാൾസ് വാർഡും ചേർന്ന് എഴുതിയ 'ഹൂസ് ബിഗ്ഗെർ?: വേർ ഹിസ്റ്റോറിക്കൽ ഫിഗ്യർസ് റിയലി റാങ്ക്' എന്ന പേരിൽ ഒരു പുസ്തകം പ്രസിദ്ധീകരിച്ചു. ചരിത്രത്തെ ഏറ്റവും സ്വാധീനിച്ച വ്യക്തികൾ ആരൊക്കെയാണെന്ന സംവാദത്തിന് ഒരു തീർപ്പുകൽപ്പിക്കുകയെന്നതായിരുന്നു ഈ പുസ്തകത്തിന്റെ ലക്ഷ്യം. അതൊരു ക്രിസ്തീയ ഗ്രന്ഥമല്ലായിരുന്നുവെന്ന് പ്രത്യേകം പറയേണ്ടതില്ലല്ലോ. അരിസ്റ്റോട്ടിൽ മുതൽ ഐൻസ്റ്റൈൻ വരെയും അതിനപ്പുറവുമുള്ള ആയിരക്കണക്കിന് ആളുകളുടെ ചരിത്രപരവും സാംസ്കാരികവും നിലവിലുള്ളതുമായ അന്തർദേശീയ പ്രാധാന്യം കണ്ടുപിടിക്കുന്നതിനു വേണ്ടി രചിച്ച ഒരു ഗവേഷണ ഗ്രന്ഥമാണിത്. ചരിത്രപരമായ പ്രശസ്തി വ്യക്തമാക്കുന്ന വ്യത്യസ്ത ഘടകങ്ങൾ അളന്ന് അവയെ ഒരു ഒറ്റ സ്കോറാക്കി കാലക്രമേണ സംഭവിക്കുന്ന പ്രശസ്തിയുടെ അപചയം കൂടി കണക്കിലെടുത്ത് ഈ സ്കോർ വേണ്ട നിലയിൽ തിരുത്തി അതിന്റെ അടിസ്ഥാനത്തിൽ വ്യക്തികളെ താരതമ്യം ചെയ്യുകയെന്നതായിരുന്നു തങ്ങളുടെ ഗ്രന്ഥത്തിൽ അവർ അവലംബിച്ച രീതി. എക്സ്പ്ലോറേറ്ററി ഫാക്ടർ അനാലിസിസ് (പര്യവേക്ഷണ ഘടക വിശകലനം) എന്ന സ്ഥിരവിവരശാസ്ത്ര അപഗ്രഥന സമീപനത്തിലൂടെയാണ് ചരിത്ര വ്യക്തികളെ അവർ റാങ്ക് ചെയ്തത്. നസറായനായ യേശുവായിരുന്നു ആ പട്ടികയിൽ ഒന്നാമതെത്തിയത്.[1]

ആ പുസ്തകത്തിൽ അവലംബിച്ചിരിക്കുന്ന ഗവേഷണ രീതിയോടോ അതിന്റെ സാങ്കേതിക വിശദാംശങ്ങളോടോ നിങ്ങൾ വിയോജിച്ചാൽ പോലും ലോകത്ത് ഇന്നുവരെ ജീവിച്ചിരുന്നിട്ടുള്ളവരിൽ ഏറ്റവും

---

[1] Steven Skiena and Charles B. Ward, *Who's Bigger?: Where Historical Figures Really Rank*, Illustrated edition. (Cambridge ; New York: Cambridge University Press, 2013), 5.

പ്രധാനപ്പെട്ട വ്യക്തികളിലൊരാൾ പൊതുവർഷം 30-ൽ കൊല്ലപ്പെട്ടുവെന്ന് കരുതപ്പെടുന്ന യേശു ആണെന്ന് നിസ്സംശയം പറയുവാൻ സാധിക്കും. ആത്മീയത മുതൽ സാഹിത്യം വരെയുള്ള മേഖലകൾ പരിശോധിച്ചാൽ ഒരു മനുഷ്യനെക്കുറിച്ച് ഏറ്റവുമധികം രചനകൾ നടന്നിട്ടുള്ളത് ഈ വ്യക്തിയെക്കുറിച്ചായിരിക്കും.

യേശുവുമായി ബന്ധപ്പെട്ട അക്കാദമിക് ഗവേഷണ മേഖലകളിൽ ഏറ്റവും പ്രധാനപ്പെട്ട ഒന്നാണ് 'ചരിത്രത്തിലെ യേശുവിനായുള്ള അന്വേഷണം'. യഥാർത്ഥത്തിൽ ചരിത്രത്തിൽ ജീവിച്ചിരുന്ന യേശു ആരാണ്? അദ്ദേഹം എന്താണ് പ്രസംഗിച്ചത്? അദ്ദേഹത്തിന്റെ ജീവിതത്തിൽ എന്തൊക്കെയാണ് സംഭവിച്ചത്? ഇത്തരം ചോദ്യങ്ങളെ മുൻനിർത്തിയുള്ള ചരിത്രപരമായ അന്വേഷണമാണ് ഈ മേഖലയിൽ ഗവേഷണം നടത്തുന്ന പണ്ഡിതന്മാർ നിർവ്വഹിക്കുന്നത്. ഇത് യഥാർത്ഥത്തിൽ ഒരു മതേതരമായ അന്വേഷണമാണ്. മറ്റൊരു ഭാഷയിൽ പറഞ്ഞാൽ ക്രിസ്തുമതത്തിന്റെ ആശയങ്ങളെ സ്ഥാപിക്കുക എന്നതോ നിഷേധിക്കുക എന്നതോ ഈ അന്വേഷണത്തിന്റെ ലക്ഷ്യമല്ല. മറിച്ച് വസ്തുനിഷ്ടമായ ചരിത്ര പഠനത്തിലൂടെ യേശുവിനെക്കുറിച്ച് എന്തെല്ലാം കണ്ടെത്തുവാൻ സാധിക്കും എന്നതു മാത്രമാണ് ഈ ഗവേഷണ മേഖലയിൽ പ്രവർത്തിക്കുന്ന പണ്ഡിതന്മാർ ലക്ഷ്യം വെക്കുന്നത്. എന്നാൽ ഇങ്ങനെയൊരു ഗവേഷണ മേഖല നിലവിലുണ്ടെന്ന് പോലും അറിയാത്ത അനേകർ നമ്മുക്ക് ചുറ്റുമുണ്ടെന്ന തിരിച്ചറിവാണ് ഇത്തരമൊരു പുസ്തകം രചിക്കുവാൻ എന്നെ പ്രേരിപ്പിച്ചത്. പ്രധാനമായും പാശ്ചാത്യ സർവ്വകലാശാലകൾ കേന്ദ്രീകരിച്ച് നടക്കുന്ന ഗവേഷണം എന്ന നിലയിൽ അക്കാദമിക് രംഗത്ത് പ്രവർത്തിക്കുന്ന മലയാളികൾക്ക് പോലും ഈ വിഷയത്തിൽ വേണ്ടത്ര ധാരണയുണ്ടോയെന്നത് സംശയമാണ്.

കഴിഞ്ഞ പല നൂറ്റാണ്ടുകളായി അക്കാദമിക് ലോകത്ത് വിവിധ പശ്ചാത്തലങ്ങളിൽ നിന്നുള്ള അനേക പണ്ഡിതന്മാർ നടത്തിവരുന്ന ഗവേഷണങ്ങളെയും അവയുടെ ഫലങ്ങളെയും അധികരിച്ചാണ് ഈ പുസ്തകത്തിന്റെ ഉള്ളടക്കം തയ്യാറാക്കിയിട്ടുള്ളത്. പല നൂറ്റാണ്ടുകളായി നടന്നു വരുന്ന ഗവേഷണങ്ങളെ ഇത്തരമൊരു

പുസ്തകത്തിന്റെ സ്ഥലപരിമിതിക്കുള്ളിലേക്ക് ചുരുക്കുകയെന്നത് ഒരു വലിയ വെല്ലുവിളിയാണ്. സ്വാഭാവികമായും, ചരിത്ര പഠന രീതിശാസ്ത്രവുമായി ബന്ധപ്പെട്ട സംവാദങ്ങൾ, ഉറവിടങ്ങളിലെ പ്രകൃത്യാതീത അവകാശവാദങ്ങളെ സംബന്ധിച്ച് ചരിത്രകാരൻ സ്വീകരിക്കേണ്ട നിലപാട്, യേശുവിനെക്കുറിച്ചുള്ള ചരിത്ര പഠനത്തിന്റെ പ്രാധാന്യം വർദ്ധിപ്പിക്കുന്ന പശ്ചാത്തല വസ്തുതകൾ തുടങ്ങിയ വിവിധ അനുബന്ധ വിഷയങ്ങളുടെ സൂക്ഷ്മമായ വിശകലനങ്ങളും വിശദീകരണങ്ങളും മറ്റൊരു ഗ്രന്ഥമായി പ്രസിദ്ധീകരിക്കുക എന്ന ഒരു സമീപനത്തിലൂടെ ഇതിന്റെ ഉള്ളടക്കത്തെ കൈകാര്യം ചെയ്യാവുന്ന ഒരു അളവിലേക്ക് പരിമിതപ്പെടുത്തുവാനാണ് ഞാൻ പരിശ്രമിച്ചിട്ടുള്ളത്. എങ്കിലും തീരെ ഒഴിച്ചുകൂടാനാവാത്ത കാര്യങ്ങൾ സംക്ഷിപ്തമായെങ്കിലും പരാമർശിച്ചിട്ടുണ്ട്. എന്നാൽ അത്തരം താത്വികമായ കാര്യങ്ങളേക്കാൾ യേശുവിനെക്കുറിച്ചുള്ള ചരിത്രപഠനത്തിന്റെ ചരിത്രം, അതിന്റെ രീതിശാസ്ത്രം, യേശുവിന്റെ ചരിത്രപരത, ഉറവിടങ്ങളുടെ വിശ്വാസ്യത, യേശു ഉയിർത്തെഴുന്നേറ്റുവെന്ന അവകാശവാദവുമായി ബന്ധപ്പെട്ടുള്ള ചരിത്ര വിശകലനങ്ങൾ എന്നിങ്ങനെ താരതമ്യേന കൂടുതൽ പ്രായോഗിക പ്രസക്തിയുള്ള കാര്യങ്ങളാണ് ഈ പുസ്തകത്തിൽ കൂടുതലായി വിശദീകരിച്ചിട്ടുള്ളത്.

അനേക ഗവേഷകന്മാർ തങ്ങളുടെ ഫലപ്രദമായ ബൗദ്ധിക അധ്വാനത്താൽ വെട്ടിത്തെളിച്ച വഴിയിലൂടെയാണ് ഈ ഗ്രന്ഥത്തിൽ ഞാൻ സഞ്ചരിക്കുന്നത്. എങ്കിലും ഇതിൽ എന്തെങ്കിലും ന്യൂനതകളുണ്ടെങ്കിൽ അതിന് ഞാൻ മാത്രമാണ് പൂർണ്ണ ഉത്തരവാദി. ഈ രചനയിൽ ദൃശ്യമാകുന്ന നിലപാടുകൾ ഞാൻ ഉൾപ്പെട്ടുനിൽക്കുന്ന ഏതെങ്കിലും സ്ഥാപനങ്ങളുടെയോ പ്രസ്ഥാനങ്ങളുടെയോ സമൂഹങ്ങളുടെയോ നിലപാടുകളുമായി എല്ലാ രീതിയിലും എപ്പോഴും യോജിച്ചു പോകണമെന്നില്ല. അതിനാൽ അവയെ ആ നിലയിൽ വ്യാഖ്യാനിക്കുന്നത് എല്ലാ ഘട്ടങ്ങളിലും ഉചിതമായിരിക്കുകയുമില്ല.

ധാരാളം ബൈബിൾ വാക്യങ്ങൾ ഈ ഗ്രന്ഥത്തിൽ പരാമർശിച്ചിട്ടുണ്ടെങ്കിലും എല്ലാ സന്ദർഭങ്ങളിലും അവ

എടുത്തെഴുതിയിട്ടില്ല. വിവിധ മലയാളം വിവർത്തനങ്ങൾ ഉൾക്കൊള്ളുന്ന യൂവേർഷൻ പോലെയുള്ള മൊബൈൽ ആപ്പുകൾ ലഭ്യമായതിനാൽ, വായനക്കാർക്ക്, അത്തരം ആപ്പുകൾ ഉപയോഗിച്ച് ബൈബിൾ വാക്യങ്ങൾ വേഗത്തിൽ കണ്ടെത്താൻ കഴിയുമെന്ന് വിശ്വസിക്കുന്നു. മലയാളത്തിൽ ബൈബിൾ സൊസൈറ്റി ഓഫ് ഇന്ത്യയുടെ പഴയ മലയാളം പതിപ്പ്,[2] ബിബ്ലിക്കായുടെ സമകാലിക മലയാള വിവർത്തനം,[3] പാസ്റ്ററൽ ഓറിയന്റേഷൻ സെന്റർ പ്രസിദ്ധീകരിച്ചിരിക്കുന്ന വിവർത്തനം,[4] ഇംഗ്ലീഷിൽ തോമസ് നെൽസൺ പ്രസിദ്ധീകരിക്കുന്ന ന്യൂ കിംഗ് ജെയിംസ് വേർഷൻ,[5] ക്രോസ്വേയുടെ ഇംഗ്ലീഷ് സ്റ്റാൻഡേർഡ് വേർഷൻ,[6] ലൈഫ്വേയുടെ ക്രിസ്റ്റ്യൻ സ്റ്റാൻഡേർഡ് ബൈബിൾ എന്നിവയാണ്[7] ഞാൻ ശുപാർശ ചെയ്യുന്ന പ്രധാന വിവർത്തനങ്ങൾ.

ഈ ഗ്രന്ഥത്തിൽ അവലംബമായി നൽകിയിരിക്കുന്നതും ഉദ്ധരിച്ചിരിക്കുന്നതുമായ ആധുനിക പുസ്തകങ്ങളിൽ മിക്കവാറും എല്ലാം രചിച്ചിരിക്കുന്നത് ബന്ധപ്പെട്ട വിഷയങ്ങളിൽ പി.എച്ച്.ഡി കരസ്ഥമാക്കിയിട്ടുള്ളവരാണ്. അപൂർവ്വം ചിലരൊഴികെ മിക്കവാറും എല്ലാവരും അംഗീകൃത വിദ്യാഭ്യാസ സ്ഥാപനങ്ങളിൽ സേവനമനുഷ്ഠിച്ചിട്ടുള്ളവരോ അല്ലെങ്കിൽ നിലവിൽ സേവനമനുഷ്ഠിക്കുന്നവരോ ആണ്. എങ്കിലും അവലംബങ്ങളിൽ എഴുത്തുകാരുടെ പേരുകൾ നൽകുമ്പോൾ 'ഡോ.' എന്ന് ചേർക്കുന്നത് ഈ പുസ്തകത്തിൽ ഉപയോഗിച്ചിരിക്കുന്ന എസ്.ബി.എൽ (സൊസൈറ്റി ഓഫ് ബിബ്ലിക്കൽ ലിറ്ററേച്ചർ) ശൈലിയിൽ പതിവുള്ള ഒരു കാര്യമല്ലാത്തിനാൽ അങ്ങനെ ചെയ്തിട്ടില്ല; മാത്രവുമല്ല അതിനോട് ചേർന്നു പോകുന്ന നിലയിൽ

---

[2] സത്യവേദപുസ്തകം (MALOVBSI)

[3] MCV

[4] സമ്പൂർണ്ണ മലയാളം ബൈബിൾ (POC Bible)

[5] NKJV

[6] ESV

[7] CSB

തന്നെ പുസ്തകത്തിന്റെ പ്രധാന പാഠത്തിന്റെ ഭാഗമായി ചിലരുടെ പേരുകൾ പരാമർശിക്കുന്നിടത്തും, അവരോടുള്ള എല്ലാ ആദരവും നിലനിർത്തികൊണ്ടു തന്നെ 'ഡോ.' എന്ന ഔപചാരിക അഭിസംബോധന ഒഴിവാക്കിയിട്ടുണ്ട്.

'പഴയ നിയമം' എന്നതിനു പകരം 'പഴയനിയമം' എന്നും 'പുതിയ നിയമം' എന്നതിനു പകരം 'പുതിയനിയമം' എന്നും ഒറ്റപ്പദമായാണ് ഉപയോഗിച്ചിട്ടുള്ളത്. വിഷയ പരിചയമില്ലാത്തവർ ഏതോ ഒരു നിയമത്തെക്കുറിച്ചാണ് ഞാൻ എഴുതിയിരിക്കുന്നതെന്ന് എളുപ്പത്തിൽ തെറ്റിദ്ധരിക്കാതിരിക്കുന്നതിന് വേണ്ടിയാണ് ഇങ്ങനെ ചെയ്തിരിക്കുന്നത്. സ്ഥലപ്പേരുകൾ വ്യക്തികളുടെ പേരുകൾ എന്നിവ പല ബൈബിൾ വിവർത്തനങ്ങളിലും പല രീതിയിലാണ് നൽകിയിരിക്കുന്നത്. അവയിൽ, മൂലഭാഷയിലേതിനോട് ഏറ്റവും ചേർന്നു നിൽക്കുന്നതെന്ന് എനിക്ക് മനസിലായ ഉച്ചാരണം പ്രതിഫലിപ്പിക്കുന്ന ഒന്നാണ് ഈ ഗ്രന്ഥത്തിൽ ഞാൻ ഉപയോഗിച്ചിരിക്കുന്നത്. വായനക്കാർ ആരെങ്കിലും ആ പേരുകൾ സാധാരണ ഉപയോഗിച്ച് പരിചയിച്ചിട്ടുള്ള രീതിയിലല്ല ഇതിൽ എഴുതിയിരിക്കുന്നതെങ്കിൽ, അതുമായി ബന്ധപ്പെട്ട് വായനയിൽ അനുഭവപ്പെട്ടേക്കാവുന്ന അപരിചിതത്വം സദയം ക്ഷമിക്കുമല്ലോ. ഈ പുസ്തകത്തിൽ പല ഭാഷകളിൽ രചിക്കപ്പെട്ട ഗ്രന്ഥങ്ങളിൽ നിന്നുള്ള നേരിട്ടുള്ള ഉദ്ധരണികൾ പലയിടങ്ങളിലായി നൽകിയിട്ടുണ്ട്. മലയാളത്തിൽ വായന സുഗമമാക്കുവാൻ ആവശ്യമായ നിലയിൽ ചിലയിടങ്ങളിൽ വാക്യ ഘടന ലളിതമാക്കുവാൻ ശ്രമിച്ചിട്ടുണ്ടെങ്കിലും പരമാവധി മൂലകൃതിയോട് ചേർന്നു നിൽക്കുന്ന രീതിയിൽ, സാധിക്കുന്നിടത്തോളം ഒരു പദാനുപദ പരിഭാഷയാണ് ലക്ഷ്യംവെച്ചിട്ടുള്ളത്. അതിനാൽ പ്രസ്തുത ഭാഗങ്ങളിൽ വായനയിൽ അതിന്റെ ഒരു പരിമിതി അനുഭവപ്പെട്ടേക്കാം.

'എ. ഡി.' എന്നതിനു പകരം 'പൊതുവർഷം' എന്ന് ഉപയോഗിക്കുന്നതാണ് കൂടുതൽ ആധുനികവും നിഷ്കക്ഷവുമായ രീതിയെന്ന് കരുതപ്പെടുന്നുണ്ടെങ്കിലും, വായനക്കാർക്ക് കൂടുതൽ പരിചയം 'എ. ഡി.' എന്ന പ്രയോഗമായിരിക്കാം എന്ന

സംശയത്തിന്റെ അടിസ്ഥാനത്തിൽ അതാണ് ഈ രചനയിൽ ഉടനീളം ഉപയോഗിച്ചിരിക്കുന്നത്.

വിശ്വാസത്തിനും അവിശ്വാസത്തിനുമപ്പുറത്ത് വസ്തുതകളെ സംബന്ധിച്ച് ജിജ്ഞാസയുള്ള എല്ലാവർക്കും പ്രയോജനകരമാകും എന്ന പ്രതീക്ഷയോടെ ഈ പുസ്തകം അനുവാചക സമക്ഷം സമർപ്പിക്കുന്നു.

ഡെനീഷ് സെബാസ്റ്റ്യൻ

കൃതജ്ഞത

XV

ഈ പുസ്തകം എഴുതുവാനും പൂർത്തീകരിക്കുവാനും എനിക്ക് എല്ലാ വിധ പിന്തുണയും പ്രോത്സാഹനവും നൽകിയ പ്രിയതമ സെഞ്ജുവിനും പ്രിയപുത്രി സ്റ്റെലീൻസയ്ക്കും എന്റെ സ്നേഹവും നന്ദിയും ഞാൻ അർപ്പിക്കുന്നു. നിരവധി ദിനരാത്രങ്ങളിൽ അവരുടെ ത്യാഗപൂർണ്ണമായ സഹകരണം ഇല്ലായിരുന്നുവെങ്കിൽ ഇതിലെ ഒരക്ഷരം പോലും പിറക്കുമായിരുന്നില്ല. എന്റെ പ്രിയ സുഹൃത്ത് ബിനു ബേബിയുടെ വാക്കുകൾ പുസ്തക രചനയ്ക്ക് പല സന്ദർഭങ്ങളിലും പ്രചോദനവും പ്രോത്സാഹനവുമായി തീർന്നിട്ടുണ്ട്. പ്രഥമ ഘട്ടത്തിൽ ഈ പുസ്തകം വായിച്ച് ഇതിലെ ഭാഷാപരമായ കുറവുകൾ പരിഹരിച്ച ശ്രീമതി ശ്രീപ്രിയയോടും, തുടർന്ന് ഇതിന്റെ പ്രസിദ്ധീകരണവുമായി ബന്ധപ്പെട്ട് ആവശ്യമായ സഹകരണവും പിന്തുണയും നല്കിയ എല്ലാവരോടുമുള്ള എന്റെ അകമഴിഞ്ഞ നന്ദിയും കടപ്പാടും ഞാൻ രേഖപ്പെടുത്തുന്നു.

സംക്ഷേപസംജ്ഞകൾ

Ariz. Med.	Arizona Medicine
BAR	Biblical Archaeology Review
BBR	Bulletin for Biblical Research
BJRL	Bulletin of the John Rylands Library
CRJ	Christian Research Journal
Commonweal	Commonweal (Magazine)
Complement. Ther. Med.	Complementary Therapies in Medicine
Diac.	Diacovensia: teološki prilozi
EC	Early Christianity (EC)
ETL	Ephemerides Theologicae Lovanienses
EvQ	Evangelical Quarterly
FN	Filología Neotestamentaria
Free Inq.	Free Inquiry
Gregorianum	Gregorianum (Journal)
H&T	History and Theory
IESUS ABOENSIS	IESUS ABOENSIS: Åbo Akademi Journal for Historical Jesus Research
Indian J. Dermatol.	Indian Journal of Dermatology
J. Archaeol. Sci. Rep.	Journal of Archaeological Science: Reports
JBL	Journal of Biblical Literature
JFRS, McGill U	The Journal of the Faculty of Religious Studies, McGill University
JPT	Journal of Pentecostal Theology

JRel	The Journal of Religion
JRS	The Journal of Roman Studies
JSHJ	Journal for the Study of the Historical Jesus
JSNT	Journal for the Study of the New Testament
JTS	The Journal of Theological Studies
LS	Louvain Studies
MJTM	McMaster Journal of Theology and Ministry
NTS	New Testament Studies
NovT	Novum Testamentum
OJG	Open Journal of Geology
POC	Proche-Orient Chrétien
Philos. Christi	Philosophia Christi
Philos. Sci.	Philosophy of Science
Proc. BUMC	Proceedings (Baylor University. Medical Center)
RB	Revue Biblique
REJ	Revue des Études Juives
RevQ	Revue de Qumran
Scriptura	Scriptura: Journal for Contextual Hermeneutics in Southern Africa
South. Med. J.	Southern Medical Journal
VE	Verbum et Ecclesia
VC	Vigiliae Christianae
ZPE	Zeitschrift für Papyrologie und Epigraphik
ZTK	Zeitschrift für Theologie und Kirche

മുഖവുര

കഴിഞ്ഞ നൂറ്റാണ്ടിലെ ഏറ്റവും പ്രഗൽഭനായ നിരീശ്വരവാദ തത്വചിന്തകനെന്ന് വിശേഷിപ്പിക്കാവുന്ന ഒരു വ്യക്തിയാണ് ആന്റണി ഗരാർഡ് ന്യൂട്ടൺ ഫ്ലൂ. വിവിധ ബ്രിട്ടീഷ് സർവ്വകലാശാലകളിൽ പ്രൊഫസറായി സേവനമനുഷ്ഠിച്ച അദ്ദേഹം തന്റെ 81-മത്തെ വയസിൽ മതരഹിതമായ കേവല ദൈവാസ്തിക്യ വാദം ശരിയാണെന്ന് തെളിവുകളുടെ അടിസ്ഥാനത്തിൽ തനിക്ക് ബോധ്യപ്പെട്ടതായി വെളിപ്പെടുത്തുകയുണ്ടായി. അദ്ദേഹം ഒരിക്കലും ഒരു മത വിശ്വസിയായില്ല. 2010-ൽ തന്റെ 87-മത്തെ വയസിൽ അന്തരിക്കുന്നതു വരെ മരണാനന്തര ജീവിതം തനിക്ക് ആവശ്യമില്ലായെന്ന നിലപാടാണ് അദ്ദേഹം സ്വീകരിച്ചത്. യേശുക്രിസ്തുവിന്റെ മരണത്തിൽ നിന്നുള്ള ഉയിർത്തെഴുന്നേൽപ്പുമായി ബന്ധപ്പെട്ട ചരിത്ര തെളിവുകളെ സംബന്ധിച്ച് വിവിധ സംവാദങ്ങളിൽ നിരീശ്വരവാദ നിലപാടിന് വേണ്ടി ക്രിസ്തീയ ചിന്തകന്മാരുമായി ഏറ്റുമുട്ടിയിട്ടുള്ള അദ്ദേഹം ഇതിനെക്കുറിച്ച് നടത്തിയ അഭിപ്രായ പ്രകടനം വളരെ ശ്രദ്ദേയമാണ്:

"പുനരുത്ഥാനത്തിനുള്ള തെളിവുകൾ മറ്റേതൊരു മതത്തിലും അവകാശപ്പെടുന്ന അത്ഭുതങ്ങളെക്കാളും മികച്ചതാണ്. നിലവാരത്തിലും വ്യാപ്തിയിലും ഇത് വിശിഷ്ടമായനിലയിൽ വ്യത്യസ്തമാണ്."[1]

---

[1] Antony Flew and Gary Habermas, "My Pilgrimage from Atheism to Theism: A Discussion between Antony Flew and Gary Habermas," *Philos. Christi* 6.2 (2004): 197–211.

"എന്താണ് സംഭവിച്ചതെന്നതിനെക്കുറിച്ച് തൃപ്തികരമായ എന്തെങ്കിലും പ്രകൃത്യധിഷ്ഠിത വിശദീകരണം നൽകുവാൻ കഴിയുമെന്ന് ഞാൻ കരുതുന്നില്ല."[2]

കേവലം ചരിത്ര തെളിവുകളുടെ അടിസ്ഥാനത്തിൽ സമാനമായ ബോധ്യത്തിലേക്ക് എത്തിച്ചേർന്നിട്ടുള്ള ക്രിസ്ത്യാനിയല്ലാത്ത മറ്റൊരു ചിന്തകനാണ് പിങ്കസ് ലപിഡ്. ഒരു യാഥാസ്ഥിതിക യഹൂദാ ദൈവശാസ്ത്രജ്ഞനും ഇസ്രായേലി ചരിത്രകാരനും ഇസ്രായേലിലെ ബാർ-ഇലാൻ സർവ്വകലാശാലയിലെ അധ്യാപകനും ഇസ്രായേലി നയതന്ത്രജ്ഞനുമായിരുന്ന അദ്ദേഹം വിശദമായ ചരിത്ര നിരൂപണ പഠനത്തിനു ശേഷം യേശുവിന്റെ ഉയിർത്തെഴുന്നേല്പിന്റെ ചരിത്രപരത അംഗീകരിച്ചുവെങ്കിലും, യേശു, യെഹൂദന്മാർ കാത്തിരുന്ന മിശിഹയാണെന്ന ക്രിസ്തീയ നിലപാട് തള്ളിക്കളഞ്ഞു:

"മരിച്ചവരുടെ ഭാവി പുനരുത്ഥാനത്തെ സംബന്ധിച്ചിടത്തോളം, ഞാൻ ഒരു പരീശനാണ്. ഈസ്റ്റർ ഞായറാഴ്ചയിലെ യേശുവിന്റെ ഉയിർത്തെഴുന്നേല്പിനെക്കുറിച്ച്, ഞാൻ ദശാബ്ദങ്ങളോളം ഒരു സദൂക്യനായിരുന്നു. ഞാൻ ഇപ്പോൾ ഒരു സദൂക്യനല്ല."[3]

"ഈസ്റ്റർ ഞായറാഴ്ചയിലെ ഉയിർത്തെഴുന്നേല്പ് ശിഷ്യസമൂഹത്തിന്റെ ഒരു കള്ളക്കഥയായിട്ടല്ല, മറിച്ച് ഒരു ചരിത്രസംഭവമായാണ് ഞാൻ സ്വീകരിക്കുന്നത്."[4]

യേശു ക്രിസ്തുവിന്റെ അന്ത്യത്തെ സംബന്ധിച്ച് വ്യത്യസ്ത വീക്ഷണങ്ങളാണ് ക്രിസ്ത്യാനിത്വത്തിനും ഇസ്ലാമിനുമുള്ളതെന്നാണ് പൊതുവിൽ കരുതപ്പെടുന്നത്. യേശു മരിച്ചുയിർത്തുവെന്ന്

---

[2] Habermas and Flew, *Resurrected?: An Atheist and Theist Dialogue* (Rowman & Littlefield Publishers, 2010), 29.

[3] Pinchas Lapide, *The Resurrection of Jesus: A Jewish Perspective* (Augsburg Publishing House, 1983), 125. (ഒന്നാം നൂറ്റാണ്ടിലെ യെഹൂദന്മാരുടെ ഇടയിലുണ്ടായിരുന്ന വിവിധ വിഭാഗങ്ങളിൽ രണ്ടെണ്ണമാണ് പരീശന്മാരും സദൂക്യരും.

[4] Pinchas Lapide, Ju rgen Moltmann, and Jürgen Moltmann, *Jewish Monotheism and Christian Trinitarian Doctrine: A Dialogue* (Fortress Press, 1981), 59.

ബൈബിൾ പറയുമ്പോൾ യേശു മരിക്കാതെ സ്വർഗ്ഗാരോഹണം ചെയ്യുവെന്ന് ഖുർആൻ പറയുന്നു. മരിക്കാതെ സ്വർഗ്ഗാരോഹണം ചെയ്യുവെന്ന് വിശ്വസിക്കപ്പെടുന്ന ഇസ്രായേല്യ പ്രവാചകനായ ഏലിയാവ് അന്ത്യകാലത്ത് മടങ്ങി വരുമെന്ന് ചില ക്രിസ്തീയ പാരമ്പര്യങ്ങളിൽ വിശ്വസിക്കപ്പെടുന്നതു[5] പോലെ യേശു മടങ്ങിവരുമെന്ന് ഇസ്ലാമിക പാരമ്പര്യത്തിലും വിശ്വസിക്കപ്പെടുന്നു. മാത്രമല്ല, യേശു മടങ്ങിവന്ന് മരിച്ചു കഴിയുമ്പോൾ യേശുവിനെ അടക്കം ചെയ്യുവാൻ ഒരു ഒഴിഞ്ഞ ഖബറിടവും ഈസാ നബിക്കുവേണ്ടി മദീനയിലെ മസ്ജിദുന്നബവിയിൽ തയ്യാറാക്കിയിട്ടുണ്ട്.[6] വ്യാപകമായ ഈ മുഖ്യധാരാ ഇസ്ലാമിക പാരമ്പര്യത്തിന്റെ സ്വാധീനം അംഗീകരിക്കുമ്പോൾ തന്നെ ഇതിൽ നിന്നും വ്യത്യസ്തമായ ശബ്ദങ്ങളും ഇസ്ലാമിക ചരിത്രത്തിൽ കാണുവാൻ കഴിയും. ഇതിന് ഏറ്റവും നല്ല ഒരു ഉദാഹരണമാണ് ഇബ്നു കഥീർ രേഖപ്പെടുത്തിയിട്ടുള്ള ഒരു പാരമ്പര്യം:

"ഇസ്ഹാഖ് ഇബ്നു ബിശ്ർ ഇദ്രിസിന്റെ അധികാരത്തിൽ, വഹാബിന്റെ അധികാരത്തിൽ പറഞ്ഞു: ദൈവം അദ്ദേഹത്തെ മൂന്ന് ദിവസത്തേക്ക് മരിപ്പിച്ചു, പിന്നീട് അദ്ദേഹത്തെ ഉയിർത്തെഴുന്നേൽപ്പിച്ചു, പിന്നീട് അദ്ദേഹത്തെ ഉയർത്തി."[7]

പൊതുവർഷം 1373-ൽ അന്തരിച്ച ഇബ്നു കഥീർ സിറിയയിലെ മംലൂക്ക് കാലഘട്ടത്തിൽ വളരെയധികം സ്വാധീനം ചെലുത്തിയ ഒരു ചരിത്രകാരനും പണ്ഡിതനും ഖുർആൻ വ്യാഖ്യാതാവുമായിരുന്നു.

---

[5] Richard Bauckham, *The Jewish World Around the New Testament* (Baker Academic, 2010), 8.

[6] Gabriel Said Reynolds, "The Islamic Christ," in *The Oxford Handbook of Christology*, ed. Francesca Aran Murphy (Oxford University Press, 2015), 191.

[7] الإمام الحافظ ابن كثير الدمشقي (ت ٧٧٤ هـ)، تفسير القرآن العظيم، محرر محمد حسين شمس الدين (بيروت: دار الكتب العلمية, ٢٠١٨)، ٢:٣٩.

ഖുർആൻ 3:55-ന്റെ[8] അർത്ഥം വിശദീകരിക്കുന്ന ഭാഗത്ത് തനിക്ക് അറിവുള്ള പാരമ്പര്യ വ്യാഖ്യാനങ്ങളിലൊന്ന് ഇവിടെ ഉദ്ധരിക്കുകയാണ് അദ്ദേഹം ചെയ്തിരിക്കുന്നത്. അദ്ദേഹം പക്ഷെ ഈ വ്യാഖ്യാനത്തോട് യോജിക്കുന്നില്ല. ഈ ആയത്തിൽ (ഖുർആൻ സൂക്തത്തിൽ) യേശുവിന്റെ മരണത്തെക്കുറിച്ച് തന്നെയാണ് പരാമർശിച്ചിരിക്കുന്നതെന്ന് അംഗീകരിക്കുന്ന അദ്ദേഹം, പക്ഷെ അത് യേശു അന്ത്യകാലത്ത് മടങ്ങി വന്നതിനു ശേഷം നടക്കുവാനിരിക്കുന്ന ഒരു സംഭവമായിട്ടാണ് വ്യാഖ്യാനിക്കുന്നത്.

യേശുവിനെക്കുറിച്ചുള്ള ചരിത്ര പഠനങ്ങളെക്കുറിച്ച് ശരിയായ ബോധ്യമുള്ള ചില ആധുനിക പണ്ഡിതന്മാർ ഈ വിഷയത്തിൽ വളരെ സ്പഷ്ടമായി മുകളിൽ ചൂണ്ടിക്കാണിച്ച ഇസ്ലാമിക പാർമ്പര്യത്തോട് ചേർന്ന് നിൽക്കുന്ന തങ്ങളുടെ വ്യാഖ്യാനങ്ങൾ മുന്നോട്ടുവെച്ചിട്ടുണ്ട്:

"പിന്നെന്തിനാണ്, പ്രത്യക്ഷത്തിൽ വളരെയധികം തെളിവുകൾ ഉണ്ടായിട്ടും ക്രിസ്തുവിന്റെ ക്രൂശീകരണത്തെ ഖുർആൻ നിഷേധിക്കുന്നത് എന്ന് ചോദിക്കേണ്ടിയിരിക്കുന്നു. മുസ്ലീം വ്യാഖ്യാതാക്കൾക്ക് ക്രൂശീകരണത്തെ ഖണ്ഡിക്കുവാൻ കഴിഞ്ഞിട്ടില്ല.... വ്യാഖ്യാതാക്കൾ പൊതുവെ ഈ വാക്യത്തെ ഒരു ചരിത്രപ്രസ്താവനയായി കണക്കാക്കിയിട്ടുണ്ട്. ഖുർആനിലെ യേശുവിനെക്കുറിച്ചുള്ള മറ്റെല്ലാ പ്രസ്താവനകളെയും പോലെ ഈ പ്രസ്താവനയും ചരിത്രത്തിന്റേതല്ല, മറിച്ച് വിശാലമായ അർത്ഥത്തിൽ ദൈവവിജ്ഞാനീയത്തിന്റേതാണ്."[9]

2021-ൽ അന്തരിച്ച ഒരു ലെബനീസ് ഇസ്ലാമിക പണ്ഡിതനും. ഫിലഡെൽഫിയയിലെ ടെമ്പിൾ സർവ്വകലാശാലയിൽ ഇസ്ലാമിക്

---

[8] അല്ലാഹു പറഞ്ഞ സന്ദർഭം (ശ്രദ്ധിക്കുക:) ഹേ; ഈസാ, തീർച്ചയായും നിന്നെ നാം പൂർണ്ണമായി ഏറ്റെടുക്കുകയും, എന്റെ അടുക്കലേക്ക് നിന്നെ ഉയർത്തുകയും, സത്യനിഷേധികളിൽ നിന്ന് നിന്നെ നാം ശുദ്ധമാക്കുകയും, നിന്നെ പിന്തുടർന്നവരെ ഉയിർത്തെഴുന്നേൽപിന്റെ നാൾ വരേക്കും സത്യനിഷേധികളെക്കാൾ ഉന്നതന്മാരാക്കുകയും ചെയ്യുന്നതാണ്. (ഖുർആൻ 3:55)

[9] Mahmoud Ayoub, *A Muslim View Of Christianity: Essays on Dialogue*, ed. Irfan A. Omar, annotated edition. (Maryknoll, N.Y: Orbis Books, 2007), 176.

സ്റ്റഡീസ് ഡയറക്ടറുമായിരുന്ന മഹ്മൂദ് എം. അയ്യൂബിന്റെ വക്കുകളാണ് മുകളിൽ ഉദ്ധരിച്ചത്. യേശുവിന്റെ ക്രൂശുമരണത്തെ നിഷേധിക്കുന്നതെന്ന നിലയിൽ ഭൂരിഭാഗം പണ്ഡിതന്മാരും വ്യാഖ്യാനിക്കുന്ന ഖുർആൻ 4:157-ന്റെ[10] വ്യാഖ്യാനവുമായി ബന്ധപ്പെട്ടുള്ള അദ്ദേഹത്തിന്റെ ഒരു പ്രസ്താവനയാണിത്. അദ്ദേഹത്തിന്റെ ഈ വീക്ഷണം ഒരു ഒറ്റപ്പെട്ട വിലയിരുത്തലല്ല. ഒരു ഇസ്ലാമിക ചരിത്രകാരനും അമേരിക്കയിലെ സ്മിത്ത് കോളേജിൽ മതവിഭാഗം പ്രൊഫസറുമായ സുലൈമാൻ അലി മുറാദും[11] സമാനമായ നിരീക്ഷണം നടത്തിയിട്ടുണ്ട്:

"ക്രൂശീകരണത്തെ ഒരു ചരിത്രസംഭവമെന്ന നിലയിൽ ഖുറാൻ നിഷേധിക്കുകയല്ല, മറിച്ച് തന്റെ പ്രവാചകന്മാരെ സംരക്ഷിക്കുവാനുള്ള ദൈവത്തിന്റെ കഴിവില്ലായ്മയെക്കുറിച്ചുള്ള ക്രൂശീകരണത്തിന്റെ ദൈവശാസ്ത്രപരമായ ധ്വനിയുമായി പൊരുത്തപ്പെടാനുള്ള മുഹമ്മദിന്റെയും അനുയായികളുടെയും

---

[10] അല്ലാഹുവിൻറെ ദൂതനായ, മർയമിൻറെ മകൻ മസീഹ് ഈസായെ ഞങ്ങൾ കൊന്നിരിക്കുന്നു എന്നവർ പറഞ്ഞതിനാലും (അവർ ശപിക്കപ്പെട്ടിരിക്കുന്നു.) വാസ്തവത്തിൽ അദ്ദേഹത്തെ അവർ കൊലപ്പെടുത്തിയിട്ടുമില്ല, ക്രൂശിച്ചിട്ടുമില്ല. പക്ഷെ (യാഥാർത്ഥ്യം) അവർക്ക് തിരിച്ചറിയാതാവുകയാണുണ്ടായത്. തീർച്ചയായും അദ്ദേഹത്തിൻറെ (ഈസായുടെ) കാര്യത്തിൽ ഭിന്നിച്ചവർ അതിനെപ്പറ്റി സംശയത്തിൽ തന്നെയാകുന്നു. ഊഹാപോഹത്തെ പിന്തുടരുന്നതല്ലാതെ അവർക്ക് അക്കാര്യത്തെപ്പറ്റി യാതൊരു അറിവുമില്ല. ഉറപ്പായും അദ്ദേഹത്തെ അവർ കൊലപ്പെടുത്തിയിട്ടില്ല. (ഖുർആൻ 4:157)

[11] ഈ വിഷയം സംബന്ധിച്ച വിശദമായ ഒരു പഠനം (Suleiman A. Mourad, "Does the Qur'ān Deny or Assert Jesus' Crucifixion and Death?," in *New Perspectives on the Qur'ān: The Qur'ān in Its Historical Context 2*, ed. Gabriel Said Reynolds [Routledge, 2012], 356) അദ്ദേഹം ഉപസംഹരിക്കുന്നത് ഇങ്ങനെയാണ്: "വാക്യങ്ങൾ 4:157-58 അവയുടെ സമീപ പശ്ചാത്തലത്തിന്റെയും 3:55, 5:117, 19:33 എന്നീ വാക്യങ്ങളുടെയും വെളിച്ചത്തിൽ വായിക്കുന്നത്, യേശുവിന്റെ കുരിശിലെ മരണവും തുടർന്ന് അവന്റെ പുനരുത്ഥാനവും ഖുർആൻ സ്ഥിരീകരിക്കുന്നു എന്ന നിഗമനത്തിലേക്ക് നമ്മെ നയിക്കുന്നു."

ഭാഗത്തുനിന്നുള്ള പ്രയത്നത്തെയാണ് ഇത് പ്രതിഫലിപ്പിക്കുന്നത്."[12]

യേശുവിന്റെ അന്ത്യത്തെ സംബന്ധിച്ചു മാത്രമല്ല യേശുവിനെക്കുറിച്ചുള്ള പുതിയനിയമ സാക്ഷ്യത്തെക്കുറിച്ച് പൊതുവിലും സമാനമായ അവലോകനങ്ങൾ അക്രൈസ്തവരായ പണ്ഡിതന്മാർ നടത്തിയിട്ടുണ്ട്. ഒരു പ്രമുഖ ബുദ്ധമത പണ്ഡിതനും ബുദ്ധമതാനുയായിയുമായ 1979-ൽ അന്തരിച്ച എഡ്വേർഡ് കോൺസെ ഈ വിഷയത്തെ സംബന്ധിച്ച് ഇപ്രകാരമാണ് രേഖപ്പെടുത്തിയിരിക്കുന്നത്:

"ബുദ്ധ പാരമ്പര്യം ക്രിസ്തീയതയിൽ നിന്ന് അടിസ്ഥാനപരമായി വ്യത്യസ്തമാണ്. ക്രിസ്ത്യാനിത്വത്തിൽ, സഭയുടെ പിതാക്കന്മാരുടെയും വേദപാരംഗതന്മാരുടെയും [രചനകൾ], സൂനഹദോസുകളുടെയും വൈദികപരിഷത്തുകളുടെയും തീരുമാനങ്ങൾ, വിവിധ അധികാരശ്രേണികളുടെ പ്രഖ്യാപനങ്ങൾ എന്നിവ ഉൾപ്പെടുന്ന ഒരു 'തുടർച്ചയായ പാരമ്പര്യ'ത്തിൽ നിന്ന് 'പുതിയനിയമ'ത്തിൽ ഉൾക്കൊള്ളുന്ന ഒരു 'പ്രാരംഭ പാരമ്പര്യത്തെ' നമുക്ക് വേർതിരിച്ചറിയുവാൻ കഴിയും. 'പുതിയനിയമ'വുമായി സാദൃശ്യപ്പെടുത്താവുന്ന ഒന്നും ബുദ്ധരുടെ പക്കലില്ല. 'തുടർച്ചയായ പാരമ്പര്യം' മാത്രമാണ് വ്യക്തമായി സാക്ഷ്യപ്പെടുത്തപ്പെട്ടിരിക്കുന്നത്. ഈ പുസ്തകത്തിൽ തിരഞ്ഞെടുത്ത് ഉൾപ്പെടുത്തിയിരിക്കുന്ന ഭൂരിഭാഗം ഭാഗങ്ങളും എഴുതിയത് എ. ഡി. 100-നും 400-നും ഇടയിലാണ്, അതായത് ബുദ്ധന്റെ വിയോഗത്തിന് ഏകദേശം 600 മുതൽ 900 വർഷങ്ങൾക്ക് ശേഷം."[13]

---

[12] Suleiman A. Mourad, "Jesus in the Qur'an and Other Early Islamic Texts," in *Jesus Research: New Methodologies and Perceptions: The Second Princeton -Prague Symposium on Jesus Research, Princeton 2007*, ed. James H. Charlesworth, Brian Rhea, and Petr Pokorný (Grand Rapids, Michigan: Wm. B. Eerdmans Publishing Co., 2014), 758.

[13] Edward Conze, *Buddhist Scriptures* (London: Penguin Publishing Group, 1959), 11.

ബുദ്ധന്റെ ആദിമ സന്ദേശം വീണ്ടെടുക്കുവാനുള്ള സാധ്യതയെക്കുറിച്ച് ചർച്ച ചെയ്യുന്ന ഭാഗത്താണ് അദ്ദേഹം ഈ പരാമർശം നടത്തുന്നത്. ക്രിസ്തീയ വിശ്വാസത്തോട് യാതൊരു പ്രതിബദ്ധതയുമില്ലാത്ത ഗവേഷകന്മാർ അവരുടെ തന്നെ വിശ്വാസ (അല്ലെങ്കിൽ അവിശ്വാസ) വീക്ഷണങ്ങളിൽ നിന്ന് വ്യത്യസ്തമായി എന്തുകൊണ്ടാണ് ഇത്തരം അഭിപ്രായപ്രകടനങ്ങൾ നടത്തിയിട്ടുള്ളതെന്ന് ചിന്തിക്കേണ്ട ഒരു കാര്യമാണ്. ഇബ്നു കഥീർ ഒരു വ്യാഖ്യാന പാരമ്പര്യമാണ് കൈമാറുന്നതെങ്കിൽ മറ്റുള്ളവർ യേശുവിനെക്കുറിച്ചുള്ള ചരിത്രപരമായ നിരൂപണ പഠനങ്ങളുടെ തലത്തിൽ നിന്നുകൊണ്ടാണ് അവർ ഇത്തരം നിർണ്ണയങ്ങളിലേക്ക് എത്തിച്ചേർന്നിട്ടുള്ളത്. അതല്ലാതെ, ഏതെങ്കിലും നിലയിൽ സർവ്വമത സഹോദര്യത്തിന്റെ നിലപാടുതറയിൽ നിന്നുകൊണ്ട് ക്രിസ്ത്യാനിത്വത്തെ പ്രീണിപ്പിക്കുവാനുള്ള ശ്രമത്തിന്റെ ഭാഗമായല്ലായെന്നത് വ്യക്തമാണ്. പ്രസ്തുത നിരീക്ഷണങ്ങളുടെ സാധുത അവയ്ക്കുള്ള തെളിവുകളുടെ അടിസ്ഥാനത്തിൽ വിലയിരുത്തേണ്ടതാണ്. ആ തെളിവുകൾ ഈ പുസ്തകത്തിൽ വിശദമായി ചർച്ചചെയ്തിട്ടുണ്ട്. യേശുവിനെക്കുറിച്ചുള്ള ചരിത്രാന്വേഷണങ്ങളെക്കുറിച്ച് അറിവുള്ളവർക്ക് മുകളിൽ ചൂണ്ടിക്കാണിച്ച നിലയിലുള്ള വിശകലനങ്ങൾ ക്രിസ്ത്യാനികളല്ലാത്ത മറ്റു ലോകവീക്ഷണങ്ങൾ പിന്തുടരുന്നവരിൽനിന്നുപോലും ഉണ്ടാകുന്നത് വലിയ അത്ഭുതമുളവാക്കില്ല എന്നതാണ് വാസ്തവം.

എന്താണ് യേശുവിനെക്കുറിച്ചുള്ള ചരിത്ര ഗവേഷണങ്ങളുടെ ചരിത്രം? ഈ ചോദ്യത്തിനുള്ള മറുപടിയാണ് ഈ പുസ്തകത്തിലെ ആദ്യ ഭാഗം. യേശുവിനെക്കുറിച്ചുള്ള ചരിത്രാന്വേഷണങ്ങളുമായി ബന്ധപ്പെട്ട അക്കാദമിക് ഗവേഷണ മേഖലയുടെ പതിനെട്ടാം നൂറ്റാണ്ടു മുതൽ സമീപ കാലം വരെയുള്ള ചരിത്രമാണ് ആദ്യ അധ്യായങ്ങളുടെ ഉള്ളടക്കം. മറ്റുള്ള ചരിത്രകാരന്മാർ പൊതുവിൽ ചരിത്രഗവേഷണത്തിൽ ഉപയോഗിക്കുന്ന രീതിശാസ്ത്രം ഏതെല്ലാം രീതിയിലാണ് യേശുവിനെക്കുറിച്ചുള്ള ചരിത്രാന്വേഷണത്തിലേർപ്പെടുന്ന വിദഗ്ദന്മാർ തങ്ങളുടെ രീതിശാസ്ത്ര രൂപീകരണത്തിൽ ഉൾക്കൊണ്ടിരിക്കുന്നതെന്ന

ചോദ്യമാണ് ഈ ഗ്രന്ഥത്തിന്റെ രണ്ടാമത്തെ ഭാഗത്ത് പ്രധാനമായും പരിഗണിക്കുന്നത്. യേശുവിനെക്കുറിച്ചുള്ള ഒരു ചരിത്രാന്വേഷണത്തിന് മുൻപായി പരിഗണിക്കേണ്ട അടിസ്ഥാന വിഷയങ്ങളാണ് മൂന്നാമത്തെ ഭാഗത്ത് ഉൾക്കൊള്ളിച്ചിരിക്കുന്നത്. ചരിത്രാന്വേഷണത്തിൽ ഉപയോഗപ്പെടുത്തുന്ന ഉറവിടങ്ങളുടെ ചരിത്രപരമായ വിശ്വാസ്യത മുതൽ യേശുവിന്റെ ചരിത്രാസ്തിത്വം വരെയുള്ള കാര്യങ്ങൾ ഇതിൽ ഉൾപ്പെടുന്നു.

ചരിത്ര ഗവേഷണത്തിന്റെ രീതിശാസ്ത്രമുപയോഗിച്ച് യേശുവുമായി ബന്ധപ്പെട്ട ഒരു സംഭവത്തിനുള്ള തെളിവുകൾ നിജപ്പെടുത്തുകയും അവ വിശകലനം ചെയ്യുകയുമാണ് നാലാമത്തെ ഭാഗത്ത് ചെയ്തിരിക്കുന്നത്. യേശുവിനെക്കുറിച്ചുള്ള ചരിത്രപഠനത്തിൽ ഏറ്റവും വിവാദജനകമായ വിഷയമാണ് യേശുവിന്റെ ഉയിർത്തെഴുന്നേൽപ്പ്. ക്രിസ്തീയ വിശ്വാസത്തിന്റെ വാസ്തവികതയും സാധുതയും പൂർണ്ണമായും ഈ സംഭവം ചരിത്രപരമാണെന്ന അവകാശവാദത്തെ ആശ്രയിച്ചു നിൽക്കുന്നു. ഈ അവകാശവാദമാണ് നാലാമത്തെ ഭാഗത്ത് വിശകലനത്തിനായി തിരഞ്ഞെടുത്തിരിക്കുന്നത്. വിശ്വാസത്തിന്റെയും അവിശ്വാസത്തിന്റെയും കണ്ണടകൾ മാറ്റിവെച്ച് വസ്തുതകൾക്കായി വേട്ടയാടുന്ന ഒരു ചരിത്രാന്വേഷകന്റെ മനോഭാവത്തോടെയും ജാഗ്രതയോടെയും വിമർശനബുദ്ധിയോടെയും തുടർന്നുള്ള ഭാഗങ്ങൾ വായിക്കണമെന്ന അഭ്യർത്ഥനയോടെ ഒന്നാം അധ്യായത്തിലേക്ക് നിങ്ങളുടെ ശ്രദ്ധയെ ഞാൻ ക്ഷണിക്കുന്നു.

ഭാഗം I. ചരിത്രാന്വേഷണത്തിന്റെ ചരിത്രം

കാലം, ദേശം, കഥ, പേരുകൾ

യഥാർത്ഥത്തിൽ, ഈ പുസ്തകം അടുത്ത അധ്യായത്തിലാണ് ആരംഭിക്കുന്നത്. എന്നാൽ എല്ലാ തരത്തിലും പശ്ചാത്തലത്തിലും നിന്നുള്ള വായനക്കാർക്കു വേണ്ടി രചിച്ചിരിക്കുന്ന ഒരു പുസ്തകമെന്ന നിലയിൽ യേശുവിന്റെ കഥ വേണ്ട നിലയിൽ പരിചയമില്ലാത്തവരും വായനക്കാരുടെ കൂട്ടത്തിൽ ഉണ്ടാകാമെന്ന ഒരു വീണ്ടുവിചാരത്തിന്റെ അടിസ്ഥാനത്തിലാണ് ഈ അധ്യായം ചേർത്തിരിക്കുന്നത്.

ആദ്യമായി വായനക്കാരുടെ ശ്രദ്ധയർഹിക്കുന്ന ചില അടിസ്ഥാന വിവരങ്ങളെക്കുറിച്ച് പറയട്ടെ. യേശുവിന്റെ ഭൂമിയിലെ ജീവിതം വിവരിച്ചിരിക്കുന്ന ആദ്യകാല ജീവചരിത്ര ഗ്രന്ഥങ്ങൾ പൊതുവിൽ അറിയപ്പെടുന്നത് 'സുവിശേഷങ്ങൾ' എന്ന പേരിലാണ്. ഉദാഹരണമായി മർക്കോസിന്റെ സുവിശേഷം ലൂക്കോസിന്റെ സുവിശേഷം എന്നിങ്ങനെ. അതിനാൽ യേശുവിന്റെ ജീവചരിത്രങ്ങൾ എന്നു പറയേണ്ട പല ഭാഗങ്ങളിലും ഈ പുസ്തകത്തിൽ സുവിശേഷങ്ങൾ എന്നാണു പറഞ്ഞിരിക്കുന്നത്. അതിനാൽ സുവിശേഷങ്ങൾ എന്ന് വായിക്കുമ്പോൾ യേശുവിന്റെ ജീവചരിത്ര രചനകൾ എന്നു വേണം മനസിലാക്കാൻ.

പൗലോസ് പത്രോസ് തുടങ്ങിയ പല ആദിമ ക്രിസ്ത്യാനികളും എഴുതിയ കത്തുകളെ 'ലേഖനങ്ങൾ' എന്നും വിളിക്കാറുണ്ട്. എന്നാൽ എഴുതപ്പെട്ട കാലത്ത് അവ അടിസ്ഥാനപരമായി കത്തുകളായിരുന്നു എന്നു മറന്നു പോകരുത്. അതിനാൽ ആദിമ ക്രിസ്ത്യാനികളുമായി ബന്ധപ്പെട്ട് 'ലേഖനങ്ങൾ' എന്നു പറയുമ്പോൾ 'കത്തുകൾ' എന്നു വേണം മനസിലാക്കുവാൻ.

യേശുവിനെക്കുറിച്ചുള്ള സന്ദേശം പ്രചരിപ്പിച്ച് വിവിധ സ്ഥലങ്ങളിൽ ക്രിസ്തീയ കൂട്ടായ്മകൾ ആരംഭിക്കുകയും പല സ്ഥലങ്ങളിലുള്ള അത്തരം കൂട്ടായ്മകൾക്ക്, സവിശേഷമായ നിലയിൽ, ഏറ്റവും ഉന്നതമായ അധികാരത്തോടെ, പൊതുവിലുള്ള

ആത്മീയമായ നേതൃത്വം നൽകുകയും ചെയ്ത വ്യക്തികളെയാണ് അപ്പൊസ്തലന്മാർ എന്ന് വിളിക്കുന്നത്. പല സന്ദർഭങ്ങളിലും ഈ പദം യേശു തിരഞ്ഞെടുത്ത തന്റെ ആദ്യത്തെ പന്ത്രണ്ടു ശിഷ്യന്മാരെ വിശേഷിപ്പിക്കുവാനും ഉപയോഗിക്കാറുണ്ട്. അതിനാൽ അപ്പൊസ്തലന്മാർ എന്നോ അപ്പൊസ്തലൻ എന്നോ ഈ പുസ്തകത്തിൽ കാണുമ്പോൾ യേശുവിനെക്കുറിച്ചുള്ള സന്ദേശം സവിശേഷമായ ഒരു അധികാരത്തോടെ പ്രചരിപ്പിക്കുന്ന വ്യക്തികൾ എന്നു വേണം മനസിലാക്കുവാൻ. അയക്കപ്പെട്ടവൻ എന്നാണ് അപ്പൊസ്തലൻ എന്ന പദത്തിന്റെ അടിസ്ഥാന അർത്ഥം. മുകളിൽ വിവരിച്ച നിലയിലുള്ള ദൗത്യം നിർവ്വഹിക്കുവാൻ ദൈവത്താൽ തിരഞ്ഞെടുക്കപ്പെട്ട് അയക്കപ്പെട്ടവൻ എന്ന അർത്ഥത്തിലാണ് ഈ പദം ഉപയോഗിക്കുന്നത്.

യെഹൂദന്മാരുടെ അടിസ്ഥാന വിശുദ്ധഗ്രന്ഥങ്ങളെയാണ് പഴയനിയമം എന്ന് പറയുന്നത്. ഇതിന്റെ കൃത്യമായ എണ്ണം സംബന്ധിച്ചു പല ക്രിസ്തീയ വിഭാഗങ്ങൾക്കിടയിലും തർക്കമുണ്ട്, എങ്കിലും, ഏറ്റവും കുറഞ്ഞത് 39 പുസ്തകങ്ങളെങ്കിലും ഉണ്ട് എന്നു പറയാം. അതിനോട് ക്രിസ്ത്യാനികൾ കൂട്ടിച്ചേർത്ത്, യേശുവിനെ തിരസ്ക്കരിച്ച യെഹൂദന്മാർ അംഗീകരിക്കാത്ത, മറിച്ച് ക്രിസ്ത്യാനികൾ മാത്രം അടിസ്ഥാന മതഗ്രന്ഥങ്ങളായി കരുതുന്ന 27 പുസ്തകങ്ങളെയാണ് പുതിയനിയമം എന്നു പറയുന്നത്. ഈ പുസ്തകങ്ങളെ ദൈവവുമായിട്ടുള്ള ഉടമ്പടിയുടെ (ആത്മീയ കരാറിന്റെ) അടിസ്ഥാന രേഖകളായിട്ടാണ് കണക്കാക്കുന്നത്. അതിനാൽ ഉടമ്പടി രേഖ എന്ന അർത്ഥത്തിലാണ് പഴയനിയമം പുതിയനിയമം എന്നിങ്ങനെ 'നിയമം' എന്ന പദം ഈ പുസ്തകസമാഹാരങ്ങളെ വിശേഷിപ്പിക്കുവാൻ ഉപയോഗിച്ചിരിക്കുന്നത്.

പഴയനിയമത്തിലെ ആദ്യത്തെ അഞ്ചു പുസ്തങ്ങൾ പഞ്ചഗ്രന്ഥി എന്നാണ് അറിയപ്പെടുന്നത്. ഈ പുസ്തകങ്ങളിൽ ഇസ്രായേലിന്റെ ആദിമകാല നേതാവായ മോശ മുഖാന്തരം നൽകപ്പെട്ട ദൈവിക കല്പനകളെയും നിയമങ്ങളെയുമാണ് പൊതുവിൽ ന്യായപ്രമാണം എന്നു വിശേഷിപ്പിക്കുന്നത്. എല്ലാ വാരവും ശനിയാഴ്ച ദിവസം യാതൊരു ജോലിയും ചെയ്യാതെ ദൈവിക

കൽപ്പന പ്രകാരം വിശ്രമ ദിവസമായി ആചരിക്കുന്നതിനെയാണ് ശബ്ബത്ത് എന്ന് വിശേഷിപ്പിക്കുന്നത്.

യേശുവിനെക്കുറിച്ചുള്ള ക്രിസ്തീയ അവകാശവാദങ്ങൾ എന്തൊക്കെയാണ്? ഇതാണ് അടുത്തതായി ഈ അധ്യായത്തിൽ നാം പരിഗണിക്കുന്നത്. ആ കാലഘട്ടത്തിലെ പൊതു പശ്ചാത്തലത്തിന്റെ അടിസ്ഥാനത്തിൽ യേശുവിന്റെ ജീവചരിത്രങ്ങളിൽ നാം കാണുന്ന ഒരു പൊതു ചിത്രം വരച്ചുകാട്ടുകയെന്നതാണ് ഈ ഭാഗത്തിന്റെ ലക്ഷ്യം. യേശുവിനെക്കുറിച്ചുള്ള ഈ അവകാശവാദങ്ങളിൽ ചരിത്ര വസ്തുതകൾ എത്രത്തോളം ഉണ്ടെന്നതാണ് ചരിത്രാന്വേഷണത്തിൽ പരിശോധിക്കപ്പെടുന്നത്. താഴെ യേശുവിനെക്കുറിച്ച് വിവരിച്ചിരിക്കുന്ന എന്തിന്റെയെങ്കിലും ചരിത്രപരത മുൻകൂട്ടി അനുമാനിച്ചുകൊണ്ടല്ല ഈ അന്വേഷണം നടത്തുന്നത്. അന്വേഷണ വിധേയമാക്കേണ്ട അടിസ്ഥാന വിവരങ്ങൾ എന്ന നിലയിൽ മാത്രമാണ് ഇത് ഇവിടെ അവതരിപ്പിക്കുന്നത്. അതിനാൽ ഒന്നിനും പ്രത്യേകിച്ച് തെളിവുകളോ അവലംബങ്ങളോ നൽകിയിട്ടില്ല. ഇതിൽ പറയുന്ന മുഴുവൻ കാര്യങ്ങളും നാം വിശദമായി ഈ പുസ്തകത്തിൽ പരിശോധിക്കുന്നില്ല. എങ്കിലും യേശുവിനെക്കുറിച്ച് പൊതുവിൽ ക്രിസ്തീയ വിശ്വാസം അവകാശപ്പെടുന്നത് എന്താണെന്ന് ആ കാലഘട്ടത്തിന്റെ ചരിത്രപരമായ സവിശേഷതകളുടെ വെളിച്ചത്തിൽ മനസിലാക്കുന്നത് തുടർന്നുള്ള ഭാഗങ്ങളിൽ നാം ചർച്ച ചെയ്യുന്ന കാര്യങ്ങൾ വേണ്ട നിലയിൽ ഗ്രഹിക്കുവാൻ വായനക്കാരെ സഹായിക്കും. അതിനാൽ, ക്രിസ്ത്യാനികൾ പറയുന്ന യേശുവിന്റെ കഥയിലേക്ക് നമ്മുടെ ശ്രദ്ധയെ തിരിക്കാം:

ഇന്നേക്ക് ഏകദേശം 2000-ത്തിലധികം വർഷങ്ങൾക്കു മുൻപ് ബി. സി. 6-4 കാലഘട്ടത്തിൽ മഹാനായ ഹെരോദ് രാജാവിന്റെയും റോമൻ ചക്രവർത്തിയായ അഗസ്റ്റസ് സീസറിന്റെയും ഭരണകാലത്ത് ഇന്നത്തെ ആധുനിക ഇസ്രായേലിന്റെ തെക്ക് ഭാഗത്തുള്ള യെഹൂദ്യാ പ്രവിശ്യയിലെ ബെത്ലഹേം പട്ടണത്തിലാണ് യേശു ജനിച്ചത്. ദൈവത്തിന്റെ പരിശുദ്ധാത്മാവിന്റെ ശക്തിയാൽ

കന്യകയായ മറിയത്തിന്റെ മകനായിട്ടായിരുന്നു യേശുവിന്റെ ജനനം. മരപ്പണിക്കാരനായ യോസേഫായിരുന്നു യേശുവിന്റെ വളർത്തുപിതാവ്. യേശുവിന്റെ ജനനം മാലാഖമാർ മുൻകൂട്ടി പറയുകയും പൗരസ്ത്യ ദേശത് നിന്ന് ജ്ഞാനികൾ അദ്ദേഹത്തെ കാണുവാൻ സമ്മാനങ്ങളുമായി എത്തുകയും ചെയ്യു. കുട്ടിക്കാലത്ത്, യേശു തന്റെ മാതാ പിതാക്കൾക്ക് കീഴടങ്ങി ഇന്നത്തെ ആധുനിക ഇസ്രായേലിന്റെ വടക്ക് ഭാഗത്തുള്ള ഗലീലാ പ്രവിശ്യയിലെ നസറെത്ത് എന്ന ഗ്രാമത്തിൽ വളർന്നു.

മദ്ധ്യധരണ്യാഴി പ്രദേശത്ത് റോമൻ ആധിപത്യത്തിന്റെ ഒരു കാലഘട്ടമായിരുന്നു ഇത്. പാക്സ് റൊമാന എന്നറിയപ്പെടുന്ന ഈ കാലഘട്ടം റോമൻ സാമ്രാജ്യത്തിലുടനീളം താരതമ്യേന സമാധാനത്തിന്റെയും സ്ഥിരതയുടെയും സമയമായിരുന്നു. എന്നിരുന്നാലും, യെഹൂദ്യയിൽ, യഹൂദാ ജനത റോമൻ സാമ്രാജ്യത്തിന്റെ ഭരണത്തിൻ കീഴിലായിരുന്നു. കനത്ത നികുതിയുടെയും പല തരം സംഘർഷങ്ങളുടെയും ഒരു കാലഘട്ടമായിരുന്നു അത്. പ്രവാചകന്മാർ വാഗ്ദാനം ചെയ്തിരുന്ന രക്ഷകനായ ഒരു മിശിഹയെ കാത്തിരിക്കുകയായിരുന്നു ആ കാലത്തെ യഹൂദാ ജനത. ആ മിശിഹ റോമാക്കാരിൽ നിന്ന് അവരെ മോചിപ്പിക്കുകയും ഇസ്രായേൽ രാജ്യം പുനഃസ്ഥാപിക്കുകയും ചെയ്യുമെന്ന് അവർ വിശ്വസിച്ചു. യെഹൂദ ജനതയുടെ രക്ഷകനായി വരുവാനിരുന്ന രാജാവാണ് യേശു എന്നതായിരുന്നു മാലാഖമാർ യേശുവിന്റെ മാതാപിതാക്കൾക്ക് നൽകിയ സന്ദേശം.

എ. ഡി. ഒന്നാം നൂറ്റാണ്ടിൽ ഗലീലാ ഭരിച്ചിരുന്നത് ഹെരോദ് അന്തിപ്പാസ് ആയിരുന്നു. മഹാനായ ഹെരോദിന്റെ മകനായിരുന്ന ഹെരോദ് അന്തിപ്പാസ്, 4 ബി. സി. മുതൽ എ. ഡി. 39 വരെ ഗലീലായുടെ സാമന്തരാജാവായിരുന്നു. എ. ഡി. ഒന്നാം നൂറ്റാണ്ടിൽ, യെഹൂദ്യ ആദ്യം ഭരിച്ചത് മഹാനായ ഹെരോദിന്റെ പുത്രനായ ഹെരോദ് അർക്കെലാവോസ് ആയിരുന്നു. എന്നിരുന്നാലും, അദ്ദേഹത്തിന്റെ നിഷ്ഠൂരമായ ഭരണവും കഴിവില്ലായ്മയും കാരണം, എ. ഡി. 6-ൽ അദ്ദേഹത്തെ സ്ഥാനഭ്രഷ്ടനാക്കുകയും യെഹൂദ്യ

നേരിട്ട് റോമൻ ഭരണത്തിൻ കീഴിലാവുകയും ചെയ്തു. യേശുവിന്റെ കാലത്ത് യെഹൂദ്യയിലെ റോമൻ ഗവർണർ പൊന്തിയോസ് പീലാത്തോസ് ആയിരുന്നു.

രാഷ്ട്രീയമായി, വിവിധ യഹൂദാ സംഘങ്ങൾ റോമൻ അധികാരത്തെ ചെറുക്കുകയും, യെഹൂദന്മാരുടെ പരമാധികാരം പുനഃസ്ഥാപിക്കാൻ ശ്രമിക്കുകയും ചെയ്തതിനാൽ, റോമൻ ഭരണത്തിനെതിരായ പിരിമുറുക്കത്തിന്റെയും ഇടയ്ക്കിടെയുള്ള കലാപങ്ങളുടെയും സമയമായിരുന്നു അത്. മതപരമായി, യഹൂദാ ജനത വ്യത്യസ്തരായിരുന്നു: പരീശന്മാർ, സദൂക്യർ, എസ്സീനുകൾ, തീവ്രവാദികൾ തുടങ്ങി വിവിധ വിഭാഗങ്ങൾ. ഓരോരുത്തർക്കും യെഹൂദമതത്തെക്കുറിച്ച് അവരുടേതായ വ്യാഖ്യാനങ്ങളുണ്ടായിരുന്നു. പ്രധാനമായും പുരോഹിതന്മാരും പ്രഭുക്കന്മാരുമായിരുന്ന സദൂക്യർ ദേവാലയ ആരാധനയിൽ ശ്രദ്ധ കേന്ദ്രീകരിച്ചപ്പോൾ, പരീശന്മാർ ന്യായപ്രമാണവും വാമൊഴി പാരമ്പര്യവും പാലിക്കുന്നതിന് ഊന്നൽ നൽകി. എസ്സീനുകൾ ഒരു സന്യാസ ജീവിതശൈലി നയിച്ചു; അവരുടെ ഭാഗമായിരുന്നെന്ന് പലരും കരുതുന്ന ഖുംറാൻ സമുദായം മുഖ്യധാരാ സമൂഹത്തിൽ നിന്നു പിൻവാങ്ങിയുള്ള ജീവിത ശൈലി പിന്തുടർന്നവരായിരുന്നു. രാഷ്ട്രീയമായ തീക്ഷ്ണതയുള്ളവർ തീവ്ര ദേശീയവാദികളായിത്തീർന്നു.

യെഹൂദ്യയിൽ പൊന്തിയോസ് പീലാത്തോസിന്റെ ഭരണകാലത്ത് (എ. ഡി. 26-36), ഏകദേശം 30 വയസ്സുള്ളപ്പോൾ, യേശു തന്റെ പരസ്യ ശുശ്രൂഷ ആരംഭിച്ചു. തന്റെ ബന്ധുവും, പുരോഹിതനായ സെഖര്യാവിന്റെ മകനും, ഒരു ആത്മീയ നവീകരണ പ്രഭാഷകനും, യേശുവിനു വഴിയൊരുക്കുവാൻ വന്നവനുമായ സ്നാപക യോഹന്നാന്റെ കൈക്കീഴിൽ യോർദ്ദാൻ നദിയിൽ സ്നാനമേറ്റുകൊണ്ടാണ് യേശു തന്റെ ശുശ്രൂഷയ്ക്ക് തുടക്കം കുറിച്ചത്. പിന്നീട് മരുഭൂമിയിൽ നാല്പതു ദിവസം ഉപവസിച്ചതിനു ശേഷം സാത്താനാൽ പരീക്ഷിക്കപ്പെട്ട് പ്രലോഭനങ്ങളെ അതിജീവിച്ച യേശു ദൈവരാജ്യത്തിന്റെ സുവിശേഷം പ്രസംഗിക്കാനും അത്ഭുതങ്ങൾ പ്രവർത്തിക്കാനും ശിഷ്യന്മാരെ പഠിപ്പിക്കാനും തുടങ്ങി.

തന്റെ ശുശ്രൂഷയിലുടനീളം, യേശു രോഗികളെ സുഖപ്പെടുത്തി, ഭൂതങ്ങളെ പുറത്താക്കി, മരിച്ചവരെ ഉയിർപ്പിച്ചു. ആത്മീയ സത്യങ്ങൾ വിശദീകരിക്കാൻ കഥകൾ ഉപയോഗിച്ച് ഉപമകളിലൂടെയും അദ്ദേഹം പഠിപ്പിച്ചു. യേശു വലിയ ജനക്കൂട്ടത്തെ ആകർഷിക്കുകയും പല അനുയായികളെയും വിമർശകരെയും നേടുകയും ചെയ്തു. തന്റെ ഏറ്റവും അടുത്ത കൂട്ടാളികളാകാൻ പന്ത്രണ്ട് ശിഷ്യന്മാരെ യേശു തിരഞ്ഞെടുത്തു. യഹൂദാ പാരമ്പര്യത്തിൽ വേരൂന്നിയ പുതിയ വ്യാഖ്യാനങ്ങൾ ദൈവിക നിയമങ്ങൾക്ക് അവതരിപ്പിക്കുകയും സ്നേഹം, ക്ഷമ എന്നിവ ഊന്നിപ്പറയുകയും ചെയ്യുന്ന തന്റെ പഠിപ്പിക്കലുകളുമായി യേശു സമൂഹത്തിൽ ശ്രദ്ധേയനായി മാറി. ആസന്നമായ ദൈവത്തിന്റെ രാജ്യമായിരുന്നു യേശുവിന്റെ പ്രധാന സന്ദേശം. ശിഷ്യന്മാർക്ക് ദൈവരാജ്യത്തെക്കുറിച്ചുള്ള തന്റെ സന്ദേശം പ്രചരിപ്പിക്കുന്നതിന് പരിശീലനവും യേശു നൽകി. വെള്ളം വീഞ്ഞാക്കി മാറ്റുക, ഏതാനും അപ്പവും മീനും കൊണ്ട് ആയിരക്കണക്കിന് ആളുകൾക്ക് ഭക്ഷണം കൊടുക്കുക, വെള്ളത്തിന് മുകളിലൂടെ നടക്കുക തുടങ്ങി നിരവധി ശ്രദ്ധേയമായ അത്ഭുതങ്ങൾ അദ്ദേഹം പ്രവർത്തിച്ചു.

എസ്സീനുകളിൽ നിന്ന് തികച്ചും വ്യത്യസ്തമായി സമൂഹം പാപികളെന്ന് മുദ്രകുത്തിയ ജനങ്ങളിലേക്ക് ഇറങ്ങി ചെല്ലുന്നതായിരുന്നു യേശുവിന്റെ പ്രവർത്തനം. മത ആചാരങ്ങളുടെ കർശന സ്വഭാവത്തിന്റെ കാര്യത്തിലും എസ്സീനുകളിൽ നിന്നും തികച്ചും വ്യത്യസ്തനായിരുന്നു യേശു. പരീശന്മാരേക്കാൾ കടുത്ത മതമൗലികവാദ സ്വഭാവമുള്ളവരായിരുന്നു എസ്സീനുകൾ. പരീശന്മാരുടെ ഇടയിൽ യേശുവിനോട് താല്പര്യമുണ്ടായിരുന്നവരെക്കുറിച്ചു പോലും യേശുവിന്റെ ജീവചരിത്രങ്ങളിൽ പരാമർശം ഉണ്ടെങ്കിലും എസ്സീനുകളുമായി എന്തെങ്കിലും സമ്പർക്കം യേശുവിന്റെ സംഘത്തിനുണ്ടായിരുന്നതായി വ്യക്തമായ യാതൊരു തെളിവുമില്ല.

ഏറ്റവും അടിസ്ഥാന ദൈവശാസ്ത്ര വീക്ഷണങ്ങളിൽ സദൂക്യരേക്കാൾ യേശുവിന് പരീശ പക്ഷത്തോടായിരുന്നു ചായ്‌വെങ്കിലും പരീശന്മാരുടെ കപടഭക്തിയെ യേശു ശക്തമായി

വിമർശിച്ചു. ശാബത്ത് പോലെയുള്ള മതാചാരങ്ങളുടെ വ്യാഖ്യാനത്തിന്റെ കാര്യത്തിലും യേശുവിന്റെ വീക്ഷണങ്ങൾ ആ കാലത്തെ മുഖ്യധാരാ മതനേതൃത്വത്തിൽ നിന്ന് വ്യത്യസ്തമായിരുന്നു. സദൂക്യരുടെ ഉപദേശ വീക്ഷണങ്ങളിൽ നിന്ന് വ്യത്യസ്തമായി പഠിപ്പിച്ച യേശു അവർക്ക് ഏറ്റവും സ്വാധീനമുണ്ടായിരുന്ന ദേവാലയത്തിൽ നടത്തിയ ശുദ്ധീകരണം അവരുടെ സാമ്പത്തിക താൽപര്യങ്ങൾക്ക് എതിരായിരുന്നു. താൻ മിശിഹയാണെന്ന യേശുവിന്റെ പരോക്ഷമായ അവകാശവാദവും യേശുവിന്റെ അനുയായികളും ജനക്കൂട്ടവും യേശുവിനെ മിശിഹയായി കണ്ടതും മതനേതൃത്വത്തെ പ്രകോപിപ്പിച്ചു. യേശുവിന്റെ ജനപ്രീതി വർദ്ധിച്ചപ്പോൾ, ദേശം മുഴുവൻ പര്യടനം നടത്തുന്ന ഈ പ്രഭാഷകനെ സ്വാഭാവികമായും അവർ ഒരു പൊതു ഭീഷണിയായി കണ്ടു. ഒടുവിൽ, അദ്ദേഹത്തിന്റെ ശിഷ്യന്മാരിൽ ഒരാളായ യൂദാസ് ഈസ്കരിയോത്ത് അദ്ദേഹത്തെ ഒറ്റിക്കൊടുക്കുകയും അദ്ദേഹം അറസ്റ്റ് ചെയ്യപ്പെടുകയും ചെയ്തു. മതനേതൃത്വത്തിന്റെ വിചാരണ വേളയിൽ താൻ മിശിഹയാണെന്ന് വ്യക്തമായ അവകാശവാദം യേശു ഉന്നയിച്ചു.

പിന്നീട് അവർ യേശുവിനെ റോമൻ ഗവർണറായിരുന്ന പൊന്തിയോസ് പീലാത്തോസിന്റെ മുമ്പാകെ കൊണ്ടുവന്നു. യേശു യെഹൂദന്മാരുടെ രാജാവാണെന്ന് അവകാശപ്പെട്ടു എന്നതായിരുന്നു മതനേതൃത്വം പീലാത്തോസിന്റെ മുൻപിൽ അവതരിപ്പിച്ച ആരോപണം. പീലാത്തോസിന് യേശുവിൽ തെറ്റൊന്നും കാണുവാൻ കഴിഞ്ഞില്ലെങ്കിലും മതനേതൃത്വത്താൽ സ്വാധീനിക്കപ്പെട്ട ജനക്കൂട്ടത്തിന്റെ ആവശ്യത്തിനു വഴങ്ങി പീലാത്തോസ് അദ്ദേഹത്തെ ക്രൂശിക്കാൻ ഏൽപ്പിച്ചുകൊടുത്തു. പടയാളികൾ യേശുവിനെ പരിഹസിക്കുകയും അടിക്കുകയും ചെയ്തു; തുടർന്ന് രണ്ട് കുറ്റവാളികൾക്കൊപ്പം യേശു ക്രൂശിക്കപ്പെട്ടു.

മരണത്തിനു ശേഷം ക്രൂശിൽ നിന്നിറക്കിയ യേശുവിന്റെ മൃതദേഹം ഒരു കല്ലറയിൽ അടക്കം ചെയ്തു. എന്നാൽ മൂന്നാം ദിവസം യേശു മരണത്തിൽ നിന്ന് ഉയിർത്തെഴുന്നേറ്റു. ചില സ്ത്രീകൾ അദ്ദേഹത്തിന്റെ കല്ലറ ഒഴിഞ്ഞുകിടക്കുന്നതായി കണ്ടെത്തുകയും,

അദ്ദേഹം തന്റെ ശിഷ്യന്മാർക്കും മറ്റു പലർക്കും പ്രത്യക്ഷപ്പെടുകയും ചെയ്യു. തന്റെ സാക്ഷികളാകുവാനും പാപമോചന സന്ദേശം പ്രസംഗിക്കുവാനുമുള്ള ദൗത്യം തന്റെ ശിഷ്യന്മാരെ ഏൽപ്പിച്ചതിനു ശേഷം, ഉയിർത്തെഴുന്നേറ്റ് നാൽപ്പതു ദിവസങ്ങൾ കഴിഞ്ഞ്, യേശു തന്റെ ശിഷ്യന്മാരുടെ സാന്നിധ്യത്തിൽ സ്വർഗ്ഗത്തിലേക്ക് ആരോഹണം ചെയ്യു. സ്വർഗ്ഗാരോഹണ സമയത്ത് യേശു തിരികെവരും എന്ന വാഗ്ദാനവും ശിഷ്യന്മാർക്ക് ലഭിച്ചു.

ഇതാണ് യേശുവിന്റെ കഥ. യേശുവിനെക്കുറിച്ച് സമീപകാലങ്ങളിൽ നടന്നിട്ടുള്ളവയിൽ ജനകീയമായ ചില ചർച്ചകൾ ഏതൊക്കെയാണെന്ന് ചിന്തിച്ചതിനു ശേഷം ഈ കഥയുടെ ചരിത്രപരത സൂക്ഷ്മമായി വിശകലനം ചെയ്യുന്ന ആധുനിക ഗവേഷണമേഖലയുടെ ചരിത്രത്തിലേക്ക് നമ്മുക്കു കടക്കാം.

അധ്യായം 2

ആസ്വാദ്യകരമായ ഊഹാപോഹങ്ങൾ

ചരിത്രത്തിലെ യേശു എന്ന പ്രശ്നം പുരാതന ചരിത്രത്തെ സംബന്ധിച്ച പൊതുവായുള്ള പഠനത്തിന്റെ ഭാഗമായുള്ള പ്രശ്നമാണ്. അടിസ്ഥാനപരമായി ഇത് അതേ രീതിശാസ്ത്രം ഉപയോഗിച്ച് വേണം പഠിക്കുവാൻ.

ഇയാൻ ഹൊവാർഡ് മാർഷൽ[1]

'യേശു ഇന്ത്യയിൽ വന്നു'[2] 'യേശുവും മഗ്ദലനമറിയവും വിവാഹിതരായിരുന്നു'[3] 'യേശു ജീവിച്ചിരുന്നില്ല'[4] തുടങ്ങിയ വിവാദപരമായ അനേക ജനകീയ സങ്കൽപങ്ങൾ ഒരു പക്ഷെ നിങ്ങൾക്ക് പരിചയമുണ്ടായിരിക്കാം. എന്നാൽ ഇത്തരം വാദങ്ങൾ പ്രചരിപ്പിക്കുന്ന പുസ്തകങ്ങളിൽ ഒരു നിഷ്ക്ഷ സമീപനം നിങ്ങൾക്ക് കണ്ടെത്തുവാൻ പ്രയാസമായിരിക്കും. അവയിൽ നിങ്ങൾക്ക് ആധികാരികമായ ഒരു ചരിത്ര പഠന രീതിശാസ്ത്രമോ അതിന്റെ കർശനമായ ഉപയോഗമോ കാണുവാനാകില്ലായെന്നതാണ് പൊതുവിൽ അവയുടെ പ്രധാന അപാകത.

മുകളിൽ പരാമർശിച്ച രീതിയിലുള്ള സങ്കൽപ്പങ്ങൾ പ്രചരിപ്പിക്കുന്നവർ അവരുടെ ഭാവനയ്ക്ക് യോജിക്കുന്ന വാസ്തവമോ അവാസ്തവമോ ആയ കാര്യങ്ങളെ തെളിവുകളായി

---

[1] I. Howard Marshall, *I Believe in the Historical Jesus* (Regent College Publishing, 2001), 50.

[2] ഹോൾഗർ കേസ്റ്റൻ, *യേശു ഇന്ത്യയിൽ ജീവിച്ചിരുന്നു* (കോട്ടയം: ഡി.സി ബുക്ക്, 2014).

[3] തോമസ് ബോബി, *ക്രിസ്ത്യാനികൾ* (കോട്ടയം: ഡി.സി ബുക്ക്, 2017), 127–30.

[4] രവിചന്ദ്രൻ സി., *നാസ്തികനായ ദൈവം* (കോട്ടയം: ഡി.സി ബുക്ക്, 2016), 111; ജോസഫ് ഇടമറുക്, *ക്രിസ്തുവും കൃഷ്ണനും ജീവിച്ചിരുന്നില്ല*, 40th ed. (ന്യൂ ഡെൽഹി: ഇൻഡ്യൻ എതീസ്റ്റ് പബ്ലിഷേഴ്സ്, 2012).

സ്വീകരിച്ചുകൊണ്ട് തങ്ങളുടെ പരസ്യമോ രഹസ്യമോ ആയ പ്രത്യയശാസ്ത്ര നിലപാടുകളെ പിന്തുണയ്ക്കുന്ന ഒരു കഥ ചമയ്ക്കുകയാണ് സാധാരണ ചെയ്യാറുള്ളത്. പലർക്കും ഞെട്ടലുളവാക്കുന്ന ഒരു വായനയ്ക്കുതകും എന്നതല്ലാതെ ഒരു സത്യാന്വേഷണത്തിന് പ്രയോജനം ചെയ്യുന്നവയല്ല അവയൊന്നും. വസ്തുതാപരമായ ഗവേഷണങ്ങൾക്കു[5] മുന്നിൽ ഒരിക്കലും നിലനിൽക്കുവാൻ സാധിക്കാത്ത അത്തരം അപസർപ്പക പ്രഹസനങ്ങളുടെ കുപ്രശസ്തി യേശുവിനെക്കുറിച്ചുള്ള വസ്തുനിഷ്ഠവും നിരൂപണാത്മകവുമായ ചരിത്രപഠനങ്ങൾ പൊതുസമൂഹത്തിലേക്ക് എത്തിച്ചേരുന്നതിന് ഒരു പരിധിവരെ വിഘാതമായിട്ടുണ്ടെന്ന് ഞാൻ കരുതുന്നു.

എന്നാൽ ജ്ഞാനോദയ കാലഘട്ടം മുതൽ ആരംഭിച്ച അന്വേഷണങ്ങളിലൂടെ രൂപീകരിക്കപ്പെട്ട വിവിധ ചരിത്രപഠന രീതിശാസ്ത്രങ്ങളുടെ സാധ്യതകൾ പ്രയോജനപ്പെടുത്തിക്കൊണ്ട് സമചിത്തതയുള്ള ഗവേഷണങ്ങളും യേശുവിനെക്കുറിച്ച് നടക്കുന്നുണ്ടെന്ന് എല്ലാവരും നിശ്ചയമായും അറിഞ്ഞിരിക്കേണ്ട ഒരു കാര്യമാണ്. നിലവിൽ ലോകത്തിലെ വിവിധ സർവ്വകലാശാലകളിലെയും ഇതര ഉന്നതവിദ്യാഭ്യാസ സ്ഥാപനങ്ങളിലെയും ഗവേഷകന്മാരാൽ നയിക്കപ്പെടുന്ന ഈ പഠന മേഖലയുടെ ആരംഭത്തിന്റെ ചരിത്രമാണ് ആദ്യമായി നമ്മൾ പരിശോധിക്കുവാൻ പോകുന്നത്.

---

[5] ഉദാഹരണമായി, യേശുവിന്റെ ചരിത്രപരത വളരെ വ്യക്തമായ തെളിവുകളുള്ള ഒരു വസ്തുതയാണ്. സമീപകാലത്ത് യേശു മിഥ്യാവാദത്തിന് മറുപടിയായി നിരീശ്വരവാദികളായ പണ്ഡിതന്മാർ രചിച്ചിട്ടുള്ള രണ്ടു ഗ്രന്ഥങ്ങൾ ഇവയാണ്: Bart D. Ehrman, *Did Jesus Exist?: The Historical Argument for Jesus of Nazareth* (HarperOne, 2013); Maurice Casey, *Jesus: Evidence and Argument or Mythicist Myths?* (T&T Clark, 2014).

ഒരു അന്വേഷണത്തിന്റെ ആരംഭം

നമ്മുടെ യുഗമാണ് വിമർശനത്തിന്റെ യഥാർത്ഥ യുഗം, സകലതും അതിന് കീഴ്പ്പെടേണം. മതം അതിന്റെ പരിപാവനതയിലൂടെയും നിയമസംഹിത അതിന്റെ പ്രതാപത്തിലൂടെയും സാധാരണയായി ഇതിൽ നിന്ന് തങ്ങളെത്തന്നെ ഒഴിവാക്കുവാൻ ശ്രമിക്കാറുണ്ട്. പക്ഷെ ഇതിലൂടെ അവ തങ്ങൾക്കെതിരെ തന്നെ ന്യായമായ ഒരു സംശയത്തെ ഉണർത്തുന്നു. യുക്തി, അതിന്റെ സ്വതന്ത്രവും പരസ്യവുമായ പരിശോധനയിൽ പിടിച്ചു നിൽക്കുന്നവയ്ക്ക് മാത്രം നൽകുന്ന നാട്യമല്ലാത്ത ആദരവ്, അവയ്ക്ക് അവകാശപ്പെടുവാനും സാധിക്കില്ല.

ഇമ്മാനുവേൽ കാന്റ്[1]

"ഉറവിടങ്ങളിലേക്ക് മടങ്ങുക". പതിനാലാം നൂറ്റാണ്ടിൽ യൂറോപ്പിൽ ആരംഭിച്ച നവോത്ഥാന പ്രസ്ഥാനത്തിന്റെ പ്രധാന ആശയഗതികളിൽ ഒന്നായിരുന്നു ഇത്.[2] പൗരാണിക ഗ്രീക്ക് രചനകളുടേത് പോലെ തന്നെ ബൈബിളിന്റെ പഠനത്തെയും ഇത് സ്വാധീനിച്ചു.[3] മധ്യകാലഘട്ടത്തിലെ മത സിദ്ധാന്തങ്ങൾക്ക് പിന്നിലുള്ള യഥാർത്ഥ യേശുവിനെ കണ്ടെത്തുന്നതിനു വേണ്ടിയുള്ള പണ്ഡിതൻമാരുടെ അന്വേഷണം ഈ ചിന്താഗതിയുടെ പരിണിതഫലമായി ആരംഭിച്ചതാണ്. അക്കാലം വരെയും യേശുവിനെക്കുറിച്ച് നടന്നിട്ടുള്ളത് കൂടുതലും ദൈവവിജ്ഞാനീയ

---

[1] Immanuel Kant, *Critique of Pure Reason*, ed. Paul Guyer and Allen W. Wood (Cambridge, UK: Cambridge University Press, 1998), 100–101.

[2] Guy Bedouelle, *An Illustrated History of the Church: The Great Challenges* (Chicago, IL: Liturgy Training Publications, 2006), 98.

[3] John Hale, *Civilization of Europe in the Renaissance* (New York, NY: Simon and Schuster, 1995), 196.

പരമായ ചർച്ചകളായിരുന്നു. 'ചരിത്രപരം' എന്ന് വിശേഷിപ്പിക്കാവുന്ന എന്തെങ്കിലും ചർച്ചകൾ നടന്നിട്ടുണ്ടെങ്കിൽ അത് മറ്റു മതങ്ങളുമായിട്ടുള്ള വാദപ്രതിവാദങ്ങളുടെ ഭാഗമായി നടന്നിട്ടുള്ളതാണ്. ട്രൈഫോയുമായുള്ള രക്തസാക്ഷി ജസ്റ്റിന്റെ രണ്ടാം നൂറ്റാണ്ടിലെയും സെൽസെസുമായുള്ള ഒരിജന്റെ മൂന്നാം നൂറ്റാണ്ടിലെയും വാദപ്രതിവാദങ്ങൾ ഇതിന് ഉദാഹരണങ്ങളാണ്.

എന്നാൽ പതിനാലാം നൂറ്റാണ്ടിലെ യൂറോപ്യൻ നവോത്ഥാനവുമായി ബന്ധപ്പെട്ട കാഴ്ചപ്പാടുകളുടെ അടിസ്ഥാനത്തിൽ തങ്ങളുടെ ലോകത്തിൽ നിന്ന് തികച്ചും വ്യത്യസ്തമായിരുന്നു പൗരാണിക ലോകം എന്ന ബോധ്യം[4] ചിന്തകന്മാരുടെ ഇടയിൽ ശക്തമായി ഉയർന്നുവന്നു. ഇതിനോടൊപ്പം ശരിയായ തെളിവുകളുടെ ആവശ്യകതയ്ക്ക് ലഭിച്ച പ്രാധാന്യവും, ഇതര കൃതികളുടെ പഠനത്തിലൂടെ എല്ലാ രചനകളും ഒരു പോലെ വിശ്വാസയോഗ്യമല്ലെന്ന തിരിച്ചറിവും[5] ബൈബിളും ഇതര രചനകളെ പോലെ ചരിത്ര നിരൂപണ പഠനങ്ങൾക്ക് വിധേയമാക്കുവാൻ അവരെ പ്രേരിപ്പിച്ചു.

സുവിശേഷങ്ങളിലെ വിവരണങ്ങളെ സംശയത്തോടെ പരിശോധിച്ച് പഠിക്കേണ്ടതിന്റെ ആവശ്യകതയെക്കുറിച്ചുള്ള ബോധ്യം കൂടുതൽ ഊട്ടി ഉറപ്പിക്കുവാൻ കാരണമായത് ഏകദേശം പതിനേഴാം നൂറ്റാണ്ടിന്റെ രണ്ടാം പകുതിയിൽ ആരംഭിച്ച

---

[4] Peter Burke, *The Renaissance Sense of the Past* (London: Edward Arnold, 1969), 1.

[5] ഉദാഹരണമായി തന്റെ കുഷ്ഠരോഗം സൗഖ്യമാക്കിയതിനുള്ള നന്ദി സൂചകമായി പാശ്ചാത്യ റോമൻ സാമ്രാജ്യത്തിന്റെ അധികാരം കോൺസ്റ്റന്റൈൻ ഒന്നാമൻ ചക്രവർത്തി നാലാം നൂറ്റാണ്ടിൽ പോപ് സിൽവെസ്റ്റർ ഒന്നാമന് നൽകിയിരുന്നു എന്നതിനു തെളിവായി മധ്യ കാലഘട്ടത്തിൽ റോമൻ കത്തോലിക്കാ സഭ ഉപയോഗിച്ചിരുന്ന 'ഡോണേഷ്യോ കോൺസ്റ്റാന്റിനി' എന്ന രേഖ വ്യാജമായി ചമച്ചതാണ് എന്ന് ലോറെൻസോ വല്ല എന്ന കത്തോലിക്കാ പുരോഹിതൻ തന്റെ പഠനത്തിലൂടെ 1440ൽ തെളിയിക്കുകയുണ്ടായി. Lorenzo Valla, *On the Donation of Constantine*, trans. G. W. Bowersock (Cambridge, MA, USA: Harvard University Press, 2008).

ജ്ഞാനോദയ കാലഘട്ടത്തിലെ വീക്ഷണങ്ങളാണ്.[6] ഈ കാലത്ത് യൂറോപ്യൻ ചിന്തകന്മാർ ക്രൈസ്തവസഭയുടെ പാരമ്പര്യമുൾപ്പെടെ ഏത് പാരമ്പര്യത്തെക്കാളും, ബൈബിളിന്റേതുൾപ്പെടെ ഏത് അധികാരത്തെക്കാളും, യുക്തിചിന്തയ്ക്കും അനുഭവസിദ്ധമായ നിരീക്ഷണങ്ങൾക്കും വിലകൽപ്പിക്കുകയും, ഇവ ഉപയോഗിച്ചാണ് യാഥാർത്ഥ്യത്തെ ഗ്രഹിക്കേണ്ടതെന്നും, സത്യമെന്താണ് അസത്യമെന്താണ് എന്ന് നിശ്ചയിക്കേണ്ടതെന്നുമുള്ള വീക്ഷണം സ്വീകരിക്കുകയും ചെയ്യു.

കേവലം രാഷ്ട്രീയമോ മതപരമോ ആയ ഏതെങ്കിലും അധികാരത്തിന്റെ പിന്തുണയുണ്ട് എന്നതുകൊണ്ട് മാത്രം എന്തെങ്കിലും സത്യമായോ സാധുതയുള്ളതായോ അംഗീകരിക്കുവാൻ അവർ താൽപരരായിരുന്നില്ല. പ്രകൃതിയിലെ പ്രതിഭാസങ്ങളെപ്പറ്റി പ്രതിപാദിക്കുന്ന ശാസ്ത്ര ശാഖകൾ യഥാർത്ഥ ശാസ്ത്രമായി ഉയർന്നുവന്ന ഒരു കാലഘട്ടം കൂടിയായിരുന്നു അത്. അപ്പോൾ തന്നെ മതപരമായ അവകാശവാദങ്ങൾ സംശയത്തോടുകൂടിയാണ് വീക്ഷിക്കപ്പെട്ടത്. ഈ അധ്യായത്തിന്റെ ശീർഷക ഉദ്ധരണിയായി നൽകിയിരിക്കുന്ന ആ കാലത്തെ പ്രശസ്ത ജർമ്മൻ തത്ത്വചിന്തകനായ ഇമ്മാനുവേൽ കാന്റിന്റെ പ്രസ്താവന ആ കാലഘട്ടത്തിന്റെ വീക്ഷണഗതിയെ ശരിയായി പ്രതിഫലിപ്പിക്കുന്ന ഒന്നാണ്.

ആധുനിക വിമർശനാത്മക ചിന്ത അവതരിപ്പിക്കപ്പെടുന്നത് ജ്ഞാനോദയകാലത്താണ്. സത്യമെന്ന് പറയുന്ന അവകാശവാദങ്ങൾ ആ കാലത്ത് വിമർശനാത്മകമായ പരിശോധനയ്ക്ക് വിധേയമാക്കപ്പെടുവാൻ തുടങ്ങി. അവകാശവാദങ്ങൾക്ക്, അവകൊണ്ട് ഉദ്ദേശിക്കുന്ന ബോധ്യങ്ങളിലേക്ക് ആളുകളെ നയിക്കണമെങ്കിൽ, ശരിയായ വാദഗതികളുടെയും അനുഭവസിദ്ധമായ നിരീക്ഷണങ്ങളുടെയും പിന്തുണ ആവശ്യമാണ്; അതില്ലാതെ കേവലം പാരമ്പര്യപ്രകാരം

---

[6] James D. G. Dunn, *Jesus Remembered: Christianity in the Making* (Grand Rapids, MI: Wm. B. Eerdmans Publishing, 2003), 25–34.

ഇതാണ് ശരിയെന്നോ അല്ലെങ്കിൽ ഏതെങ്കിലും അധികാരത്തിന്റെ (ബൈബിൾ, സഭ) അടിസ്ഥാനത്തിൽ ഇന്നതാണ് ശരിയെന്നോ മാത്രം പറഞ്ഞാൽ അത് സാധിക്കില്ല എന്ന നില ആ കാലത്ത് സംജാതമായി. കേവലം ദൈവവിശ്വാസം യുക്തിപരമായ വാദങ്ങളുടെ അടിസ്ഥാനത്തിൽ പലരും നിലനിർത്തിയപ്പോഴും ദൈവത്തിൽ നിന്നുള്ള വെളിപ്പാട് എന്ന ആശയത്തെ അവർ നിരാകരിച്ചു.

അനുമാനങ്ങൾ കൃത്യമായി നിർവ്വചിക്കപ്പെട്ട രീതിയിൽ പരിശോധിക്കുകയും ശരിയാണെന്ന് തെളിയിക്കുകയും ചെയ്യുന്ന തരം പഠന രീതിയെ ഈ കാലഘട്ടത്തിലെ ചിന്താധാരകൾ പ്രോത്സാഹിപ്പിച്ചു. ഈ പുതിയ ദിശാബോധം ശാസ്ത്രത്തിന് വലിയ മുന്നേറ്റങ്ങൾ നൽകിയെങ്കിലും ക്രിസ്തീയവിശ്വാസത്തിന് പലതരം പ്രശ്നങ്ങളും സൃഷ്ടിച്ചു. ഞാൻ ഇവിടെ പൊതുവിൽ മതവിശ്വാസങ്ങൾക്ക് എന്ന് എഴുതാതെ ക്രിസ്തീയവിശ്വാസം എന്ന് എഴുതിയതിന്റെ കാരണം യൂറോപ്പിൽ ഇത്തരം വിമർശനങ്ങൾക്ക് അന്ന് പാത്രീഭവിച്ചത് പ്രധാനമായും ക്രിസ്തീയവിശ്വാസമാണ് എന്നതിനാലാണ്. മറ്റ് മതങ്ങൾ ഒന്നും അന്നത്തെ ചിന്തകൻമാരുടെ മുൻപിൽ വെല്ലുവിളിയായി ഉണ്ടായിരുന്നില്ല.

യഥാർത്ഥത്തിൽ ക്രിസ്തീയവിശ്വാസത്തെ വിമർശനാത്മകമായ പരിശോധനകൾക്കും പഠനങ്ങൾക്കും വിധേയമാക്കിയതിന്റെ നൂറിലൊരംശം പോലും ഇന്നുവരെയും വേറെ ഒരു മതത്തിന്റെയും കാര്യത്തിൽ വിമർശകൻമാർ ചെയ്തിട്ടില്ല എന്ന് കഴിഞ്ഞ അഞ്ച് നൂറ്റാണ്ടുകളിലെ ചരിത്രം പരിശോധിക്കുന്ന ആർക്കും മനസ്സിലാകും.[7] യൂറോപ്പിലെ വിമർശകൻമാർക്കുമുൻപിൽ വെല്ലുവിളിയായി മറ്റ്

---

[7] ബൈബിൾ പഠനത്തിന്റെ ഈ കാലയളവിലെ ചരിത്രം ഈ പുസ്തകങ്ങളിൽ കാണുവാൻ സാധിക്കും: Henning Graf Reventlow, *History of Biblical Interpretation, Volume 3: Renaissance, Reformation, Humanism* (Atlanta, GA, USA: Society of Biblical Literature, 2010); Henning Graf Reventlow, *History of Biblical Interpretation, Volume 4: From the Enlightenment to the Twentieth Century* (Atlanta, GA, USA: Society of Biblical Lit, 2010).

മതങ്ങൾ ഒന്നും ആ കാലത്ത് ഇല്ലായിരുന്നു എന്നത് മാത്രമല്ല ഇതിനു കാരണം. ഇന്നാണെങ്കിൽപ്പോലും അത്തരം വ്യാപകമായ വിമർശനങ്ങളോട് മറ്റു പല ലോകമതങ്ങളും സഹിഷ്ണുത കാണിക്കില്ല എന്നതും അങ്ങനെ വിമർശിക്കുവാൻ മാത്രമുള്ള വസ്തുതാപരമായ ഒരു ഉള്ളടക്കം അവയ്ക്കില്ല എന്നതും വിമർശകന്മാർ അഭിമുഖീകരിക്കുന്ന ഒരു പ്രശ്നമാണ്.

എത്ര ശക്തമായി പ്രസ്താവിച്ചാലും സത്യമാണെന്ന് ഉറപ്പുവരുത്തുവാൻ കഴിയാത്ത അവകാശവാദങ്ങളെ സംശയിക്കുന്ന ഒരു പൈതൃകം, പാശ്ചാത്യ ചിന്തയ്ക്ക് സംഭാവന ചെയ്തു എന്നതാണ്, ജ്ഞാനോദയകാലത്തിന്റെ നിലനിൽക്കുന്ന വിവിധ സ്വാധീനങ്ങളിൽ ഒന്ന്. അതിനനുസൃതമായി ചരിത്രസത്യം എന്ന് നിർവ്വചിക്കേണ്ടവയെ വിലയിരുത്തുവാൻ ഒരു ചരിത്രപഠന രീതിശാസ്ത്രം രൂപീകരിച്ചു എന്നതാണ് ജ്ഞാനോദയകാലം ക്രിസ്തീയവിശ്വാസത്തിനു മുൻപിലേക്ക് വെച്ചിട്ടുള്ള പ്രധാന വെല്ലുവിളി.

പല യേശു പല അന്വേഷണങ്ങൾ

ചരിത്രപഠന രീതിശാസ്ത്രത്തിന്റെ വീക്ഷണത്തിൽ യേശുവിനെക്കുറിച്ചുള്ള അന്വേഷണത്തിന് പ്രത്യേകതകളൊന്നുമില്ല. പ്ലേറ്റോയെക്കുറിച്ചോ അഗസ്റ്റസിനെക്കുറിച്ചോ റിച്ചാർഡ് നിക്സനെക്കുറിച്ചോ അന്വേഷണം നടത്തുമ്പോഴും ഇതേ പ്രശ്നങ്ങൾ തന്നെ ഉയർന്നുവരും. എല്ലാ ചരിത്രകാരന്മാരും തങ്ങളുടെ തെളിവുകളെക്കുറിച്ച് സംശയാലുക്കളായിരിക്കണം. ചിലർ ചില കാര്യങ്ങൾ വിശ്വസിക്കുന്നു എന്നത് അതിനെ സത്യമാക്കുന്നില്ല.

ബെർണാഡ് ബ്രാൻഡൻ സ്കോട്ട്[1]

യേശുവിനെക്കുറിച്ച് നമ്മുക്ക് മൂന്ന് രീതിയിൽ സംസാരിക്കുവാൻ സാധിക്കും. ഒന്നാമത്തേത് ഏകദേശം ബി. സി. 4 – സി.ഇ. 33 കാലഘട്ടത്തിൽ യഥാർത്ഥത്തിൽ പാലസ്തീനിൽ ജീവിച്ചിരുന്ന യേശു എന്ന മനുഷ്യൻ. രണ്ടാമത്തേത് ചരിത്രത്തിലെ യേശു. ഈ രണ്ടാമത്തെ യേശു, ചരിത്രകാരന്മാർ ചരിത്രപഠനത്തിന്റെ രീതിശാസ്ത്രം അനുസരിച്ച് ലഭ്യമായ ഉറവിടങ്ങളിൽ നിന്ന് പുനർനിർമ്മിച്ചെടുക്കുന്ന യേശുവാണ്. ചരിത്രാന്വേഷണത്തിന്റെ സ്വാഭാവികമായ പരിമിതികളാൽ തന്നെ യഥാർത്ഥത്തിൽ പാലസ്തീനിൽ ജീവിച്ചിരുന്ന യേശുവിന്റെ ഒരു സമ്പൂർണ്ണ ചിത്രം ഒരിക്കലും ഇതിലൂടെ ലഭ്യമാകില്ല, എന്നാൽ ഒരു ചരിത്രപുരുഷൻ എന്ന നിലയിൽ യേശുവിനെ വിലയിരുത്തുവാൻ ആവശ്യമായ പ്രധാന വിവരങ്ങൾ ലഭിക്കും.

---

[1] Robert W. Funk and Robert J. Miller, *Finding the Historical Jesus: Rules of Evidence*, ed. Bernard Brandon Scott (Santa Rosa, Calif: Polebridge Press, 2008), 2.

മൂന്നാമത്തേത് വിശ്വാസത്തിലെ യേശു. ക്രിസ്തീയ ദൈവവിജ്ഞാനീയ ചിന്തകളുടെ പ്രകാശത്തിൽ ക്രിസ്തീയ വിശ്വാസികൾ കൈക്കൊണ്ടിരിക്കുന്ന യേശുവാണ് വിശ്വാസത്തിലെ യേശു. പാലസ്തീനിലെ തെരുവീഥികളിൽ പൊതുജനം കണ്ട യേശുവിനേക്കാൾ വലിപ്പമേറിയതാണ് വിശ്വാസത്തിലെ യേശുവിന്റെ ചിത്രം. ഭൂമിയിൽ വരുന്നതിനു മുൻപും ഭൗമിക ജീവിതത്തിനു ശേഷവുമുള്ള യേശുവിന്റെ ജീവിതത്തിനിടയിലെ ഒരു ചെറിയ ഭാഗം മാത്രമാണ് ക്രിസ്തീയവിശ്വാസ പ്രകാരം ഒന്നാം നൂറ്റാണ്ടിൽ പാലസ്തീനിൽ ജീവിച്ചിരുന്ന യേശു എന്ന മനുഷ്യന്റെ ജീവിതം. ഈ മൂന്നു രീതിയിൽ നാം സംസാരിക്കുമ്പോഴും ഒരാളെക്കുറിച്ചു തന്നെയാണ് നമ്മൾ സംസാരിക്കുന്നതെങ്കിലും ചരിത്രത്തിലെ യേശു മാത്രമാണ് ചരിത്രാന്വേഷണത്തിന്റെ മാനദണ്ഡങ്ങൾക്കകത്തു വരുന്നത്.

ചരിത്രത്തിലെ യേശുവിനു വേണ്ടിയുള്ള അന്വേഷണങ്ങളെ ആറു കാലഘട്ടങ്ങളായി തിരിക്കാം. ഒന്നാമത്തെ അന്വേഷണ കാലം (1778 മുതൽ 1906 വരെ) ജീവചരിത്രാന്വേഷണരഹിത കാലഘട്ടം (1906 മുതൽ 1953 വരെ) പുതിയ അന്വേഷണ കാലഘട്ടം (1953 മുതൽ 1985 വരെ) മൂന്നാമത്തെ അന്വേഷണ കാലഘട്ടം (1985 മുതൽ 2021 വരെ) ഓർമ്മകൾക്കായുള്ള അന്വേഷണം (2003 മുതൽ ആരംഭിച്ച് തുടരുന്നു) അടുത്ത അന്വേഷണം (2021 മുതൽ ആരംഭിച്ച് തുടരുന്നു). വിവധ അന്വേഷണ കാലഘട്ടങ്ങളുടെ ആരംഭ സമയം സംബന്ധിച്ചും അന്വേഷണ കാലഘട്ടങ്ങൾ ഇത്തരത്തിൽ വേർതിരിക്കുന്നതിലെ അപാകതകളെ സംബന്ധിച്ചും വ്യത്യസ്തങ്ങളായ വീക്ഷണങ്ങൾ പണ്ഡിതന്മാർ പ്രകടിപ്പിച്ചിട്ടുണ്ട്.[2]

ചില പ്രധാന രചനകളുടെ പ്രസിദ്ധീകരണത്തിന്റെയും ഈ കാലഘട്ടങ്ങളിലെ ഗവേഷണങ്ങൾക്ക് പൊതുവിൽ കാണുന്ന ചില

---

[2] Stanley E. Porter, *The Criteria for Authenticity in Historical-Jesus Research* (London: T&T Clark International, 2004), 28–62; Fernando Bermejo Rubio, "The Fiction of the 'Three Quests': An Argument for Dismantling a Dubious Historiographical Paradigm," *JSHJ* 7.3 (2009): 211–53.

ഊന്നലുകളുടെയും അടിസ്ഥാനത്തിലാണ് ഈ വർഷങ്ങൾ വേർതിരിച്ചിരിക്കുന്നത്. അതിന്റെ അർത്ഥം ഈ കാലഘട്ടങ്ങളിലുള്ള രചനകൾ എല്ലാം ഒരേ രീതിയിലുള്ളവയായിരുന്നു എന്നല്ല. പല വൈവിധ്യങ്ങളും ഗവേഷകന്മാർക്കിടയിൽ ഉണ്ടായിരുന്നു. പല കാലഘട്ടങ്ങളും തമ്മിൽ പല തുടർച്ചകളും ഉണ്ടായിരുന്നു. എങ്കിലും ഇത്തരമൊരു വിഷയത്തെ ലളിതമായി അവതരിപ്പിക്കുന്നതിനു വേണ്ടി മാത്രമാണ് ഇങ്ങനെ ഒരു വേർതിരിവ് നൽകിയിരിക്കുന്നത്. തുടർന്നുള്ള അധ്യായങ്ങളിൽ ഓരോ കാലഘട്ടത്തിലെയും പ്രധാന പണ്ഡിതന്മാരെയും അവരുടെ രചനകളെയും പരിചയപ്പെടാം.

ഒന്നാമത്തെ അന്വേഷണ കാലം (1778 -1906)

മറ്റ് മതങ്ങൾ തീർച്ചയായും അത്ഭുതങ്ങൾ നിറഞ്ഞവയാണ്;
[അവ] അനേകം ഉണ്ടെന്ന് വിജാതീയർ പ്രശംസിക്കുന്നു,
തുർക്കികളും അങ്ങനെ തന്നെ: അവയില്ലാത്ത ഒരു മതവും
ഇല്ല, ഇത് തന്നെയാണ് ക്രിസ്തീയ അത്ഭുതങ്ങളെ ഇത്രയധികം
സംശയാസ്പദമാക്കുന്നതും ഈ ചോദ്യങ്ങൾ ചോദിക്കുവാൻ
നമ്മെ പ്രകോപിപ്പിക്കുന്നതും: 'ആ സംഭവങ്ങൾ ശരിക്കും
സംഭവിച്ചോ? പറഞ്ഞ സാഹചര്യങ്ങൾ ഉണ്ടായിരുന്നോ? അവ
സ്വാഭാവികമായി സംഭവിച്ചതാണോ അതോ
ഉപായത്തിലൂടെയാണോ, അല്ലെങ്കിൽ ആകസ്മികമായി
സംഭവിച്ചതാണോ?' ഈ വിഷയത്തിലും ചരിത്രത്തിലും
നിപുണരായവർക്ക് നന്നായി തന്നെ മനസിലാക്കുവാൻ
സാധിക്കും ഞാൻ എഴുതുന്നത് സത്യമാണെന്ന്.

ഹെർമാൻ സാമുവേൽ റെയ്മാറസ്[1]

യേശുവിനെക്കുറിച്ചുള്ള ആധുനിക ഗവേഷണങ്ങളുടെ
ആരംഭകനായി കണക്കാക്കുന്നത് ജർമ്മൻ ചിന്തകനായ ഹെർമാൻ
സാമുവേൽ റെയ്മാറസിനെ (1694-1768) ആണ്. ഇദ്ദേഹം
ജർമ്മനിയിലെ ഹാംബർഗിൽ പൗരസ്ത്യ ഭാഷാ
അധ്യാപകനായിരുന്നു.[2] യുക്തി ചിന്തയെക്കുറിച്ചുൾപ്പെടെ വിവിധ
പുസ്തകങ്ങൾ താൻ രചിച്ചിട്ടുണ്ടെങ്കിലും, അദ്ദേഹത്തെ ഏറ്റവും
പ്രസിദ്ധനാക്കിയത് അദ്ദേഹം തന്റെ ജീവകാലത്ത്

---

[1] Hermann Samuel Reimarus, Gotthold Ephraim Lessing, and Charles Voysey, *Fragments from Reimarus : Consisting of Brief Critical Remarks on the Object of Jesus and His Disciples as Seen in the New Testament* (London : Williams and Norgate, 1879), 74.

[2] Donald K. McKim, *Historical Handbook of Major Biblical Interpreters* (InterVarsity Press, 1998), 346—49.

പ്രസിദ്ധീകരിക്കുവാൻ ധൈര്യപ്പെടാതിരുന്ന ഒരു രചനയാണ്. സ്വാഭാവികമായും അത് സൃഷ്ടിച്ചേക്കാവുന്ന വിവാദങ്ങളെ ഭയന്നായിരിക്കാം അദ്ദേഹം അത് പ്രസിദ്ധീകരിക്കാതിരുന്നത്. എന്നാൽ അദ്ദേഹത്തിന്റെ മരണാനന്തരം ഗോട്ട്ഹോൾഡ് എഫ്രായിം ലെസ്സിംഗ് എന്ന അദ്ദേഹത്തിന്റെ സുഹൃത്തും ലൈബ്രേറിയനുമായിരുന്ന മറ്റൊരു തത്വചിന്തകനാണ് അജ്ഞാതനാമത്തിൽ ഏകദേശം നാലായിരം പേജുകൾ ഉണ്ടായിരുന്ന കയ്യെഴുത്തുപ്രതിയിൽ നിന്ന് ചിലഭാഗങ്ങൾ 1774-1778 കാലയളവിൽ പ്രസിദ്ധീകരിച്ചത്.[3] പിന്നീട് 1814-ൽ അദ്ദേഹത്തിന്റെ മകൻ പ്രസിദ്ധീകരിച്ച 'ഉയിർത്തെഴുന്നേല്പ് വിവരണങ്ങളെക്കുറിച്ച്' (1777) 'യേശുവിന്റെയും ശിഷ്യൻമാരുടെയും ഉദ്ദേശ്യങ്ങളെക്കുറിച്ച്' (1778) എന്നീ ഭാഗങ്ങളാണ് യേശുവിനെക്കുറിച്ചുള്ള റെയ്മാറസിന്റെ ചരിത്രപഠനങ്ങളിൽ ഏറ്റവും പ്രധാനപ്പെട്ടവ.

തന്റെ ഈ രചനകളിൽ യേശുവിനെക്കുറിച്ചുള്ള പരമ്പരാഗത വിശ്വാസ വീക്ഷണങ്ങളെ തള്ളിക്കളഞ്ഞുകൊണ്ട് യേശുവിനെ പരാജിതനായ ഒരു രാഷ്ട്രീയ പരിഷ്ക്കർത്താവായാണ് റെയ്മാറസ് ചിത്രീകരിച്ചത്. ഒരു മതം സ്ഥാപിക്കുക എന്ന ലക്ഷ്യം യേശുവിന് ഇല്ലായിരുന്നു. എന്നാൽ ധാർമ്മിക മൂല്യങ്ങൾ പഠിപ്പിച്ച യേശു സ്വയം ഇസ്രായേലിന്റെ മിശിഹയായി കരുതിയിരുന്നുവെങ്കിലും യേശുവിന്റെ പ്രതീക്ഷകൾ ക്രൂശുമരണത്തോടെ അവസാനിച്ചു. പിന്നീട് സാമൂഹ്യ വ്യവസ്ഥിതിയിൽ താഴേക്കിടയിലായിരുന്ന ശിഷ്യന്മാർ യേശുവിന്റെ അനുയായികൾ എന്ന തങ്ങളുടെ പുതിയ പദവി കൈവിട്ടുകളയുവാൻ താല്പര്യമില്ലാതിരുന്നതിനാൽ യേശുവിന്റെ ശരീരം മോഷ്ടിച്ചുകൊണ്ടുപോവുകയും ഉയിർത്തെഴുന്നേല്പ് പ്രസംഗിക്കുവാൻ ആരംഭിക്കുകയും ചെയ്തു എന്ന ഒരു നിർണ്ണയത്തിലാണ് റെയ്മാറസ് എത്തിച്ചേർന്നത്.[4]

---

[3] Hermann S. Reimarus, *Apologie Oder Schutzschrift Für Die Vernünftigen Verehrer Gottes*, ed. Gerhard Alexander (Frankfurt: Insel Verlag, 1972).

[4] Hermann Samuel Reimarus, *Reimarus: Fragments*, ed. Charles H Talbert, trans. Ralph S. Fraser (Philadelphia: Fortress Press, 1970), 212.

ക്രിസ്തീയവിശ്വാസം ഒരു തട്ടിപ്പിൽ നിന്നാണ് ആരംഭിച്ചത് എന്നതടക്കമുള്ള റെയ്മാറസിന്റെ പല നിഗമനങ്ങളും പിൽക്കാല പഠനങ്ങളുടെ വെളിച്ചത്തിൽ പണ്ഡിത ലോകം തള്ളിക്കളഞ്ഞുവെങ്കിലും അദ്ദേഹം ഉയർത്തിയ നിരൂപണാത്മകമായ ചോദ്യങ്ങൾ യേശുവിനെക്കുറിച്ചുള്ള ഗൗരവതരമായ ഗവേഷണങ്ങളുടെ ഒരു കാലഘട്ടത്തിന് ആരംഭം കുറിച്ചു. സുവിശേഷങ്ങളിലുള്ള വൈരുദ്ധ്യങ്ങളെ അവഗണിക്കുവാനോ അത്ഭുതങ്ങളെക്കുറിച്ചുള്ള വിവരണങ്ങൾ മുഖവിലയ്ക്കെടുക്കുവാനോ യേശുവിന്റെ സന്ദേശവും പിൽക്കാല ക്രിസ്തീയ ഉപദേശങ്ങളും തമ്മിൽ തുടർച്ചയുണ്ട് എന്ന് അന്ധമായി അനുമാനിക്കുവാനോ സാധിക്കാത്ത ഒരു സാഹചര്യം റെയ്മാറസിനു ശേഷം ഉണ്ടായി.

പിന്നീട് ജർമ്മനിയിലെ ഹൈഡെൽബെർഗ് സർവ്വകലാശാലയിൽ പ്രൊഫസറായിരുന്ന ഹെൻറിച്ച് എബെർഹാർഡ് ഗോട്ടോബ് പൗലുസ് (1761-1851) എന്ന ഒരു ദൈവവിജ്ഞാനീയപണ്ഡിതൻ അത്ഭുതങ്ങളെക്കുറിച്ചുള്ള വിവരണങ്ങൾക്ക് യുക്തിപരമായ വിശദീകരണങ്ങൾ നൽകുവാൻ ശ്രമിച്ചുകൊണ്ടും യേശു മുന്നോട്ടുവെച്ച ധാർമ്മിക മൂല്യങ്ങൾക്ക് ഊന്നൽ നൽകിക്കൊണ്ടും യേശുവിന്റെ ജീവചരിത്രം എഴുതുകയുണ്ടായി.[5] ഉദാഹരണമായി യേശുവിന്റെ ഉയിർത്തെഴുന്നേൽപ്പിനെ യേശു ക്രൂശിൽ മോഹാലസ്യപ്പെട്ടതായും പിന്നീട് അബോധാവസ്ഥയിൽ നിന്ന് സ്വാഭാവികമായി പുനരുജ്ജീവിപ്പിക്കപ്പെട്ടതായും അദ്ദേഹം വ്യാഖ്യാനിച്ചു. ഈ സിദ്ധാന്തമാണ് പിൽക്കാലത്ത് ചില മുസ്ലീം വിഭാഗങ്ങളും ചില ഗൂഢാലോചന സിദ്ധാന്തക്കാരും തങ്ങളുടെ ഭാവനകൾക്കനുസരിച്ച് കൂടുതൽ അലങ്കരിച്ച് പകർത്തി പുസ്തകങ്ങൾ എഴുതിയത്.

ജർമ്മനിയിലെ ലുഡ്വിഗ്സ്ബർഗിൽ ജനിച്ച ഡേവിഡ് ഫ്രിഡ്രിക് സ്ട്രോസ് (1808-1874) എന്ന മറ്റൊരു ജർമ്മൻ ദൈവവിജ്ഞാനീയപണ്ഡിതൻ ഐതിഹ്യം എന്ന ആശയം

---

5 Heinrich Eberhard G. Paulus, *Das Leben Jesu, als Grundlage einer reinen Geschichte des Urchristentums*, 2 vols. (Heidelberg: Winter, 1828).

സുവിശേഷങ്ങളെക്കുറിച്ചുള്ള പഠനങ്ങളിൽ ഉപയോഗിച്ചുകൊണ്ട് ചരിത്രത്തിലെ യേശുവിനെക്കുറിച്ചുള്ള ഒരു പഠനം 1835-ൽ പ്രസിദ്ധീകരിക്കുകയുണ്ടായി.[6] യേശു ജീവിച്ചിരുന്നു എന്ന് അദ്ദേഹം വിശ്വസിച്ചിരുന്നു, എങ്കിലും സുവിശേഷകന്മാർ രേഖപ്പെടുത്തിയിരിക്കുന്ന അത്ഭുത കഥകളുൾപ്പെടെയുള്ള പലതും ഐതിഹ്യങ്ങൾ രൂപപ്പെടുന്ന രീതിയിൽ രൂപപ്പെട്ടതാണ് എന്നും, അവ വേർതിരിച്ചു മാറ്റിനിർത്തി, ചരിത്രപരമായി പ്രതിരോധിക്കുവാൻ സാധിക്കുന്ന, യേശുവിന്റെ യുക്തിഭദ്രമായ ഒരു ചിത്രം രൂപപ്പെടുത്തുക എന്നതായിരുന്നു അദ്ദേഹം അവലംബിച്ച രീതി.

ജോഹന്നാൻ ഗോട്ട്ഫ്രിഡ് വോൺ ഹെർഡെർ,[7] എണെസ്റ്റ് റെനാൻ,[8] ആൽഫ്രെഡ് എഡെർഷീം,[9] മാർട്ടിൻ കാലെർ,[10] ബെൺഹാഡ് വെയ്സ്,[11] ജോഹാന്നെസ് വെയ്സ്,[12] അഡോൾഫ് ഹാർനാക്ക്,[13] തുടങ്ങിയവർ ആ കാലഘട്ടത്തിൽ നിന്നുള്ള ശ്രദ്ധേയരായ ഗവേഷകൻമാരാണ്. ദൈവം സകലരുടെയും പിതാവാണെന്നതും മനുഷ്യ സാഹോദര്യവുമാണ് യേശുവിന്റെ സന്ദേശത്തിന്റെ സാരാംശമെന്നായിരുന്നു അഡോൾഫ് ഹാർനാക്ക്

---

[6] David Friedrich Strauss, *Das Leben Jesu, kritisch bearbeitet*, 2 vols. (Tübingen: Osiandersche Buchhandlung, 1835); David Friedrich Strauss, *The Life of Jesus, Critically Examined*, trans. George Eliot (New York: Cosimo Classics, 2010).

[7] Johann Gottfried von Herder, *Vom Erlöser der Menschen: Nach unseren drei ersten Evangelien* (Riga: Hartknoch, 1796).

[8] Ernest Renan, *La Vie de Jesus* (Paris: Lévy, 1863).

[9] Alfred Edersheim, *The Life and Times of Jesus the Messiah*, 2 vols. (London: Longman, 1883).

[10] Martin Kähler, *Der sogenannte historische Jesus und der geschichtliche, biblische Christus*, 2nd ed. (Leipzig: Deichert, 1892).

[11] Bernhard Weiss, *Das Leben Jesu*, 2 vols. (Berlin: W. Hertz, 1888).

[12] Johannes Weiss, *Die Predigt Jesu vom Reiche Gottes* (Göttingen: Vandenhoeck & Ruprecht, 1892).

[13] Adolf Harnack, *Das Wesen Des Christentums* (Leipzig: J.C. Hinrichs, 1900).

വിശദീകരിച്ചത്. ആ കാലത്തെ യൂറോപ്യൻ ബൗദ്ധിക താല്പര്യങ്ങൾക്ക് കൂടുതൽ ആസ്വാദ്യകരമായ ഒരു സ്വതന്ത്ര പ്രൊട്ടസ്റ്റന്റ് വീക്ഷണമെന്ന രീതിയിലാണ് ഈ സമീപനം വിലയിരുത്തപ്പെട്ടിട്ടുള്ളത്. ആൽബർട്ട് ഷ്വൈറ്റ്സർ,[14] വില്യം വ്രെഡെ,[15] വില്യം സാൻഡേ,[16] വിൽഹെം ബുസെറ്റ്[17] എന്നിങ്ങനെ മറ്റു ചില പണ്ഡിതന്മാരും ആ കാലഘട്ടത്തിൽ ചരിത്രത്തിലെ യേശുവിനെക്കുറിച്ചുള്ള തങ്ങളുടെ ഗവേഷണ ഫലങ്ങൾ പ്രസിദ്ധീകരിക്കുകയുണ്ടായി.

ആശയവാദപരവും കാൽപനികവും യുക്തിവാദപരവുമായ വീക്ഷണങ്ങൾക്ക് ഊന്നൽ നൽകിയ ആ കാലത്തെ ഗവേഷണങ്ങൾ ധാർമ്മിക മൂല്യങ്ങൾ പഠിപ്പിച്ച മഹാനായ ഒരു ഗുരു എന്ന നിലയിലാണ് യേശുവിനെ പൊതുവിൽ ചിത്രീകരിച്ചത്. അപ്പോൾ തന്നെ പ്രകടമായ വൈവിധ്യങ്ങളും ഇവയ്ക്കിടയിൽ ഉണ്ടായിരുന്നുവെന്ന വസ്തുതയും അവഗണിക്കുവാൻ സാധിക്കില്ല. ദൈവവിജ്ഞാനീയ പണ്ഡിതൻ, മിഷനറി ഡോക്ടർ, സംഗീതപണ്ഡിതൻ, തത്വചിന്തകൻ എന്നിങ്ങനെ വിവിധ മേഖലകളിൽ കഴിവ് തെളിയിച്ച് ബഹുമുഖ പ്രതിഭയായി പിൽക്കാലത്ത് ലോകപ്രശസ്തനായി തീരുകയും, 1952-ലെ സമാധാനത്തിനുള്ള നോബൽ സമ്മാന ജേതാവാകുകയും ചെയ്ത ആൽബർട്ട് ഷ്വൈറ്റ്സർ, 1906-ൽ പ്രസിദ്ധീകരിച്ച 'ചരിത്രത്തിലെ

---

[14] Albert Schweitzer, *Das Messianitäts- und Leidensgeheimnis: eine Skizze des Lebens Jesu*, 3rd ed. (Tübingen: Mohr Siebeck, 1901).

[15] William Wrede, *Das Messiasgeheimnis in den Evangelien: zugleich ein Beitrag zum Verständnis des Markusevangeliums* (Göttingen: Vandenhoeck & Ruprecht, 1901).

[16] William Sanday, "Jesus Christ" in James Hastings, ed., *A Dictionary of the Bible* (New York: Charles Scribner's Sons, 1899), 2:605–53.

[17] Wilhelm Bousset, *Jesus* (Halle: Gebauer-Schwetschke, 1904).

യേശുവിനായുള്ള അന്വേഷണം'[18] എന്ന ഗ്രന്ഥമാണ് ഈ 'ഒന്നാമത്തെ അന്വേഷണ കാലത്തിന്' തിരശ്ശീലയിട്ടത്.

അതുവരെ നടന്ന പഠനങ്ങൾ നിരൂപണത്തിന് വിധേയമാക്കിയ അദ്ദേഹം, ഗവേഷകന്മാർ, തങ്ങളുടെ ദാർശനിക വീക്ഷണങ്ങൾക്കനുസരിച്ച് യേശുവിനെ ഒരു ധാർമ്മിക ഗുരുവായി ചിത്രീകരിച്ചുകൊണ്ട് യേശുവിന്റെ യുഗാന്ത്യ വീക്ഷണത്തെ അവഗണിച്ചതിനെ നിശിതമായി വിമർശിച്ചു. ചരിത്രത്തിൽ ജീവിച്ചിരുന്ന യേശു ഒരു യുഗാന്ത്യം പ്രതീക്ഷിച്ച് പരാജയപ്പെട്ട വ്യക്തിയാണ് എന്ന വീക്ഷണമാണ് ഷ്വൈറ്റ്സർ മുന്നോട്ടുവെച്ചത്. ആ അർത്ഥത്തിൽ, ചരിത്രത്തിലെ യേശു, ഷ്വൈറ്റ്സറിന്റെ സമകാലിക ലോകത്തിന് അന്യനാണ്, അപ്രസക്തനാണ് എന്നാണ് അദ്ദേഹം വാദിച്ചത്. എന്നാൽ ഈ വിമർശനം, കുറേക്കൂടി ധനാത്മകമായ ആത്മീയതയുടെ ഭാഷയിൽ, 'യേശുവിനെ പിന്തുടരുന്നവർ (അതായത് യേശുവിന്റെ വാക്കുകൾ പിന്തുടരുന്നവർ) അവരുടെ അനുഭവങ്ങളിലൂടെ യേശു ആരാണ് എന്നറിയും' എന്ന രീതിയിൽ അവതരിപ്പിച്ചാണ് അദ്ദേഹം തന്റെ പുസ്തകം ഉപസംഹരിക്കുന്നത്.

---

[18] Albert Schweitzer, *Von Reimarus zu Wrede: eine Geschichte der Leben-Jesu-Forschung* (Tübingen: Mohr Siebeck, 1906); Albert Schweitzer, *The Quest of the Historical Jesus: A Critical Study of Its Progress from Reimarus to Wrede*, trans. Montgomery William (London: A. & C. Black, 1910).

ജീവചരിത്രാന്വേഷണരഹിത കാലഘട്ടം (1906–1953)

സുവിശേഷങ്ങളിൽ അടങ്ങിയിരിക്കുന്ന അത്ഭുത കഥകളിൽ ഭൂരിഭാഗവും പുരാവൃത്തപരമാണ്, കുറഞ്ഞത് അവയിൽ പുരാവൃത്തപരമായ മോടിപിടിപ്പിക്കലുകളുണ്ട്. എന്നാൽ തന്റെ മനസ്സിനും സമകാലികരുടെ മനസ്സിനും അത്ഭുതങ്ങളായ തരത്തിലുള്ള പ്രവൃത്തികൾ യേശു ചെയ്യുവെന്നതിൽ സംശയമില്ല, അതായത്, അമാനുഷികവും ദൈവികവുമായ കാരണങ്ങൾ ആരോപിക്കപ്പെട്ട പ്രവൃത്തികൾ; സംശയമില്ല, അദ്ദേഹം രോഗികളെ സുഖപ്പെടുത്തി ഭൂതങ്ങളെ പുറത്താക്കി.

റുഡോൾഫ് കാൾ ബുൾട്ട്മാൻ[1]

ആൽബെർട്ട് ഷ്വൈറ്റ്സറുടെ ശക്തമായ വിമർശനങ്ങൾ ചരിത്രത്തിലെ യേശുവിനെക്കുറിച്ചുള്ള അന്വേഷണങ്ങൾക്ക് ഒരു താൽക്കാലിക അന്ത്യംകുറിച്ചു എന്നാണ് പൊതുവിൽ നിരീക്ഷിക്കപ്പെടുന്നത്. എന്നാൽ തുടർന്ന് വന്ന കാലഘട്ടത്തെ അന്വേഷണരഹിത കാലമെന്ന് വിളിക്കുന്നതിനോട് പല പണ്ഡിതന്മാരും പൂർണ്ണമായയും യോജിക്കുന്നില്ല.[2] യഥാർത്ഥത്തിൽ നിലച്ചത് ജർമ്മൻ പണ്ഡിതൻമാരുടെ, യേശുവിന്റെ ആത്മബോധത്തെ മനഃശാസ്ത്രപരമായി വിശകലനം ചെയ്യുന്ന തരം, കാൽപനികമായ, പ്രകൃത്യാതീത കാഴ്ചപ്പാടുകൾക്ക് വിരുദ്ധമായ ശ്രമങ്ങൾ മാത്രമാണ്.

എന്നാൽ ഇംഗ്ലീഷ് ഭാഷയിൽ രചന നടത്തിയിരുന്ന പണ്ഡിതന്മാർ കുറേക്കൂടി പരമ്പരാഗതമായ ശൈലിയിൽ സുവിശേഷങ്ങളിലെ വിവരണങ്ങളെ സംഭവങ്ങളുടെ കാലക്രമം

---

[1] Rudolf Bultmann, *Jesus and the Word* (Scribner, 1958), 173.

[2] Porter, *The Criteria for Authenticity in Historical-Jesus Research*, 45.

അനുസരിച്ച് ക്രമീകരിച്ചും പരസ്പരം പൊരുത്തപ്പെടുത്തിയും തങ്ങളുടെ രചനകൾ തുടർന്നു പോന്നു. ഫ്രാൻസിസ് ക്രാവ്ഫോർഡ് ബർക്കിറ്റ്,[3] ആർക്കിബാൾഡ് മാക്ബ്രെഡ് ഹണ്ടർ,[4] എഡ്ഗാർ ജെ. ഗുഡ്സ്പീഡ്,[5] എന്നിവർ അവരിൽ ചിലരാണ്.

ഇവരെക്കൂടാതെ എഫ്. എം. ബ്രൗണിനെപ്പോലെയുള്ള[6] ഫ്രഞ്ച് പണ്ഡിതൻമാരും ടെറോറ്റ് റീവ്ലി ഗ്ലോവേറിനേപ്പോലെയുള്ള[7] റോമൻ-ഗ്രീക്ക് രചനകളിൽ പ്രാവീണ്യമുള്ള പണ്ഡിതൻമാരും യോസേഫ് ക്ലോസ്സറിനെപ്പോലെയുള്ള[8] യെഹൂദ ഗവേഷകൻമാരും ഈ കാലയളവിൽ യേശുവിനെക്കുറിച്ചുള്ള ചരിത്രപരമായ ഗവേഷണങ്ങളിൽ ഏർപ്പെട്ടിരുന്നു. ഏകദേശം ഇരുപത്തിയഞ്ചിലധികം പണ്ഡിതന്മാർ ഈ കാലയളവിൽ യേശുവിനെക്കുറിച്ചുള്ള ചരിത്രപരമായ പഠനങ്ങളിൽ തങ്ങളുടെ സംഭാവനകൾ നൽകിയിരുന്നു. അതിൽ ചിലർ ചില പ്രത്യേക ഉപവിഷയങ്ങളിൽ മാത്രം ശ്രദ്ധ കേന്ദ്രീകരിക്കുകയും യേശുവിനെക്കുറിച്ചുള്ള ഒരു പൂർണ്ണ ചിത്രം രൂപപ്പെടുത്തുന്നതിൽ നിന്ന് വിട്ടു നിൽക്കുകയും ചെയ്യു.[9]

---

[3] Francis Crawford Burkitt, *Jesus Christ: An Historical Outline* (London: Blackie & Son, 1932).

[4] Archibald Macbride Hunter, *The Work and Words of Jesus* (Philadelphia: Westminster Press, 1950).

[5] Edgar J. Goodspeed, *A Life of Jesus* (New York: Harper & Brothers, 1950).

[6] F.M. Braun, *Jésus: Histoire et Critique* (Tournai: Casterman, 1947).

[7] Terrot Reaveley Glover, *The Jesus of History* (London: SCM Press, 1917).

[8] Joseph Klausner, *Jesus of Nazareth: His Life, Times, and Teaching*, trans. Herbert Danby (New York: The Macmillan company, 1925).

[9] ഈ കാലത്തെ പഠനങ്ങളെക്കുറിച്ചുള്ള വിശദമായ ചരിത്രം അമേരിക്കയിലെ ഫ്ലോറിഡ സതേൺ കോളേജിൽ മതവിഭാഗം അധ്യാപകനായി സേവനമനുഷ്ടിച്ച് വിരമിച്ച വാൾട്ടർ പി. വീവർ പ്രസിദ്ധീകരിച്ചിട്ടുണ്ട്. Walter P. Weaver, *The Historical Jesus in the Twentieth Century: 1900-1950* (Harrisburg, PA: Trinity Press International, 1999).

ഇത്രയും പഠനങ്ങൾ പ്രസിദ്ധീകരിക്കപ്പെട്ടിട്ടും ഈ കാലയളവിനെ അന്വേഷണ രഹിത കാലഘട്ടം എന്ന് വിളിക്കുന്നതിന് പ്രധാനമായും മൂന്നു കാരണങ്ങളാണ് ഉള്ളത്. ഒന്നാമതായി നിരൂപണാത്മകമായ നിലയിൽ തന്നെയാണ് ഈ കാലത്തെ പണ്ഡിതന്മാർ ഈ വിഷയത്തെ സമീപിച്ചതെങ്കിലും ഒന്നാമത്തെ അന്വേഷണ കാലത്ത് പ്രകടമായിരുന്ന അത്രയും തീവ്രമായ ഉന്നത വിമർശന ശൈലി ഈ കാലത്തെ പല പണ്ഡിതന്മാരും സ്വീകരിച്ചില്ല. രണ്ടാമത്തെ കാരണം നേരത്തെ സൂചിപ്പിച്ചത് പോലെ ജർമ്മൻ ഭാഷയിൽ ഈ മേഖലയിലെ ഗവേഷണങ്ങൾ ശുഭപ്രതീക്ഷ നൽകുന്ന നിലയിൽ മുന്നോട്ടു പോയില്ല. മൂന്നാമത്തെ ഏറ്റവും പ്രസക്തമായ കാരണം പുതിയനിയമ പണ്ഡിത ലോകത്തെ അതികായനായി ഈ കാലത്ത് ഉയർന്നുവന്ന റുഡോൾഫ് കാൾ ബുൾട്ട്മാന്റെ (1884–1976) വീക്ഷണങ്ങളാണ്.

സുവിശേഷങ്ങളുടെ ഉള്ളടക്കങ്ങളെ പ്രസ്താവനകൾ, അത്ഭുതങ്ങൾ, സംഘർഷ കഥകൾ തുടങ്ങിയ ചില ഉപരൂപങ്ങളായി തിരിച്ചുകൊണ്ടുള്ള പഠനമാണ് ബുൾട്ട്മാന്റെ ഏറ്റവും പ്രധാനപ്പെട്ട സംഭാവന.[10] സുവിശേഷങ്ങളുടെ ഭാഗമായി ലിഖിത രൂപത്തിലാകുന്നതിന് മുൻപ് യേശുവിനെക്കുറിച്ചുള്ള കഥകൾ വാമൊഴിയായി ഇങ്ങനെ വിവിധ രൂപങ്ങളിൽ പ്രചരിച്ചിരുന്നു എന്ന് അദ്ദേഹം വാദിച്ചു. അവയെ യേശുവിന്റെ സമകാലിക ജീവിത സാഹചര്യത്തേക്കാൾ അവ പ്രചരിപ്പിച്ച ക്രിസ്തീയ സമൂഹങ്ങളുടെ സമകാലിക ജീവിത സാഹചര്യങ്ങളുടെ അടിസ്ഥാനത്തിലാണ് ബുൾട്ട്മാൻ വിശകലനം ചെയ്തത്. അവയിൽ ചിലതിൽ നിന്ന് പിൽക്കാലത്തെ കൂട്ടിച്ചേർക്കലുകൾ അടർത്തിമാറ്റിയാൽ ചരിത്രത്തിലെ യേശുവിലേക്ക് എത്തിച്ചേരാം. എന്നാൽ അവയിൽ വലിയൊരു പങ്കും ക്രിസ്തീയ സമൂഹങ്ങൾക്കിടയിൽ സൃഷ്ടിക്കപ്പെട്ടതാണ് എന്നാണ് അദ്ദേഹം വിശദീകരിച്ചത്.

---

[10] Rudolf Bultmann, *Die Geschichte Der Synoptischen Tradition* (Göttingen: Vandenhoeck & Ruprecht, 1921); Rudolf Bultmann, *The History of the Synoptic Tradition*, trans. John Marsh (Oxford: Blackwell, 1963).

ബുൾട്ട്മാൻ തന്നെ യേശുവിനെക്കുറിച്ച് പുസ്തകം[11] എഴുതിയെങ്കിലും തനിക്ക് മുൻപുള്ള പണ്ഡിതൻമാർ ലക്ഷ്യമിട്ട നിലയിലുള്ള ഒരു ചരിത്രപരമായ ചിത്രം രൂപീകരിക്കുവാൻ സാധിക്കുമെന്ന് അദ്ദേഹം കരുതിയില്ല. എന്നാൽ അത്തരമൊരു ചരിത്രം ക്രിസ്തീയവിശ്വാസത്തിന് ആവശ്യമില്ല മറിച്ച് പുതിയനിയമത്തിലെ ഐതിഹ്യങ്ങളിൽ ഉൾക്കൊണ്ടിരിക്കുന്ന അസ്തിത്വപരമായ സത്യങ്ങൾ മതി എന്ന് അദ്ദേഹം ചിന്തിച്ചു. ചരിത്രത്തിലെ യേശുവല്ല പൗലോസിനെയും യോഹന്നാനെയും പോലെയുള്ളവരുടെ ദൈവവിജ്ഞാനീയ കാഴ്ചപ്പാടുകളിലൂടെ പ്രഘോഷിക്കപ്പെട്ട യേശു, അതായത് 'അവരുടെ കാലഹരണപ്പെട്ട ലോകവീക്ഷണത്തെ ഉരിഞ്ഞുകളഞ്ഞാൽ ലഭിക്കുന്ന യേശു', ആ യേശുവാണ് വിശ്വാസത്തിന്റെ കേന്ദ്രബിന്ദുവാകേണ്ടത് എന്നായിരുന്നു ബുൾട്ട്മാന്റെ വീക്ഷണം.

---

[11] Rudolf Bultmann, *Jesus* (Berlin: Deutsche Bibliothek, 1926).

പുതിയ അന്വേഷണ കാലം (1953-1985)

"ഈ വസ്തുതകളെ അഭിമുഖീകരിക്കുമ്പോൾ, പരാജയത്തിനും സംശയത്തിനും അവസാന വാക്ക് ഉണ്ടായിരിക്കണമെന്നും ഭൗമിക യേശുവിനെക്കുറിച്ചുള്ള താൽപ്പര്യത്തിന്റെ പൂർണമായ വിച്ഛേദനത്തിലേക്ക് നമ്മെ നയിക്കണമെന്നും സമ്മതിച്ചു തരുവാൻ ഞാൻ ഒരുക്കമല്ല. ഇത് സംഭവിക്കണമെങ്കിൽ, ഒന്നുകിൽ മഹത്വീകരിക്കപ്പെട്ടവനായ കർത്താവും താഴ്ത്തപ്പെട്ടവനായ കർത്താവും തമ്മിലുള്ള ഏകതയെന്ന ആദിമ ക്രിസ്തീയ ചിന്തയുടെ സ്വഭാവം ഗ്രഹിക്കുന്നതിൽ നാം പരാജയപ്പെടണം; അല്ലാത്തപക്ഷം, ഡോസെറ്റിസ്റ്റുകളെപ്പോലെ ആ ചിന്തയുടെ യഥാർത്ഥ ഉള്ളടക്കത്തെ ശൂന്യമാക്കണം. ചരിത്രകാരൻ ഒരു ചരിത്രകാരനായി തുടരാൻ ആഗ്രഹിക്കുന്നുവെങ്കിൽ, ആധികാരികമെന്ന് ചരിത്രകാരൻ അംഗീകരിക്കേണ്ടി വരുന്ന പാരമ്പര്യത്തിന്റെ ഭാഗങ്ങൾ, സമവീക്ഷണ സുവിശേഷങ്ങളിൽ ഇപ്പോഴും ഉണ്ട് എന്നതും നാം അവഗണിക്കേണ്ടിവരും."

എണ്സ്റ്റ് കേസ്മാന്[1]

ബുൾട്ട്മാന്റെ തന്നെ ശിഷ്യൻമാരാണ് വീണ്ടും ചരിത്രത്തിലെ യേശുവിനെക്കുറിച്ചുള്ള അന്വേഷണത്തെ പുനരുജ്ജീവിപ്പിച്ചത്. ജർമ്മനിയിലെ ഗോട്ടിൻഗൻ യൂണിവേഴ്സിറ്റിയിൽ പുതിയനിയമ വിഭാഗം പ്രൊഫസറായിരുന്ന എണ്സ്റ്റ് കേസ്മാൻ (1906—1998) 1953 ഒക്ടോബർ 20-ന് ബുൾട്ട്മാന്റെ മാർബർഗ് സർവകലാശാലയിലെ മുൻ ദൈവവിജ്ഞാനീയ വിദ്യാർത്ഥികളുടെ സമ്മേളനത്തിൽ

---

[1] Ernst Käsemann, "The Problem of the Historical Jesus," in *Essays on New Testament Themes* (London: SCM Press, 1964), 46.

നടത്തിയ ഒരു പ്രഭാഷണത്തിൽ[2] തന്റെ അധ്യാപകനായിരുന്ന ബുൾട്ട്മാന്റെ വീക്ഷണത്തിൽ നിന്ന് വ്യതിചലിക്കുകയും വിശ്വാസത്തിലെ യേശുവും ചരിത്രത്തിലെ യേശുവും തമ്മിൽ കൂടുതൽ തുടർച്ചയുണ്ടെന്ന് വാദിക്കുകയും ചെയ്തു.

ഹൈഡെൽബെർഗ് യൂണിവേഴ്സിറ്റിയിലെ പുതിയനിയമ വിഭാഗം പ്രൊഫസറായിരുന്ന ഗന്തർ ബോൺകാം[3] (1905–1990) ചിക്കാഗോ യൂണിവേഴ്സിറ്റിയിലെ പുതിയനിയമ വിഭാഗം പ്രൊഫസറായിരുന്ന നോർമൻ പെരിൻ[4] (1920–1976) എന്നിവർ, യേശു എന്ന മനുഷ്യനെക്കുറിച്ച് ചരിത്രപരമായ പഠനത്തിലൂടെ ഒരു സമ്പൂർണ്ണ ജീവചരിത്രം രചിക്കുക എന്നത് അസാധ്യമായിരിക്കാമെങ്കിലും, യേശുവിനെക്കുറിച്ചുള്ള ചില വസ്തുതകളെക്കുറിച്ച് നിർണ്ണയങ്ങളിൽ എത്തിച്ചേരാനാകും എന്ന് നിരീക്ഷിക്കുകയും അതിന്റെ അടിസ്ഥാനത്തിൽ ചരിത്രപരമായ പഠനങ്ങൾ പ്രസിദ്ധീകരിക്കുകയും ചെയ്തു.

കാലിഫോർണിയയിലെ ക്ലയർമോണ്ട് ഗ്രാജുവേറ്റ് യൂണിവേഴ്സിറ്റിയിലെ മത വിഭാഗം അധ്യാപകനായിരുന്ന ജെയിംസ് എം. റോബിൻസൺ (1924–2016) ചരിത്രത്തിൽ ജീവിച്ചിരുന്ന യേശുവും ക്രിസ്തീയ പ്രഘോഷണത്തിലെ യേശുവും തമ്മിലുള്ള വിവിധ പൊരുത്തങ്ങൾ ചൂണ്ടിക്കാണിച്ചുകൊണ്ട് 1959-ൽ ഒരു പഠനം[5] പ്രസിദ്ധീകരിച്ചു.

ഈ പുതിയ ചരിത്ര പുനർനിർമ്മിതികളുടെ പരിമിതികളെക്കുറിച്ചുള്ള ബോധ്യം, സുവിശേഷങ്ങൾ മതപരമായ

---

[2] Ernst Käsemann, "Das Problem Des Historischen Jesus," *ZTK* 51.2 (1954): 125–53; "The Problem of the Historical Jesus," in Ernst Käsemann, *Essays on New Testament Themes* (London: SCM Press, 1964), 15–47.

[3] Günther Bornkamm, *Jesus von Nazareth* (Stuttgart: W. Kohlhammer, 1956).

[4] Norman Perrin, *Rediscovering the Teaching of Jesus* (New York: Harper & Row, 1967).

[5] James M. Robinson, *A New Quest of the Historical Jesus* (London: SCM Press, 1959).

ചായ്‌വ് ഉള്ള രചനകളാണ് എന്ന വ്യക്തമായ തിരിച്ചറിവ്, യേശുവിന്റെ പ്രസക്തി മനസ്സിലാക്കുന്നതിന് ചരിത്ര പഠനത്തിനുള്ള പ്രാധാന്യം, അതുപോലെ തന്നെ വ്യക്തമായ ഒരു ചരിത്ര പഠന രീതിശാസ്ത്രത്തിന്റെയും ബന്ധപെട്ട മാനദണ്ഡങ്ങളുടെയും വികാസവും വ്യാപകമായ ഉപയോഗവും, ഇതെല്ലാം ഈ കാലഘട്ടത്തിന്റെ പ്രത്യേകതകളാണ്. ഏകദേശം നാല്പതിൽ അധികം പണ്ഡിതന്മാർ ഈ കാലത്ത് വളരെ പ്രസക്തമായ പഠനങ്ങൾ[6] പ്രസിദ്ധീകരിച്ചിട്ടുണ്ട്.[7]

---

[6] Porter, *The Criteria for Authenticity in Historical-Jesus Research*, 61–62.

[7] ഈ കാലഘട്ടത്തിൽ നടന്ന ഗവേഷണങ്ങളെക്കുറിച്ച് കൂടുതൽ വിശദമായ ഒരു ചിത്രം മാർക്ക് അല്ലൻ പവൽ പ്രസിദ്ധീകരിച്ച പഠനത്തിൽ ലഭ്യമാണ്. Mark Allan Powell, *Jesus as a Figure in History: How Modern Historians View the Man from Galilee* (Louisville, KY: Westminster John Knox Press, 1998), 19–22.

അധ്യായം 8

മൂന്നാമത്തെ അന്വേഷണ കാലഘട്ടം (1985-2021)

ക്രിസ്ത്യാനികളാണെങ്കിലും മറ്റ് ഏത് വിഭാഗത്തിൽപ്പെട്ടവരാണെങ്കിലും മിക്ക പണ്ഡിതന്മാരും വ്യാപകമായി അംഗീകരിക്കത്തക്ക നിലയിൽ യേശുവിനെക്കുറിച്ചുള്ള ഗണ്യമായ എണ്ണം വസ്തുതകൾക്ക് ചരിത്രപരമായി നല്ല പിന്തുണയുണ്ട്.

റോബർട്ട് എം. ബോവ്മാൻ, ജെ. എഡ് കൊമോസ്വെസ്ക്കി[1]

കഴിഞ്ഞ മുപ്പത്തിയഞ്ച് വർഷങ്ങൾക്കുള്ളിൽ ഈ പഠനമേഖലയിൽ വലിയ ഉണർവും മുന്നേറ്റങ്ങളും ഉണ്ടായിട്ടുണ്ട്. 1985-ൽ നടന്ന രണ്ട് പ്രധാന സംഭവങ്ങൾ ഈ വിഷയത്തിൽ ശ്രദ്ധേയമാണ്. ഒന്നാമത്തേത് അന്ന് ഓക്സ്ഫോർഡ് സർവ്വകലാശാലയിൽ പ്രൊഫസറായിരുന്ന ഇ. പി. സാൻഡേഴ്സ്[2] രചിച്ച 'യേശുവും യെഹൂദമതവും'[3] എന്ന കൃതി പ്രസിദ്ധീകരിക്കപ്പെട്ടുവെന്നതും രണ്ടാമത്തേത് ചരിത്രത്തിലെ യേശുവിനെക്കുറിച്ച് പഠിക്കുവാൻ റോബർട്ട് ഫങ്ക് എന്ന പണ്ഡിതന്റെ നേതൃത്വത്തിൽ 'ജീസസ്

---

[1] Robert M. Bowman Jr. and J. Ed Komoszewski, "The Historical Jesus and the Biblical Church: Why the Quest Matters," in *Jesus, Skepticism, and the Problem of History: Criteria and Context in the Study of Christian Origins*, ed. Darrell L. Bock and J. Ed Komoszewski (Zondervan Academic, 2019), 22.

[2] പിന്നീട് അമേരിക്കയിലെ നോർത്ത് കരോലിനയിലെ ഡ്യൂക് സർവ്വകലാശാലയിൽ അധ്യാപകനായി പ്രവേശിക്കുകയും അവിടെ നിന്ന് 2005-ൽ വിരമിക്കുകയും ചെയ്ത അദ്ദേഹം പുതിയനിയമ പഠന രംഗത്ത് വളരെ സ്വാധീനം ചെലുത്തിയിട്ടുള്ള പണ്ഡിതനാണ്. പ്രത്യേകിച്ചും രണ്ടാം ദേവാലയ കാലഘട്ടത്തിലെ യെഹൂദന്മാരുടെ വിശ്വാസം സംബന്ധിച്ച പഠനങ്ങളിൽ. E. P Sander, *Paul and Palestinian Judaism.* (Philadelphia: Fortress Press, 1977).

[3] E.P Sanders, *Jesus and Judaism* (Philadelphia: Fortress Press, 1985).

സെമിനാർ' എന്ന പേരിൽ ഗവേഷകന്മാരുടെ ഒരു പുതിയ സംഘടന രൂപീകരിക്കപ്പെട്ടുവെന്നതുമാണ്.[4]

ഒന്നാം നൂറ്റാണ്ടിൽ നിലവിലിരുന്ന രണ്ടാം ദേവാലയ യെഹൂദമതവിശ്വാസ പശ്ചാത്തലത്തിന്റെ അടിസ്ഥാനത്തിലാണ് സാൻഡേഴ്സ് ഗവേഷണങ്ങൾ നടത്തിയത്.[5] ജീസസ് സെമിനാർ സംഘത്തിൽപെട്ട പണ്ഡിതന്മാർ തുടർമാനമായി യോഗങ്ങൾ സംഘടിപ്പിക്കുകയും യേശുവിന്റെ വാക്കുകളുടെയും പ്രവർത്തികളുടെയും ആധികാരികത സംബന്ധിച്ച് വോട്ടിടുകയും ചെയ്യു. വിവിധ ആദിമ ഉറവിടങ്ങളിൽ രേഖപ്പെടുത്തിയിരിക്കുന്ന കാര്യങ്ങളിൽ ഏകദേശം 15 ശതമാനം കാര്യങ്ങൾ (യേശുവിന്റെ വാക്കുകളും പ്രവർത്തികളും) മാത്രമേ ചരിത്രപരമായ ആധികരികതയുള്ളവയായി ജീസസ് സെമിനാർ അംഗങ്ങൾ കണക്കാക്കിയുള്ളൂ.[6]

യേശുവിനെക്കുറിച്ചുള്ള ചരിത്രഗവേഷണത്തിന്റെ മുഖ്യധാരയിൽ ഗണ്യമായ സംഭാവനകൾ നൽകിയ ചുരുക്കം ചില പണ്ഡിതന്മാർ ഈ സംഘത്തിൽ ഉണ്ടായിരുന്നെങ്കിലും യാഥാസ്ഥിതികരും സ്വതന്ത്ര ചിന്താഗതിക്കാരുമടങ്ങിയ മുഖ്യധാരാ പണ്ഡിതലോകം ഈ സംഘടനയുടെ കണ്ടെത്തലുകളെ[7] വളരെ വിമർശനാത്മകമായാണ്

---

[4] Marvin W Meyer and Charles Hughes, *Jesus Then & Now: Images of Jesus in History and Christology* (Harrisburg, Pa.: Trinity Press International, 2001), 130.

[5] 1947-ൽ കണ്ടെത്തിയ ചാവുകടൽ ചുരുളുകളെക്കുറിച്ച് പഠനം നടത്തിയിട്ടുള്ള ആദ്യകാല പണ്ഡിതന്മാരിൽ പ്രമുഖനായ ഗേസ വെർമെസ് ആണ് ഈ നിലയിലുള്ള പഠനത്തിന് വ്യക്തമായ ഒരു തുടക്കം കുറിച്ചത്, എങ്കിലും ഇ. പി. സാൻഡേഴ്സിന്റെ വിശദമായ പഠനങ്ങളാണ് ഏറ്റവും കൂടുതൽ യേശുവിനെക്കുറിച്ചുള്ള ചരിത്ര ഗവേഷണങ്ങളിൽ ഏറ്റവും സ്വാധീനം ചെലുത്തിയത്. Geza Vermes, *Jesus The Jew: A Historian's Reading of The Gospels* (London: Collins, 1973).

[6] Mark L Strauss, *Four Portraits, One Jesus: An Introduction to Jesus and the Gospels* (Grand Rapids, Mich.: Zondervan, 2007), 357.

[7] Roy W Hoover, Robert W Funk, and Jesus Seminar, *The Five Gospels: A New Translation and Commentary* (New York: Macmillan, 1993); Robert W Funk, *The Acts of Jesus: The Search for the Authentic Deeds of Jesus* (San Francisco: HarperSanFrancisco, 1998).

കാണുന്നത്.[8] പ്രധാനമായും ഗ്രീക്ക്, റോമൻ പശ്ചാത്തലത്തെ അടിസ്ഥാനമാക്കിയാണ് ഇവർ യേശുവിനെ വിശദീകരിച്ചത്. എന്നാൽ ഇതിൽ നിന്ന് വ്യത്യസ്തമായി ഗ്രീക്ക് റോമൻ പശ്ചാത്തലത്തെ ഉൾക്കൊള്ളുമ്പോൾ തന്നെ യേശുവിനെ പ്രധാനമായും യഹൂദാ പശ്ചാത്തലത്തിൽ നിർത്തി മനസ്സിലാക്കുന്ന സമീപനത്തിനാണ്, മുഖ്യധാരാ പണ്ഡിതലോകം, ഈ മൂന്നാമത്തെ, അന്വേഷണ കാലത്ത് ഊന്നൽ കൊടുത്തത്.

മാത്രവുമല്ല, ഒന്നാമത്തെ അന്വേഷണ കാലത്തിലെ പോലെ യേശുവിന്റെ യുഗാന്ത്യ വീക്ഷണത്തെക്കാൾ ജ്ഞാനം പഠിപ്പിക്കുന്ന ഒരു ഗുരുവെന്ന നിലയിലുള്ള കാഴ്ചപ്പാടാണ് ജീസസ് സെമിനാർ മുന്നോട്ടുവെച്ചത്. എന്നാൽ യേശുവിന്റെ യുഗാന്ത്യ വീക്ഷണങ്ങൾക്ക് ഊന്നൽ നൽകുന്നു എന്നതാണ് മൂന്നാമത്തെ ഈ അന്വേഷണ കാലത്തെ മുഖ്യധാരാ ഗവേഷണങ്ങളുടെ ഒരു പ്രത്യേകത.[9] അതുപോലെതന്നെ തോമസിന്റെ സുവിശേഷം പോലെയുള്ള രണ്ടാം[10] നൂറ്റാണ്ടിൽ രചിക്കപ്പെട്ട പുസ്തകങ്ങളെ ആശ്രയിച്ചാണ് അവരുടെ പല കണ്ടെത്തലുകളും നടന്നത് എന്നതും അവരുടെ നിലപാടുകൾ തള്ളിക്കളയുന്നതിന്[11] ഒരു പ്രധാന കാരണമാണ്.

---

[8] Richard Hays, "The Corrected Jesus," *First Things* 43 (1994): 43–48; Luke Timothy Johnson, *The Real Jesus: The Misguided Quest for the Historical Jesus and the Truth of the Traditional Gospels* (New York: HarperCollins, 1996), 1–27; Philip Jenkins, *Hidden Gospels How the Search for Jesus Lost Its Way* (Oxford: Oxford University Press, 2002).

[9] Dale C Allison, *Jesus of Nazareth: Millenarian Prophet* (Minneapolis, MN: Fortress Press, 1998); Bart D Ehrman, *Jesus: Apocalyptic Prophet of the New Millennium* (Oxford: Oxford Univ. Press, 1999).

[10] Simon Gathercole, *The Gospel of Thomas: Introduction and Commentary* (Leiden, Netherlands: BRILL, 2014), 124.

[11] N. T Wright, "Five Gospels but Not Gospel: Jesus and the Seminar," in *Authenticating the Activities of Jesus*, ed. Chilton Bruce and Craig A. Evans (Leiden, Netherlands: BRILL, 1999).

മൂന്നാമത്തെ ഈ അന്വേഷണത്തിൽ സുപ്രധാനമായ സംഭാവനകൾ നൽകിയിരിക്കുന്ന, യേശുവിനെക്കുറിച്ചുള്ള ചരിത്രപരമായ പഠനങ്ങളുടെ മുഖ്യധാരയിൽ നിൽക്കുന്ന, ധാരാളം പണ്ഡിതന്മാർ ഉണ്ട്.[12] എങ്കിലും ഏറ്റവുമധികം സ്വാധീനം ചെലുത്തിയ പണ്ഡിതന്മാരിൽ ചിലർ ചിക്കാഗോയിലെ ഡിപോൾ യൂണിവേഴ്സിറ്റിയിൽ മതവിഭാഗം പ്രൊഫസറായി വിരമിച്ച ജോൺ ഡോമിനിക് ക്രോസ്സൻ,[13] ഇൻഡ്യാനയിലെ നോട്ര ഡാം യൂണിവേഴ്സിറ്റിയിൽ പ്രൊഫസറായി വിരമിച്ച്, 2022-ൽ അന്തരിച്ച ജോൺ പി. മയർ,[14] സ്കോട്ലന്റിലെ സെന്റ് ആൻഡ്രൂസ് യൂണിവേഴ്സിറ്റിയിൽ പുതിയനിയമ പ്രൊഫസറായ എൻ. ടി. റൈറ്റ്[15] തുടങ്ങിയവരാണ്.[16]

ഈ മൂന്നാമത്തെ അന്വേഷണത്തിന്റെ ഭാഗമായി നടന്ന പഠനങ്ങളുടെ ചില പ്രത്യേകതകൾ താഴെ പറയുന്നവയാണ്:

1. ആരംഭ സമയത്ത് ഗവേഷണങ്ങളുടെ കേന്ദ്രം ജർമ്മനിയായിരുന്നെങ്കിൽ ജർമ്മൻ പണ്ഡിതന്മാർ സജീവമായി രംഗത്തുണ്ടായിരുന്നുവെങ്കിലും ഗവേഷണങ്ങളുടെ കേന്ദ്രം യു. എസ്. എ)., യു. കെ. എന്നീ രാജ്യങ്ങളിലേക്ക് മാറി.

---

[12] Ben Witherington, *The Jesus Quest: The Third Search for the Jew of Nazareth* (Downers Grove, Ill.: InterVarsity Press, 1997); Dennis Ingolfsland, *The Third Quest for the Historical Jesus: A Bibliographic Guide* (Amazon Kindle, 2011).

[13] John Dominic Crossan, *The Historical Jesus: The Life of a Mediterranean Jewish Peasant* (San Francisco: HarperSanFrancisco, 1991); John Dominic Crossan, *Jesus: a revolutionary biography* (San Francisco: Harper, 1994).

[14] John P. Meier, *A Marginal Jew : Rethinking the Historical Jesus*, 5 vols., *The Anchor Yale Bible Reference Library* (New Haven: Yale University Press, 1991-2016).

[15] N. T Wright, *Who Was Jesus?* (Grand Rapids, Mich.: Eerdmans, 1992); Nicholas Thomas Wright, *Jesus and the Victory of God* (London: SPCK, 1996).

[16] സമകാലിക പഠനങ്ങളെക്കുറിച്ചുള്ള കൂടുതൽ വിശകലനങ്ങൾ മാർക്ക് അലൻ പവലിന്റെ ഗ്രന്ഥത്തിൽ ലഭ്യമാണ്. Mark Allan Powell, *Jesus as a Figure in History, Second Edition: How Modern Historians View the Man from Galilee*, 2 edition. (Louisville, Ky: Westminster John Knox Press, 2013), 225–50.

2.   ആദ്യകാലത്തേതിൽ നിന്ന് വ്യത്യസ്തമായി ലിബറൽ പ്രൊട്ടസ്റ്റന്റുകാരും   മതവിശ്വസമില്ലാത്ത   കേവല ദൈവവിശ്വാസികളായവരും   മാത്രമല്ല   ഗവേഷണത്തിൽ പങ്കാളികളായത്. യാഥാസ്ഥിതിക പ്രോട്ടസ്റ്റന്റുകാർ, കത്തോലിക്കർ, യെഹൂദന്മാർ, മുസ്ലീങ്ങൾ, അജ്ഞേയവാദികൾ, നിരീശ്വരവാദികൾ, വ്യക്തിപരമായ മതവിശ്വാസത്തെ മാറ്റിനിർത്തി രീതിശാസ്ത്രപരമായ പ്രകൃതിവാദം കർശനമായി പിന്തുടരുന്നവർ എന്നിങ്ങനെ വിവിധ പശ്ചാത്തലത്തിൽ നിന്നുള്ളവരാണ് ഇപ്പോൾ ഗവേഷണങ്ങളിൽ ഉൾപ്പെട്ടു നിൽക്കുന്നത്. അതിനാൽ തന്നെ ക്രിസ്ത്യാനികൾക്ക് മാത്രമായി ഇതിൽ ഒരു അജണ്ട നിശ്ചയിച്ച് മുന്നോട്ട് പോകുവാൻ സാധ്യമല്ല. മറ്റേതൊരു ചരിത്ര പുരുഷനെക്കുറിച്ചുമെന്നതുപോലെ യേശുവിനെക്കുറിച്ചും ചരിത്രപരമായിത്തന്നെ പഠിക്കുവാനുള്ള ഒരു പ്രതിബദ്ധത   യാഥാസ്ഥിതിക   ക്രിസ്തീയ   വിശ്വാസികളുടെ ഗവേഷണങ്ങളിൽ പോലും വളരെ ദൃശ്യമാണ്.

3.   നേരത്തെ   സൂചിപ്പിച്ചതു   പോലെ,   യെഹൂദ പശ്ചാത്തലത്തിന്റെ അടിസ്ഥാനത്തിലാണ് ഈ കാലഘട്ടത്തിൽ പഠനങ്ങൾ നടന്നത് എന്നതാണ് ഏറ്റവും പ്രധാനപ്പെട്ട ഒരു പ്രത്യേകത. ആദ്യകാലത്തെ പണ്ഡിതന്മാർക്ക് ലഭ്യമല്ലാതിരുന്ന ചാവുകടൽ ചുരുളുകളെക്കുറിച്ചുള്ള പഠനങ്ങൾ, പുതിയ പുരാവസ്തു ഗവേഷണ ഫലങ്ങൾ, അതുപോലെ തന്നെ പഴയനിയമ രചനയ്ക്കും പുതിയനിയമ   രചനയ്ക്കും   ഇടയിലുള്ള   കാലഘട്ടത്തിലെ രചനകളെക്കുറിച്ചുള്ള കൂടുതൽ പഠനങ്ങൾ എന്നിവയാണ് ഇത്തരം ഒരു ഊന്നലിന് പ്രേരകമായത്. സുവിശേഷങ്ങളിലെ വിവരണങ്ങളുടെ ആധികാരികത കൂടുതൽ വ്യക്തമാക്കുവാൻ ഈ പഠനങ്ങൾ സഹായിച്ചിട്ടുണ്ട്.

4.   ഒന്നിലധികം സ്വതന്ത്ര ഉറവിടങ്ങൾ ഒരേ കാര്യം സാക്ഷീകരിക്കുന്നുണ്ടോ, ഉറവിടങ്ങളിൽ കാണുന്ന കാര്യങ്ങൾ എഴുതുന്നത്   അവയുടെ   എഴുത്തുകാരുടെ   താല്പര്യങ്ങൾക്ക് വിരുദ്ധമായിരുന്നുവോ, ഒന്നാം നൂറ്റാണ്ടിലെ പശ്ചാത്തലത്തിൽ ഇത് സത്യമായിരിക്കുവാനുള്ള സാധ്യത എത്രത്തോളമുണ്ട് തുടങ്ങിയ ചരിത്ര വിവരങ്ങളുടെ ആധികാരികത നിർണ്ണയിക്കുന്നതിനുള്ള,

കൃത്യമായി നിർവ്വചിക്കപ്പെട്ട മാനദണ്ഡങ്ങൾ പ്രയോജനപ്പെടുത്തിയാണ് ഗവേഷണങ്ങൾ ഈ കാലഘട്ടത്തിൽ നടന്നത്.

5. സാമൂഹ്യശാസ്ത്ര പഠനങ്ങൾ, സാംസ്ക്കാരിക പശ്ചാത്തലത്തെയും അതിന്റെ വികാസത്തെയും കുറിച്ചുള്ള പഠനങ്ങൾ എന്നിങ്ങനെ മറ്റു മേഖലകളിലെ കണ്ടെത്തലുകളെക്കൂടി കണക്കിലെടുത്തുകൊണ്ടുള്ള ഗവേഷണങ്ങൾ നടന്നു എന്നതും മറ്റൊരു പ്രത്യേകതയാണ്.

ജോൺ പി. മയറുടെ 'എ മാർജിനൽ ജ്യൂ" പരമ്പരയിലെ അഞ്ചാമത്തെ പുസ്തകം[17] യേശുവിനെക്കുറിച്ചുള്ള ചരിത്രാന്വേഷണങ്ങളുടെ ഈ ഘട്ടത്തിന് അന്ത്യം കുറിക്കുന്നു എന്നാണ് എൻ. ടി. റൈറ്റ്, മൈക്കൽ എഫ്. ബർഡ് എന്നീ പ്രമുഖ ഗവേഷകന്മാർ അഭിപ്രായപ്പെട്ടിരിക്കുന്നത്.[18] 1982-ൽ എൻ. ടി. റൈറ്റ് തന്നെയാണ് "മൂന്നാമത്തെ അന്വേഷണം" എന്ന പദം രൂപപ്പെടുത്തിയത്.[19] എന്നാൽ യേശുവിനെക്കുറിച്ചുള്ള അന്വേഷണം പുതിയ ഒരു കാലഘട്ടത്തിലേക്ക് കടന്നിരിക്കുന്നുവെന്ന അവകാശവാദം എല്ലാവരും അംഗീകരിക്കുമോയെന്ന് സംശയമാണ്.[20]

---

[17] John P Meier, *A Marginal Jew: Rethinking the Historical Jesus. Volume V, Probing the Authenticity of Parables*, 2016.

[18] N. T. Wright and Michael F. Bird, *The New Testament in Its World: An Introduction to the History, Literature, and Theology of the First Christians* (Zondervan Academic, 2019), 183.

[19] N. T Wright, "Towards a Third Quest? Jesus Then and Now," *JFRS, McGill U* 10 (1982): 20–27.

[20] Tucker S. Ferda, *Jesus, the Gospels, and the Galilean Crisis* (Bloomsbury Publishing, 2018), 11.

ഓർമ്മകളിലെ യേശു (2003 മുതൽ)

ആദ്യകാല ക്രിസ്ത്യാനികൾക്ക് യേശുവിനെക്കുറിച്ചുണ്ടായ സങ്കൽപ്പങ്ങളിലേക്ക് അവർ എങ്ങനെ വന്നു എന്നത് വിശദീകരിക്കുന്ന ചരിത്രപരമായ ഒരു വിവരണം മുന്നോട്ട് വെക്കുകയെന്നതാണ് സാമൂഹ്യ സ്മരണ സിദ്ധാന്തം അല്ലെങ്കിൽ ചരിത്രത്തിന്റെ ഉത്തരാധുനിക സിദ്ധാന്തങ്ങൾ പ്രയോഗിക്കുന്ന പണ്ഡിതന്മാർ ചരിത്രകാരന്റെ കടമയായി വീക്ഷിക്കുന്നത്. ആ പ്രക്രിയയുടെ അടിസ്ഥാനത്തിൽ ചരിത്രത്തിലെ യേശുവിനെക്കുറിച്ചുള്ള സിദ്ധാന്തങ്ങൾ ഉളവാക്കുകയും ചെയ്യുന്നു.

ക്രിസ് കീത്ത്[1]

എഴുതപ്പെട്ട ഉറവിടങ്ങളിൽ കാണുന്ന കാര്യങ്ങളിൽ നിന്ന് ചരിത്ര വസ്തുതകളെന്ന് ഉറപ്പിക്കാവുന്ന കാര്യങ്ങളെയും അല്ലാത്തവയെയും വേർതിരിക്കുന്ന ചില ആധികാരികതയുടെ മാനദണ്ഡങ്ങൾ ഉപയോഗിച്ചുള്ള പഠനങ്ങളാണ് 2003 വരെയുള്ള കാലത്ത് കൂടുതലും നടന്നിരിക്കുന്നത്. എഴുതപ്പെടുന്നതിനു മുൻപുള്ള കാലഘട്ടത്തിൽ, വാമൊഴിയായി പാരമ്പര്യങ്ങൾ കൈമാറപ്പെട്ട കാലഘട്ടത്തിന്റെ പ്രത്യേകതകളും, യേശുവിനെ എങ്ങനെയാണ് തന്റെ പിൻഗാമികൾ ഓർത്തത് എന്ന ചോദ്യത്തിനുള്ള മറുപടിയും കൂടി പരിഗണിക്കുന്ന ഒരു പഠന രീതിയും 2003 മുതൽ കൂടുതൽ വ്യക്തമായ നിലയിൽ നിലവിൽ വന്നിട്ടുണ്ട്.

ഇംഗ്ലണ്ടിലെ ദുർഹാം സർവ്വകലാശാലയിൽ പ്രൊഫസറായിരുന്ന ജെയിംസ് ഡഗ്ലസ് ഗ്രാന്റ് ഡൺ എഴുതി, 2003-ൽ പ്രസിദ്ധീകരിച്ച

---

[1] Chris Keith, "The Narratives of the Gospels and the Historical Jesus: Current Debates, Prior Debates and the Goal of Historical Jesus Research," *JSNT* 38.4 (2016): 450.

'ജീസസ് റിമംമ്പേർഡ്' ആണ് ഇത്തരത്തിലുള്ള പഠനങ്ങൾക്ക് ഒരു പൂർണ്ണ തോതിലുള്ള ആരംഭം കുറിച്ചത് എന്ന് പറയാം. അദ്ദേഹത്തിന്റെ വീക്ഷണത്തിൽ ചരിത്രത്തിലെ യേശുവിനെക്കുറിച്ച് നമ്മൾ പഠിക്കുമ്പോൾ ആദിമ സാക്ഷികളുടെ ഓർമ്മകളാണ് നമ്മൾ പഠിക്കുന്നത്. ഈ ഓർമ്മകൾ യേശു അവരിൽ ചെലുത്തിയ സ്വാധീനത്തിന്റെ ഫലമായി ഉണ്ടായിട്ടുള്ളവയാണ്. വാമൊഴി പാരമ്പര്യത്തിന്റെ അസ്ഥിരതയുടെയും സ്ഥിരതയുടെയും അടിസ്ഥാനത്തിൽ സുവിശേഷങ്ങളിൽ കാണുന്ന സ്ഥിരതയുള്ള കാര്യങ്ങൾ യേശുവിന്റെ തന്നെ പ്രത്യേകതയായിരിക്കാം എന്നതാണ് അദ്ദേഹത്തിന്റെ സമീപനത്തിന്റെ[2] ലളിത വൽക്കരിച്ച ഒരു സംക്ഷിപ്ത രൂപം. ഏതാണ്ട് സമാനമായ ഒരു സമീപനമാണ് പ്രിൻസ്ടൻ തിയോളജിക്കൽ സെമിനാരിയിലെ പുതിയനിയമ പ്രൊഫസറായി സേവനമനുഷ്ഠിക്കുന്ന ഡെയ്ൽ ആലിസൺ[3] ചരിത്രത്തിലെ യേശുവിനെക്കുറിച്ചുള്ള പഠനത്തിൽ സ്വീകരിച്ചിരിക്കുന്നത്.

എന്നാൽ ഇവരുടെ സമീപനത്തിൽ നിന്ന് വ്യത്യസ്തമായി സാമൂഹ്യ സ്മരണയെ സംബന്ധിച്ച സാമൂഹ്യശാസ്ത്ര സിദ്ധാന്തങ്ങളെ അധികരിച്ച് ഗവേഷണം നടത്തുന്ന ഒരു കൂട്ടം പണ്ഡിതന്മാരാണ് ഭാവിയിൽ യേശുവിനെക്കുറിച്ചുള്ള ചരിത്രാന്വേഷണത്തിൽ കൂടുതൽ സംഭാവനകൾ നൽകുവാൻ സാധ്യതയുള്ളത്. എന്നാൽ നിലവിലെ സാഹചര്യത്തിൽ ഈ പഠന മേഖല പ്രവചനാതീതമായ നിലയിലാണ് മുന്നേറുന്നത്. സാമൂഹ്യ സ്മരണ സംബന്ധിച്ച സിദ്ധാന്തങ്ങൾക്ക് പ്രാധാന്യം നൽകുന്ന പണ്ഡിതന്മാർ മുൻകാലങ്ങളിൽ ചരിത്രപഠനത്തിന് വേണ്ടി ഉപയോഗിച്ചിരുന്ന

---

[2] Dunn, *Jesus Remembered*, 882–84.

[3] Dale C Allison, *Constructing Jesus: Memory, Imagination, and History* (Grand Rapids, Mich.: Baker Academic, 2010).

ആധികാരിതയുടെ   മാനദണ്ഡങ്ങളെ
വിമർശനവിധേയമാക്കിയിട്ടുണ്ട്.[4]

ചരിത്ര പഠനത്തെക്കുറിച്ചുള്ള ഉത്തരാധുനിക കാഴ്ചപ്പാടുകൾ ഇവരെ കാര്യമായി സ്വാധീനിച്ചിട്ടുണ്ട്.[5] ആധികാരികതയുടെ മാനദണ്ഡങ്ങൾക്കെതിരായ വാദങ്ങൾക്ക് പണ്ഡിതന്മാർ മറുപടികളും പറഞ്ഞിട്ടുണ്ട്.[6] പ്രസ്തുത വിമർശനങ്ങൾ ഒന്നും തന്നെ ഈ ആധികാരികതയുടെ മാനദണ്ഡങ്ങൾ ഉപയോഗിക്കുന്നതിൽ നിന്ന് ചരിത്രകാരന്മാരെ തടയുവാൻ പ്രാപ്തിയുള്ളവയല്ല.[7]

സാമൂഹ്യ സ്മരണ അധികരിച്ച് പഠനം നടത്തുന്നവർ അവലംബിക്കുന്ന സമീപനത്തിൽ, അവർ യേശുവിനെക്കുറിച്ചുള്ള പാരമ്പര്യങ്ങളെ ആധികരികമായവ, ആധികരികമല്ലാത്തവ എന്ന് തരംതിരിക്കാതെ, പകരം എങ്ങനെയാണ് ഈ പാരമ്പര്യങ്ങൾ ഉത്ഭവിച്ചതെന്ന് ഓർമ്മയെക്കുറിച്ചുള്ള സാമൂഹ്യശാസ്ത്ര സിദ്ധാന്തങ്ങളുടെ വെളിച്ചത്തിൽ വ്യാഖ്യാനിക്കുകയാണ് പ്രാഥമികമായി ചെയ്യുന്നത്. തുടർന്ന് തെറ്റായതോ ശരിയായതോ ആയ അത്തരം ഓർമ്മകൾ പിൻഗാമികൾക്ക് ഉണ്ടാകണമെങ്കിൽ അതിന് യേശു എങ്ങനെ കാരണമായിട്ടുണ്ടാകാം എന്ന

---

[4] Chris Keith and Anthony Le Donne, eds., *Jesus, Criteria, and the Demise of Authenticity* (London: T & T Clark, 2012).

[5] Anthony Le Donne, *Historical Jesus: What Can We Know and How Can We Know It?* (Grand Rapids, Mich.: William B. Eerdmans Pub., 2011), 4.

[6] Fernando Bermejo-Rubio, "Changing Methods, Disturbing Material: Should the Criterion of Embarrassment Be Dismissed in Jesus Research?," *REJ* 175.1–2 (2016): 1–25; Michael R. Licona, "Is the Sky Falling in the World of Historical Jesus Research?," *BBR* 26.3 (2016): 353–68; Tobias Hägerland, "The Future of Criteria in Historical Jesus Research," *JSHJ* 13.1 (2015): 43–65; Darrell L. Bock and J. Ed Komoszewski, eds., *Jesus, Skepticism, and the Problem of History: Criteria and Context in the Study of Christian Origins* (Zondervan Academic, 2019). ഈ വിഷയത്തിൽ ഏറ്റവും വിശദമായ പ്രതികരണം ഈ പുസ്തകത്തിലുള്ളതാണ്.

[7] ആമുഖത്തിൽ സൂചിപ്പിച്ചതുപോലെ കുറേക്കൂടി താത്വികമായ തലത്തിലുള്ള ഇത്തരം വിഷയങ്ങൾ ഈ പുസ്തക പരമ്പരയിലെ അടുത്ത വാല്യത്തിൽ വിശദീകരിക്കുവാനാണ് താല്പര്യപ്പെടുന്നത്.

വിശദീകരണത്തിലൂടെയാണ് ചരിത്രത്തിലെ യേശുവിലേക്ക് അവർ എത്തിച്ചേരുവാൻ ശ്രമിക്കുന്നത്.[8]

ഇങ്ങനെ പഠിക്കുന്ന ചില പണ്ഡിതന്മാർ ഇതിനോടൊപ്പം ആധികാരികതയുടെ മാനദണ്ഡങ്ങളും സൂക്ഷ്മതയോടെ ഉപയോഗിക്കാറുണ്ട്. പ്രൊഫസർമാരായ ആന്തണി ലെ ഡോൺ,[9] ക്രിസ് കീത്ത്,[10] ജെൻസ് ഷ്രോട്ടർ[11] എന്നിവരാണ് ഈ ഒരു ദിശയിൽ ചരിത്രത്തിലെ യേശുവിനെക്കുറിച്ച് ഗവേഷണം നടത്തുന്നവരിൽ പ്രധാനികൾ. ഇവരുടെ സമീപനങ്ങളിൽ തന്നെ പല തരം വ്യത്യാസങ്ങൾ ഉണ്ടെങ്കിലും സാമൂഹിക ഓർമ്മയ്ക്ക് ഇവർ നൽകുന്ന പ്രാധാന്യത്തിന്റെ അടിസ്ഥാനത്തിലാണ് ഇവരെ ഒരുമിച്ച് ഇവിടെ പരാമർശിച്ചിരിക്കുന്നത്.[12]

---

[8] ഇതും തികച്ചും ലളിതവൽക്കരിച്ചുള്ള ഒരു വിവരണമാണ്.

[9] Anthony Le Donne, "Memory, Commemoration and History in John 2.19–22: A Critique and Application of Social Memory," in *The Fourth Gospel in First-Century Media Culture: Reconsidering 1 Peter's Commands to Wives*, ed. Anthony Le Donne and Tom Thatcher, Reprint edition. (New York: T & T Clark International, 2013); Anthony Le Donne, *The Historiographical Jesus: Memory, Typology, and the Son of David* (Waco, Tex: Baylor University Press, 2009).

[10] Chris Keith, *Jesus against the Scribal Elite: The Origins of the Conflict* (Baker Publishing Group, 2014).

[11] Jens Schröter, *Jesus of Nazareth: Jew from Galilee, Savior of the World*, trans. Wayne Coppins and S. Brian Pounds, 2nd ed. edition. (Waco, Texas: Baylor University Press, 2014).

[12] സുവിശേഷങ്ങളെക്കുറിച്ചുള്ള പഠനത്തിൽ, പ്രത്യേകിച്ചും ചരിത്രത്തിലെ യേശുവിനെക്കുറിച്ചുള്ള അന്വേഷണങ്ങളിൽ സാമൂഹിക ഓർമ്മയുടെ പഠനത്തിന്റെ 2005 മുതൽ 2015 വരെയുള്ള പുരോഗതിയെയും സംഭാവനകളെയും കുറിച്ചുള്ള ഒരു വിലയിരുത്തൽ ജർമ്മനിയിലെ ട്യൂബിങ്ങനിലെ മോഹ്ർ സീബെക് പ്രസിദ്ധീകരിക്കുന്ന 'ഏർലി ക്രിസ്റ്റ്യാനിറ്റി' ജേണലിൽ ക്രിസ് കീത്ത് 2015-ൽ പ്രസിദ്ധീകരിച്ചിട്ടുണ്ട്. Chris Keith, "Social Memory Theory and Gospels Research: The First Decade (Part One)," *EC* 6.3 (2015): 354–76; Chris Keith, "Social Memory Theory and Gospels Research: The First Decade (Part Two)," *EC* 6.4 (2015): 517–42.

അടുത്ത അന്വേഷണം (2021 മുതൽ)

ചരിത്രത്തിലെ യേശുവിലേക്ക് എത്തിച്ചേരുന്നതെന്താണെന്ന് എപ്പോഴും അറിയാതെ തന്നെ ഗലീലയിലും യെഹൂദ്യയിലും 20-കളിലും 30-കളിലും മിക്കവാറുമുണ്ടായിരുന്ന യേശുവുമായി ബന്ധപ്പെട്ട സാമൂഹിക ലോകവും പ്രമേയങ്ങളും നമുക്ക് ഇപ്പോഴും പുനർനിർമ്മിക്കുവാൻ കഴിയുമെന്ന് ഞാൻ കരുതുന്നു. ഈ ആദ്യകാല ആശയങ്ങളും പ്രമേയങ്ങളും പരസ്പര പൊരുത്തമുള്ള ഒരു വിശ്വാസ സമ്പ്രദായമെന്ന രൂപത്തിലേക്ക് വരണമെന്നില്ല, അങ്ങനെ വന്നേക്കാമെങ്കിലും. [ഈ പുനർനിർമ്മാണത്തിലൂടെ] യേശുവിനെക്കുറിച്ചുള്ള പരസ്പരവിരുദ്ധമോ പരസ്പരം മത്സരിക്കുന്നതോ ആയതും, ആ പ്രദേശവുമായി ബന്ധപ്പെട്ടിരുന്നതായി കാണപ്പെടുന്നതും, ആദിമവുമായ ആശയങ്ങളിലേക്ക്, ഒരു പരിധിവരെ ആകെ കുഴഞ്ഞുമറിഞ്ഞ അവസ്ഥയിലേക്ക്, നാം എത്തിയേക്കാം. [അവയിലൂടെ] ആത്യന്തികമായി നാം ചരിത്രത്തിലെ യേശുവുമായി സമ്പർക്കം പുലർത്തുന്നുണ്ടോ? നമുക്ക് ഒരിക്കലും അറിയില്ലായിരിക്കാം, എന്നിരുന്നാലും യേശുവിന്റെ കാലത്ത് യെഹൂദ്യയിലും ഗലീലിയിലും ഉണ്ടായിരുന്ന ആശയങ്ങൾ പുനർനിർമ്മിക്കുന്നത് ചരിത്രത്തിലെ യേശുവിന്റെ സാമൂഹിക ലോകത്തെക്കുറിച്ചും അതുവഴി യേശുവിനെക്കുറിച്ചു തന്നെയും ചില കാര്യങ്ങൾ നമ്മോട് പറയുന്നു.

ജെയിംസ് ജി. ക്രോസ്ലി[1]

---

[1] James G. Crossley, "The Next Quest for the Historical Jesus" (Conference Paper presented at the The Next Quest for the Historical Jesus Conference organized by The Centre for the Critical Study of Apocalyptic and Millenarian Movements (CenSAMM), The Enoch Seminar, and William B. Eerdmans Publishing Company,

2021 സെപ്റ്റംബറിൽ 'ദി ജേണൽ ഫോർ ദി സ്റ്റഡി ഓഫ് ദി ഹിസ്റ്റോറിക്കൽ ജീസസിന്റെ' അന്നത്തെ എക്സിക്യൂട്ടീവ് എഡിറ്റർമാരിലൊരാളായിരുന്ന ഡോ. ജെയിംസ് ക്രോസ്ലി പ്രസിദ്ധീകരിച്ച ഒരു ലേഖനത്തിൽ യേശുവിനെക്കുറിച്ചുള്ള ചരിത്രാന്വേഷണത്തിന്റെ ഭാവിയെക്കുറിച്ചുള്ള അദ്ദേഹത്തിന്റെ നിർദ്ദേശങ്ങൾ വിവരിച്ചിരുന്നു. കഴിഞ്ഞകാല പണ്ഡിതന്മാരുടെ പഠനങ്ങളെ അവരുടെ സാമൂഹ്യ പശ്ചാത്തലത്തിൽ നിർത്തി വിലയിരുത്തുക, യേശുവിനെ, ചരിത്രം തിരുത്തിക്കുറിച്ച ഒരു മഹാനായ മനുഷ്യൻ എന്നതിനേക്കാൾ ഒരു പ്രസ്ഥാനത്തിന്റെയും മനുഷ്യബന്ധങ്ങളുടെ വിശാലമായ ശൃംഖലയുടെയും ഭാഗമായും കാർഷിക സമൂഹമായ ഗലീലക്കാരുടെ ഭൗതിക താൽപ്പര്യങ്ങളുടെ ഉൽപ്പന്നമായും വിലയിരുത്തുക, രീതിശാസ്ത്രപ്രമായി യേശുവിനെക്കുറിച്ചുള്ള വസ്തുതകൾ സ്ഥാപിക്കുന്നതിനേക്കാൾ യേശുവുമായി ബന്ധപ്പെട്ട പ്രസ്ഥാനത്തിന്റെ ആവിർഭാവത്തെയും വ്യാപനത്തെയും സംബന്ധിച്ച വിശദീകരണങ്ങൾക്ക് ഊന്നൽ നൽകുക, യേശുവിന്റെ പ്രസ്ഥാനത്തെ ഇതര സമാന സമൂഹങ്ങളുമായി താരതമ്യം ചെയ്ത് പഠിക്കുക (ഉദാഹരണമായി ദൈവിക ഇടപെടലിനാൽ ലോകത്തിൽ ഉടൻ വലിയ മാറ്റങ്ങളുണ്ടായി നല്ല ഒരു സമയം വരും എന്ന് പ്രതീക്ഷിക്കുന്ന സമൂഹങ്ങളുമായി), വർഗ്ഗം, വംശം, അടിമത്തം, ലൈംഗികത തുടങ്ങിയ വിഷയങ്ങളിൽ ഊന്നിയുള്ള പഠനങ്ങൾ, യേശുവിനെ എങ്ങനെയാണ് പിൽക്കാല സമൂഹങ്ങളും മാധ്യമങ്ങളും സ്വീകരിച്ചതെന്നത് സംബന്ധിച്ച പഠനങ്ങൾ ഇത്തരം കാര്യങ്ങളിൽ ശ്രദ്ധകേന്ദ്രീകരിക്കുകയെന്നതാണ് അദ്ദേഹം മുന്നോട്ടുവെച്ചിട്ടുള്ള ലക്ഷ്യങ്ങൾ.

പ്രസ്തുത ജേണലിന്റെ പുതിയ എക്സിക്യൂട്ടീവ് എഡിറ്റർമാരായ സാറാ ഇ. റോളെൻസും റോബർട്ട് ജെ. മൈൽസും ചേർന്ന്

Virtual, 11 July 2022), https://www.youtube.com/watch?v=GfuyTTGqTAk, (BST 12:04:48 - 12:05:28), Accessed on 07-01-2023.

അവരുടെ ഭാവി പദ്ധതിരേഖ എന്ന നിലയിൽ എഴുതിയ ഏറ്റവും പുതിയ എഡിറ്റോറിയലിലും സമാനമായ കാഴ്ചപ്പാടുകളാണ് അവതരിപ്പിച്ചിട്ടുള്ളത്.[2] കഴിഞ്ഞകാലങ്ങളിൽ നടന്നിട്ടുള്ള നിരൂപണ പഠനങ്ങളുടെ നിരൂപണം, യേശുവിനെ മറ്റുള്ളവർ എങ്ങനെയാണ് പിൽക്കാലത്ത് സ്വീകരിച്ചതെന്നതിന്റെ ചരിത്രം, ഇതര അനുബന്ധ വിഷയങ്ങൾ (സാക്ഷരത, അടിമത്തം, പകർത്തിയെഴുത്തുകാരുടെ ശീലങ്ങൾ, പുരുഷത്വത്തിന്റെ നിർമ്മിതി, നാഗരികത, ഓർമ്മ, വർഗ്ഗ സംഘർഷം) തുടങ്ങിയവയിൽ ശ്രദ്ധകേന്ദ്രീകരിക്കുമെന്നാണ് അവർ സൂചിപ്പിച്ചിട്ടുള്ളത്. നേരിട്ട് ചരിത്രത്തിലെ യേശു ആരായിരുന്നു എന്ന് ചർച്ച ചെയ്യുന്നതിൽ നിന്നും മാറി യേശുവുമായി ബന്ധപ്പെട്ട ആദ്യകാല ആശയങ്ങൾ എന്തൊക്കെയായിരുന്നു അഥവാ ആദ്യകാല പാരമ്പര്യങ്ങൾ ഏതൊക്കെയായിരുന്നു എന്ന് മനസിലാക്കുവാൻ ശ്രമിക്കുന്നതിലേക്ക് ചരിത്രാന്വേഷണത്തെ പരിമിതപ്പെടുത്തുവാനുള്ള ഉത്തരാധുനിക പരിശ്രമങ്ങൾക്കൊപ്പമാണ് ഇത്തരം ലക്ഷ്യ വ്യതിയാനങ്ങൾ കൂടി ഈ പഠനമേഖലയിലേക്ക് കടന്നുവരുന്നതെന്ന കാര്യം ശ്രദ്ധിക്കേണ്ടതുണ്ട്. സമാനമായ വിഷയങ്ങൾ കേന്ദ്രീകരിച്ച് 2022 ജൂലൈയിൽ ചില കോൺഫറൻസുകളും നടക്കുകയുണ്ടായി. അവയിൽ അവതരിപ്പിക്കപ്പെട്ട ലേഖനങ്ങൾ ഉൾക്കൊള്ളിച്ചുകൊണ്ട് 'ദി നെക്സ്റ്റ് ക്വെസ്റ്റ് ഫോർ ദി ഹിസ്റ്റോറിക്കൽ ജീസസ്' എന്ന പേരിൽ ഒരു ഗ്രന്ഥവും 2024ൽ പ്രസിദ്ധീകരിക്കപ്പെടുമെന്ന് പ്രതീക്ഷിക്കപ്പെടുന്നു.[3] ആ കോൺഫറൻസിൽ ചിലതൊഴികെ മിക്കവാറും അവതരണങ്ങളിലും യേശുവിനെക്കുറിച്ചുള്ള എന്തെങ്കിലും ചരിത്ര വസ്തുതകൾ നേരിട്ട് പറയുവാൻ ശ്രമിക്കുന്നതിനേക്കാൾ ഇതുമായി ബന്ധപ്പെട്ടതെന്ന നിലയിൽ പല തരം ആശയങ്ങളും പ്രത്യയശാസ്ത്ര നിലപാടുകളുമൊക്കെ പറയുന്നതാണ് കണ്ടത്.

---

[2] Sarah E. Rollens and Robert J. Myles, "Editorial," *JSHJ* 21.3 (2023): 163–69.

[3] James G. Crossley and Chris Keith, eds., *The Next Quest for the Historical Jesus* (Grand Rapids: Eerdmans, forthcoming).

മറ്റൊരു രീതിയിൽ പറഞ്ഞാൽ, ഈ പഠന മേഖലയെ യേശുവിനെക്കുറിച്ചുള്ള ചരിത്രാന്വേഷണമെന്ന പ്രാഥമിക ലക്ഷ്യത്തിൽ നിന്ന് മറ്റൊരു ദിശയിലേക്ക് നയിക്കുമെന്ന രീതിയിലാണ് നിലവിൽ അഭിപ്രായ പ്രകടനങ്ങൾ മുന്നേറുന്നത്. ഇത്തരം പഠനങ്ങൾ യേശുവുമായി ബന്ധപ്പെട്ട ചരിത്ര പഠനങ്ങൾക്ക് കരുത്തുപകരും എന്നതിൽ സംശയമില്ല. എന്നാൽ ഇത് യേശുവിനെക്കുറിച്ചുള്ള ചരിത്രാന്വേഷണങ്ങൾക്ക് പകരം വെക്കുന്ന നിലയിലേക്ക് പോകുന്നത് ഈ ഗവേഷണമേഖലയുടെ പ്രഖ്യാപിത ലക്ഷ്യങ്ങളോട് എത്രത്തോളം ചേർന്നുപോകുമെന്ന സംശയമുണ്ട്. ഇതുമായി ബന്ധപ്പെട്ട പുസ്തകം പ്രസിദ്ധീകരിക്കപ്പെടുകയും തുടർന്നുള്ള നിരൂപണങ്ങളും പ്രതികരണങ്ങളും ലഭ്യമാവുകയും ചെയ്തതിന് ശേഷം മാത്രമേ കൂടുതൽ കൃത്യതയോട എന്തെങ്കിലും പറയുവാൻ സാധിക്കുകയുള്ളൂ.

ചരിത്രത്തിലെ യേശുവിനെക്കുറിച്ചുള്ള പഠനമേഖലയിലെ ഏറ്റവും പുതിയ ചില പ്രസിദ്ധീകരണങ്ങളെക്കുറിച്ച് സംക്ഷിപ്തമായി പരാമർശിച്ച് ഈ ഭാഗം ഉപസംഹരിക്കാമെന്ന് കരുതുന്നു. കഴിഞ്ഞ നാല് ദശാബ്ദങ്ങളായി യേശുവിനെക്കുറിച്ചുള്ള ചരിത്രപരമായ പഠനങ്ങളിൽ തന്റേതായ സംഭാവനകൾ നൽകിയിട്ടുള്ള ഡോ. ക്രെയ്ഗ് എൽ. ബ്ലോംബെർഗ് 2023 ഫെബ്രുവരിയിൽ പ്രസിദ്ധീകരിച്ച തന്റെ ഗ്രന്ഥത്തിൽ കഴിഞ്ഞ കാലങ്ങളിൽ ഈ മേഖലിയിൽ നടന്ന ഗവേഷണങ്ങളെ, വളരെ ധനാത്മകമായി, വിജയകരമായ മുന്നേറ്റങ്ങൾ ചൂണ്ടിക്കാട്ടി വിലയിരുത്തുകയും[4] യേശുവിനെക്കുറിച്ചുള്ള ചരിത്രപഠനങ്ങൾ യോഹന്നാന്റെ സുവിശേഷത്തിലേക്ക് ശ്രദ്ധചെലുത്തുന്നതുമായി ബന്ധപ്പെട്ട്, ചരിത്രത്തിലെ യേശുവും ശുദ്ധീകരണമെന്ന യഹൂദാ സങ്കൽപ്പവുമായി ബന്ധപ്പെട്ട പഠനങ്ങൾ മുന്നോട്ടുവെക്കുകയും ചെയ്യു.

---

[4] Craig L. Blomberg, *Jesus the Purifier: John's Gospel and the Fourth Quest for the Historical Jesus* (Grand Rapids, Michigan: Baker Academic, 2023), 135–78.

ഗലീലിയയിൽ നിലവിലുണ്ടായിരുന്ന സാമൂഹ്യ സാഹചര്യങ്ങളോടുള്ള ഒരു പ്രതികരണമെന്ന നിലയിൽ യേശുവിന്റെ മുന്നേറ്റത്തെ വിലയിരുത്തുന്ന ജെയിംസ് ക്രോസ്ലിയും, റോബർട്ട് ജെ. മൈല്സും ചേർന്ന് രചിച്ച് 2023 മാർച്ചിൽ പ്രസിദ്ധീകരിച്ച 'ജീസസ്: എ ലൈഫ് ഇൻ ക്ലാസ്സ് കോൺഫ്ലിക്റ്റ്' സമീപകാലത്ത് നടന്നിട്ടുള്ള മാർക്സിസ്റ്റ് ചരിത്രരചനയുടെ മികച്ച മാതൃകകളിലൊന്നായി വിലയിരുത്താവുന്നതാണ്.[5]

പരിഗണനയിലുള്ള വിഷയത്തിൽ യേശുവിനെക്കുറിച്ചുള്ള ആദിമ ഉറവിടങ്ങളിൽ വ്യാപകമായി കാണുന്ന ആശയം, യേശുവിന്റെ യഹൂദാ പശ്ചാത്തലത്തിലും യേശുവിന്റെ പ്രഭാവം പ്രകടമാകുന്ന പിൽക്കാല അനുയായികളിലും അതേ വിഷയത്തിൽ കാണുന്ന ആശയം, ഇവയെ ചേർത്തുവെച്ചുകൊണ്ട് യേശുവിനെക്കുറിച്ചുള്ള ചരിത്രപരമായ ധാരണകളിലേക്കെത്തുന്ന ചരിത്ര പഠന രീതിശാസ്ത്രത്തിന്റെ മികച്ച ഒരു ഉപയോഗമാണ് മൈക്കൽ പാട്രിക് ബാർബർ രചിച്ച് കേംബ്രിഡ്ജ് സർവ്വകലാശാല പ്രസ്സ് ഏപ്രിൽ 2023-ൽ പ്രസിദ്ധീകരിച്ച 'ദി ഹിസ്റ്റോറിക്കൽ ജീസസ് ആൻഡ് ദി ടെമ്പിൾ' എന്ന ഗ്രന്ഥം.[6] ആ കാലത്ത് നിലവിലുണ്ടായിരുന്ന ദേവാലയത്തിന്റെ സാധുത യേശു അംഗീകരിക്കുകയും അതിന്റെ ആചാരങ്ങളിൽ പങ്കെടുക്കുകയും ചെയ്തു, അതേസമയം തന്നെ ദേവാലയത്തിന്റെ ഭാവികാല തകർച്ച യേശു പ്രവചിച്ചിരുന്നു എന്നിങ്ങനെ ജെറുസലേം ദേവാലയത്തെക്കുറിച്ചുള്ള യേശുവിന്റെ മനോഭാവം സംബന്ധിച്ച പല കണ്ടെത്തലുകളിലേക്കുമാണ് ചരിത്ര തെളിവുകളുടെ വിശകലനത്തിലൂടെ ഈ പുസ്തകത്തിൽ ഗ്രന്ഥകാരൻ എത്തിച്ചേർന്നിരിക്കുന്നത്.

---

[5] James Crossley and Robert J. Myles, *Jesus: A Life in Class Conflict* (Washington: Zero Books, 2023).

[6] Michael Patrick Barber, *The Historical Jesus and the Temple: Memory, Methodology, and the Gospel of Matthew* (Cambridge: Cambridge University Press, 2023).

സമീപകാലത്ത് മറ്റുപല രചനകളും യേശുവിനെക്കുറിച്ചുള്ള ചരിത്രാന്വേഷണത്തിന്റെ ഭാഗമായി പ്രസിദ്ധീകരിക്കപ്പെട്ടിട്ടുണ്ട്, എങ്കിലും, രീതിശാസ്ത്രപരമായ മുന്നേറ്റങ്ങൾ നടത്തിയിട്ടുള്ള പ്രധാനപ്പെട്ട മൂന്ന് ഗ്രന്ഥങ്ങൾ മാത്രമാണ് ഇവിടെ പരാമർശിച്ചത്. ഈ നിലയിൽ യേശുവിനെക്കുറിച്ചുള്ള ചരിത്രാന്വേഷണങ്ങൾ മികച്ച രീതിയിൽ മുന്നേറിക്കൊണ്ടിരിക്കുന്നു.

അന്വേഷണങ്ങളെക്കുറിച്ചുള്ള വിലയിരുത്തൽ

പതിനാലാം നൂറ്റാണ്ടിൽ ആരംഭിച്ച യൂറോപ്യൻ നവോത്ഥാന പ്രസ്ഥാനത്തിന്റെയും പതിനേഴാം നൂറ്റാണ്ടിൽ ആരംഭിച്ച ജ്ഞാനോദയ കാലത്തിന്റെയും സ്വാധീനത്താൽ ബൈബിൾ പഠനത്തിൽ വന്ന മാറ്റങ്ങളുടെയും മുന്നേറ്റങ്ങളുടെയും അനന്തരഫലമാണ് യേശുവിനെക്കുറിച്ചുള്ള ചരിത്രപരമായ അന്വേഷണമെന്ന് നാം കണ്ടു കഴിഞ്ഞു. കഴിഞ്ഞ രണ്ടു നൂറ്റാണ്ടിലധികമായി ഈ അന്വേഷണത്തിൽ ഭാഗഭാക്കായ പ്രധാന വ്യക്തികളെയും നാം പരിചയപ്പെട്ടു. എല്ലാവരുടെയും ആശയങ്ങളെ വിശദീകരിച്ച് നിരൂപണം ചെയ്യുക എന്നത് എന്റെ ലക്ഷ്യമായിരുന്നില്ല.

എങ്കിലും, ഓരോ കാലഘട്ടത്തിലും ഈ പഠനം എങ്ങനെയാണ് പുരോഗമിച്ചത് എന്നതിന്റെ ഒരു ഏകദേശ ചിത്രം നിങ്ങൾക്ക് ലഭിച്ചു കാണും എന്ന് ഞാൻ വിശ്വസിക്കുന്നു. വിശ്വാസമുള്ളവരും വിശ്വാസമില്ലാത്തവരും സജീവമായി പങ്കാളികളാകുന്ന ഇത്തരം ഒരു പഠന ശാഖ നിലവിലുണ്ട് എന്ന് അത് അറിയാത്തവരെ അറിയിക്കുക എന്നതായിരുന്നു എന്റെ പ്രഥമ ലക്ഷ്യം. ഈ കാലമത്രയും ഈ വിഷയത്തിൽ നടന്നിട്ടുള്ള ഗവേഷണങ്ങളിലൂടെ വിശദമായി നിർവ്വചിക്കപ്പെട്ട ഒരു ചരിത്രപഠന രീതിശാസ്ത്രം രൂപപ്പെട്ടുവന്നിട്ടുണ്ട്. അതിലേക്കാണ് നാം അടുത്തതായി കടക്കുന്നത്.

ഭാഗം II. ചരിത്രാന്വേഷണത്തിന്റെ രീതിശാസ്ത്രം

ചരിത്ര ഗവേഷണത്തിന്റെ നിയമങ്ങൾ

ചരിത്രത്തിലെ യേശുവിനെക്കുറിച്ച് വിശ്വാസപ്രഖ്യാപനത്തിലെ ക്രിസ്തുവിൽ നിന്ന് വ്യത്യസ്തമായി, കൃത്യവും എന്നാൽ നിഷ്പക്ഷവുമായ ഒരു വിവരണം നൽകാൻ നിങ്ങൾ ആഗ്രഹിക്കുന്നുവെങ്കിൽ എന്തുചെയ്യും? ചരിത്രത്തിലെ യേശുവിനെക്കുറിച്ചുള്ള വിദ്യാസംബന്ധമായ അല്ലെങ്കിൽ വൈജ്ഞാനികമായ പഠനം അതാണ് [ലക്ഷ്യംവെക്കുന്നത്], ദൈവശാസ്ത്രം ചെയ്തിട്ട് അതിനെ ചരിത്രമെന്നോ, ആത്മകഥ ചെയ്യിട്ട് അതിനെ ജീവചരിത്രമെന്നോ, ക്രിസ്തീയ വിശ്വാസ സമർത്ഥനം ചെയ്യിട്ട് അതിനെ വിദ്യാസംബന്ധമായ പാണ്ഡിത്യമെന്നോ വിളിക്കാനുള്ള ഒരു മറയല്ലാത്തപ്പോൾ. മറ്റൊരു തരത്തിൽ പറഞ്ഞാൽ, ഫലവും നിഗമനവും എത്ര ആകർഷകമാണെങ്കിലും, അവയ്ക്ക് അടിസ്ഥാനമായിട്ടുള്ള സിദ്ധാന്തവും രീതിശാസ്ത്രവും പോലെ മാത്രമേ അവ മികച്ചതായിരിക്കുകയുള്ളൂ.

ജോൺ ഡോമിനിക് ക്രോസൻ[1]

കഴിഞ്ഞ രണ്ടു നൂറ്റാണ്ടിലധികമായി നടന്നിട്ടുള്ള ഗവേഷണങ്ങളുടെ അടിസ്ഥാനത്തിൽ രൂപപ്പെട്ടു വന്നിട്ടുള്ള യേശുവിനെക്കുറിച്ചുള്ള ചരിത്രപഠനത്തിന്റെ രീതിശാസ്ത്രം ഏറ്റവും വിശദമായ ഗവേഷണങ്ങൾക്കും സൂക്ഷ്മമായ വിമർശനങ്ങൾക്കും അതിനനുസൃതമായ പരിഷ്കരണങ്ങൾക്കും വിധേയമായത് കഴിഞ്ഞ

---

[1] John Dominic Crossan, *Jesus: A Revolutionary Biography* (San Francisco: Harper, 1994), xi.

അഞ്ച് ദശകങ്ങൾക്കിടയിലാണ്.[2] മറ്റൊരു രീതിയിൽ പറഞ്ഞാൽ യേശുവിനെക്കുറിച്ചുള്ള ചരിത്രം പഠിക്കുകയും എഴുതുകയും ചെയ്യുന്നത് പോലെ തന്നെ പഠനങ്ങൾക്ക് വിധേയമായിട്ടുള്ളതാണ് അതുമായി ബന്ധപ്പെട്ട രീതിശാസ്ത്രവും.

ക്രിസ്ത്യാനിത്വത്തിന്റെ ആരംഭവുമായി ബന്ധപ്പെട്ട പഠനത്തിന് പുറത്തുള്ള ചരിത്രകാരന്മാർ

പുതിയനിയമ ചരിത്രകാരൻമാരുടെ ചരിത്രത്തോടുള്ള സമീപനവും ചരിത്ര പഠന രീതികളുമെല്ലാം ബൈബിൾ നിരൂപണ പഠനത്തിന്റെ ഭാഗമായി രൂപപ്പെട്ടു വന്നിട്ടുള്ളതാണ്. ഈ വിഷയത്തിന്റെയും ഉറവിടങ്ങളുടെയും പ്രത്യേകതകളുടെ അടിസ്ഥാനത്തിൽ ചിന്തിച്ചാൽ അത് തികച്ചും ന്യായമായ ഒരു കാര്യമാണ് എന്ന് ഞാൻ കരുതുന്നു. പുതിയനിയമ ചരിത്രകാരന്മാർ അവരുടെ ചരിത്രപഠന രീതികളുമായി ബന്ധപ്പെട്ട് ഗിൽബെർട്ട് ഗരഘാൻ,[3] ലൂയിസ്

---

[2] Francesco Lambiasi, *L'autenticità storica dei Vangeli: studio di criteriologia* (Bologna: Dehoniane, 1976); Gerd Theissen and Dagmar Winter, *The Quest for the Plausible Jesus: The Question of Criteria* (Lousville: Westminster John Knox Press, 2002); Porter, *The Criteria for Authenticity in Historical-Jesus Research*; Keith and Le Donne, *Jesus, Criteria, and the Demise of Authenticity*; Craig A. Evans, review of *Review of Jesus, Criteria, and the Demise of Authenticity*, by Chris Keith and Anthony Le Donne, *EvQ* 85.4 (2013): 364–66.

[3] Gilbert J Garraghan and Jean Delanglez, *A Guide to Historical Method* (New York: Fordham University Press, 1946). ഉദാഹരണം: Hyeon Woo Shin, *Textual Criticism and the Synoptic Problem in Historical Jesus Research: The Search for Valid Criteria* (Leuven; Dudley, MA: Peeters, 2004), 195.

ഗോട്ട്ഷാക്,[4] മാർത്ത ഹോവെൽ, വാൾട്ടർ പ്രെവെനീർ,[5] ക്രിസ്റ്റഫർ ബെഹാൻ മാക്ക്കുള്ള,[6] റോബർട്ട് ജോൺസ് ഷാഫെർ[7] തുടങ്ങിയ, മുൻനിര ക്രിസ്ത്യാനിത്വത്തിന്റെ ആരംഭവുമായി ബന്ധപ്പെട്ട പഠനത്തിന് പുറത്തുള്ള, മതേതര വിഷയങ്ങളിൽ ശ്രദ്ധയൂന്നുന്ന, ചരിത്രകാരൻമാരുടെ രീതികളെ പല നിലകളിൽ ഉപയോഗപ്പെടുത്തിയിട്ടുണ്ട്.

ചരിത്ര തത്വചിന്തകൻ കൂടിയായ ജോർജ്ജ് വിൽഹെം ഫ്രിഡ്രിക് ഹെഗെലിന്റെ[8] (1770–1831) ആശയങ്ങൾ ചരിത്രത്തിലെ യേശുവിനെക്കുറിച്ച് പഠനം നടത്തിയിട്ടുള്ള ആദ്യകാല പ്രമുഖ ഗവേഷകൻമാരിലൊരാളായ ഡേവിഡ് ഫ്രിഡ്രിക് സ്ട്രോസിന്റെമേലും[9] ബൈബിളിനെ ചരിത്രപരമായി സമീപിച്ച ഇതര പണ്ഡിതൻമാരിലും

---

[4] Louis Reichenthal Gottschalk, *Understanding History: A Primer of Historical Method* (New York: Alfred A. Knopf, 1969). ഉദാഹരണമായി Donald L Denton, *Historiography and Hermeneutics in Jesus Studies: An Examination of the Work of John Dominic Crossan and Ben F. Meyer* (London [etc.: T&T Clark International, 2004), 69.

[5] Martha C Howell and Walter Prevenier, *From Reliable Sources: An Introduction to Historical Methods* (Ithaca, New York: Cornell University Press, 2001). ഉദാഹരണമായി Scot McKnight, *Jesus and His Death: Historiography, the Historical Jesus, and Atonement Theory* (Waco, Tex.: Baylor University Press, 2005), 14.

[6] Christopher Behan McCullagh, *Justifying Historical Descriptions* (Cambridge: Cambridge University Press, 1984). ഉദാഹരണമായി John P. Meier, *A Marginal Jew: Rethinking the Historical Jesus, Volume One: The Roots of the Problem and the Person.* (New York: Doubleday, 1991), 33.

[7] Robert Jones Shafer and David Harry Bennett, *A Guide to Historical Method* (Homewood, IL: Dorsey Press, 1980). ഉദാഹരണമായി Bruce Chilton and Craig A Evans, *Authenticating the Words of Jesus* (Boston; Leiden: Brill Academic Publishers, 2002), 79.

[8] Georg Wilhelm Friedrich Hegel, *The Philosophy of History*, trans. John Sibree (New York: Dover Publications, 1956).

[9] Sewart Robert, "A Brief History of Hermenutical Methods Used in the Quest of the Historical Jesus," in *HCSB Harmony of the Gospels.*, ed. Kendell Easley and Steven L Cox (Nashville: B & H Pub. Group, 2007), 261.

ചെലുത്തിയ സ്വാധീനം[10] എടുത്തു പറയേണ്ട ഒരു വസ്തുതയാണ്. ഹെഗെൽ തന്നെ സ്വന്തമായി യേശുവിനെക്കുറിച്ച് ഒരു ഉപന്യാസം രചിച്ചിരുന്നു. അദ്ദേഹത്തിന്റെ മരണാനന്തരമാണ് അത് പ്രസിദ്ധീകരിക്കപ്പെട്ടത്.[11] ഇരുപതാം നൂറ്റാണ്ടിലെ പ്രമുഖ ചരിത്ര തത്വചിന്തകന്മാരിലൊരാളാണ് റോബിൻ ജോർജ്ജ് കോളിംഗ്വുഡ് (1889–1943). അദ്ദേഹത്തിന് ഇത്തരം ഒരു പ്രശസ്തി നേടിക്കൊടുത്ത ഗ്രന്ഥം[12] മരണാനന്തരമാണ് പ്രസിദ്ധീകരിക്കപ്പെട്ടത്. അവയിലെ ചിന്തകൾ, പ്രശസ്ത ദൈവവിജ്ഞാനീയ പണ്ഡിതനായ ബെൻ എഫ്. മെയെറുടെയും അദ്ദേഹത്തിലൂടെ മൂന്നാം അന്വേഷണ കാലഘട്ടത്തിലെ ഏറ്റവും പ്രമുഖനായ പുതിയനിയമ ചരിത്രകാരനായ എൻ. ടി. റൈറ്റിന്റെ ചരിത്ര തത്വശാസ്ത്രത്തെയും സ്വാധീനിച്ചിട്ടുണ്ട്.[13] അതുപോലെ തന്നെ ഹൈഡൻ വൈറ്റിനെപ്പോലെയുള്ള[14] (1928–2018) ചരിത്രകാരന്മാർ മുന്നോട്ടുവെച്ച ഉത്തരാധുനിക ചരിത്ര തത്വശാസ്ത്രം ആന്തണി ലെ ഡോൺനെപ്പോലെയുള്ള പുതിയ ഗവേഷകൻമാരെയും സ്വാധീനിച്ചിട്ടുണ്ട്.[15]

ഈ നിലയിൽ പുതിയനിയമ പഠനത്തിനു പുറത്തുള്ള ചരിത്രകാരൻമാരുടെയും ചരിത്ര തത്വചിന്തകരുടെയും

---

[10] Theissen and Winter, *The Quest for the Plausible Jesus*, 71.

[11] Georg Wilhelm Friedrich Hegel and Peter Fuß, *Three Essays, 1793-1795 the Tübingen Essay, Berne Fragments, the Life of Jesus* (Notre Dame, Ind: University of Notre Dame Press, 1984).

[12] Robin George Collingwood, *The Idea of History* (Oxford: Oxford : At the Clarendon press(IS), Clarendon, 1946).

[13] Jonathan Bernier, *The Quest for the Historical Jesus after the Demise of Authenticity: Toward a Critical Realist Philosophy of History in Jesus Studies*, 2016, 5–7; David M Williams, *Receiving the Bible in Faith Historical and Theological Exegesis* (Washington, D.C.: Catholic University of America Press, 2004), 67.

[14] Hayden V White, *Metahistory: The Historical Imagination in Nineteenth-Century Europe* (Baltimore: Johns Hopkins University Press, 1973).

[15] Le Donne, *Historical Jesus*, 113.

ചരിത്രാന്വേഷണ രീതിശാസ്ത്രങ്ങളുമായി സമ്പർക്കം പുലർത്തിക്കൊണ്ടാണ് യേശുവിനെക്കുറിച്ചുള്ള ചരിത്ര പഠനത്തിന്റെ രീതിശാസ്ത്രം വികാസം പ്രാപിച്ചിട്ടുള്ളത്. എങ്കിലും മിക്കവാറും കുറേക്കൂടി സ്വതന്ത്രമായ ഒരു തനത് പഠനമേഖലയായിട്ടാണ് അത് മുന്നോട്ട് പോയിട്ടുള്ളത്. ഇതര ചരിത്ര രചനകളെ വിലയിരുത്തുന്നതിനേക്കാൾ താരതമ്യേന കുറെക്കൂടെ കർക്കശമായ സമീപനങ്ങളുള്ള ചരിത്ര നിരൂപണ പഠന മേഖലയുടെ വികാസത്തിന്റെയും ഉപയോഗത്തിന്റെയും ഒരു ഉപോൽപ്പന്നം എന്ന നിലയിലാണ് യേശുവിനെക്കുറിച്ചുള്ള ചരിത്രപഠനത്തിന് ഉപയോഗിക്കേണ്ട മാനദണ്ഡങ്ങൾ രൂപപ്പെട്ടു[16] വന്നതെന്നതായിരിക്കാം ഇതിന്റെ പ്രധാന കാരണം.

പുതിയനിയമത്തിന് പുറത്തുള്ള ചരിത്രപഠന രീതിശാസ്ത്രത്തിന്റെ ഭാഗമായി ചരിത്രകാരന്മാർ സ്വീകരിക്കുന്ന പ്രധാന മാനദണ്ഡങ്ങളെക്കുറിച്ചും സമീപനങ്ങളെക്കുറിച്ചും വിശദീകരിക്കുന്നതിനു മുൻപ് ദൈവവിജ്ഞാനീയവുമായി ബന്ധപ്പെട്ട് രൂപീകരിക്കപ്പെട്ടതെങ്കിലും മതവുമായി ബന്ധപ്പെട്ട പഠനങ്ങൾക്കപ്പുറത്തും ചരിത്ര നിരൂപകന്മാർ എടുത്തു പറഞ്ഞോ, അല്ലാതെയോ കൈക്കൊള്ളുന്ന ചില തത്വങ്ങളെക്കുറിച്ച് പരാമർശിക്കുവാൻ ആഗ്രഹിക്കുന്നു. ജർമ്മൻ സ്വതന്ത്ര ദൈവവിജ്ഞാനീയപണ്ഡിതനും ചരിത്ര തത്വചിന്തകനുമായ ഏണസ്റ്റ് ട്രോയെൽറ്റ്ഷാണ് ഇവ രൂപീകരിച്ചത്.

നിരൂപണാത്മക ചരിത്ര പഠനത്തിന്റെ അടിസ്ഥാന തത്വങ്ങളായി ഏണസ്റ്റ് ട്രോയെൽറ്റ്ഷ് മുന്നോട്ടുവെച്ച തത്വങ്ങൾ[17] ഇവയാണ്:

---

[16] Porter, *The Criteria for Authenticity in Historical-Jesus Research*, 64–65.

[17] Ernst Troeltsch, "Historical and Dogmatic Method in Theology," in *Religion in History*, trans. James Luther Adams and Walter F Bense (Minneapolis: Fortress Press, 1991), 11–32. 1898-ൽ ജർമനിയിൽ പ്രസിദ്ധീകരിച്ചതാണ് ഇത് Ernst Troeltsch, "Über historische und dogmatische Methode in der Theologie (1898)," in *Zur religiösen Lage, Religionsphilosophie und Ethik*, vol. 2 of *Gesammelte Schriften* (Tübingen: C. B. Mohr, 1913), 729–53.

1.   രീതിശാസ്ത്രപരമായ   'സംശയത്തിന്റെ തത്വ'മനുസരിച്ച് ചരിത്രപരമായ എല്ലാ നിർണ്ണയങ്ങളും പിന്നീടുള്ള തിരുത്തലിനോ   പരിഷ്ക്കരണത്തിനോ   വിധേയമാകാവുന്ന തരത്തിലുള്ള സംഭവ്യതയെക്കുറിച്ചുള്ള പ്രസ്താവനകളും ആപേക്ഷിക സത്യങ്ങളുമാണ്.

2.   'സാദൃശ്യത്തിന്റെ   തത്വ'പ്രകാരം   എല്ലാ ചരിത്രപരമായ   സംഭവങ്ങളും   ഗുണപരമായ സമാനതകളുള്ളവയാണ്.   ആയതിനാൽ   നമ്മുടെ   സാധാരണ അനുഭവങ്ങളുടെ   അടിസ്ഥാനത്തിൽ   വേണം   അവ മനസ്സിലാക്കുവാൻ.

3.   'പരസ്പരബന്ധത്തിന്റെ   തത്വ'മനുസരിച്ച് എല്ലാ ചരിത്രപരമായ   പ്രതിഭാസങ്ങളും   കാരണത്തിന്റെയും പ്രഭാവത്തിന്റെയും   ഒരു   ചങ്ങലയിലാണ്   നിലനിൽക്കുന്നത്, അതിനാൽ   മതിയായ   യോജിച്ച   കാരണങ്ങൾ   ഇല്ലാതെ   ഒരു സംഭവവും ഉണ്ടാകില്ല.

ഈ തത്വങ്ങൾ പിൽക്കാലത്ത് ബൈബിളിന്റെ ചരിത്ര നിരൂപണ പഠനങ്ങളിൽ ചെലുത്തിയ സ്വാധീനം വളരെ വലുതാണ്.

ഉറവിട പരിശോധനയും ചരിത്രകാരന്മാരും

പുതിയനിയമ ചരിത്രപഠനത്തിനു പുറത്തുള്ള ചരിത്രകാരന്മാർ മുന്നോട്ടുവെച്ചിട്ടുള്ള ചില പ്രധാന മാനദണ്ഡങ്ങൾ പരിചയപ്പെടുന്നത് തുടർന്നുള്ള ചർച്ചകൾ കൂടുതൽ വ്യക്തതയോടെ ഗ്രഹിക്കുവാൻ നമ്മെ സഹായിക്കും.

ആദ്യമായി വാചിക പാരമ്പര്യങ്ങളുമായി ബന്ധപ്പെട്ട മാനദണ്ഡങ്ങളാണ് നാം പരിശോധിക്കുന്നത്. ജെസ്യൂട്ട് പുരോഹിതനായിരുന്ന[1] ഗിൽബെർട്ട് ജോസെഫ് ഗരഘാൻ (1871– 1942) എന്ന ചരിത്രകാരനാണ് ഇവയുടെ ഉപജ്ഞാതാവ്. ഒന്നാമതായി, ഏത് സംഭവത്തെക്കുറിച്ചാണോ നാം അന്വേഷിക്കുന്നത്, അതിനെക്കുറിച്ച് നമ്മുക്ക് ലഭ്യമായ ആദിമ രേഖകൾക്ക് പിന്നിൽ, ആ സംഭവം മുതൽ പ്രസ്തുത രേഖകളുടെ രചയിതാക്കളായ വ്യക്തികൾ വരെ എത്തിച്ചേരുന്ന സമാന്തരവും സ്വതന്ത്രവുമായ ഒന്നിലധികം സാക്ഷികളിൽ നിന്നുള്ള സാക്ഷ്യത്തിന്റെ തുടർച്ചയായ ഒരു ശൃംഖലയുണ്ടായിരിക്കണം.

ഈ മാനദണ്ഡത്തെക്കുറിച്ച് ചില കാര്യങ്ങൾ നാം മനസിലാക്കിയിരിക്കേണ്ടതുണ്ട്. അതായത് ഇത്തരമൊരു സാക്ഷികളുടെ ശൃംഖലകളുണ്ടെന്ന് ആർക്കും അവകാശപ്പെടുവാൻ സാധിക്കും. എന്നാൽ അത്തരം അവകാശ വാദങ്ങൾ വിശ്വസനീയമാണോയെന്നതാണ് നിരൂപണപരമായി ചരിത്രം പഠിക്കുന്നവർ പരിശോധിക്കുന്നത്. മറ്റൊന്ന് അത്തരം അവകാശവാദങ്ങൾ നേരിട്ട് ഉന്നയിക്കാതെ എഴുതിയ രചനകളുടെ പിന്നിലും സാക്ഷികളുടെ ശൃംഖലകളുണ്ടായിരിക്കാം. പ്രത്യേകിച്ചും എഴുത്തുകാരുടെ കാലഘട്ടത്തിൽ സംഭവിച്ച പരസ്യമായി അറിവുള്ള

---

[1] സെന്റ് ലൂയിസ് സർവ്വകലാശാലയിലും ലയോള സർവ്വകലാശാലയിലും ചരിത്രാധ്യാപകനായിരുന്ന അദ്ദേഹം അമേരിക്കയിലെ കത്തോലിക്കാസഭയുടെയും ജെസ്യൂട്ടുകളുടെയും (ഈശോസഭ) ചരിത്രവുമായി ബന്ധപ്പെട്ട ഗവേഷണങ്ങളുടെ പേരിലാണ് അറിയപ്പെടുന്നത്.

കാര്യങ്ങളെക്കുറിച്ച് എഴുതുമ്പോൾ. അതിനാൽ അത്തരം വസ്തുതകളും പരിശോധിക്കേണ്ടി വരും. ചില സന്ദർഭങ്ങളിൽ എഴുത്തുകാർ വളരെ വിശദമായി ഇത്തരം ദൃക്സാക്ഷികളുടെ ശൃംഖലകൾ രേഖപ്പെടുത്തിവെച്ചിരിക്കുന്നതു തന്നെ അവയുടെ 'വിശ്വാസ സമർത്ഥന' താൽപര്യങ്ങളെ വെളിപ്പെടുത്തുന്നതും, അതിനാൽ ചരിത്രകാരനെ കൂടുതൽ സംശയത്തോടെ അവയെ സമീപിക്കുവാൻ പ്രേരിപ്പിക്കേണ്ടതുമാണ്.

അനേക വ്യക്തികൾക്ക് നേരിട്ട് അറിവുണ്ടാകുവാൻ സാധ്യതയുള്ള നിലയിലുള്ള പരസ്യമായ പ്രധാന സംഭവങ്ങളായിരിക്കണം പാരമ്പര്യത്തിൽ ഉണ്ടാകേണ്ടതെന്നതാണ് ഡോ. ഗരഘാൻ മുന്നോട്ടുവെക്കുന്ന മറ്റൊരു മാനദണ്ഡം. നിശ്ചിതമായ ഒരു സമയത്തേക്കെങ്കിലും പൊതുവിൽ വിശ്വസിക്കപ്പെട്ടിട്ടുള്ളതായിരിക്കണം ആ പാരമ്പര്യം. ഈ സമയത്ത് അതിനെ നിഷേധിക്കുവാൻ താൽപര്യമുള്ളവരിൽ നിന്ന് പോലും എതിർപ്പില്ലാതെ മുന്നോട്ടു പോയതായിരിക്കണം ഈ പാരമ്പര്യം. ആരെങ്കിലും എഴുതിവെക്കുന്നതിന് മുൻപ് താരതമ്യേനെ കുറഞ്ഞ സമയത്തേക്ക് മാത്രം വാമൊഴിയായി സംരക്ഷിക്കപ്പെട്ടതായിരിക്കണം ഈ പാരമ്പര്യം.

ഓർമ്മകൾ നന്നായി സൂക്ഷിക്കുകയും കൈമാറുകയും ചെയ്യുന്ന ഒരു സമൂഹത്തിൽ പരമാവധി 150 വർഷമാണ് അദ്ദേഹം മുന്നോട്ടുവെക്കുന്ന കാലയളവ്. എന്നാൽ വാമൊഴി പാരമ്പര്യങ്ങളിലൂടെ ഇത്രയും നീണ്ട ഒരു കാലം വസ്തുതകൾ വിശ്വസ്തതയോടെ സംരക്ഷിക്കപ്പെടുമെന്ന് സമകാലിക പണ്ഡിതന്മാരിൽ പലരും അംഗീകരിക്കുവാൻ സാധ്യത കുറവാണ്. പ്രത്യേകിച്ചും കൃത്യമായ അജണ്ടകളാലും വൈകാരിക താല്പര്യങ്ങളാലും സ്വാധീനിക്കപ്പെടുവാൻ സാധ്യതയുള്ള കാര്യങ്ങൾ. അതിനാൽ ചരിത്രാന്വേഷണത്തിന്റെ ഭാഗമായി പരിശോധനയ്ക്ക് വിധേയമാക്കപ്പെടുന്ന പാരമ്പര്യവുമായി ബന്ധപ്പെട്ട സമൂഹത്തിന്റെ പല സവിശേഷതകളും കണക്കിലെടുത്തുകൊണ്ട് മാത്രമേ നീണ്ട കാലം വാമൊഴിയായി മാത്രം കൈമാറ്റം ചെയ്യപ്പെട്ട കാര്യങ്ങളുടെ ആധികാരികത നിർണ്ണയിക്കുവാൻ സാധിക്കുകയുള്ളൂ).

വാമൊഴി പാരമ്പര്യങ്ങളുടെ ആധികാരികത വിലയിരുത്തുന്നതിന് മറ്റ് ചില കാര്യങ്ങൾ കൂടി പരിഗണിക്കേണ്ടതുണ്ട്. പാരമ്പര്യം നിലനിന്ന സമയത്ത് അതിനെ നിരൂപണാത്മകമായി സമീപിക്കുന്ന ഒരു മനോഭാവം വളർന്നു വന്നിട്ടുണ്ടാകണം, അത്തരം വിമർശനാത്മകമായ പരിശോധനകൾ നടത്തുവാനുള്ള വഴികൾ ഉണ്ടായിരുന്നിരിക്കണം. പാരമ്പര്യത്തെ നിശ്ചയമായും വെല്ലുവിളിക്കുവാൻ സാധ്യതയുള്ള വിമർശനബുദ്ധ്യാ അതിനെ സമീപികുന്നവർ പ്രസ്തുത പാരമ്പര്യം വസ്തുതാവിരുദ്ധമാണെന്ന് കരുതിയിട്ടുണ്ടോ? അത്തരം ഒരു വെല്ലുവിളി അവർ ഉയർത്തിയിട്ടുണ്ടാകരുത്.[2]

ഉറവിട പരിശോധനയെ സംബന്ധിച്ചിടത്തോളം എന്നാണ് ആ ഉറവിടം എഴുതപ്പെട്ടത്? എവിടെ വെച്ചാണ് അത് എഴുതിയത്? ആരാണ് അതെഴുതിയത്? എഴുത്തുകാരൻ ഉപയോഗിച്ച ഉറവിടങ്ങൾ എന്തൊക്കെയാണ്? എഴുതപ്പെട്ട കാലഘട്ടത്തിൽ അത് ഏതു രൂപത്തിലായിരുന്നു? അതിന്റെ ഉറവിടങ്ങളുടെ വിശ്വാസ്യത എന്താണ്?[3] ഇത്തരത്തിലുള്ള അനേക ചോദ്യങ്ങൾ ഒരു ചരിത്രാന്വേഷകൻ ഉന്നയിക്കണമെന്നാണ് ചരിത്ര ഗവേഷകൻമാർ നിർദ്ദേശിച്ചിരിക്കുന്നത്.

ദൃക്സാക്ഷി വിവരണങ്ങളെ സംബന്ധിച്ച്, പ്രാഥമിക ദൃക്സാക്ഷി വിവരണങ്ങളാണെങ്കിലും ദ്വിതീയ തലത്തിലുള്ള പരോക്ഷ സാക്ഷികളാണെങ്കിലും വിവിധ നിലകളിലുള്ള സംശയങ്ങൾ ഉയർത്തി അവയെ നിരൂപണത്തിനു വിധേയമാക്കേണ്ടതാണ്. പ്രശസ്ത ചരിത്രകാരനായ ലൂയിസ് റീചെന്താൽ ഗോട്ഷാക്ക് ഇതുമായി ബന്ധപ്പെട്ട് ഉന്നയിക്കേണ്ടതായി നിർദ്ദേശിച്ചിട്ടുള്ള ചോദ്യങ്ങൾ ഇനിപ്പറയുന്നവയാണ്. ഉറവിടത്തിൽ ഉൾക്കൊള്ളിച്ചിരിക്കുന്ന വിശദാംശത്തിന്റെ ആത്യന്തിക ഉറവിടം (പ്രാഥമിക ദൃക്സാക്ഷി) സത്യം പറയുവാൻ കഴിവുള്ള ഒന്നായിരുന്നോ? പ്രാഥമിക ഉറവിടം സത്യം പറയുവാൻ മനസ്സുള്ള ഒന്നായിരുന്നുവോ? നമ്മുടെ

---

[2] Garraghan and Delanglez, *A Guide to Historical Method*, 261–62.

[3] Garraghan and Delanglez, *A Guide to Historical Method*, 168.

പരിശോധനയിലിരിക്കുന വിശദാംശത്തിന്റെ കാര്യത്തിൽ പ്രാഥമിക ദൃക്ക്സാക്ഷിയിൽ നിന്നുള്ളത് കൃത്യമായി രേഖപ്പെടുത്തിയിട്ടുണ്ടോ? നമ്മുടെ പരിശോധനയിലിരിക്കുന്ന വിശദാംശത്തിന് എന്തെങ്കിലും സ്വതന്ത്രമായ സ്ഥിരീകരണം ലഭ്യമാണോ?[4]

ഇതു കൂടാതെ റോബിൻ വില്യം വിങ്ക്സ് (1930–2003) എന്ന പ്രമുഖ അമേരിക്കൻ ചരിത്രകാരൻ മുന്നോട്ടുവെക്കുന്ന ചോദ്യങ്ങൾ ഇനിപ്പറയുന്നവയാണ്. ആരായിരുന്നു സാക്ഷികൾ? ആർക്കാണ് ഇതെഴുതിയത്? ഈ രേഖ എഴുതിയപ്പോഴുള്ള സാഹചര്യമെന്തായിരുന്നു? സാക്ഷികളുടെ ലക്ഷ്യം എന്തായിരുന്നു? സാക്ഷികൾ സ്വയ അവബോധമുള്ളവരായിരുന്നോ? സാക്ഷി തന്റെ മുൻധാരണകളെക്കുറിച്ച് ബോധ്യവാനായിരുന്നോ? സാക്ഷിയായി എന്ന് പറഞ്ഞ ആൾ അതിനു സാക്ഷിയാകാനുള്ള സാഹചര്യത്തിലായിരുന്നോ? താൻ സാക്ഷ്യം വഹിച്ച വസ്തുവിനോടുള്ള ബന്ധത്തിൽ തന്റെ സ്ഥാനമെന്തായിരുന്നു? എഴുതപ്പെട്ട കാലഘട്ടവും അതിൽ പറയുന്ന സംഭവവും തമ്മിൽ എത്ര കാലയളവിന്റെ വ്യത്യാസമുണ്ട്? തെളിവായി ലഭിച്ചിരിക്കുന്നതിൽ വസ്തുത എത്രത്തോളമുണ്ട്? എഴുത്തുകാരന്റെ ഊഹാപോഹങ്ങൾ എത്രത്തോളമുണ്ട്? എഴുത്തുകാരൻ എന്തെങ്കിലും താൽപര്യങ്ങളെ പ്രതിരോധിക്കുന്നുണ്ടെങ്കിൽ അതെന്താണ്? തന്റെ താല്പര്യങ്ങൾക്കോ ചായ്‌വുകൾക്കോ വിരുദ്ധമായ എന്തെങ്കിലും കാര്യം എഴുത്തുകാരൻ സമ്മതിക്കുന്നുണ്ടോ?[5]

റോബർട്ട് ജോൺസ് ഷാഫെർ എന്ന ചരിത്രകാരൻ മുന്നോട്ടുവെച്ചിട്ടുള്ള മാനദണ്ഡങ്ങൾ ഇവയാണ്: ഉറവിടത്തിലെ പ്രസ്താവനയുടെ യഥാർഥ അർഥം അതിന്റെ അക്ഷരാർഥത്തിൽ നിന്ന് വ്യത്യസ്തമാണോ? ഇന്ന് നമ്മൾ ഉപയോഗിക്കാത്ത ഒരു രീതിയിലാണോ വാക്കുകൾ ഉപയോഗിച്ചിരിക്കുന്നത്?

---

[4] Gottschalk, *Understanding History*, 150.

[5] Robin W Winks, *The Historian as Detective: Essays on Evidence* (New York: Harper & Row, 1970), 190–91.

എഴുത്തുകാരൻ നൽകുന്ന കാര്യങ്ങൾ നിരീക്ഷിക്കുന്നതിനുള്ള ഒരു സാഹചര്യത്തിലായിരുന്നോ എഴുത്തുകാരൻ? എഴുത്തുകാരന്റെ കഴിവുകൾ (ഉദാ: ഭാഷാജ്ഞാനം) ഇത്തരം നിരീക്ഷണങ്ങൾ നടത്തുവാൻ എഴുത്തുകാരനെ പ്രാപ്തനാക്കുന്നതായിരുന്നോ? ദൃക്സാക്ഷി എന്തെങ്കിലും ചായ്‌വ് ഉള്ള വ്യക്തിയായിരുന്നോ? ഈ രചന നടത്തുവാനുള്ള സമയവും സാഹചര്യവും എഴുത്തുകാരനുണ്ടായിരുന്നുവോ? എഴുത്തുകാരൻ നിരീക്ഷിക്കുന്ന സമയവും രചന നടത്തുന്ന സമയവും തമ്മിലുള്ള അന്തരം എന്താണ്? യാദൃശ്ചികവും പ്രത്യേകിച്ചുള്ള ഒരു താല്പര്യത്തിന്റെ അടിസ്ഥാനത്തിലല്ലാതെയും മുൻവിചാരത്തിന്റെ അടിസ്ഥാനത്തിലല്ലാത്തതുമായ സാക്ഷ്യങ്ങൾ, എന്തെങ്കിലും ആശയപ്രചരണം ലക്ഷ്യമാക്കി ഏതെങ്കിലും പ്രത്യേക ശ്രോതാക്കൾക്കു വേണ്ടി പറയുന്ന കാര്യങ്ങളെക്കാൾ കൃത്യതയുള്ളതായിരിക്കും. നമ്മുടെ പരിഗണനയിലിരിക്കുന്ന പ്രസ്താവനകൾ സ്വാഭാവികമായും അസംഭവ്യമായവയാണോ? ഉള്ളടക്കം നമ്മുക്ക് അറിയാവുന്ന എന്തെങ്കിലും കാര്യങ്ങൾക്ക് വിരുദ്ധമോ സാധാരണ മനുഷ്യ സ്വഭാവത്തിൽ നിന്ന് വ്യത്യസ്തമായതോ ആണോ? ഉറവിടങ്ങളിൽ ആന്തരിക വൈരുദ്ധ്യങ്ങളുണ്ടോ?[6] ഇതിനോടൊപ്പം ഈ രചനയുടെ പശ്ചാത്തലം എന്തായിരുന്നു? എന്ന ഒരു ചോദ്യം കൂടി നമ്മുക്ക് ചേർക്കാവുന്നതാണ്.

പരോക്ഷ സാക്ഷികൾ അല്ലെങ്കിൽ ദ്വിതീയ തലത്തിലുള്ള സാക്ഷികളുടെ വിവരണങ്ങളും വിവിധ നിലകളിൽ വിമർശനാത്മകമായ പരിശോധനകൾക്ക് വിധേയമാക്കേണ്ടതാണ്. ഏത് പ്രഥമ ദൃക്സാക്ഷിയുടെ സാക്ഷ്യത്തിന്റെ അടിസ്ഥാനത്തിലാണ് ദ്വിതീയ തലത്തിലുള്ള സാക്ഷി തന്റെ പ്രസ്താവനകൾ നടത്തിയിരിക്കുന്നത്? ദ്വിതീയ തലത്തിലുള്ള സാക്ഷി പ്രഥമ ദൃക്സാക്ഷിയുടെ വിവരണം കൃത്യമായും പൂർണമായും രേഖപ്പെടുത്തിയിട്ടുണ്ടോ? അങ്ങനെയല്ലെങ്കിൽ, ദ്വിതീയ സാക്ഷി

---

[6] Shafer and Bennett, *A Guide to Historical Method*, 166–67.

രേഖപ്പെടുത്തിയിരിക്കുന്ന കാര്യങ്ങളിൽ ഏതൊക്കെയാണ് പ്രഥമ ദൃക്സാക്ഷിയുടെ വിവരണങ്ങളോട് വിശ്വസ്തതപുലർത്തുന്നവയായി ചരിത്രാന്വേഷകന് പരിഗണിക്കുവാൻ സാധിക്കുന്നവ? ഇത്തരം ചോദ്യങ്ങൾക്ക്[7] തൃപ്തികരമായ മറുപടികൾ കണ്ടെത്തുവാൻ സാധിച്ചാൽ അത് ആ വിവരണത്തിന്റെ വിശ്വാസ്യത വർദ്ധിപ്പിക്കും.

ഉറവിട നിരൂപണത്തിൽ പ്രഗൽഭനെന്ന് പേരെടുത്ത സ്വീഡൻകാരനായ ടോസ്റ്റൻ തുറേൻ മുന്നോട്ടുവെക്കുന്ന പ്രധാന മാനദണ്ഡങ്ങൾ ഇനിപ്പറയുന്നവയാണ്. ഒരു ഉറവിടം പരിശോധിക്കുമ്പോൾ ഒന്നാമതായി അതിന്റെ ആധികാരികതയാണ് പരിശോധിക്കേണ്ടത്. അതായത്, അതെന്താണെന്നാണോ അവകാശപ്പെടുന്നത് അത് അതു തന്നെയാണോ? ഒരു ഉറവിടത്തിൽ അതിൽ വിവരിക്കുന്ന സംഭവം നടന്നുവെന്ന് പറയപ്പെടുന്ന സമയത്തിൽ നിന്ന് എത്രത്തോളം സമയം കഴിഞ്ഞാണോ ആ സംഭവം രേഖപ്പെടുത്തപ്പെട്ടിരിക്കുന്നത് അത്രത്തോളം അതിനെ സംശയിക്കുവാനുള്ള സാധ്യത കൂടുകയാണ്, എത്രത്തോളം ആ സംഭവത്തിന് അടുത്തതാണോ അത്രത്തോളം വിശ്വാസ്യത കൂടുകയാണ്. ഉറവിടം പുറത്തു നിന്നുള്ള ഒന്നിന്റെ സ്വാധീനമില്ലാത്ത നിലയിൽ അതിൽ തന്നെ സ്വതന്ത്രമായി നിൽക്കുന്ന ഒന്നായിരിക്കണം. മറ്റൊന്നിന്റെ പകർപ്പോ മറ്റൊരു ഉറവിടത്തിൽ നിന്ന് രേഖപ്പെടുത്തിയതോ ആകുവാൻ പാടില്ല അങ്ങനെയാണെങ്കിൽ ആ ഉറവിടത്തിന്റെ മൂല്യം കുറവായിരിക്കും.

ഒരു ഉറവിടം ആരുടെയെങ്കിലും വ്യക്തിപരമോ സാമ്പത്തികമോ രാഷ്ട്രീയമോ മറ്റു നിലകളിലുള്ളതോ ആയ താല്പര്യങ്ങൾ കാരണം യാഥാർത്ഥ്യത്തെക്കുറിച്ചുള്ള തെറ്റായ ഒരു ചിത്രം നൽകുന്നു എന്ന് സംശയിക്കുവാൻ കാരണമുണ്ടാകരുത്. ഒരു രചനയിൽ നാം കാണുന്ന പ്രവണതകൾ അതിന്റെ ചായ്വിന്റെ ലക്ഷണമാണ്. പ്രവണതകളില്ലാത്ത ഒരു ഉറവിടത്തിലെ പ്രധാന കാര്യങ്ങൾ വിശ്വസിക്കാം, എന്നാൽ പ്രവണതകളുള്ള ഒരേ ഒരു ഉറവിടം എന്നത് പ്രയോജനരഹിതമാണ്. ഒരു ഉറവിടവും തനിക്കു തന്നെ ദോഷം

---

[7] Gottschalk, *Understanding History*, 165.

വരുത്തുന്ന ഒരു വ്യാജം പറയില്ല അത്തരത്തിൽ തനിക്ക് തന്നെ ദോഷകരമായ ഒരു കാര്യം ഒരു ഉറവിടം പറഞ്ഞാൽ അത് സത്യമായിരിക്കും. (പുരാവസ്തു) അവശിഷ്ടങ്ങളും വിവരണങ്ങളും തമ്മിൽ താരതമ്യപ്പെടുത്തിയാൽ പുരാവസ്തു അവശിഷ്ടങ്ങൾ വിവരണങ്ങളേക്കാൾ വിശ്വസനീയമാണ്.[8]

---

[8] Torsten Thurén, *Källkritik* (Stockholm: Almqvist & Wiksell, 1997). ഇതിന്റെ സംഗ്രഹം Daniel Storåkers and Henning Törner, "En källkritisk studie" (Stockholm University, Bachelor Thesis, 1999), 6–9. ഇതിൽ ഉദ്ധരിച്ചിരിക്കുന്നതിൽ നിന്ന്.

ചരിത്ര വിശകലനവും ചരിത്രകാരന്മാരും

ചരിത്ര രചനകളുടെ വ്യാഖ്യാനവും വിശകലനവും നടത്തുന്നതിനുള്ള വിവിധ മാനദണ്ഡങ്ങളും ചരിത്രകാരന്മാർ രൂപപ്പെടുത്തിയിട്ടുണ്ട്. അമേരിക്കൻ ചരിത്രകാരനായ കാൾ ജി. ഗുസ്റ്റാവ്സൺ വിശകലനം ചെയ്യേണ്ടവയായി ചൂണ്ടികാണിച്ചിരിക്കുന്ന കാര്യങ്ങൾ ഇനിപ്പറയുന്നവയാണ്: ചരിത്ര പഠനത്തിൽ തെളിവായി പരിഗണിക്കുന്ന രേഖയിലെ വാക്കുകളുടെ ആദിമ പശ്ചാത്തലത്തിലെ അർത്ഥമെന്തായിരുന്നു? എഴുത്തുകാരൻ ഉദ്ദേശിക്കുന്ന അർത്ഥമെന്താണ്? ഓരോ പ്രസ്താവനകളും ആ രേഖ കൈകാര്യം ചെയ്യുന്ന പ്രധാന വിഷയത്തെക്കുറിച്ച് എന്താണ് വെളിവാക്കുന്നത്? എഴുത്തുകാരൻ ഇങ്ങനെ ഒരു പ്രസ്താവന നടത്തി എന്നതിന്റെ പ്രാധാന്യമെന്താണ്? ഈ രേഖയിൽ മറ്റെന്തെങ്കിലും കൈകടത്തലുകൾ നടന്നിട്ടുണ്ടോ?

പരിഗണനയിലിരിക്കുന്ന പ്രസ്താവന കെട്ടിച്ചമച്ചതാകാൻ സാധ്യതയുണ്ടോ? ഇതിൽ എഴുതിയിരിക്കുന്നതിൽ എന്തെങ്കിലും തിരുത്തലുകളോ വെട്ടിക്കളയലുകളോ നടന്നിട്ടുള്ളതിന് തെളിവുകളുണ്ടോ? രേഖ എന്തെങ്കിലും സെൻസർഷിപ്പുകൾക്ക് വിധേയമായിട്ടുണ്ടാകുവാൻ സാധ്യതയുണ്ടോ? ഇതര സമകാലിക രചനകളുമായും തെളിവുകളുമായും ഇത് എങ്ങനെ ബന്ധപ്പെട്ടിരിക്കുന്നു? മറ്റ് സമകാലിക വിവരണങ്ങൾ പരിഗണനയിലിരിക്കുന്ന രേഖയിലേതിൽ നിന്ന് വ്യത്യസ്തമാണോ? രേഖയിലെ വാദങ്ങളെ എഴുത്തുകാരൻ എടുത്തു പറയാത്ത മറ്റ് വസ്തുതകൾ ഖണ്ഡിക്കുന്നുണ്ടോ? നമ്മുടെ ഉറവിടത്തിന്റെ വിശ്വാസ്യതയെ ബാധിക്കുന്ന വ്യക്തമായ അബദ്ധങ്ങൾ അതിലുണ്ടോ? ഇത് രചിക്കപ്പെട്ടു എന്ന് പറയപ്പെടുന്ന കാലത്ത്

പ്രചാരത്തിലില്ലാതിരുന്ന ആശയങ്ങളെയോ സംഭവങ്ങളെയോ കുറിച്ചുള്ള പരാമർശം ഇതിലുണ്ടോ?[1]

പലപ്പോഴും ഉറവിടങ്ങൾ തമ്മിൽ താരതമ്യം നടത്തിയാണ് ചരിത്രകാരന്മാർ നിർണ്ണയങ്ങളിലേക്ക് എത്തിച്ചേരുന്നത്. അത്തരം സന്ദർഭങ്ങളിൽ ഉപയോഗിക്കേണ്ട ചില അളവുകോലുകൾ മാർത്ത സി. ഹോവേൽ എന്ന ചരിത്രകാരിയും വാൾട്ടർ പ്രെവനീർ എന്ന മറ്റൊരു ചരിത്രകാരനും ചേർന്നെഴുതിയ പുസ്തകത്തിൽ അവർ നൽകിയിട്ടുണ്ട്. പത്തൊമ്പതാം നൂറ്റാണ്ടിലെ ചരിത്രകാരന്മാരായ ഏണസ്റ്റ് ബേൺഹീം, ചാൾസ് വിക്ടർ ലാന്ഗ്ലോയിസ്, ചാൾസ് സീഗ്നോബോസ് എന്നിവരെ ഉദ്ധരിച്ചാണ് അവർ ഇത് എഴുതിയിരിക്കുന്നത്.

ഈ മാനദണ്ഡങ്ങൾ ഉപയോഗിച്ചാൽ ലഭിക്കുമെന്ന് പത്തൊമ്പതാം നൂറ്റാണ്ടിലെ ചരിത്രകാരന്മാർ കരുതിയ അത്രയും ഉറപ്പ് അവർ ഉപയോഗിച്ച അതേ ഭാഷയിൽ സമകാലിക ചരിത്രകാരന്മാർ പ്രകടിപ്പിക്കില്ലെങ്കിലും അവരുടെ ഈ മാനദണ്ഡങ്ങൾ ഇത്തരം സന്ദർഭങ്ങളിൽ ഒരു ഏകദേശ ഉറപ്പ് ലഭിക്കുവാൻ പ്രയോജനം ചെയ്യുന്നവയാണെന്ന് പൊതുവിൽ അംഗീകരിക്കപ്പെട്ടിട്ടുള്ളതാണ്. അവർ മുന്നോട്ടുവെച്ചിട്ടുള്ള പ്രധാന മാനദണ്ഡങ്ങൾ ഇനി പറയുന്നവയാണ്. എല്ലാ ഉറവിടങ്ങളും ഏകാഭിപ്രായം പ്രകടിപ്പിക്കുന്ന ഒരു സംഭവമുണ്ടെങ്കിൽ, അത്, ആ സംഭവം വസ്തുതയാണെന്ന വാദത്തെ പിന്തുണയ്ക്കുന്ന ഒന്നാണ്. ഭൂരിപക്ഷം ഉറവിടങ്ങളും ഒരു കാര്യം ഒരേ നിലയിൽ തന്നെ വിവരിച്ചു എന്നതുകൊണ്ട് മാത്രം ഒരു കാര്യം തെളിയിക്കപ്പെട്ടതായി കണക്കാക്കുവാനാകില്ല. അതിനൊപ്പം അത് നിരൂപണപരമായ പാഠ വിശകലനത്തെയും അതിജീവിച്ചതായിരിക്കണം.

പാഠ വിശകലനത്തിൽ ഉൾപ്പെട്ടിരിക്കുന്ന പ്രധാന കാര്യങ്ങൾ ഇവയാണ്: നമ്മൾ ഉപയോഗിക്കുന്നത് മൂല രചനയാണോ, അതോ അതിന്റെ പകർപ്പാണോ. പകർപ്പാണെങ്കിൽ അതിന്റെ ചരിത്രം

---

[1] Carl G Gustavson, *A Preface to History* (New York, N.Y.: McGraw-Hill, 1955), 171.

എന്താണ്? ഈ രചനയുടെ ഉത്ഭവത്തിന്റെ സാഹചര്യങ്ങൾ എന്തൊക്കെയായിരിന്നു? ആ സമയത്തിന്റെയും സാഹചര്യത്തിന്റെയും പ്രത്യേകതകൾ എന്തൊക്കെയായിരുന്നു? രചനയുടെ ഉള്ളടക്കത്തിന്റെ മൗലികത എന്താണ്? സമകാലികമോ പുരാതനമോ ആയ മറ്റേതെങ്കിലും രചനകളിൽ നിന്ന് കൈക്കൊണ്ട വിവരങ്ങളാണോ ഇതിൽ ഉള്ളത്? എന്താണ് ഈ രചനയുടെ ആദിമ അർത്ഥം? എഴുത്തുകാരന്റെ ആധികാരികത എന്താണ്? എഴുത്തുകാരൻ ശരിയായ നിലയിൽ വിവരങ്ങൾ കൈമാറുവാൻ കഴിവുള്ളയാളായിരുന്നുവോ? എഴുത്തുകാരന്റെ വിശ്വാസ്യത എന്താണ്? മുഴുവൻ രചനയും പുറത്തുള്ള ആധികാരിക ഉറവിടങ്ങളുമായി ഒത്തുനോക്കി ഉറപ്പു വരുത്തുവാൻ സാധിക്കില്ലെങ്കിലും ഒരു രചനയുടെ ചില ഭാഗങ്ങൾ അത്തരത്തിൽ ഉറപ്പുവരുത്തുവാൻ സാധിക്കുമെങ്കിൽ അതിലെ മുഴുവൻ വിവരണങ്ങളും പൊതുവിൽ വിശ്വസിക്കാവുന്നതാണ്.

രണ്ട് ഉറവിടങ്ങൾ പരസ്പരവിരുദ്ധമായി ഒരു കാര്യം പറഞ്ഞാൽ ചരിത്രകാരൻ ഏറ്റവും ആധികാരികമായതിന് — അതായത് ദൃക്‌സാക്ഷികളോ വിദഗ്ദന്മാരോ രചിച്ച ഉറവിടത്തിന് — ആയിരിക്കും മുൻഗണന കൊടുക്കുക. പ്രാഥമിക ദൃക്‌സാക്ഷി ഉറവിടമാണോ അതോ രണ്ടാംതരം ഉറവിടങ്ങളാണോ? പൊതുവിൽ ദൃക്‌സാക്ഷികൾക്കാണ് മുൻഗണന കൊടുക്കേണ്ടത്, പ്രത്യേകിച്ചും, എന്താണ് സംഭവിച്ചതെന്ന് ഒരു സാധാരണ നിരീക്ഷകന് കൃത്യമായി വിവരം കൈമാറുവാൻ കഴിയുന്നതും, മിക്കവാറും സമകാലികർക്ക് അറിയാവുന്നതുമായ ഒരു വസ്തുതയുമായി ബന്ധപ്പെട്ട വിവരമാണെങ്കിൽ. സ്വതന്ത്രമായി സൃഷ്ടിക്കപ്പെട്ട രണ്ട് ഉറവിടങ്ങൾ ഒരു കാര്യത്തിൽ ഏകാഭിപ്രായമുള്ളതാണെങ്കിൽ അവയുടെ വിശ്വാസ്യത ഗണ്യമായ നിലയിൽ വർദ്ധിക്കുന്നു. വിലയിരുത്തുവാനുള്ള മറ്റു മാർഗ്ഗങ്ങൾ ഒന്നുമില്ലാത്ത അവസരത്തിൽ പരസ്പരം വിയോജിക്കുന്ന രണ്ട് ഉറവിടങ്ങളിൽ

സാമാന്യയുക്തിക്ക് ഏറ്റവും അനുസൃതമായ ഉറവിടം തിരഞ്ഞെടുക്കണം.[2]

ഏറ്റവും മികച്ച പരികല്പന

തെളിവുകളുടെ അടിസ്ഥാനത്തിൽ ചരിത്രകാരൻ എത്തിച്ചേരുന്ന ഒരു അനുമാനം വസ്തുതകളുടെ ഏറ്റവും നല്ല വിശദീകരണമാണോയെന്ന് നിശ്ചയിക്കുന്നതിനുള്ള മാനദണ്ഡങ്ങളും ചരിത്രപഠനമേഖലയിലെ തത്വചിന്തകന്മാർ മുന്നോട്ട് വച്ചിട്ടുണ്ട്. ഈ മാനദണ്ഡങ്ങൾക്ക് സമാനമായ വിശകലന രീതിശാസ്ത്രത്തിലൂടെയാണ് പരിണാമ ശാസ്ത്രം പോലെയുള്ള പഠന മേഖലകളിലും യുക്തിഭദ്രമായ നിർണ്ണയങ്ങളിലേക്ക് എത്തിച്ചേരുന്നത്.[3] ഇതിൽ ഏറ്റവും പ്രശസ്തമായത് ആസ്ട്രേലിയയിലെ മെൽബണിലെ ലാ ട്രോബ് യൂണിവേഴ്സിറ്റിയിൽ നിന്ന് വിരമിച്ച ക്രിസ്റ്റഫർ ബെഹാൻ മാക്ക്കുള്ള മുന്നോട്ടുവെച്ച മാനദണ്ഡങ്ങളാണ്.[4] വ്യത്യസ്ത അനുമാനങ്ങൾക്ക് സാധ്യതയുള്ള തെളിവുകൾ ലഭ്യമാകുമ്പോൾ നാം അവയെ വിലയിരുത്തേണ്ടത് ഇനി പറയുന്ന മാനദണ്ഡങ്ങൾ ഉപയോഗിച്ചാണ്:

1.   നമ്മുക്ക് ലഭ്യമായിട്ടുള്ള വിവരങ്ങളെക്കുറിച്ച് നമ്മൾ നടത്തുന്ന വിവരണപരമായ അല്ലെങ്കിൽ നിരീക്ഷണപരമായ പ്രസ്താവനകളെയാണ് നാം വിശദീകരിക്കുവാൻ ശ്രമിക്കുന്നത് (ഇത്തരം പ്രസ്താവനകളെയാണ് അടിസ്ഥാന വസ്തുതകൾ എന്ന്

---

[2] Howell and Prevenier, *From Reliable Sources*, 60–71. ഉറവിടങ്ങൾ തമ്മിൽ താരതമ്യം ചെയ്യുന്നതിനുള്ള ഈ മാനദണ്ഡങ്ങൾ പത്തൊൻപതാം നൂറ്റാണ്ടിലെ ചരിത്രകാരന്മാരിൽ നിന്ന് എടുത്തിരിക്കുന്നവയാണ് Ernst Bernheim, *Lehrbuch der historischen Methode und der Geschichtsphilosophie: mit Nachweis der wichtigsten Quellen und Hilfsmittel zum Studium der Geschichte* (Leipzig: Duncker u. Humblot, 1889); Charles Victor Langlois and Charles Seignobos, *Introduction aux études historiques* (Paris: Hachette et Cie, 1898).

[3] Kostas Kampourakis, *Understanding Evolution* (Cambridge: Cambridge University Press, 2014), 18.

[4] McCullagh, *Justifying Historical Descriptions*, 19.

പറയുന്നത്). നമ്മുടെ പരിഗണനയിലുള്ള പരികല്പന ഇതിനകം തന്നെ സത്യമെന്ന് അംഗീകരിക്കപ്പെട്ടിട്ടുള്ള ഇതര കാര്യങ്ങളുമായി ചേർന്ന് ഇത്തരം പ്രസ്താവനകളിലേക്ക് പരോക്ഷമായി വിരൽ ചൂണ്ടുന്നതായിരിക്കണം. ഏറ്റവും ലളിതമായി പറഞ്ഞാൽ സംഭവിച്ചുവോ ഇല്ലയോ എന്ന് നാം പരിശോധിക്കുന്ന കാര്യത്തെ സംബന്ധിച്ച് അതുമായി ബന്ധപ്പെട്ട ഉറവിടങ്ങളിൽ കാണുന്ന വിവരണങ്ങളുടെ അസ്തിത്വത്തെ പൊതുവിൽ വിശദീകരിക്കുന്നതായിരിക്കണം നമ്മുടെ പരിഗണനയിലുള്ള പരികല്പന.

2.   നമ്മൾ വിലയിരുത്തുന്ന പരികല്പന അതിനോട് പൊരുത്തപ്പെടാത്ത അതേ വിഷയത്തെപ്പറ്റിയുള്ള ഇതര അനുമാനങ്ങളേക്കാൾ കൂടുതൽ വസ്തുതകളെ വിശദീകരിക്കുന്നതായിരിക്കണം.

3.   നമ്മൾ വിശകലനം ചെയ്യുന്ന പരികല്പന അതിനോട് പൊരുത്തപ്പെടാത്ത അതേ വിഷയത്തെപ്പറ്റിയുള്ള ഇതര പരികല്പനകളേക്കാൾ കൂടുതൽ ശക്തിയോടെ വസ്തുതകളെ (അതായത് നാം വിശദീകരിക്കുവാൻ ശ്രമിക്കുന്ന അടിസ്ഥാന വസ്തുതകളെ) സംഭവ്യതയുള്ളവയാക്കി തീർക്കുന്നതായിരിക്കണം.

4.   നമ്മൾ വിശകലനം ചെയ്യുന്ന പരികല്പന അതിനോട് പൊരുത്തപ്പെടാത്ത അതേ വിഷയത്തെപ്പറ്റിയുള്ള ഇതര അനുമാനങ്ങളേക്കാൾ കൂടുതൽ സത്യമാണെന്ന് ന്യായമായ നിലയിൽ തോന്നിപ്പിക്കുന്നത് ആയിരിക്കണം. അതായത് ഇതിനകം സത്യമെന്ന് അംഗീകരിക്കപ്പെട്ടിട്ടുള്ള കൂടുതൽ എണ്ണം വൈവിധ്യമാർന്ന വസ്തുതകൾ നമ്മുടെ പരിഗണനയിലുള്ള പരികല്പനയിലേക്ക് ഇതര അനുമാനങ്ങളെക്കാൾ കൂടുതൽ ശക്തിയോടെ നമ്മെ നയിക്കുകയും, ആ പരികല്പനയെ നിഷേധിക്കുവാൻ സാധ്യതയുള്ള എന്തെങ്കിലും ഉണ്ടെങ്കിൽ അവ അതിനെ പിന്തുണയ്ക്കുന്നവയേക്കാൾ എണ്ണത്തിൽ കുറവും, മറ്റുള്ള പരികല്പനകളെ നിഷേധിക്കുവാൻ സാധ്യതയുള്ള അംഗീകൃത

വിശ്വാസങ്ങളെക്കാൾ എണ്ണത്തിലും നിഷേധത്തിന്റെ ശക്തിയിലും കുറവുള്ളവയുമായിരിക്കണം.

5.   നമ്മൾ വിശകലനം ചെയ്യുന്ന പരികല്പനയോട് പൊരുത്തപ്പെടാത്ത അതേ വിഷയത്തെപ്പറ്റിയുള്ള ഇതര പരികല്പനകളുമായി താരതമ്യപ്പെടുത്തുമ്പോൾ നിലവിൽ അംഗീകരിക്കപ്പെട്ടിട്ടുള്ള സത്യങ്ങൾ[5] ഒരു പരിധിവരെയെങ്കിലും പിന്തുണയ്ക്കാത്ത വളരെക്കുറച്ച് പുതിയ സങ്കല്പനങ്ങൾ മാത്രമേ ഭൂതകാലത്തെക്കുറിച്ച് നമ്മുടെ പരിഗണനയിലുള്ള അനുമാനത്തിന്റെ ഭാഗമായി ഉണ്ടാകാവൂ.

6.   നമ്മൾ വിശകലനം ചെയ്യുന്ന അനുമാനത്തോട് പൊരുത്തപ്പെടാത്ത അതേ വിഷയത്തെപ്പറ്റിയുള്ള ഇതര അനുമാനങ്ങളുമായി താരതമ്യപ്പെടുത്തുമ്പോൾ നിലവിൽ അംഗീകരിക്കപ്പെട്ടിട്ടുള്ള സത്യങ്ങളിൽ വളരെക്കുറച്ച് മാത്രമേ നമ്മൾ വിശകലനം ചെയ്യുന്ന അനുമാനത്തിന് വിരുദ്ധമായി ഉണ്ടാകുവാൻ പാടുള്ളൂ. അതായത് മറ്റുള്ള പരികല്പനകളുമായി താരതമ്യപ്പെടുത്തുമ്പോൾ നിലവിൽ അംഗീകരിക്കപ്പെട്ടിട്ടുള്ള സത്യങ്ങളിൽ വളരെക്കുറച്ച് മാത്രമേ നമ്മുടെ പരിഗണനയിലുള്ള പരികല്പന തെറ്റാണെന്ന് തെളിയിക്കാവുന്നവയായി ഉണ്ടാകാവൂ.

7.   ഇതര പരികല്പനകളുമായി താരതമ്യപ്പെടുത്തുമ്പോൾ, കൂടുതൽ അന്വേഷണങ്ങൾ നടത്തിയാലുടനെ നമ്മുടെ പരിഗണനയിലുള്ള അനുമാനത്തോട് പൊരുത്തപ്പെടാത്ത അനുമാനങ്ങളിലേതെങ്കിലും മുകളിൽ കൊടുത്തിരിക്കുന്ന 2 മുതൽ 6 വരെയുള്ള മാനദണ്ഡങ്ങൾ

---

[5] ഈ മാനദണ്ഡങ്ങളുടെ ഭാഗമായി 'സത്യങ്ങൾ' എന്ന് ഉപയോഗിച്ചിരിക്കുന്നതിന് പകരമായി 'വിശ്വാസങ്ങൾ' എന്നും ഉപയോഗിക്കാവുന്നതാണ്. പക്ഷെ അതൊന്നും യാതൊരു തരത്തിലും ഒരു മതപരമായ അർത്ഥത്തിലല്ല ഇവിടെ ഉപയോഗിച്ചിരിക്കുന്നത്, മറിച്ച് പൊതുവിൽ സത്യമെന്ന് അംഗീകരിക്കപ്പെട്ടിട്ടുള്ള ബോധ്യങ്ങൾ എന്ന നിലയിലാണ്. ഇത്തരം 'വിശ്വാസങ്ങൾ' ഏറ്റവും കടുത്ത നിരീശ്വരവാദിക്ക് പോലും ഉണ്ട്. ഈ പുസ്തകത്തിൽ പരിഗണിക്കുന്ന വിഷയവുമായി നേരിട്ട് ബന്ധമില്ലാത്ത ഒരു ഉദാഹരണം പറഞ്ഞാൽ 'പ്രപഞ്ചമുണ്ട്' എന്നത് എല്ലാവരും അംഗീകരിക്കുന്ന ഒരു വിശ്വാസവും സത്യവുമാണ്.

പാലിക്കുന്ന കാര്യത്തിൽ നമ്മുടെ പരിഗണനയിലുള്ള പരികല്പനയേക്കാൾ മുൻപന്തിയിലെത്തുവാനുള്ള സാധ്യത വളരെ കുറവാണെന്ന് കരുതാവുന്ന ഒരു നിലവാരത്തിലായിരിക്കണം നമ്മുടെ പരിഗണനയിലുള്ള അനുമാനം ഈ മാനദണ്ഡങ്ങൾ പാലിക്കുന്നത്.

ഈ പുസ്തകത്തിന്റെ അവസാനഭാഗങ്ങളിൽ നാം വിശകലനത്തിനായി പരിഗണിക്കുന്ന വിഷയം മുകളിൽ വിവരിച്ച മാനദണ്ഡങ്ങൾ ഉപയോഗിച്ചായിരിക്കും വിശകലനം ചെയ്യുക. എന്നാൽ ആ വിഷയത്തിലേക്ക് കടക്കുന്നതിനു മുൻപ് ഏറ്റവും പ്രധാനപ്പെട്ട മറ്റൊരു ചോദ്യം പരിഗണിക്കേണ്ടതുണ്ട്. അതായത്, ചരിത്രാന്വേഷണത്തിന്റെ നിയമങ്ങളെ എങ്ങനെയാണ് യേശുവിനെക്കുറിച്ചുള്ള ചരിത്രാന്വേഷണത്തിന്റെ മേഖലയിൽ പ്രവർത്തിക്കുന്ന ഗവേഷകന്മാർ സ്വാംശീകരിച്ചിട്ടുള്ളത്? ഈ ചോദ്യത്തിനുള്ള മറുപടിയിലേക്കാണ് അടുത്ത അധ്യായത്തിൽ നാം കടക്കുന്നത്.

ആധികാരികതയുടെ മാനദണ്ഡങ്ങൾ

ചരിത്രാന്വേഷണത്തിന് പൊതുവിൽ ഉപയോഗപ്പെടുത്തുന്ന മാനദണ്ഡങ്ങളെ യേശുവിനെക്കുറിച്ചുള്ള ചരിത്രപഠനത്തിന്റെ തനത് സവിശേഷതകൾക്ക് അനുസൃതമായ വിധത്തിൽ സ്വാംശീകരിച്ച് രൂപീകരിച്ച ഒരു കൂട്ടം മാനദണ്ഡങ്ങളാണ് സമീപകാലത് ചരിത്രത്തിലെ യേശുവിനെക്കുറിച്ചുള്ള പഠനങ്ങളിൽ ഗവേഷകന്മാർ ഏറ്റവുമധികം ഉപയോഗപ്പെടുത്തിയിട്ടുള്ളത്.[1] സമകാലിക ചരിത്ര ഗവേഷകന്മാരിൽ ഭൂരിഭാഗവും സുവിശേഷങ്ങൾ എന്ന പേരിൽ അറിയപ്പെടുന്ന യേശുവിന്റെ പുരാതന ജീവചരിത്രങ്ങളെ സംശയദൃഷ്ടിയോടെയാണ് സമീപിക്കുന്നത്. അവയിൽ അടങ്ങിയിരിക്കുന്ന യേശുവിനെക്കുറിച്ചുള്ള വിവരണങ്ങൾ ആദിമ സഭയുടെ വിശ്വാസ ബോധ്യങ്ങളുടെ അടിസ്ഥാനത്തിൽ കെട്ടിച്ചമച്ച, ഐതിഹാസികമായ ആഖ്യാനങ്ങളായാണ് അവർ കരുതുന്നത്. എന്നിരുന്നാലും, അവയിലെ വിവരണങ്ങൾ സൂക്ഷ്മ വിശകലനത്തിന് വിധേയമാക്കി യേശുവിന്റെ ചരിത്രപരമായ ആധികാരികതയുള്ള വാക്കുകളെയും പ്രവൃത്തികളെയും സംബന്ധിച്ച കൃത്യമായ വിവരങ്ങൾ വീണ്ടെടുക്കുവാൻ കഴിയുമെന്നും പണ്ഡിതന്മാർ വിശ്വസിക്കുന്നു.[2]

ആധികാരികതയുടെ മാനദണ്ഡങ്ങൾ എന്ന് വിളിക്കപ്പെടുന്ന നിയമങ്ങളുടെ ശ്രദ്ധാപൂർവ്വമായ ഉപയോഗത്തിലൂടെയാണ് അവർ ഈ ലക്ഷ്യം കൈവരിക്കുന്നത്. ചരിത്രപരമായി പൊതുവെ വിശ്വസനീയമായി കണക്കാക്കാത്ത കൃതികളിൽ നിന്നും ചരിത്രപരമായി ആധികാരികമായ വസ്തുതകൾ കണ്ടെത്തുവാൻ ഉപയോഗിക്കാവുന്ന തത്വങ്ങളാണിവ. സുവിശേഷങ്ങളിലെ

---

[1] Chris Keith, *Jesus' Literacy: Scribal Culture and the Teacher from Galilee* (A&C Black, 2011), 29.

[2] R. Joseph Hoffmann, *Sources of the Jesus Tradition: Separating History from Myth* (Prometheus, 2011), 20.

വിവരണങ്ങളെ ഈ മാനദണ്ഡങ്ങളുടെ വെളിച്ചത്തിൽ നിരൂപണപരമായി വിലയിരുത്തി അവയിലെ പല കാര്യങ്ങളും ചരിത്രവസ്തുതകൾ തന്നെയെന്ന് ഉറപ്പിക്കുവാൻ ഈ മാനദണ്ഡങ്ങൾ ചരിത്രകാരന്മാർ ഉപയോഗിക്കുന്നു. ഉറപ്പിക്കുകയെന്ന് പറയുമ്പോൾ സംഭാവ്യത (യഥാർത്ഥത്തിൽ സംഭവിച്ചിരിക്കുവാനുള്ള സാധ്യത) ആണ് അതിന്റെ അളവുകോൽ എന്ന് മനസിലാക്കിയിരിക്കണം.

ഗണിതശാസ്ത്രം പോലെയുള്ള ചില മേഖലകളിൽ മാത്രമേ അനിഷേധ്യമായ നിലയിൽ കാര്യങ്ങൾ സുനിശ്ചിതമായി തെളിയിക്കുവാൻ സാധിക്കുകയുള്ളൂ. മറ്റു പല ശാസ്ത്രമേഖലകളിലും ചരിത്രപഠന മേഖലകളിലുമെല്ലാം നാം സാധ്യതകളുടെ അടിസ്ഥാനത്തിലാണ് നിർണ്ണയങ്ങളിലേക്ക് എത്തിച്ചേരുന്നത്. ഒരു സംഭവത്തെക്കുറിച്ച് പറയുമ്പോൾ മൂന്ന് തരത്തിലുള്ള സാധ്യതകളെക്കുറിച്ചാണ് നാം സംസാരിക്കുന്നത്: യുക്തിപരമായ സാധ്യത, സത്യമായിരിക്കുവാനുള്ള സാധ്യത, സംഭവിച്ചിരിക്കുവാനുള്ള സാധ്യത. ഉദാഹരണമായി കോടതികളിൽ ഒരു കാര്യം സംശയാതീതമായി തെളിയിക്കപ്പെട്ടുവെന്ന് പറയുമ്പോൾ പോലും അവിടെ ലഭ്യമാകുന്നത് സംഭവിച്ചിരിക്കുവാനുള്ള വളരെ ഉയർന്ന ഒരു സാധ്യത മാത്രമാണ്. അതല്ലാതെ 1 + 1 = 2 എന്ന് പറയുന്നതിനുള്ളതിനു തത്തുല്യമായ ഉറപ്പൊന്നും ഒരിക്കലും അത്തരം കാര്യങ്ങൾക്ക് ലഭ്യമാകില്ല.

മറിച്ച്, വ്യത്യസ്ത തെളിവുകൾ ഒരുമിച്ച് ഒന്നിലേക്ക് വിരൽ ചൂണ്ടുമ്പോൾ തെളിവുകളുടെ ഒന്നിച്ചുകൂടലിലൂടെ അല്ലെങ്കിൽ യോജിപ്പിലൂടെ ലഭ്യമാകുന്ന ശക്തമായ ഉറപ്പാണ് ചരിത്രപഠനത്തിൽ ലഭ്യമാകുന്നത്. ശാസ്ത്ര വിഷയങ്ങളുടെ പഠനവുമായി ബന്ധപ്പെട്ട് ഉപയോഗിക്കുന്ന, മാനവികശബ്ദാവലി സംപ്ലംതി[3] എന്ന് വിവർത്തനം ചെയ്തിരിക്കുന്ന പദം കൊണ്ട് വിവക്ഷിക്കുന്നതിന് സമാനമായ ഒരു

---

3   Consilience എന്നതിന്റെ ഔദ്യോഗിക ഭാഷാ വിവർത്തനമാണിത്: മാനവികശബ്ദാവലി (തിരുവനന്തപുരം: കേരള ഭാഷാ ഇൻസ്റ്റിറ്റ്യൂട്ട്, 1970), 2:92.

ഉറപ്പ്.[4] ഈ ഒരു ഉറപ്പിലേക്ക് എത്തിച്ചേരുവാൻ യേശുവിനെക്കുറിച്ച് ചരിത്രപരമായി പഠിക്കുന്നവർ ഉപയോഗിക്കുന്ന പ്രധാന മാനദണ്ഡങ്ങൾ[5] ഇനി പറയുന്നവയാണ്:[6]

1. ഒന്നിലധികം സാക്ഷ്യപ്പെടുത്തലിന്റെ മാനദണ്ഡം

ഇത് ഒരുപക്ഷേ ഏറ്റവും പ്രധാനപ്പെട്ട മാനദണ്ഡമാണ്. ഒന്നിലധികം സ്വതന്ത്ര സ്രോതസ്സുകളിൽ സാക്ഷ്യപ്പെടുത്തുന്ന യേശുവിന്റെ ഒരു വാക്ക് അല്ലെങ്കിൽ പ്രവൃത്തി വളരെ ആധികാരികമാണെന്ന് ഈ മാനദണ്ഡം നിഷ്കർഷിക്കുന്നു. സമവീക്ഷണ സുവിശേഷങ്ങൾക്ക് പിന്നിൽ നാല് സ്വതന്ത്ര സ്രോതസ്സുകളുണ്ടെന്ന സിദ്ധാന്തത്തിന്റെ വെളിച്ചത്തിലാണ് ഈ മാനദണ്ഡം മിക്കപ്പോഴും ഉപയോഗിക്കുന്നത്: മർക്കോസ്, 'ക്യു' (ലൂക്കോസിലും മത്തായിയിലും പൊതുവായുള്ളതും എന്നാൽ മർക്കോസിൽ ഇല്ലാത്തതുമായ ഭാഗങ്ങൾ), 'എൽ' (ലൂക്കോസിൽ മാത്രമുള്ള ഭാഗങ്ങൾ), 'എം' (മത്തായിയിൽ മാത്രമുള്ള ഭാഗങ്ങൾ) എന്നിവ.

യോഹന്നാന്റെ സുവിശേഷത്തിൽ നിന്ന് ലഭ്യമാകുന്ന വിവരങ്ങളുടെ സാക്ഷ്യവും പൗലോസിന്റെ ലേഖനങ്ങളിലെ വിവിധ പരാമർശങ്ങളുടെ സാക്ഷ്യവും ചേർക്കുമ്പോൾ ഒന്നിലധികം സാക്ഷ്യപ്പെടുത്തലിന്റെ മാനദണ്ഡം പ്രയോഗിക്കുന്നതിന് ആറ് ഉറവിടങ്ങളുണ്ട്. (ഈ മാനദണ്ഡത്തിന്റെ ഉപയോഗം സമവീക്ഷണ

---

[4] Richard Creath, Jane Maienschein, and Michael Ruse, *Biology and Epistemology* (Cambridge University Press, 2000), 92.

[5] Stephen J. Patterson, *The God of Jesus: The Historical Jesus and the Search for Meaning* (A&C Black, 1998), 267–69; Geert Van Oyen, "How Do We Know (What There Is To Know)?: Criteria for Historical Jesus Research," *LS* 26.3 (2001): 245–67; Tom Holmén, "Authenticity Criteria," in *The Routledge Encyclopedia of the Historical Jesus*, ed. Craig A. Evans (Routledge, 2014), 43–54.

[6] Lambiasi, *L'autenticità storica dei Vangeli*. യേശുവുമായി ബന്ധപ്പെട്ട ചരിത്ര ഗവേഷണത്തിൽ ഉപയോഗിക്കുന്ന മാനദണ്ഡങ്ങളുടെ പൂർണ്ണമായ വിശകലനം ഇന്നും ഈ ഗ്രന്ഥം തന്നെയാണ്. ഇതിൽ ഒന്നൊന്നായും ഒരുമിച്ചും ഈ മാനദണ്ഡങ്ങളുടെ ശക്തിയും ബലഹീനതകളും വളരെ ശ്രദ്ധയോടെയും സമഗ്രതയോടെയും വായനക്കാർക്ക് ബോധ്യമാകുന്ന രീതിയിൽ വിശദീകരിച്ചിട്ടുണ്ട്.

സുവിശേഷങ്ങളെ സംബന്ധിച്ച നാല് ഉറവിട[7] സിദ്ധാന്തത്തെ ആശ്രയിച്ചിരിണമെന്നില്ല; എന്നാൽ ഒറ്റപ്പെട്ട ചില വ്യത്യസ്ത ശബ്ദങ്ങൾ ഒഴിച്ച് നിർത്തിയാൽ നിരൂപണപരമായി ഈ വിഷയത്തിൽ ഗവേഷണം നടത്തുന്നവരുടെ ഇടയിൽ ഏതാണ്ട് ഒരു ഏകാഭിപ്രായം ആ സിദ്ധാന്തത്തിന്റെ കാര്യത്തിലുള്ളതിനാൽ പൊതുവിൽ അതിനെ അടിസ്ഥാനപ്പെടുത്തിയാണ് ഈ മാനദണ്ഡം ഉപയോഗിക്കാറുള്ളത്). ഇതു കൂടാതെ ചില സന്ദർഭങ്ങളിൽ തോമസിന്റെ സുവിശേഷം, പത്രോസിന്റെ സുവിശേഷം, യഹൂദാ ചരിത്രകാരനായ ജോസീഫസിന്റെ രചനകൾ, റോമൻ ചരിത്രകാരനായ ടാസിറ്റസിന്റെ രചന എന്നിവയും ഈ മാനദണ്ഡത്തിൽ ഉറവിടങ്ങളായി പരിഗണിക്കാറുണ്ട്.

2. ആദ്യകാല സാക്ഷ്യത്തിന്റെ മാനദണ്ഡം

ഒരു പ്രസ്താവനയെയോ സംഭവത്തെയോ കുറിച്ചുള്ള വിവരണം അത് സംഭവിച്ചിരിക്കുവാൻ സാധ്യതയുള്ള കാലഘട്ടത്തിനോട് എത്രയും അടുത്ത കാലത്തു നിന്നുള്ളതാണോ അത്രയും അതിന്റെ ചരിത്രപരമായ വിശ്വാസ്യത വർദ്ധിക്കുന്നു. കാലം മുന്നോട്ടുപോകുന്നതിനനുസരിച്ച് അതിശയോക്തിയും ഐതിഹ്യവും തെറ്റായ അവകാശവാദങ്ങളും ആഖ്യാനങ്ങളിൽ കടന്നുകൂടുവാനുള്ള സാധ്യത കൂടുതലാണ്. നൂറുകണക്കിന് വർഷങ്ങൾക്ക് ശേഷം എഴുതിവെക്കപ്പെട്ടിരിക്കുന്ന ഒരു കാര്യം അത് ഏതെങ്കിലും പുരാതന ഉറവിടത്തിന്റെ അടിസ്ഥാനത്തിലുള്ളതാണെന്ന് തെളിയിക്കുവാൻ സാധിക്കാത്തിടത്തോളം ചരിത്രപരമായ തെളിവായി

---

[7] മുകളിൽ വിശദീകരിച്ചിരിക്കുന്ന നാല് ഉറവിടങ്ങളെ സംബന്ധിച്ച വിശകലനങ്ങൾക്കും തെളിവുകൾക്കുമായി പരിശോധികുക: Robert H. Stein, *The Synoptic Problem: An Introduction* (Grand Rapids, Mich: Baker Pub Group, 1987): Scot McKnight, "Source Criticism," in *New Testament Criticism and Interpretation*, ed. David Alan Black and David S. Dockery (Grand Rapids, Mich: Zondervan, 1991), 137–72; Andreas J. Köstenberger, L. Scott Kellum, and Charles L. Quarles, *The Cradle, the Cross, and the Crown: An Introduction to the New Testament*, 7.2.2009 edition. (Nashville, Tenn: B&H Academic, 2009), 158–75.

പരിഗണിക്കുവാൻ സാധിക്കില്ല. എന്നാൽ ഒരു കാര്യം സംഭവിച്ചതിന് ഏറ്റവുമടുത്ത കാലഘട്ടത്തിൽ നിന്നുള്ള വൃത്താന്തം ഒരു ആധികാരികമായ സ്മരണയാകുവാൻ സാധ്യത താരതമ്യേനെ കൂടുതലാണ്.

ഒരു സംഭവവിവരണം നേരത്തെയുള്ളതാണെങ്കിൽ, ഐതിഹ്യത്തിനും മോടിപിടിപ്പിക്കലിനും മറവിക്കും കൂട്ടിച്ചേർക്കലുകൾക്കും അതിലേക്ക് കടന്നുകൂടുവാനുള്ള സമയം വളരെ കുറവാണ്. പ്രത്യേകിച്ചും, ആദ്യ തലമുറയിൽ നിന്നുള്ള വിവരങ്ങൾക്ക്. അതായത് സംഭവത്തിന്റെ കേന്ദ്രബിന്ദുവായ വ്യക്തിയെ അറിയാവുന്ന അല്ലെങ്കിൽ പ്രസ്തുത സംഭവം തങ്ങളുടെ വ്യക്തിപരമായ അനുഭവങ്ങളുടെ ഭാഗമായ ചിലരുടെയെങ്കിലും ജീവിതകാലത്ത് എഴുതിയ വിവരങ്ങൾക്ക് തുടർന്നുള്ള തലമുറകളിൽ നിന്നുള്ള ഉറവിടങ്ങളേക്കാൾ ആധികാരികതയുണ്ട്, അതിനാൽ ചരിത്രകാരന്മാർ ഒരു സംഭവത്തിന്റെ ജീവനുള്ള സ്മരണകളെ അടിസ്ഥാനമാക്കിയുള്ള വിവരണങ്ങൾക്കായിരിക്കും കൂടുതൽ വിശ്വാസ്യത കല്പിച്ച് നൽകുക.

3. ഒന്നിലധികം സാഹിത്യരൂപങ്ങളുടെ മാനദണ്ഡം

ഒരേ പുസ്തകത്തിൽ തന്നെ ഒന്നിലധികം സാഹിത്യരൂപങ്ങൾ ഉൾച്ചേർന്നിരിക്കുന്ന രീതിയിലാണ് യേശുവിനെക്കുറിച്ചുള്ള ആദിമ സ്രോതസുകൾ വിരചിതമായിരിക്കുന്നത്. ഈ മാനദണ്ഡമനുസരിച്ച് അത്ഭുത കഥകൾ, ചൊല്ലുകൾ, ഉപമകൾ, പ്രഖ്യാപനങ്ങൾ എന്നിങ്ങനെ വിവിധ സാഹിത്യ രൂപങ്ങളിൽ ഒരേ ആശയമോ വീക്ഷണമോ കാണുകയാണെങ്കിൽ അത് ചരിത്രത്തിലെ യേശുവിൽ നിന്ന് തന്നെ ആരംഭംകുറിച്ചതായിരിക്കുവാനാണ് കൂടുതൽ സാധ്യത. പ്രസ്തുത ആശയം ഈ വ്യത്യസ്ത സാഹിത്യ രൂപങ്ങൾക്ക് മുൻപേ നിലവിലുണ്ടായിരുന്നു എന്നതാണ് ഇതിനു പിന്നിലെ യുക്തി.

വ്യത്യസ്ത സാഹിത്യ രൂപങ്ങളിൽ ദൃശ്യമാകുന്ന രീതിയിൽ ഒരു ആശയം നിലവിലുണ്ടായിരുന്നുവെങ്കിൽ അത് പല വർഷങ്ങൾക്ക് ശേഷം ആരെങ്കിലും കെട്ടിച്ചമച്ച് വ്യത്യസ്ത സാഹിത്യ രൂപങ്ങളിലാക്കി

പ്രചരിപ്പിച്ചതായിരിക്കാം എന്നതിനേക്കാൾ കൂടുതൽ സ്വാഭാവിക സാധ്യത യേശുവിൽ നിന്ന് തന്നെ ഉത്ഭവിച്ചത് ആയിരിക്കാമെന്നതിനാണ്. പ്രത്യേകിച്ചും ആദിമ സഭയിലെ വൈജാത്യങ്ങളും അതിന്റെ വികേന്ദ്രീകൃതമായ രീതിയിലുള്ള വ്യാപനവും കണക്കിലെടുക്കുമ്പോൾ.

4. അസാമ്യതയുടെ മാനദണ്ഡം

ഈ മാനദണ്ഡമനുസരിച്ച്, ഒന്നാം നൂറ്റാണ്ടിലെ യെഹൂദമതത്തിൽ നിന്നും യേശുവിനു ശേഷമുള്ള സഭയിൽ നിന്നും വ്യത്യസ്തമാണ് യേശുവിന്റെ ഒരു പ്രസ്താവനയോ സംഭവമോ എങ്കിൽ അത് ചരിത്രപരമായി ആധികാരികമാണ്. യേശു നിശ്ചയമായും തന്റെ കാലഘട്ടത്താലും മത സാംസ്കാരിക ചിന്തകളാലും സ്വാധീനിക്കപ്പെട്ട വ്യക്തിയായിരിക്കാം. അതിനാൽ ഈ മാനദണ്ഡം പാലിക്കാത്തതൊന്നും ആധികാരികമല്ലായെന്ന് വരുന്നില്ല. എന്നാൽ ഏതെങ്കിലുമൊരു കാര്യത്തെ ചൂണ്ടിക്കാട്ടി, ഏറ്റവും കുറഞ്ഞത് ഇത്രയെങ്കിലും ചരിത്രപരത നിരൂപണപരമായി ഉറപ്പിക്കുവാൻ പറ്റുന്ന കാര്യമാണിതെന്ന് നിർണ്ണയിക്കുവാൻ ഈ മാനദണ്ഡം ഉപയോഗിക്കുവാൻ സാധിക്കും.

തന്റെ ചിന്തകളും ബോധ്യങ്ങളും രൂപപ്പെടുന്നതിൽ പങ്കുവഹിച്ച കാലഘട്ടത്തിലെ ആശയങ്ങളിൽ നിന്നും തന്റെ ജീവിതത്തിന്റെ അനന്തരഫലമെന്ന നിലയിൽ വന്ന സഭയിൽ നിന്നും പൂർണ്ണമായും യേശു വ്യത്യസ്തനായിരുന്നുവെന്ന് ചിന്തിക്കുന്നത് വളരെ സങ്കുചിതമായ ഒരു സമീപനമായിരിക്കുമെന്ന കാരണത്താൽ ചില പണ്ഡിതന്മാർ ഈ നിയമത്തെ പരിഷ്കരിച്ചിട്ടുണ്ട്. ഇതനുസരിച്ച് ഒരു വിവരണത്തിന് യെഹൂദമതത്തിൽ നിന്നും ആദ്യകാല ക്രിസ്തുമതത്തിൽ നിന്നും വ്യതിരിക്തമായ ഘടകങ്ങൾ ഉണ്ടായിരിക്കെ തന്നെ അവയ്ക്കിടയിൽ ഒരു പാലം രൂപപ്പെടുത്തുന്ന ഒന്നായി അത് കാണപ്പെടുന്നുവെങ്കിൽ, അത് ആധികാരികമായിരിക്കുവാൻ വളരെ സാധ്യതയുണ്ട്. ഇതിനെ ഒന്നുകിൽ 'ഇരട്ട സാമ്യത / അസാമ്യത' അല്ലെങ്കിൽ 'അവിച്ഛിന്ന സമീപനം' എന്ന് വിളിക്കുന്നു. നമ്മൾ ഒരു ആശയത്തിൽ നിന്ന്

തുടങ്ങി മറ്റൊന്നിൽ എത്തിച്ചേരുമ്പോൾ അവയ്ക്കിടയിൽ നിൽക്കുന്ന ചില ആശയങ്ങളുണ്ടാകും. ഈ മധ്യമ സ്ഥാനമാണ് തനിക്ക് മുൻപുള്ളതിനും തനിക്കു ശേഷം വന്നതിനുമിടയിൽ യേശു വഹിക്കുന്നതെന്നതാണ് ഈ മാനദണ്ഡത്തിനു പിന്നിലെ യുക്തി.

5. വല്ലായ്മയുടെ മാനദണ്ഡം

യേശുവിന്റെ ഒരു വാക്ക് അല്ലെങ്കിൽ പ്രവൃത്തി, അല്ലെങ്കിൽ സുവിശേഷങ്ങളിലെ മറ്റ് വിവരണങ്ങൾ, എഴുത്തുകാരന്റെയോ ആദിമ സഭയുടെയോ കാഴ്ചപ്പാടിൽ നിന്ന് നോക്കുമ്പോൾ അസുഖകരമോ ലജ്ജാകരമോ ആണെന്ന് തെളിയിക്കപ്പെട്ടാൽ അത് ചരിത്രപരമായി ആധികാരികമായിരിക്കും. തങ്ങളുടെ സ്വന്തം താൽപര്യങ്ങളെ ഹനിക്കുന്നതും തങ്ങളുടെ സമൂഹത്തിന് തന്നെ വിഷമകരവുമായ ഒരു കാര്യം മറ്റുള്ളവരെ തങ്ങളുടെ നിലപാടിലേക്ക് ആകർഷിക്കുവാനും ബോധ്യപ്പെടുത്തുവാനും ശ്രമിക്കുന്നവർ കൃത്രിമമായി സൃഷ്ടിക്കുവാൻ സാധ്യത വളരെ കുറവാണ്.

6. പലസ്തീനിലെ പരിതഃസ്ഥിതിയുടെ മാനദണ്ഡം

യേശുവിന്റെ കാലത്തെ പാലസ്തീനിലെ സവിശേഷമായ സാംസ്കാരികമോ സാമൂഹികമോ ആയ പശ്ചാത്തലത്തെ പ്രതിഫലിപ്പിക്കുന്ന യേശുവിന്റെ പ്രസ്താവനയോ പ്രവൃത്തിയോ, അതിൽ നിന്നും വ്യത്യസ്തമായി, പാലസ്തീനിലെ പശ്ചാത്തലത്തിനുമപ്പുറം ഒന്നിലധികം സാംസ്കാരിക സാമൂഹിക പശ്ചാത്തലങ്ങളെ പ്രതിഫലിപ്പിക്കുന്ന കാര്യങ്ങളെക്കാളും, അതുപോലെ തന്നെ, പാലസ്തീനിലെ പശ്ചാത്തലത്തെ വ്യക്തമായി പ്രതിഫലിപ്പിക്കാത്ത കാര്യങ്ങളെക്കാളും, കൂടുതൽ ആധികാരികമായിരിക്കുവാനാണ് സാധ്യതയെന്നതാണ് ഈ മാനദണ്ഡം. പാലസ്തീനിന് പുറത്തുള്ളവരുടെ ഇടയിൽ പ്രചരിച്ചിരുന്ന വിവരണങ്ങളടക്കം ഉൾക്കൊള്ളിച്ച് പാലസ്തീൻ പുറത്തു വെച്ച് റോമൻ-ഗ്രീക്ക് സംസ്കാരങ്ങൾക്കുള്ളിൽ ജീവിച്ചിരുന്നവർക്ക് വേണ്ടി ഗ്രീക്ക് ഭാഷയിലും അതിന്റെ രചനാ സമ്പ്രദായങ്ങളിലും അറിവുള്ളവർ എഴുതിയവയാണ് യേശുവിന്റെ ജീവചരിത്രങ്ങൾ

എന്ന വസ്തുതയുടെ പശ്ചാത്തലത്തിലാണ് ഈ മാനദണ്ഡം പ്രസക്തമാകുന്നത്.

7. അരമായ ഭാഷയുടെ അടയാളങ്ങളുടെ മാനദണ്ഡം

അരമായ മൂലത്തെ പ്രതിഫലിപ്പിക്കുന്ന കാര്യങ്ങൾ ചരിത്രപരമായ ആധികാരികതയിലേക്കാണ് വിരൽ ചൂണ്ടുന്നതെന്ന് പറയുവാൻ സാധിക്കും. ഗലീലിയയിൽ നിന്നുള്ള വ്യക്തിയെന്ന നിലയിൽ യേശുവിന് ഗ്രീക്ക് അറിയാമായിരുന്നിരിക്കുവാനും സംസാരിച്ചിരിക്കുവാനും വളരെ സാധ്യതയുണ്ടെങ്കിലും തന്റെ പ്രാഥമിക ഭാഷയായി അരമായയായിരുന്നിരിക്കാം യേശു ഉപയോഗിച്ചിരുന്നത് എന്നതാണ് ഇവിടുത്തെ യുക്തി. അരമായ ശൈലികളുടെയും പദങ്ങളുടെയും സാന്നിധ്യമുണ്ടോ? ഗ്രീക്കിൽ നിന്ന് അരമായയിലേക്ക് തിരിച്ച് വിവർത്തനം ചെയ്യുമ്പോൾ അത് ഗ്രീക്കിലേതിനേക്കാൾ വ്യക്തവും അർത്ഥവത്തും ആകുന്നുണ്ടോ? എന്നിങ്ങനെയുള്ള വിവിധ കാര്യങ്ങളാണ് പ്രധാനമായും ഇതുമായി ബന്ധപ്പെട്ട് പരിശോധിക്കപ്പെടുന്നത്. യേശുവിന്റെ നാല് ജീവചരിത്രങ്ങളും ഗ്രീക്കിലാണ് എഴുതപ്പെട്ടത്. അതിനാൽ, ഗ്രീക്ക് ആധിപത്യം പുലർത്തുന്ന ഒരു പാരമ്പര്യത്തിനുള്ളിൽ അരമായ ഭാഷയുടെ അടയാളങ്ങൾ കണ്ടെത്തിയാൽ, അത് വിവർത്തനം ചെയ്യപ്പെട്ടതായിരിക്കാമെന്നതിന്റെയും അത് ചരിത്രത്തിലെ യേശുവിൽ നിന്ന് തന്നെ വന്നതായിരിക്കാമെന്നതിന്റെയും സാധ്യത വളരെയധികം വർദ്ധിക്കുന്നു.

8. അന്തർലീനമായ അവ്യക്തതയുടെ മാനദണ്ഡം

യേശു ആരാണെന്നോ അദ്ദേഹം എന്താണ് ചെയ്യതെന്നോ ആദിമ സഭ വ്യക്തമായി പറയുമായിരുന്നുവെന്ന് ഈ നിയമം വാദിക്കുന്നു, അതിനാൽ സഭ യേശുവിന്റേതെന്ന നിലയിൽ ഒരു പ്രസ്താവനയോ യേശുവിന്റെ ജീവിതത്തിൽ നടന്നതെന്ന നിലയിൽ ഒരു സംഭവമോ കൃത്രിമമായി ചമച്ചാൽ അത് അവർ ഉദ്ദേശിക്കുന്നതും സഭ വിശ്വസിച്ചിരുന്നതുമായ ആശയ അർത്ഥ വ്യക്തതയോടെയാകും അവർ ചെയ്യുക. അതിനാൽ ഒരു പ്രസ്താവനയ്ക്കോ സംഭവത്തിനോ അതിന്റെ അർത്ഥത്തിൽ അന്തർലീനമായ അവ്യക്തതയുണ്ടെങ്കിൽ,

അത് സഭ സങ്കല്പിച്ചുണ്ടാക്കിയതായിരിക്കുവാനുള്ള സാധ്യത കുറവാണ്.

മറ്റൊരു വിധത്തിൽ പറഞ്ഞാൽ, യേശുവിനെക്കുറിച്ചുള്ള പ്രഖ്യാപനങ്ങളിൽ അവ്യക്തതയേക്കാൾ വ്യക്തതയുണ്ടാക്കുവാനാണ് സഭ ശ്രമിക്കുവാൻ സാധ്യത. യേശു ആരാണെന്ന് വ്യക്തമായി പ്രഖ്യാപിക്കുവാൻ ആദിമ സഭയാണ് ഏതെങ്കിലും സംഭവം സൃഷ്ടിച്ചതെന്ന് ഒരാൾ വാദിച്ചാൽ, അതിലൂടെ സഭ മുന്നോട്ടുവെക്കുന്ന അവകാശവാദം അവ്യക്തമായിരിക്കില്ല വ്യക്തമായിരിക്കുമെന്നാണ് നാം പ്രതീക്ഷിക്കേണ്ടത്. അതിനാൽ അവ്യക്തത ആധികാരികതയിലേക്ക് വിരൽ ചൂണ്ടുന്നു.

9. ചരിത്രപരവും സാംസ്കാരികവുമായി സത്യമായിരിക്കുവാനുള്ള സാധ്യതയുടെ മാനദണ്ഡം

ഒന്നാം നൂറ്റാണ്ടിന്റെ ആദ്യഭാഗത്തെ 'രണ്ടാം ദേവാലയ യഹൂദാ' പശ്ചാത്തലത്തോട് ചേർന്ന് പോകുന്നതും അപ്പോൾ തന്നെ ആദിമ സഭയിൽ കാണുന്ന പ്രധാന പ്രവണതകളുമായി പൂർണ്ണമായും യോജിക്കാത്ത നിലയിൽ ഒരു സ്വാധീനം ആദിമ സഭയിൽ കാണിക്കുന്നതുമായ കാര്യങ്ങൾ ചരിത്രപരമായി ആധികാരികമെന്ന് വിലയിരുത്താവുന്നവയാണെന്നതാണ് ഈ മാനദണ്ഡം. മുകളിൽ നമ്മൾ അസാമ്യതയുടെ നിയമം വിവരിച്ചപ്പോൾ പരിഗണിച്ച അവിച്ഛിന്ന സമീപനത്തിൽ നിന്ന് അല്പം വ്യത്യസ്തമാണെങ്കിലും അതിനു പിന്നിലെ യുക്തിയോട് യോജിച്ചു പോകുന്നതാണ് ഈ മാനദണ്ഡം.

10. യോജിപ്പിന്റെ മാനദണ്ഡം

യേശുവിനെക്കുറിച്ചുള്ള ആദിമ ജീവചരിത്ര രചനകളിൽ രേഖപ്പെടുത്തിയിരിക്കുന്ന എല്ലാ വാക്കുകളും പ്രവൃത്തികളും മേൽപ്പറഞ്ഞ മാനദണ്ഡങ്ങൾ പാലിക്കുന്നവയല്ല. ഈ നിലയിൽ നേരിട്ട് മാനദണ്ഡങ്ങൾ പാലിക്കാത്തവയിൽ പലതും തന്നെ ഉള്ളടക്കത്തിലോ പ്രമേയത്തിലോ മാനദണ്ഡങ്ങൾ പാലിക്കുന്നതിന്റെ അടിസ്ഥാനത്തിൽ ആധികാരികമെന്ന് വിലയിരുത്തപ്പെട്ടവയുമായി

ഗണ്യമായ നിലയിൽ യോജിച്ചുപോകുന്നവയാണ്. അതിനാൽ നേരിട്ട് മാനദണ്ഡങ്ങൾ പാലിക്കാത്ത അത്തരം വാക്കുകളും കൂടി അവയ്ക്ക് ആധികാരകമായവയുമായുള്ള യോജിപ്പിന്റെ അടിസ്ഥാനത്തിൽ ചരിത്രപരമായി ആധികാരികമായി കണക്കാക്കാവുന്നതാണ്. ഇതാണ് യോജിപ്പിന്റെ മാനദണ്ഡം.

11. സാമൂഹ്യ സ്മരണയുടെ സമീപനം

സുവിശേഷങ്ങളിൽ യേശുവിന്റെ പ്രസ്താവനകളെക്കുറിച്ചും യേശുവുമായി ബന്ധപ്പെട്ട സംഭവങ്ങളെക്കുറിച്ചുമുള്ള വ്യത്യസ്ത സ്മരണകളിലേക്ക് എങ്ങനെ ക്രിസ്ത്യാനികൾ എത്തിച്ചേർന്നുവെന്ന്, ആദിമ ക്രിസ്തീയ സമൂഹത്തിൽ ഓർമ്മകൾ രൂപപ്പെട്ടു വരുകയും കൈമാറ്റം ചെയ്യപ്പെടുകയും ചെയ്തിരുന്ന പശ്ചാത്തലത്തിന്റെ പ്രത്യേകതകളെയും ബന്ധപ്പെട്ട കാര്യകാരണങ്ങളെയും വിലയിരുത്തി, നിർണ്ണയിക്കുകയെന്നതാണ് ഈ സമീപനത്തിൽ ആദ്യം ചെയ്യുന്നത്. അതിന്റെ അടിസ്ഥാനത്തിൽ ഈ വ്യത്യസ്ത രീതികളിൽ യേശുവിന്റെ ജീവചരിത്രം രേഖപ്പെടുത്തിയവർ യേശുവിനെ സ്മരിക്കുന്നതിന് നിദാനമായി യേശുവിന്റെ ജീവിതത്തിൽ സംഭവിച്ചിരിക്കുവാൻ (അല്ലെങ്കിൽ സംഭവിച്ചിട്ടില്ലാതിരിക്കുവാൻ) സാധ്യതയുള്ളത് എന്തായിരിക്കാമെന്ന നിഗമനത്തിലെത്തിച്ചേരുകയും സുവിശേഷങ്ങളിലെ ഏതെങ്കിലും വിവരണങ്ങൾ അതിനോട് ചേർന്നു പോകുന്നവയാണെങ്കിൽ അവയെ ആ നിലയിൽ കൂടുതൽ ചരിത്രപരമായി കണക്കാക്കുകയും ചെയ്യാമെന്നതാണ് ഈ സമീപനം.

12. ആവർത്തിച്ചുള്ള സാക്ഷ്യപ്പെടുത്തലിന്റെ മാനദണ്ഡം

ഇത് മുകളിൽ വിവരിച്ചിരിക്കുന്ന ഒന്നാമത്തെ മാനദണ്ഡത്തിൽ നിന്ന് വ്യത്യസ്തമായി ഏതെങ്കിലും പ്രത്യേക സംഭവത്തിന്റെയോ പ്രസ്താവനയുടെയോ സ്വതന്ത്ര ഉറവിടങ്ങളിൽ നിന്നുള്ള ഒന്നിലധികം സാക്ഷ്യങ്ങളെയല്ല, മറിച്ച്, ഏതെങ്കിലും ഒരു ആശയമോ പ്രമേയമോ നമ്മുടെ പ്രാഥമിക ഉറവിടങ്ങളിൽ (അവ സ്വതന്ത്രമാണെങ്കിലും അല്ലെങ്കിലും) നിരവധി തവണ ആവർത്തിച്ചിട്ടുണ്ടോ എന്നാണ്

അന്വേഷിക്കുന്നത്. നമ്മുടെ ഓർമ്മകൾ കൂടുതൽ ഛിന്നഭിന്നമാവുകയും മങ്ങുകയും ചെയ്യുമ്പോൾ, എന്തെങ്കിലും അവശേഷിക്കുമെങ്കിൽ, അത് സംഭവങ്ങളുടെ സത്തയോ "സാരാംശമോ" മാത്രം നിലനിർത്താനുള്ള ഒരു പ്രവണതയായിരിക്കും. മുൻകാല അനുഭവങ്ങളുടെ "സാരാംശം" പരാമർശിക്കുന്ന കാര്യത്തിലാണ് സ്മരണ ഏറ്റവും വിശ്വസനീയമാകുന്നത്.

ഓർമ്മയുടെ ഏറ്റവും മികച്ച പ്രവർത്തനം പലപ്പോഴും നിർദ്ദിഷ്ട വിശദാംശങ്ങളേക്കാൾ സംഭവങ്ങൾ നമ്മുടെ മനസ്സിൽ മുദ്ര പതിപ്പിച്ചിട്ടുള്ള വിശാലമായ അർത്ഥത്തിലുള്ള ഏകദേശ ധാരണകൾ ആവർത്തിക്കുവാൻ നമ്മെ സഹായിക്കുന്ന കാര്യത്തിലാണ്. ആവർത്തിച്ചുള്ള സാക്ഷ്യപ്പെടുത്തൽ ഏതെങ്കിലും പ്രത്യേക പ്രസ്താവനയെയോ സംഭവങ്ങളെയോ "ആധികാരികമാക്കുന്നില്ല", അതായത് ഏതെങ്കിലും പ്രത്യേക സംഭവത്തെ സാങ്കൽപ്പിക സംഭവമെന്നോ ആധികാരിക സംഭവമെന്നോ വേർതിരിക്കാൻ ഇത് ശ്രമിക്കുന്നില്ല. മറിച്ച്, നമ്മുക്ക് ലഭ്യമായ ഉറവിടങ്ങളിൽ ഒരു വിഷയമോ പ്രമേയമോ പ്രത്യേക തരത്തിലുള്ള കഥകളോ വീണ്ടും വീണ്ടും പ്രത്യക്ഷപ്പെടുകയാണെങ്കിൽ, നമ്മുടെ പ്രാഥമിക സ്രോതസ്സുകൾ സൃഷ്ടിക്കുന്ന പൊതുവായ ധാരണകളെ ചരിത്രകാരന് വിശ്വസിക്കാം എന്നതാണ് ഈ മാനദണ്ഡം കൊണ്ട് ഉദ്ദേശിക്കുന്നത്.[8]

ഒരു പ്രമേയത്തിന്റെ കൂടുതൽ വ്യാപനം സൂചിപ്പിക്കുന്നത് ഈ ആശയം പാരമ്പര്യങ്ങളിൽ വളരെ നേരത്തെയും നിരവധി പേരിലൂടെയും എത്തുകയും വ്യാപകമായി അംഗീകരിക്കപ്പെടുകയും ആദിമ സമയങ്ങളിൽ തന്നെ പ്രാധാന്യമുള്ളതായി

---

[8] Dale C Allison, *Constructing Jesus: Memory, Imagination, and History* (Grand Rapids, Mich.: Baker Academic, 2010), 19—20.; ഈ മാനദണ്ഡത്തിനു പിന്നിലെ യുക്തി പ്രധാനമായും ഓർമ്മയെക്കുറിച്ചുള്ള ആധുനിക മനഃശാസ്ത്ര പഠനങ്ങളെ അധികരിച്ചുള്ളതാണ്. ഈ മാനദണ്ഡം ഉപയോഗപ്പെടുത്തിയുള്ള പഠനങ്ങൾ സമീപകാലത്ത് പ്രസിദ്ധീകരിക്കപ്പെട്ടിട്ടുണ്ട്. ഉദാഹരണമായി Barber, *The Historical Jesus and the Temple*, 31.

അനുഭവവേദ്യമാവുകയും ചെയ്യു എന്നാണ്. നമ്മുടെ സ്രോതസ്സുകൾ സങ്കീർണ്ണമായ രീതിയിൽ ഉയർന്ന ആവൃത്തിയിൽ പല തരത്തിൽ ഒരു കാര്യത്തിൽ ഒത്തുചേരുമ്പോൾ, ഭൂതകാലം അതിനെക്കുറിച്ച് പറയാൻ കഴിയുന്നതും പറയാൻ കഴിയാത്തതുമായ കാര്യങ്ങളിൽ ചില നിയന്ത്രണങ്ങൾ ഏർപ്പെടുത്തിയിരുന്നുവെന്ന് ഇത് സൂചിപ്പിക്കുന്നു. അത് പൊതുവിലുള്ള ചരിത്രപരമായി വിശ്വസനീയമായ ഓർമ്മകളിലേക്ക് എത്തിച്ചേരുവാൻ ചരിത്രകാരനെ സഹായിക്കുന്നു.

ചരിത്രപഠന രീതിശാസ്ത്രത്തിന്റെ ഭാഗമായ ഇത്തരം പല മാനദണ്ഡങ്ങളുടെ[9] അടിസ്ഥാനത്തിൽ എത്തിച്ചേരുന്ന നിർണ്ണയങ്ങളെ വിവരണ രൂപത്തിൽ അവതരിപ്പിക്കുന്നതിനെയാണ് ചരിത്രരചന എന്ന് പറയുന്നത്. ഇതേ പേരുകളിൽ തന്നെയോ ആധികാരികതയുടെ മാനദണ്ഡങ്ങൾ എന്ന് പരാമർശിച്ചുകൊണ്ടോ അല്ലാതെയോ പൊതുവിൽ ചരിത്ര ഗവേഷകന്മാർ ചരിത്രാന്വേഷണത്തിന് ഉപയോഗിക്കുന്ന അളവുകോലുകൾ തന്നെയാണ് ഈ ആധികാരികതയുടെ മാനദണ്ഡങ്ങൾ.[10]

ഈ ചരിത്രാന്വേഷണ നിയമങ്ങളെ യേശുവിനെക്കുറിച്ചുള്ള ചരിത്രപഠനത്തിന് പുറത്ത് പ്രവർത്തിക്കുന്ന ചരിത്രകാരന്മാർ മുന്നോട്ടുവെച്ചിട്ടുള്ള മാനദണ്ഡങ്ങളുമായി താരതമ്യപ്പെടുത്തിയാൽ ഇത് മനസിലാക്കുവാൻ സാധിക്കും. അതിനാൽ തന്നെ, ചരിത്രഗവേഷണത്തിൽ ഇവ ഒഴിച്ചുകൂടാനാവാത്തവയാണ്. എന്നാൽ ഈ നിയമങ്ങളൊന്നും യാതൊരു തരത്തിലുമുള്ള

---

[9] Darrell L. Bock and Robert L. Webb, *Key Events in the Life of the Historical Jesus: A Collaborative Exploration of Context and Coherence* (Tübingen: Mohr Siebeck, 2009), 61–72. ഈ മാനദണ്ഡങ്ങളുടെ താരതമ്യേന സന്തുലിതവും സംക്ഷിതവുമായ ഒരു വിവരണം ഇതിൽ നൽകിയിട്ടുണ്ട്.

[10] Louis Reichenthal Gottschalk, "The Historian and the Historical Document," in *The Use of Personal Documents in History, Anthropology, and Sociology*, ed. Louis Gottschalk, Clyde Kluckhohn, and Robert Angell, First Edition. (New York: Social Science Research Council, 1945), 45; Gilbert J Garraghan and Jean Delanglez, *A Guide to Historical Method* (New York: Fordham University Press, 1946), 282–92, 304.

പരിമിതികളും ഇല്ലാത്തവയോ ഇവ ഉപയോഗിച്ച് എത്തിച്ചേരുന്ന കണ്ടെത്തലുകൾ എല്ലാവരും ഒരുപോലെ അംഗീകരിക്കുമെന്ന് ഉറപ്പിക്കപ്പെട്ടവയോ അല്ല. പരീക്ഷണശാലകളിൽ തെളിയിക്കപ്പെടുന്ന ആധുനിക ശാസ്ത്രത്തിന്റെ കണ്ടെത്തലുകളെപ്പോലും ശാസ്ത്രേതരമായ മത-സാമൂഹ്യ-രാഷ്ട്രീയ പ്രത്യയശാസ്ത്രങ്ങളുടെ പേരിൽ സംശയിക്കുകയും നിരാകരിക്കുകയും ചെയ്യുന്ന ഒരു ലോകത്ത് ഏത് ചരിത്ര നിർണ്ണയത്തിനും വിമർശകരും അനുകൂലികളുമുണ്ടാകും. എന്നാൽ ആധികാരികമായ ചരിത്രാന്വേഷണത്തിന് താല്പര്യപ്പെടുന്ന ഒരു ചരിത്രകാരന് ഈ മാനദണ്ഡങ്ങൾ വഴികാട്ടികളാണ്.

എന്താണ് ചരിത്രപരമായി ആധികാരികമായ പാരമ്പര്യം?

എന്നാൽ ആധികാരികത എന്നതുകൊണ്ട് ഒരു ചരിത്രകാരൻ എന്താണ് ഉദ്ദേശിക്കുന്നതെന്ന് മനസിലാക്കിയിരിക്കേണ്ടത് വളരെ അത്യാവശ്യമാണ്. ഇവ ഉപയോഗിച്ച്, ഭൂതകാലത്തെക്കുറിച്ച്, ഓർമ്മകളിലൂടെ വ്യാഖ്യാനിക്കപ്പെടാത്ത വസ്തുതകൾ കണ്ടെത്താമെന്നല്ല; മറിച്ച്, ആധികാരികമായ ഒരു പാരമ്പര്യമെന്നതുകൊണ്ട് ഭാവനാപരതയെക്കാൾ പ്രത്യക്ഷബോധത്തിൽ അടിസ്ഥാനമുള്ള ഒന്ന് എന്ന് മാത്രമാണ് ഉദ്ദേശിക്കുന്നത്.

സാമൂഹ്യ ഓർമ്മകൾ അല്ലെങ്കിൽ സാംസ്കാരിക സ്മരണകൾ അവ വസിക്കുന്ന ഓരോ പുതിയ സാമൂഹിക ചട്ടക്കൂടുകൾക്കുമുള്ളിലാണ് സാധാരണയായി പുനർരൂപകൽപ്പന ചെയ്യപ്പെടാറുള്ളത്. പാരമ്പര്യത്തിലെ ഇത്തരം വ്യതിയാനങ്ങൾ പലപ്പോഴും സൂക്ഷ്മവും അദൃശ്യവുമായിരിക്കും. ആത്മകഥാപരമായ ഓർമ്മകൾ ഉൾപ്പെടെയുള്ള എല്ലാ ആശയവിനിമയ ഓർമ്മകളുടെ കാര്യത്തിലും ഇത് സത്യമാണ്. ഓർമ്മകൾ എപ്പോഴും ഒഴുകിക്കൊണ്ടിരിക്കുന്നതിനാൽ, ഒരു സ്മരണയും ശുദ്ധവും മാറ്റമില്ലാത്തതും അല്ലെങ്കിൽ വ്യാഖ്യാനിക്കപ്പെടാത്തതുമായ ഭൂതകാലത്തെ പ്രതിനിധീകരിക്കുന്നില്ല. വാസ്തവത്തിൽ ഒരു പാരമ്പര്യം എത്രത്തോളം കൂടുതൽ പ്രധാനപ്പെട്ടതും

സ്വത്വരൂപീകരണത്തിൽ പ്രസക്തമായതുമാണോ, വർത്തമാന കാലത്തിന് അർത്ഥം പകരുവാൻ വേണ്ടി അത് അത്രത്തോളം വ്യാഖ്യാനിക്കപ്പെടും. അപ്പോൾ തന്നെ, അടുത്ത അധ്യായത്തിൽ നാം പരിഗണിക്കുന്ന, പാരമ്പര്യ കൈമാറ്റത്തിന്റെ നിയന്ത്രണ ഘടകങ്ങളുമായുള്ള ഒരു സംഘർഷത്താൽ ഒരു പാരമ്പര്യം എത്രത്തോളം പ്രശസ്തമാണോ അത്രത്തോളം അതിന് സംഭവിക്കാവുന്ന വ്യതിയാനങ്ങൾ പരിമിതപ്പെട്ടതുമായിരിക്കും.

അതേസമയം തന്നെ ഭൂതകാലവുമായുള്ള തുടർച്ചയെക്കുറിച്ചുള്ള ബോധ്യങ്ങളും പരമപ്രധാനമാണ്. പ്രത്യേകിച്ചും ആശയവിനിമയ ഓർമ്മകളെ സംബന്ധിച്ചിടത്തോളം. കാരണം സ്വത്വരൂപീകരണത്തിന്റെ ഭൂതകാല ഘട്ടങ്ങളുമായുള്ള തുടർച്ചയെക്കുറിച്ചുള്ള ഒരു അവബോധം സമൂഹങ്ങൾക്കില്ലെങ്കിൽ, അവയ്ക്ക്, തങ്ങളുടെ ഓർമ്മകൾ, തങ്ങൾക്ക് മനസിലാക്കുവാൻ കഴിയുന്ന നിലയിൽ ആവിഷ്കരിക്കുവാൻ പ്രയാസമായിരിക്കും. ഈ നിലയിൽ മനസിലാക്കുമ്പോൾ ഭൂതകാലവുമായുള്ള തുടർച്ചയെക്കുറിച്ചുള്ള ധാരണകളും സ്വത്വം ഉയർത്തിപ്പിടിക്കുന്നതിന് പ്രധാനമായിരിക്കും.

അതിനാൽ, അനുസ്മരണക്കാരും (കൂട്ടായ സ്വത്വങ്ങളെ ശക്തിപ്പെടുത്തുന്നതിന് സാമൂഹിക ഓർമ്മകൾ രൂപപ്പെടുത്തുന്നവർ) ഓർമ്മപ്പെടുത്തപ്പെടുന്ന കൂട്ടായ്മകളും (സാമൂഹിക ഓർമ്മകൾ സ്വീകരിക്കുകയും പൊരുത്തപ്പെടുത്തുകയും ചെയ്യുന്നവർ) ഇനിപ്പറയുന്ന ചോദ്യത്തിനുള്ള ഒരു ഉത്തരം അനുമാനിക്കുന്നുണ്ട്: ഈ പാരമ്പര്യം പ്രത്യക്ഷബോധത്തിൽ അടിസ്ഥാനപ്പെട്ട ഒരു കാര്യം കൈമാറ്റം ചെയ്യുവാൻ ഉദ്ദേശിച്ചുള്ളതാണോ, അതോ ഭാവനാപരതയിൽ അടിസ്ഥാനപ്പെട്ട ഒരു കാര്യം കൈമാറ്റം ചെയ്യുവാൻ ഉദ്ദേശിച്ചുള്ളതാണോ? സാങ്കേതിക സംജ്ഞകൾ ഒഴിവാക്കിയാൽ ലളിതമായ ഭാഷയിലേക്ക്, ഈ ചോദ്യം ഇങ്ങനെ പരിഭാഷപ്പെടുത്താം: ഇത് ഒരു യഥാർത്ഥ കഥയാണോ, അതോ കേവലം കെട്ടിച്ചമച്ചതാണോ?

നിശ്ചയമായും, പുറത്ത് നിന്ന് സ്വീകരിക്കപ്പെട്ട ഓർമ്മകളും, മൊത്തത്തിൽ സങ്കൽപ്പസൃഷ്ടിയായി വരുന്ന ഓർമ്മകളും തമ്മിൽ ഒന്ന് മറ്റൊന്നിലേക്ക് കടന്നു ചെല്ലുന്ന നിലയിൽ ഒരു പരസ്പര വ്യാപനമുണ്ട്. എന്നാൽ അനുസ്മരണക്കാരും അവരുടെ പ്രേക്ഷകരും മുകളിൽപ്പറഞ്ഞ ചോദ്യത്തിന് ഒരു ഉത്തരം അനുമാനിക്കുന്നതിനാൽ ആ ഉത്തരം കണ്ടെത്തുവാൻ ചരിത്രകാരനും പരിശ്രമിക്കണം. പരസ്പരം സങ്കീർണ്ണമായ ബന്ധത്തിലായിരിക്കുന്ന പ്രത്യക്ഷബോധവും ഭാവനാപരതയും തമ്മിൽ കിറുകൃത്യമായ ഒരു വിഭജന രേഖയില്ലാത്തതിനാൽ 'ആധികാരിക'വും 'ആധികാരികമല്ലാത്തതുമായ' പാരമ്പര്യങ്ങൾ തമ്മിലുള്ള വ്യത്യാസം ഒരേസമയം യാഥാർത്ഥവും മങ്ങിയതുമായിരിക്കും. സൃഷ്ടിപരതയിൽ അടിസ്ഥാനപ്പെട്ട ആധികാരികമല്ലാത്ത പാരമ്പര്യങ്ങളും, എപ്പോഴും, ഒരു പരിധിവരെ ഓർമ്മിക്കപ്പെടുന്നതും സ്മരിക്കപ്പെടുന്നതുമായി പ്രത്യക്ഷബോധത്തിൽ അധിഷ്ഠിതമായ പാരമ്പര്യങ്ങളിൽ നിന്ന് കൂടി ചിലത് കൈക്കൊണ്ടിട്ടുള്ളവയായിരിക്കും.

അതേപോലെ തന്നെ ഏറ്റവും വിശ്വസനീയമെന്ന് സ്ഥാപിക്കപ്പെടുന്ന 'ആധികാരിക' പാരമ്പര്യം പോലും ഓർമയുടെയും അനുസ്മരണത്തിന്റെയും ഒരേസമയം സൂക്ഷിച്ചുവെക്കുന്നതും (നിലനിർത്തുന്ന സ്വഭാവമുള്ളതും) സൃഷ്ടിച്ചെടുക്കുന്നതുമായ (നിർമ്മിച്ചെടുകക്കുന്ന സ്വഭാവമുള്ളതുമായ) സ്ഫടികങ്ങളിലൂടെ അപവർത്തനം ചെയ്യപ്പെട്ടവയായിരിക്കും. മറ്റൊരു വിധത്തിൽ പറഞ്ഞാൽ, ആധികാരികവും ആധികാരികമല്ലാത്തതും തമ്മിലുള്ള വ്യത്യാസം ഒന്നിന്റെ ഏറ്റക്കുറച്ചിലുകളെ അടിസ്ഥാനപ്പെടുത്തിയുള്ളതാണ്. ഏതിന്റെ? ചരിത്രകാരന്റെ പരിഗണനയിലിരിക്കുന്ന പാരമ്പര്യത്തിന്റെ അടിസ്ഥാനം കൂടുതലായി പ്രത്യക്ഷബോധത്തിൽ അഥവാ ഇന്ദ്രിയജ്ഞാനത്തിൽ നിന്നുളവായ അവബോധത്തിലാണോ ഉള്ളത് അതോ ഭാവനാപരതയിലാണോ ഉള്ളത് എന്നതിന്റെ.

മറ്റൊരു രീതിയിൽ പറഞ്ഞാൽ ആധികാരിക പാരമ്പര്യത്തിന്റെ പ്രാഥമിക അടിസ്ഥാനം പ്രത്യക്ഷബോധത്തിൽ അഥവാ

ഇന്ദ്രിയജ്ഞാനത്തിൽ നിന്നുളവായ അവബോധത്തിലാണുള്ളത്. ആധികാരികതയുടെ ഈ നിർവചനം തീർച്ചയായും അവ്യക്തമാണ്, എന്നാൽ അത് മനഃപൂർവ്വമാണ്. ചരിത്രാന്വേഷണത്തിന്റെ ഈ സ്വഭാവം അംഗീകരിക്കപ്പെടുന്നിടത്തോളം, അതായത് ചരിത്രപരമായ പുനർനിർമ്മിതിയും ചരിത്രപരമായ ഭൂതകാലവും തമ്മിൽ ആശയക്കുഴപ്പത്തിലാകുന്നത് ഒഴിവാക്കുന്നിടത്തോളം, ഒരു പാരമ്പര്യത്തിന് പ്രത്യക്ഷബോധത്തിലാണോ ഭാവനാപരതയിലാണോ പ്രാഥമിക അടിത്തറയുള്ളതെന്ന് വിലയിരുത്തുന്നതിനായി ആധികാരികതയുടെ മാനദണ്ഡങ്ങൾ നിശ്ചയമായും ഫലപ്രദമായി ഉപയോഗിക്കുവാൻ സാധിക്കും. എല്ലായിപ്പോഴും ഉയർന്ന സംഭവ്യതയോടെ നമ്മുടെ നിർണ്ണയങ്ങളിൽ നമുക്ക് ദൃഢവിശ്വാസം പുലർത്തുവാൻ സാധിക്കുമെന്നല്ല ഇതുകൊണ്ട് ഉദ്ദേശിക്കുന്നത്. മറിച്ച് ഏറ്റവും കുറഞ്ഞപക്ഷം നമ്മുടെ നിർണ്ണയങ്ങളിൽ അവയുടെ നിഷേധത്തെക്കാൾ കൂടുതൽ ദൃഢവിശ്വാസം നമ്മുക്ക് കൈക്കൊള്ളാമെന്നു മാത്രമാണ് വ്യക്തമാക്കുവാൻ ആഗ്രഹിക്കുന്നത്.

ചരിത്രപരതയുടെ മാനദണ്ഡങ്ങൾ ഏത് ഉറവിടങ്ങളുടെ മേലും ഉപയോഗിച്ച് ചരിത്രവസ്തുതകൾ കണ്ടെത്തുവാൻ സാധികുമോയെന്ന ചോദ്യം ഇത്തരുണത്തിൽ വളരെ പ്രസക്തമാണ്. ഒന്നാമതായി ഈ മാനദണ്ഡങ്ങൾ രൂപീകരിച്ചിരിക്കുന്നത് തന്നെ ഉറവിടങ്ങൾ സമഗ്രമായി വിശ്വാസയോഗ്യമല്ലായെന്ന ബോധ്യത്തിന്റെ അടിസ്ഥാനത്തിലാണ്. അതിനാൽ തന്നെ ആധികാരികതയുടെ മാനദണ്ഡങ്ങൾ ഉപയോഗിക്കുവാൻ വേണ്ടി നമ്മുടെ പരിഗണനയിലുള്ള ഉറവിടം പൊതുവിൽ വിശ്വാസയോഗ്യമായ ഒരു ഉറവിടമായിരിക്കേണ്ടതില്ല. അപ്പോൾ തന്നെ ചരിത്രപരമായ എന്തെങ്കിലും ഉണ്ടായിരിക്കുമെന്ന് ചിന്തിക്കുവാൻ വ്യക്തമായ കാരണങ്ങളില്ലാത്തതും ഈ മാനദണ്ഡങ്ങൾക്ക് പിന്നിലുള്ള ധാരണകളുമായി ചേർന്ന് പോകാത്തതുമായ രചനകളിൽ നിന്ന് ചരിത്ര വസ്തുതകൾ

കണ്ടെത്തുന്നതിനുവേണ്ടി ഈ മാനദണ്ഡങ്ങൾ ഉപയോഗിക്കുവാൻ സാധിക്കില്ല.

ഈ മാനദണ്ഡങ്ങളുടെ ഉപയോഗത്തിലൂടെ എത്തിച്ചേരുന്ന ചരിത്ര നിർണ്ണയങ്ങളുടെ ആധികാരികത ഉറവിടത്തിന്റെയും വിശകലനത്തിന്റെ വിശദാംശങ്ങളുടെയും ഇതര പ്രത്യേകതകളെയും കൂടി ആശ്രയിച്ചിരിക്കുന്നു.[11] അതിലേക്കാണ് ഇനി നാം കടക്കുന്നത്. എന്നാൽ ഈ കാര്യങ്ങൾ കൂടുതൽ വ്യക്തമാക്കുവാൻ ഏതെങ്കിലും ഒരു പ്രത്യേക വിഷയം നാം പരിഗണിച്ചേ മതിയാവുകയുള്ളൂ. അമൂർത്തമായ ആശയങ്ങളുടെ തലത്തിൽ നിന്ന് ഒരു ഉദാഹരണത്തിലേക്കാണ് നാം പോകുന്നത്. ക്രിസ്തീയവിശ്വാസത്തിന്റെ ആണിക്കല്ലായ യേശുവിന്റെ ഉയിർത്തെഴുന്നേല്പാണ് നാം ചരിത്ര വിശകലനത്തിനായി പരിഗണിക്കുന്നത്. എന്നാൽ ചരിത്രാന്വേഷണത്തിന്റെ വിശദാംശങ്ങളിലേക്ക് കടക്കുന്നതിനു മുൻപ് നമ്മുടെ ഉറവിടങ്ങളുടെ ചരിത്രപരമായ വിശ്വാസ്യത വിലയിരുത്തേണ്ടതുണ്ട്. അതിലേക്കാണ് അടുത്ത അധ്യായത്തിൽ നാം കടക്കുന്നത്.

---

[11] Tom Holmén, *Jesus and Jewish Covenant Thinking* (BRILL, 2001) note 125.

ഭാഗം III. ചരിത്രാന്വേഷണത്തിന്റെ അടിസ്ഥാനങ്ങൾ

പാഠപരമായ വിശ്വാസ്യതയും രചനാകാലഘട്ടവും

സുവിശേഷങ്ങളുടെ ചരിത്രപരതയുടെ നിരാകരണം ഭൂരിഭാഗവും ഉണ്ടായത് ഇവ ദൈവശാസ്ത്രപരമായ ലക്ഷ്യത്തിനായി എഴുതിയ രേഖകളാണെന്ന തിരിച്ചറിവിൽ നിന്നാണ്. പ്രത്യേകിച്ച് വില്യം വ്രെഡിന്റെ കൃതികൾ മുതൽ, രചയിതാക്കളുടെയും അവരുടെ സമൂഹങ്ങളുടെയും കാഴ്ചപ്പാടുകൾ പ്രോത്സാഹിപ്പിക്കുന്നതിന് ഉദ്ദേശിച്ചുള്ള പ്രഥമവും പ്രധാനവുമായി ദൈവവിജ്ഞാനീയ കൃതികളായി സുവിശേഷങ്ങൾ വീക്ഷിക്കപ്പെട്ടു [...] സുവിശേഷങ്ങൾ ആദിമ സഭാ സമൂഹങ്ങളുടെ ആവശ്യങ്ങളുടെയും ആശങ്കകളുടെയും പശ്ചാത്തലത്തിൽ ഉയർന്നുവന്ന് ആ ആവശ്യങ്ങൾ അഭിസംബോധന ചെയ്ത് എഴുതിയതാണെങ്കിലും, യേശു മിശിഹായെക്കുറിച്ചുള്ള സുവാർത്ത ചരിത്രത്തിൽ അടിയുറച്ചതാണെന്ന് എഴുത്തുകാർ വിശ്വസിച്ചു. സുവിശേഷ രചയിതാക്കൾ യേശുവിനോട് അഭിനിവേശം ഉള്ളവരായിരുന്നുവെന്നും തുല്യമായ അഭിനിവേശം അവന്റെ വാക്കുകളും പ്രവൃത്തികളും കൃത്യമായി സംരക്ഷിക്കുന്നതിലും കൈമാറുന്നതിലുമുണ്ടായിരുന്നുവെന്നും തെളിവുകൾ സൂചിപ്പിക്കുന്നു.

മാർക്ക് എൽ. സ്ട്രോസ്[1]

ഒരു ചരിത്രപരമായ അന്വേഷണത്തിന് പ്രാഥമികമായി ആവശ്യമുള്ള ഘടകം നാം അന്വേഷിക്കുന്ന വിഷയത്തെക്കുറിച്ച് പരാമർശിക്കുന്ന പുരാതനമായ ഉറവിടങ്ങളാണ്. പ്രാചീന സംഭവങ്ങളെക്കുറിച്ചുള്ള ചരിത്രപരമായ പഠനങ്ങൾക്ക് പ്രധാനമായും രണ്ടു തരത്തിലുള്ള ഉറവിടങ്ങളാണ് പ്രയോജനപ്പെടുന്നത്. രചനകളും പുരാവസ്തു

---

[1] Mark L. Strauss, *Four Portraits, One Jesus, 2nd Edition: A Survey of Jesus and the Gospels* (Zondervan Academic, 2020), 401.

തെളിവുകളും. സ്വാഭാവികമായും ചരിത്രം രേഖപ്പെടുത്തുകയെന്ന ലക്ഷ്യത്തോടെ രചിച്ചിരിക്കുന്ന രചനകളാണ് ഏറ്റവും പ്രയോജനകരമായത്. മറ്റൊരു രീതിയിൽ പറഞ്ഞാൽ ഐതിഹ്യ കഥകൾക്കും കവിതകൾക്കും നോവലുകൾക്കുമെല്ലാം അവ രചിക്കപ്പെട്ട കാലഘട്ടത്തെക്കുറിച്ചുള്ള പല വിവരങ്ങളും നമ്മുക്ക് കൈമാറുവാൻ സാധിക്കുമെങ്കിലും അവയിലെ കഥകൾ ചരിത്രപരമാണെന്ന ഒരു അവകാശവാദം അവയ്ക്കില്ലായെന്ന് അവയുടെ രചനാ ശൈലിയിൽ നിന്ന് തന്നെ വ്യക്തമാണെന്നതിനാൽ അത്തരം രചനകൾ ഒരു ചരിത്ര സംഭവത്തെക്കുറിച്ചുള്ള പഠനത്തിന് പ്രധാന ഉറവിടമായി എടുക്കുകയെന്നത് പ്രായോഗികമായ കാര്യമല്ല. എന്നാൽ യേശുവിന്റെ ഉയിർത്തെഴുന്നേല്പിനെക്കുറിച്ചുള്ള ഒരു ചരിത്രപരമായ അന്വേഷണത്തിന് ഉപയോഗിക്കുന്ന പുരാതന പുസ്തകങ്ങളെ സംബന്ധിച്ചിടത്തോളം അവ ചരിത്രപരമായ വസ്തുതകൾ രേഖപ്പെടുത്തുകയെന്ന ലക്ഷ്യത്തോടെ രചിച്ചവയാണെന്ന ഒരു അവകാശവാദം പരോക്ഷമായി അവയുടെ രചനാ ശൈലിയിൽ നിന്നും, നേരിട്ട് അവയിലെ പ്രസ്താവനകളിലും കാണുവാൻ സാധിക്കും.

യേശുവിന്റെ ഉയിർത്തെഴുന്നേല്പ് ഒരു ചരിത്ര സംഭവമാണോ അല്ലയോ എന്ന അന്വേഷണത്തിൽ പ്രയോജനപ്പെടുത്താവുന്ന അനുബന്ധമായ ചില പുരാവസ്തു തെളിവുകളുണ്ട്.[2] എങ്കിലും

---

[2] ഒന്നാം നൂറ്റാണ്ടിലെ പാലസ്തീനിലെ ശവസംസ്കാര പ്രക്രിയയുമായി ബന്ധപ്പെട്ട തെളിവുകൾ, ജെറുസലേമിലെ തിരുക്കല്ലറ ദേവാലയവുമായി ബന്ധപ്പെട്ട ഏറ്റവും പുതിയ പുരാവസ്തു ഗവേഷണങ്ങൾ, ടൂറിനിലെ ശവക്കച്ചയുമായി ബന്ധപ്പെട്ട ഏറ്റവും പുതിയ പഠനങ്ങൾ തുടങ്ങിയവയാണ് പ്രധാനമായും ഞാൻ ഉദ്ദേശിക്കുന്നത്. ശവസംസ്കാര രീതികളെക്കുറിച്ച് കൂടുതൽ അറിയുവാൻ: Craig A. Evans, "The Family Buried Together Stays Together: On The Burial Of The Executed In Family Tombs," in *The World of Jesus and the Early Church: Identity and Interpretation in Early Communities of Faith* (Hendrickson Publishers, 2011), 87–96; ടൂറിനിലെ ശവക്കച്ചയുമായി ബന്ധപ്പെട്ട കാര്യങ്ങളെക്കുറിച്ച് അറിയുവാൻ: Barrie M. Schwortz, "The History and Current State of Modern Shroud Research,"

അവയുടെ സാധ്യതകളെയും മൂല്യത്തെയും സംബന്ധിച്ചുള്ള വിശകലനങ്ങളേക്കാൾ ഇതുമായി ബന്ധപ്പെട്ട പുരാതന രചനകളിൽ നിന്ന് തന്നെ എന്തെങ്കിലും വസ്തുതകൾ ലഭ്യമാണോയെന്ന പരിശോധനയ്ക്കാണ് ഈ അധ്യായത്തിൽ ഞാൻ ഊന്നൽ നൽകിയിരിക്കുന്നത്.

ഒന്നാം നൂറ്റാണ്ടിൽ എഴുതപ്പെടുകയും പിന്നീട് നാലാം നൂറ്റാണ്ടിൽ രൂപീകരിക്കപ്പെട്ട സമ്പൂർണ്ണ ബൈബിളിലെ പുതിയനിയമത്തിന്റെ ഭാഗമായി തീരുകയും ചെയ്ത രണ്ട് കത്തുകളും മൂന്ന് ജീവചരിത്രങ്ങളും ഗ്രന്ഥങ്ങളും[3] ജീവചരിത്രത്തിന്റെയും നാടകകൃതിയുടെയും ശൈലികൾ കോർത്തിണക്കി രചിച്ച ഒരു

---

in *Raised on the Third Day: Defending the Historicity of the Resurrection of Jesus,* ed. W. David Beck and Michael R. Licona (Bellingham, WA: Lexham Press, 2020), 201–24; ജെറുസലേമിലെ തിരുക്കല്ലറ ദേവാലയവുമായി ബന്ധപ്പെട്ട കാര്യങ്ങൾക്കായി: Jeremiah J. Johnston and Gary Habermas, "The Most Significant Place in Christianity," in *Body of Proof: The 7 Best Reasons to Believe in the Resurrection of Jesus –and Why It Matters Today* (Minneapolis, Minnesota: Bethany House Publishers, 2023), 131–38.

[3] Richard A. Burridge, *What Are the Gospels?: A Comparison with Graeco-Roman Biography* (Wm. B. Eerdmans Publishing, 2004). സുവിശേഷങ്ങളുടെ രചനാ ശൈലി ഗ്രീക്ക്-റോമൻ ജീവച്ചരിത്രങ്ങളുടേതിന് തുല്യമാണെന്നതിനുള്ള ഏറ്റവും ശക്തമായ തെളിവുകൾ വിശദീകരിച്ചിരിക്കുന്ന ഒരു ഗ്രന്ഥമാണിത്.

പുസ്തകവും[4] ഒരു ചരിത്ര പുസ്തകവുമാണ്[5] യേശുവിന്റെ ഉയിർത്തെഴുന്നേല്പിനെക്കുറിച്ചുള്ള അന്വേഷണത്തിൽ പ്രധാന ഉറവിടങ്ങളായി ഞാൻ ഉപയോഗിക്കുന്നത്. ഈ പുസ്തകങ്ങളുടെ വിശദാംശങ്ങളിലേക്ക് കടക്കുന്നതിനു മുൻപ് ഈ പുസ്തകങ്ങൾ എല്ലാം ഉൾപ്പെട്ട പുതിയനിയമത്തിന്റെ പാഠത്തെക്കുറിച്ച് ചില കാര്യങ്ങൾ വിശദീകരിക്കുവാൻ ആഗ്രഹിക്കുന്നു.

ആദ്യ രചയിതാക്കൾ എഴുതിയതു തന്നെയാണോ നാം ഇന്ന് വായിക്കുന്നത്?

പുതിയനിയമത്തിന്റെ ഏകദേശം 5300-ൽ അധികം[6] ഗ്രീക്ക് കയ്യെഴുത്തുപ്രതികളും ആയിരക്കണക്കിന്[7] സുറിയാനി, ലത്തീൻ, കോപ്റ്റിക്ക്, എത്യോപ്യൻ, അർമേനിയൻ, ഗോത്തിക്ക്, ജോർജ്ജിയൻ, സ്ലാവിക് ഭാഷകളിലുള്ള വിവർത്തനങ്ങളുടെ കയ്യെഴുത്തുപ്രതികളും നമ്മുക്ക് ഇന്ന് ലഭ്യമാണ്. പുതിയനിയമ കയ്യെഴുത്തു പ്രതികൾ തമ്മിൽ പരസ്പരം വ്യത്യാസങ്ങളുണ്ട്. ആകെ ഏകദേശം 500,000 — ൽ അധികം[8] അക്ഷരപ്പിശകുകളല്ലാത്ത

---

[4] Harold W. Attridge, "The Gospel of John: Genre Matters?" in Kasper Bro Larsen, *The Gospel of John as Genre Mosaic* (Vandenhoeck & Ruprecht, 2015), 27—46. യോഹന്നാന്റെ സുവിശേഷത്തിന്റെ അടിസ്ഥാന രചനാശൈലി ജീവചരിത്രമാണെങ്കിലും അതിൽ തന്നെ നാടകത്തിന്റെ ശൈലിയിലേക്ക് മന:പൂർവ്വമായ ഒരു തിരിവുണ്ടെന്ന വാദം ഇതിൽ വ്യക്തമാക്കിയിട്ടുണ്ട്. ആദിമ സഭാ പിതാക്കന്മാരുടെ കാലം മുതൽ തന്നെ യോഹന്നാന്റെ സുവിശേഷത്തിലെ ശൈലിയിലെ വ്യത്യാസം ശ്രദ്ധിക്കപ്പെട്ടിരുന്നു. ഏകദേശം എ. ഡി. 215-ൽ അന്തരിച്ച അലക്സാണ്ട്രിയയിലെ ക്ലെമന്റ് ഈ സമവീക്ഷണ സുവിശേഷങ്ങളുമായി താരതമ്യപ്പെടുത്തി ഈ സുവിശേഷത്തെ "ആത്മീയ സുവിശേഷമെന്ന്" വിശേഷിപ്പിച്ചിട്ടുണ്ട് (യൂസീബിയസ്, സഭാ ചരിത്രം 6.14.4-7).

[5] Craig S. Keener, *Acts: An Exegetical Commentary : Volume 1: Introduction and 1:1-247* (Baker Books, 2012), 90—115. അപ്പൊസ്തല പ്രവർത്തികളുടെ രചനാശലിയെ സംബന്ധിച്ച ഏറ്റവും നല്ല ഒരു പഠനമാണ് ഡോ. ക്രെയിഗ് കീനറിന്റെ പ്രശസ്തമായ ഈ വ്യാഖ്യാന ഗ്രന്ഥത്തിലെ ഈ ഭാഗം.

[6] Elijah Hixson and Peter J. Gurry, *Myths and Mistakes in New Testament Textual Criticism* (InterVarsity Press, 2019), 62.

[7] Hixson and Gurry, *Myths and Mistakes in New Testament Textual Criticism*, 303.

[8] Hixson and Gurry, *Myths and Mistakes in New Testament Textual Criticism*, 194.

വ്യത്യാസങ്ങൾ. എന്നാൽ ഇവയിൽ കേവലം ഒരു ശതമാനത്തിൽ താഴെ മാത്രമേ സാധ്യമായതും അർത്ഥവത്തായതുമായ വ്യതിയാനങ്ങൾ ഉള്ളൂ.

അതിൽ തന്നെ ജർമ്മൻ ബൈബിൾ സൊസൈറ്റി പ്രസിദ്ധീകരിച്ച ഗ്രീക്ക് ന്യൂ ടെസ്റ്റമെന്റ് (1993, നാലാം പതിപ്പ്) അനുസരിച്ച് വിവർത്തനത്തെയോ വ്യാഖ്യാനത്തെയോ വ്യക്തമായി ബാധിക്കുന്ന ഏകദേശം 1431 വ്യത്യാസങ്ങളാണുള്ളത്.[9] അവയിൽ ഏകദേശം 1055 ഭാഗങ്ങളിൽ ആദിമ പദം എന്തായിരുന്നുവെന്ന് ഏതാണ്ട് ഉറപ്പോടെ തന്നെ പദനിരൂപണ പഠനത്തിലൂടെ കണ്ടെത്തിയിട്ടുണ്ട്. ഏകദേശം 1,38,162 പദങ്ങളുള്ള പുതിയനിയമത്തിൽ കേവലം 376 ഇടങ്ങളിൽ മാത്രമാണ് നിലവിൽ ലഭ്യമായ വ്യതിയാനപദങ്ങളിൽ ഏതാണ് ഒന്നാം നൂറ്റാണ്ടിലെ എഴുത്തുകാരനിൽ നിന്നുത്ഭവിച്ചതെന്ന് കണ്ടെത്തുന്നതിൽ പ്രയാസമുള്ളതെന്നാണ് ഈ പതിപ്പിൽ വ്യക്തമാക്കിയിരിക്കുന്നത്. നിരീശ്വരവാദത്തിലേക്ക് ചായ്‌വുള്ള അജ്ഞേയവാദിയെന്നു സ്വയം വിശേഷിപ്പിക്കുന്ന പദനിരൂപണ പഠന വിദഗ്ദനും ക്രിസ്തീയ വിശ്വാസത്തിന്റെ കടുത്ത വിമർശകനുമായ ബാർട്ട് എർമാൻ പുതിയനിയമത്തിന്റെ വിശ്വാസ്യതയെ വിമർശിച്ചെഴുതിയ മിസ്ക്വോട്ടിങ്ങ് ജീസസ് എന്ന പുസ്തകത്തിന്റെ പേപ്പർബാക്ക് പതിപ്പിന്റെ അനുബന്ധത്തിൽ, തന്റെ അധ്യാപകനായിരുന്ന ബ്രൂസ് മെറ്റ്സ്ഗറിന്റെ നിലപാടിനെക്കുറിച്ചുള്ള ചോദ്യത്തിന് മറുപടിയായി, പറയുന്നത് ഇപ്രകാരമാണ് "മിസ്ക്വോട്ടിംഗ് ജീസസിൽ ഞാൻ വാദിക്കുന്ന നിലപാട് പുതിയനിയമത്തിന്റെ കയ്യെഴുത്തുപ്രതി പാരമ്പര്യത്തിലുള്ള പദവ്യതിയാനങ്ങൾ അടിസ്ഥാന ക്രിസ്തീയ വിശ്വാസങ്ങളെ ബാധിക്കുന്നില്ല എന്ന പ്രൊഫസർ മെറ്റ്സ്ഗെറിന്റെ നിലപാടിന് വിരുദ്ധമല്ല".[10]

---

[9] Kent D. Clarke, "Textual Certainty in the United Bible Societies' 'Greek New Testament,'" *NovT* 44.2 (2002): 116.

[10] Bart D. Ehrman, *Misquoting Jesus: The Story Behind Who Changed the Bible and Why* (HarperCollins, 2005), 252.

നമ്മൾ ഇവിടെ ചർച്ച ചെയ്യുന്ന ഉയിർത്തെഴുന്നേല്പ് അടിസ്ഥാന ക്രിസ്തീയവിശ്വാസത്തിന്റെ ഭാഗമാണ്. അതിന്റെ പാഠപരമായ അടിസ്ഥാനം ഉറപ്പുള്ളതാണ്. മാത്രവുമല്ല ഓരോ വർഷവും പുതിയ പുതിയ കയ്യെഴുത്തുപ്രതികൾ പ്രസിദ്ധീകരിക്കപ്പെട്ടുകൊണ്ടിരിക്കുകയാണ്. 2023 ഓഗസ്റ്റ് 31ന് പ്രസിദ്ധീകരിക്കപ്പെട്ട മത്തായിയുടെ സുവിശേഷത്തിൽ നിന്നും ലൂക്കോസിന്റെ സുവിശേഷത്തിൽ നിന്നും തോമസിന്റെ സുവിശേഷത്തിൽ നിന്നുമുള്ള ഭാഗങ്ങൾ കൂട്ടിക്കലർത്തി എഴുതിയിരിക്കുന്ന ഒരു കയ്യെഴുത്തുപ്രതി ശകലമാണ് ഇതിൽ ഏറ്റവും പുതിയത്. ഓക്സിറിങ്കസ് പാപ്പിറസ് 5575 എന്ന പേരിൽ അറിയപ്പെടുന്ന ഇത് രണ്ടാം നൂറ്റാണ്ടിൽ നിന്നുള്ളതാണെന്ന് കണ്ടെത്തിയിട്ടുണ്ട്.[11]

ഇതിനോടൊപ്പം കയ്യെഴുത്തുപ്രതികളുടെ ഉപയോഗത്തെക്കുറിച്ച് നടത്തിയ പഠനങ്ങൾ തെളിയിക്കുന്നത് അവ നിരന്തരമായി പൊതു വായനയ്ക്ക് ഉപയോഗിച്ചിരുന്നു എന്നും കയ്യെഴുത്തുപ്രതികളുടെ കൃത്യതയുടെ കാര്യത്തിൽ പൊതുവിൽ അന്നത്തെ ഉപയോക്താക്കൾ ശ്രദ്ധകേന്ദ്രീകരിച്ചിരിന്നു എന്നുമാണ്.[12] ഇതിനെല്ലാം പുറമേ കയ്യെഴുത്തുപ്രതികളുടെ ഭൂമിശാസ്ത്രപരമായ വിശാലമായ വ്യാപനവും വളരെ പ്രധാനപ്പെട്ട ഒരു വസ്തുതയാണ്. അതിനാൽ തന്നെ പിൽക്കാലത്തുള്ളവർക്ക് കണ്ടെത്താനാകാത്ത വിധം എന്തെങ്കിലും തിരുത്തുകയെന്നതും പ്രായോഗികമായി അസാധ്യമായിരുന്നു. നാം മനസിലാക്കേണ്ട ഒരു വസ്തുത ആദിമ നൂറ്റാണ്ടുകളിലും അതിനു ശേഷവും ഒരു കാലത്തും പുതിയനിയമത്തിന്റെ പ്രസരണം ഒരിക്കലും ഏതെങ്കിലും കേന്ദ്ര നേതൃത്വത്തിന്റെ നിയന്ത്രണത്തിൽ ആയിരുന്നില്ലായെന്നതാണ്.

---

[11] P. J. Parsons and N. Gonis, *The Oxyrhynchus Papyri Vol. LXXXVII* (London: Egypt Exploration Society, 2023).

[12] Brian J. Wright, *Communal Reading in the Time of Jesus: A Window Into Early Christian Reading Practices* (Fortress Press, 2017), 8.

എന്നാൽ, മറ്റു പല മതഗ്രന്ഥങ്ങളുടെയും കാര്യത്തിൽ ഇതായിരുന്നില്ല അവസ്ഥ. ലയണൽ ഡി ബെൽ എന്ന ഗവേഷകൻ പ്രസിദ്ധീകരിച്ച യോഹന്നാന്റെ സുവിശേഷത്തിന്റെ പാഠ പ്രസരണം സംബന്ധിച്ച പഠനത്തിൽ നിന്നും വളരെ ഉന്നത നിലവാരത്തിലുള്ള സ്ഥിരതയോടെയാണ് ആ സുവിശേഷം അതിന്റെ രചനാകാലഘട്ടത്തിനു ശേഷമുള്ള ആദ്യകാലത്ത് പകർത്തിയെഴുതപ്പെട്ടത് എന്ന് കണ്ടെത്തുകയുണ്ടായി.[13] മറ്റു പുസ്തകങ്ങളുടെ കാര്യം ഏതെങ്കിലും നിലയിൽ വ്യത്യസ്തമായിരുന്നുവെന്നു ചിന്തിക്കുവാൻ യാതൊരു കാരണവുമില്ല. അങ്ങനെയെങ്കിൽ സ്വാഭാവികമായും അടുത്ത ചോദ്യം ഇവ എന്നാണ് എഴുതപ്പെട്ടതെന്നാണ്?

ഉറവിടങ്ങളുടെ രചനാ കാലഘട്ടം

നമ്മുടെ ചരിത്രാന്വേഷണത്തിനുപയോഗിക്കുന്ന പുസ്തകങ്ങളുടെ രചനാ കാലയളവ് സംബന്ധിച്ച് നാം അന്വേഷിച്ചാൽ രണ്ടാം നൂറ്റാണ്ടിലെ അപ്പൊസ്തലിക പിതാക്കന്മാരുടെ കാലഘട്ടത്തിലെ രചനകളിൽ തന്നെ യേശുവിന്റെ നാല് ജീവചരിത്രങ്ങളിൽ നിന്നും, പൗലോസ് കൊരിന്ത് ഗലാത്യ തുടങ്ങിയ സ്ഥലങ്ങളിലെ ക്രിസ്തീയ കൂട്ടായ്മകൾക്കയച്ച കത്തുകളിൽ നിന്നുമുള്ള, ഉദ്ധരണികൾ നമ്മുക്ക് കാണുവാൻ സാധിക്കും.[14] ഒന്നാം നൂറ്റാണ്ടിന്റെ അവസാന ഭാഗത്ത് ജനിച്ച്, ഒന്നാം നൂറ്റാണ്ടിന്റെ അവസാനവർഷങ്ങൾക്കും രണ്ടാം നൂറ്റാണ്ടിന്റെ ആദ്യപകുതിക്കും മുൻപുമായി കൃതികൾ രചിച്ച റോമിലെ ക്ലെമന്റ്, പോളികാർപ്പ്, ഇഗ്നേഷ്യസ്, ജസ്റ്റിൻ

---

[13] Lonnie Bell, *The Early Textual Transmission of John: Stability and Fluidity in Its Second and Third Century Greek Manuscripts* (BRILL, 2018), 235.

[14] See section "Early Citation and Use of New Testament Writings" in *The Early Text of the New Testament* (Oxford, New York: Oxford University Press, 2014), 261–413. ഇത് കൂടാതെ http://www.earlychristianwritings.com/e-catena/ https://www.biblindex.org/citation_biblique/?lang=en എന്നീ വെബ്സൈറ്റുകളിൽ അക്കാദമിക് ഗവേഷണങ്ങൾക്ക് പ്രയോജനപ്പെടുത്താവുന്ന നിലയിൽ സഭാപിതാക്കന്മാരുടെ രചനകളിൽ കാണുന്ന പുതിയനിയമ ഉദ്ധരണികളുടെയും പരോക്ഷ സൂചനകളുടെയും ശേഖരം ലഭ്യമാണ്.

തുടങ്ങിയവരുടെ രചനകളിൽ തന്നെ സുവിശേഷങ്ങളിലും ലേഖനങ്ങളിലും നിന്നുള്ള ഉദ്ധരണികൾ ഉണ്ട്. ഇവയെല്ലാം എഴുതപ്പെട്ട രചനകൾ അന്നുതന്നെ നിലവിലുണ്ടായിരുന്നുവെന്നതിന്റെ തെളിവുകളാണ്. ഏകദേശം എ. ഡി. 170-ൽ രചിക്കപ്പെട്ട മുറത്തോറിയുടെ കാനോൻ ലിസ്റ്റിൽ പുതിയനിയമത്തിലെ 22 പുസ്തകങ്ങളും പരാമർശിക്കുന്നുണ്ട്,[15] കൂടാതെ ഏകദേശം എ. ഡി. 140-ൽ രചിക്കപ്പെട്ട മാഴ്സിയോണിന്റെ കാനോനിൽ പൗലോസിന്റെ 10 ലേഖനങ്ങളും ലൂക്കോസിന്റെ സുവിശേഷവും ഉണ്ടായിരുന്നു.[16]

രണ്ടാം നൂറ്റാണ്ടിന്റെ അവസാനത്തിനുള്ളിൽ നിന്നുള്ളത് എന്ന് കാലഗണന നിർണ്ണയിക്കപ്പെട്ടിട്ടുള്ള $\mathfrak{P}^{52}$, $\mathfrak{P}^{46}$, $\mathfrak{P}^{66}$ (പാപിറസ് 52, പാപിറസ് 46, പാപിറസ് 66) തുടങ്ങിയ ഏകദേശം 10-ൽ അധികം വിവിധ കയ്യെഴുത്തുപ്രതി ശകലങ്ങളിൽ നിന്ന് പുതിയനിയമത്തിലെ ഏകദേശം 43 ശതമാനം വാക്യങ്ങൾക്കുമുള്ള തെളിവുകൾ ലഭിക്കും.[17] മത്തായി, ലൂക്കോസ്, യോഹന്നാൻ തുടങ്ങിയ സുവിശേഷങ്ങളും പൗലോസിന്റെ ലേഖനങ്ങളും ഇതിൽ പെടും.

ആദിമ സഭാ പിതാക്കന്മാരായ പാപിയാസ്, ഐറേനിയസ്, അലെക്സാന്ത്രിയയിലെ ക്ലെമന്റ്, ജസ്റ്റിൻ, ഒരിജെൻ, തെർത്തുല്യൻ തുടങ്ങിയവരുടെ സാക്ഷ്യങ്ങൾ നൽകുന്ന വ്യക്തമായ സൂചന മത്തായി, മർക്കോസ്, ലൂക്കോസ്, യോഹന്നാൻ എന്നിവരുടെ പേരിൽ അറിയപ്പെടുന്ന യേശുവിന്റെ ജീവചരിത്രങ്ങൾ ഒന്നാം നൂറ്റാണ്ടിൽ അപ്പൊസ്തലിക കാലഘട്ടത്തിൽ ഈ വ്യക്തികളാൽ

---

[15] Edmon L. Gallagher and John D. Meade, *The Biblical Canon Lists from Early Christianity: Texts and Analysis* (Oxford University Press, 2017), 182.

[16] Michael F. Bird and Joseph R. Dodson, *Paul and the Second Century* (A&C Black, 2011), 101.

[17] Daniel B. Wallace, *Revisiting the Corruption of the New Testament: Manuscript, Patristic, and Apocryphal Evidence* (Kregel Academic, n.d.), 30.

തന്നെ വിരചിതമായവയാണെന്നാണ്.[18] ആദിമ സഭയിലെ പ്രകടമായ പ്രവണത അപ്പൊസ്തലന്മാരെ ക്രിസ്തീയ രചനകളുടെ രചയിതാക്കളാക്കുക എന്നതായിരുന്നു. അപ്പൊസ്തലന്മാർ അല്ലാത്ത മർക്കോസിനെയും ലൂക്കോസിനെയും യേശുവിന്റെ ഓരോ ജീവചരിത്രങ്ങളുടെ രചയിതക്കളായി ആദിമ സഭ സാർവത്രികമായി കണക്കാക്കി എന്നത് ആ ബോധ്യത്തിന്റെ ആധികാരികതയ്ക്കുള്ള ശക്തമായ തെളിവാണ്.

ഈ അജ്ഞാതനാമകമായ ജീവചരിത്രങ്ങൾ അവരല്ല എഴുതിയതെങ്കിൽ എന്തിന് ക്രിസ്ത്യാനികൾ രണ്ടാം നൂറ്റാണ്ടിന്റെ തുടക്കത്തിൽ അവരാണ് എഴുതിയതെന്ന് അവകാശപ്പെടണം? സഭാ പിതാക്കന്മാർ ഏറ്റവും കുറവ്[19] ഉപയോഗിക്കുകയും[20] ആദിമ നൂറ്റാണ്ടുകളിൽ ഏറ്റവും കുറവ്[21] പകർത്തിയെഴുതപ്പെടുകയും[22]

---

[18] മർക്കോസ്: Pap. Frag. 3.15 in Euseb., Hist. eccl. 3.39.15, Justin, Dialogue with Trypho 106, Tertullian, Against Marcion, 4.2, 5; Clement of Alexandria (in Euseb., Hist. eccl. 6.14.5–7a); Origen, Commentary on Matthew 1 (in Euseb., Hist. eccl. 6.25.5); Jerome, De viris illustribus, 8; Muratorian Canon; Eusebius, Hist. eccl. 2.15.1. മത്തായി: H.E. 3.39.14–16; Irenaeus (Adv. Haer. 3.1.1, quoted in Eusebius, H.E. 5.8.2), Tertullian (Adv. Marc. , 4.2), Origen (quoted by Eusebius, H.E. 6.25.3–6). ലൂക്കോസ്: Irenaeus (Against Heresies 3.1.1-2; 3.14.1–4), The "Anti–Marcionite Prologue" to Luke's Gospel, Clement of Alexandria (Stromata 5.12), Tertullian (Against Marcion 4.2.2 and 4.5.3), Origen (On First Principles 2.6.7). Justin Martyr (Dialogue 103; c. AD 160) അപ്പോസ്തലന്മാരെ അനുഗമിച്ചവരിൽ ഒരാൾ എഴുതിയതെന്ന നിലയിൽ ലൂക്കോസ് 22:44 ഉദ്ധരിച്ചിരിക്കുന്നു. യോഹന്നാൻ: Irenaeus, Adv. Haer. 3.1.1, Theophilus of Antioch Ad Autolycus 2.22, Tertullian, Adversus Marcionem 4.2, Clement of Alexandria-H.E. 6.14.7

[19] Robert L. Thomas, *Three Views on the Origins of the Synoptic Gospels* (Kregel Academic, n.d.), 240.

[20] *The Early Text of the New Testament*, 113.

[21] Daniel M. Gurtner, Joel Willitts, and Richard A. Burridge, *Jesus, Matthew's Gospel and Early Christianity: Studies in Memory of Graham N. Stanton* (Bloomsbury Publishing, 2011), 99.

[22] Hixson and Gurry, *Myths and Mistakes in New Testament Textual Criticism*, 65.

ചെയ്ത പുസ്തകമാണ് മർക്കോസിന്റെ സുവിശേഷം. അതായത് ആദിമ സഭാ പിതാക്കന്മാരുടെ ചായ്വ് മർക്കോസിനെതിരായിരുന്നു, എന്നിട്ടും സുവിശേഷങ്ങളിൽ ഏറ്റവും ആധികാരികത ലഭിക്കുന്ന രീതിയിൽ യേശുവിന്റെ അപ്പൊസ്തലന്മാരിൽ പ്രധാനിയായി യേശുവിന്റെ കാലം മുതൽ എല്ലാ കാലത്തും കണക്കാക്കപ്പെട്ടിട്ടുള്ള പത്രോസിന്റെ പ്രസംഗങ്ങളാണ് മർക്കോസിന്റെ സുവിശേഷത്തിന് പിന്നിലുള്ളതെന്ന്[23] അവർ സാക്ഷ്യപ്പെടുത്തിയെന്നത് അവരുടെ താല്പര്യങ്ങൾക്ക് വിരുദ്ധമായ സത്യസന്ധതയും ആ സാക്ഷ്യത്തിന്റെ ആധികാരികതയും അരക്കിട്ടുറപ്പിക്കുന്നതാണ്.

നിരീശ്വരവാദിയായ പുതിയനിയമ പണ്ഡിതനായ ബാർട്ട് ഡി. എർമാൻ രചിച്ച് ഓക്സ്ഫോർഡ് സർവ്വകലാശാല പ്രസിദ്ധീകരിക്കുന്ന 'എ ബ്രീഫ് ഇൻട്രോഡക്ഷൻ റ്റു ദി ന്യൂ ടെസ്റ്റ്മെന്റ്' പൗലോസിന്റെ ലേഖനങ്ങൾ എ. ഡി. 49-നും 62-നും ഇടയിലും മർക്കോസിന്റെ സുവിശേഷം എ. ഡി. 65-നും 70-നും ഇടയിലും മത്തായിയുടെയും ലൂക്കോസിന്റെയും സുവിശേഷങ്ങൾ എ. ഡി. 80-നും 85-നും ഇടയിലും യോഹന്നാന്റെ സുവിശേഷം 90-നും 95-നും ഇടയിലും എഴുതപ്പെട്ടതായിട്ടാണ് പറഞ്ഞിരിക്കുന്നത്.[24] ഈ പുസ്തകത്തിൽ പ്രധാനമായും പരിഗണിക്കുന്ന പൗലോസ് എഴുതിയ കത്തുകളുടെ കാര്യത്തിൽ കുറേക്കൂടി കൃത്യമായ ഒരു നിലപാടെടുത്താൽ ഗലാത്യർക്കെഴുതിയ ലേഖനം ഏകദേശം എ. ഡി 50-നും 52-നുമിടയിൽ എഴുതിയതാണെന്ന കേംബ്രിഡ്ജ് സർവ്വകലാശാല പ്രസിദ്ധീകരിച്ച ഗ്രന്ഥ ഭാഷ്യത്തിലെ[25] നിരീക്ഷണവും കൊരിന്ത്യർക്കെഴുതിയ ലേഖനം ഏകദേശം എ. ഡി. 52-നും 55-നുമിടയിൽ രചിക്കപ്പെട്ടതാണെന്ന ഓക്സ്ഫോർഡ് സർവ്വകലാശാല

---

[23] Robert H. Gundry, *Mark: A Commentary on His Apology for the Cross, Volume 2* (Wm. B. Eerdmans Publishing, 2000), 1026—45.

[24] Bart D. Ehrman, *A Brief Introduction to the New Testament*, 4th edition. (New York: Oxford University Press, 2016), xxix.

[25] Craig S. Keener, *Galatians* (Cambridge University Press, 2018), 7.

പ്രസിദ്ധീകരിച്ച ഗ്രന്ഥ ഭാഷ്യത്തിലെ [26] വിലയിരുത്തലും പൊതുവിൽ മുഖ്യധാര പണ്ഡിതന്മാരുടെ വീക്ഷണങ്ങൾക്കനുസൃതമാണ്.

എന്നാൽ, അപ്പൊസ്തലന്മാരുടെ പ്രവർത്തികൾ എന്ന ആദിമ സഭയുടെ ചരിത്രഗ്രന്ഥം അവസാനിക്കുമ്പോൾ പൗലോസിനും[27] യാക്കോബിനും പിന്നീട് (യഥാക്രമം എ. ഡി. 64-ലും എ. ഡി. 62-ലും) സംഭവിച്ച രക്തസാക്ഷിത്വത്തെക്കുറിച്ച് പരാമർശമൊന്നുമില്ലായെന്നതും, അപ്പൊസ്തലന്മാരുടെ പ്രവർത്തികൾ എന്നത് ലൂക്കോസ് എഴുതിയ യേശുവിന്റെ ജീവചരിത്ര ഗ്രന്ഥത്തിന്റെ തുടർച്ചയായ പുസ്തകമാണെന്നതും,[28] ലൂക്കോസ്, മർക്കോസിന്റെ സുവിശേഷം തന്റെ രചനയിൽ ഉപയോഗിച്ചിട്ടുണ്ടെന്നുള്ളതും ചേർത്ത് വായിക്കുമ്പോൾ എ. ഡി. 62-ന് മുൻപായാണ് മർക്കോസിന്റെയും ലൂക്കോസിന്റെയും സുവിശേഷങ്ങൾ രചിക്കപ്പെട്ടിട്ടുള്ളതെന്ന് മനസിലാക്കാം. നിരീശ്വരവാദികളായ മറ്റു രണ്ടു പണ്ഡിതന്മാർ, ജെയിംസ് ക്രോസ്ലിയും മോറിസ് കേസിയും, മർക്കോസിന്റെ സുവിശേഷം എ.

---

[26] John Muddiman et al., *The Pauline Epistles* (Oxford University Press, 2010), 91.

[27] Karl Leslie Armstrong, *Dating Acts in Its Jewish and Greco-Roman Contexts* (Bloomsbury Publishing, 2021).

[28] Robert C. Tannehill, *The Narrative Unity of Luke-Acts: A Literary Interpretation* (Fortress Press, 1991); Robert C. Tannehill, *The Narrative Unity of Luke-Acts: A Literary Interpretation* (Fortress Press, 1986); Robert W. Wall, *Studies in Canonical Criticism: Reading the New Testament as Scripture* (Bloomsbury Publishing, 2020), 24–40; Kenneth D. Litwak, *Echoes of Scripture in Luke-Acts: Telling the History of God's People Intertextually* (A&C Black, 2005), 46; Paul Borgman, *The Way According to Luke: Hearing the Whole Story of Luke-Acts* (Wm. B. Eerdmans Publishing, 2006); Geir O. Holmas, *Prayer and Vindication in Luke - Acts: The Theme of Prayer within the Context of the Legitimating and Edifying Objective of the Lukan Narrative* (Bloomsbury Publishing, 2011), 159–60; Joseph Verheyden and Jozef Verheyden, *The Unity of Luke-Acts* (Leuven University Press, 1999), 1–26.

ഡി. 40-കളിലാണ് രചിക്കപ്പെട്ടതെന്ന് കൃത്യമായ ആന്തരിക തെളിവുകളുടെ അടിസ്ഥാനത്തിൽ വാദിച്ചിട്ടുണ്ട്.[29]

അവരെക്കൂടാതെ മറ്റനേകം പണ്ഡിതന്മാരും ഇതേ കാര്യം തന്നെ തെളിവുകളുടെ അടിസ്ഥാനത്തിൽ വാദിച്ചിട്ടുണ്ട്.[30] സമാനമായ

---

[29] James G. Crossley, *The Date of Mark's Gospel: Insight from the Law in Earliest Christianity* (A&C Black, 2004), 206–9; Maurice Casey, *Jesus of Nazareth: An Independent Historian's Account of His Life and Teaching* (Bloomsbury Publishing, 2010), 97; Maurice Casey, *Aramaic Sources of Mark's Gospel* (Cambridge University Press, 1999), 260.

[30] C. C. Torrey, *The Four Gospels*, 2nd ed. (New York: Harper, 1947), 261–62.; Günther Zuntz, 'Wann wurde das Evangelium Marci geschrieben?" in *Markus-Philologie: Historische, literargeschichtliche, und stilistische Untersuchungen zum zweiten Evangelium*, ed. Herbert Cancik, WUNT 33 (Tübingen: Mohr-Siebeck, 1984), 47–71; J. W. Wenham, 'Did Peter Go to Rome in A.D. 42?" TynB 23 (1972): 97–102; Adolf von Harnack, *The Date of Acts and of the Synoptic Gospels* (New York: Putnam's, 1911); Bo Reicke, *The Roots of the Synoptic Gospels* (Philadelphia: Fortress Press, 1986), 177–80; C. S. Mann, *Mark*, AB (Garden City: Doubleday, 1986), 72–83; John A. T. Robinson, *Redating the New Testament* (London: SCM Press, 1976), 13; Adolf von Harnack, *The Date of the Acts and the Synoptic Gospels*, trans. J. R. Wilkinson, vol. 4 of *New Testament Studies* (New York: G. P. Putnam's Sons, 1911), 96–97; *Date of the Acts and the Synoptic Gospels* (London and New York: Williams and Norgate /G. P. Putnam's Sons, 1911); W. C. Allen, *The Gospel according to Saint Mark with Introduction and Notes* (London: Rivington, 1915); C. C. Torrey, *Documents of the Primitive Church* (London & New York: Harper & Brothers, 1941), 1–40; J. A. T. Robinson, *Redating the New Testament* (London: SCM, 1976), 106–117; G. Zuntz, *Wann wurde das Evangelium Marci geschrieben?*, in H. Canick (ed.), *Markus Philologie. Historische, literaturgeschichtliche und stilistische Untersuchungen zum zweiten Evangelium* (Tübingen: Mohr Siebeck, 1984), 47–71; J. W. Wenham, *Redating Matthew, Mark and Luke* (London, Sydney, Auckland, Toronto: Hodder & Stoughton, 1991), 136–182, 238; E. E. Ellis, *The Date and Provenance of Mark's Gospel*, in F. Van Segroeck (ed.), *The Four Gospels* (Leuven: Leuven University Press/ Peeters, 1992), 801–815; M. Mosse, *The Three Gospels: New Testament History Introduced by the*

രീതിയിൽ തന്നെ മത്തായിയുടെ സുവിശേഷവും എ. ഡി. 66-70 കാലഘട്ടത്തിൽ റോമൻ സൈന്യവുമായി യെരുശലേമിൽ നടന്ന യുദ്ധവും തുടർന്നുള്ള യെരുശലേം ദേവാലയത്തിന്റെ തകർച്ചയും സംഭവിക്കുന്നതിന് മുൻപാണ് രചിക്കപ്പെട്ടതെന്നും തെളിയിക്കുവാൻ സാധിക്കും.[31] യോഹന്നാന്റെ സുവിശേഷം 90-നും 95-നും ഇടയിൽ എഴുതപ്പെട്ടതാണെന്ന എർമാന്റെ നിഗമനത്തോട് പൊതുവിൽ യാഥാസ്ഥിതിക പണ്ഡിതന്മാരുടെ വീക്ഷണങ്ങൾ പോലും യോജിക്കുന്നുണ്ട്.[32] യേശുവിന്റെ ക്രൂശീകരണം ഏകദേശം എ. ഡി 30-ലായിരുന്നുവെന്നാണ് ചരിത്ര ഗവേഷകന്മാർ പൊതുവിൽ കണക്കാക്കുന്നത്.[33] അങ്ങനെ നോക്കിയാൽ ഏകദേശം 60 വർഷങ്ങൾക്കുള്ളിൽ യേശുവിനെക്കുറിച്ചുള്ള പ്രധാന ജീവചരിത്ര രചനകൾ എല്ലാം പൂർത്തിയായി.

അലക്സാണ്ടർ ചക്രവർത്തിയുടെ ഏറ്റവും പഴയ സമഗ്ര ജീവചരിത്രം രചിക്കപ്പെടുന്നത് അലക്സാണ്ടർ മരിച്ച് ഏകദേശം 400 വർഷങ്ങൾക്ക് ശേഷമാണ്. പ്രവാചകന്റെ മരണത്തിനു ശേഷം ഏകദേശം 200 വർഷങ്ങൾക്ക് ശേഷം രചിക്കപ്പെട്ട ജീവചരിത്രമാണ് ഇസ്ലാമിക ചരിത്രത്തിൽ നിന്ന് ഇന്ന് നമ്മുക്ക് ലഭ്യമായിട്ടുള്ളത്. ബുദ്ധന്റെ കാലഘട്ടത്തിന് ശേഷം കുറഞ്ഞത് 600 വർഷമെങ്കിലും കഴിഞ്ഞതിനു ശേഷം രചിക്കപ്പെട്ട ജീവചരിത്രമാണ് ബുദ്ധമത ചരിത്രത്തിൽ നിന്ന് നമ്മുക്ക് ലഭ്യമായിട്ടുള്ളത്. യേശുവിന്റെ മരണത്തിനുശേഷം 30 മുതൽ 60 വരെ വർഷങ്ങൾക്കുള്ളിൽ ഒരു പീഡിത സമൂഹത്തിനുള്ളിൽ രചിക്കപ്പെട്ട അദ്ദേഹത്തിന്റെ ജീവചരിത്ര പുസ്തകങ്ങളുമായി ഒരിക്കലും ഇവയെ താരതമ്യം

Synoptic Problem (Milton Keynes: Paternoster, 2007). Cf. J. Moffatt, *An Introduction to the Literature of the New Testament* (3rd edn: Edinburgh: T&T Clark, 1918), 213; R. Wegner (ed.), *Die Datierung der Evangelien* (Paderborn: Deutsches Insitut für Bildung und Wissen, 1983).

[31] John Nolland, *The Gospel of Matthew* (Eerdmans Publishing Company, 2005), 12; R. T. France, *The Gospel of Matthew* (Wm. B. Eerdmans Publishing, 2007), 19.

[32] Craig S. Keener, *The Gospel of John* (Baker Publishing Group, 2010), 142.

[33] Ehrman, *A Brief Introduction to the New Testament*, xxviii.

ചെയ്യാനാകില്ല. ഈ രീതിയിൽ, ഒരു ചരിത്രാന്വേഷണത്തിന് ഉപയോഗിക്കുവാൻ സാധിക്കുന്ന അത്രയും ഇടവേള മാത്രമേ യേശുവിനെക്കുറിച്ചുള്ള ആദിമ രചനകളും നാം അന്വേഷണത്തിന് വിധേയമാക്കുന്ന സംഭവം നടന്നുവെന്ന് പറയപ്പെടുന്ന കാലഘട്ടവും തമ്മിലുള്ളൂവെന്ന് നമ്മുക്ക് മനസിലാക്കുവാൻ സാധിക്കും. എന്നാൽ ചരിത്ര വസ്തുതകൾ രേഖപ്പെടുത്തുകയെന്നത് എഴുത്തുകാരുടെ ലക്ഷ്യമായിരുന്നുവെന്ന് ചിന്തിക്കുവാൻ നമ്മെ പ്രേരിപ്പിക്കുന്ന എന്തെങ്കിലും ഘടകങ്ങളുണ്ടോ എന്നതാണ് അടുത്തതായി നാം മറുപടി കണ്ടെത്തേണ്ട ചോദ്യം.

ഉറവിടങ്ങളുടെ ലക്ഷ്യവും രചനാശൈലിയും

യഥാർത്ഥ ചരിത്രമെഴുതുകയാണ് തങ്ങളുടെ ലക്ഷ്യമെന്ന് ആമുഖങ്ങളിലൂടെ യേശുവിന്റെ ജീവചരിത്ര രചയിതാക്കൾ, പ്രത്യേകിച്ച് മർക്കോസും ലൂക്കോസും വ്യക്തമാക്കി. ഡയഡോറസ്[1], പോളിബിയസ്[2] തുടങ്ങിയ ഗ്രീക്ക് ചരിത്രകാരന്മാരുടേതിന് സമാനമായ മുഖവുരയാണ് ലൂക്കോസ് എഴുതിയ ജീവ ചരിത്രത്തിലുള്ളത്.

> "ശ്രീമാനായ തെയോഫിലോസേ, ആദിമുതൽ കണ്ട സാക്ഷികളും വചനത്തിന്റെ ശുശ്രൂഷകന്മാരുമായവർ നമ്മെ ഭരമേല്പിച്ചതുപോലെ, നമ്മുടെ ഇടയിൽ പൂർണ്ണമായി പ്രമാണിച്ചു വരുന്ന കാര്യങ്ങളെ വിവരിക്കുന്ന ഒരു ചരിത്രം ചമെപ്പാൻ പലരും തുനിഞ്ഞിരിക്കകൊണ്ടു, നിനക്കു ഉപദേശം ലഭിച്ചിരിക്കുന്ന വാർത്തയുടെ നിശ്ചയം നീ അറിയേണ്ടതിന്നു അതു ക്രമമായി എഴുതുന്നതു നന്നെന്നു ആദിമുതൽ സകലവും സൂക്ഷ്മമായി പരിശോധിച്ചിട്ടു എനിക്കും തോന്നിയിരിക്കുന്നു." (ലൂക്കോസ് 1:1-4).

മർക്കോസ് എഴുതിയ ജീവ ചരിത്രവും ഒരു വരിയിലാണെങ്കിലും ഒരു ചരിത്ര സംഭവമാണ് താൻ രേഖപ്പെടുത്തുവാൻ പോകുന്നത് എന്ന വ്യക്തമായ സൂചനയോടെയാണ് ആരംഭിക്കുന്നത്. "ദൈവപുത്രനായ യേശുക്രിസ്തുവിന്റെ സുവിശേഷത്തിന്റെ ആരംഭം" (മർക്കോസ് 1:1).

ഇതിൽ ഉപയോഗിച്ചിരിക്കുന്ന വാക്കുകൾ ഇന്നത്തെ പടിഞ്ഞാറൻ തുർക്കിയിലുള്ള പുരാതന ഗ്രീക്ക് പട്ടണമായ പ്രിയേനിൽ നിന്നും കണ്ടെടുത്തിട്ടുള്ള ഒരു ശിലാ ലിഖിതത്തിലെ പദങ്ങൾക്ക് സമാനമായതാണ്. റോമൻ ചക്രവർത്തിയായിരുന്ന

---

[1] Diodorus Siculus, *Library of History*, 1.1-3

[2] Polybius, *The Histories*, 1. 1-4

അഗസ്റ്റസ് കൈസറിന്റെ ബഹുമാനാർത്ഥം സ്ഥാപിക്കപ്പെട്ടിരിക്കുന്ന ആ ശിലാ ലിഖിതത്തിൽ അഗസ്റ്റസിന്റെ ജനനത്തെക്കുറിച്ച് പറഞ്ഞിരിക്കുന്നത് "ദൈവത്തിന്റെ ജന്മദിനം ലോകത്തിന് സുവിശേഷത്തിന്റെ ആരംഭമായിരുന്നുവെന്നാണ്".[3] അഗസ്റ്റസിനെ ദൈവപുത്രൻ എന്നും വിളിച്ചിരുന്നു. ആ കാലത്ത് പുതിയ ചക്രവർത്തിയുടെ സ്ഥാനാരോഹണം, യുദ്ധ വിജയം തുടങ്ങിയ കാര്യങ്ങളെയാണ് സുവിശേഷമെന്ന് പറഞ്ഞിരുന്നത്.[4] ഈ നിലയിൽ ചിന്തിച്ചാൽ "ദൈവപുത്രനായ യേശുക്രിസ്തുവിന്റെ സുവിശേഷത്തിന്റെ ആരംഭമെന്ന" പറഞ്ഞാൽ അതിന്റെ അർത്ഥം സമീപകാലത്ത് നടന്ന ഒരു ചരിത്ര[5] സംഭവത്തിന്റെ വിവരണത്തിന്റെ ആരംഭമെന്നാണ്.[6]

പഴയനിയമത്തിലെ ഏറ്റവും പ്രധാനപ്പെട്ട ഒരു ചരിത്രഗ്രന്ഥമായി യെഹൂദന്മാർ മനസിലാക്കിയിരുന്ന ദിനവൃത്താന്ത പുസ്തകം ആരംഭിക്കുന്നത് (1 ദിനവൃത്താന്തം 1:1-9:44) പോലെ ഒരു വംശാവലിയോടു കൂടിയാണ് മത്തായി തന്റെ സുവിശേഷം ആരംഭിക്കുന്നത് (മത്തായി 1:1-17). ഇതിലൂടെ താനും ചരിത്രമാണ് എഴുതുന്നതെന്നാണ് മത്തായി അവകാശപ്പെട്ടത്.

യോഹന്നാന്റെ സുവിശേഷത്തിൽ പറയുന്നത് ഇപ്രകാരമാണ്: "ഈ പുസ്തകത്തിൽ എഴുതിയിരിക്കുന്നതല്ലാതെ മറ്റു അനേകം അടയാളങ്ങളും യേശു തന്റെ ശിഷ്യന്മാർ കാൺകെ ചെയ്തു. എന്നാൽ യേശു ദൈവപുത്രനായ ക്രിസ്തു എന്ന് നിങ്ങൾ വിശ്വസിക്കേണ്ടതിന്നും വിശ്വസിച്ചിട്ടു അവന്റെ നാമത്തിൽ നിങ്ങൾക്കു ജീവൻ ഉണ്ടാകേണ്ടതിന്നും ഇതു എഴുതിയിരിക്കുന്നു" (യോഹന്നാൻ 21:30-31), "ഈ ശിഷ്യൻ ഇതിനെക്കുറിച്ചു സാക്ഷ്യം

---

[3] Graham Stanton, *Jesus and Gospel* (Cambridge University Press, 2004), 31–32.

[4] Adam Winn, *The Purpose of Mark's Gospel: An Early Christian Response to Roman Imperial Propaganda* (Mohr Siebeck, 2008), 96–97.

[5] Eve-Marie Becker, "Mk 1:1 and the Debate on a 'Markan Prologue,'" *FN* 22 (2009): 98.

[6] William L. Lane, *The Gospel of Mark* (Wm. B. Eerdmans Publishing, 1974), 45.

പറയുന്നവനും ഇതു എഴുതിയവനും ആകുന്നു; അവന്റെ സാക്ഷ്യം സത്യം എന്നു ഞങ്ങൾ അറിയുന്നു. യേശു ചെയ്തതു മറ്റു പലതും ഉണ്ടു; അതു ഓരോന്നായി എഴുതിയാൽ എഴുതിയ പുസ്തകങ്ങൾ ലോകത്തിൽ തന്നേയും ഒതുങ്ങുകയില്ല എന്നു ഞാൻ നിരൂപിക്കുന്നു." (യോഹന്നാൻ 21:24-25). അതായത് താൻ എഴുതിയിരിക്കുന്നത് ദൃക്സാക്ഷി വിവരണങ്ങളെ അടിസ്ഥാനമാക്കിയുള്ള ചരിത്ര സംഭവങ്ങളാണെന്നാണ് യോഹന്നാന്റെ സുവിശേഷത്തിന്റെ അവകാശവാദം. യോഹന്നാൻ തന്റെ മറ്റൊരു ലേഖനത്തിൽ പറയുന്നു "ആദിമുതലുള്ളതും ഞങ്ങൾ കേട്ടതും സ്വന്തം കണ്ണുകൊണ്ടു കണ്ടതും ഞങ്ങൾ നോക്കിയതും ഞങ്ങളുടെ കൈ തൊട്ടതും ആയ ജീവന്റെ വചനം സംബന്ധിച്ചു." (1 യോഹന്നാൻ 1:1-2).

അതായത് ഈ ആദിമ എഴുത്തുകാരുടെ പുസ്തകങ്ങളെക്കുറിച്ച് നിങ്ങളുടെ വിലയിരുത്തൽ എന്തു തന്നെയാണെങ്കിലും അവരുടെ അവകാശവാദം വളരെ വ്യക്തമാണ്. തങ്ങൾ കഥയോ ചരിത്ര നോവലോ ഐതിഹ്യമോ എഴുതുന്നുവെന്നല്ല, മറിച്ച് ദൃക്സാക്ഷി വിവരണങ്ങളുടെ അടിസ്ഥാനത്തിൽ സമീപകാലത്ത് നടന്ന ചരിത്രമാണ് എഴുതുന്നതെന്നാണ് അർത്ഥശങ്കയ്ക്കിടയില്ലാത്ത വിധം വ്യക്തമായി അവർ തങ്ങളുടെ രചനകളിൽ അവകാശപ്പെടുന്നത്. യേശുവിന്റെ ജീവചരിത്രങ്ങളുടെ ആദിമ സ്വീകർത്താക്കൾ അല്ലെങ്കിൽ വായനക്കാർ അവയെ സ്വീകരിച്ചത് ചരിത്ര വിവരണങ്ങളായിട്ടാണ്, നോവലുകളോ പ്രതീകാത്മക കഥകളോ ആയിട്ടല്ല. ആദിമ അപ്പൊസ്തലിക പിതാക്കന്മാരുടെ രചനകൾ പരിശോധിച്ചാൽ അവർ ഈ ഗ്രന്ഥങ്ങളിലെ സംഭവങ്ങളെ ചരിത്ര സംഭവങ്ങളായി തന്നെ കണക്കാക്കിയാണ് സ്വീകരിച്ചതെന്ന് മനസിലാകും.

ജസ്റ്റിൻ മാർട്ടിയർ[7], പാപ്പിയാസ്[8] തുടങ്ങിയ ആദ്യകാല ക്രിസ്തീയ രചയിതാക്കൾ സുവിശേഷങ്ങളെന്ന പേരിൽ അറിയപ്പെട്ട ഈ ഗ്രീക്ക് രചനകളെ അപ്പൊസ്തലന്മാരുടെ ഓർമ്മകളുടെ ശേഖരമായിട്ടാണ് സ്വീകരിച്ചത്. രചനകളുടെ സ്വീകാര്യതയുടെ ചരിത്രം കൃതിയുടെ സ്വഭാവത്തിനുള്ള സാക്ഷ്യമാണ്. നാം മനസിലാക്കേണ്ട വസ്തുത ആദിമ നൂറ്റാണ്ടുകൾ മുതൽ തന്നെ ആലങ്കാരിക വ്യാഖ്യാനം സഭാ പിതാക്കന്മാർക്കിടയിൽ   പ്രബലമായിരുന്നു.   പ്രധാനമായും പഴയനിയമത്തെയും ചില സന്ദർഭങ്ങളിൽ ചില പുതിയനിയമ ഭാഗങ്ങളെയും ആലങ്കാരികമായി വ്യാഖ്യാനിച്ച് അവർ പക്ഷെ അതിൽ നിന്നും തികച്ചും വ്യത്യസ്തമായി, അടിസ്ഥാനപരമായി ചരിത്രമെന്ന നിലയിൽ തന്നെയാണ് സുവിശേഷങ്ങളിലെ സംഭവ വിവരണങ്ങളെ സമീപിച്ചത്. അതായത് ചരിത്രപരമായിട്ടല്ലാതെ സുവിശേഷങ്ങളെ സ്വീകരിക്കുവാനുള്ള ഒരു വ്യാഖ്യാന സാധ്യത അവർക്ക് ലഭ്യമായിരുന്നു. എന്നിട്ടും അവർ അവയെ പ്രധാനമായും ചരിത്ര സംഭവങ്ങളായി തന്നെ സ്വീകരിച്ചുവെന്നത് വളരെ പ്രാധാന്യമർഹിക്കുന്ന ഒരു വസ്തുതയാണ്.

ഈ കാരണങ്ങളാൽ തന്നെ ഈ രചനകളിലെ വിവരണങ്ങൾ ചരിത്രപരതയുടെ പരിശോധനകൾക്ക് വിധേയമാക്കപ്പെടുവാൻ യോഗ്യമായവയാണ്. മറിച്ച് ഒന്നാം നൂറ്റാണ്ടിൽ നിന്നുള്ള യോഹന്നാന്റെ ഗ്രീക്ക് ഭാഷയിലെഴുതപ്പെട്ട ദർശന ഗ്രന്ഥമായ വെളിപ്പാട് പുസ്തകമോ അഫ്രോഡിഷ്യസിലെ ചാരിറ്റണിന്റെ ഗ്രീക്ക് നോവലായ കാളിർഹോയോ ഏതാണ്ട് അതേ കാലഘട്ടത്തിൽ നിന്ന് തന്നെയുള്ള അപോളോഡോറസിന്റെ ഗ്രീക്ക് ഭാഷയിലുള്ള ഐതിഹ്യ സമാഹാരമായ ബിബ്ലിയോതെക്കയോ ഒന്നാം നൂറ്റാണ്ടിന്റെ ആദ്യ ഭാഗത്ത് പ്രസിദ്ധീകരിക്കപ്പെട്ട ഓവിഡിന്റെ ഗ്രീക്ക് ആഖ്യാന കാവ്യമായ മെറ്റമോർഫോസിസോ ഒന്നും ഇത്തരമൊരു

---

[7] 1 Apology 66.3; Dialogue with Trypho the Jew 10.2; 100.1; 1 Apol. 66.3; 67.3; Dial. 100.4; 101.3; 102.5; 103.6, 8; 104.1; 105.1, 5, 6; 106.1, 3, 4; 107.1

[8] Eusebius Hist. eccl. 3.39.15, 3.39.16

[9] Harry Austryn Wolfson, *The Philosophy of the Church Fathers: Faith, Trinity, Incarnation* (Harvard University Press, 1956), 43–72.

അവകാശവാദം നമ്മുടെ മുൻപിലേക്ക് വെക്കുകയോ അവയുടെ ആദ്യ വായനക്കാർ അവയെ പൂർണ്ണമായും ചരിത്രമെന്ന രീതിയിൽ സ്വീകരിക്കുകയോ ചെയ്യുവെന്നതിന് തെളിവുകൾ ഇല്ലാത്തതിനാൽ തന്നെ അവയൊന്നും ഒരു ചരിത്രപഠനത്തിനുള്ള ഉറവിടമായി പരിഗണിക്കുന്നതിനുള്ള ആദ്യപടിയായ 'ചരിത്ര ഉറവിട പരിശോധനയ്ക്ക്' വിധേയമാക്കേണ്ട ആവശ്യം തന്നെയില്ല.

ഇവയിലൊന്നും ചരിത്രത്തിന്റെ അംശങ്ങൾ കാണില്ലായെന്നല്ല ഞാൻ പറയുന്നത് (ഇന്നത്തെ കാലത്തിലെ ചരിത്രപരമായ ചില വസ്തുതകൾ ഇന്നത്തെ സിനിമകളിൽ പോലുമുണ്ടല്ലോ) എന്നാൽ അവയെ ചരിത്രപഠനത്തിനുള്ള പ്രാഥമിക ഉറവിടങ്ങളായി പരിഗണിക്കുവാൻ സാധിക്കില്ല. യേശുവിനെക്കുറിച്ചുള്ള മുകളിൽ പറഞ്ഞ രചനകൾ ചരിത്രപരമായി പരിശോധിച്ചു കഴിയുമ്പോൾ ഒരുപക്ഷേ ആത്യന്തികമായി ഇവയിലെ ചരിത്രപരമായ അവകാശവാദങ്ങൾ കൃത്യതയില്ലാത്തതാണെന്നോ വ്യാജമാണെന്നോ ആയിരിക്കാം നാം കണ്ടെത്തുക. പക്ഷെ ഒരു ചരിത്രപരമായ അന്വേഷണം ഇവ അർഹിക്കുന്നുവെന്നതിൽ തർക്കമില്ല. എന്നാൽ യേശുവിന്റെ ജീവചരിത്രങ്ങളെ ഭാവനയ്ക്ക് കൂടുതൽ പ്രാധാന്യം നൽകുന്ന രചനകളുമായും ചരിത്ര രചനകളിലെ തന്നെ ചരിത്രപരമെന്ന് അംഗീകരിക്കപ്പെടാത്ത ഭാഗങ്ങളുമായും താരതമ്യം ചെയ്യുന്ന പ്രവണതയെ എങ്ങനെയാണ് വിലയിരുത്തേണ്ടത്?

ഉറവിടങ്ങളും ഇതര സമകാലിക രചനകളും

പല ഗവേഷകന്മാരും യേശുവിന്റെ ജീവചരിത്ര ഗ്രന്ഥങ്ങളെ പല ഗ്രീക്ക് റോമൻ രചനകളിലെയും ഐതിഹ്യപരവും ഭാവനാപരവുമായ ഘടകങ്ങളുമായി താരതമ്യം ചെയ്യാറുണ്ട്.[10] എന്നാൽ അത്തരം

---

[10] ഉദാഹരണമായി അടുത്ത അധ്യായങ്ങളിൽ നാം വിശകലനം ചെയ്യുന്ന യേശുവിന്റെ ഉയിർത്തെഴുന്നേലുമായി ബന്ധപ്പെട്ട വിവരണങ്ങളുമായി സമാനതകളുള്ള ഭാഗങ്ങൾ എന്ന നിലയിൽ ലത്തീൻ ഭാഷയിൽ രചിക്കപ്പെട്ട പെട്രോണിയസ് എന്ന എഴുത്തുകാരന്റെ ദി സറ്റയറിക്കാ എന്ന ആക്ഷേപഹാസ്യ

താരതമ്യങ്ങളിലൂടെ എത്തിച്ചേരുന്ന നിർണ്ണയങ്ങൾ സുവിശേഷങ്ങളുടെ കാര്യത്തിൽ പ്രസകതമല്ല. കാരണം സുവിശേഷങ്ങൾ ആ രചനകളിൽ നിന്നും പല നിലകളിലും വ്യത്യസ്തങ്ങളാണ്. ഉദാഹരണമായി സുവിശേഷങ്ങളിൽ കാണുന്ന പാരമ്പര്യങ്ങളുടെ ഉത്ഭവം വ്യക്തമായ ഉള്ളടക്കമുള്ള ഒരു സന്ദേശം പരസ്യമായി പ്രസംഗിച്ചു നടന്ന ഒരു ചരിത്രപുരുഷനിൽ[11] നിന്നാണ്. യേശുവിനെക്കുറിച്ചുള്ള പാരമ്പര്യങ്ങളും യേശുവിന്റെ സന്ദേശങ്ങളും വളരെ സ്വതന്ത്രമായി നിൽക്കുന്ന ഹ്രസ്വവിവരണങ്ങളായി കൈമാറ്റം ചെയ്യപ്പെടാവുന്നവയും ഒരു ഇതിഹാസ വ്യാപ്തിയില്ലാത്തവയുമാണ്.

പരസ്പരം സമ്പർക്കം പുലർത്തുന്ന അത്ര വലിയതല്ലാത്ത ഒരു കൂട്ടമാണ് ആദ്യ സമയങ്ങളിൽ വിവിധ സമൂഹങ്ങളിലും ദേശങ്ങളിലും യേശുവിനെക്കുറിച്ചുള്ള പാരമ്പര്യങ്ങൾ കൈമാറിയത്. കേവലം ഒന്നോ രണ്ടോ തലമുറകൾക്കുള്ളിൽത്തന്നെ ഈ വാചിക പാരമ്പര്യങ്ങൾ രേഖപ്പെടുത്തപ്പെട്ടു കഴിഞ്ഞിരുന്നു. പാരമ്പര്യങ്ങൾ കൈമാറുന്നവരുടെ കൂട്ടവും അതിന്റെ സ്വീകർത്താക്കളായ സമൂഹവും ഈ പാരമ്പര്യത്തിന്റെ ഉത്ഭവസ്ഥാനത്തുള്ള വ്യക്തിയെ തങ്ങളും മറ്റുള്ളവരും മാതൃകയാക്കേണ്ട നിലയിൽ ഏറ്റവും പ്രധാനപ്പെട്ട വ്യക്തിയായും, ഉറപ്പുള്ള ഒരു ആധികാരിക കേന്ദ്രമായും

നോവലിൽ നിന്നും Robyn Faith Walsh, *The Origins of Early Christian Literature: Contextualizing the New Testament within Greco-Roman Literary Culture* (Cambridge: Cambridge University Press, 2021), 146–47; പ്ലൂട്ടാർക്ക് എന്ന ഗ്രീക്ക് ജീവചരിത്രകാരന്റെ ന്യൂമയുടെ ജീവചരിത്രം എന്ന ഗ്രന്ഥത്തിൽ നിന്നും M. David Litwa, *How the Gospels Became History: Jesus and Mediterranean Myths* (Yale University Press, 2019), 173–74; ഹോമറിന്റെ ഗ്രീക്ക് ഇതിഹാസങ്ങളായ ഇലിയഡ്, ഒഡീസി എന്നിവയിൽ നിന്നും Dennis Ronald MacDonald, *The Homeric Epics and the Gospel of Mark* (Yale University Press, 2000), 167 ചില ഭാഗങ്ങൾ ചില നിരൂപകർ ചൂണ്ടിക്കാട്ടിയിട്ടുണ്ട്. എന്നാൽ ഇവയുടെ അടിസ്ഥാനത്തിൽ അവർ എത്തിച്ചേർന്നിട്ടുള്ള നിഗമനങ്ങളൊന്നും തന്നെ മുഖ്യധാരാ പുതിയനിയമ പണ്ഡിതന്മാരുടെ ഇടയിൽ വ്യാപകമായ സ്വീകാര്യതയുള്ളവയല്ല.

11 തൊട്ടു മുകളിലത്തെ അടിക്കുറിപ്പിൽ ചൂണ്ടിക്കാണിച്ച ഗ്രന്ഥങ്ങളുടെ രചയിതാക്കളാരും തന്നെ യേശു ഒരു ചരിത്രപുരുഷനല്ലായെന്ന് വാദിക്കുന്നവരല്ല.

കണക്കാക്കുകയും ചെയ്തിരുന്നു. തത്‌ഫലമായി, പ്രസ്തുത പാരമ്പര്യം വളരെ ഉന്നതമായ ഒരു ആദരവിന് അർഹമാവുകയും, അത് ആ സമൂഹങ്ങളുടെ ജീവിതത്തെ ശക്തമായി സ്വാധീനിക്കുന്ന ദിശാബോധം അവർക്ക് നൽകുകയും ചെയ്തിരുന്നു.

പരസ്യമായതും ഭരണകൂടത്തിന്റെ തന്നെ ശ്രദ്ധപതിയുന്ന നിലയിൽ പ്രമാദമായതുമായ ഒരു ജീവിതത്തെക്കുറിച്ചുള്ള പാരമ്പര്യമാണ് അനുകൂലികളും എതിരാളികളുമായ ദൃക്‌സാക്ഷികൾ ജീവിച്ചിരിക്കേ തന്നെ വാമൊഴി പാരമ്പര്യമായി കൈമാറ്റം ചെയ്യപ്പെട്ടത്. തങ്ങളുടെ സമൂഹത്തിന്റെ ഭാഗമല്ലാത്തവരെ തങ്ങളുടെ പക്ഷത്താക്കുകയെന്ന ലക്ഷ്യത്തോടെ പരസ്യമായാണ് ഈ കൈമാറ്റം നടന്നത്. യേശുവുമായി ബന്ധപ്പെട്ട സംഭവങ്ങൾ ആദ്യ സമയം മുതൽ തന്നെ നിരവധി തവണ ആവർത്തിച്ച് പ്രസംഗിക്കപ്പെടുന്ന നിലയിലാണ് കൈമാറ്റം ചെയ്യപ്പെട്ടത്. ശക്തമായ എതിർപ്പുകളെ അഭിമുഖീകരിച്ചാണ് യേശുവിനെക്കുറിച്ചുള്ള പാരമ്പര്യങ്ങൾ കൈമാറ്റം ചെയ്യപ്പെട്ടത്. യേശുവിന്റെ ജീവിതത്തിന്റെ അനന്തരഫലമായി, പ്രസംഗിക്കുന്ന ഒരു കൂട്ടവും വിശ്വസിക്കുന്നവരുടെ ഒരു കൂട്ടവും ഒരു നിശ്ചിത സമയത്ത് കൃത്യമായ ചരിത്രപരമായ പിന്തുടർച്ച പിൽക്കാലത്ത് നിലനിൽക്കുന്ന നിലയിൽ ആവിർഭവിച്ചിരുന്നു.

വ്യക്തമായ നിയന്ത്രണ ഘടകങ്ങളുള്ള ഒരു സാമൂഹ്യ പശ്ചാത്തലത്തിൽ സ്വാഭാവികമായ നിയന്ത്രണ ഘടകങ്ങളുള്ള നിലയിലാണ് യേശുവിനെക്കുറിച്ചുള്ള പാരമ്പര്യങ്ങൾ കൈമാറ്റം ചെയ്യപ്പെട്ടത്.[12] യേശുവിന്റെ ജീവിതത്തിലെ സംഭവങ്ങൾ ചുറ്റുമുള്ളവർക്ക് മാനസികമായി വളരെ ആഘാതമുണ്ടാക്കുന്ന നിലയിലുള്ളവയായിരുന്നു, അതിനാൽ തന്നെ അവ ഓർമ്മയിൽ പതിഞ്ഞ് നിൽക്കുന്നവയുമായിരുന്നു. ഈ പാരമ്പര്യങ്ങൾ

---

[12] Paul R. Eddy, "The Historicity of the Early Oral Jesus Tradition: Reflections on the 'Reliability Wars,'" in *Jesus, Skepticism, and the Problem of History: Criteria and Context in the Study of Christian Origins*, ed. Darrell L. Bock and J. Ed Komoszewski (Zondervan Academic, 2019), 145–63.

കൈമാറ്റം ചെയ്യുന്നവരിൽ പല വിഷയങ്ങളിലും ആശയപരമായി വ്യത്യസ്ത ചേരികളിൽ നിലയുറപ്പിച്ചവർ ഉണ്ടായിരുന്നു. രചനകൾക്ക് മുൻപ് തന്നെ പ്രസംഗത്താലും നേരിട്ടുള്ള പഠിപ്പിക്കലുകളാലും സ്ഥാപിക്കപ്പെടുകയും നിലനിർത്തപ്പെടുകയും നയിക്കപ്പെടുകയും ചെയ്ത ഒരു സമൂഹം നിലവിലുണ്ടായിരുന്നു.

പ്രഥമദൃഷ്ട്യാ ഒരു കേവല വായനയിൽ തന്നെ ഇത്തരത്തിലുള്ള നിഗമനങ്ങളിലേക്ക് നമ്മെ നയിക്കാത്ത രചനകളുടെ കൽപിത കഥാപരമായ ഭാഗങ്ങൾക്ക്, സുവിശേഷങ്ങളിലെ ഏതെങ്കിലും ഭാഗങ്ങളുമായി വിദൂര സാമ്യതകൾ ഉണ്ടെന്ന് നിരീക്ഷിക്കുവാൻ സാധിക്കുമെന്നതിനാൽ മാത്രം, അവയുടെ ഉത്ഭവത്തെയോ, ചരിത്രപരതയിൽ നിന്ന് വ്യതിചലിക്കുന്നതെന്ന് കരുതപ്പെടുന്ന അവയുടെ സവിശേഷതകളെയോ, പുതിയനിയമത്തിലെ സുവിശേഷങ്ങളുമായോ ലേഖനങ്ങളുമായോ ഒരിക്കലും താരതമ്യം ചെയ്യുവാൻ സാധിക്കില്ല. ഇത് കൂടാതെ പ്രസ്തുത രചനകൾ (ഗ്രീക്ക് റോമൻ ഐതിഹ്യങ്ങൾ, ജീവചരിത്രങ്ങൾ, ഇതിഹാസങ്ങൾ തുടങ്ങിയവ) പുതിയനിയമ പുസ്തകങ്ങളുടെ രചയിതാക്കൾക്ക് ലഭ്യമായിരുന്നുവെന്നോ അല്ലായെങ്കിൽ മറ്റേതെങ്കിലും നിലയിൽ പ്രസ്തുത കഥകൾ അവർക്ക് അറിയാമായിരുന്നുവെന്നോ തെളിയിച്ചാൽ മാത്രം മതിയാകില്ല. അതിനുമപ്പുറത്ത് അവ തങ്ങളുടെ രചനകളിലേക്ക് സ്വാംശീകരിക്കുവാൻ താല്പര്യപ്പെടുന്ന ഒരു സാഹചര്യവും മനോഭാവവും അവർക്കുണ്ടായിരുന്നുവെന്നും, ഏതെങ്കിലും തരത്തിലുള്ള പകർത്തലുകൾ തെളിയിക്കുന്ന നിലയിൽ പുതിയനിയമ രചനകളും താരതമ്യത്തിനുപയോഗിക്കുന്ന ബാഹ്യരചനകളും തമ്മിൽ പദങ്ങളിൽ മാത്രമല്ല രചനകളുടെ അടിസ്ഥാന ആശയങ്ങളിലും ഘടനയിലും സങ്കീർണ്ണമായ[13] സാമ്യതയുണ്ടായിരുന്നുവെന്നും കൂടി തെളിയിക്കണം.

---

[13] ഐതിഹ്യങ്ങൾ തമ്മിലുള്ള താരതമ്യ പഠനങ്ങളിൽ വിദഗ്ദരായ ഗവേഷകന്മാർ മുന്നോട്ടുവെച്ചിട്ടുള്ള ഇത്തരം അളവുകോലുകൾ ഉദാ: Walter Burkert, *The Orientalizing Revolution: Near Eastern Influence on Greek Culture in the Early*

ഉപരിതലത്തിലെ സാമ്യതകളല്ല, അന്തർഭവിച്ചിരിക്കുന്ന ആശയങ്ങൾ ഒന്നായിരിക്കുകയും അവ എണ്ണത്തിലും വിശദാംശങ്ങളിലും ഗണ്യമായിരിക്കുകയും വേണം.[14] സാമ്യതകളെന്ന് കരുതുന്നവയെ അവയുടെ പശ്ചാത്തലത്തിന്റെ അടിസ്ഥാനത്തിൽ വിശദീകരിച്ചും[15] അവ തമ്മിൽ പൊതു കാര്യങ്ങളിലുള്ള സാമ്യതകളെ കൃത്യമായി ബന്ധിപ്പിക്കുന്ന വ്യതിരിക്തമായ വസ്തുതകൾ ചൂണ്ടിക്കാണിച്ചും വേണം താരതമ്യ വിശകലനങ്ങൾ നടത്തുവാൻ. രണ്ടു വിവരണങ്ങൾ തമ്മിൽ എന്തെങ്കിലും സമാനതകളുണ്ടെന്ന് വന്നാൽപ്പോലും അതൊരിക്കലും അവ രണ്ടും ഒന്നാണെന്നതിനോ അവ രണ്ടും സാങ്കൽപ്പിക കഥകളാണെന്നതിനോ ഉള്ള തെളിവാകുന്നില്ല.

ആദ്യം എഴുതപ്പെട്ട ഒരു സാങ്കൽപ്പിക കഥയും മറ്റൊരു യഥാർത്ഥ സംഭവവും തമ്മിൽ തികച്ചും യാദൃശ്ചികമായി സമാനതകൾ ഉണ്ടാകാം. ഉദാഹരണമായി 1898-ൽ മോർഗൻ ആൻഡ്രൂ റോബർട്ട്സൺ എഴുതിയ ഫ്യൂട്ടിലിറ്റി (ദി റെക് ഓഫ് ദി ടൈറ്റൻ)[16] എന്ന നോവലും ലോകപ്രശസ്തമായ ആർ.എം.എസ്. ടൈറ്റാനിക് എന്ന കപ്പലിന്റെ 1912-ലെ കപ്പൽ ദുരന്തവും തമ്മിലുള്ള സാമ്യതകൾ അതിശയിപ്പിക്കുന്നവയാണ്. എന്നാൽ ആദ്യം സമാനമായ സംഭവം വിവരിക്കുന്ന ഒരു നോവൽ ഇറങ്ങിയതുകൊണ്ട് ടൈറ്റാനിക് മുങ്ങിയിട്ടില്ലായെന്ന് ആരും പറയുകയില്ല. 1865-ൽ പ്രസിദ്ധീകരിച്ച ജൂൾസ് വേണിന്റെ 'ദ് ലാ തേഹ്റ് ആ ലാ ലൂൺ' (ഭൂമിയിൽ നിന്ന്

Archaic Age, trans. Margaret E. Pinder, Revised edition. (Cambridge, Mass.: Harvard University Press, 1998), 88 പൊതുവേ അവഗണിക്കുന്ന ഒരു സമീപനമാണ് പുതിയനിയമ രചനകളിലെ ഉള്ളടക്കത്തെ ഇതര ഗ്രീക്ക് റോമൻ സാഹിത്യ രചനകളുമായി താരതമ്യപ്പെടുത്തുന്നതിൽ ഉത്സുകരായ വിമർശകന്മാർ പൊതുവേ സ്വീകരിച്ചു വരുന്നത്. അതിനാൽ തന്നെ കേവലമൊരു കൗതുകമെന്നതിനപ്പുറമുള്ള എന്തെങ്കിലും പരിഗണന മുകളിൽ ചൂണ്ടിക്കാണിച്ച നിലയിലുള്ള താരതമ്യങ്ങൾക്ക് കൽപ്പിച്ചു നൽകുവാനാകില്ല.

[14] Charles Penglase, *Greek Myths and Mesopotamia: Parallels and Influence in the Homeric Hymns and Hesiod* (Routledge, 2003), 6.

[15] Samuel Sandmel, "Parallelomania," *JBL* 81.1 (1962): 2.

[16] Morgan Robertson, *Futility* (M.F. Mansfield, 1898).

ചന്ദ്രനിലേക്ക്)[17] എന്ന ഫ്രഞ്ച് നോവൽ ചന്ദ്രനിലേക്ക് പോകുവാനുള്ള മൂന്ന് പേരുടെ പരിശ്രമത്തെക്കുറിച്ചാണ് പറയുന്നത്. 1869-ൽ അതിന്റെ തുടർച്ചയായി അവരുടെ ചന്ദ്രനിലേക്കുള്ള യാത്രയെക്കുറിച്ച് വിവരിക്കുന്ന നോവലും 'ഊതൂഹ്റ് ദ് ലാ ലൂൺ' (ചന്ദ്രനു ചുറ്റും)[18] എന്ന പേരിൽ അദ്ദേഹം പ്രസിദ്ധീകരിച്ചു. കൃത്യം നൂറു വർഷങ്ങൾ കഴിഞ്ഞ് 1969-ലാണ് മനുഷ്യൻ ആദ്യമായി ചന്ദ്രനിൽ കാലു കുത്തുന്നത്. ജൂൾസ് വെർണെ ഒരു നോവൽ എഴുതിയെന്നത് കൊണ്ട് ആരും അപ്പോളോ 11-ന്റെ വിജയകരമായ ചാന്ദ്രദൗത്യം ഒരു കെട്ടുകഥയാണെന്ന് പറയില്ലല്ലോ.

പ്രശസ്ത അമേരിക്കൻ എഴുത്തുകാരനായ എഡ്ഗാർ അല്ലൻ പോ 1838-ൽ പ്രസിദ്ധീകരിച്ച 'ദി നറേറ്റീവ് ഓഫ് ആർതർ ഗോർഡൻ പിം ഓഫ് നാന്റ്ക്കറ്റ്'[19] എന്ന തന്റെ നോവലിൽ കപ്പലപകടത്തിൽപ്പെട്ട ഗ്രാമ്പസ് എന്ന കപ്പലിൽ സഞ്ചരിച്ചിരുന്ന മൂന്ന് പേർ തങ്ങളുടെ ഒപ്പമുണ്ടായിരുന്ന റിച്ചാർഡ് പാർക്കർ എന്ന വ്യക്തിയെ കൊന്നു ഭക്ഷിക്കുന്ന ഒരു കഥ രേഖപ്പെടുത്തിയിരുന്നു. 46 വർഷങ്ങൾക്ക് ശേഷം 1884-ൽ പതിനേഴു വയസുകാരനായ റിച്ചാർഡ് പാർക്കർ എന്ന ഒരു ചെറുപ്പക്കാരനെ കടലിൽ അപകടത്തിൽപ്പെട്ട ഇംഗ്ലണ്ടിലെ സതാംപ്റ്റണിൽ നിന്നും പുറപ്പെട്ട മിഗ്നോനെറ്റ് എന്ന നൗകയിലെ തന്റെ ഒപ്പമുണ്ടായിരുന്ന മൂന്ന് പേരിൽ രണ്ടുപേർ ചേർന്ന് ലൈഫ് ബോട്ടിൽ വെച്ച് കൊന്നു ഭക്ഷിച്ചു. ഇത് പിന്നീട് നിയമവിദ്യാർഥികൾ ഇപ്പോഴും പഠിക്കുന്ന ഒരു കേസിലേക്ക്[20] നയിക്കുകയും അത്യാവശ്യം വന്നുവെന്നത് കൊലപാതകത്തിനുള്ള ഒരു ന്യായമായ കാരണമല്ല എന്ന് വിധിച്ച് കോടതി ആ രണ്ടുപേരെയും ശിക്ഷിക്കുകയും ചെയ്തു. ഈ നോവലും യഥാർത്ഥ

---

[17] Jules Verne, *De la Terre à la Lune* (Paris: Pierre-Jules Hetzel, 1865).

[18] Jules Verne, *Autour de la Lune* (Paris: Pierre-Jules Hetzel, 1869).

[19] Edgar Allan Poe, *The Narrative of Arthur Gordon Pym of Nantucket* (Harper & Brothers, 1838).

[20] R. V. Dudley and Stephens, 14 QBD 273 (1884)

സംഭവും തമ്മിലുള്ള സമാനത പൊതു ലോകത്തിന്റെ ശ്രദ്ധയിലേക്ക് വരുന്നത് ആർതർ കോസ്ലർ എന്ന പത്രപ്രവർത്തകൻ 1974-ൽ 'ദി സണ്ടേ ടൈംസിൽ' ഇത് സംബന്ധിച്ച് റിച്ചാർഡ് പാർക്കറിന്റെ കുടുംബത്തിലെ ഒരു പിൻതലമുറക്കാരനായ നൈജെൽ പാർക്കർ അയച്ച ഒരു കത്ത് പ്രസിദ്ധീകരിക്കുമ്പോഴാണ്. ഒരു സാങ്കൽപ്പിക നോവലിൽ എഴുതിയിരുന്നത് പോലെ നാല് ദശകങ്ങൾക്ക് ശേഷം സംഭവിച്ചുവെന്നതിനാൽ ആ സംഭവം കെട്ടുകഥയാണെന്ന് പറയുവാൻ സാധിക്കുമോ?

ധാരാളം സയൻസ് ഫിക്ഷൻ സിനിമകളിലും നോവലുകളിലും നിലവിലില്ലാതിരുന്ന ഉപകരണങ്ങളോ സാങ്കേതികവിദ്യകളോ പരാമർശിക്കുകയും പിൽക്കാലത്ത് അവ കണ്ടുപിടിക്കപ്പെടുകയും ചെയ്തിട്ടുണ്ട്. ഇനി ഒരു രണ്ടായിരം വർഷം കഴിഞ്ഞ് ആ ഉപകരണങ്ങളും സാങ്കേതിക വിദ്യകളും ഉപയോഗത്തിലില്ലാത്ത ഒരു കാലത്ത് ആ കാലത്തെ ഏതെങ്കിലും ചരിത്ര ഗവേഷകൻ അവ തമ്മിലുള്ള സാമ്യം കണ്ട് ഇത്തരം സാങ്കേതിക വിദ്യകൾ ഇരുപതാം നൂറ്റാണ്ടിലും ഇരുപത്തിയൊന്നാം നൂറ്റാണ്ടിലും കണ്ടുപിടിച്ചുവെന്നത് കെട്ടുകഥയാണെന്ന് പറഞ്ഞാൽ എങ്ങനെയിരിക്കും? അതൊരിക്കലും ശരിയായ ഒരു ചരിത്രപഠന രീതിയല്ല. ഓരോ സംഭവങ്ങൾക്കുമുള്ള തെളിവുകളുടെ അടിസ്ഥാനത്തിലാണ് അവയുടെ ചരിത്രപരത നിർണ്ണയിക്കേണ്ടത്.

അമേരിക്കൻ പ്രസിഡന്റുമാരായ എബ്രഹാം ലിങ്കണും ജോൺ എഫ് കെന്നഡിയും തമ്മിൽ പല സമാനതകളുമുണ്ട്[21] അതുപോലെ തന്നെ ജോർജ് വാഷിംഗ്ടണും ഡ്വൈറ്റ് ഐസനോവറും തമ്മിലും പല സമാനതകളുണ്ട്.[22] 1945-ൽ ന്യൂയോർക്കിലെ എംപയർ സ്റ്റേറ്റ്

---

[21] Raymond S. Nickerson, *Cognition and Chance: The Psychology of Probabilistic Reasoning* (Psychology Press, 2004), 48.

[22] Stephen S. Carey, *A Beginner's Guide to Scientific Method* (Cengage Learning, 2011), 131; Ethan M. Fishman, William D. Pederson, and Mark J. Rozell, *George Washington: Foundation of Presidential Leadership and Character* (Bloomsbury Publishing USA, 2001), 72.

ബിൽഡിങ്ങിൽ അമേരിക്കൻ യുദ്ധവിമാനം ഇടിച്ച സംഭവവും 2001-ൽ വേൾഡ് ട്രേഡ് സെന്റർ വിമാനം ഇടിപ്പിച്ച് തകർത്ത സംഭവവും തമ്മിൽ പല സമാനതകളുമുണ്ട്.[23] എന്നാൽ ഒന്ന് മറ്റൊന്നിൽ നിന്ന് പകർത്തിയതാണെന്ന് അതിനാൽ പറയുവാൻ സാധിക്കുമോ? യഥാർത്ഥത്തിൽ നടന്ന സംഭവങ്ങളെയും ജീവിച്ചിരുന്ന വ്യക്തികളുടെ ജീവിതത്തെയും അധികരിച്ച് എത്രയോ നോവലുകളും സിനിമകളും ഇറങ്ങിയിട്ടുണ്ട്. അവയെല്ലാം പല നിലകളിൽ യാഥാർത്ഥ്യത്തെ സാങ്കൽപ്പിക കഥാരൂപത്തിലാക്കുകയോ വ്യത്യസ്ത നിലകളിൽ അവതരിപ്പിക്കുകയോ ഒക്കെ ചെയ്തിട്ടുണ്ട്. ഗ്രീക്ക്-റോമൻ സമൂഹത്തിൽ യേശുവിന്റെ ജീവിതത്തിലെ സംഭവങ്ങളെ അനുകരിച്ച് പിൽക്കാലത്ത് മറ്റുപലരുടെയും പേരിൽ പല 'ഭാവനാ കഥകളും' ഇറങ്ങിയിട്ടുണ്ട്.[24] ആ ഭാവനാസൃഷ്ടികൾ വായിച്ച് ആശയക്കുഴപ്പത്തിലായി യാഥാർത്ഥ്യത്തെ നിഷേധിച്ചാൽ എങ്ങനെയിരിക്കും.

സാധാരണ നിലയിൽ ചില കാര്യങ്ങൾ സംഭവിച്ചാൽ, അവ സംഭവിക്കുന്ന സ്വാഭാവികമായ ചില രീതികളുണ്ട്. അതുപോലെ ആത്മീയ ഗുരുക്കന്മാരെക്കുറിച്ചും, പ്രവാചകന്മാരെക്കുറിച്ചും, ദൈവമനുഷ്യരെക്കുറിച്ചുമൊക്കെ മനുഷ്യർക്ക് പൊതുവിൽ ചില സങ്കൽപ്പങ്ങളും പ്രതീക്ഷകളുമുണ്ട്. മനുഷ്യൻ അവന്റെ സങ്കൽപ്പങ്ങൾ എഴുതി വെക്കുകയും എന്നാൽ യഥാർത്ഥത്തിൽ സമാനമായ എന്തെങ്കിലും സംഭവങ്ങൾ നടക്കുകയും ചെയ്താൽ അവയുടെ വിവരണങ്ങൾ തമ്മിൽ സമാനതകളുണ്ടാകാം. അതിൽ ഏതെങ്കിലുമൊന്നോ അല്ലെങ്കിൽ രണ്ടും ചരിത്ര സംഭവങ്ങളോ

---

[23] Mark Puleo, "The Other Time a Plane Crashed into a New York City Skyscraper," 19 October 2021, https://web.archive.org/web/20211020013024/https://news.yahoo.com/other-time-plane-crashed-york-174849706.html; William Maley, *The Afghanistan Wars: Second Edition*, 2nd ed. (Basingstoke, UK : New York: Palgrave Macmillan, 2009), 210.

[24] Glen Warren Bowersock, *Fiction as History: Nero to Julian* (University of California Press, 1997), 110.

ഭാവനാസൃഷ്ടികളോ ആണെന്ന് അതിനാൽ മാത്രം പറയുവാൻ സാധിക്കുമെന്ന് ചിന്തിക്കുന്നത് യുക്തിപരമായ പിശകാണ്.

ഓരോ സംഭവങ്ങളും അവകാശവാദങ്ങളും അവയ്ക്കുള്ള തെളിവുകളുടെ അടിസ്ഥാനത്തിലാണ് വിലയിരുത്തേണ്ടത്. മറ്റ് അനുകൂല, മുൻകൂർ സാധ്യതകളുടെ അഭാവത്തിൽ, പൊതുവിൽ ഒരു കാലഘട്ടത്തിൽ സാങ്കല്പികമെന്ന് പ്രഥമദൃഷ്ട്യാ വിലയിരുത്തപ്പെടുന്ന ഒരു കഥാപ്രമേയമോ ഇതര സവിശേഷതകളോ, ഒരു രചനയിൽ കണ്ടാൽ അവയെ സംശയദൃഷ്ടിയോടെ സമീപിക്കുന്നത് ശരിയായ ഒരു രീതിയാണ്. എന്നാൽ ആ രചനയിൽ പറഞ്ഞിരിക്കുന്ന കാര്യങ്ങളുടെ സ്വഭാവവും അതിനുള്ള തെളിവുകളും പരിശോധിക്കാതെ ഇത്തരം ചില പൊതു പ്രമേയങ്ങളുടെ സാന്നിധ്യത്തിന്റെ അടിസ്ഥാനത്തിൽ മാത്രം അത് പൂർണ്ണമായും ഭാവനാസൃഷ്ടിയാണെന്ന് വിലയിരുത്തുന്നത് ശരിയായ ഒരു ചരിത്രപഠന രീതിയല്ല.

രചനാശൈലി

മർക്കോസ് എഴുതിയ ജീവചരിത്രം പത്രോസിന്റെ പ്രസംഗത്തെ അടിസ്ഥാനമാക്കിയുള്ളതാണ് എന്ന് പാപിയസ്, ഐറേനിയസ്, ജസ്റ്റിൻ തുടങ്ങിയ സഭാപിതാക്കന്മാർ രേഖപ്പെടുത്തിയിരിക്കുന്നു. പത്രോസിന് ഈ പുസ്തകത്തിൽ നൽകിയിരിക്കുന്ന പ്രാധാന്യം, പത്രോസിന് പ്രയാസമുണ്ടാകുന്ന പല വിവരങ്ങളും ഒഴിവാക്കിയിരിക്കുന്നത് തുടങ്ങി മറ്റ് ജീവചരിത്രങ്ങളുമായും ഗ്രീക്ക് രചനകളുമായുള്ള താരതമ്യത്തിൽ നിന്നും ഇതിനെ സാധൂകരിക്കുന്ന ധാരാളം തെളിവുകൾ കണ്ടെത്തിയിട്ടുണ്ട്. ലൂക്കോസ് ദൃക്സാക്ഷി വിവരണങ്ങളിൽ നിന്നാണ് തന്റെ രചന നിർവ്വഹിച്ചിരിക്കുന്നത് എന്നും ദൃക്സാക്ഷികളായ അപ്പൊസ്തലനായ മത്തായിയും യോഹന്നാനുമാണ് അവരുടെ പേരിൽ അറിയപ്പെടുന്ന ജീവചരിത്രങ്ങളുടെ പിന്നിലുള്ളത് എന്നതിനും ധാരാളം തെളിവുകൾ ഉണ്ട്.

ഗ്രീക്ക്-റോമൻ ജീവചരിത്രങ്ങളുടെ ശൈലിയിൽ ആണ് സുവിശേഷങ്ങൾ എഴുതിയിരിക്കുന്നത്. സുവിശേഷങ്ങളുടെ രചനാ

രൂപം ഗ്രീക്ക് ജീവചരിത്രങ്ങളുടേതാണ് എന്ന് അവയുടെ വിവരണങ്ങളുടെ ഘടന, വിവരണങ്ങളുടെ ക്രമം, അന്ത്യ സമയത്തെക്കുറിച്ച് കൂടുതൽ എഴുതിയിരിക്കുന്നത് തുടങ്ങിയ വിവിധ പ്രത്യേകതകളുടെ അടിസ്ഥാനത്തിൽ റിച്ചാർഡ് അലൻ ബറിഡ്ജിനെപ്പോലെയുള്ള പണ്ഡിതന്മാർ കണ്ടെത്തിയിട്ടുണ്ട്. യേശുവിന്റെ ഈ ജീവചരിത്രങ്ങളും പ്ലൂട്ടാർക്ക് എന്ന റോമൻ ജീവചരിത്രകാരന്റെ രചനകളുമായി നടത്തിയ താരതമ്യ പഠനത്തിൽ നിന്നും യേശുവിന്റെ ആധികാരിക ജീവചരിത്രങ്ങൾ തമ്മിലുള്ള വ്യത്യാസങ്ങൾ പോലും ഇത്തരം ചരിത്രകാരന്മാർ ഉപയോഗിച്ചിരുന്ന രചനാസങ്കേതങ്ങളുടെ അടിസ്ഥാനത്തിൽ വിശദീകരിക്കുവാൻ കഴിയുമെന്ന് കണ്ടെത്തിയിട്ടുണ്ട്.

സുവിശേഷങ്ങൾ പുരാതന ഗ്രീക്ക്-റോമൻ ജീവചരിത്രങ്ങളുടെ ശൈലിയിൽ എഴുതപ്പെട്ടിരിക്കുന്നവയാണെന്നതും[25] സുവിശേഷങ്ങളിലെ വൈരുദ്ധ്യങ്ങൾ പോലും ഈ രചനാശൈലിയിലെ വിവിധ രചനാസങ്കേതങ്ങളെ പിന്തുടരുന്നവയാണെന്നതും[26] ഇതുമായി ബന്ധപ്പെട്ട മറ്റൊരു സവിശേഷതയിലേക്ക് നമ്മുടെ ശ്രദ്ധയെ ആകർഷിക്കേണ്ടതാണ്. അതായത് ഈ കാലഘട്ടത്തിൽ, സമീപകാലത്ത് ജീവിച്ചിരുന്ന വ്യക്തികളെക്കുറിച്ചുള്ള ജീവചരിത്രങ്ങൾ ചരിത്രപരമായ ആധികാരികത പുലർത്തുന്നവയായിരുന്നു.[27] പുരാതന കാലത്തെ രചനകൾ ആ കാലത്ത് നിന്ന് പ്രതീക്ഷിക്കാവുന്ന ഒരു നിലവാരത്തെ അടിസ്ഥാനമാക്കി വേണം വിലയിരുത്തുവാൻ.

---

[25] ഈ വിഷയത്തിൽ ഭൂരിപക്ഷം ഗവേഷകന്മാരെയും ഒരു ഏകാഭിപ്രായത്തിലേക്ക് നയിച്ച പഠനം: Richard A. Burridge, *What Are the Gospels?: A Comparison with Graeco-Roman Biography* (Cambridge University Press, 1995).

[26] Mike Licona, *Why Are There Differences in the Gospels?: What We Can Learn from Ancient Biography* (Oxford University Press, 2017).

[27] Michael R. Licona, "Are the Gospels 'Historically Reliable'? A Focused Comparison of Suetonius's Life of Augustus and the Gospel of Mark," *Religions* 10.3 (2019): art. 3, p. 16.

ഈ നിലയിൽ മനസിലാക്കുമ്പോൾ പുരാതന കാലത്തെ ഒരു ചരിത്ര കൃതി 'ചരിത്രപരമായി വിശ്വസനീയമാണ്' എന്ന് പറയുന്നതിന്, അതിലെ വിവരണങ്ങൾ ഒരു പിശക് പോലുമില്ലാത്ത നിലയിൽ ചെറിയ വിശദാംശങ്ങളിലടക്കം സമഗ്രമായ കൃത്യത പാലിക്കുകയോ, അവ, സംഭവങ്ങൾ വിവരിക്കുമ്പോൾ സാധാരണ സംഭവിക്കുന്ന നിലയിലുള്ള മോടിപിടിപ്പിക്കലുകൾ നടന്നിട്ടില്ലാത്തവയോ ആയിരിക്കേണ്ട ആവശ്യമില്ല. മറിച്ച് 'ചരിത്രപരമായി വിശ്വസനീയമായത്' എന്നതിനർത്ഥം, ഏറ്റവും ചുരുങ്ങിയത്, അവയിലെ വിവരണങ്ങൾ, സംഭവിച്ച കാര്യങ്ങളുടെ കൃത്യമായ ഒരു സാരാംശമോ, അല്ലായെങ്കിൽ, അടിസ്ഥാനപരമായി വിശ്വസ്തമായ ഒരു വർണ്ണനയോ പ്രദാനം ചെയ്യുന്നു എന്നാണ്. ജീവചരിത്രകാരന്മാർ ചരിത്രപരമായി ആധികാരികമായ ഉറവിടങ്ങളിൽ നിന്ന് വിവരങ്ങൾ ശേഖരിക്കുകയും അടിസ്ഥാനപരമായി ആധികാരികമെന്ന് തങ്ങൾക്ക് ഉറപ്പുള്ള വിവരങ്ങൾ രേഖപ്പെടുത്തുകയുമാണ് ആ കാലത്ത് ചെയ്യുവന്നിരുന്നത്. അവർ സ്വതന്ത്രമായി സംഭവങ്ങൾ ചമയ്ക്കുന്ന രീതി ഇല്ലായിരുന്നു. ആ കാലത്തെ വായനക്കാരും ജീവചരിത്രകാരന്മാർ അങ്ങനെ ചെയ്യുമെന്ന് പ്രതീക്ഷിച്ചിരുന്നില്ല.

അപ്പോൾ തന്നെ തങ്ങൾക്ക് ലഭ്യമായ വിവരങ്ങൾ കൈമാറുമ്പോൾ പരിമിതമായ അളവിൽ ആ സംഭവങ്ങളെക്കുറിച്ചുള്ള തങ്ങളുടെ വീക്ഷണങ്ങൾ പ്രതിഫലിപ്പിക്കുന്ന നിലയിൽ അവ ചിട്ടപ്പെടുത്തുവാനുള്ള അനുവാദം തങ്ങൾക്കുള്ളതായും ചരിത്രകാരന്മാർ കരുതിയിരുന്നു. പ്രസ്താവനകളെ ആവശ്യമായ നിലയിൽ അനുരൂപപ്പെടുത്തുക, സംഭവങ്ങളുടെ കാലക്രമത്തെ വേണ്ടവിധം ക്രമീകരിക്കുക എന്നിങ്ങനെ. ഈ രീതിയിൽ ഒരു സാഹിത്യ രചനയെന്ന നിലയിൽ അതിനാവശ്യമായ സൃഷ്ടിപരമായ സ്വാതന്ത്ര്യവും, ചരിത്രമെന്ന നിലയിൽ അതിനാവശ്യമായ സാധ്യമായ നിലയിലുള്ള സത്യസന്ധതയും അക്കാലത്തെ മറ്റു ജീവചരിത്രകാരന്മാരെപ്പോലെ

സുവിശേഷകന്മാരും കൈക്കൊണ്ടിരുന്നുവെന്നത് വിശദമായ താരതമ്യ പഠനങ്ങളിലൂടെ തെളിയിക്കപ്പെട്ടിട്ടുണ്ട്.[28]

രചയിതാക്കളുടെ ഉറവിടങ്ങൾ

സുവിശേഷ രചയിതാക്കളുടെ കാര്യമെടുത്താൽ പത്രോസിന്റെ പ്രസംഗത്തിൽ നിന്നാണ് മർക്കോസ് തന്റെ സുവിശേഷമെഴുതിയതെന്നു പറഞ്ഞപ്പോഴും അതിനെ പത്രോസിന്റെ സുവിശേഷമെന്ന് ആദിമ സഭ വിളിക്കാതിരുന്നത് തന്നെ അവരുടെ സത്യസന്ധതയുടെ തെളിവാണ്. മർക്കോസിനെ പോലെ തികച്ചും അപ്രധനിയായ ഒരു വ്യക്തിത്വത്തെ ആ സുവിശേഷത്തിന്റെ രചയിതാവായി ചൂണ്ടിക്കാണിച്ച ആദിമ സഭയുടെ ചരിത്രപരമായ വിശ്വസ്തതയെ നാം താരതമ്യം ചെയ്യേണ്ടത് പ്രമുഖ വ്യക്തിത്വങ്ങളായ പത്രോസിന്റെയും തോമസിന്റെയും മഗ്ദലന മറിയത്തിന്റെയുമൊക്കെ പേരിൽ ചമയ്ക്കപ്പെട്ട പിൽക്കാല രചനകളുമായിട്ടാണ്. പ്രമുഖരുടെ പേരിൽ അറിയപ്പെട്ടിട്ടും ഈ കൃതികളെ വ്യാജനാമങ്ങളിൽ രചിക്കപ്പെട്ടവയെന്ന് തിരിച്ചറിഞ്ഞ് ആദിമ സഭ തള്ളിക്കളഞ്ഞുവെന്നതും ശ്രദ്ധേയമാണ്. ഇതുപോലെ തന്നെയാണ് ലൂക്കോസിന്റെ സുവിശേഷത്തിന്റെ കാര്യവും. അവിടെയും സഭയിൽ ഒരു പ്രധാന സ്ഥാനം അലങ്കരിക്കാത്ത ഒരു വ്യക്തിയെയാണ് രചയിതാവായി ആദിമ പാരമ്പര്യം ചൂണ്ടിക്കാട്ടിയത്. ഈ കാരണങ്ങളാൽ തന്നെ മർക്കോസും ലൂക്കോസും തന്നെയാണ് ഈ സുവിശേഷങ്ങളുടെ എഴുത്തുകാർ എന്നത് ചരിത്രപരമായി അംഗീകരിക്കാവുന്ന ഒരു വീക്ഷണമാണ്.

രചനാകാലഘട്ടവും സംഭവങ്ങളുടെ സമയവും

സുവിശേഷ രചനയുടെ കാലഘട്ടവും യേശുവിന്റെ ജീവിത കാലവും തമ്മിലുള്ള താരതമ്യേന ചുരുങ്ങിയ ഇടവേള കാര്യമായ ഇതിഹാസ സമാനമായ ആധികാരികതയില്ലാത്ത വിവരണങ്ങൾ

---

[28] Craig S. Keener, *Christobiography: Memory, History, and the Reliability of the Gospels* (Wm. B. Eerdmans Publishing, 2019).

അവിർഭവിക്കുവാൻ മതിയായ സമയമല്ല. മാത്രവുമല്ല സുവിശേഷത്തിനു മുമ്പുള്ള വാചിക പാരമ്പര്യം ശിഷ്യന്മാരാൽ ഔപചാരികമായി സംരക്ഷിക്കപ്പെടുകയും, യഹൂദാ റബ്ബിമാരുടെ അധ്യാപനത്തെയും സ്മൃതിസഹായക വിദ്യകളെയും അനുസ്മരിപ്പിക്കുന്ന ഒരു രീതിയിലാണ് അത് കൈമാറ്റം ചെയ്യപ്പെട്ടതെന്നും, കുറച്ചു കൂടി വ്യക്തമായി പറഞ്ഞാൽ യേശുവിനെക്കുറിച്ചുള്ള ചരിത്രത്തിന്റെ പ്രക്ഷേപണ പ്രക്രിയകൾ നടന്നത് ആധികാരിക ഉറവിടങ്ങളായി കരുതാവുന്ന വ്യക്തികളുടെ ശ്രദ്ധാപൂർവ്വമായ മേൽനോട്ടത്തിനു കീഴിലായിരുന്നുവെന്നും അതിനാൽ തന്നെ സുവിശേഷങ്ങളിലെ വിവരണങ്ങൾ പൊതുവിൽ ചരിത്രപരമായി വിശ്വാസയോഗ്യമായി കണക്കാക്കാമെന്നും ഗവേഷകന്മാർ കണ്ടെത്തിയിട്ടുണ്ട്.[29]

കൂടുതലും യാഥാർത്ഥ്യത്തോട് ചേർന്നു നിൽക്കുന്ന ഉള്ളടക്കം

പുരാതന പുരാണകഥകളിൽ കാണുന്നത് പോലെയുള്ള അയാഥാർത്ഥമായ വിചിത്ര ജീവികളെയോ അതിവിചിത്രമായ വസ്തുക്കളെയോ സാങ്കൽപ്പിക അഭൗമിക സ്ഥലങ്ങളോ സുവിശേഷങ്ങളിൽ കാണുവാൻ സാധിക്കില്ല. യാഥാർത്ഥ്യത്തിനു നിരക്കാത്തത്രയും അതിവിദൂരമായ ഒരു കാലത്ത് നടക്കുന്ന സംഭവങ്ങളല്ല അവയിൽ വിവരിച്ചിരിക്കുന്നത്. നിരവധി തവണ തങ്ങൾ രോഗികളെ പ്രാർത്ഥിച്ച് സൗഖ്യമാക്കിയെന്നു വിശ്വസിക്കുന്നയാളുകളും[30] തങ്ങൾക്ക് പ്രാർത്ഥനയാൽ സൗഖ്യം ലഭിച്ചുവെന്ന് വിശ്വസിക്കുന്നയാളുകളും[31] ഇന്നും ധാരാളമുണ്ട്.

---

[29] സ്വീഡനിലെ ലുണ്ട് സർവ്വകലാശാലയിൽ പ്രൊഫസറായിരുന്ന പുതിയനിയമ ഗവേഷകനായ ബിർഗർ ഗെർഹാർഡ്സൺ നടത്തിയിട്ടുള്ള പഠനങ്ങളാണ് ഈ വിഷയത്തിൽ ഏറ്റവും ശ്രദ്ധേയമായിട്ടുള്ളത്: Birger Gerhardsson, *The Reliability of the Gospel Tradition* (Baker Publishing Group, 2001).

[30] Bill Johnson and Randy Clark, *The Essential Guide to Healing: Equipping All Christians to Pray for the Sick* (Grand Rapids, Mich: Chosen Books, 2011).

[31] ലോകത്തിന്റെ വിവിധ ഭാഗങ്ങളിൽ നിന്നും ഗവേഷണപരമായി ശേഖരിച്ചിട്ടുള്ള നിരവധി ഉദാഹരണങ്ങൾ ഈ ഗ്രന്ഥങ്ങളിൽ കാണുവാൻ സാധിക്കും: Craig S.

എന്തിനധികം പറയുന്നു പ്രാർത്ഥനയാൽ നിരവധിപ്പേരെ ഉയിർപ്പിച്ചുവെന്നു വിശ്വസിക്കുന്നവർ പോലുമുണ്ട്.[32]

യഥാർത്ഥ ലോകത്ത് ജീവിച്ചിരുന്ന ആളുകൾ യഥാർത്ഥ ചരിത്ര നിമിഷങ്ങളെക്കുറിച്ച് ഉത്തമ ബോധ്യത്തോടെയും സത്യസന്ധതയോടെയും സമാനമായ അവകാശവാദങ്ങൾ ഉന്നയിക്കുന്ന വിവരണങ്ങൾ ഒരു ഗ്രന്ഥത്തിൽ കണ്ടുവെന്നത് അതിൽ തന്നെ ആ പുസ്തകങ്ങളുടെ ചരിത്രപരതയെ പൊതുവിൽ സംശയിക്കുവാൻ മതിയായ കാരണമല്ല. അത്ഭുതങ്ങൾ യഥാർത്ഥത്തിൽ നടക്കുന്നുണ്ടോ ഇല്ലയോ എന്ന ചോദ്യം മാറ്റി നിർത്തി, അവകാശവാദങ്ങളെന്ന തലത്തിൽ നിന്ന് മാത്രം നോക്കിയാൽ ഈ നിലയിൽ നമ്മുക്ക് സുവിശേഷങ്ങളിലെ വിവരണങ്ങളെ വിലയിരുത്തുവാൻ സാധിക്കും. എന്നാൽ പ്രഥമദൃഷ്ട്യാ തന്നെ ഒരുപോലെ ജാലവിദ്യാപരമെന്നും, ആവശ്യകതയേക്കാൾ പ്രദർശനാത്മകത നിറഞ്ഞതെന്നും, സ്വയം അരങ്ങൊരുക്കി അവതരിപ്പിക്കുന്നതെന്ന് തോന്നാവുന്നതും, വിമർശനബുദ്ധ്യാ വിലയിരുത്തുന്നവർക്ക് അത്ഭുതപ്രവർത്തകന്റെ സ്വന്ത താല്പര്യത്തിനു വേണ്ടിയുള്ളതെന്ന് ആരോപിക്കാവുന്നതുമായ, അതിശയോക്തിപരമായ സംഭവങ്ങൾ സുവിശേഷങ്ങളിൽ വിരലിലെണ്ണാവുന്നവ മാത്രമേയുള്ളൂ എന്നതും ഇതിനോടൊപ്പം ചേർത്ത് വിലയിരുത്തേണ്ടതാണ്. ഉദാഹരണമായി മലയിലെ രൂപാന്തരം (മത്തായി 17:1-9 // മർക്കോസ് 9:2-9 // ലൂക്കോസ് 9:28-36), കടലിന്റെ മീതെ നടക്കുന്നത് (മത്തായി 14:22-34 // മർക്കോസ് 6:45-53 // യോഹന്നാൻ 6:15-21).

Keener, *Miracles: The Credibility of the New Testament Accounts* (Baker Publishing Group, 2011); Craig S. Keener, *Miracles Today: The Supernatural Work of God in the Modern World* (Baker Academic, 2021); J. P. Moreland, *A Simple Guide to Experience Miracles: Instruction and Inspiration for Living Supernaturally in Christ* (Zondervan, 2021).

[32] Steven Edward Harris, "The Meaning of Resurrection Miracles in Pentecostal Theology," *JPT* 29.2 (2020): 211–28.

ചരിത്രപരമായ വിശ്വാസ്യതയുടെ അടയാളങ്ങൾ

യേശുവിനെക്കുറിച്ചുള്ള പഠനത്തിന് പ്രയോജനപ്പെടുന്ന പുരാതന ഉറവിടങ്ങളുടെ പൊതുവിലുള്ള ചരിത്രപരമായ വിശ്വാസ്യതയിലേക്ക് വിരൽചൂണ്ടുന്ന പലവിധമായ സവിശേഷതകളിൽ പ്രധാനപ്പെട്ട ചില കാര്യങ്ങളാണ് തുടർന്ന് നാം ചർച്ച ചെയ്യുന്നത്.

ഭൂമിശാസ്ത്രം

യേശുവിന്റെ ജീവചരിത്രങ്ങളിൽ കാണുന്ന ഭൂപ്രകൃതിയെക്കുറിച്ചുള്ള സൂചനകൾ വസ്തുതാപരമാണ്. ഉദാഹരണമായി "അവൻ വീണ്ടും സോരിന്റെ അതിർ വിട്ടു സീദോൻ വഴിയായി ദെക്കപ്പൊലിദേശത്തിന്റെ നടുവിൽകൂടി ഗലീലക്കടല്ലുറത്തു വന്നു" എന്ന് മർക്കോസ് 7:31-ൽ[1] നാം വായിക്കുന്നു. ആ പ്രദേശത്തിന്റെ അതിരുകളെയും ലഭ്യമായ പ്രധാന പാതകളെയും കൃത്യമായി പ്രതിഫലിപ്പിക്കുന്നതാണ് ഇവയെന്നും ഇതിലൂടെ പ്രതിഫലിക്കുന്ന യേശുവിന്റെ യാത്രാ ലക്ഷ്യങ്ങൾ നേരിട്ട് എടുത്തു പറയാത്തതും എന്നാൽ പശ്ചാത്തലത്തിൽ നിന്ന് നമ്മുക്ക് മനസിലാക്കി എടുക്കുവാൻ സാധിക്കുന്നതുമായ ഇതര വസ്തുതകളുമായി പൊരുത്തപ്പെടുന്നതാണെന്നും കണ്ടെത്തിയിട്ടുണ്ട്.[2]

---

[1] ഒന്നാം നൂറ്റാണ്ടിലെ പശ്ചാത്തലത്തിന്റെ വെളിച്ചത്തിൽ സൂക്ഷ്മമായ പരിശോധനകൾക്ക് വിധേയമാക്കുന്നതിന് മുൻപ് ഈ ഭാഗം ചരിത്രപരമായി കൃത്യതയില്ലാത്തതായിട്ടാണ് കരുതിയിരുന്നത്. Pheme Perkins, *Reading the New Testament: An Introduction* (Paulist Press, 1988), 204.

[2] Douglas R. Edwards, "The Socio-Economic and Cultural Ethos of the Lower Galilee in the First Century: Implications for the Nascent Jesus Movement," in *The Galilee in Late Antiquity*, ed. Lee I. Levine (Jewish Theological Seminary of America, 1992), 59–60; Michael Flowers, "Jesus' 'Journey' in Mark 7:31: Interpretation and Historical Implications For Markan Authorship and Both the Scope and Impact of Jesus' Ministry," *JSHJ* 14.2 (2016): 177–78.

യേശുവിന്റെ യാത്രയെ സംബന്ധിച്ച് വേണ്ടത്ര വിശദീകരണങ്ങളില്ലാതെ പല സ്ഥലങ്ങളെ ഒരുമിച്ച് ഒറ്റവരിയിൽ പരാമർശിച്ചിരിക്കുന്നത് തനിക്ക് ലഭ്യമായ വിവരങ്ങളിലെ അപ്രധാന വസ്തുതകൾ ഒഴിവാക്കി ആ ഭാഗം സംക്ഷിപ്തമായി പരാമർശിക്കുവാനുള്ള എഴുത്തുകാരന്റെ തിടുക്കത്തെ കാണിക്കുന്നതാണ്. ഇത് പോലെ തന്നെ ലൂക്കോസ് 10:13-15-ൽ (മത്തായി 11:21-24-ലും) കാണുന്ന താഴെക്കൊടുത്തിരിക്കുന്ന യേശുവിന്റെ പ്രസ്താവനയും വളരെ ശ്രദ്ധേയമാണ്.

"കോരസീനേ, നിനക്കു അയ്യോ കഷ്ടം! ബേത്സയിദേ, നിനക്കു അയ്യോ കഷ്ടം! നിങ്ങളിൽ നടന്ന വീര്യപ്രവൃത്തികൾ സോരിലും സീദോനിലും നടന്നിരുന്നു എങ്കിൽ അവർ പണ്ടുതന്നെ ചാക്കുതുണിയിലും വെണ്ണീറിലും ഇരുന്നു മാനസാന്തരപ്പെടുമായിരുന്നു. എന്നാൽ ന്യായവിധിയിൽ നിങ്ങളെക്കാൾ സോരിന്നും സീദോന്നും സഹിക്കാവതാകും. നീയോ കഫർന്നഹൂമേ, സ്വർഗ്ഗത്തോളം ഉയർന്നിരിക്കുമോ? നീ പാതാളത്തോളം താണുപോകും."

ഇതിൽ പറയുന്ന സ്ഥലങ്ങൾ (കോരസീൻ, ബേത്സയിദ, കഫർന്നഹൂം) യഥാർത്ഥത്തിലുള്ളവയാണെന്ന് മാത്രമല്ല ഇതിൽ അധികം അറിയപ്പെടാത്ത ഗ്രാമമായ കോരസീൻ ബേത്സയിദയിലേക്കുള്ള വഴിയിലും കഫർന്നഹൂമിന് വടക്ക് ഏതാനും മൈലുകൾ മാത്രം അകലെയുമാണ്. ഇന്ന് പുരാവസ്തു പഠനങ്ങളിലൂടെയും യേശുവിന്റെ ജീവചരിത്രങ്ങൾ രചിക്കപ്പെട്ടതിനു ശേഷം വിരചിതമായ ഗ്രന്ഥങ്ങളെ അടിസ്ഥാനമാക്കിയുള്ള പഠനങ്ങളിൽ നിന്നുമെല്ലാം നമ്മുക്ക് ഒന്നാം നൂറ്റാണ്ടിലെ പാലസ്തീനിലെ സ്ഥലങ്ങളെക്കുറിച്ച് മനസിലാക്കുവാൻ സാധിക്കും. എന്നാൽ ലൂക്കോസിനോ മത്തായിക്കോ ഈ വിവരങ്ങൾ നൽകാൻ കഴിയുന്ന ഒരു രചനപോലും അന്നുണ്ടായിരുന്നതായി നമ്മുടെ അറിവിൽ ഇല്ല.

ആദ്യകാല ക്രിസ്തീയ പാരമ്പര്യമനുസരിച്ച്, മത്തായി അന്ത്യോക്യയിലും, മർക്കോസ് റോമിലും, ലൂക്കോസ് അഖായയിലും, യോഹന്നാൻ എഫേസൊസിലും വെച്ചാണ് യേശുവിന്റെ

ജീവചരിത്രങ്ങൾ എഴുതിയത്.[3] മറ്റൊരു വിധത്തിൽ പറഞ്ഞാൽ യേശുവിന്റെ ജീവചരിത്രങ്ങൾ അവയിൽ എഴുതിയിരിക്കുന്ന സംഭവങ്ങൾ നടന്നതായി അവ അവകാശപ്പെടുന്ന പാലസ്തീനിൽ വെച്ച് എഴുതിയതല്ല. സുവിശേഷങ്ങളെ സാമാന്യം സംശയദൃഷ്ടിയോടെ മാത്രം വിലയിരുത്തുന്ന ആദിമ ക്രിസ്തീയ ചരിത്ര ഗവേഷകന്മാരിലൊരാളാണ് ഗെർഡ് തീസെൻ. ആധുനിക ഗവേഷകന്മാരുടെ പൊതുവിലുള്ള വിലയിരുത്തലുകളെ അധികരിച്ച് അദ്ദേഹം പറയുന്നത്, മത്തായി സിറിയയിൽ വെച്ചും മർക്കോസ് സിറിയയിലോ റോമിലോ വെച്ചും ലൂക്കോസ് ഈജിയന്റെ പരിസരപ്രദേശങ്ങളിലോ റോമിലോ വെച്ചും യോഹന്നാൻ സിറിയയിലോ എഫേസോസിലോ വെച്ചുമാണ് യേശുവിന്റെ ജീവചരിത്രങ്ങൾ രചിച്ചതെന്നാണ്.[4]

നിരീശ്വരവാദിയായ പുതിയനിയമ പണ്ഡിതനായ ബാർട്ട് എർമാനും ഈ സുവിശേഷങ്ങൾ പലസ്തീനിന് പുറത്ത് വെച്ചാണ് എഴുതിയതെന്ന് അനുമാനിക്കുന്നു.[5] ചുരുക്കിപ്പറഞ്ഞാൽ യേശുവിന്റെ ജീവചരിത്രങ്ങളുടെ ആദിമ വായനക്കാരാകട്ടെ, ആധുനിക പണ്ഡിതന്മാരാകട്ടെ പൊതുവിൽ എല്ലാവരും മനസിലാക്കുന്നതനുസരിച്ച് ഇവ പാലസ്തീനിൽ വെച്ച് എഴുതപ്പെട്ടവയല്ല. ഈ വസ്തുതയുടെ പശ്ചാത്തലത്തിൽ വേണം യേശുവിന്റെ ആദിമ ജീവചരിത്രകാരന്മാർക്ക് അവർ വിവരിക്കുന്ന പ്രദേശങ്ങളെക്കുറിച്ചുണ്ടായിരുന്ന ധാരണയെ വിലയിരുത്തുവാൻ. തങ്ങൾ ദൃക്സാക്ഷി വിവരണമാണ് രേഖപ്പെടുത്തുന്നതെന്ന അവരുടെ അവകാശ വാദങ്ങളെ പിന്തുണയ്ക്കുന്നവയാണ് ഈ വസ്തുതകൾ.

അവർക്ക് സ്ഥലങ്ങളെക്കുറിച്ച് മാത്രമല്ല അവിടത്തെ ഭൂപ്രകൃതിയെക്കുറിച്ചും നന്നായി അറിയാമായിരുന്നു.

---

[3] Margaret M. Mitchell, "Patristic Counter-Evidence to the Claim That 'The Gospels Were Written for All Christians,'" *NTS* 51.1 (2005): 36–79.

[4] Gerd Theissen and Annette Merz, *The Historical Jesus: A Comprehensive Guide* (Fortress Press, 1998), 59.

[5] Ehrman, *Jesus*, 46.

ഉദാഹരണമായി ലൂക്കോസ് 10:30-ൽ എഴുതിയിരിക്കുന്നതിന്റെ ഗ്രീക്ക് മൂലപദമനുസരിച്ച് യെരുശലേമിൽ നിന്ന് യെരീഹോവിലേക്കുള്ള യാത്രയും യോഹന്നാൻ 2:12-ൽ പറഞ്ഞിരിക്കുന്ന കാനാവിൽ നിന്ന് കഫർന്നഹൂമിലേക്കുള്ള യാത്രയും ഇറക്കമാണ് (കതെബെ / കതെബെയ്നേൻ - ഇറങ്ങി വരുക). യെരീഹോ യെരുശലേമിനെക്കാളും കഫർന്നഹൂം കാനായെക്കാളും താഴെയായിരുന്നു എന്നത് തന്നെയാണ് യാഥാർത്ഥ്യവും. കുറേക്കൂടി കൃത്യമായിപ്പറഞ്ഞാൽ യെരീഹോ സമുദ്ര നിരപ്പിൽ നിന്ന് ഏകദേശം 250 മീറ്ററും കഫർന്നഹൂം സമുദ്ര നിരപ്പിൽ നിന്നും ഏകദേശം 200 മീറ്ററും താഴെയാണ്. എന്നാൽ യെരുശലേമും കാനായും ഉയർന്ന പ്രദേശങ്ങളാണ്. ഇത്തരം സൂക്ഷ്മമായ വിവരങ്ങൾ അവ ഉൾക്കൊള്ളുന്ന വിവരണങ്ങൾ പാലസ്തീനിൽ നിന്ന് തന്നെ ഉത്ഭവിച്ചവയാണെന്നതിന്റെ തെളിവാണ്.

ചരിത്ര കാലഘട്ടം

യേശുവിന്റെ ജീവചരിത്രമെഴുതിയവർ ചരിത്രാന്വേഷകർക്ക് തിരിച്ചറിയുവാൻ സാധിക്കുന്ന കൃത്യമായ ഒരു കാലഘട്ടത്തിൽ സംഭവിച്ച കാര്യങ്ങളായിട്ടാണ് യേശുവിന്റെ ജീവിതത്തിലെ സംഭവങ്ങളെ വിവരിച്ചത്. ഉദാഹരണമായി:

മർക്കോസ് 1:3 "യോഹന്നാൻ വന്നു..." 1:9 "ആ കാലത്തു യേശു ഗലീലയിലെ നസറെത്തിൽ നിന്നു വന്നു."

ലൂക്കോസ് 1:5 "യെഹൂദ്യരാജാവായ ഹെരോദാവിന്റെ കാലത്തു" 3:1 "തീബെര്യോസ് കൈസരുടെ വാഴ്ചയുടെ പതിനഞ്ചാം ആണ്ടിൽ"

മത്തായി 1:2 "ഹെരോദാരാജാവിന്റെ കാലത്തു..." 1:21 "യെഹൂദ്യയിൽ അർക്കെലയൊസ് തന്റെ അപ്പനായ ഹെരോദാവിന്നു പകരം വാഴുന്നു."

ഭാഷ

ഗ്രീക്കിൽ വിരചിതമായ യേശുവിന്റെ ജീവചരിത്രങ്ങളിൽ കാണുന്ന പാലസ്തീനിലെ സംസാര ഭാഷയായ അരമായയിലുള്ള പദങ്ങൾ അവയിൽ ഉൾക്കൊള്ളുന്ന ചരിത്ര പാരമ്പര്യങ്ങൾ പാലസ്തീനിൽ നിന്ന് ഉത്ഭവിച്ചതാണെന്നതിനുള്ള തെളിവാണ്. ഉദാഹരണമായി ഏലി ഏലി ലമ്മാ ശബക്താനി (മത്തായി 27:46) (എന്റെ ദൈവമേ, എന്റെ ദൈവമേ, നീ എന്നെ കൈവിട്ടത് എന്ത്), തലീഥാ കൂമി (മർക്കോസ് 5:41) (ബാലേ, എഴുന്നേല്ല്), എഫദാ (മർക്കോസ് 7:34) (തുറന്നുവരിക) തുടങ്ങിയവ.

ഇത് കൂടാതെ, ഈ ജീവചരിത്രങ്ങളിൽ എഴുതിയിരിക്കുന്നത് പലതും ഗ്രീക്കിനേക്കാൻ അരമായ ഭാഷയിൽ കൂടുതൽ കൃത്യമായി മനസ്സിലാകും എന്ന് പണ്ഡിതന്മാർ കണ്ടെത്തിയിട്ടുണ്ട്.[6] ഉദാഹരണമായി മർക്കോസ് 2:27-28 "പിന്നെ അവൻ അവരോടു: "മനുഷ്യൻ ശബ്ബത്ത് നിമിത്തമല്ല; ശബ്ബത്ത് മനുഷ്യൻ നിമിത്തമത്രേ ഉണ്ടായതു;" അങ്ങനെ മനുഷ്യപുത്രൻ ശബ്ബത്തിന്നും കർത്താവു ആകുന്നു എന്നു പറഞ്ഞു". അരമായയിൽ മനുഷ്യനും മനുഷ്യ പുത്രനും ബാർ എനാശ്ഷ് ആണ് അപ്പോൾ "ബാർ എനാശ്ഷ് ശബ്ബത്ത് നിമിത്തമല്ല; ശബ്ബത്ത് ബാർ എനാശ്ഷ് നിമിത്തമത്രേ ഉണ്ടായതു;" അങ്ങനെ ബാർ എനാശ്ഷ് ശബ്ബത്തിന്നും കർത്താവു ആകുന്നു" എന്നാണ് യേശു അരമായയിൽ പറഞ്ഞിരിക്കുവാൻ സാധ്യത. റോമിൽ വച്ച് റോമിലെ ആളുകൾക്ക് വേണ്ടി ഗ്രീക്കിൽ എഴുതിയത് അരമായയിൽ കൂടുതൽ വ്യക്തമാകുന്നുവെന്നത് ഈ സംഭവ വിവരണം പാലസ്തീനിൽ ഉത്ഭവിച്ചതാണെന്നതിനുള്ള തെളിവാണ്.

പേരുകൾ

സുവിശേഷങ്ങളിൽ കാണുന്ന പേരുകളെ, യേശുവിന്റെ കാലഘട്ടം ഉൾപ്പെടുന്ന സമയത്ത് (ബി. സി. 50 – എ. ഡി. 135 / ബി. സി. 300 – എ. ഡി. 200) നിന്നുള്ള അസ്ഥിപ്പെട്ടികളിൽ നിന്നുള്ള ലിഖിതങ്ങൾ

---

[6] Michael F. Bird, *Are You the One Who Is to Come?: The Historical Jesus and the Messianic Question* (Baker Academic, 2009), 80.

മുതൽ ഏറ്റവും പുരാതന റബ്ബിനിക് രചനകളിൽ നിന്ന് വരെ ശേഖരിച്ച പേരുകളുമായി താരതമ്യപ്പെടുത്തുമ്പോൾ, പേരുകളുടെ ആവൃത്തിയും മാതൃകയും ആ കാലത്ത് പാലസ്തീനിൽ നിലവിലുണ്ടായിരുന്നതായി ഈ വിവിധ ഉറവിടങ്ങളിൽ നിന്ന് മനസ്സിലാക്കുവാൻ കഴിയുന്ന പേരുകളുമായി വളരെ കൃത്യമായി യോജിച്ചുപോകുന്നതായി കണ്ടെത്തിയിട്ടുണ്ട്.[7] ഉദാഹരണമായി പുരുഷന്മാരുടെ ഇടയിൽ ഏറ്റവും പ്രചാരത്തിലുള്ള ഒന്നാമത്തെ പേര് ശിമയോനായിരുന്നു. ഏറ്റവും പ്രചാരത്തിലുള്ള രണ്ടാമത്തെ പേര് യോസേഫായിരുന്നു (മൊത്തം പേരുകളുടെ 15.6% ഈ രണ്ടു പേരുകളാണ്). സ്ത്രീകളുടെ പേരുകളിൽ ഏറ്റവും പ്രചാരത്തിലുണ്ടായിരുന്ന പേരുകൾ മറിയവും, ശലോമിയുമായിരുന്നു (മൊത്തം പേരുകളുടെ 28.6% ഈ രണ്ടു പേരുകളുമാണ്). യേശുവിന്റെ ജീവചരിത്രങ്ങളിലും ഇങ്ങനെ തന്നെയാണ് കാണുവാൻ സാധിക്കുന്നത് (യഥാക്രമം 18.2 ശതമാനവും 38.9 ശതമാനവും).

41.5 ശതമാനം പുരുഷന്മാർക്കിടയിലും പ്രചാരത്തിലുണ്ടായിരുന്നതായ 9 പേരുകളാണ് കണ്ടെത്തിയിട്ടുള്ളത്. യേശുവിന്റെ ജീവചരിത്രങ്ങളിൽ 40.3 ശതമാനം പേർക്കും ഈ 9 പേരുകളാണുള്ളത്. സമാനമായ പേരുകൾ തമ്മിൽ ആശയക്കുഴപ്പമുണ്ടാകാതിരിക്കുവാൻ വേണ്ടി പ്രധാന പേരിനൊപ്പം പിതാവിന്റെ പേരോ ജോലിയോ അവരുടെ സ്ഥലത്തിന്റെ പേരോ ചേർക്കുന്ന രീതിയുണ്ടായിരുന്നു. സുവിശേഷങ്ങളിലും ഇങ്ങനെ തന്നെയാണ് കാണുന്നത്. ശ്രദ്ധിക്കേണ്ട വസ്തുത സുവിശേഷങ്ങൾ പാലസ്തീനിന് പുറത്തുവെച്ചാണ് എഴുതിയത്.

വിവിധ പേരുകളുടെ ജനകീയതയിൽ പലസ്തീനിന് പുറത്തുള്ള വിവിധ പ്രദേശങ്ങളിലെ യെഹൂദന്മാരും പാലസ്തീനിന് അകത്തുള്ള യെഹൂദന്മാരും തമ്മിൽ വളരെ വ്യക്തമായ അന്തരമുണ്ടായിരുന്നുവെന്നതും ഇതിനോടൊപ്പം ചേർത്ത് വായിക്കേണ്ടതാണ്. യഥാർത്ഥത്തിൽ നടന്ന സംഭവങ്ങൾ ദൃക്സാക്ഷി

---

[7] Bauckham, Jesus and the Eyewitnesses, 71–72

വിവരണങ്ങളുടെ അടിസ്ഥാനത്തിൽ ചരിത്രം രേഖപ്പെടുത്തുമ്പോൾ ആ കാലത്ത് നിലവിലുണ്ടായിരുന്ന പേരുകളുടെ ആനുപാതിക ആവർത്തനം ആ രചനകളിൽ പ്രതിഫലിക്കുന്നത് സ്വാഭാവികമാണ്. അതല്ലാതെ ഇങ്ങനെ വരുവാൻ സാധ്യതയില്ല.

സമകാലിക സാമൂഹ്യവ്യവസ്ഥ

"സ്ത്രീയും ഭർത്താവിനെ ഉപേക്ഷിച്ചു മറ്റൊരുത്തനുമായി വിവാഹം കഴിഞ്ഞാൽ വ്യഭിചാരം ചെയ്യുന്നു" എന്ന് യേശു പറഞ്ഞതായി ഒരു പ്രസ്താവന നമ്മുക്ക് മർക്കോസ് എഴുതിയ ജീവചരിത്രത്തിൽ കാണുവാൻ (മർക്കോസ് 10:12) സാധിക്കും. എന്നാൽ ന്യായപ്രമാണ പ്രകാരം പുരുഷന് വിവാഹ മോചനം നേടാമായിരുന്നു. പക്ഷെ സ്ത്രീകൾക്ക് അങ്ങനെ ഒരു അനുവാദം മോശയുടെ നിയമങ്ങൾ അനുവദിച്ച് നൽകുന്നില്ല. പക്ഷെ യേശുവിന് തെറ്റിയതല്ല, ന്യായപ്രമാണത്തിൽ അങ്ങനെ ഒരു അനുവാദം നൽകിയതായി കാണുന്നില്ലെങ്കിലും യേശുവിന്റെ കാലഘട്ടത്തിൽ അങ്ങനെ നടന്നിട്ടുള്ളതിന് തെളിവുണ്ട്. ഉദാഹരണമായി ഹെരോദ് ഒന്നാമന്റെ സഹോദരിയായ ശലോമിയും[8] ഹെരോദിയൻ രാജവംശത്തിലെത്തന്നെ ഒരു രാജകുമാരിയായ ഹെരോദിയയും[9] തങ്ങളുടെ ഭർത്താക്കന്മാരെ വിവാഹമോചനം ചെയ്തിട്ടുള്ളതായി യഹൂദാ ചരിത്രകാരനായ ജോസീഫസ് പറയുന്നു. യേശു പറഞ്ഞതായി യേശുവിന്റെ ജീവചരിത്രകാരന്മാർ രേഖപ്പെടുത്തിയിരിക്കുന്ന കാര്യങ്ങൾ ഈ ചരിത്ര പശ്ചാത്തലവുമായി ചേർന്ന് പോകുന്നതാണ്.

സാമൂഹ്യ സ്ഥാനങ്ങൾ

യേശുവിന്റെ ജീവചരിത്രങ്ങളിൽ കാണുന്ന വ്യക്തികളുടെ സാമൂഹിക സ്ഥാനങ്ങൾ ആ കാലത്ത് നിലവിലുണ്ടായിരുന്നതാണ് (ഉദാഹരണമായി ചുങ്കക്കാർ, പുരോഹിതന്മാർ, ശതാധിപന്മാർ,

---

[8] Josephus, Antiquities of the Jews 15.7.10
[9] Josephus, Antiquities of the Jews 18.5.4

പള്ളി പ്രമാണികൾ).[10] യേശുവിന്റെ ഉപമകൾ പാലസ്തീനിലെ പ്രാദേശിക ജീവിതത്തെ പ്രതിഫലിപ്പിക്കുന്നതാണ്[11] (ഉദാഹരണമായി വിതക്കാരൻ, മുന്തിരിത്തോട്ടം, കടം ഇളച്ചു കിട്ടുന്നവർ). യേശുവിന്റെ ജീവചരിത്രങ്ങളിൽ കാണുന്ന സമൂഹങ്ങളുടെ വിശ്വാസങ്ങൾ യഥാർത്ഥ സ്ഥിതിയെ പ്രതിഫലിപ്പിക്കുന്നതാണ് (ഉദാഹരണമായി സദൂക്യർ, പരീശന്മാർ, വിവിധ ഉപദേശങ്ങളിൽ അവർ തമ്മിലുള്ള വ്യത്യാസങ്ങൾ).[12] യേശുവിന്റെ ജീവചരിത്രങ്ങളിൽ കാണുന്ന സാംസ്ക്കാരിക സമ്പ്രദായങ്ങൾ ആ കാലത്ത് നിലവിലുണ്ടായിരുന്നതാണ്. ഉദാഹരണമായി കൈ കഴുകുക (മർക്കോസ് 7:3) തുടങ്ങിയ ശുദ്ധീകരണ[13] സമ്പ്രദായങ്ങൾ[14], കൊർബ്ബാൻ (മർക്കോസ് 7:11-12)[15] എന്നിവ. യേശുവിന്റെ ജീവചരിത്രകാരന്മാർ പരാമർശിക്കുന്ന യഹൂദാ സ്ഥാപനങ്ങൾ ആ കാലത്ത് നിലവിലുണ്ടായിരുന്നവയാണ്. ഉദാഹരണമായി സാൻഹെഡ്രീൻ (മർക്കോസ് 14:55)[16], സിനഗോഗുകൾ (മർക്കോസ് 3:1)[17] തുടങ്ങിയവ.

---

[10] ചുങ്കക്കാർ - *Dictionary of Judaism in the Biblical Period: (J - Z).* (Macmillan Library Reference, 1996), 618–19; ശതാധിപന്മാർ - Alexander Kyrychenko, *The Roman Army and the Expansion of the Gospel: The Role of the Centurion in Luke–Acts* (Walter de Gruyter, 2014), 109.

[11] Ernest van Eck, *The Parables of Jesus the Galilean: Stories of a Social Prophet* (Wipf and Stock Publishers, 2016), 19.

[12] Douglas R. Edwards, *Religion and Society in Roman Palestine: Old Questions, New Approaches* (Routledge, 2004), 163.

[13] Letter of Aristeas sec. 305; Philo, The Special Laws 205

[14] Susan Haber, *"They Shall Purify Themselves": Essays on Purity in Early Judaism* (Society of Biblical Lit, 2008), 130–31.

[15] Josephus, The Wars of The Jews 2.9.4

[16] y. Sanh. 18a; b. Sanh. 41a; b. 'Abod. Zar. 8b, Josephus, Antiquities of Jews 14.9.3

[17] Theodotos Inscription, വിശദാംശങ്ങൾക്കായി നോക്കുക David Edward Aune, Torrey Seland, and Jarl Henning Ulrichsen, *Neotestamentica et Philonica: Studies in Honor of Peder Borgen* (BRILL, 2014), 62.

ഭരണാധികാരികൾ

യേശുവിന്റെ ജീവചരിത്രങ്ങൾ എഴുതപ്പെട്ട കാലഘട്ടം വളരെയധികം രാഷ്ട്രീയപരമായ സങ്കീർണ്ണതകളുടെയും അസ്ഥിരതകളുടെയും സംഘർഷങ്ങളുടെയും കാലഘട്ടമായിരുന്നു. അതിലൂടെ കടന്നുപോകാത്തവർക്ക്, അത് വ്യക്തമായി അറിയാത്തവർക്ക് അത് എഴുതുവാനാകില്ല. എങ്കിലും സുവിശേഷങ്ങളിൽ നാം കാണുന്ന രാഷ്ട്രീയ സാഹചര്യം ഉദാഹരണമായി ഒരു രാജാവ് അതിനു മുകളിൽ ഒരു ഗവർണർ, മതകോടതി, രാഷ്ട്രീയ കോടതി, അവയുടെ അധികാരങ്ങൾ എന്നിവയെല്ലാം ആ കാലഘട്ടത്തെ കൃത്യമായി പ്രതിഫലിപ്പിക്കുന്നു.

യഥാർത്ഥ ലോകത്ത് ജീവിച്ചിരുന്ന ഭരണാധികാരികളുടെ പേരുകൾ രേഖപ്പെടുത്തിയിട്ടുണ്ടെന്ന് മാത്രമല്ല വളരെ കൃത്യമായി സ്ഥാനപ്പേരുകളും ഭരണമാറ്റങ്ങളും സാന്ദർഭികമായി പക്ഷേ കൃത്യമായി രേഖപ്പെടുത്തിയിരിക്കുന്നു. ഉദാഹരണമായി ബി. സി. 4 വരെ ഒരു രാജാവിന്റെ കീഴിലായിരുന്ന പാലസ്തീൻ, പിന്നീട് റോമൻ പ്രേഫെക്റ്റൂസിന്റെയും ടെട്രാർക്ക് അഥവാ ഇടപ്രഭുക്കന്മാരുടെയും കീഴിലാകുന്നു. അപ്പോൾ യെഹൂദ്യ പ്രദേശം റോമൻ പ്രേഫെക്റ്റൂസാണ് ഭരിക്കുന്നത് വീണ്ടും യെഹൂദ്യ പ്രദേശം രാജാവിന്റെ ഭരണത്തിൻ കീഴിലാകുന്നു. കേവലം എ. ഡി. 41-44 വരെ വീണ്ടും ഭരണം റോമൻ പ്രൊക്യൂറേറ്റർമാരുടെ കയ്യിലാകുന്നു.[18] ലൂക്കോസിന്റെ സുവിശേഷത്തിലും അപ്പൊസ്തല പ്രവർത്തികളിലും ഈ ഭരണ മാറ്റങ്ങളെല്ലാം കാണുവാൻ സാധിക്കും (ലൂക്കോസ് 1:5, ലൂക്കോസ് 3:1, അപ്പൊ. പ്രവ. 23:24, 24:27, 25:24).

കൂടാതെ, ഭരണാധികാരികളുടെ പേരുകളും വളരെ കൃത്യമായി യേശുവിന്റെ ജീവചരിത്രങ്ങളിലും ആദിമ ക്രിസ്തീയ ചരിത്ര ഗ്രന്ഥത്തിലും രേഖപ്പെടുത്തിയിരിക്കുന്നു. ഉദാഹരണത്തിന്

---

[18] Robert Kugler and Patrick Hartin, *An Introduction to the Bible* (Wm. B. Eerdmans Publishing, 2009), 339.

ഹെരോദാരാജാവ് (മത്തായി 2:1, ലൂക്കോസ് 1:5),[19] അർക്കെലയൊസ് (മത്തായി 2:22),[20] തീബെര്യൊസ് കൈസർ, ഇടപ്രഭുക്കന്മാരായ ഹെരോദാവു അന്തിപ്പാസ്, അദ്ദേഹത്തിന്റെ സഹോദരനായ ഫീലിപ്പൊസ്, ലുസാന്യാസ് (ലൂക്കോസ് 3:1),[21] ഹെരോദാരാജാവു അഗ്രിപ്പാ (അപ്പൊ. പ്രവ. 26:1)[22] തുടങ്ങിയവർ.

നാണയങ്ങൾ

മത്തായി 11:7-ൽ യേശു ജനക്കൂട്ടത്തോടു സ്നാപക യോഹന്നാനെക്കുറിച്ച് സംസാരിക്കുന്ന ഒരു ഭാഗം കാണുവാൻ സാധിക്കും. തന്നെ വിമർശിച്ചതിന്റെ പേരിൽ ഹെരോദ് അന്തിപാസ് സ്നാപക യോഹന്നാനെ ജയിലിലാക്കുന്നതിന് മുൻപ് വലിയ ജനക്കൂട്ടം യോഹന്നാൻ പ്രസംഗിക്കുന്നത് കേൾക്കുവാൻ മരുഭൂമിയിൽ പോകുമായിരുന്നു. അവരോടാണ് യേശുവിന്റെ ചോദ്യം: "നിങ്ങൾ എന്തു കാണ്മാൻ മരുഭൂമിയിലേക്കു പോയി?" ഈ ചോദ്യത്തിന് യേശു മറ്റൊരു ചോദ്യംകൊണ്ട് ഉത്തരം നൽകുന്നു: "കാറ്റിനാൽ ഉലയുന്ന ഞാങ്ങണയോ?" ഒപ്പം മറ്റൊരു ചോദ്യവും ഉത്തരവും കൂട്ടിച്ചേർക്കുന്നു: "അല്ല, എന്തുകാണ്മാൻ പോയി? മാർദ്ദവവസ്ത്രം ധരിച്ച മനുഷ്യനെയോ? മാർദ്ദവവസ്ത്രം ധരിക്കുന്നവർ രാജഗൃഹങ്ങളിലല്ലോ." സ്നാപകയോഹന്നാന്റെ സന്യാസതുല്യമായ ജീവിതം ഹെരോദാവ് അന്തിപാസിന്റെ കൊട്ടാരത്തിലെ ആഡംബരത്തിനു വിപരീതമാണ് എന്നതാണ് ഈ ഭാഗത്ത് ഉദ്ദേശിക്കുന്ന ആശയം എന്ന് മനസിലാക്കാം.

എന്നാൽ, ആദ്യത്തെ ഉത്തരത്തിലെ ഞാങ്ങണയുടെ കാര്യമോ? ഇവിടെ കാറ്റിനാൽ ഉലയുന്ന ഞാങ്ങണയോ എന്ന ചോദ്യം പല

---

[19] Josephus, Antiquities, 17.6.5, ഹെരോദിയൻ നാണയങ്ങൾ

[20] Josephus, Antiquities 17.11.4

[21] Josephus, Antiquities 17–18

[22] Josephus, Antiquities, 19.7.3

നിലകളിൽ വ്യാഖ്യാനിക്കപ്പെടാറുണ്ട്.[23] ഉദാഹരണമായി നിങ്ങൾ കാഴ്ച കാണുവാൻ പോയതാണോ?; ആല്ലെങ്കിൽ പൊതുവിൽ എല്ലായിടത്തും കാണുവാൻ സാധിക്കുന്ന എന്തെങ്കിലും കാണുവാനാണോ നിങ്ങൾ പോയത്?; അതുമല്ലെങ്കിൽ ഞാങ്ങണ കാറ്റത്ത് ആടിയുലയുന്നത് പോലെ നിലപാടുകളിൽ സ്ഥിരതയില്ലാത്ത ബലഹീനനായ ഒരുവനെ കാണുവാനാണോ നിങ്ങൾ പോയത്? സാധാരണ നിലയിൽ പ്രത്യക്ഷത്തിൽ ഇതിൽ ഏതർത്ഥവും ഒരുപോലെ സ്വീകാര്യമായി തോന്നിയേക്കാം. എന്നാൽ ഞാങ്ങണയെക്കുറിച്ച് യേശു നടത്തിയ പരാമർശവും മാർദ്ദവവസ്ത്രം ധരിച്ച രാജഗൃഹങ്ങളിലെ മനുഷ്യനെക്കുറിച്ച് യേശു നടത്തിയ പരാമർശവും ഒരുപോലെ ഹെരോദ് അന്തിപാസിനെ പരാമർശിക്കുന്നതായിരിക്കുവാൻ സാധ്യതയുണ്ടോ?

നിശ്ചയമായും രാജഗൃഹങ്ങളിലെ (ബഹുവചനം) മാർദ്ദവവസ്ത്രം ധരിച്ച മനുഷ്യൻ (ഏകവചനം) എന്ന പ്രയോഗം സ്വാഭാവികമായും ഹെരോദ് അന്തിപ്പാസിനെക്കുറിച്ചായിരിക്കാം. പക്ഷെ ഞാങ്ങണ എവിടെയാണ്? ഈ ചോദ്യത്തിനുള്ള മറുപടി തേടുമ്പോഴാണ് പുരാവസ്തു തെളിവുകളുടെ പ്രസക്തി നമ്മുടെ മുൻപിലേക്ക് വരുന്നത്. പത്തൊൻപതാം നൂറ്റാണ്ടു മുതൽ ആരംഭിച്ച്[24] ഇന്നും തുടരുന്ന പാലസ്തീനിലെ പുരാവസ്തു ഗവേഷണങ്ങളിൽ ഹെരോദ് അന്തിപാസിന്റെ കാലത്ത് നിന്നുള്ള പല നാണയങ്ങളും കണ്ടെടുത്തിട്ടുണ്ട്. അതിൽ അദ്ദേഹത്തിന്റെ ഇരുപത്തിനാലാമത്തെ ഭരണ വർഷം അതായത് എ. ഡി. 19/20[25] കാലഘട്ടത്തിൽ നിന്നുള്ള നാണയങ്ങൾ വളരെ ശ്രദ്ധേയമാണ്.

---

[23] France, *The Gospel of Matthew*, 426; Grant R. Osborne, *Matthew* (Zondervan Academic, 2010), 419; David L. Turner, *Matthew (Baker Exegetical Commentary on the New Testament)* (Baker Academic, 2008), 293.

[24] Frederic Madden and Madden, *History of Jewish Coinage and of Money in the Old and New Testament* (B. Quaritch, 1864), 97.

[25] Ya'aḳov Meshorer, *A Treasury of Jewish Coins from the Persian Period to Bar Kokhba* (Yad ben-Zvi Press, 2001), 81.

മറ്റ് പുരാതന നാണയങ്ങളിൽ ഭരണാധികാരിയുടെ തല നമ്മൾ പ്രതീക്ഷിക്കുന്ന സ്ഥലത്ത് ഈ നാണയങ്ങളിൽ ഒരു ഞാങ്ങണയുടെ ചിത്രം നമ്മുക്ക് കാണാൻ കഴിയും.[26] യെഹൂദന്മാർ ബിംബങ്ങൾക്ക് എതിരായിരുന്നതിനാൽ അക്കാലത്ത് ഒരു യഹൂദാ ഭരണാധികാരിക്കും തന്റെ നാണയങ്ങളിൽ തന്റെ ഛായാചിത്രം പതിക്കുവാൻ ധൈര്യമുണ്ടായിരുന്നില്ല. അന്തിപാസ് ഈ കാര്യത്തിൽ കൂടുതൽ ജാഗ്രതയുള്ള വ്യക്തിയായിരുന്നു. ഉദാഹരണമായി പീലാത്തോസ് കഴുകന്റെയും മറ്റും ചിത്രങ്ങൾ പതിച്ച റോമൻ പതാക ജെറുസലേമിലേക്ക് കൊണ്ടുവന്നപ്പോൾ യെഹൂദന്മാർ പ്രശ്നമുണ്ടാക്കുകയും അന്തിപാസ് ഈ കാര്യം തിബെര്യാസ് ചക്രവർത്തിയെ അറിയിച്ച് അവ നീക്കം ചെയ്യുകയും ചെയ്യു.[27] തന്റെ പുതിയ തലസ്ഥാനമായ തിബെര്യാസസ്, ഗലീലക്കടലിന്റെ തീരത്ത് സ്ഥാപിതമായ വർഷത്തിലാണ് താൻ നാണയം പ്രസിദ്ധീകരിച്ചത് എന്നതിനാൽ തന്നെ അതിൽ തന്റെ തലയ്ക്ക് പകരം ഗലീലാ കടലിന്റെ തീരത്ത് പൊതുവിൽ കണ്ടുവരുന്ന ഒരു പ്രാദേശിക ചെടിയെന്ന നിലയിൽ ഞാങ്ങണയുടെ ചിത്രം പതിപ്പിച്ചു. തന്റെ പുതിയ തലസ്ഥാനത്തെക്കുറിച്ച് അന്തിപാസിന് വളരെ അഭിമാനമുണ്ടായിരുന്നു, എന്നാൽ രാജാവിന്റെ സ്ഥാനത്ത് ഒരു ഞാങ്ങണയുടെ ചിത്രം കണ്ട ഗലീലയിലെ ജനങ്ങൾ എന്തു പറയുമായിരുന്നു?

സ്വാഭാവികമായും അന്തിപാസിനെ പരിഹസിക്കുവാൻ അവർ പ്രേരിതരാകുമായിരുന്നു. പ്രത്യേകിച്ചും പലതിനുമിടയിൽ ആടിയുലയുന്ന വ്യക്തിത്വമായിരുന്നു ഹെരോദാവിന് ഉണ്ടായിരുന്നതെന്നതിനാൽ തന്നെ. അദ്ദേഹം രണ്ടു തലസ്ഥാനങ്ങൾക്കിടയിലും (സെഫോറിസും തിബെര്യാസും) രണ്ടു ഭാര്യമാർക്കിടയിലും (ഫ്രസേലിസും ഹെരോദിയാസും) രണ്ടു രാഷ്ട്രീയ

---

[26] Jean-Philippe Fontanille and Aaron Kogon, *The Coinage of Herod Antipas: A Study and Die Classification of the Earliest Coins of Galilee* (BRILL, 2018), 45—46; Ya'akov Meshorer, *Ancient Jewish Coinage. Vol. 2* (Dix Hills, New York: Amphora Books, 1982), 36.

[27] Philo of Alexandria, Legetio ad Gaium 299-304

ശക്തികൾക്കിടയിലും (റോമും നബാത്തിയയും) ആടിയുലഞ്ഞ വ്യക്തിയാണ്. പിന്നീട് സ്നാപകയോഹന്നാനെയും ഭാര്യയെയും ഭയപ്പെട്ട് ആടിയുലയുന്ന അന്തിപാസിനെയും നമ്മുക്ക് കാണുവാൻ സാധിക്കും (മർക്കോസ് 6:17-18).[28] അന്തിപാസിനെക്കുറിച്ചുള്ള ജോസീഫസിന്റെ വിവരണവും ഇതിനോട് ചേർന്ന് പോകുന്നതാണ്.[29]

ഹെരോദാവ് ആടിയുലയുന്ന ഒരു ഞാങ്ങണയാണെങ്കിൽ യോഹന്നാൻ സ്നാപകൻ ഉറച്ച നിലപാടുകളുള്ള ശക്തനായ ഒരു പ്രവാചകനായിരുന്നു. സംശയിക്കുന്നവനായി, ആടിയുലയുന്നവനായി ജനങ്ങൾ സ്നാപകനെ സംശയിച്ചേക്കാവുന്ന സമയത്ത് (മത്തായി 11:2-3) സ്നാപകൻ ശക്തനായ ഒരു പ്രവാചകനാണെന്ന് ചൂണ്ടിക്കാട്ടി സ്നാപകനെ ഉയർത്തുകയാണ് യേശു ചെയ്തത് (മത്തായി 11: 9, 11). കാറ്റിൽ ആടിയുലയുന്ന ഞാങ്ങണയെക്കുറിച്ചുള്ള പരാമർശത്തിലൂടെ യേശു ഹെരോദാവിന്റെ നാണയത്തെക്കുറിച്ചു കൂടിയാണ് സൂചിപ്പിച്ചത്. ഈ നിലയിൽ മനസിലാക്കുമ്പോൾ അന്തിപാസും യോഹന്നാനും തമ്മിലുള്ള വൈരുധ്യം യേശു മറുപടിയായി ഉന്നയിക്കുന്ന ആദ്യ ചോദ്യത്തിൽ തന്നെ, ആ കാലത്തെ സംഭവങ്ങൾ അറിയാവുന്ന യേശുവിന്റെ കേൾവിക്കാർക്ക് മനസിലാകും.

ശ്രദ്ധിക്കേണ്ട വസ്തുത ഇത് തികച്ചും ഗുപ്തമായ ഒരു പരിഹാസമാണ്. പ്രജകൾക്ക് നേരിട്ട് വിമർശിക്കാൻ കഴിയാത്ത ജനപ്രീതിയില്ലാത്ത ഭരണാധികാരിയെക്കുറിച്ചുള്ള കറുത്ത ഹാസ്യം. സ്വാഭാവികമായും ഇതിന്റെ അർത്ഥം ഇതാണ്: നിങ്ങൾ ഈ പ്രശസ്തനായ കാറ്റടിച്ചാടുന്ന ഭീരുവിനെ കാണാനല്ല മരുഭൂമിയിൽ പോയത്. ഇത് വളരെ പതിഞ്ഞ ഒരു പരിഹാസമാണ് എന്നതിനുള്ള മറ്റൊരു തെളിവാണ് എട്ടാം വാക്യത്തിൽ മനുഷ്യൻ എന്ന് ഏകവചനത്തിൽ പറയുമ്പോഴും രാജകൊട്ടാരങ്ങൾ എന്ന്

---

[28] Gerd Theissen, *The Gospels in Context: Social and Political History in the Synoptic Tradition* (Fortress Press, 1991), 26–42.

[29] Josephus, Antiquities of the Jews 18.7.2

സാമാന്യവൽക്കരിച്ചുകൊണ്ടുള്ള പ്രയോഗം. തന്റെ വാക്ചാതുരി നിറഞ്ഞ ചോദ്യങ്ങളിലൂടെ യേശു തന്റെ ശ്രോതാക്കളുമായി മാനസിക തലത്തിൽ ഒരു ബന്ധം സ്ഥാപിച്ച് അടുത്തതായി താൻ പറയുവാനാഗ്രഹിക്കുന്ന പ്രധാന കാര്യത്തിലേക്ക് അവരുടെ ശ്രദ്ധയെ നയിക്കുന്ന തികച്ചും സ്വാഭാവികമായ ഒരു സംഭാഷണ ശൈലിയാണ് ഇവിടെ കാണുന്നത്.

ഇത്തരത്തിൽ ഒന്നാം നൂറ്റാണ്ടിലെ യേശുവിന്റെ നാട്ടുകാർക്ക് മാത്രം മനസിലാകുന്ന ഒരു കാര്യം, ഇന്ന് നമ്മുക്ക് മനസിലാക്കുവാൻ സാധിക്കുന്ന രീതിയിൽ തികച്ചും പരോക്ഷമായ ഒരു പ്രകാശനം യേശുവിന്റെ ജീവചരിത്രങ്ങളിലെ വിവരണങ്ങൾക്ക് നൽകുവാൻ പുരാവസ്തു കണ്ടെത്തലുകൾക്ക് സാധിക്കുന്നുവെന്നതു തന്നെ അവയുടെ ചരിത്രപരതയ്ക്കുള്ള തെളിവാണ്. അന്തിപാസിന്റെ ചെറിയ വെങ്കല നാണയങ്ങൾ അദ്ദേഹത്തിന്റെ ആ ചെറിയ രാജ്യത്തും അതിന്റെ തൊട്ടടുത്ത അയൽപക്കത്തുള്ള ആളുകൾക്കും മാത്രമേ പരിച്ചയമുണ്ടാകുമായിരുന്നുള്ളൂ. അതിനാൽ തന്നെ ഈ ചെറിയ പ്രദേശത്തിനപ്പുറത്തുള്ള ആർക്കും അന്തിപാസിനെ ഞാങ്ങണയെന്ന് പരാമർശിക്കുന്നത് മനസിലാക്കുവാൻ സാധിക്കുമായിരുന്നില്ല. ഞാങ്ങണയുള്ള ഈ നാണയങ്ങൾ ഒരിക്കൽ മാത്രമേ അന്തിപാസ് അച്ചടിപ്പിച്ചിട്ടുള്ളൂ – എ. ഡി. 19/20-ൽ.

നികുതി

യേശുവിന്റെ ജീവചരിത്രങ്ങളിൽ വളരെ ചെറിയ വിവരങ്ങൾ പോലും വളരെ വളരെ കൃത്യമായി രേഖപ്പെടുത്തിയിരിക്കുന്നുതായി കാണുവാൻ സാധിക്കും. ഉദാഹരണമായി ദേവാലയത്തിൽ കൊടുക്കേണ്ട കൃത്യമായ നികുതി ദ്വിദ്രഫ്മ്പണമാണ് (മത്തായി

17:24)[30]. ന്യായമായി കൊടുക്കേണ്ട ഒരു ദിവസത്തെ ദിവസക്കൂലി ഒരു ദനാറയാണ് (മത്തായി 20:9).[31]

പുരാവസ്തു കണ്ടെത്തലുകൾ

സുവിശേഷങ്ങളുടെ ചരിത്രപരതയെ ചോദ്യം ചെയ്യുന്ന വിമർശകന്മാരുടെ സമീപനത്തിന് ഏറ്റവും വലിയ തിരിച്ചടിയായി മാറിയത് പുരാവസ്തു ഗവേഷണങ്ങളിലൂടെ കണ്ടെത്തിയ കാര്യങ്ങളാണ്. നിരൂപകന്മാരുടെ ആക്രമണത്തിന് ഏറ്റവും കൂടുതൽ പാത്രീഭവിച്ചിട്ടുള്ളത് യോഹന്നാന്റെ സുവിശേഷമാണ്. ആ സുവിശേഷം കൂടുതലും ദൈവശാസ്ത്രം മാത്രമാണെന്നും ചരിത്ര ഗവേഷണത്തിന് ഒട്ടും പ്രയോജനം ചെയ്യുന്നതല്ലെന്നുമുള്ള വീക്ഷണം അതിലെ സൂക്ഷ്മമായ വിവരണങ്ങളുടെ കൃത്യതയെ സാധൂകരിക്കുന്ന കണ്ടെത്തലുകൾക്ക് മുൻപിൽ ദുർബലമാക്കപ്പെടുന്നു.

യേശുവിന്റെ ആദിമ ജീവചരിത്ര ഗ്രന്ഥങ്ങളിൽ, സംഭവങ്ങൾ നടക്കുന്നത് ഏതങ്കിലും ഒരു പ്രദേശത്താണെന്ന് പറയുക മാത്രമല്ല, ആ സ്ഥലം വളരെ സൂക്ഷ്മമായും കൃത്യമായും എടുത്ത് പരാമർശിക്കുകയും ചെയ്യുന്നുണ്ട്. അതായത് സംഭവങ്ങൾ നടക്കുന്ന പട്ടണം, ഗ്രാമം എന്നിവ. പലപ്പോഴും അതിനേക്കാൾ കൂടുതൽ വിശദാംശങ്ങൾ എഴുത്തുകാരൻ നൽകുന്നു. ഉദാഹരണമായി കേവലം ഗലീലയിൽ എന്നല്ല മറിച്ച് ഗലീലയിലെ കാനാവിൽ (യോഹന്നാൻ 4:46); ഗലീലയിലെ ഒരു പട്ടണമായ കഫർന്നഹൂമിൽ (ലൂക്കോസ് 4:31); കേവലം ജെറുസലേമിലല്ല മറിച്ച് യെരൂശലേമിൽ ആട്ടുവാതിൽക്കൽ ബേഥെസ്ദാ എന്ന് എബ്രായപേരുള്ള ഒരു കുളത്തിനരികെ (യോഹന്നാൻ 5:2); കേവലം യെരുശലേമിലോ യെരുശലേമിൽ ദേവാലയത്തിലോ അല്ല ദൈവലായത്തിൽ ശലോമോന്റെ മണ്ഡപത്തിൽ (യോഹന്നാൻ 10:22-23) എന്നിങ്ങനെ. പക്ഷെ ഇത്തരം സൂക്ഷ്മമായ വിവരണങ്ങൾ

---

[30] Josephus, Ant 18.312; JW 7.218

[31] Annals of Tacitus 1.26

പോലും ഈ ഗ്രന്ഥങ്ങൾക്ക് അല്പം സംശയത്തിന്റെ ആനുകൂല്യമെങ്കിലും നൽകുവാൻ വിമർശകന്മാരെ പ്രേരിപ്പിച്ചില്ല.

ഉദാഹരണമായി, 1890-ൽ തന്നെ ജർമ്മൻ പുരാവസ്തു ഗവേഷകനായ കോൺറാഡ് ഷിക്കിന്റെയുൾപ്പെടെയുള്ള ഖനനങ്ങളിലൂടെ അഞ്ചു മണ്ഡപങ്ങളുള്ള കുളം ജെറുസലേമിലെ ബേഥെസ്ദായിൽ കണ്ടെത്തിയിരുന്നുവെങ്കിലും[32], ഇത് നൽകിയ സൂചനകളെ ഗണ്യമാക്കാതെ, പണ്ഡിതന്മാർ, ഈ കുളത്തെക്കുറിച്ചുള്ള യോഹന്നാന്റെ സുവിശേഷത്തിലെ പരാമർശം വസ്തുതാപരമല്ലായെന്ന മുൻകാല നിഗമനങ്ങളുടെ അടിസ്ഥാനത്തിൽ അതിനെ ആലങ്കാരിക അർത്ഥത്തിലാണ് യോഹന്നാൻ ഉദ്ദേശിച്ചിരുന്നതെന്ന് വ്യാഖ്യാനിച്ചു പോന്നു. ഗ്രീക്ക്-റോമൻ കാലഘട്ടത്തിലെ ഇത്തരം നിർമ്മിതികൾ ചതുരാകൃതിയിലുള്ളവയായിരുന്നു, പഞ്ചഭുജാകൃതിയിലുള്ള നിർമ്മിതകൾ ഒന്നും തന്നെ ഉണ്ടായിരുന്നില്ല. ഈ കാരണത്താലാണ് യോഹന്നാന്റെ പരാമർശം വസ്തുതാപരമല്ലായെന്ന നിഗമനത്തിലേക്ക് പണ്ഡിതന്മാർ എത്തിയത്. ജൂലിയസ് വോൺ ഗ്രിൽ എന്ന ഒരു ജർമ്മൻ ദൈവശാസ്ത്രജ്ഞൻ കുളത്തിന്റെ അഞ്ചുമണ്ഡപങ്ങൾ എന്നത് പരീശന്മാർ, സദൂക്യർ, ശമര്യർ, യോഹന്നാന്റെ ശിഷ്യന്മാർ, എസ്സനീകൾ എന്നിങ്ങനെയുള്ള യഹൂദാ സമൂഹത്തിലെ അഞ്ച് വിഭാഗങ്ങളെ പ്രതിനിധാനം ചെയ്യുന്നതാണെന്നും[33] സി. എച്ച്. ഡോഡ് എന്ന വെൽഷ് സ്വദേശിയായ ഒരു പണ്ഡിതൻ, അതല്ല ഇത് മോശയുടെ അഞ്ചു പുസ്തകങ്ങളെ പ്രതിനിധാനം ചെയ്യുന്നതാണെന്നും[34] മോശയുടെ

---

[32] *Journal of the American Geographical Society of New York*, 1890, 349–50; Edwin Wilbur Rice, *People's Commentary on the Gospel According to John: Containing the Common Version, 1611, and the Revised Version, 1881 (American Readings and Renderings)* (American Sunday-school union, 1893), 94.

[33] Julius Grill, *Untersuchungen über die Entstehung des vierten Evangeliums* (Tübingen: Mohr Siebeck, 1923), 61ff.

[34] C. H. Dodd, *The Interpretation of the Fourth Gospel* (Cambridge University Press, 1953), 319–20.

നിയമങ്ങൾക്ക് മനുഷ്യന് ജീവനുള്ള വഴി കാണിച്ചു നൽകാനല്ലാതെ ക്രിസ്തുവിനെപ്പോലെ ജീവനുള്ള ഇച്ഛയും അതിനുള്ള ശക്തിയും നൽകുവാൻ കഴിയില്ലെന്നുമാണ് യോഹന്നാൻ ഇതിലൂടെ ഉദ്ദേശിച്ച ആലങ്കാരിക അർത്ഥമെന്നും വാദിച്ചു.

ജർമ്മനിയിലെ ഏറ്റവും പ്രമുഖ പണ്ഡിതനായിരുന്ന റുഡോൾഫ് ബുൾട്മാന് പോലും ഇതുമായി ബന്ധപ്പെട്ട പുരാവസ്തു ഖനനത്തിന്റെ ഫലത്തെക്കുറിച്ച് വേണ്ടത്ര അറിവുണ്ടായിരുന്നില്ല. അതിനാൽ യോഹന്നാന്റെ സുവിശേഷത്തിന് താൻ രചിച്ച വ്യാഖ്യാനത്തിന്റെ 1968-ലെ പതിപ്പിൽ പോലും ഇത് ശിലോഹാം കുളത്തെക്കുറിച്ചുള്ള യോഹന്നാന്റെ ആശയക്കുഴപ്പമായാണ് പരിഗണിച്ചത്.[35] എന്നാൽ ജോവാക്കിം ജെറെമിയാസിനെപ്പോലെയുള്ള പണ്ഡിതന്മാർ പിൽക്കാലത്ത് നടത്തിയ വിശദമായ പഠനങ്ങളിലൂടെ[36] യോഹന്നാൻ പരാമർശിച്ചിരിക്കുന്ന സ്ഥലം 1890-ൽ കണ്ടെത്തിയ സ്ഥലം തന്നെയാണെന്ന വസ്തുത കൂടുതൽ ആധികാരികമായി തെളിയിക്കപ്പെടുകയും പിന്നീട് പണ്ഡിത ലോകം ആ വസ്തുത ശരിയായി തിരിച്ചറിയുകയും ചെയ്തു. പിൽക്കാലത്ത് നടന്ന പുരാവസ്തു ഗവേഷണങ്ങളും ഈ വസ്തുതയെ പിന്തുണയ്ക്കുന്നതായിരുന്നു.[37] ഇത് യഥാർത്ഥത്തിൽ ഒരുമിച്ച് ചേർത്ത് പണിയപ്പെട്ട രണ്ട് ചതുരാകൃതിയിലുള്ള കുളങ്ങളായിരുന്നു. അതിനു ചുറ്റിനുമുള്ള നാല് വശങ്ങളിലും നാല് മണ്ഡപങ്ങൾ,

---

[35] Rudolf Karl Bultmann, *Das Evangelium Des Johannes.* (Göttingen: Vandenhoeck & Ruprecht, 1968), 180 note 7.

[36] Joachim Jeremias, *The Rediscovery of Bethesda: John 5:2* (Southern Baptist Theological Seminary, 1966).

[37] Shimon Gibson, "The Excavations at the Bethesda Pool in Jerusalem: Preliminary Report on a Project of Stratigraphic and Structural Analysis (1999–2009)," in *Sainte-Anne de Jérusalem: la piscine probatiquen de Jésus à Saladin*, ed. Frans Bouwen (Jerusalem: St Anne, Proche-Orient Chrétien Numéro Spécial, 2011); Shimon Gibson, "The Pool of Bethesda in Jerusalem and Jewish Purification Practices of the Second Temple Period," *POC 55* (2005): 270–93.

അവയെ രണ്ടിനെയും വേർതിരിക്കുന്ന നടുക്കുള്ള ഒരു മണ്ഡപം അങ്ങനെ അഞ്ചുമണ്ഡപങ്ങൾ. ഇതിൽ വടക്ക് ഭാഗത്തുള്ള കുളത്തിൽ മഴവെള്ളം ശേഖരിക്കുകയും തുറക്കുകയും അടക്കുകയും ചെയ്യാവുന്ന ഒരു പാത്തിയിലൂടെ രണ്ടാമത്തെ തെക്ക് ഭാഗത്തുള്ള കുളത്തിലേക്ക് വിടുന്നു. ഇത്തരത്തിലുള്ള നിർമ്മിതികളിൽ വെള്ളം ശേഖരിക്കുന്ന കുളത്തെ 'ഓറ്റ്സർ' എന്നും ആചാരപരമായ ശരീര ശുദ്ധീകരണത്തിനായി ആളുകൾ ഉപയോഗിക്കുന്ന രണ്ടാമത്തെ കുളത്തെ 'മിക്വേ' എന്നും പറയുന്നു. ഈ കുളത്തെക്കുറിച്ച് തന്നെയാണ് യോഹന്നാൻ പരാമർശിച്ചിരിക്കുന്നതെന്ന് തെളിയിക്കുന്ന മറ്റു പല അനുബന്ധ തെളിവുകളും, അതോടൊപ്പം തന്നെ ബന്ധപ്പെട്ട സംഭവത്തിന്റെ ആധികാരികതയിലേക്ക് വിരൽ ചൂണ്ടുന്ന ഇതര പാഠപരമായ തെളിവുകളും കണ്ടെത്തിയിട്ടുണ്ട്.[38]

വ്യക്തികൾ

യേശുവിന്റെ ജീവചരിത്രങ്ങളിൽ പേര് പറഞ്ഞിരിക്കുന്ന വ്യക്തികൾ ചരിത്രത്തിൽ യഥാർത്ഥത്തിൽ ജീവിച്ചിരുന്ന വ്യക്തികളാണ്. ഉദാഹരണമായി യേശുവിനെ വിചാരണ ചെയ്ത ആ കാലത്തെ മഹാ പുരോഹിതനായിരുന്ന കയ്യഫാവിനെക്കുറിച്ച് യഹൂദാ ചരിത്രകാരനായ ജോസീഫസ് പരാമർശിച്ചിരിക്കുന്നത്,[39] കൂടാതെ യഹൂദാ മതാചാരപ്രകാരം അദ്ദേഹത്തിന്റെ അസ്ഥികൾ സൂക്ഷിച്ചിരുന്ന അസ്ഥിപ്പെട്ടിയും പുരാവസ്തു ഗവേഷകന്മാർ കണ്ടെടുത്തിട്ടുണ്ട്.[40] യേശുവിന്റെ സഹോദരനായ യാക്കോബിനെക്കുറിച്ച് ജോസീഫസ് പരാമർശിച്ചിരിക്കുന്നത്[41], കൂടാതെ അദ്ദേഹത്തിന്റെ പേര് പരാമർശിക്കുന്ന അസ്ഥിപ്പെട്ടിയും

---

[38] Titus M. Kennedy, *Excavating the Evidence for Jesus: The Archaeology and History of Christ and the Gospels* (Harvest House Publishers, 2022), 136–39.

[39] Josephus, Antiquities of the Jews 18.2.2

[40] Craig A. Evans, *The Routledge Encyclopedia of the Historical Jesus* (Routledge, 2014), 8; Kennedy, *Excavating the Evidence for Jesus*, 225.

[41] Josephus, Antiquities of the Jews 20.9.1

കണ്ടെത്തിയിട്ടുണ്ട്.[42]   ഇതിന്റെ   ആധികാരികതയെ   സംബന്ധിച്ച്
വളരെ വിശദമായ ഒരു കോടതി വിചാരണ നടക്കുകയുണ്ടായി.

ഏഴു വർഷം നീണ്ടു നിന്ന വിചാരണയ്ക്കും പന്ത്രണ്ടായിരം പേജ്
വരുന്ന വിചാരണ രേഖയ്ക്കും ബന്ധപ്പെട്ട മേഖലയിലെ ഏകദേശം
എഴുപത്തിയഞ്ച് വിദഗ്ദ്ധന്മാരുടെ സാക്ഷിമൊഴികൾക്കും 475
പേജുള്ള കോടതി വിധിക്കും ശേഷവും[43] ഇത് കൃത്രിമമായി
ചമച്ചതാണെന്ന് തെളിയിക്കുവാൻ കഴിഞ്ഞില്ല.[44] ഇതുമായി
ബന്ധപ്പെട്ട് കുറ്റാരോപിതരായ വ്യക്തികളെ കോടതി
കുറ്റവിമുക്തരാക്കിയിട്ടും അത് മാനസികമായി ഉൾക്കൊള്ളുവാൻ
കഴിയാത്ത ചില സന്ദേഹവാദികൾ ഇപ്പോഴുമുണ്ടെങ്കിലും[45] കോടതി
വിധി വന്ന് ഏകദേശം രണ്ടു വർഷങ്ങൾക്ക് ശേഷം 2014 മാർച്ചിൽ
ഓപ്പൺ ജേണൽ ഓഫ് ജിയോളജിയിൽ പ്രസിദ്ധീകരിച്ച മറ്റൊരു
പഠനത്തിൽ ആർക്കിയോമെട്രിക് വിശകലനങ്ങളുടെ
അടിസ്ഥാനത്തിൽ ഈ അസ്ഥിപ്പെട്ടി ആധികാരികമാണെന്ന്
തെളിയിക്കപ്പെടുകയുണ്ടായി.[46] യേശുവിനെ ക്രൂശീകരണത്തിന്
ഏൽപ്പിച്ചുകൊടുത്ത റോമൻ പ്രെഫെക്റ്റൂസ് പോന്തിയോസ്

---

[42] Evans, *The Routledge Encyclopedia of the Historical Jesus*, 433–34; Kennedy, *Excavating the Evidence for Jesus*, 222–23.

[43] Gregory Monette, *The Wrong Jesus: Fact, Belief, Legend, Truth . . . Making Sense of What You've Heard* (Tyndale House, 2014), 34.

[44] Times of Israel, 14 March 2012

[45] ഉദാഹരണമായി കേസുമായി ബന്ധപ്പെട്ട ആരോപണത്തിന് അനുകൂലമായി ഉന്നയിക്കപ്പെട്ട ഒരു പ്രോസിക്യൂഷൻ വാദം മാത്രം ഏകപക്ഷീയമായി ചൂണ്ടിക്കാട്ടി മറുവശം തമസ്കരിച്ച് സംശയങ്ങൾ നിലനിർത്തുവാനുള്ള സത്യസന്ധതയില്ലാത്ത തികച്ചും ബലഹീനമായ ഒരു പരിശ്രമം റെബേക്കാ ഐ ഡെനോവാ എന്ന ഗവേഷക നടത്തുന്നത് കാണുവാൻ പരിശോധിക്കുക: Rebecca I. Denova, *The Origins of Christianity and the New Testament* (John Wiley & Sons, 2021), 124.

[46] Amnon Rosenfeld, Howard R. Feldman, and Wolfgang E. Krumbein, "The Authenticity of the James Ossuary," *OJG* 4.3 (2014): art. 3, pp. 69–78; ഈ അസ്ഥിപ്പെട്ടിയുടെ ആധികാരികതയെ ഉറപ്പിക്കുന്ന തെളിവുകളുടെ ഒരു സംക്ഷിപ്ത വിവരണം കാണുവാൻ പരിശോധിക്കുക: Kennedy, *Excavating the Evidence for Jesus*, 222–23.

പിലാത്തോസിനെക്കുറിച്ച് യഹൂദാ ചരിത്രകാരനായ ജോസീഫസ്[47], റോമൻ ചരിത്രകാരനായ ടാസിറ്റസ്[48], യഹൂദാ എഴുത്തുകാരനും യേശുവിന്റെ സമകാലികനുമായ ഫിലോ[49] എന്നിവരുടെ രചനകളിൽ പരാമർശമുണ്ട്.   ഇതുകൂടാതെ   പിലാത്തോസിന്റെ   പേര് പരാമർശിക്കുന്ന ഒരു ശിലാലിഖിതവും കണ്ടെത്തിയിട്ടുണ്ട്.[50]

സമകാലിക സംഭവങ്ങൾ

യേശുവിന്റെ ജീവചരിത്രമെഴുതിയവർ രേഖപ്പെടുത്തിയിട്ടുള്ള പല സംഭവങ്ങളും   സമകാലിക   ചരിത്രകാരന്മാർ പരാമർശിക്കുന്നുണ്ടെന്ന് മാത്രമല്ല പലപ്പോഴും അവരെക്കാൾ മികച്ച നിലയിൽ   യേശുവിന്റെ   ജീവചരിത്രമെഴുതിയവർ   പ്രസ്തുത സംഭവങ്ങൾ   രേഖപ്പെടുത്തിയിട്ടുമുണ്ട്.   ഉദാഹരണമായി   ചില സന്ദർഭങ്ങളിൽ യെഹൂദ ചരിത്രകാരനായ ജോസീഫസിനെക്കാൾ കൂടുതൽ   വിവരങ്ങൾ   യേശുവിന്റെ   ജീവചരിത്രകാരന്മാർ രേഖപ്പെടുത്തിയിട്ടുണ്ട്. ഉദാഹരണമായി എന്തിനാണ് സ്നാപകനെ കൊന്നത് എന്നതിനെക്കുറിച്ച് ജോസീഫസ്[51] ലഹള ഭയന്നാണ് എന്നും   മർക്കോസ് 6-ൽ   നിയമവിരുദ്ധമായ   വിവാഹത്തെ വിമർശിച്ചതിനെ   തുടർന്നുണ്ടായ   സംഭവങ്ങളാലാണ്   എന്നും വിശദമായി   രേഖപ്പെടുത്തിയിട്ടുണ്ട്.   മാത്രവുമല്ല   ഇതുമായി ബന്ധപ്പെട്ട ശ്രദ്ധേയമായ ഒരു പ്രസ്താവന മത്തായി എഴുതിയ ജീവചരിത്രത്തിൽ കാണുവാൻ സാധിക്കും.

"ആ കാലത്തു ഇടപ്രഭുവായ ഹെരോദാവു യേശുവിന്റെ ശ്രുതി
കേട്ടിട്ടു: അവൻ യോഹന്നാൻ സ്നാപകൻ; അവൻ മരിച്ചവരുടെ
ഇടയിൽ   നിന്നു   ഉയിർത്തു;   അതുകൊണ്ടാകുന്നു   ഈ

---

[47] Josephus, Jewish Wars 2.169–74 and Ant. 18.3.1

[48] Tacitus, Annals 15.44

[49] Philo, On the Embassy to Gaius §§ 299–305

[50] Evans, *The Routledge Encyclopedia of the Historical Jesus*, 457; Kennedy, *Excavating the Evidence for Jesus*, 86.

[51] Josephus, Antiquities of the Jews 18.5.2

ശക്തികൾ അവനിൽ വ്യാപരിക്കുന്നതു എന്നു തന്റെ ഭൃത്യന്മാരോടു പറഞ്ഞു." (മത്തായി 14:1-2)

ഹെരോദാവ് തന്റെ സേവകന്മാരോട് പറഞ്ഞ ഈ കാര്യം എങ്ങനെ മത്തായി അറിഞ്ഞുവെന്ന് അവിടെ എഴുതിയിട്ടില്ല. എന്നാൽ ഇതുമായി യാതൊരു ബന്ധവുമില്ലാത്ത ഒരു ഭാഗത്ത് ലൂക്കോസ് എഴുതിയ ജീവചരിത്രത്തിൽ ഹെരോദാവിന്റെ കാര്യവിചാരകനായ കൂസയുടെ ഭാര്യ യോഹന്ന യേശുവിന്റെ സംഘത്തിൽ ഉണ്ടായിരുന്നതായി ലൂക്കോസ് 8:3-ൽ കാണുന്നു. ന്യായമായും ഇവർ വഴിയായിരിക്കാം യേശുവിന്റെ ശിഷ്യന്മാർ ഈ കാര്യം അറിഞ്ഞത്. ഇത് കല്പിച്ചു കൂട്ടി ചമച്ചതല്ലാത്ത യാദൃശ്ചികമായ ഒരു പൊരുത്തമാണ്. യോഹന്നാന്റെ മരണ ശേഷം നബാത്തിയൻ രാജാവ് ഹെരോദാവിനെ ആക്രമിച്ചു കീഴ്പ്പെടുത്തുന്നതായും അത് യോഹന്നാനെ വധിച്ചതിനുള്ള ശക്ഷയാണ് എന്ന് ആളുകൾ പറഞ്ഞതായും ജോസീഫസ് രേഖപ്പെടുത്തിയിട്ടുണ്ട്. നിയമവിരുദ്ധമായ വിവാഹം കഴിക്കുവാൻ നബാത്തിയൻ രാജാവിന്റെ മകളായ ആദ്യഭാര്യയെ വിവാഹമോചനം ചെയ്യേണ്ടി വന്നുവെന്ന്[52] മനസ്സിലാക്കുമ്പോൾ യേശുവിന്റെ ജീവചരിത്ര ഗ്രന്ഥങ്ങളുടെ കൃത്യത മനസ്സിലാകും.

യെഹൂദ ചരിത്രകാരന്മാരും മിക്ക റോമൻ ചരിത്രകാരന്മാരും പോലും പരാമർശിക്കാത്ത ഒരു യഥാർത്ഥ സംഭവം ലൂക്കോസ് പരാമർശിച്ചിട്ടുണ്ടെന്നുള്ളതാണ് മറ്റൊരു ഉദാഹരണം. ക്ലൗദിയൂസ് ചക്രവർത്തിയുടെ കാലത്ത് യെഹൂദന്മാരെ റോമിൽ നിന്ന് പുറത്താക്കിയത് ലൂക്കോസും (അപ്പൊ. പ്രവ. 18:2) എ. ഡി. രണ്ടാം നൂറ്റാണ്ടിന്റെ ആദ്യ പാദത്തിൽ അന്തരിച്ച റോമൻ ചരിത്രകാരനായ സ്യൂട്ടോണിയസും[53] മാത്രമേ രേഖപ്പെടുത്തിയിട്ടുള്ളൂ. എ. ഡി. അഞ്ചാം നൂറ്റാണ്ടിന്റെ ആദ്യപാദത്തിൽ അന്തരിച്ച പോളസ് ഒറോഷ്യസ് എന്ന ഒരു റോമൻ പുരോഹിതൻ തന്റെ ഒരു രചനയിൽ ഈ വസ്തുത യഹൂദാ ചരിത്രകാരനായ ജോസീഫസ് രേഖപ്പെടുത്തിയിട്ടുണ്ടെന്ന്

---

[52] Josephus, Antiquities of the Jews 18.5.1
[53] Suetonius, Life of Claudius 25.4

അവകാശപ്പെടുന്നുണ്ടെങ്കിലും[54] നമ്മുക്ക് ലഭ്യമായിട്ടുള്ള ജോസീഫസിന്റെ രചനകളിലൊന്നും ഈ പരാമർശം കാണുന്നില്ല. മാത്രവുമല്ല ഒറോഷ്യസിന്റെ ഈ അവകാശവാദം ആധികാരികമായി ആധുനിക പണ്ഡിതന്മാർ കണക്കാക്കുന്നുമില്ല.[55]

സമകാലിക രചനകളുടെ സാക്ഷ്യം

യേശുവിന്റെ മരണം യഹൂദാ ചരിത്രകാരനായ ജോസീഫസും[56] റോമൻ ചരിത്രകാരനായ ടാസിറ്റസും[57] രേഖപ്പെടുത്തിയിട്ടുണ്ട്. ജോസീഫസ് യേശുവിന്റെ ജീവിതം വിവരിക്കുന്ന ഭാഗത്ത് ക്രിസ്തീയ പകർത്തിയെഴുത്തുകാരുടെ കൈകടത്തൽ സംശയിക്കപ്പെടുന്നുണ്ടെങ്കിലും, ആ ഭാഗത്ത് ഉപയോഗിച്ചിരിക്കുന്ന ഭാഷാ ശൈലിയെ അടിസ്ഥാനമാക്കിയുള്ള പഠനങ്ങളും, ഗ്രീക്കിന് പുറമേ മറ്റു ഭാഷകളിലുള്ള കയ്യെഴുത്തു പ്രതികളുമായുള്ള താരതമ്യ പഠനങ്ങളുടെ അടിസ്ഥാനത്തിലും, അതിലെ യേശുവിന്റെ മരണത്തെക്കുറിച്ച് ഉൾപ്പെടെയുള്ള പരാമർശങ്ങൾ ആധികാരികമാണെന്നതാണ് ഈ വിഷയം വിശദമായി പഠിച്ചിട്ടുള്ളവരും ജോസീഫസിന്റെ രചനകളിൽ ഗവേഷണ പ്രാവീണ്യമുള്ളവരുമായ പണ്ഡിതന്മാരുടെ വിലയിരുത്തൽ[58].

ടാസിറ്റസിന്റെ രചനയിലെ പരാമർശത്തെ സംബന്ധിച്ച് ഗ്രീക്കിലും ലാറ്റിനിലുമുള്ള രചനകളെ കുറിച്ച് ഗവേഷണം നടത്തുന്ന പണ്ഡിതന്മാർക്ക് യാതൊരു സംശയവുമില്ല. ഉദാഹരണമായി ടാസിറ്റസിന്റെ ചരിത്ര വിവരണ വൈഭവത്തിന്റെ മികച്ച

---

[54] Paulus Orosius, History agianst the Pagans 7.6.15

[55] L. Ann Jervis and Peter Richardson, *Gospel in Paul: Studies on Corinthians, Galatians and Romans for Richard N. Longenecker* (Bloomsbury Publishing, 1994), 265; Rainer Riesner, *Paul's Early Period: Chronology, Mission Strategy, Theology* (Wm. B. Eerdmans Publishing, 1998), 182.

[56] Josephus, Jewish Antiquities 18.63–64

[57] Tacitus, Annals 15.44.2–5

[58] Alice Whealey, "The Testimonium Flavianum," in *A Companion to Josephus* (John Wiley & Sons, Ltd, 2016), 354.

ഉദാഹരണങ്ങളിലൊന്നായിട്ടാണ് അമേരിക്കയിലെ എമോറി സർവ്വകലാശാലയിൽ ക്ലാസിക്ക് വിഭാഗം പ്രൊഫസറായി വിരമിച്ച ഡോ. ഹെർബെർട്ട് ബെനാറിയോ ആ ഭാഗത്തെ ചൂണ്ടിക്കാണിച്ചിരിക്കുന്നത്.[59]

യേശു ചരിത്രപുരുഷനാണെന്ന് തെളിയിക്കുന്ന ബൈബിളിനുള്ളിലെയും പുറത്തെയും പരാമർശങ്ങൾ പിൽക്കാലത്ത് ക്രിസ്ത്യാനികൾ കൂട്ടിച്ചേർത്തതാണെന്ന് വാദിക്കുന്നത്, യേശു ചരിത്രത്തിൽ ജീവിച്ചിരുന്ന ഒരു വ്യക്തിയല്ലായെന്ന് വിശ്വസിക്കുന്ന ചില നിരീശ്വരവാദികളുടെ ഒരു പതിവ് ശൈലിയാണ്. അത്തരത്തിൽ ഒരു ശ്രമം, റിച്ചാർഡ് കാര്യർ എന്ന ഒരു അമേരിക്കൻ നിരീശ്വരവാദ പ്രചാരകൻ, ടാസിറ്റസ് ക്രിസ്റ്റുവിനെക്കുറിച്ച് നടത്തിയിട്ടുള്ള പരാമർശത്തെ സംബന്ധിച്ച് നടത്തിയിട്ടുണ്ടെങ്കിലും[60] ബന്ധപ്പെട്ട വിഷയങ്ങളെ കുറിച്ച് സമഗ്രമായ ധാരണയുള്ള ജാൻ എൻ. ബ്രെമ്മറിനെപ്പോലെയുള്ള പണ്ഡിതന്മാർ അത്തരം അഭിപ്രായങ്ങൾ തള്ളിക്കളഞ്ഞിട്ടുണ്ട്.[61]

ജോസീഫസ്, ടാസിറ്റസ്, ഇളയ പ്ലിനി, സ്യൂട്ടോണിയസ്, മാറാ, ലൂഷ്യൻ, യഹൂദാ തല്മൂദുകൾ തുടങ്ങിയ ക്രിസ്തീയതയ്ക്ക് പുറത്തുള്ള രചനകളിൽ നിന്നുള്ള വിവരങ്ങളെല്ലാം ചേർത്തുവെക്കുമ്പോൾ യേശുവിന്റെ ജീവിതത്തിന്റെ ഒരു രൂപരേഖ നമുക്ക് ലഭിക്കും.[62] ഈ ഗ്രന്ഥങ്ങളിലെല്ലാം യേശുവിനെക്കുറിച്ചുള്ള പരാമർശങ്ങൾ പ്രധാനമായും സാന്ദർഭിക പരാമർശങ്ങളായിട്ടാണുള്ളത്. ഇവ പലതും ക്രിസ്തീയവിരുദ്ധമായ പരാമർശങ്ങളാണ്. ഇവയിൽ നിന്ന്

---

[59] Herbert W. Benario, "The Annals," in *A Companion to Tacitus* (John Wiley & Sons, Ltd, 2012), 114–15.

[60] Richard Carrier, "The Prospect of a Christian Interpolation in Tacitus, Annals 15.44," *VC* 68.3 (2014): 264–83.

[61] Jan N. Bremmer, "Ioudaismos, Christianismos and the Parting of the Ways," in *Jews and Christians – Parting Ways in the First Two Centuries CE?*, ed. Jens Schröter, Benjamin A. Edsall, and Joseph Verheyden (De Gruyter, 2021), 73.

[62] Robert Van Voorst, *Jesus Outside the New Testament: An Introduction to the Ancient Evidence* (Wm. B. Eerdmans Publishing, 2000), 19–129.

ലഭിക്കുന്ന രൂപരേഖ സുവിശേഷങ്ങളിലെ യേശുവിനെക്കുറിച്ചുള്ള വിവരണങ്ങളുമായി ചേർന്നുപോകുന്നതാണ്. ഇത് സുവിശേഷങ്ങളുടെ ചരിത്രപരമായ വിശ്വാസ്യതയ്ക്കുള്ള മറ്റൊരു തെളിവാണ്.

ക്രിസ്ത്യാനികൾ കൈകടത്തിയോ?

ഇത്തരുണത്തിൽ ഇതുമായി ബന്ധപ്പെട്ട ഒരു വസ്തുത ചൂണ്ടിക്കാണിക്കാതിരിക്കുവാൻ തരമില്ല. യേശുവിനെക്കുറിച്ച് ജോസീഫസ് പരാമർശിച്ചിരിക്കുന്ന രണ്ടു ഭാഗങ്ങളിൽ വിശദമായി പ്രതിപാദിക്കുന്ന ഒരു ഭാഗം മുഴുവനായും ക്രിസ്ത്യാനികൾ കൂട്ടിച്ചേർത്തതാണെന്ന ആരോപണം ജനകീയരായ ചില നിരീശ്വരവാദികൾ നടത്താറുണ്ട്. എന്നാൽ ആദിമ നൂറ്റാണ്ടുകളിൽ ക്രിസ്ത്യാനികൾ ഏറ്റവും കൂടുതൽ ഉപയോഗപ്പെടുത്തിയിട്ടുള്ളത് യഹൂദാ തത്വചിന്തകനായ അലെക്സാന്ദ്രിയയിലെ ഫിലോയുടെ രചനകളാണ്.[63]

ജോസീഫസും ടാസിറ്റസും പിലാത്തോസിനെക്കുറിച്ച് പറയുന്ന ഭാഗത്താണ് യേശുവിനെക്കുറിച്ചും പറയുന്നത് (ടാസിറ്റസിന്റെ കാര്യത്തിൽ പ്രസ്തുത ഭാഗത്തെ കേന്ദ്രബിന്ദു യേശുവാണ്). കൂട്ടിച്ചേർക്കുവാനായിരുന്നുവെങ്കിൽ യേശു ജീവിച്ചിരുന്ന അതേ കാലത്ത് ജീവിച്ചിരുന്ന, ദൈവശാസ്ത്രപരമായി സഭാപിതാക്കന്മാർ ഉപയോഗപ്പെടുത്തിയ, പീലാത്തോസിനെക്കുറിച്ച് പരാമർശിച്ചിട്ടുള്ള, ഫിലോയുടെ രചനയിലല്ലേ ക്രിസ്ത്യാനികൾ എന്തെങ്കിലും കൂട്ടിച്ചേർക്കേണ്ടത്. അതും ക്രിസ്ത്യാനികളാണ് ഫിലോയുടെ രചനകൾ പകർത്തി സംരക്ഷിച്ചതെന്ന വസ്തുതയും കൂടി കണക്കിലെടുക്കുമ്പോൾ യേശു ചരിത്രപുരുഷനല്ലായെന്ന് വാദിക്കുന്നവരുടെ യുക്തിവെച്ച് നോക്കുമ്പോൾ ഉറപ്പായും

---

[63] David T. Runia, *Philo and the Church Fathers: A Collection of Papers* (BRILL, 1995); David T. Runia, *Philo in Early Christian Literature: A Survey* (Uitgeverij Van Gorcum, 1993).

ഫിലോയുടെ ഏതെങ്കിലും പുസ്തകങ്ങളിലാണ് യഥാർത്ഥത്തിൽ കൂട്ടിച്ചേർക്കൽ നടക്കേണ്ടത്, എന്നാൽ അത് സംഭവിച്ചിട്ടില്ല.

അതുപോലെ തന്നെ, തിബെര്യാസിലെ ജസ്റ്റസ് എന്ന ഒന്നാം നൂറ്റാണ്ടിന്റെ രണ്ടാം ഭാഗത്ത് ജീവിച്ചിരുന്ന മറ്റൊരു യഹൂദാ ചരിത്രകാരന്റെ കാര്യവും ശ്രദ്ധേയമാണ്. ജസ്റ്റസിന്റെ 'യഹൂദാ യുദ്ധത്തിന്റെ ചരിത്ര'മെന്ന ഗ്രന്ഥത്തിൽ നിന്നും സഭാ ചരിത്രകാരനായ യൂസിബിയസ് നാലാം നൂറ്റാണ്ടിലും ക്രൈസ്തവ പണ്ഡിതനായ ജെറോം അഞ്ചാം നൂറ്റാണ്ടിലും ചില കാര്യങ്ങൾ ഉദ്ധരിച്ചിട്ടുണ്ട്. അദ്ദേഹത്തിന്റെ തന്നെ 'യഹൂദാ രാജാക്കന്മാരുടെ ദിനവൃത്താന്ത'മെന്ന പുസ്തകം ഒൻപതാം നൂറ്റാണ്ടിൽ ജീവിച്ചിരുന്ന കോൺസ്റ്റാന്റിനോപ്പിളിലെ പാത്രിയാർക്കീസായിരുന്ന ഫോട്ടിയോസ് ഒന്നാമനും തന്റെ ഒരു രചനയിൽ ഉദ്ധരിക്കുന്നുണ്ട്. ജോസീഫസിന്റെ വിരുദ്ധ ചേരിയിൽ നിന്നിരുന്ന രചയിതാവായിരുന്നു ജസ്റ്റസ്, ആ നിലയിലും അദ്ദേഹം വളരെ പ്രധാനപ്പെട്ട ഒരു വ്യക്തിയാണ്. എന്നാൽ ജസ്റ്റസിന്റെ രണ്ടു രചനകളും ഇന്ന് നമ്മുക്ക് ലഭ്യമല്ല. അപ്പോൾ തന്നെ ജസ്റ്റസിന്റെ 'യഹൂദാ രാജാക്കന്മാരുടെ ദിനവൃത്താന്ത'മെന്ന പുസ്തകത്തിൽ യേശുവിനെക്കുറിച്ച് പറഞ്ഞിട്ടില്ലായെന്ന് ഫോട്ടിയോസ്[64] പരാമർശിക്കുന്നുണ്ട്. സ്വാഭാവികമായും യഹൂദാ രാജാക്കന്മാരെ മാത്രം കേന്ദ്രീകരിച്ച് എഴുതപ്പെട്ട ഒരു പുസ്തകത്തിൽ ക്രൈസ്തവനല്ലാത്ത ഒരു യെഹൂദൻ യേശുവിനെക്കുറിച്ച് പറയുമെന്ന് ചരിത്രപരമായി ഒരിക്കലും പ്രതീക്ഷിക്കുവാനാകില്ല.

എന്നാൽ, ക്രിസ്ത്യാനികളെ സംബന്ധിച്ച് രാജാധിരാജാവാണ് യേശു. യെഹൂദന്മാരുടെ രാജാവെന്നവകാശപ്പെട്ടുവെന്ന ആരോപണത്തിന്റെ അടിസ്ഥാനത്തിലാണ് യേശു വധിക്കപ്പെട്ടതും. സ്വാഭാവികമായും യഹൂദാ രാജാക്കന്മാരുടെ പട്ടികയിൽ യേശുവിനെക്കുറിച്ച് എന്തെങ്കിലും ഒരു പരാമർശം ഉണ്ടാകേണ്ടതാണെന്ന് ക്രിസ്ത്യാനികൾ ചിന്തിക്കും. ഇത് തന്നെയായിരിക്കാം ഫോട്ടിയോസും ആഗ്രഹിച്ചിരുന്നത്.

---

[64] Photios, Bibliotheca, cod. 33.l.19.33–4

ജോസീഫസ് കഴിഞ്ഞാൽ ഒന്നാം നൂറ്റാണ്ടിൽ പാലസ്റ്റീനിൽ ജനിച്ച അക്രൈസ്തവനായ പ്രധാനപ്പെട്ട ഒരേയൊരു യഹൂദാ ചരിത്രകാരനായ ജസ്റ്റസിന്റെ രചനകൾ, അതും യേശുവിന്റെ അതേ പ്രദേശമായ ഗലീലിയയിൽ നിന്നുള്ള ജസ്റ്റസിന്റെ രചനകൾ വായിച്ചിട്ടും ക്രിസ്ത്യാനികൾ ആരും അതിൽ യേശുവിനെക്കുറിച്ച് എന്തെങ്കിലും എഴുതിച്ചേർത്ത് സംരക്ഷിക്കുകയോ അല്ലായെങ്കിൽ യേശുവിനെക്കുറിച്ച് അതിൽ എന്തെങ്കിലും പറഞ്ഞിട്ടുണ്ടെന്ന വ്യാജമായ ഒരു അവകാശവാദം ഉന്നയിക്കുകയോ ചെയ്യാതിരുന്നതെന്തുകൊണ്ടാണ്? ക്രിസ്ത്യാനികൾ അങ്ങനെ തങ്ങളുടെ താല്പര്യങ്ങൾക്കനുസരിച്ച് വേണ്ടിടത്തെല്ലാം ഇല്ലാത്ത കാര്യങ്ങൾ കൂട്ടിച്ചേർക്കുന്നവരായിരുന്നില്ല എന്നതിന്റെ തെളിവാണിത്.

നായകന്റെ മനുഷ്യത്വം

അത്ഭുതങ്ങൾ കണ്ടാൽ ആശ്ചര്യപ്പെടുന്ന (മർക്കോസ് 2:12 5:20) ജനങ്ങളുടെ ഇടയിൽ, എല്ലാ വിധത്തിലും തികഞ്ഞ മനുഷ്യനായ ഒരു നായകന്റെ ജീവിതമാണ് യേശുവിന്റെ ജീവചരിത്രങ്ങൾ വിവരിക്കുന്നത്. ദുഃഖവിവശനാകുന്ന, വ്യാകുലപ്പെടുന്ന (മർക്കോസ് 14:33), ദാഹിക്കുന്ന (യോഹന്നാൻ 19:28), വിശക്കുന്ന (മർക്കോസ് 11:12), കരയുന്ന (യോഹന്നാൻ 11:35) അമിത ഭക്ഷണപ്രിയനും മദ്യപാനിയുമെന്ന ആരോപണം ഉയരത്തക്ക നിലയിൽ തിന്നുകയും കുടിക്കുകയും ചെയ്യുന്ന (ലൂക്കോസ് 7:34), ആശ്ചര്യപ്പെടുന്ന (മർക്കോസ് 6:6), നെടുവീർപ്പിടുന്ന (മർക്കോസ് 7:34) ഒരു മനുഷ്യൻ.

യേശു ചെയ്യുവെന്ന് സുവിശേഷങ്ങൾ അവകാശപ്പെടുന്ന അത്ഭുതങ്ങളിൽ പോലും ദൃശ്യമാകുന്നത് ഐതിഹ്യ കഥാപാത്രമായ ഒരു വീരനായകന്റെ ശക്തിപ്രകടനമല്ല മറിച്ച് തികഞ്ഞ മനുഷ്യത്വമാണ് (മർക്കോസ് 1:41, മത്തായി 9:35-36; ലൂക്കോസ് 13:15-17). സുവിശേഷങ്ങളെ പലരും ഹോമറിന്റെ രചനകളുമായി

താരതമ്യപ്പെടുത്താറുണ്ട്[65] എന്നാൽ ഹോമറിന്റെ കൃതികളിലെ ദേവന്മാരും ദേവതകളും പൊതുവിൽ മനുഷ്യൻ അനുഭവിക്കുന്ന ബലഹീനതകളാൽ വൈകാരികമായി സ്പർശിക്കപ്പെടാത്തവരാണ്.[66] അമാനുഷികതയും അതിശയോക്തിയും അസാധാരണത്വവും നിറഞ്ഞ ഇതിവൃത്തങ്ങളാലും, അതേസമയംതന്നെ ഭൂമിക്കതീതമായ ലോകത്തിന്റെയും അവിടെ നിന്നുള്ള ജീവികളുടെയും സ്വാഭാവികവും നിരന്തരവുമായ വിവരണങ്ങളാലും സമ്പന്നവും, കൃത്യവും വിശദവുമായ സ്ഥലകാല പരാമർശങ്ങളുടെ അഭാവവുമുള്ളവയാണ് പൊതുവിൽ ഐതിഹ്യങ്ങൾ. ഇതിൽ നിന്നും തികച്ചും വ്യത്യസ്തമാണ് യേശുവിന്റെ ആദിമ ജീവചരിത്രങ്ങൾ. അവയിലെ അത്ഭുതങ്ങളെക്കുറിച്ചുള്ള വിവരണങ്ങൾ പോലും യാഥാർത്ഥ്യത്തിന്റെ മണവും രുചിയുമുള്ളവയാണ്.

രൂപകൽപന ചെയ്യപ്പെടാത്ത യോജിപ്പുകൾ

യേശുവിന്റെ വിവിധ ജീവചരിത്രങ്ങളിലെ അപ്രധാന സാന്ദർഭിക വിവരങ്ങൾ തമ്മിലുള്ള യാദൃച്ഛികമായ യോജിപ്പുകൾ മറ്റൊരു പ്രധാനമായ സവിശേഷതയാണ്. ഉദാഹരണമായി യോഹന്നാന്റെ

---

[65] Dennis Ronald MacDonald and Professor of New Testament and Christian Origins Dennis R. MacDonald, *The Homeric Epics and the Gospel of Mark* (Yale University Press, 2000); ഈ താരതമ്യത്തിന്റെ ബലഹീനതകൾ ചൂണ്ടിക്കാട്ടുന്ന പല പ്രതികരണങ്ങളും മുന്നോട്ടുവെക്കപ്പെട്ടിട്ടുണ്ട്. ഉദാഹരണമായി: James Patrick Holding, "The Homeric Epics and the Gospel of Mark," *CRJ* 24.2 (2001); Robert B Coote and Mary P. Coote, "Homer and Scripture in the Gospel of Mark," in *Distant Voices Drawing Near: Essays in Honor of Antoinette Clark Wire*, ed. Antoinette Clark Wire and Marvin L. Chaney (Liturgical Press, 2004); Margaret M. Mitchell, "Homer in the New Testament?," *JRel* 83.2 (2003): 244–60 ഇത്തരം വിമർശനങ്ങൾ കാരണം ഹോമറിന്റെ രചനകളും സുവിശേഷങ്ങളുമായുള്ള താരതമ്യമെന്ന ആശയത്തിന് ചില നിരീശ്വരവാദ പ്രചാരകരുടെ അപ്പുറത്ത് മുഖ്യധാരാ ഗവേഷകന്മാർക്കിടയിൽ യാതൊരു സ്വീകാര്യതയുമില്ല.

[66] Marvin Richardson Vincent, *Word Studies in the New Testament* (C. Scribner's sons, 1889), 205; Herbert Lockyer, *All the Miracles of the Bible* (Harper Collins, 1988), 229.

സുവിശേഷത്തിൽ (യോഹന്നാൻ 6:5-9), യേശു അഞ്ചപ്പവും രണ്ടു മീനും ഉപയോഗിച്ച് അയ്യായിരം പേർക്ക് ഭക്ഷണം നൽകുന്ന ഭാഗത്ത്, ജനങ്ങൾക്ക് ഭക്ഷണം എങ്ങനെ നൽകുമെന്ന കാര്യം യേശു ചോദിക്കുന്നത് ഫിലിപ്പോസിനോടാണ്. അന്ത്രയോസ് എന്ന മറ്റൊരു ശിഷ്യനും ഈ വിഷയത്തിൽ ഇടപെട്ട് സംസാരിക്കുന്നുണ്ട്. പത്രോസ് കഴിഞ്ഞാൽ സുവിശേഷങ്ങളിലെ യേശുവിന്റെ ഏറ്റവുമടുത്ത ശിഷ്യന്മാരായ യോഹന്നാനോ യാക്കോബോ ഒന്നും ഈ വിഷയത്തിൽ ഇടപെടുന്നില്ല. എന്തുകൊണ്ടാണ് യേശു ഫിലിപ്പോസിനോട് ഈ ചോദ്യം ചോദിച്ചതെന്ന് അവിടെ പറയുന്നുമില്ല. എന്നാൽ ലൂക്കോസിന്റെ സുവിശേഷം 9:10-ൽ ഈ സംഭവം നടക്കുന്നത് ബെത്‌സെയിദയ്ക്കടുത്താണെന്ന് ലൂക്കോസ് രേഖപ്പെടുത്തിയിട്ടുണ്ട്, എന്നാൽ ഈ കാര്യം യോഹന്നാന്റെ സുവിശേഷത്തിൽ ഇല്ല. യേശു പ്രത്യേകമായി ഫിലിപ്പോസിനോട് എന്തെങ്കിലും ചോദിച്ചുവെന്നോ, അന്ത്രയോസ് അതിൽ ഇടപെട്ട് സംസാരിച്ചുവെന്നോ ലൂക്കോസ് എഴുതിയിട്ടില്ല. എന്നാൽ യോഹന്നാന്റെ സുവിശേഷം 1:44-ലും 12:21-ലും ഫിലിപ്പോസും അന്ത്രയൊസും ബെത്‌സെയിദക്കാരായിരുന്നുവെന്ന് പറയുന്നുണ്ട്.

ഇതിൽ നിന്നും യേശു എന്തുകൊണ്ട് ഫിലിപ്പോസിനോട് ഭക്ഷണത്തിന്റെ കാര്യം ചോദിച്ചുവെന്നത് വ്യക്തമാകുന്നു; കാരണം ഫിലിപ്പോസ് ആ പ്രദേശവാസിയായിരുന്നു, ഇതേ കാരണത്താലാണ് അന്ത്രയൊസ് ഈ വിഷയത്തിൽ ഇടപെട്ട് സംസാരിച്ചതും. ഇത്തരത്തിലുള്ള അനവധിയായ മന:പൂർവ്വമായി സൃഷ്ടിക്കപ്പെടാത്തതെന്ന് മനസിലാക്കുവാൻ സാധിക്കുന്നതും, ആഖ്യാനത്തിലും എഴുത്തുകാരുടെ ഊന്നലുകളിലും അപ്രധാനമായതുമായ വ്യത്യസ്ത വിവരങ്ങൾ തമ്മിലുള്ള ഈർച്ചവാൾ ചേർച്ചകൾ സുവിശേഷങ്ങൾക്കിടയിൽ കാണുവാൻ കഴിയും. യഥാർത്ഥ സംഭവങ്ങളുടെ വസ്തുതാപരമായ വിവരണങ്ങളാണ് സുവിശേഷങ്ങളിൽ ഉള്ളത് എന്നതിന്റെ തെളിവുകളാണ് ഇവ.

സുവിശേഷങ്ങളുടെ ചരിത്രപരമായ വിശ്വാസ്യതയ്ക്കുള്ള നിരവധി തെളിവുകളുടെ വളരെ ചെറിയ ഒരു ഭാഗം മാത്രമാണ് ഈ അധ്യായത്തിൽ നാം പരിഗണിച്ചത്. ഈ ഭാഗത്തിന്റെ

ഉപസംഹാരത്തിലേക്ക് കടക്കുന്നതിന് മുൻപ് ഇത്തരം തെളിവുകളുടെ പരിമിതികളെക്കുറിച്ച് കൂടി നാം മനസിലാക്കിയിരിക്കണം. ഈ വിഷയമാണ് അടുത്ത അധ്യായത്തിൽ ചർച്ച ചെയ്തിരിക്കുന്നത്.

വിശ്വാസ്യതയുടെ പരിമിതികൾ

യേശുവിനെക്കുറിച്ചുള്ള നമ്മുടെ ചരിത്രാന്വേഷണത്തിൽ നാം പരിഗണിക്കുന്ന ഉറവിടങ്ങളുടെ ചരിത്രപരമായ വിശ്വാസ്യത എന്നത് യാഥാർത്ഥ്യത്തിന്റെ ഒരു വശം മാത്രമാണ്. മറുഭാഗത്ത് ഈ വിശ്വാസ്യതയുടെ പരിമിതികൾ നമ്മെ ബോധ്യപ്പെടുത്തുന്ന ചില കാര്യങ്ങളുമുണ്ട്. അവ എന്തൊക്കെയാണെന്നതിന്റെ വെളിച്ചത്തിൽ ചരിത്രപരമായ വിശ്വാസ്യതയുടെ അടയാളങ്ങളിൽ നിന്ന് നാം എന്താണ് മനസിലാക്കേണ്ടതെന്ന ചോദ്യമാണ് ഈ അധ്യായത്തിൽ നാം പ്രധാനമായും പരിഗണിക്കുന്നത്. എന്നാൽ അതിന്റെ വിശദാംശങ്ങളിലേക്ക് കടക്കുന്നതിനു മുൻപ് ഈ വിഷയവുമായി ബന്ധപ്പെട്ട മറ്റു ചില വസ്തുതകൾ കൂടി നാം വിശകലനം ചെയ്യേണ്ടതുണ്ട്.

നഷ്ടപ്പെട്ടുപോയ ചരിത്രസാക്ഷ്യങ്ങൾ

ആദിമ സഭാ ചരിത്രത്തിൽ ഗവേഷണം നടത്തുന്ന ജർമ്മൻ പണ്ഡിതനായ ക്രിസ്റ്റോഫ് മാർക്ഷിസ് കണക്കാക്കുകയും, മാർട്ടിൻ ഹെൻഗേൽ കാതറിനാ ബ്രാഷ് തുടങ്ങിയ ഇതര പണ്ഡിതന്മാർ ശരിവെക്കുകയും ചെയ്യുന്നതനുസരിച്ച്, രണ്ടാം നൂറ്റാണ്ടിൽ നിലവിലുണ്ടായിരുന്നുവെന്ന് പിൽക്കാലത്തെ ഇതര രചനകളിൽ നിന്ന് നമ്മുക്ക് അറിയാവുന്ന മൊത്തം ക്രിസ്തീയ രചനകളിൽ ഏകദേശം 85 ശതമാനവും നഷ്ടപ്പെട്ടുപോയി.[1] ഇത് കൂടാതെ ഇന്ന് നമ്മുടെ കയ്യിൽ ലഭ്യമായിട്ടുള്ള ഗ്രീക്ക് പാപ്പിറസ് കയ്യെഴുത്തുപ്രതികളുടെ ശേഖരങ്ങളിൽ ഏറ്റവുമധികം

---

[1] Christoph Markschies, *Kaiserzeitliche christliche Theologie und ihre Institutionen: Prolegomena zu einer Geschichte der antiken christlichen Theologie* (Mohr Siebeck, 2009), 32; Martin Hengel, *Die vier Evangelien und das eine Evangelium von Jesus Christus: Studien zu ihrer Sammlung und Entstehung* (Mohr Siebeck, 2008), 100; Katharina Bracht, *Hippolyts Schrift In Danielem: Kommunikative Strategien eines frühchristlichen Kommentars* (Mohr Siebeck, 2014), 149 അടിക്കുറിപ്പ് 229 നോക്കുക.

പ്രസിദ്ധീകരിക്കപ്പെട്ടിട്ടുള്ള കയ്യെഴുത്തുപ്രതി ശേഖരമെന്ന് അവകാശപ്പെടുന്ന[2] ബ്രിട്ടനിലെ ഈജിപ്ല് എക്സ്പ്ലോറേഷൻ സൊസൈറ്റിയുടെ കൈവശമുള്ള ഓക്സിറിങ്കസ് പാപ്പിറസുകളുടെ കണക്കെടുത്താൽ ആകെ ഏകദേശം അഞ്ചു ലക്ഷം കയ്യെഴുത്തുപ്രതികളിൽ ഏകദേശം ആറായിരമെണ്ണം മാത്രമാണ് കഴിഞ്ഞ 124 വർഷം കൊണ്ട് പ്രസിദ്ധീകരിച്ചു കഴിഞ്ഞത്.[3] ശ്രദ്ധേയമായ വസ്തുത ഇതിൽ ഏകദേശം 52 എണ്ണം[4] (2015-ൽ) പുതിയനിയമത്തിന്റെ ഏറ്റവും പുരാതന കയ്യെഴുത്തുപ്രതികളാണെന്നുള്ളതാണ്.

അതായത്, ഏകദേശം മൊത്തം 128 (2017-ൽ) ഗ്രീക്ക് പുതിയനിയമ പാപ്പിറസ് കയ്യെഴുത്തുപ്രതികളുടെ[5] ഏകദേശം 40 ശതമാനം ഓക്സിറിങ്കസ് ശേഖരത്തിൽ നിന്നായിരുന്നു. ഇത് കൂടാതെ പുതിയനിയമത്തിൽ നിന്നുള്ളതല്ലാത്ത, ക്രിസ്തീയ വിശ്വാസവുമായി ബന്ധപ്പെട്ട, മറ്റ് 123 കയ്യെഴുത്തുപ്രതികൾ കൂടി 2015-ൽ ക്രിസ്ത്യൻ ഓക്സിറിങ്കസ് എന്ന ഗ്രന്ഥത്തിൽ ഉൾപ്പെടുത്തിയിരുന്നു. അങ്ങനെയെങ്കിൽ ബാക്കി ഏകദേശം 4,94,000 കയ്യെഴുത്തുപ്രതികൾ പ്രസിദ്ധീകരിച്ചു കഴിയുമ്പോൾ ഓക്സിറിങ്കസ് ശേഖരത്തിൽ നിന്ന് മാത്രമായി നമ്മുക്ക് എത്ര ക്രിസ്തീയ രചനകൾ ലഭിച്ചേക്കാം? ക്രിസ്തീയവിശ്വാസത്തിനുള്ള തെളിവുകൾ ഇനിയും വർദ്ധിപ്പിക്കുന്ന എത്ര അക്രൈസ്തവ രചനകൾ ലഭിച്ചേക്കാം?

---

[2] "The best published of the world's papyri collections" "The Oxyrhynchus Papyri," *Egypt Exploration Society*, n.d., https://www.ees.ac.uk/papyri.

[3] ഡിർക്ക് ഒബ്ലിങ്ക് എന്ന ഒരു പണ്ഡിതൻ അവകാശപ്പെട്ടതനുസരിച്ച് ഏകദേശം പത്ത് ലക്ഷം കയ്യെഴുത്തുപ്രതി ശകലങ്ങൾ "Digital Unwrapping: Homer, Herculaneum, and the Scroll from Ein Gedi | University of Oxford Podcasts–Audio and Video Lectures," n.d., https://podcasts.ox.ac.uk/digital-unwrapping-homer-herculaneum-and-scroll-ein-gedi മിനിറ്റ് 6:19.

[4] Lincoln Harris Blumell and Thomas A. Wayment, *Christian Oxyrhynchus: Texts, Documents, and Sources* (Baylor University Press, 2015), vii.

[5] Larry W. Hurtado, *Texts and Artefacts: Selected Essays on Textual Criticism and Early Christian Manuscripts* (Bloomsbury Publishing, 2017), 28.

ഇത് ഒരു പാപ്പിറസ് ശേഖരത്തിന്റെ കാര്യം, ഇതുപോലെ പാശ്ചാത്യ ലോകത്തെ വിവിധ സർവ്വകലാശാലകളുടെ ശേഖരങ്ങളിൽ... വിവിധ മ്യൂസിയങ്ങളുടെ എണ്ണമറ്റ ശേഖരങ്ങളിൽ... അമേരിക്കയിലെ മ്യൂസിയം ഓഫ് ബൈബിൾ പോലെയുള്ള സ്വകാര്യ ശേഖരങ്ങളിൽ... എത്ര രേഖകൾ... എത്ര കയ്യെഴുത്തുപ്രതികളുണ്ടാകും? ശരിയായ സ്വതന്ത്ര ജനാധിപത്യമില്ലാത്ത, ഭരണപരമായ സുസ്ഥിരതയില്ലാത്ത, ക്രൈസ്തവ വിരുദ്ധതയുള്ളവരുടെ നിയന്ത്രണത്തിൻ കീഴിലുള്ള, സമ്പന്നമായ പ്രാചീന ചരിത്രമുള്ള മധ്യപൂർവ്വ ഏഷ്യയിലെ രാജ്യങ്ങളിൽ എത്രയെത്ര രേഖകളുണ്ടാകും? ഒരുപക്ഷെ ഒരു കാലത്തും അവ വെളിച്ചം കാണില്ല. തങ്ങളുടെ മതത്തിന്റെ പുരാതന കയ്യെഴുത്തുപ്രതികൾ പോലും സ്വതന്ത്രമായ പഠനങ്ങൾക്ക് വിട്ടുകൊടുക്കുവാൻ താല്പര്യമില്ലാത്ത രാജ്യങ്ങളാണവ. ഈ പ്രദേശങ്ങളിലെ തീവ്രവാദ സംഘടനകൾ എത്രയെണ്ണം നശിപ്പിച്ചിട്ടുണ്ടാകും?

മെയ് 2020-ൽ ഈജിപ്ലിൽ നിന്ന് ശേഖരിച്ച ഏകദേശം 5000 കയ്യെഴുത്തുപ്രതികൾ നിയമപരമായ പ്രശ്നങ്ങളുടെ പേരിൽ മ്യൂസിയം ഓഫ് ബൈബിൾ ഈജിപ്ലിനു കൈമാറി.[6] ഇതിൽ ഏതെങ്കിലും ഇനി എന്നെങ്കിലും വെളിച്ചം കാണുമോ? ആർക്കുമറിയില്ല. സ്വതന്ത്രചിന്തയ്ക്കും ഗവേഷണങ്ങൾക്കും ഇടമുള്ള പാശ്ചാത്യലോകത്തെ പൊതുസ്ഥാപനങ്ങളുടെ കൈകളിലുള്ളവ അടുത്ത ചില നൂറ്റാണ്ടുകൾക്കുള്ളിൽ അവരുടെ ഗവേഷണ പ്രതിബദ്ധതയുടെ ഭാഗമായി പ്രസിദ്ധീകരിക്കപ്പെട്ടേക്കാം.

അനുദിനം ക്രൈസ്തവ വിരുദ്ധമായ ഒരു മത വീക്ഷണത്തിന്റെ കരങ്ങളിൽ കൂടുതൽ അമർന്നുകൊണ്ടിരിക്കുന്ന രാജ്യങ്ങളുടെ കൈകളിലുള്ളവയുടെ കാര്യത്തിൽ വലിയ പ്രതീക്ഷയ്ക്ക് വകയില്ല. ഇറാഖിൽ ഐസിസ് നടത്തിയ പുരാവസ്തു നശീകരണങ്ങളുടെയും

---

6   Erin L. Thompson, "That Robby Hobby," *Slate*, 4 October 2021, https://slate.com/news-and-politics/2021/10/museum-of-the-bible-looted-art-track-record.html.

ബ്ലാക്ക് മാർക്കറ്റ് കച്ചവടങ്ങളുടെയും കഥകൾ നമുക്ക് അറിയാമല്ലോ. സത്യസന്ധമായി പറഞ്ഞാൽ ഇത്രയും കയ്യെഴുത്തുപ്രതികളും പുരാതന രേഖകളും പുരാവസ്തു തെളിവുകളുമെങ്കിലും സ്വതന്ത്രമായും നിരൂപണപരമായും ചിന്തിക്കുന്ന ഗവേഷകന്മാർക്ക് പ്രാപ്യമായത് പ്രധാനമായും പാശ്ചാത്യർ അവ കടത്തിക്കൊണ്ട് പോയതുകൊണ്ടാണ് എന്നതാണ് വാസ്തവം. കൊളോണിയലിസത്തിനു നന്ദി!

ക്രിസ്ത്യാനിത്വവുമായി ബന്ധപ്പെട്ട കയ്യെഴുത്തുപ്രതികൾ ഡിജിറ്റൈസ് ചെയ്ത് സംരക്ഷിക്കുന്നതിന് മുൻപന്തിയിൽ നിൽക്കുന്നത് ഏതെങ്കിലും മുഖ്യധാരാ സഭകളല്ല, മറിച്ച്, ഡാനിയേൽ വാള്ളാസ്[7], ഫാ. കൊളംബാ സ്റ്റ്യുവാർട്ട്[8] തുടങ്ങിയ പണ്ഡിതന്മാർ അവരുടെ വ്യക്തിപരമായ താല്പര്യത്തിന്റെ അടിസ്ഥാനത്തിൽ ആരംഭിച്ച ചെറിയ പ്രസ്ഥാനങ്ങളാണെന്നതാണ് ശ്രദ്ധേയമായ ഒരു കാര്യം. അതായത് നമ്മുക്ക് ലഭ്യമായിരിക്കുന്നത് ലഭ്യമാകാമായിരുന്ന തെളിവുകളുടെ ഒരു അംശം മാത്രമാണ്. അതിനാൽ തന്നെ ഏതെങ്കിലും ഒരു ആശയധാരയുടെ പ്രചാരണത്തിനുവേണ്ടി വേണ്ടത്ര തെളിവുകളോ സത്യസന്ധമായ പരിശോധനയോ കൂടാതെ തികച്ചും നിരുത്തരവാദപരമായി 'കൂട്ടിച്ചേർത്തതാണ്' 'കൃത്രിമമായി ചമച്ചതാണ്' എന്നൊക്കെ ആരോപിച്ച് ഒരു പുരാതന രേഖയെ വേണ്ട പരിഗണന നൽകാതെ തള്ളിക്കളയുന്നത് ഒട്ടും നീതിപൂർവ്വകമായ ഒരു സമീപനമല്ല.

ആദിമ ക്രിസ്തീയ സമൂഹത്തിന്റെ അതുല്യത

---

[7] Center for the Study of New Testament Manuscripts (CSNTM) Interview by Derek Keefe, "New Testament Manuscript Haul in Albania," *ChristianityToday.Com*, n.d., https://www.christianitytoday.com/ct/2008/aprilweb-only/117-32.0.html.

[8] Hill Museum & Manuscript Library (HMML) Jayson Casper, "This Minnesota Monk Saves Ancient Manuscripts for a Digital Age," *ChristianityToday.Com*, n.d., https://www.christianitytoday.com/ct/2019/december/columba-stewart-benedictine-monk-manuscript-rescue-witness.html.

യേശുവിന്റെ ജീവ ചരിത്രമെഴുതിയവർ, ആ പ്രവർത്തി നിർവ്വഹിച്ച കാലഘട്ടത്തിൽ, അഭിമുഖീകരിച്ച എതിരാളികളുമായി ബന്ധപ്പെട്ട പല പ്രത്യേകതകളും സവിശേഷ ശ്രദ്ധ അർഹിക്കുന്നവയാണ്. ആദിമ ക്രിസ്തീയ സമൂഹം എതിരാളികളിൽ നിന്ന് കായിക ആക്രമണങ്ങൾ നേരിട്ടിരുന്നു. ജീവന് തന്നെ ഭീഷണിയാകുന്ന നിലയിലുള്ള ശിക്ഷാ നടപടികൾ ഭരണകൂടത്തിൽ നിന്നും മറ്റ് അധികാര കേന്ദ്രങ്ങളിൽ നിന്നും അവർക്ക് നേരിടേണ്ടി വന്നു. മറ്റു വിഷയങ്ങളിൽ വ്യത്യസ്ത ഉപദേശ വീക്ഷണങ്ങളെ ഉയർത്തിക്കാട്ടുന്ന പുതിയനിയമ ഗ്രന്ഥങ്ങൾ എതാണ്ട് ഏകസ്വരത്തിൽ ചൂണ്ടിക്കാട്ടുന്ന ഒന്നാണ് ഈ വസ്തുത. പൗലോസിന്റെ രചനകളിൽ ഇതുമായി ബന്ധപ്പെട്ട് കാണുന്ന പരാമർശങ്ങൾ[9] കൂടുതൽ തെളിവ് മൂല്യമുള്ളവയാണ്. വിശദാംശങ്ങളെ കുറിച്ച് സംശയങ്ങളും തർക്കങ്ങളും ഉണ്ടാകാമെങ്കിലും 'ആവർത്തിച്ചുള്ള സാക്ഷ്യപ്പെടുത്തലിന്റെ' മാനദണ്ഡമനുസരിച്ച് ആദിമ സഭ നേരിട്ട വെല്ലുവിളികളെക്കുറിച്ചും അവരുടെ അതിനോടുള്ള പ്രതികരണത്തെ സംബന്ധിച്ചും ആദിമ ക്രിസ്തീയ രചനകൾ നമ്മുക്ക് മുൻപിലേക്ക് വെക്കുന്ന ഒരു പൊതു ചിത്രം വിശ്വാസയോഗ്യമായി കണക്കാക്കാം.

ഈ രീതിയിൽ ചിന്തിക്കുമ്പോൾ, യേശുവിന്റെ ജീവചരിത്രകാരന്മാർ എഴുതുന്ന കാര്യങ്ങൾ സംഭവിച്ചിട്ടുണ്ടെങ്കിൽ അത് നേരിൽ കണ്ടിരിക്കുവാൻ സാധ്യതയുള്ളവരും, അതിനാൽ തന്നെ അത് വ്യാജമാണെങ്കിൽ അത് ചൂണ്ടിക്കാണിക്കുവാൻ സാധ്യതയുള്ളവരുമായ എതിരാളികൾ അന്നുണ്ടായിരുന്നു എന്ന് മനസിലാക്കുവാൻ സാധിക്കും. ഇത്തരമൊരു സാഹചര്യത്തിൽ ശത്രുക്കളെ സ്നേഹിക്കണമെന്ന ആദർശം പിന്തുടരുന്ന ഒരു പീഡിത സമൂഹത്തിന്റെ ഭാഗമായി നിന്നുകൊണ്ടാണ് ആദിമ ക്രിസ്തീയ എഴുത്തുകാർ തങ്ങളുടെ രചന നിർവ്വഹിച്ചത്. സ്വാഭാവികമായും

---

9 Jeff Hubing, *Crucifixion and New Creation: The Strategic Purpose of Galatians 6.11-17* (Bloomsbury Publishing, 2015), 129; David Luckensmeyer, *The Eschatology of First Thessalonians* (Vandenhoeck & Ruprecht, 2013), 135.

ചരിത്രപരമായ ആധികാരികത പുലർത്തുവാൻ അവരെ നിർബന്ധിക്കുന്ന ഒരു ഘടകമായിരുന്നു ഇത്.

എന്നാൽ മത പശ്ചാത്തലത്തിൽ രചിക്കപ്പെടുന്ന രചനകളുടെ കാര്യത്തിൽ ഇത്തരത്തിൽ ചരിത്രപരമായ വിശ്വസ്തത പുലർത്തുവാൻ സാധ്യതയുണ്ടോയെന്ന സംശയത്തിലേക്ക് നമ്മെ നയിക്കാവുന്ന പല ഘടകങ്ങളും ഒരു താരതമ്യത്തിനായി നമ്മുക്ക് പരിഗണിക്കാം. ഉദാഹരണമായി ഒരു മതത്തിന്റെ ഏറ്റവും പ്രധാനപ്പെട്ട സംഭവം നടന്ന് ഒന്നോ രണ്ടോ നൂറ്റാണ്ടുകൾക്ക് ശേഷമാണ് അതിനെക്കുറിച്ച് രേഖപ്പെടുത്തപ്പെടുന്നതെങ്കിൽ, അതിന്, ആ സംഭവം നടന്ന് ഏറ്റവുമടുത്ത സമയത്ത് രേഖപെടുത്തപ്പെട്ട ഒരു രചനയുടേതിനു തുല്യമായ ചരിത്രപരമായ വിശ്വാസ്യത കൽപ്പിച്ചു നല്ലുവാനാകില്ല. കാരണം, അവർ എഴുതുകയും പ്രചരിപ്പിക്കുകയും ചെയ്യുന്ന കാര്യങ്ങളെ ചോദ്യം ചെയ്യുവാൻ അവർ വിവരിക്കുന്ന കാലഘട്ടത്തിന് ദൃക്സാക്ഷികളായ എതിരാളികൾ ജീവിച്ചിരിപ്പില്ലെങ്കിൽ എഴുത്തുകാരുടെ ഭാവനയ്ക്കനുസരിച്ച് പലതും എഴുതുവാനുള്ള സ്വാതന്ത്ര്യം അവർക്ക് ലഭിക്കും.

ഈ വിഷയത്തിൽ പുതിയനിയമ രചനകളിൽ മിക്കവയും വളരെ മികവ് പുലർത്തുന്നു. എതിരാളികളും അനുകൂലികളുമായ ദൃക്സാക്ഷികൾ ജീവിച്ചിരുന്ന കാലത്ത് തന്നെയാണ് അവ രചിക്കപ്പെട്ടത്.[10] ഒരു മതത്തിന്റെ ഭരണാധികാരികളായ നേതൃത്വം സായുധബലം ഉപയോഗിച്ച് എതിരാളികളെ തകർത്ത് മുന്നേറിക്കൊണ്ടിരിക്കുന്ന കാലഘട്ടത്തിൽ ആ ഭരണാധികാരികളുടെ ആശീർവാദത്തോട് കൂടി മതത്തെ സംബന്ധിച്ച് രചിക്കപ്പെടുന്ന രചനകളിൽ നിന്ന് ഒരു പ്രചാരവേലയ്ക്ക് വേണ്ടി കെട്ടിച്ചമച്ച കാര്യങ്ങളാണ് പ്രാഥമികമായി നാം

---

[10] രചനാകാലഘട്ടം സംബന്ധിച്ച കാര്യങ്ങൾ മുകളിൽ ചർച്ച ചെയ്തിരുന്നത് പരിശോധിക്കുക.

പ്രതീക്ഷിക്കേണ്ടത്. അത്തരമൊരു അപാകത പുതിയനിയമ രചനകൾക്കില്ല.

മത സ്ഥാപകന്റെയും ആദിമ പ്രചാരകരുടെയും ധാർമ്മികത, തികച്ചും പരിതാപകരമായ ഒരു നിലവാരത്തിലുള്ളതാണെങ്കിൽ, അവരുടെ പിൻഗാമികളുടെ രചനകളുടെ വിശ്വാസ്യതയും അതുപോലെ തന്നെ പരിതാപകരമായിരിക്കുമെന്ന കാര്യത്തിൽ വലിയ സംശയം ആവശ്യമില്ല. ഏതു മതവും അല്പം ധാർമ്മികതയൊക്കെ പറയുമെന്നുള്ള സാമാന്യവൽക്കരണത്തിന് അപ്പുറത്തുള്ള വിപ്ലവാത്മകമായ അതിശ്രേഷ്ഠമായ ധാർമ്മികത ഒരു മത സ്ഥാപകനുണ്ടെങ്കിൽ അദ്ദേഹത്തെ അനുകരിക്കുവാൻ ബാധ്യതയുള്ള ആ മതത്തിലെ ആദിമ എഴുത്തുകാരുടെ കാര്യത്തിൽ അത് നിശ്ചയമായും പ്രസക്തമാണ്, അങ്ങനെയല്ലായെങ്കിൽ അതൊരു പ്രശ്നവുമാണ്. ആശയത്തിലും പ്രായോഗികതയിലും ഉന്നതമായ ധാർമ്മിക മൂല്യങ്ങൾ പുലർത്തിയിരുന്ന ഒരു വ്യക്തിയാണ് ക്രിസ്തീയ സമൂഹത്തിന്റെ സ്ഥാപകനെന്ന് ഏറ്റവും കടുത്ത മത വിമർശകർ പോലും സമ്മതിക്കും.[11]

ഒരു മത സ്ഥാപകനോ സ്ഥാപകരോ ആദിമ പ്രചാരകരോ ഒക്കെ തങ്ങൾക്കുണ്ടെന്ന് അവകാശപ്പെടുന്ന സവിശേഷമായ 'ആത്മീയ കഴിവുകളും' അവയുടെ 'പ്രദർശനങ്ങളും' തങ്ങളുടെ ഭോഗേച്ഛകളെ തൃപ്തിപ്പെടുത്തുവാൻ വേണ്ടി മറ്റുള്ളവരെ നിയന്ത്രിക്കുവനായി ഉപയോഗിക്കുന്നുവെന്ന് നമ്മുക്ക് മനസിലാക്കുവാൻ സാധിച്ചാൽ

---

[11] Richard Dawkins, "Atheists for Jesus?," *Free Inq.* 25.1 (2004): 9,11-12; Richard Dawkins, *The God Delusion* (Random House, 2009), 283; Ian Murphy, "Domo Arigato, Mr. Ten Trillion Robotos!," *The Beast* (Buffalo, March 2009), https://web.archive.org/web/20090421065952/http://buffalobeast.com/135/Daniel%20Dennett-ian%20murphy.htm; Nick Spencer, "Mounting Disbelief," *ThirdWay*, August 2013, https://web.archive.org/web/20171025022455/https://highprofiles.info/interview/daniel-dennett/; Sam Harris, *Waking Up: A Guide to Spirituality Without Religion* (New York: Simon & Schuster, 2014), 5.

അതും അവരുടെ ആദിമ പിൻഗാമികളുടെ രചനകളെ സംശയത്തിന്റെ നിഴലിലാക്കുന്ന ഒന്നാണ്. നേതാക്കന്മാർ സ്വാർത്ഥതാല്പര്യങ്ങൾക്ക് വേണ്ടി 'ആത്മീയ അധികാര' ദുർവിനിയോഗം നടത്തിയിട്ടും അവയെല്ലാം അവരുടെ മേന്മകളോ ദൈവവുമായുള്ള അവരുടെ അടുപ്പത്തിന്റെ ശ്രേഷ്ഠതയ്ക്കുള്ള തെളിവോ ഒക്കെയായി അവതരിപ്പിക്കുന്നവർ സമാനമായ തട്ടിപ്പുകൾ തങ്ങളുടെ രചനകളിലും നടത്തുവാൻ സാധ്യതയുണ്ട്. മാത്രവുമല്ല, തങ്ങളുടെ തന്നെ ജഡികമായ പ്രവർത്തികളെയോ ആഗ്രഹങ്ങളെയോ ആത്മീയതയുടെ മൂടുപടമണിയിച്ച് ന്യായീകരിക്കുന്നതിനു വേണ്ടിയായിരിക്കാം തങ്ങളുടെ ആത്മീയാചാര്യൻ അത്തരം പ്രവർത്തികൾ ചെയ്യുവെന്ന് എഴുതിവെച്ചതെന്നും സംശയിക്കാവുന്നതാണ്.

മറ്റുള്ളവരെ 'സൗഖ്യമാക്കുമ്പോഴും' കഷ്ടതയുടെ അനുഭവങ്ങളിലൂടെ കടന്നുപോകേണ്ടി വന്ന ആദിമ ക്രിസ്ത്യാനികളും അതിന്റെ ആരംഭകനും ഈ വിഷയത്തിലും ആരോപണങ്ങൾക്ക് അതീതരായി നിൽക്കുന്നു. സ്വർഗ്ഗവും നരകവും പ്രസംഗിക്കുകയും സ്വർഗ്ഗത്തിൽ ലൗകിക സുഖങ്ങൾ കിട്ടുമെന്ന് പ്രചരിപ്പിക്കുകയും ചെയ്യുകൊണ്ട് തന്നെ തങ്ങളുടെ ജഡാഭിലാഷങ്ങളെയും ആധികാരക്കൊതിയെയും തൃപ്തിപ്പെടുത്തുന്ന രീതിയിൽ ഭൂമിയിൽ തങ്ങൾക്കായിത്തന്നെ ഒരു സ്വർഗ്ഗം സൃഷ്ടിച്ചുകൊണ്ട് ജീവിക്കുന്നവരായിരിക്കുവാനും മത സ്ഥാപകർക്കും മതത്തിന്റെ ആദിമ പ്രചാരകർക്കും സാധിക്കും.

എന്നാൽ, ആദിമ ക്രിസ്ത്യാനിത്വത്തിന്റെ സന്ദേശം ലൗകിക സുഖങ്ങളായിരുന്നില്ല അതിലെ നേതാക്കന്മാരുടെ ജീവിതവും ലൗകിക സുഖങ്ങളിൽ കേന്ദ്രീകരിച്ചുള്ളതായിരുന്നില്ല. ആദിമ ക്രിസ്ത്യാനികൾ തങ്ങളുടെ വിശ്വാസത്തിനുവേണ്ടി ജീവൻ ത്യജിക്കുവാൻ വരെ തയ്യാറായവരും അങ്ങനെ ജീവൻ ത്യജിക്കുകയും ചെയ്യവരാണ്. ശത്രുക്കളെ സ്നേഹിച്ചുകൊണ്ടാണ് അങ്ങനെ ചെയ്യുവാൻ കടപ്പെട്ടവരായിരുന്നു അവർ. ഏതെങ്കിലും ഒരു മനുഷ്യന് ഉണ്ടായി എന്ന് കാര്യമാത്ര പ്രസക്തമായ ഒരു തെളിവുമില്ലാതെ ആദ്ദേഹം അവകാശപ്പെടുന്ന അനുഭവങ്ങളുടെ

അടിസ്ഥാനത്തിലും മതങ്ങൾ ആരംഭിക്കാം. എന്നാൽ ക്രിസ്ത്യാനിത്വത്തിന്റെ പ്രധാന അടിസ്ഥാനങ്ങളെല്ലാം പരസ്യ സംഭവങ്ങളായിരുന്നു ഇന്നും നമ്മുക്ക് പരിശോധിക്കുവാൻ സാധിക്കുന്ന പരസ്യ തെളിവുകൾ ഉള്ളവയായിരുന്നു.

ഒരു മതത്തിന് അതിനെ നിരാകരിക്കുന്ന മറ്റു മത വിശ്വാസികളുടെ ജീവനെടുത്ത് മുന്നേറിയും കൊല്ലാതെ ബാക്കിവെക്കുന്നവരിൽ നിന്ന് പ്രത്യേക നികുതി ഈടാക്കി അവരെ അടിമകളാക്കിക്കൊണ്ടുമൊക്കെ അതിന്റെ ആധിപത്യം മറ്റുള്ളവരുടെ മേൽ സ്ഥാപിക്കാം. എന്നാൽ അങ്ങനെയൊരു ചരിത്രം ആദിമ ക്രിസ്ത്യാനിത്വത്തിനില്ല. തുടക്കത്തിൽ വളരെ തന്ത്രപരമായി സമാധാനത്തിന്റെ ഭാഷ സംസാരിക്കുകയും പിന്നീട് സാഹചര്യം മാറുമ്പോൾ സമാധാന കാലഘട്ടത്തിലെ വീക്ഷണങ്ങളെ അസാധുവാക്കുന്ന നിലയിൽ അക്രമത്തിന്റെ മാർഗ്ഗം ഉപദേശിക്കുന്ന സമീപനത്തിലേക്ക് പോകുവാനും ഒരു മതത്തിന് വേണമെങ്കിൽ സാധിക്കും. വളരെ തന്ത്രപരവും വഞ്ചനാത്മകവുമായ ഇത്തരം നിലപാടുകൾ അതിന്റെ തീവ്ര നിലപാടുകൾക്ക് പ്രാമുഖ്യമുള്ള കാലഘട്ടങ്ങളിൽ രചിക്കപ്പെടുന്ന ഗ്രന്ഥങ്ങളുടെ ചരിത്രപരമായ വിശ്വാസ്യതയെ അത്യന്തം ബലഹീനമാക്കുന്ന ഒന്നാണ്. എന്നാൽ ത്യാഗപൂർണ്ണമായ നിലയിൽ മാത്രം മുന്നോട്ടുപോകുവാൻ കഴിയുമായിരുന്ന ആദിമ ക്രിസ്ത്യാനിത്വത്തിന്റെ പശ്ചാത്തലം ഇതിൽ നിന്നെല്ലാം വ്യത്യസ്തമാണ്.

പ്രചരണവും നിലനിൽപ്പും പ്രധാനമായും ഭരണകൂടത്തിന്റെയോ മറ്റുള്ള സംഘടിതരായ അക്രമികളുടെയോ കായിക ആക്രമണങ്ങളെയോ കായിക ആക്രമണ ഭീഷണികളെയോ ആശ്രയിച്ച് നിൽക്കുന്ന നിൽക്കുന്ന നിലയിൽ വളർന്ന് ശക്തിപ്രാപിക്കുവാനും ഒരു മതത്തിന് സാധിക്കും. എന്നാൽ തങ്ങളുടെ ആശയങ്ങൾ എതിരാളികളെ ആ ആശയത്തിനുള്ള ആശയപരമായ തെളിവുകളുടെ അടിസ്ഥാനത്തിൽ ആശയപരമായി ബോധ്യപ്പെടുത്തി മാത്രം മുന്നേറുവാൻ കഴിയുമായിരുന്ന അങ്ങനെ മാത്രം ചെയ്ത ആദിമ ക്രിസ്ത്യാനിത്വത്തിന്റെ ഉള്ളിൽ നിന്നും

ഉത്ഭവിക്കുന്ന രചനകളിൽ നിന്ന് പ്രതീക്ഷിക്കാവുന്ന സത്യസന്ധത അത്തരമൊരു മതത്തിൽ നിന്ന് പ്രതീക്ഷിക്കുവാനാകില്ല.

സാമൂഹ്യപരവും സാമ്പത്തികവും ആത്മീയവുമായ ഒറ്റപ്പെടുത്തലുകളും പീഡനങ്ങളുമാണ് ആശയം ബോധ്യപ്പെട്ട് ആദിമ ക്രിസ്ത്യാനിത്വത്തിലേക്ക് വരുന്നവരെ കാത്തിരുന്നതെന്നതും കൂടി നാം ഓർക്കേണ്ടതുണ്ട്. ഒരു മതത്തെക്കുറിച്ച് ചിന്തിക്കുമ്പോൾ, അതിന്റെ വ്യാപനത്തിനു വേണ്ടി അതിന്റെ സന്ദേശം നിരന്തരമായി പൊതുലോകത്തോട് വിളിച്ചു പറയേണ്ട ആവശ്യം വന്നിട്ടുണ്ടോയെന്നതും പ്രസക്തമായ ഒരു ചോദ്യമാണ്. ആദിമ ഘട്ടത്തിൽ ഒരു മതത്തിന് ആശയപ്രചരണത്തേക്കാൾ കൂടുതൽ സമയവും അധ്വാനവും ആയുധപ്രയോഗങ്ങൾക്ക് ചിലവഴിക്കേണ്ടി വന്നാൽ അതിന്റെ ആദിമ ചരിത്രത്തിന്റെ വിശദാംശങ്ങൾ കൃത്യതയോടെ സംരക്ഷിപ്പെടുന്നതിന് അത് യാതൊരു പ്രയോജനവും ചെയ്യുകയില്ല. മറിച്ച് ആശയപ്രചാരണം മാത്രം കൈമുതലായിരുന്ന ആദിമ ക്രിസ്ത്യാനികളെ സംബന്ധിച്ചിടത്തോളം യെഹൂദന്മാർക്കും യവനന്മാർക്കും ഒരുപോലെ അസ്വീകാര്യമായിരുന്ന (1 കൊരിന്ത്യർ 1:23) ഒരു സന്ദേശം പ്രചരിപ്പിക്കുവാൻ എടുക്കേണ്ടിവന്നിട്ടുള്ള പരിശ്രമം, പ്രചരിപ്പിക്കുന്നത് സത്യമായിരിക്കണമെന്നൊരു സമ്മർദ്ദം അവരുടെ മേൽ ചെലുത്തുവാൻ പര്യാപ്തമായതായിരുന്നു.

അന്നത്തെ സാമൂഹിക അധികാരത്തിന്റെ തലത്തിൽ നിന്ന് നോക്കുമ്പോൾ ആരെയാണോ ബോധ്യപ്പെടുത്തേണ്ടത് അവരുടെ കീഴെയായിരുന്നു ആദിമ ക്രിസ്ത്യാനികൾ. മാത്രവുമല്ല ആദിമ ക്രിസ്ത്യാനിത്വം ഉത്ഭവിച്ചത് യഹൂദാ സമൂഹത്തിൽ നിന്നാണ്. വളരെ നിയന്ത്രിതമായ നിലയിൽ ഓർമ്മകളെ പരിരക്ഷിക്കുകയും അവയെ വളരെ വിശ്വസ്തതയോടെ മറ്റുള്ളവരിലേക്ക് കൈമാറ്റം ചെയ്യുകയും ചെയ്യുന്ന പാരമ്പര്യമുള്ളവരായിരുന്നു ആ കാലത്തെ യെഹൂദന്മാർ. അതിനെ അനുകരിച്ച് ആ മാതൃക പിന്തുടർന്നാണ് ക്രിസ്ത്യാനിത്വം

മുന്നോട്ടു പോയത്.[12] എന്നാൽ അത്തരമൊരു സംസ്കാരത്തിന്റെ ലാഞ്ചനപോലുമില്ലാത്ത ഏതു കെട്ടുകഥയും എളുപ്പത്തിൽ സ്വീകരിക്കുന്ന ഒരു പശ്ചാത്താലത്തിൽ ആവിർഭവിച്ച് വരുന്ന ഒരു മതത്തിന്റെ അവകാശവാദങ്ങൾക്ക് ഒരു ആധികാരികതയുമുണ്ടാകുമെന്ന് കരുതുവാനാകില്ല.

ഞാൻ പറഞ്ഞുവന്നതിന്റെ രത്നച്ചുരുക്കം ഇതാണ്. ധാർമ്മികത, ത്യാഗപൂർണ്ണത, മറ്റുള്ളവരെ ആശയം ബോധ്യപ്പെടുത്തേണ്ടി വരുന്ന സാഹചര്യം, ഓർമ്മകളെ കൃത്യമായി സംരക്ഷിക്കുന്ന വാമൊഴി സംസ്കാരം, നിരന്തരമായ സന്ദേശപ്രചാരണം, പ്രചരിപ്പിക്കുന്ന ആശയത്തിന്റെ നിലവാരം, ആശയങ്ങൾക്ക് അടിസ്ഥാനമായ കാര്യങ്ങൾ നടന്നുവെന്ന് അവകാശപ്പെടുന്ന കാലഘട്ടത്തിലെ സംഭവങ്ങൾക്ക് ദൃക്സാക്ഷികളായ ശത്രുക്കളുടെ മുൻപിൽ തങ്ങളുടെ ആശയം അവതരിപ്പിച്ച് അവരെ ബോധ്യപ്പെടുത്തേണ്ടി വരുന്ന ബാധ്യത, അടിസ്ഥാന ആശയവുമായി ബന്ധപ്പെട്ട സംഭവങ്ങൾ നടന്നതിന് ഏറ്റവുമടുത്ത കാലഘട്ടത്തിൽ അതായത് ദൃക്സാക്ഷികൾ ജീവിച്ചിരിക്കുമ്പോൾ[13] തന്നെ രചിക്കപ്പെട്ട ഗ്രന്ഥങ്ങൾ എന്ന

---

[12] Tuomas Havukainen, "Birger Gerhardsson on the Transmission of Jesus Traditions — How Did the Rabbinic Model Advance a Scholarly Discourse?," *IESUS ABOENSIS* 1.1 (2015): 49—63.

[13] ഈ വിഷയത്തിൽ നാം ശ്രദ്ധിക്കേണ്ട പ്രധാനപ്പെട്ട മറ്റു രണ്ടു കാര്യങ്ങൾ കൂടിയുണ്ട്. ഒന്നാമതായി അവനവന്റെ ഭാവിയും കുടുംബവും മാത്രം നോക്കി വ്യക്തികഗതമായ ഇഷ്ടാനിഷ്ടങ്ങളിൽ ശ്രദ്ധകേന്ദ്രീകരിച്ച് മുന്നോട്ടു പോകുന്ന ആധുനിക വ്യക്തികേന്ദ്രീകൃത സമൂഹങ്ങളെക്കുറിച്ചല്ല നാം സംസാരിക്കുന്നത്. രണ്ടാമതായി സ്വകാര്യയിടങ്ങളിൽ മാത്രം ഒതുക്കി നിർത്തേണ്ട മതപരമായ കാര്യങ്ങൾ പിന്നെ മതേതരമായ പൊതുകാര്യങ്ങളും രാഷ്ട്രസംബന്ധിയായ കാര്യങ്ങളും എന്നിങ്ങനെയുള്ള ഒരു വേർതിരിവും അന്നുണ്ടായിരുന്നില്ല. ഇത് കൂടാതെ ആദിമ ക്രിസ്തീയവിശ്വാസം ആവിർഭവിച്ചുവന്ന കാലഘട്ടം ഒരു ഉന്നത-പശ്ചാത്തല സംസ്കാരത്തിന്റേതായിരുന്നു. അതായത് പൊതുവിൽ ആധുനിക സമൂഹങ്ങളിൽ നിന്ന് വ്യത്യസ്തമായി വിശദീകരണങ്ങൾ വളരെ കുറച്ചു മാത്രം ഉൾപ്പെടുത്തിയാണ് എഴുത്തുകാർ രചനകൾ നടത്തിയിരുന്നത്. വായനക്കാർക്ക് എഴുത്തുകാർ ഉദ്ദേശിക്കുന്നതെന്താണെന്ന് അധികം വിശദാംശങ്ങൾ കൂടാതെ തന്നെ മനസിലാകുമെന്ന് അവർ കരുതിയിരുന്നു. കാര്യങ്ങൾ ഗ്രഹിക്കുന്നതിന്, പൊതുവിൽ എല്ലാവരും പരസ്പരം പങ്കുവെയ്ക്കുന്ന, അതായത് എല്ലാവർക്കും

സവിശേഷത എന്നിങ്ങനെയുള്ള വിവിധ പ്രത്യേകതകൾ ഒരുമിച്ച് വരുന്ന ഒരു പശ്ചാത്തലമാണ് ആദിമ ക്രിസ്ത്യാനിത്വത്തിന്റെ ആദ്യകാല രചനകളുടെ കാര്യത്തിൽ നാം കാണുന്നത്. ഈ കാര്യത്തിൽ ആദിമ ക്രിസ്ത്യാനിത്വത്തിനുണ്ടായിരുന്ന മുൻതൂക്കം മറ്റൊരു മതത്തിന്റെയും ആദിമ രചനകൾ നടന്ന പശ്ചാത്തലത്തിന് അവകാശപ്പെടുവാനാകില്ല. അതിനാൽ തന്നെ ആദിമ ക്രിസ്തീയ രചനകളെ അടിസ്ഥാനപരമായി സത്യസന്ധവും ആത്മാർത്ഥവുമായ ചരിത്ര രചനകളായി പരിഗണിച്ച് അവയെ ചരിത്രപരമായ പരിശോധനകൾക്കുള്ള ഏറ്റവും നല്ല ഉറവിടങ്ങളായി കണക്കാക്കുവാൻ സാധിക്കും.

എന്നാൽ, മുകളിൽ വിവരിച്ച കാര്യത്തിൽ ഗണ്യമായ ന്യൂനത ദൃശ്യമാകുന്ന ഒരു മതത്തിന്റെയും ആദിമകാല രചനകളെ ആ കാരണത്താൽ തന്നെ ആധികാരികമായ ചരിത്രാന്വേഷണത്തിനുള്ള ഉറവിടങ്ങളായി പരിഗണിക്കുവാൻ സാധിക്കില്ല. അതല്ലായെങ്കിൽ ആ മതത്തിന്റെ

അറിയാവുന്ന പൊതു ബോധ്യങ്ങൾ ഒരു പൊതു സമൂഹത്തിന്റെ ഭാഗമെന്ന നിലയിൽ വളരെ സ്വാഭാവികമായിത്തന്നെ എല്ലാവരും കൈക്കൊണ്ടിരിക്കുന്നു എന്നതിനാലാണത്. പശ്ചാത്തലപരമായ വിശദാംശങ്ങൾ എല്ലാവർക്കും അറിയാം. അതിനാൽ, പലതും വായനക്കാരുടെ അനുമാനത്തിന് വിടുവാൻ കഴിയും. എന്നാൽ താഴ്ന്ന-പശ്ചാത്തല സംസ്ക്കാരങ്ങളിൽ എഴുത്തുകാർ വിശദമായ ഗ്രന്ഥങ്ങളായിരിക്കും രചിക്കുക. അവർ അധികമൊന്നും വായനക്കാരുടെ ഭാവനയ്ക്കും ബോധ്യത്തിനും വിടുവാൻ ധൈര്യപ്പെടുകയില്ല. കാരണം വ്യത്യസ്തമായ ആശയങ്ങൾ വർദ്ധിത അളവിൽ പ്രചരിക്കുകയും, എല്ലാവർക്കും എല്ലാം ലഭ്യമാണെങ്കിലും സങ്കുചിതമായ ആശയപരിസരങ്ങളിൽ മാത്രം മനോവ്യാപാരം നടത്തുകയും, തങ്ങളിലേക്ക് തന്നെ ചുരുങ്ങുന്ന ഒറ്റപ്പെട്ട തുരുത്തുകളിൽ ജീവിക്കുകയും ചെയ്യുന്നവർ കൂടുതലുള്ള ആധുനിക സമൂഹങ്ങളിൽ, വിവാദപരമോ ആസ്വാദ്യകരമോ അല്ലാത്ത പൊതു അറിവുകൾ ഉള്ളവർ കുറവായിരിക്കും. ഇത്തരം സംസ്ക്കാരങ്ങളിൽ രചന നടത്തുന്നവർ കാര്യങ്ങൾ വിശദീകരിച്ച് എഴുതിയില്ലെങ്കിൽ അവ മനസിലാക്കേണ്ടതുപോലെ മനസിലാക്കുന്നവരുടെ എണ്ണം പരിമിതമായിരിക്കും. എന്നാൽ ആദിമ ക്രിസ്തീയവിശ്വാസം ആവിർഭവിച്ചുവന്ന സംസ്ക്കാരം ഒരു ഉന്നത-പശ്ചാത്തല സംസ്ക്കാരമായിരുന്നുവെന്ന് ഗവേഷണങ്ങൾ തെളിയിച്ചിട്ടുണ്ട്. Bruce J. Malina, *The Social World of Jesus and the Gospels* (Routledge, 2002), 22—25. അതിനാൽ എല്ലാ കാര്യങ്ങളും എല്ലായിടത്തും വിശദമായി രേഖപ്പെടുത്തിയിട്ടില്ലായെന്നതിന്റെ അടിസ്ഥാനത്തിൽ അത് ഇല്ലായിരുന്നുവെന്നോ അതിനു പ്രാധാന്യമില്ലായിരുന്നുവെന്നോ ചിന്തിക്കുവാൻ സാധിക്കുകയില്ല.

രചനകൾക്കപ്പുറത്തുള്ള തെളിവുകളുടെ ശക്തമായ പിന്തുണ നമ്മുടെ പരിഗണനയിലിരിക്കുന്ന വിഷയത്തിന്റെ കാര്യത്തിൽ ആ മതങ്ങൾക്കുണ്ടായിരിക്കണം. കാരണം ഒരു ചരിത്രകാരന്റെ വീക്ഷണകോണിൽ നിന്ന് നോക്കുമ്പോൾ, സത്യസന്ധമായി വസ്തുതകൾ കൈകാര്യം ചെയ്യുമെന്നോ പിൽക്കാലത്തേക്കായി കൈമാറുമെന്നോ പ്രതീക്ഷിക്കാവുന്ന സാഹചര്യങ്ങളിലൂടെയും അനുഭവങ്ങളിലൂടെയും നിലപാടുകളിലൂടെയുമല്ല ഒരു മതം അതിന്റെ പ്രാരംഭ കാലഘട്ടങ്ങളിൽ കടന്നുപോയിട്ടുള്ളതെങ്കിൽ, അത്, ആ കാലഘട്ടത്തിൽ ആ മതത്തിൽ നിന്ന് ഉത്ഭവിച്ച രചനകളുടെ വിശ്വാസ്യതയെ പ്രതികൂലമായി ബാധിക്കും.

ഇതിന്റെ അർത്ഥം ആദിമ ക്രിസ്ത്യാനികൾക്കിടയിൽ നിന്ന് ഉത്ഭവിച്ച രചനകളിൽ എഴുതിയിരിക്കുന്ന എല്ലാ കാര്യങ്ങളും ഒരു ചരിത്രകാരൻ കണ്ണുമടച്ച് എഴുതിയിരിക്കുന്നത് പോലെ തന്നെ വിശ്വസിക്കണമെന്നോ ഒരു വിശകലനവും പരിശോധനയും ആവശ്യമില്ലാത്ത നിലയിൽ യാതൊരു കുറവുകളുമില്ലാത്ത രചനകളാണ് അവയെന്നോ അല്ല. പൊതുവിൽ ഏതു സമൂഹത്തിലും സംഭവിക്കാവുന്നതുപോലെയുള്ള കാര്യങ്ങൾ ആദിമ ക്രിസ്തീയ സമൂഹത്തിലും സംഭവിച്ചിട്ടുണ്ടാകാം. ഉദാഹരണമായി ഒരേ സംഭവം തന്നെ പലർ വിവരിക്കുമ്പോൾ വരാവുന്നതുപോലെയോ അടിസ്ഥാന വീക്ഷണകോണുകളുടെ വ്യത്യാസങ്ങൾ കാരണം സംഭവിക്കാവുന്നതുപോലെയോ ഒക്കെയുള്ള ഓർമ്മകളുടെ സ്വാഭാവികമായ വ്യതിയാനങ്ങളും നഷ്ടപ്പെടലുകളും ആദിമ ക്രിസ്തീയ സമൂഹത്തിൽ സംഭവിച്ചിട്ടുണ്ടാകാം. മാന്യമായ ലക്ഷ്യങ്ങളുടെയും ആത്മാർത്ഥമായ ബോധ്യങ്ങളുടെയും അടിസ്ഥാനത്തിലുള്ള ചിട്ടപ്പെടുത്തലുകളും, ആ കാലത്ത് അനുവദനീയവും പൊതുവിൽ അധാർമ്മികമായി കണക്കാക്കപ്പെടാതിരുന്നതുമായ സാഹിത്യരീതികളുടെ അടിസ്ഥാനത്തിലുള്ള അവതരണം മെച്ചപ്പെടുത്തലുകളും ആദിമ ക്രിസ്തീയ സമൂഹത്തിന്റെ രചനകളിൽ സംഭവിച്ചിട്ടുണ്ടാകാം.

തെറ്റിദ്ധാരണകളുടെ അടിസ്ഥാനത്തിലുള്ളതും കാലം മുന്നോട്ടുപോകുമ്പോൾ വാമൊഴി പാരമ്പര്യങ്ങളിൽ

സംഭവിക്കുവാൻ സാധ്യതയുള്ളതുമായ മനപ്പൂർവ്വമല്ലാത്ത കൂട്ടിച്ചേർക്കലുകളും ആദിമ ക്രിസ്തീയ രചനകളിൽ സംഭവിച്ചിട്ടുണ്ടാകാം. എന്നാൽ വഞ്ചിക്കുകയെന്ന ഉദ്ദേശ്യത്തോടെ മൊത്തത്തിൽ കഥകൾ മെനഞ്ഞിരിക്കുവാൻ യാതൊരു സാധ്യതയുമില്ല. എന്നാൽ മുകളിൽ വിവരിച്ചിട്ടുള്ള കാര്യങ്ങളിൽ വേണ്ടത്ര നിലവാരമില്ലാത്ത ഒരു മതത്തിന്റെ ആദിമ രചനകളുടെ കാര്യത്തിൽ ഇത്തരമൊരു ഉറപ്പ് പറയുവാൻ സാധിക്കില്ല. അതിനാൽ തന്നെ അത്തരമൊരു മത സമൂഹത്തിന്റെ ആദിമ രചനകളെ ചരിത്രാന്വേഷണത്തിനുള്ള ഗുണമേന്മയുള്ള ഉറവിടങ്ങളായി പരിഗണിക്കുവാൻ സാധിക്കില്ല. അതിനാൽ ചരിത്രപരതയുടെ മാനദണ്ഡങ്ങൾ ഉപയോഗിച്ച് അത്തരം ഉറവിടങ്ങളിൽ നിന്ന് ചരിത്രപരത ഉറപ്പിക്കാവുന്ന കാര്യങ്ങൾ അവയിൽ നിന്ന് കടഞ്ഞെടുക്കുവാനുള്ള പരിശ്രമം തികച്ചും വഴിതെറ്റിയ ഒരു സമീപനമായിരിക്കും.

തെളിവുകളുടെ വിശകലനം

ചരിത്രപരമായ ആധികാരികതയിലേക്ക് വിരൽ ചൂണ്ടുന്ന അനേക[14] സവിശേഷതകൾ യേശുവിന്റെ ആദിമ ജീവചരിത്രങ്ങൾക്കുണ്ടെന്ന് നാം കണ്ടു കഴിഞ്ഞു. വസ്തുതാപരമായ ചരിത്രം രേഖപ്പെടുത്തുന്നതിലൂടെ തങ്ങളുടെ ആശയങ്ങൾ മുന്നോട്ടുവെക്കുക എന്നതാണ് തങ്ങളുടെ ലക്ഷ്യമെന്ന്, സുവിശേഷങ്ങളുടെ രചനാ ശൈലിയിലൂടെയും, നേരിട്ടുള്ള പ്രസ്താവനകളിലൂടെയും എഴുത്തുകാർ വ്യക്തമാക്കുന്ന പശ്ചാത്തലത്തിൽ, മുകളിൽ വിവരിച്ച നിലയിലുള്ള സങ്കീർണ്ണവും കൃത്യവുമായ തെളിവുകൾ വിലയിരുത്തുമ്പോൾ, ആ തെളിവുകൾ സുവിശേഷങ്ങളുടെ ചരിത്രപരമായ വിശ്വാസ്യതയ്ക്കുള്ള

---

[14] സ്പൈഡർ-മാന്റെ കഥയിൽ പറഞ്ഞിരിക്കുന്ന ന്യൂയോർക്ക് പട്ടണം യഥാർത്ഥത്തിലുള്ളതുകൊണ്ട് സ്പൈഡർ-മാനുമുണ്ട് എന്നതുപോലെയൊരു വാദമല്ല ഇത്. ബൈബിൾ ഗവേഷകന്മാർ ആരും ഒരു കാലത്തും ഇത്തരമൊരു വാദം ഉന്നയിച്ചിട്ടില്ല. പുറപ്പാട് സംഭവത്തിന്റെ ചരിത്രപരത മുതൽ യേശുവിന്റെ ചരിത്രാസ്തിത്വം വരെയുള്ള കാര്യങ്ങൾ ചർച്ച ചെയ്യപ്പെട്ടിട്ടുള്ളത് അവയുമായി നേരിട്ട് ബന്ധപ്പെട്ട തെളിവുകളുടെ അടിസ്ഥാനത്തിലാണ്.

തെളിവുകളാണെന്ന് മനസിലാക്കുവാൻ സാധിക്കും. മുകളിൽ ചൂണ്ടിക്കാണിച്ച ഓരോ പ്രത്യേകതകൾക്കും പരമാവധി ഒന്നോ രണ്ടോ ഉദാഹരണങ്ങൾ മാത്രമാണ് ഈ പുസ്തകത്തിൽ ഉൾപ്പെടുത്തിയിട്ടുള്ളത്.

സത്യത്തിൽ ഈ സവിശേഷതകൾ ഓരോന്നും വൈവിധ്യവും സങ്കീർണ്ണവുമായ അനവധി ഉദാഹരണങ്ങളുടെ പിന്തുണയുള്ളവയാണ്. മാത്രവുമല്ല മുകളിൽ പറഞ്ഞ പ്രത്യേകതകൾ ഒന്നും തന്നെ രണ്ടാം നൂറ്റാണ്ടു മുതലുള്ള കാലഘട്ടങ്ങളിൽ എഴുതപ്പെട്ട അപ്പോക്രിഫാ സുവിശേഷങ്ങൾക്കില്ല. ന്യായമായും പണ്ഡിതന്മാർ അവയെ കൂടുതലും സാങ്കൽപ്പിക കഥകളുള്ള ചരിത്രപരമായ തെളിവു മൂല്യമില്ലാത്ത വ്യാജ രചനകളായിട്ടാണ് കണക്കാക്കുന്നത്. എന്നാൽ യേശുവിനെക്കുറിച്ചുള്ള വിവരണങ്ങളുടെ ആദിമ ഉറവിടങ്ങളായ നാല് ജീവചരിത്രങ്ങളുടെയും, അനുബന്ധ രചനകളുടെയും, മുകളിൽ ചുരുക്കമായി പരാമർശിച്ച ഓരോ സവിശേഷതകളും, അവയിൽ അടങ്ങിയിരിക്കുന്ന വൃത്താന്തങ്ങളുടെ ചരിത്രപരതയ്ക്ക് സാക്ഷ്യം വഹിക്കുന്നവയാണ്. ഇവയെല്ലാം ഒരുമിച്ച് പരിഗണിക്കുമ്പോൾ, യേശുവിനെക്കുറിച്ച് ആദ്യകാലങ്ങളിൽ എഴുതപ്പെട്ട വിവരണങ്ങളുടെ ചരിത്രപരമായ വിശ്വാസ്യയെ പിന്തുണയ്ക്കുന്ന, അവഗണിക്കാനാവാത്ത, ശക്തമായ ഒരു വാദം നമ്മുടെ മുന്നിൽ ഉയർന്ന് വരുകയാണ്. ഇത്തരമൊരു നിർണ്ണയത്തിലേക്ക് നമ്മെ നയിക്കുന്ന, മുകളിൽ പറഞ്ഞിരിക്കുന്ന ഓരോ ഘടകങ്ങൾക്കും, ഓരോ ഉദാഹരണങ്ങൾ മാത്രമേ ഈ ഗ്രന്ഥത്തിൽ ചൂണ്ടിക്കാണിച്ചിട്ടുള്ളൂ എന്നത് ഒരിക്കൽ കൂടി വായനക്കാരെ ഓർമ്മിപ്പിക്കുവാൻ ആഗ്രഹിക്കുന്നു. എന്നാൽ ഇവയ്ക്കെല്ലാം മറ്റനേകം ഉദാഹരണങ്ങൾ, അടിക്കുറിപ്പായി നൽകിയിരിക്കുന്ന ഗ്രന്ഥങ്ങളിൽ, നിങ്ങൾക്ക് കാണുവാൻ സാധിക്കും. എങ്കിലും ഈ വിഷയം നിങ്ങളെ പരിചയപ്പെടുത്തുവാൻ ഈ ഗ്രന്ഥത്തിൽ നൽകിയിരിക്കുന്ന സംക്ഷിപ്ത വിവരണങ്ങളും ഉദാഹരണങ്ങളും മതിയായവയാണെന്ന് കരുതുന്നു.

ഖണ്ഡനത്തിനുള്ള സാധ്യത

ഏതൊരു ശാസ്ത്രീയ സിദ്ധാന്തത്തിന്റെയും വിലയിരുത്തലിന്റെ ഏറ്റവും പ്രധാനപ്പെട്ട ഒരു ഘടകം അത് തെറ്റാണെന്ന് തെളിയിക്കുവാനുള്ള സാധ്യതയാണ്.[15] ഇരുപതാം നൂറ്റാണ്ടിലെ ഏറ്റവും പ്രധാനപ്പെട്ട ശാസ്ത്രതത്വചിന്തകനായ കാൾ പോപ്പർ മുന്നോട്ടുവെച്ച ഈ തത്വമനുസരിച്ച് ഒരു സിദ്ധാന്തമോ ആശയമോ ശാസ്ത്രീയമായി കണക്കാക്കപ്പെടണമെങ്കിൽ അത് ഏതെങ്കിലും നിലയിൽ തെറ്റെന്ന് തെളിയിക്കപ്പെടുവാനുള്ള സാധ്യതയുണ്ടായിരിക്കണം.[16] ഉദാഹരണമായി പരിണാമ സിദ്ധാന്തത്തിന്റെ ശാസ്ത്രീയതയ്ക്കുള്ള ഒരു തെളിവായി ചൂണ്ടിക്കാണിക്കപ്പെടുന്നത്[17] തത്വത്തിലെങ്കിലും അത് തെറ്റാണെന്ന് തെളിയിക്കപ്പെടുവാനുള്ള സാധ്യതയുണ്ട് എന്നുള്ളതാണ്.[18] യേശുക്രിസ്തുവിന്റെ നാല് ആദിമ ജീവചരിത്രങ്ങളുടെയും ചരിത്രപരമായ ആധികാരികതയിലേക്ക് വിരൽ ചൂണ്ടുന്ന സവിശേഷതകളായി ഞാൻ ചൂണ്ടിക്കാണിച്ച കാര്യങ്ങൾക്ക് അത്തരത്തിലുള്ള ഒരു തെളിവ് മൂല്യം ഉണ്ടോയെന്ന് പരിശോധിക്കുവാൻ ഒരു പരീക്ഷണവും നിർദ്ദേശിക്കുവാൻ എനിക്ക് സാധിക്കുന്നില്ലെങ്കിൽ എന്റെ വാദത്തിന് അതിലൂടെ ഉദ്ദേശിക്കുന്ന

---

[15] Christer Sturmark, *To Light the Flame of Reason: Clear Thinking for the Twenty-First Century* (Rowman & Littlefield, 2022), 84; Carlos Garcia, *Popper's Theory of Science: An Apologia* (A&C Black, 2006), 38.

[16] Hugh G. Gauch Jr, Hugh G. Gauch Jr, and Hugh G. Gauch (Jr.), *Scientific Method in Practice* (Cambridge University Press, 2003), 82; Radin Dardashti, Richard Dawid, and Karim Thébault, *Why Trust a Theory?* (Cambridge University Press, 2019), 85.

[17] John Ellis, *How Science Works: Evolution: The Nature of Science & The Science of Nature* (Springer, 2016), 4.

[18] Mary B. Williams, "Falsifiable Predictions of Evolutionary Theory," *Philos. Sci.* 40.4 (1973): 518–37; M. Ruse, "Confirmation and Falsification of Theories of Evolution," *Scientia* 63.n/a (1969): 329; Mary B. Williams, "The Logical Status of the Theory of Natural Selection and Other Evolutionary Controversies," in *The Methodological Unity of Science*, ed. Mario Augusto Bunge (Boston: Reidel, 1973), 84–102; Susan K. Mills and John H. Beatty, "The Propensity Interpretation of Fitness," *Philos. Sci.* 46.2 (1979): 263–86.

ഒരു ശക്തി ഉണ്ടാവുകയില്ല. ഭാഗ്യവശാൽ നിങ്ങൾക്ക് ഈ കാര്യം പരിശോധിച്ച് ഉറപ്പുവരുത്തുവാൻ ഒരു വഴിയുണ്ട്.

ഉദാഹരണമായി, മത്തായി, മർക്കോസ്, ലൂക്കോസ്, യോഹന്നാൻ എന്നിവരുടെ പേരുകളിൽ അറിയപ്പെടുന്ന രചനകളല്ലാതെ, യേശുവിനെക്കുറിച്ച് എഴുതപ്പെട്ടിട്ടുള്ള, സുവിശേഷങ്ങൾ എന്ന പേരിൽ അറിയപ്പെടുന്ന, മറ്റനേകം കൃതികളുണ്ട്. പ്രസ്തുത സുവിശേഷങ്ങളിലെ ഉള്ളടക്കം ആധികാരികമെല്ലെന്ന് അവയുടെ ആദിമ സ്വീകർത്താക്കളും[19] ആധുനിക ഗവേഷകന്മാരും[20] ഒരു പോലെ നിരീക്ഷിച്ചിട്ടുണ്ട്. രണ്ടാം നൂറ്റാണ്ടിലും മൂന്നാം നൂറ്റാണ്ടിലുമായി എഴുതപ്പെട്ട ഈ സുവിശേഷങ്ങൾ, ആദ്യം രചിക്കപ്പെട്ട നാല് സുവിശേഷങ്ങളുമായി താരതമ്യപ്പെടുത്തുമ്പോൾ, അവയിൽ, ഞാൻ മുകളിൽ ചൂണ്ടിക്കാണിച്ച സവിശേഷതകളുടെ ഒരു സംഗമം കാണുവാൻ സാധിക്കുന്നില്ല.[21] യേശുവിന്റെ ബാല്യകാല സുവിശേഷത്തിൽ പറയുന്നത് യേശു നസറെത്തിലെ ബെത്ലേഹമിൽ ജനിച്ചുവെന്നാണ്.[22] അതായത് സ്ഥലത്തെക്കുറിച്ച് പരിചയമില്ല. തോമസിന്റെ സുവിശേഷം മറിയം എന്ന പേര് പരാമർശിക്കുമ്പോൾ

---

[19] യൂദായുടെ സുവിശേഷം: Irenaeus of Lyons, Against Heresies, 1.31.1; പത്രോസിന്റെ സുവിശേഷം: Eusebius, Church History, 6.12.4; തോമസിന്റെ സുവിശേഷം: Eusebius, Church History, 3.25.6-7

[20] Gary M. Burge, Lynn H. Cohick, and Gene L. Green, *The New Testament in Antiquity: A Survey of the New Testament within Its Cultural Context* (Zondervan Academic, 2010), 111; Markus Bockmuehl, *Ancient Apocryphal Gospels* (Westminster John Knox Press, 2017), 63; Meier, *A Marginal Jew*, 140–41; John L. Mckenzie, *The Dictionary Of The Bible* (Simon and Schuster, 1995), 432; Frank Leslie Cross and Elizabeth A. Livingstone, *The Oxford Dictionary of the Christian Church* (Oxford University Press, 2005), 86; Paul Foster, *The Apocryphal Gospels: A Very Short Introduction* (OUP Oxford, 2009), 49.

[21] Simon J. Gathercole, "Other Apocryphal Gospels and the Historical Jesus," in *The Oxford Handbook of Early Christian Apocrypha*, ed. Joseph Verheyden (OUP Oxford, 2015), 263.

[22] Infancy Gospel of Thomas 1.1

ഏത് മറിയമാണെന്ന് പറയുന്നില്ല.[23] അതായത് ഒന്നാം നൂറ്റാണ്ടിൽ കൂടുതൽ പ്രചാരത്തിലുള്ള പേരുകൾ എങ്ങനെയാണ് അവ്യക്തത ദുരീകരിക്കുന്ന രീതിയിൽ അക്കാലത്ത് ഉപയോഗിച്ചിരുന്നതെന്ന് ആ സുവിശേഷത്തിന്റെ രചയിതാവിന് അറിയില്ല.

യൂദാസിന്റെ സുവിശേഷത്തിന്റെ ആരംഭ ഭാഗത്ത് വളരെ പൊതുവിൽ "അവൻ തന്റെ ശിഷ്യന്മാരോടൊപ്പം യെഹൂദ്യയിലായിരുന്നപ്പോൾ" എന്ന് പറയുന്നതല്ലാതെ അതിൽ കൃത്യമായ വേറെ സ്ഥലങ്ങളെക്കുറിച്ചുള്ള പരാമർശങ്ങൾ ഒന്നുമില്ല.[24] ഫിലിപ്പിന്റെ സുവിശേഷം സ്ഥാനത്തിന് തയ്യാറെടുക്കുന്നവർക്കുള്ള മതബോധനമെന്ന രീതിയിലാണ് എഴുതിയിരിക്കുന്നത്; മത്തായി, മർക്കോസ്, ലൂക്കോസ് സുവിശേഷങ്ങളെപ്പോലെ ജീവചരിത്രമെന്ന രീതിയിലല്ല.[25] മറിയത്തിന്റെ സുവിശേഷം ഏകദേശം 180-നും 200-നും ഇടയിൽ നിന്നുള്ളതാണെന്നാണ് പണ്ഡിതമതം.[26] സ്വാഭാവികമായും സംഭവങ്ങൾ നടന്നുവെന്ന് പറയപ്പെടുന്ന കാലഘട്ടവും അത് രേഖപ്പെടുത്തിയിരിക്കുന്ന രചനയും തമ്മിൽ ഒന്നര നൂറ്റാണ്ടിന്റെ അകലമുണ്ടെങ്കിൽ, ലൂക്കോസിന്റെ സുവിശേഷമോ യോഹന്നാന്റെ സുവിശേഷമോ അവകാശപ്പെടുന്നത് പോലെ, തന്റെ രചനയിൽ ദൃക്സാക്ഷികളിൽ നിന്ന് നേരിട്ട് ശേഖരിച്ച വിവരങ്ങളുണ്ടെന്ന് മറിയത്തിന്റെ സുവിശേഷം എഴുതിയ വ്യക്തിക്ക് നേരിട്ട് അവകാശപ്പെടുവാൻ സാധിക്കില്ല, അദ്ദേഹം തന്റെ രചനയിൽ അങ്ങനെ അവകാശപ്പെടുന്നുമില്ല.

യേശുവിന്റെ ആദിമ ജീവചരിത്രങ്ങളിലെ ഏറ്റവും അതിശയകരമായ അത്ഭുതങ്ങളായി കണക്കാക്കപ്പെടുന്നത് കന്യകയിൽ നിന്നുള്ള ജനനവും മരിച്ചവരുടെ ഇടയിൽ നിന്നുള്ള ഉയിർത്തെഴുന്നേല്ലുമാണ്. എന്നാൽ യാക്കോബിന്റെ

---

[23] Gospel of Thomas 21, 114

[24] Gospel of Judas, Codex Tchacos, 33

[25] Bas van Os, "Baptism in the Bridal Chamber: The Gospel of Philip as a Valentinian Baptismal Instruction" ([s.n.], Thesis fully internal (DIV), 2007), 37.

[26] Jenkins, *Hidden Gospels How the Search for Jesus Lost Its Way*, 139.

സുവിശേഷത്തിലെ യേശുവിന്റെ ജനനത്തെക്കുറിച്ചുള്ള വിവരണവും[27] പത്രോസിന്റെ സുവിശേഷത്തിലെ യേശുവിന്റെ ഉയിർത്തെഴുന്നേല്പിനെക്കുറിച്ചുള്ള വിവരണവുമായി[28] താരതമ്യപ്പെടുത്തുമ്പോൾ, ഒരു കേവല വായനയിൽ തന്നെ, യേശുവിന്റെ ആദിമ ജീവചരിത്രങ്ങളിലെ വിവരണങ്ങൾ താരതമ്യേന വസ്തുതകൾ അറിയിക്കുകയെന്ന ലക്ഷ്യത്തോടെ മാത്രം രചിച്ചിട്ടുള്ളവയും, സ്വാഭാവിക ലോകത്ത് സംഭവിച്ചിരുന്നിരിക്കാവുന്ന ഒരു യഥാർത്ഥ സംഭവമെന്ന രീതിയിലുള്ളതുമാണെന്ന് കാണുവാൻ സാധിക്കും. എന്നാൽ യാക്കോബിന്റെയും പത്രോസിന്റെയും സുവിശേഷങ്ങളിലെ വിവരണങ്ങൾ ഇതിഹാസ സമാനമായ മോടിപിടിപ്പിക്കലുകൾ നിറഞ്ഞതാണെന്ന് ഒരു 'വിശ്വാസിക്ക്' പോലും മനസിലാകും.

മറ്റൊരു ഭാഷയിൽ പറഞ്ഞാൽ, ഈ പിൽക്കാല സുവിശേഷങ്ങളിലെ വിവരണങ്ങൾ യേശുവിന്റെ ആദിമ ജീവചരിത്രങ്ങളിൽ നിന്ന് വ്യത്യസ്തമായി ഒരു കെട്ടുകഥയുടെ രൂപവും ഭാവവും മുഴച്ചുനിൽക്കുന്നവയാണ്. ഇത്തരത്തിലുള്ള നിരവധി പ്രശ്നങ്ങൾ ഈ അപ്പോക്രീഫാ സുവിശേഷങ്ങളിൽ കാണുവാൻ കഴിയും. എന്നാൽ അവയിൽ ഒന്നിൽ പോലും, ചരിത്രപരമായ ആധികാരികത വ്യക്തമാക്കുന്ന പ്രത്യേകതകൾ, ആദിമ നാല് ജീവചരിത്രങ്ങളിലുള്ള സങ്കീർണ്ണതയിലും ബാഹുല്യത്തിലും ഒരുമിച്ച് ഉൾച്ചേർന്നിരിക്കുന്നത് കാണുവാൻ കഴിയില്ല. അങ്ങനെ കാണുവാൻ സാധിക്കുമെന്ന് തെളിയിക്കപ്പെട്ടാൽ നിശ്ചയമായും ആദിമ സുവിശേഷങ്ങളുടെ ചരിത്രപരമായ ആധികാരികതയിലേക്കുള്ള ചൂണ്ടുപലകകളായി ചൂണ്ടിക്കാട്ടിയ പ്രത്യേകതകളുടെ തെളിവ് മൂല്യത്തിന് കനത്ത ഇടിവ് സംഭവിക്കുമെന്ന് അംഗീകരിക്കുവാൻ സാധിക്കും.

മുഴുവനും ചരിത്രപരമായി വിശ്വാസയോഗ്യമാണോ?

---

[27] The Protevangelium of James 19-20
[28] The Gospel of Peter 9-10

യേശുവിനെക്കുറിച്ചുള്ള ജീവചരിത്രങ്ങളുടെ അടിസ്ഥാനപരമായ ചരിത്രപരതയിൽ നിന്നും നാം എന്താണ് മനസിലാക്കേണ്ടത്? മുകളിൽ പറഞ്ഞിരിക്കുന്ന കാരണങ്ങളാൽ സുവിശേഷങ്ങളിൽ എഴുതിയിരിക്കുന്നത് മുഴുവനും ചരിത്രവസ്തുതകളാണെന്ന് തെളിയിക്കപ്പെട്ടിരിക്കുന്നു എന്നാണോ എന്റെ വാദം. ഒരിക്കലുമല്ല. കാരണം, ചരിത്രപരമായി സത്യമായിരിക്കുവാൻ സാധ്യമല്ലാത്ത ചില കാര്യങ്ങളെങ്കിലും അവയിലുണ്ട്. ഉദാഹരണമായി മത്തായി 27:3-8-ൽ പറയുന്നതനുസരിച്ച് യേശുവിനെ ഒറ്റിക്കൊടുത്തതിന് പ്രതിഫലമായി യൂദാസിന് കൊടുത്ത മുപ്പത് വെള്ളിക്കാശ് പിന്നീട് മനസ്താപം വന്ന യൂദാസ് ദേവാലയത്തിലേക്ക് എറിഞ്ഞു കളയുകയും യൂദാസ് മരിച്ചതിനു ശേഷം ആ പണം കൊണ്ട് പുരോഹിതന്മാർ പരദേശികളെ കുഴിച്ചിടുവാൻ നിലം വാങ്ങുകയുമാണ് ഉണ്ടായത്. എന്നാൽ അപ്പൊ. പ്രവ. 1:18-19-ൽ പറയുന്നതനുസരിച്ച് തനിക്കു കിട്ടിയ പ്രതിഫലം കൊണ്ട് യൂദാസ് നിലം വാങ്ങി അവിടെ വീണ് മരിക്കുകയാണ് ഉണ്ടായത്.

ആരാണ് നിലം വാങ്ങിയതെന്ന കാര്യത്തിലും യൂദാസിന്റെ മനസ്താപത്തിന്റെ കാര്യത്തിലും എന്തുകൊണ്ടാണ് മുപ്പത് വെള്ളിക്കാശു കൊണ്ട് വാങ്ങിയ നിലത്തെ രക്തനിലമെന്ന് വിളിക്കുന്നതെന്ന കാര്യത്തിലും വ്യക്തമായ വൈരുദ്ധ്യമുള്ളതിനാൽ യൂദാസ് സ്വയം തൂങ്ങി മരിച്ചതാണെന്ന മത്തായിയുടെ പ്രസ്താവനയും, അതല്ല യൂദാസ് തലകീഴായി വീണ് മരിക്കുകയാണുണ്ടായതെന്ന് പത്രോസ് പറഞ്ഞുവെന്ന ലൂക്കോസിന്റെ പ്രസ്താവനയും പൊരുത്തപ്പെടുത്തുവാനുള്ള ശ്രമങ്ങളോട് യോജിക്കുവാൻ സാധിക്കില്ല.[29] ഇത്തരത്തിലുള്ള പല

---

[29] Norman L. Geisler and Thomas Howe, *The Big Book of Bible Difficulties: Clear and Concise Answers from Genesis to Revelation* (Baker Publishing Group, 2008), 361; Josh McDowell and Sean McDowell, *The Bible Handbook of Difficult Verses: A Complete Guide to Answering the Tough Questions* (Harvest House Publishers, 2013), 198.

വൈരുദ്ധ്യങ്ങളും യേശുവിന്റെ ആദിമ ജീവചരിത്രങ്ങളിലെ വിവരണങ്ങൾ തമ്മിലും മറ്റു രചനകളുമായും ഉണ്ട്.

മത്തായി 27:52-53-ൽ യേശുവിന്റെ മരണ സമയത്ത് പല കല്ലറകളും തുറക്കുകയും നിദ്രപ്രാപിച്ച പല വിശുദ്ധന്മാരുടെയും ശരീരങ്ങൾ ഉയിർത്തെഴുന്നേറ്റതായും യേശു ഉയിർത്തെഴുന്നേറ്റത്തിനു ശേഷം ജെറുസലേമിൽ പലർക്കും അവർ പ്രത്യക്ഷരായതായും പറയുന്നുണ്ട്. എന്നാൽ ഇത്രയും പ്രധാനപ്പെട്ട ഒരു കാര്യം പരസ്യമായി സംഭവിച്ചിട്ടുണ്ടെങ്കിൽ അത് പൊതുവിൽ മറ്റ് സുവിശേഷങ്ങളിലും ഇതര ക്രിസ്തീയ രചനകളിലും കാണേണ്ടതാണ്. അങ്ങനെ കാണുന്നില്ലായെന്ന് മാത്രമല്ല 1 കൊരിന്ത്യർ 15:20, കൊലൊസ്സ്യർ 1:18 മുതലായ ഭാഗങ്ങൾ യേശു ഉയിർത്തെഴുന്നേൽക്കുന്നതിനു മുൻപ് സമാനമായ നിലയിൽ ആരെങ്കിലും ഉയിർത്തെഴുന്നേറ്റുവെന്നതിനെ പരോക്ഷമായി നിഷേധിക്കുകയും ചെയ്യുന്നുണ്ട്. മത്തായി എഴുതിയിരിക്കുന്നത് പോലെയൊരു സംഭവത്തെക്കുറിച്ച് ആദിമ ക്രിസ്ത്യാനികൾക്ക് കേട്ടു കേൾവി പോലുമുണ്ടായിരുന്നില്ലായെന്ന് ചിന്തിക്കുവാൻ നമ്മെ പ്രേരിപ്പിക്കുന്ന ഘടകങ്ങളാണിവ.

യോഹന്നാന്റെ സുവിശേഷത്തിൽ യേശു കൂടുതലും തന്നെക്കുറിച്ച് തന്നെയാണ് പ്രസംഗിക്കുന്നത് എന്നാൽ മത്തായി, മർക്കോസ്, ലൂക്കോസ് സുവിശേഷങ്ങളിൽ യേശുവിന്റെ പ്രധാന പ്രസംഗവിഷയം ദൈവരാജ്യമാണ്. യോഹന്നാന്റെ സുവിശേഷത്തിൽ കാണുന്നത് പോലെ തന്റെ ദൈവത്വത്തെക്കുറിച്ച് യേശു വ്യക്തമായി പ്രസംഗിച്ചിട്ടുണ്ടായിരുന്നുവെങ്കിൽ മത്തായിയും മർക്കോസും ലൂക്കോസും അത് ശ്രദ്ധിക്കാതെ പോകുമെന്നോ മനപൂർവ്വം ഒഴിവാക്കുമെന്നോ ഒരിക്കലും ചിന്തിക്കുവാനാകില്ല. മർക്കോസ് യേശുവിന്റെ ദാസത്വത്തിനും, ലൂക്കോസ് യേശുവിനെ മനുഷ്യത്വത്തിനും, മത്തായി യേശുവിന്റെ രാജത്വത്തിനും യോഹന്നാൻ യേശുവിന്റെ ദൈവത്വത്തിനും ഊന്നൽ നൽകിയെന്നുള്ള വ്യാഖ്യാതാക്കളുടെ നിരീക്ഷണം ഇവിടെ വളരെ പ്രസക്തമാണ്. യോഹന്നാന്റെ സുവിശേഷത്തിൽ കാണുന്നത്

പോലെ യേശുവിന്റെ പ്രസംഗം പ്രധാനമായും യേശുവിനെക്കുറിച്ച് തന്നെയായിരുന്നുവെങ്കിൽ, ഒരു പ്രത്യേക വീക്ഷണകോണിലൂടെ യേശുവിനെ അവതരിപ്പിക്കുവാൻ വേണ്ടി, മറ്റു സുവിശേഷ രചയിതാക്കൾ, ഇത്രയും പ്രധാനപ്പെട്ട ഒരു കാര്യം, മനപൂർവ്വം വിട്ടുകളഞ്ഞുവെന്ന് ചിന്തിക്കുവാൻ സാധിക്കുമോ? കുറഞ്ഞ പക്ഷം എല്ലാം ക്രമമായി എഴുതുവാൻ താല്പര്യപ്പെട്ട ലൂക്കോസെങ്കിലും അത് എഴുതാതിരിക്കുമായിരുന്നുവോ?

യെഹൂദ്യയിലെ റോമൻ ഗവർണ്ണറായ പീലാത്തോസിന്റെ വ്യക്തിത്വം സുവിശേഷകന്മാർ ചിത്രീകരിച്ചിരിക്കുന്നതും യഹൂദാ ചരിത്രകാരനായ ജോസീഫസും സമകാലിക യഹൂദാ ചിന്തകനായ ഫിലോയും ചിത്രീകരിച്ചിരിക്കുന്നതും തമ്മിൽ കാര്യമായ അന്തരമുള്ളതായി ഗവേഷകന്മാർ കണ്ടെത്തിയിട്ടുണ്ട്. യേശുവിന്റെ ക്രൂശീകരണവുമായി ബന്ധപ്പെട്ട ഭാഗങ്ങളിൽ പൊതുവേ ബലഹീനനും സമ്മർദ്ദങ്ങൾക്ക് വഴങ്ങിക്കൊടുക്കുന്നവനുമായി കാണപ്പെടുന്ന പീലാത്തോസ്, ജോസീഫസിന്റെയും ഫിലോയുടെയും രചനകളിൽ വളരെ ശക്തനും ക്രൂരനുമായ ഒരു ഭരണാധികാരിയായാണ് കാണപ്പെടുന്നത്.[30] സുവിശേഷങ്ങൾക്കിടയിൽ തന്നെയും അന്തരങ്ങളുള്ളതായി ഗവേഷകന്മാർ വിലയിരുത്തിയിട്ടുണ്ട്.[31] മത്തായിയുടെ സുവിശേഷത്തിൽ അത്ര കഠിനമായ കാർക്കശ്യമോ കുശാഗ്രബുദ്ധിയോ ഇല്ലാത്ത, യേശുവിനെ കുറ്റവിമുക്തനാക്കുവാൻ ശ്രമിക്കുന്ന, പീലാത്തോസ് ലൂക്കോസിന്റെ സുവിശേഷത്തിൽ വ്യക്തമായി ദുർബലനും, സ്വാധീനങ്ങൾക്ക് വഴങ്ങുന്നവനും സാമർത്ഥ്യമില്ലാത്തവനുമായി കാണപ്പെടുന്നു.

---

[30] Richard A. Horsley, *Jesus and the Spiral of Violence: Popular Jewish Resistance in Roman Palestine* (Fortress Press, 1993), 100. പീലാത്തോസിന്റെ യഥാർത്ഥ സ്വഭാവത്തിന്റെ ഒരു പ്രതിഫലനം ലൂക്കോസ് 13:1-ൽ കാണുവാൻ സാധിക്കും.
[31] Helen K. Bond and Helen K. Bond, *Pontius Pilate in History and Interpretation* (Cambridge University Press, 1998), 120–62.

ശരിയായ അർത്ഥത്തിൽ മരിക്കുകയും ഉയിർക്കുകയും ചെയ്യുന്ന ദൈവമെന്ന് പറയാവുന്ന സങ്കൽപ്പങ്ങളൊന്നും തന്നെ പുരാതന മതങ്ങളിൽ ഉണ്ടായിരുന്നില്ലായെന്നാണ് മതങ്ങളുടെ ചരിത്രം സംബന്ധിച്ച് ഗവേഷണം നടത്തുന്ന പണ്ഡിതന്മാരുടെ ഇടയിലുള്ള പൊതു നിലപാട്.[32] എന്നാൽ എല്ലാ പണ്ഡിതന്മാരും ഇതിനോട് യോജിക്കുന്നവരല്ല. ഉദാഹരണമായി സ്വീഡനിലെ ലുണ്ട് സർവ്വകലാശാലയിൽ നിന്ന് പ്രൊഫസറായി വിരമിച്ച ട്രിഗ്വെ എൻ. ഡി. മെറ്റിൻഗെർ[33] പുരാതന മധ്യപൗരസ്ത്യ ദേശങ്ങളിലെ ദേവസങ്കല്പങ്ങളെക്കുറിച്ച് നടത്തിയ വിശദമായ പഠനത്തിന്റെ അടിസ്ഥാനത്തിൽ, പുരാതന സുമേറിയൻ ദേവനായ ഡുമുസി, പുരാതന ഉഗാറിത്തിലെ ദേവനായ ബാൽ, പുരാതന ടൈറിലെ ദേവനായ മെൽക്കാർത്ത് എന്നീ ദേവന്മാർ മരിക്കുകയും ഉയിർക്കുകയും ചെയ്യുന്ന ദൈവങ്ങൾ എന്ന ഗണത്തിൽപ്പെടുത്താവുന്നവർ ആണെന്ന് കണ്ടെത്തുകയുണ്ടായി. എന്നാൽ യേശുവിന്റെ ഉയിർത്തെഴുന്നേൽപ്പ് പോലെ ഒരു സങ്കല്പത്തിനു ഉറവിടമാകത്തക്ക നിലയിലുള്ളവയല്ല ഇവയൊന്നുമെന്നാണ് വ്യത്യസ്ത കാരണങ്ങളുടെ അടിസ്ഥാനത്തിൽ അദ്ദേഹം നിർണ്ണയിച്ചിരിക്കുന്നത്.[34]

എങ്കിൽ തന്നെയും, ചില പുരാതന ഇതിഹാസ കഥകളും സുവിശേഷങ്ങളിലെ വിവരണങ്ങളുമായുള്ള സാമ്യം അവ ഏതെങ്കിലും തരത്തിലുള്ള സ്വാധീനം സുവിശേഷ രചയിതാക്കളിൽ ചെലുത്തിയിട്ടുണ്ടോയെന്ന സംശയം ജനിപ്പിക്കുന്ന തരത്തിലുള്ളതാണ്. ഉദാഹരണമായി ലൂക്കോസ് 24:13-27-ൽ

---

[32] Jonathan Z. Smith, "Dying and Rising Gods," in *Encyclopedia of Religion*, ed. Lindsay Jones, Mircea Eliade, and Charles J Adams (Detroit: Macmillan Reference USA, 2005), 2535.

[33] റോയൽ സ്വീഡിഷ് അക്കാദമി ഓഫ് ലെറ്റേഴ്സ്, ഹിസ്റ്ററി ആൻഡ് ആൻറിക്വിറ്റീസിൽ അംഗവും ബ്രിട്ടണിലെ സൊസൈറ്റി ഫോർ ഓൾഡ് ടെസ്റ്റമെന്റ് സ്റ്റഡിയിൽ ഓണററി അംഗവുമാണ് ഡോ. മെറ്റിൻഗെർ.

[34] Tryggve N. D. Mettinger, *The Riddle of Resurrection: Dying and Rising Gods' in the Ancient Near East* (Pennsylvania State University Press, 2013), 221.

യേശുവിന്റെ മരണത്തിനു ശേഷം ജെറുസലേമിൽ നിന്ന് എമ്മാവൂസിലേക്ക് പോകുന്ന ക്ലെയോപാസ് എന്നൊരു വ്യക്തിയും മറ്റൊരാളും യേശുവിനെ വഴിയിൽ വെച്ച് കണ്ടുമുട്ടുന്ന ഒരു വിവരണം കാണുവാൻ കഴിയും. റോമാ നഗരത്തിന്റെ സ്ഥാപകനും പ്രഥമ രാജാവുമായി റോമൻ ഗ്രീക്ക് രചനകളിൽ പറയുന്ന റോമുലസിനെക്കുറിച്ച് സമാനമായ ഒരു കഥ റോമൻ കവിയായ ഓവിഡിന്റെ രചനയിലും ഗ്രീക്ക് ജീവചരിത്രകാരനായ പ്ലൂട്ടാർക്കിന്റെ രചനയിലും നമ്മുക്ക് കാണുവാൻ സാധിക്കും. മരണം കൂടാതെ സ്വർഗ്ഗാരോഹണം ചെയ്ത റോമുലസ് പിന്നീട് റോമിന് ഏകദേശം 19 കിലോമീറ്റർ തെക്കുകിഴക്കായി സ്ഥിതിചെയ്യുന്ന ആൽബാ ലോന്ഗാ എന്ന പട്ടണത്തിൽ നിന്നും യാത്ര ചെയ്യുന്ന ജൂലിയസ് പ്രോകുലസ് എന്ന വ്യക്തിക്ക് വഴിയിൽ വെച്ച് പ്രത്യക്ഷപ്പെടുന്നതായാണ് അവയിൽ എഴുതിയിരിക്കുന്നത്.[35]

പ്ലൂട്ടാർക്ക് പക്ഷെ ഈ കഥയുടെ ചരിത്രപരതയെ നിരാകരിക്കുന്ന നിരീക്ഷണങ്ങളാണ് ആ ഭാഗത്ത് നടത്തിയിരിക്കുന്നത്. പ്ലൂട്ടാർക്കിന്റെ രചന ലൂക്കോസിന്റെ സുവിശേഷ രചനയ്ക്ക് ശേഷമായിരിക്കാമെങ്കിലും (ഏകദേശം എ. ഡി. 96-99)[36] ഓവിഡ് ഈ ഐതിഹ്യം പരാമർശിക്കുന്ന ഫസ്റ്റി എന്ന കാവ്യം ഏകദേശം എ. ഡി. 8-നടുത്ത് രചിച്ചതാണ്.[37] അതുപോലെ തന്നെ റോമൻ തത്വചിന്തകനായ സെനെക്ക ക്ലൗദിയൂസ് ചക്രവർത്തിയുടെ ദൈവവൽക്കരണത്തെ പരിഹസിച്ചെഴുതിയ ആക്ഷേപഹാസ്യ രചനയിൽ, കലിഗുള ചക്രവർത്തിയുടെ ദ്രുസില്ലയെന്ന മറ്റൊരു രാജകുടുംബാംഗം സ്വർഗ്ഗാരോഹണം ചെയ്തത് താൻ കണ്ടുവെന്ന് അവകാശപ്പെട്ട ഒരു വ്യക്തി, റോമിൽ നിന്നും ബെനെവെന്റം എന്ന സ്ഥലത്തേക്ക് പോകുന്ന ആപ്പിയൻ പാതയിൽ വെച്ച് ക്ലൗദിയൂസ് ചക്രവർത്തിയെ അദ്ദേഹത്തിന്റെ മരണാനന്തരം കണ്ടുവെന്ന് അവകാശപ്പെട്ടതായി പറയുന്നുണ്ട്.[38] ലിവിയസ് ജെമിനിയസ് എന്ന

---

[35] Plutarch, Romulus 28.1–3: Ovid, Fasti 2.499–505

[36] C. P. Jones, "Towards A Chronology of Plutarch's Works*," *JRS* 56.1–2 (1966): 69.

[37] Steven Green, *Ovid, Fasti 1: A Commentary* (BRILL, 2017), 17.

[38] Seneca, Apocolocyntosis 1

ഒരു റോമൻ സെനറ്ററാണിതെന്ന് മറ്റൊരു റോമൻ ചരിത്രകാരനായ ദിയോ കാഷ്യസും പറയുന്നു.[39] ദ്രുസില്ലയുടെ കാര്യത്തിൽ സാക്ഷ്യം പറഞ്ഞതിന് ജെമിനിയസിന് പത്ത് ലക്ഷം സെസ്റ്റേർട്ടാ (250,000 ദനാറ) ലഭിച്ചതായാണ് ദിയോ കാഷ്യസ് പറയുന്നത്. ക്ലൗദിയൂസ് ചക്രവർത്തിയുടെ മരണാനന്തര പ്രത്യക്ഷതയെക്കുറിച്ച് പരിഹാസ ശൈലിയിൽ പരാമർശിക്കുന്ന 'അപ്പോകൊളോസൈന്റോസിസ്' ഏകദേശം എ. ഡി 54 ഡിസംബറിൽ സെനെക്ക രചിച്ചതായാണ് കണക്കാക്കപ്പെടുന്നത്[40],   അതായത്   ലൂക്കോസ് സുവിശേഷമെഴുതുന്നതിനു മുൻപ്.

ഇത്തരത്തിലുള്ള   രചനകൾ   സുവിശേഷമെഴുത്തുകാരെ ഏതെങ്കിലും   നിലകളിൽ   സ്വാധീനിച്ചിട്ടില്ലായെന്ന   തികഞ്ഞ മുൻവിധിയോടെ ചരിത്രാന്വേഷണം നടത്തുവാൻ ഒരു ചരിത്രകാരന് സാധിക്കുകയില്ല. ഇനി വിവരണങ്ങൾ തമ്മിലുള്ള വൈരുദ്ധ്യങ്ങളുടെ കാര്യമെടുത്താൽ മറ്റൊരു ഉദാഹരണം കൂടി ചൂണ്ടിക്കാണിക്കുവാൻ സാധിക്കും. മത്തായി എഴുതിയ സുവിശേഷവും യോഹന്നാൻ എഴുതിയ സുവിശേഷവും തമ്മിൽ താരതമ്യപ്പെടുത്തുമ്പോൾ നാം കാണുന്ന പ്രധാനപ്പെട്ട വ്യത്യാസങ്ങളിലൊന്നാണ് യേശുവിന്റെ ഉയിർത്തെഴുന്നേൽപ്പുമായി   ബന്ധപ്പെട്ട   വിവരണങ്ങളിൽ കാണുന്നത്.

ഉദാഹരണമായി,   മഗ്ദലക്കാരത്തി   മറിയ   യേശു ഉയിർത്തെഴുന്നേറ്റു എന്ന് മനസ്സിലാക്കുന്നത് ആദ്യത്തെ വരവിലോ രണ്ടാമത്തെ വരവിലോ? മത്തായി 28:7 പ്രകാരം ആദ്യത്തെ വരവിലാണ് എന്നാൽ യോഹന്നാൻ 20:2 പ്രകാരം മറിയ ഇത് ആദ്യം മനസിലാക്കുന്നില്ല. യേശു മറിയയ്ക്ക് പ്രത്യക്ഷപ്പെടുന്നത്, ശിഷ്യന്മാരെ ഒഴിഞ്ഞ കല്ലറയുടെ വിവരം അറിയിച്ച ശേഷമോ അതിന് മുൻപോ? മത്തായി   28:9   അനുസരിച്ചാണെങ്കിൽ   ശിഷ്യന്മാരെ   വിവരം അറിയിക്കുന്നതിന് മുൻപാണ്, എന്നാൽ യോഹന്നാൻ   20:14

---

[39] Dio Cassius, Roman History 59.11.4

[40] Lucius Annaeus Seneca, *Apocolocyntosis*, ed. P. T Eden (Cambridge; New York: Cambridge University Press, 1984), 12.

അനുസരിച്ച് ശിഷ്യന്മാരെ കല്ലറയെക്കുറിച്ചുള്ള വിവരം ധരിപ്പിച്ച് അവർ കല്ലറ സന്ദർശിച്ച് മടങ്ങിപ്പോയതിനു ശേഷമാണ് (യോഹന്നാൻ 20:10).

ചരിത്രപരമായ വിശ്വാസ്യതയും യാഥാർത്ഥ്യബോധവും

ചരിത്രപരമായ പ്രശ്നങ്ങളിൽ, ഓരോന്നിന്റെയും ഒന്നോ രണ്ടോ ഉദാഹരണങ്ങൾ മാത്രമാണ് മുകളിൽ നൽകിയിരിക്കുന്നത്. ഇത്തരത്തിലുള്ള പല പ്രശ്നങ്ങളും യേശുവിന്റെ ജീവചരിത്രങ്ങളുമായി ബന്ധപ്പെട്ട് ചൂണ്ടിക്കാണിക്കുവാൻ സാധിക്കും. ഒരു വിശ്വാസപ്രതിരോധകന്, മുകളിൽ ചൂണ്ടിക്കാണിച്ച പ്രശ്നങ്ങൾക്കുള്ള മറുപടിയായി, ബൈബിളിനോട് മുൻകൂർ പ്രതിബദ്ധതയുള്ള വിശ്വാസികൾക്കു ബോധ്യപ്പെടുന്ന നിലയിൽ, പല വിശദീകരണങ്ങളും മുന്നോട്ടുവെക്കുവാൻ സാധിച്ചേക്കാം. വിശദീകരണങ്ങളുടെ ന്യായാന്യായങ്ങൾ എന്തുതന്നെയായാലും, ഉറവിടങ്ങൾ സൂക്ഷ്മ വായനയ്ക്ക് വിധേയമാക്കുന്ന ഒരു വിശ്വാസിയെപ്പോലും വിശദീകരണങ്ങൾ തേടുവാൻ നിർബന്ധിതരാക്കിത്തീർക്കുന്ന ഭാഗങ്ങൾ അവയിൽ ഉണ്ട് എന്ന വസ്തുത ഒരു സന്ദേഹവാദിക്ക് മതിയായ അപായ സൂചന നൽകുന്ന ഒന്നാണ്. വസ്തുനിഷ്ഠവും സ്വതന്ത്രവുമായ നിലയിൽ ഈ പ്രശ്നങ്ങളെ സമീപിക്കുന്ന ഏതൊരു ചരിത്രാന്വേഷകനും അവയെ തന്റെ പരിഗണനയിലിരിക്കുന്ന ഉറവിടങ്ങളുടെ ചരിത്രപരമായ വിശ്വാസ്യതയുടെ പരിമിതിയിലേക്കുള്ള ചൂണ്ടുപലകകളായി മാത്രമേ കണക്കാക്കുവാൻ സാധിക്കുകയുള്ളൂ. ഇത് സുവിശേഷങ്ങളുടെ മാത്രം പ്രശ്നമല്ല, പൊതുവിൽ മിക്ക പുരാതന ചരിത്ര രചനകൾക്കും ഇത്തരം പ്രശ്നങ്ങളുണ്ട്. ഇങ്ങനെയുള്ള പല ചരിത്രപരമായ ചോദ്യങ്ങളും പ്രശ്നങ്ങളും സുവിശേഷങ്ങളുമായി ബന്ധപ്പെട്ട് നിലവിലുള്ളതിനാൽ തന്നെ, അവയുടെ ചരിത്രപരതയ്ക്ക് പൊതുവിലുള്ള തെളിവുകൾ മാത്രം ചൂണ്ടിക്കാട്ടി, അവയുടെ അടിസ്ഥാനത്തിൽ സുവിശേഷങ്ങളിലുള്ളതെല്ലാം ഒന്നൊഴിയാതെ വസ്തുതകൾ മാത്രമാണെന്ന്, ചരിത്രപരതയ്ക്കുള്ള മാനദണ്ഡങ്ങൾ ഉപയോഗപ്പെടുത്തിയുള്ള വിശകലനങ്ങളും പരിശോധനകളും കൂടാതെ ഉറപ്പിക്കുവാൻ സാധികില്ല. അപ്പോൾ തന്നെ

യേശുവിനെക്കുറിച്ച് രചിക്കപ്പെട്ടിരിക്കുന്ന ആദിമ വൃത്താന്തങ്ങളുടെ ചരിത്രപരത, ചരിത്രപഠനത്തിന് ഏറ്റവും യോഗ്യമായ ഉറവിടങ്ങളായി അവയെ തിരിച്ചറിയുവാൻ നമ്മെ സഹായിക്കുന്നുവെന്നത് ശരിയാണ്.

മറ്റൊരു രീതിയിൽ പറഞ്ഞാൽ സുവിശേഷങ്ങളിലെ എന്തെങ്കിലും കാര്യങ്ങൾ ചരിത്രപരമല്ലായെന്നും മുൻകൂട്ടി അനുമാനിക്കുവാൻ നമുക്ക് സാധിക്കില്ല. ചരിത്രപരമാണെന്നോ അല്ലെന്നോ ഉള്ള നിലപാട് കൈക്കൊള്ളുന്നവരുടെ ബാധ്യതയാണ് ചരിത്ര പഠനത്തിന്റെ മാനദണ്ഡങ്ങളിലൂടെ അത് തെളിയിക്കുകയെന്നത്. പ്രമുഖ ബ്രിട്ടീഷ് പുതിയ നിയമ പണ്ഡിതനായ ആന്റണി ഏണസ്റ്റ് ഹാർവി അഭിപ്രായപ്പെട്ടത് പോലെ "സുവിശേഷങ്ങളെ താരതമ്യപ്പെടുത്തേണ്ടത്, സംഭവങ്ങളുടെ മലിനമല്ലാത്ത ഒരു സാങ്കൽപ്പിക പട്ടികയോടല്ല (ഇത് ഏത് സാഹചര്യത്തിലും മതപരമായ ആവശ്യങ്ങളെ സംബന്ധിച്ച് അർത്ഥമില്ലാത്തതായിരിക്കും), മറിച്ച്, പുരാതന കാലം മുതൽ നമ്മുടെ പക്കലേക്ക് വന്നിട്ടുള്ള മറ്റ് ചരിത്ര രചനകളുമായാണ്, അവയെ നാം [താരതമ്യം] ചെയ്യേണ്ടത്. അവയിലും അവയുടെ രചയിതാക്കളുടെ വ്യാഖ്യാന പക്ഷപാതം അനുവദിച്ചു നൽകേണ്ടതായി വരും. ഈ പരിശോധനയിൽ, സുവിശേഷങ്ങളിൽ നിന്ന് നമുക്ക് ലഭിക്കുന്ന യേശുവിനെക്കുറിച്ചുള്ള വിവരങ്ങൾ ഉയർന്ന ചരിത്രപരമായ വിശ്വാസ്യതയുള്ളവയായി നാം കണ്ടെത്തും. ആധുനിക ചരിത്രപഠനത്തിന്റെ എല്ലാ ഉപകരണങ്ങളും രീതികളും ഉപയോഗിച്ച് സുവിശേഷങ്ങൾ അന്വേഷണത്തിന് വിധേയമാക്കാം. [...] അവയുടെ ചരിത്രപരമായ വിവരകൈമാറ്റത്തെ സംബന്ധിച്ചിടത്തോളം, ഏതൊരു പുരാതന ചരിത്രകാരന്റെയും സൃഷ്ടികളുമായി താരതമ്യം ചെയ്യാവുന്നവയാണ്. പല ഘട്ടങ്ങളിലും അവ നൽകുന്ന വിവരങ്ങൾ കേവലം വിശ്വസനീയം മാത്രമല്ല ശ്രദ്ധേയവുമാണ്."[41]

---

[41] A. E. Harvey, "Christology and the Evidence of the New Testament," in *God Incarnate: Story and Belief* (London: SPCK Publishing, 1981), 46.

അത്ഭുതങ്ങളുടെ പ്രശ്നം

സാധാരണഗതിയിൽ അത്ഭുതങ്ങൾ 'പരിഹാരമെന്ന' പദവുമായി ചേർത്താണ് നാം ചിന്തിക്കാറുള്ളതെങ്കിലും ചരിത്രകാരന്റെ ചേരുംപടി ചേർക്കലിൽ അത്ഭുതങ്ങൾ 'പ്രശ്നമെന്ന' പദവുമായാണ് കൂടുതലും ചേർന്നു പോകുന്നത്. മുൻപ് നാം പരിഗണിച്ച ഏണസ്റ്റ് ട്രോയെൽറ്റ്ഷിന്റെ സാദൃശ്യത്തിന്റെ തത്വം പതിനെട്ടാം നൂറ്റാണ്ടിലെ സ്കോട്ടിഷ് ദാർശനികനായ ഡേവിഡ് ഹ്യൂമിന്റെ അത്ഭുതങ്ങൾക്കെതിരായ വാദങ്ങളുമായി ചേർത്തുവെക്കുമ്പോൾ, അത്ഭുതങ്ങൾ ചരിത്രകാരന്മാർക്ക് മുൻപിൽ വലിയ ഒരു പ്രതിസന്ധിയാണ് സൃഷ്ടിക്കുന്നത്. അത്ഭുതങ്ങൾക്ക് തെളിവായി മുന്നോട്ടുവെക്കപ്പെടുന്ന സാക്ഷ്യം അസത്യമായിരിക്കുകയെന്നത് ആ അത്ഭുതത്തെക്കാൾ വലിയ അത്ഭുതമാണെന്ന് വരുന്നില്ലായെങ്കിൽ ഒരു അത്ഭുതം സ്ഥാപിക്കുവാൻ ചരിത്രപരമായ ഒരു സാക്ഷ്യവും പര്യാപ്തമല്ലെന്നാണ് ഹ്യൂം അവകാശപ്പെട്ടത്.[1]

അതൊരു വളരെ ശ്രദ്ധേയമായ ചിന്തയായിരുന്നു, പക്ഷേ അദ്ദേഹത്തിന്റെ വാദം രൂപകൽപ്പന ചെയ്തിരിക്കുന്നത് അത്ഭുതങ്ങളെ കുറിച്ചുള്ള സാക്ഷ്യങ്ങളെ ഒഴിവാക്കുന്നതിനാണ്, അല്ലാതെ അവ സാധ്യമാണോ എന്ന് അന്വേഷിക്കാനല്ലെന്ന് പിന്നീട് അംഗീകരിക്കപ്പെട്ടു. വിശ്വാസികളും അവിശ്വാസികളുമായ ചിന്തകന്മാരാൽ കൃത്യമായി ഖണ്ഡിക്കപ്പെട്ട[2] ഒരു വാദമാണെങ്കിലും, ഏറ്റവും ആധുനികരായ പുതിയനിയമ ഗവേഷകന്മാരെപ്പോലും

---

[1] David Hume, "Of Miracles," in *An Enquiry Concerning Human Understanding*, ed. Tom L. Beauchamp, Underlining edition. (Oxford ; New York: Oxford University Press, 1999), 169–86.

[2] Francis Beckwith, *David Hume's Argument Against Miracles: A Critical Analysis* (University Press of America, 1989); J. Houston, *Reported Miracles: A Critique of Hume* (Cambridge University Press, 1994); John Earman, *Hume's Abject Failure: The Argument Against Miracles* (Oxford University Press, 2000).

സ്വാധീനിച്ചിട്ടുള്ള[3] ഒരു വാദമാണിത്. ഇതിനെ മറികടക്കുവാൻ സാധിക്കുമോ?, ഇല്ലെങ്കിൽ എന്ത് എന്ന ചോദ്യം വളരെ പ്രസക്തമാണ്. ഒരു അത്ഭുതമെങ്കിലും യഥാർത്ഥത്തിൽ നടന്നതായി തെളിയിക്കപ്പെട്ടാൽ അത്ഭുതങ്ങൾ നടക്കില്ലായെന്ന വാദത്തിന്റെ മുനയൊടിക്കുവാൻ അത് തന്നെ ധാരാളം.

അത്ഭുതങ്ങൾ ഇന്നും നടക്കുന്നുണ്ടോ ?

അത്ഭുതങ്ങൾ നടക്കുന്നുണ്ട് എന്നതിലേക്ക് വിരൽചൂണ്ടുന്നവയെന്നു വേണമെങ്കിൽ കരുതാവുന്ന തെളിവുകൾ ഈ കാലഘട്ടത്തിൽ നിന്നു പോലും ലഭ്യമാണ്. ഇതുമായി ബന്ധപ്പെട്ട് ചില വസ്തുതകൾ മാത്രം വായനക്കാരുടെ പരിഗണനയിലേക്ക് ചൂണ്ടിക്കാണിക്കുവാൻ ആഗ്രഹിക്കുന്നു.

അമേരിക്കയിലെ ഇൻഡ്യാന യൂണിവേഴ്സിറ്റിയിലെ റിലീജിയസ് സ്റ്റഡീസ് പ്രൊഫസറായ ഡോക്ടർ കാൻഡി ഗന്തർ എഡിറ്റ് ചെയ്ത് ഓക്സ്ഫോർഡ് യൂണിവേഴ്സിറ്റി പ്രസ്സ് 2011-ൽ പ്രസിദ്ധീകരിച്ച ഗ്ലോബൽ പെന്റെറെക്കോസ്റ്റൽ ആൻഡ് കരിസ്മാറ്റിക് ഹീലിംഗ് എന്ന പുസ്തകം ആഗോള വ്യാപകമായി പെന്തക്കോസ്റ്റ് സമൂഹങ്ങൾക്കിടയിൽ നടക്കുന്ന രോഗശാന്തികളെക്കുറിച്ചുള്ള ഒരു വിശദമായ പഠനമാണ്. ലോകത്തിലെ മുൻനിര സർവ്വകലാശാലകളിൽ നിന്നുള്ള സാമൂഹ്യശാസ്ത്രജ്ഞന്മാരും നരവംശശാസ്ത്രജ്ഞന്മാരും റിലീജിയസ് സ്റ്റഡീസ് പണ്ഡിതന്മാരും അടങ്ങിയ പതിനെട്ടോളം ഗവേഷകർ ചേർന്ന് രോഗശാന്തി, ഭൂതശാന്തി അനുഭവങ്ങൾ ലഭിച്ചതായ അവകാശവാദങ്ങളെക്കുറിച്ച് നേരിട്ടു നടത്തിയ പഠനങ്ങളുടെ സമാഹാരമാണ് ഈ ഗ്രന്ഥം. അതിൽ പറയുന്നത് ഇപ്രകാരമാണ്:

"പെന്തക്കോസ്റ്റ് വളർച്ച അതിവേഗം നടക്കുന്ന ലാറ്റിൻ അമേരിക്കൻ, ഏഷ്യൻ, ആഫ്രിക്കൻ രാജ്യങ്ങളിൽ, 80 മുതൽ 90 ശതമാനം വരെ ഒന്നാം തലമുറ ക്രിസ്ത്യാനികൾ തങ്ങളുടെ

---

3 Gary R. Habermas and Antony Flew, *Did the Resurrection Happen?: A Conversation with Gary Habermas and Antony Flew* (InterVarsity Press, 2009), 130.

പരിവർത്തനങ്ങൾക്ക് കാരണമായി പ്രധാനമായും ചൂണ്ടിക്കാണിക്കുന്നത് തങ്ങൾക്കോ ഒരു കുടുംബാംഗത്തിനോ ലഭിച്ച ദൈവിക രോഗശാന്തിയാണ്."[4]

വിശ്വാസത്തോടുള്ള ചായ്വിൽ നിന്നല്ല മറിച്ച് വിമർശനപരമായാണ് അവർ പഠനം നടത്തിയത്, എങ്കിലും "നമ്മുക്ക് ലഭ്യമായ ശാസ്ത്രീയ മാർഗ്ഗങ്ങളിലൂടെ വിശദീകരിക്കുവാൻ പ്രയാസമായ രോഗശാന്തികൾ സംഭവിക്കുന്നുണ്ടെന്ന് തോന്നുന്നു."[5] എന്ന് സാക്ഷ്യപ്പെടുത്തുവാൻ നേരിട്ട് നടത്തിയ അന്വേഷണങ്ങളുടെ അടിസ്ഥാനത്തിൽ അവർ നിർബ്ബന്ധിതരായി തീർന്നു എന്നതാണ് വസ്തുത.

'സ്പിരിറ്റ് ആൻഡ് പവർ എ ടെൻ കൺട്രി സർവേ ഓഫ് പെന്റെക്കോസ്റ്റ്ൽസ്[6], എന്ന പേരിൽ 2006-ൽ അമേരിക്കയിലെ വാഷിംഗ്ടൺ ആസ്ഥാനമായുള്ള പ്യൂ റിസേർച്ച് ഫോറം ലോകത്തിലെ അമേരിക്ക, ചിലി, ബ്രസീൽ, ഗ്വാട്ടിമാല, കെനിയ, നൈജീരിയ, ദക്ഷിണാഫ്രിക്ക, ഇന്ത്യ, ഫിലിപ്പീൻസ്, ദക്ഷിണകൊറിയ എന്നീ പത്ത് രാജ്യങ്ങളിലെ പെന്തക്കൊസ്റ്റുകാർക്കിടയിൽ നടത്തിയ സർവേയിൽ വലിയ വിഭാഗം ആളുകൾ തങ്ങൾ വ്യക്തിപരമായി ദൈവിക സൗഖ്യങ്ങൾ അനുഭവിക്കുകയോ അവയ്ക്ക് സാക്ഷ്യം വഹിക്കുകയോ ചെയ്തതായി സാക്ഷ്യപ്പെടുത്തുകയുണ്ടായി. കൊറിയയിലെ 56 ശതമാനം മുതൽ കെനിയയിലെ 87 ശതമാനം വരെ പെന്തക്കോസ്റ്റ് വിശ്വാസികൾ ഇത്തരം അനുഭവങ്ങൾ സാക്ഷ്യപ്പെടുത്തുകയുണ്ടായി. ഇതിൽ അമേരിക്കയും ദക്ഷിണകൊറിയയെയും മാറ്റി നിർത്തിയാൽ മറ്റു രാജ്യങ്ങളിൽ പത്ത് പെന്തക്കോസ്റ്റുകാരെയെടുത്താൽ അതിൽ എഴ് പേരെങ്കിലും അത്ഭുത സൗഖ്യങ്ങൾ അനുഭവിക്കുകയോ അവയ്ക്ക്

---

[4] Candy Gunther Brown, *Global Pentecostal and Charismatic Healing* (Oxford University Press, 2011), 3.

[5] Brown, *Global Pentecostal and Charismatic Healing*, 296.

[6] *Spirit and Power: A 10-Country Survey of Pentecostalism*, Survey (Washington, DC: Pew Research Center, 2006).

സാക്ഷികളാകുകയോ ചെയ്തിട്ടുണ്ട് എന്നാണ് ഈ സർവേ വിലയിരുത്തുന്നത്.

ഈ കണക്കുകളെ മാത്രം അടിസ്ഥാനപ്പെടുത്തി ചിന്തിച്ചാൽ അനേക ലക്ഷം ആളുകളാണ് ഇത്തരം അനുഭവങ്ങൾ സാക്ഷ്യപ്പെടുത്തിയിരിക്കുന്നത് എന്ന് മനസിലാകും. എന്നാൽ ഇത് പത്ത് രാജ്യങ്ങളിലെ കണക്ക് മാത്രമാണ്. ലോകത്തിലെ 27 കോടിയിലധികം വരുന്ന പെന്തക്കോസ്ത്തുകാരെയും പെന്തക്കോസ്ത് അനുഭവങ്ങളുടെ വെളിച്ചത്തിൽ രൂപം കൊണ്ടിട്ടുള്ള 30 കോടിയിലധികം പേർ പങ്കാളികളാകുന്ന കരിസ്മാറ്റിക് സമൂഹങ്ങളെയും പരിഗണിച്ചാൽ ഇന്നു ലോകത്ത് ജീവിച്ചിരിക്കുന്നവരിൽ കോടിക്കണക്കിനാളുകൾ ദൈവിക അത്ഭുതങ്ങൾക്ക് സാക്ഷ്യം വഹിച്ചിട്ടുള്ളവരായിരിക്കും എന്നു നിസ്സാരമായി മനസിലാക്കാം.

ചൈനയടക്കം ലോകത്തിൽ ക്രിസ്തീയ വിശ്വാസികൾ പീഡനമനുഭവിക്കുന്ന രാജ്യങ്ങളിൽ സമൂഹത്തിൽ സ്വീകാര്യതയുള്ള തങ്ങളുടെ പരമ്പരാഗത വിശ്വാസത്തിൽ നിന്ന് പീഡിത സമൂഹമായ ക്രിസ്ത്യാനിത്വത്തിലേക്ക് പരിവർത്തനം ചെയ്തതിനു കാരണമായി അനേകർ ചൂണ്ടിക്കാട്ടിയത് ദൈവം തങ്ങളുടെ ജീവിതത്തിൽ ചെയ്ത അത്ഭുതങ്ങളാണെന്ന് അമേരിക്കയിലെ അസ്ബറി തിയോളജിക്കൽ സെമിനാരിയിലെ പുതിയനിയമ പണ്ഡിതനായ ക്രെയിഗ് കീനർ 2011-ൽ പ്രസിദ്ധീകരിച്ച 'മിറക്കിൾസ്' എന്ന ഗ്രന്ഥത്തിലും, യു. കെ. യിലെ ബിർമിങ്ഹാം സർവ്വകലാശാലയിലെ ഏഷ്യൻ ക്രിസ്ത്യാനിത്വം സംബന്ധിച്ച പഠന വിഭാഗത്തിന്റെ ഡയറക്ടറായ എഡ്‌മണ്ട് ടാങ് അതേ സർവ്വകലാശാലയിൽ നിന്ന് തന്നെ പ്രൊഫസറായി വിരമിച്ച അലൻ ആൻഡേഴ്‌സൺ എന്നിവർ ചേർന്ന് 2005-ൽ പ്രസിദ്ധീകരിച്ച ഗവേഷണ ഗ്രന്ഥത്തിലും വിശദീകരിച്ചിട്ടുണ്ട്.[7]

---

[7] Keener, *Miracles*; Allan Anderson and Edmond Tang, *Asian and Pentecostal: The Charismatic Face of Christianity in Asia* (OCMS, 2005).

പരസ്യമായി ലഭ്യമായ വ്യക്തിപരമായ നിരവധി സാക്ഷ്യങ്ങൾക്ക് പുറമേ, സതേൺ മെഡിക്കൽ ജേണൽ, കോംപ്ലിമെന്ററി തെറാപ്പീസ് ഇൻ മെഡിസിൻ തുടങ്ങിയ വിദഗ്ദ്ധ നിരൂപണത്തിലൂടെ അംഗീകരിക്കപ്പെട്ടതിനു ശേഷം മാത്രം പഠനങ്ങൾ പ്രസിദ്ധീകരിക്കുന്ന അക്കാദമിക് ജേണലുകളിൽ പ്രസിദ്ധീകരിക്കപ്പെട്ടിട്ടുള്ള, പ്രോക്സിമൽ ഇന്റർസെസറി പ്രെയർ എന്ന് ഗവേഷകന്മാർ പേരിട്ടിരിക്കുന്ന പ്രാർത്ഥനകളുടെ പ്രയോജനം സംബന്ധിച്ച ഗവേഷണ ഫലങ്ങളും, 'ദൈവിക അത്ഭുതങ്ങളുടെ' വസ്തുനിഷ്ഠവും ശാസ്ത്രീയവുമായ സാക്ഷ്യപ്പെടുത്തലുകളായി ചൂണ്ടിക്കാണിക്കുവാൻ സാധിക്കും. ഇത്തരം പഠനങ്ങൾ അവയുടെ ശൈശവ ദശയിലാണെങ്കിലും കേവലം വ്യക്തിപരമായ സാക്ഷ്യങ്ങൾക്കപ്പുറത്തേക്ക് 'ദൈവിക അത്ഭുതങ്ങളെക്കുറിച്ചുള്ള' സാക്ഷ്യപ്പെടുത്തലുകൾ വളരുന്നതിന്റെ സൂചനകളാണിത്.[8]

ഞാൻ മുകളിൽ എഴുതിയിരിക്കുന്ന കാര്യങ്ങൾ ഒരുപക്ഷെ ഒരു തികഞ്ഞ സന്ദേഹവാദിയെ തൃപ്തിപ്പെടുത്തുവാൻ മതിയായവ ആയിരിക്കില്ല. എന്നിരുന്നാലും, അത്ഭുതങ്ങൾ നടക്കുന്നുണ്ട് എന്ന് വിശ്വസിക്കുന്ന എല്ലാവരും, ഒന്നുകിൽ അവരുടെ അറിവില്ലായ്മകൊണ്ടോ അല്ലെങ്കിൽ അന്ധവിശ്വാസംകൊണ്ടോ അതല്ലെങ്കിൽ ആത്മവഞ്ചനകൊണ്ടോ ആണ് ആ വിശ്വാസം കൈക്കൊണ്ടിരിക്കുന്നതെന്നെ ഒരു ചിന്ത നിങ്ങൾക്കുണ്ടെങ്കിൽ, ആ ചിന്തയെക്കുറിച്ചു കൂടി ഒരു സന്ദേഹം നിങ്ങളിൽ ജനിപ്പിക്കുകയെന്നത് മാത്രമാണ് എന്റെ ലക്ഷ്യം.

അത്ഭുതങ്ങളുടെ പ്രതിസന്ധിയുടെ പ്രള്ളവൽക്കരണം

---

[8] Candy Gunther Brown et al., "Study of the Therapeutic Effects of Proximal Intercessory Prayer (STEPP) on Auditory and Visual Impairments in Rural Mozambique," *South. Med. J.* 103.9 (2010): 864–69; Clarissa Romez, David Zaritzky, and Joshua W. Brown, "Case Report of Gastroparesis Healing: 16 Years of a Chronic Syndrome Resolved after Proximal Intercessory Prayer," *Complement. Ther. Med.* 43 (2019): 289–94.

സുവിശേഷങ്ങളിൽ അത്ഭുതങ്ങൾ ഉണ്ട്, അതുകൊണ്ട് അവ വിശ്വാസയോഗ്യമല്ലായെന്ന് ആരെങ്കിലും പറഞ്ഞാൽ അത് പൂർണ്ണമായും സാധുതയുള്ള ഒരു വാദമാകില്ല. കാരണം അത് തത്വചിന്താപരമായ ഒരു മുൻവിധി മാത്രമാണ്. യേശു ഉയിർത്തെഴുന്നേറ്റുവെന്ന ആദിമ സഭയുടെ അവകാശവാദം സത്യമാണോ എന്ന് അന്വേഷിക്കുവാൻ തുടങ്ങുമ്പോൾ അത്തരമൊരു അന്വേഷണത്തിന്റെ പരിസമാപ്തിയിൽ എത്തിച്ചേരാവുന്ന നിർണ്ണയങ്ങളുടെ പട്ടികയിൽ നിന്ന് 'യേശു ഉയിർത്തെഴുന്നേറ്റു' എന്ന പ്രസ്താവനയെ മുൻകൂട്ടി ഒഴിവാക്കിയാൽ അത് കേവലം ബാലിശമായ ഒരു മുൻവിധിയല്ലാതെ മറ്റെന്താണ്. ചരിത്രപഠനം, ഒരിക്കൽ സംഭവിച്ച് കഴിഞ്ഞുപോയ കാര്യങ്ങളെക്കുറിച്ചുള്ള പഠനമാണ്. അല്ലാതെ പരീക്ഷണശാലകളിൽ ആവർത്തിക്കാവുന്ന പ്രതിഭാസങ്ങളെക്കുറിച്ചുള്ള പഠനമല്ല. അപ്പോൾ ദൈവമില്ലായെന്ന് വിശ്വസിക്കുന്ന, അത്ഭുതങ്ങളൊന്നും സംഭവിക്കുകയില്ലായെന്ന് വിശ്വസിക്കുന്ന ഒരു ചരിത്രാന്വേഷകൻ എന്തു ചെയ്യണം? കേവലം ചരിത്ര തെളിവുകളുടെ അടിസ്ഥാനത്തിൽ മാത്രം ഈ കാര്യം വിശ്വസിക്കുവാൻ സാധിക്കുകയില്ലായെന്നതാണ് അദ്ദേഹത്തിന്റെ നിലപാടെങ്കിൽ അദ്ദേഹത്തിന് 'തെളിവുകളുടെ പിന്തുണ ചായുന്നത് യേശു മരണത്തിൽ നിന്ന് ഉയിർത്തെഴുന്നേറ്റുവെന്ന പരികൽപനയ്ക്ക് അനുകൂലമായാണ്. എന്നാൽ അങ്ങനെയൊരു കാര്യം സംഭവിക്കുമെന്ന് ഞാൻ വിശ്വസിക്കാത്തതിനാൽ ഞാൻ ഈ വിഷയത്തിൽ അജ്ഞേയവാദിയായി തുടരുകയാണെന്ന് പറയാം.

ഇതിനുമപ്പുറം, താല്പര്യമുണ്ടെങ്കിൽ ദൈവമില്ലായെന്നോ അത്ഭുതങ്ങൾ നടക്കില്ലായെന്നോ ഉള്ള തന്റെ വിശ്വാസത്തെ ഒരിക്കൽ കൂടി പുനഃപരിശോധിക്കുവാൻ ഇത് ഒരു അവസരമാക്കുവാനും അദ്ദേഹത്തിന് സാധിക്കും. പ്രത്യേകിച്ചും മുകളിൽ അവതരിപ്പിച്ച, അത്ഭുതങ്ങൾ നടക്കുന്നുണ്ടെന്നതിലേക്ക് വിരൽചൂണ്ടുന്നവയെന്ന് കരുതാവുന്ന തെളിവുകൾ ഈ കാലഘട്ടത്തിൽ നിന്ന് പോലും ലഭ്യമാണെന്ന കാര്യം അദ്ദേഹത്തിന് ബോധ്യപ്പെടുകയാണെങ്കിൽ. മുൻനിര മതേതര ചരിത്രകാരന്മാർ

പോലും തങ്ങളുടെ മുൻവിധികളെക്കുറിച്ച് ബോധവാന്മാരായി "മതപഠനത്തിൽ മതേതര വിശ്വാസപ്രമാണ ചരിത്രത്തിനപ്പുറം നീങ്ങുക"യെന്ന് ആഹ്വാനം[9] ചെയ്യുന്ന ഒരു കാലത്ത് ഇത് ഏറ്റവും ശരിയായ ഒരു നിലപാടായിരിക്കും. അത്ഭുതം നടന്നുവെന്നതിനേക്കാൾ മികച്ച മറ്റൊരു വിശദീകരണമില്ലെങ്കിൽ അത്ഭുതം നടന്നുവെന്ന പരികല്പന അംഗീകരിക്കുന്നത് യുക്തിപരമാണെന്നാണ് പുതിയനിയമത്തിലെ അത്ഭുതങ്ങളെ നിരാകരിക്കുന്ന ഒരു വ്യക്തിയായ മുൻനിര ചരിത്ര തത്വചിന്തകൻ അവീസർ ടക്കർ നിരീക്ഷിച്ചിരിക്കുന്നത്.[10]

ഇതു പോലെ തന്നെ, ക്രിസ്തീയവിശ്വാസത്തോട് മുൻകൂർ പ്രതിബദ്ധതയുള്ള ഒരു ഗവേഷകൻ യേശു ഉയിർത്തെഴുന്നേറ്റില്ലായെന്ന സാധ്യതയും മുന്നിൽ വെച്ചുകൊണ്ട് വേണം അന്വേഷണം ആരംഭിക്കുവാൻ. യേശു ഉയിർത്തെഴുന്നേറ്റില്ലായെന്നതാണ് ചരിത്രപരമായി അദ്ദേഹത്തിന് ബോധ്യമാകുന്നതെങ്കിൽ 'ചരിത്രം അനുകൂലിക്കുന്നില്ലെങ്കിലും തന്റെ മതപരമായ ബോധ്യങ്ങളെ ചരിത്രത്തിൽ അടിസ്ഥാനപ്പെടുത്താതെ വ്യക്തിപരമായ അനുഭവങ്ങളിലോ ക്രിസ്തീയ ആദർശങ്ങളുടെ ആകർഷണീയതയിലോ ആണ് താൻ അടിസ്ഥാനപ്പെടുത്തിയിരിക്കുന്നതെന്ന്' വാദിച്ച് അദ്ദേഹത്തിന് മുന്നോട്ടു പോകാവുന്നതാണ്. അല്ലായെങ്കിൽ ക്രിസ്തീയത തെറ്റായിരിക്കാമെന്ന സാധ്യത ഗൗരവതരമായി പരിഗണിക്കുവാനും അദ്ദേഹത്തിന് ഇത് അവസരമാക്കാവുന്നതാണ്.

മറ്റു മതവിശ്വസികളായ ചരിത്രാന്വേഷകർക്കും സമാനമായ സമീപനങ്ങളിലൂടെ തങ്ങളുടെ അന്വേഷണം ആരംഭിക്കുമ്പോൾ കൈക്കൊണ്ടിരുന്ന നിലപാടുകളിൽ തന്നെ തുടർന്നു പോകുവാൻ ശ്രമിക്കാവുന്നതാണ്. പക്ഷെ ചരിത്രസത്യം ചരിത്രസത്യമാണ്.

---

[9] Brad S. Gregory, "The Other Confessional History: On Secular Bias in the Study of Religion," *H&T* 45.4 (2006): 149.

[10] Aviezer Tucker, "Miracles, Historical Testimonies, and Probabilities," *H&T* 44.3 (2005): 381.

അതെന്താണെന്നാണ് നാം തുടർന്നുള്ള അധ്യായങ്ങളിൽ പരിശോധിക്കുവാൻ പോകുന്നത്. വിശ്വാസം സ്വകാര്യ ബോധ്യമായി മാത്രം നിലനിർത്തേണ്ടതാണെന്ന് വാദിക്കുന്ന തരം മതേതരത്വം വ്യാപകമായിരിക്കുകയും, ശാസ്ത്രത്താൽ പ്രബുദ്ധരായതിനാൽ ഇത്തരം വിഷയങ്ങൾ പരിഗണന പോലും അർഹിക്കുന്നില്ലായെന്ന് ചിന്തിക്കുകയും, സ്വകാര്യ ഇഷ്ടാനിഷ്ടങ്ങൾക്കും താല്പര്യങ്ങൾക്കും മോഹങ്ങൾക്കും സത്യാന്വേഷണത്തേക്കാൾ പ്രാധാന്യം കല്പിക്കുകയും ചെയ്യുന്ന ഈ കാലത്ത് യേശു ഉയിർത്തെഴുന്നേറ്റിട്ടില്ലായെന്ന സങ്കല്പത്തിനായിരിക്കും ഒരു പൊതു ഇടത്തിൽ ആനുമാനിക മുൻഗണന.

എങ്കിലും, തെളിവുകൾ പരിശോധിക്കാതെ ഒരു നിർണ്ണയത്തിൽ ഉറയ്ക്കുവാൻ സാധിക്കില്ലായെന്നതാണ് വാസ്തവം. എന്നാൽ അതിലേക്ക് കടക്കുന്നതിനു മുൻപ് ഏറ്റവും പ്രധാനപ്പെട്ട മറ്റൊരു ചോദ്യത്തിന് മറുപടി കണ്ടെത്തേണ്ടതുണ്ട്. യേശു യഥാർത്ഥത്തിൽ ഒരു ചരിത്രപുരുഷനാണോ? ഉടവിടങ്ങൾ അടിസ്ഥാനപരമായി, ചരിത്രപരമായി, വിശ്വാസയോഗ്യമാണെങ്കിൽ ഏറ്റവും കുറഞ്ഞത് അതിലെ നായകൻ ജീവിച്ചിരുന്നുവെന്നെങ്കിലും ഒരു ചരിത്രകാരന് ഉറപ്പിക്കുവാൻ സാധിക്കും എന്നതിന്റെ അപ്പുറം എന്ത് മറുപടിയാണ് നമ്മുക്ക് പറയുവാൻ സാധിക്കുക? ഈ ചോദ്യത്തിനുള്ള ഉത്തരമാണ് അടുത്ത അധ്യായത്തിൽ നാം വിശകലനം ചെയ്യുന്നത്.

യേശുവിന്റെ ചരിത്രപരത

"നസറായനായ യേശു ഒരു ചരിത്രപുരുഷനായിരുന്നില്ല എന്ന ആശയം തെളിയിക്കാവുന്ന വിധത്തിൽ തെറ്റാണ്"

മൗറീസ് കേസി[1]

യേശുക്രിസ്തു യഥാർത്ഥത്തിൽ ചരിത്രത്തിൽ ജീവിച്ചിരുന്ന ഒരു വ്യക്തിയാണ് എന്നത് ഇതുമായി ബന്ധപ്പെട്ട പഠന മേഖലയിൽ പ്രാവീണ്യം നേടിയിട്ടുള്ള ചരിത്രകാരന്മാർ പൊതുവിൽ അംഗീകരിക്കുന്ന ഒരു വസ്തുതയാണ്.[2] എന്നാൽ അപ്പോൾ തന്നെ പുതിയനിയമ പണ്ഡിതന്മാരായവർ രചിച്ചതോ[3] അതല്ലായെങ്കിൽ വിദഗ്ദ്ധ നിരൂപണത്തിലൂടെ പ്രസിദ്ധീകരണ യോഗ്യമെന്ന് നിർണ്ണയിക്കപ്പെട്ടതോ[4] ആയ ചില ഗ്രന്ഥങ്ങൾ യേശു ഒരു ചരിത്ര പുരുഷനായിരുന്നുവെന്നതിനെ ചോദ്യം ചെയ്യുന്ന നിലയിൽ പ്രസിദ്ധീകരിക്കപ്പെട്ടിട്ടുണ്ട്.

---

[1] നോട്ടിങ്ഹാം സർവ്വകലാശാലയിലെ പുതിയനിയമ പ്രൊഫസറായിരുന്ന നാസ്തികനായ മൗറീസ് കേസി യേശുവിന്റെ ചരിത്രപരതയെക്കുറിച്ചുള്ള തന്റെ ഗ്രന്ഥത്തിന്റെ ഉപസംഹാരം ആരംഭിക്കുന്ന ഭാഗത്ത് രേഖപ്പെടുത്തിയിരിക്കുന്ന പ്രസ്താവനയാണിത് Casey, *Jesus*, 243.

[2] Justin J. Meggitt, "'More Ingenious than Learned'? Examining the Quest for the Non-Historical Jesus," *NTS* 65.4 (2019): 443.

[3] Robert M. Price, *The Christ-Myth Theory and Its Problems* (American Atheist Press, 2011); Thomas L. Brodie, *Beyond the Quest for the Historical Jesus: Memoir of a Discovery* (Sheffield Phoenix Press, 2012).

[4] Richard Carrier, *On the Historicity of Jesus: Why We Might Have Reason for Doubt* (Sheffield Phoenix Press, 2014); Raphael Lataster, *Questioning the Historicity of Jesus: Why a Philosophical Analysis Elucidates the Historical Discourse* (Brill, 2019).

ഇതുമായി   ബന്ധപ്പെട്ട   ഇന്റർനെറ്റ്   ചർച്ചകളെ
സ്വാധീനിച്ചുവെങ്കിലും   ഈ   വിഷയത്തിൽ   ചരിത്രകാരന്മാരുടെ
അഭിപ്രായത്തെ   ഏതെങ്കിലും   നിലയിൽ   സ്വാധീനിക്കുവാൻ   ഈ
രചനകൾക്ക് കഴിഞ്ഞിട്ടില്ല.[5] അപ്പോൾ തന്നെ പൊതു സമൂഹത്തിൽ
ഇത്തരം   ചർച്ചകൾ   ചെലുത്തുന്ന   സ്വാധീനം   ശ്രദ്ദേയമാണ്.
ഉദാഹരണമായി 2015-ൽ യു. കെ. യിൽ നടന്ന ഒരു സർവ്വേയിൽ
ഏകദേശം   40%   ആളുകളും   യേശു   ചരിത്രപുരുഷനാണെന്ന്
വിശ്വസിക്കുന്നില്ലായെന്ന്   കണ്ടെത്തുകയുണ്ടായി.[6]   അതുപോലെ
തന്നെ 2021-ൽ ഓസ്ട്രേലിയയിൽ നടത്തിയ മറ്റൊരു സർവ്വേയിൽ
ഏകദേശം 50 ശതമാനത്തോളം ആളുകൾ മാത്രമേ യേശു ഒരു
ചരിത്ര   പുരുഷനായിരുന്നുവെന്ന്   വിശ്വസിക്കുന്നുള്ളൂവെന്നും
കണ്ടെത്തി.[7] എന്നാൽ ലഭ്യമായ ചരിത്ര തെളിവുകൾ ഇത്തരമൊരു
നിലപാടിനെ പിന്തുണയ്ക്കുന്നില്ല.

---

[5] മുഖ്യധാരാ വീക്ഷണത്തോട് യോജിച്ചു നിൽക്കുന്ന പണ്ഡിതന്മാർ ഇതിനോട്
പ്രതികരിച്ചിട്ടില്ലായെന്നല്ല ഇതിന്റെയർത്ഥം. ചില ഉദാഹരണങ്ങൾ Daniel N. Gullotta,
"On Richard Carrier's Doubts: A Response to Richard Carrier's On the Historicity of
Jesus: Why We Might Have Reason for Doubt," *JSHJ* 15.2–3 (2017): 310–46; Marko
Marina, "Povijesni Isus i miticizam: kritička analiza teorije Richarda Carriera," *Diac.*
30.2 (2022): 215–35; യേശു ഒരു ഐതിഹ്യ പുരുഷനാണെന്ന വാദത്തെ
പിന്തുണയ്ക്കുന്ന പ്രധാന പണ്ഡിതന്മാരുമായി നേർക്ക് നേർ സംവദിക്കുന്ന
ഗ്രന്ഥങ്ങൾ Fernando Bermejo-Rubio et al., *Gesù resistente Gesù inesistente. Due
visioni a confronto* (Manni, 2022); Robert M. Price et al., *The Historical Jesus: Five
Views*, ed. James K. Beilby and Paul R. Eddy (Downers Grove, Ill: IVP Academic,
2009).

[6] "Jesus 'not a Real Person' Many Believe," *BBC News*, 31 October 2015, § UK,
https://www.bbc.com/news/uk-34686993; "Perceptions of Jesus, Christians &
Evangelism   in   the   UK,"   *Barna*   *Group*,   n.d.,
https://www.barna.com/research/perceptions-of-jesus-christians-evangelism-in-
the-uk/.

[7] Anne Lim, "Only Half of Australians Believe Jesus Was a Real Person - Eternity
News," 10 June 2022, https://www.eternitynews.com.au/australia/only-half-of-
australians-believe-jesus-was-a-real-person/; "Is Jesus Real to Australians? - NCLS
Research," n.d., https://www.ncls.org.au/articles/is-jesus-real-to-australians/.

എന്തുകൊണ്ടാണ് ചരിത്രകാരന്മാർ യേശു ഒരു ചരിത്രപുരുഷനാണെന്ന് അവകാശപ്പെടുന്നത്? യേശു ഒരു സാങ്കല്പിക ഐതിഹ്യ കഥാപാത്രമാണെങ്കിലും ചരിത്രപുരുഷനാണെങ്കിലും യേശുവിനെക്കുറിച്ച് ഒന്നാം നൂറ്റാണ്ടിലും രണ്ടാം നൂറ്റാണ്ടിലും രചിക്കപ്പെട്ടിട്ടുള്ള ഗ്രന്ഥങ്ങൾ നമ്മുക്ക് ലഭ്യമാണ്. ആ പുസ്തകങ്ങളിലെ കഥകൾക്ക് പിന്നിലുള്ള പാരമ്പര്യത്തിന്റെ പരിണാമ ചരിത്രവും, അതിന്റെ ചരിത്രപരമായ വിശ്വസനീയതയും വിശകലനം ചെയ്യുമ്പോൾ, നമ്മുക്ക് ലഭ്യമാകുന്ന ഏറ്റവും അടിസ്ഥാന വിവരങ്ങളുടെ ഉത്ഭവത്തിനും, അസ്തിത്വത്തിനും, പരിണാമങ്ങൾക്കുമുള്ള, ഏറ്റവും സത്യമായിരിക്കുവാൻ സാധ്യതയുള്ള, മിതവ്യയിയായ വിശദീകരണം ഈ ഗ്രന്ഥങ്ങളിൽ യേശുവിനെക്കുറിച്ച് നാം കാണുന്ന പരാമർശങ്ങൾക്കും വിവരണങ്ങൾക്കും ആത്യന്തികമായ നിലയിൽ നിദാനമായി തീർന്ന ഒരു വ്യക്തി ഒന്നാം നൂറ്റാണ്ടിന്റെ ആദ്യ ദശകങ്ങളിൽ പാലസ്തീനിൽ ജീവിച്ചിരുന്നുവെന്നത് തന്നെയാണ്.

ഈ അർത്ഥത്തിൽ, യേശുവിനെക്കുറിച്ചുള്ള ഒരു ചരിത്ര പഠനത്തിനു മുൻപായി യേശു എന്നൊരാൾ ജീവിച്ചിരുന്നുവോ ഇല്ലയോ എന്ന് തീർച്ചപ്പെടുത്തേണ്ട ആവശ്യമില്ല. കാരണം ഒരു വ്യക്തി പറഞ്ഞതോ അദ്ദേഹം ചെയ്യതോ അദ്ദേഹത്തിനു സംഭവിച്ചതോ ആയ കാര്യങ്ങളുടെ ചരിത്രപരതയിലൂടെയല്ലാതെ അദ്ദേഹത്തിന്റെ അസ്തിത്വം തെളിയിക്കുക എന്നൊരു കാര്യമില്ല.

പീലാത്തോസിനെപ്പോലെ ശിലാലിഖിതമോ, ഹെരോദ് അന്തിപ്പാസിനെപ്പോലെ നാണയങ്ങളോ യേശുവിന്റെ പേരിൽ ഉണ്ടാവുകയെന്നത് ഒരു തരത്തിലുള്ള ഭരണാധികാരവും ഇല്ലാത്ത യേശുവിനെപ്പോലെ ഒരു സഞ്ചാര പ്രാസംഗികനായ ഒരാളുടെ കാര്യത്തിൽ പ്രതീക്ഷിക്കാവുന്ന കാര്യമല്ല. ചരിത്രകാരന്മാർ യേശുവിനെക്കുറിച്ചുള്ള രചനകൾ വിശകലനത്തിന് വിധേയമാക്കുമ്പോൾ യേശു ജീവിച്ചിരുന്നു എന്ന ഒരു മുൻധാരണ പ്രസക്തമല്ല. മറിച്ച് യേശുവിനെക്കുറിച്ച് എഴുതിയിരിക്കുന്ന കാര്യങ്ങൾ വിശകലനം ചെയ്യുമ്പോൾ അവയുടെ പശ്ചാത്തല വസ്തുതകളുടെ വെളിച്ചത്തിൽ അതിൽ ചിലതെല്ലാം ചരിത്രപരമായി

ആധികാരികമായിരിക്കുവാനാണ് വെറും നിർമ്മിത കഥയായിരിക്കുവാനുള്ളതിനേക്കാൾ കൂടുതൽ സാധ്യതയെന്ന കണ്ടെത്തലാണ്, യേശു ഒരു ചരിത്രപുരുഷനാണെന്ന് വിശ്വസിക്കുന്നതിനുള്ള അടിസ്ഥാന കാരണം. സ്വാഭാവികമായും ഇത്തരം ചരിത്ര വിശകലനത്തിന് വിധേയമാക്കുവാനുള്ള ചില സവിശേഷതകൾ ഈ രചനകൾക്കുണ്ട് എന്ന വിലയിരുത്തലിന്റെ അടിസ്ഥാനത്തിലാണ് ഇത്തരം പഠനങ്ങൾക്ക് അവയെ വിധേയമാകുന്നത്.

ഉദാഹരണമായി, പൗലോസിന്റെ രചനകൾ പല സാഹചര്യങ്ങളെ അഭിസംബോധന ചെയ്യുകൊണ്ട് അയയ്ക്കപ്പെട്ട കത്തുകളാണ്. സുവിശേഷങ്ങൾ പുരാതന ജീവചരിത്രങ്ങളുടെ ശൈലിയിലാണ് എഴുതിയിരിക്കുന്നത്. അവയിൽ പലതും ദൃക്സാക്ഷി വിവരണങ്ങളെന്ന അവകാശവാദമുന്നയിക്കുന്നവയാണ് (ഉദാ: ലൂക്കോസ് 1:1, യോഹന്നാൻ 21:24, 1 പത്രോസ് 1:1, 8, 5:1, 1 യോഹന്നാൻ 1:1-2). ഈ രചനകളും യേശു ക്രൂശിക്കപ്പെട്ടതായി പുരാതന രചനകൾ സൂചിപ്പിക്കുന്ന കാലഘട്ടവും തമ്മിൽ സമയത്തിലുള്ള അന്തരം വളരെ ചെറുതാണ്. ഇത്തരത്തിലുള്ള നിരവധി ഘടകങ്ങളാണ്, ഈ പുരാതന രചനകൾക്ക് ആശയപരമായ പല ചായ്‌വുകളും ഉണ്ടെങ്കിലും, ചരിത്ര നിരൂപണത്തിനുള്ള ഉറവിടങ്ങളായി ഉപയോഗിക്കുവാൻ അവയെ യോഗ്യമാക്കുന്നത്.

ഈ പുരാതന രചനകളെ നിരൂപണപരമായ ചരിത്ര വിശകലനത്തിന് വിധേയമാക്കുമ്പോൾ അതിലൂടെ ചരിത്രപരമെന്ന് കണ്ടെത്തുന്ന വസ്തുതകളാണ് യേശു ഒരു ചരിത്ര പുരുഷനാണെന്നതിനുള്ള തെളിവുകൾ. ഈ കാരണങ്ങളാൽ തന്നെ ഇത്തരം ചരിത്രാന്വേഷണങ്ങൾക്ക് മുൻപായി യേശു ചരിത്ര പുരുഷനാണ്, അല്ലാതെ കേവലം ഒരു സാങ്കൽപ്പിക ഐതിഹ്യകഥാപാത്രമല്ലായെന്ന് മുൻകൂട്ടി തെളിയിക്കേണ്ടതില്ല. തുടർന്നുള്ള ഭാഗങ്ങളിൽ യേശുവിന്റെ മരണത്തിനുള്ള തെളിവുകൾ നാം ചർച്ച ചെയ്യുന്നുണ്ട്. അത് തന്നെ യേശു ജീവിച്ചിരുന്നുവെന്നതിനുള്ള തെളിവാണ്. എങ്കിൽ തന്നെയും

ഇതുമായി ബന്ധപ്പെട്ട് മറ്റു ചില വസ്തുതകൾ കൂടി നമ്മുക്ക് പരിശോധിക്കാം.

ബാഹ്യരചനകളുടെ സാക്ഷ്യം

ഒന്നാമതായി ഒന്നാം നൂറ്റാണ്ടിന്റെ അവസാന ഭാഗത്തും രണ്ടാം നൂറ്റാണ്ടിന്റെ ആദ്യ ഭാഗത്തുമായി രചിക്കപ്പെട്ട ബൈബിളിന് പുറത്തുള്ള ക്രിസ്തീയ രചനകൾ പരിശോധിച്ചാൽ യേശുവിനെ ഒരു ചരിത്രപുരുഷനായി തന്നെ അവ സാക്ഷ്യപ്പെടുത്തുന്നതായി കാണുവാൻ സാധിക്കും. ഉദാഹരണമായി ക്ലെമന്റിന്റെ ഒന്നാം ലേഖനം എന്നറിയപ്പെടുന്ന റോമക്കാർ കൊരിന്ത്യർക്കെഴുതിയ ലേഖനം പരമ്പരാഗതമായി പൊതുവർഷം 95-ൽ എഴുതിയതായാണ് കണക്കാക്കപ്പെടുന്നത്, എന്നാൽ ഈ ലേഖനം എ. ഡി. 60-നും 70-നും ഇടയിൽ എഴുതപ്പെട്ടതാണെന്ന വാദവും ശക്തമായി നിലവിലുണ്ട്.[8] യേശു ജീവിച്ചിരുന്നില്ലായെന്ന് വാദിക്കുന്ന റിച്ചാർഡ് ക്യാരിയർ തന്റെ ഗ്രന്ഥത്തിൽ ഈ പുസ്തകം 60-കളിലായിരിക്കാം എഴുതപ്പെട്ടതെന്ന നിർണ്ണയത്തോടുള്ള തന്റെ ചായ്‌വ് വ്യക്തമാക്കിയിട്ടുണ്ട്.[9]

പ്രബോധന ശൈലിയിൽ എഴുതിയിരിക്കുന്ന ഈ കത്ത് കൊരിന്ത്യ സഭയിലെ ചില ആഭ്യന്തര പ്രശ്നങ്ങളെയാണ് അഭിസംബോധന ചെയ്യുന്നത്. ഈ കത്തിൽ യേശുവിന്റെ പീഡാനുഭവത്തെക്കുറിച്ച് പരാമർശിക്കുന്നുണ്ട് (1 ക്ലെമന്റ് 2:1). താഴേക്ക് വരുമ്പോൾ 4, 5, 6 അധ്യായങ്ങളിൽ പറയുന്നത് വിവിധ വ്യക്തികൾ ഭൂമിയിൽ വെച്ച് അനുഭവിച്ച കഷടതകളാണ്. 1 ക്ലെമന്റ് 7:4-ൽ യേശു ചൊരിഞ്ഞ രക്തത്തെക്കുറിച്ച് പറയുന്നുണ്ട്. 1 ക്ലെമന്റ് 49:6-ൽ യേശു തന്റെ രക്തവും മാംസവും നമ്മുക്കായി നൽകിയെന്ന് പറയുന്നു. യേശു പഠിപ്പിച്ച കാര്യങ്ങൾ

---

[8] Thomas J. Herron, *Clement and the Early Church of Rome: On the Dating of Clement's First Epistle to the Corinthians* (Emmaus Road Publishing, 2010), 40–41; Clayton Jefford, *The Apostolic Fathers and the New Testament*, 0 edition. (Baker Academic, 2006), 19.

[9] Carrier, *On the Historicity of Jesus*, 273.

ഓർക്കണമെന്ന് 1 ക്ലെമന്റ് 13:1-ൽ പറയുന്നുണ്ട്. യേശുവിന്റെ ചില വാക്കുകൾ ഈ ലേഖനത്തിൽ സുവിശേഷങ്ങളിൽ നിന്ന് സ്വതന്ത്രമായ[10] നിലയിൽ ഉദ്ധരിച്ചിട്ടുണ്ട് (1 ക്ലെമന്റ് 46:7-8). 1 ക്ലെമന്റ് 16:2-ൽ യേശു വന്നത് താഴ്മയോടെയാണെന്ന ഒരു പരാമർശം കാണുവാൻ സാധിക്കും. യേശുവിന്റെ വരവിനെക്കുറിച്ച് പ്രവചനങ്ങൾ നിലവിലുണ്ടായിരുന്നുവെന്ന് 1 ക്ലെമന്റ് 17:1-ൽ പറയുന്നു. യേശു യാക്കോബിൽ നിന്നാണ് വന്നതെന്ന് 1 ക്ലെമന്റ് 32:2-ൽ പറയുന്നു. ഈ ഭാഗത്ത് യാക്കോബിൽ നിന്ന് വന്നു എന്ന് പറയുന്ന മറ്റുള്ളവരെല്ലാം ഭൂമിയിൽ ജീവിച്ചിരുവെന്ന് തന്നെ എഴുത്തുകാർ മനസിലാക്കിയിരിക്കുവാൻ ഇടയുള്ള മനുഷ്യരാണ്.

അപ്പൊസ്തലന്മാർക്ക് സുവിശേഷം ലഭിച്ചത് യേശുവിൽ നിന്നാണെന്ന് 1 ക്ലെമന്റ് 42:1-ൽ പറയുന്നു. 1 ക്ലെമന്റ് 42:3-ൽ അപ്പൊസ്തലന്മാർക്ക് യേശുവിന്റെ കല്പന ലഭിച്ചുവെന്നും പരാമർശമുണ്ട്. റോമാ സഭ ഈ ലേഖനത്തിൽ യേശു ചെയ്ത ഏതെങ്കിലും അത്ഭുതങ്ങളെക്കുറിച്ചോ യേശു പറഞ്ഞ ഏതെങ്കിലും ഉപമകളെക്കുറിച്ചോ ഒന്നും നേരിട്ട് പരാമർശിക്കുന്നില്ല. യേശുവിന്റെ ജീവിതത്തിലെ ഏതെങ്കിലും സംഭവങ്ങൾ വിശദമായി വിവരിക്കുന്നുമില്ല. അത്തരം കാര്യങ്ങളിൽ ശ്രദ്ധ ചെലുത്താത്ത ഈ ലേഖനത്തിൽ യേശു യാക്കോബിൽ നിന്നാണ് വന്നതെന്ന പരാമർശം, യേശു ഭൂമിയിൽ ജീവിച്ചിരുന്ന ഒരു വ്യക്തിയായിരുന്നുവെന്നതിനുള്ള സാക്ഷ്യമാണ്.

അന്ത്യോക്യയിലെ ബിഷപ്പായിരുന്ന ഇഗ്നേഷ്യസിന്റെ എ. ഡി. 110-115 കാലഘട്ടത്തിൽ നിന്നുള്ള ട്രാല്ലിയൻസിനെഴുതിയ കത്തിൽ[11] യേശു ദാവീദിന്റെ വംശാവലിയിൽ മറിയത്തിൽ നിന്ന് ജനിച്ച വ്യക്തിയാണെന്നും പീലാത്തോസിനു കീഴിൽ പീഡനമനുഭവിച്ച് മരിച്ചുവെന്നും വളരെ വ്യക്തമായി പരാമർശിക്കുന്നുണ്ട്.

---

[10] Brian Han Gregg, *The Historical Jesus and the Final Judgment Sayings in Q* (Mohr Siebeck, 2006), 243.

[11] Ignatius, Epistle to Trallians, 9

പൊതുവർഷം 93-94 കാലയളവിൽ പ്രസിദ്ധീകരിക്കപ്പെട്ട യഹൂദാ സൈനിക നേതാവും ചരിത്രകാരനുമായ ജോസീഫസിന്റെ യഹൂദാ പുരാതനത്വങ്ങൾ എന്ന രചനയിൽ യേശുവിനെക്കുറിച്ച് പരാമർശിക്കുന്ന രണ്ടു ഭാഗങ്ങൾ ഉണ്ട്. അതിലൊന്നിൽ[12] യേശുവിനെക്കുറിച്ച് വിശദമായി പരാമർശിക്കുന്നുണ്ട്. ഈ ഭാഗത്ത് പല ക്രിസ്തീയ കൈകടത്തലുകളും ഉണ്ടായിട്ടുണ്ടെന്ന് കരുതപ്പെടുന്നുണ്ടെങ്കിലും അതിന്റെ മുഖ്യഭാഗം ജോസീഫസ് തന്നെ രചിച്ചതാണെന്ന് ഗവേഷകന്മാർ വിലയിരുത്തിയിട്ടുണ്ട്.[13] ക്രിസ്തീയ കൈകടത്തലുകൾ ഒഴിവാക്കിയാൽ, യേശുവിനെ ജ്ഞാനിയായ ഒരു ഗുരുവായി കണക്കാക്കിയിരുന്നുവെന്നും, യേശു അത്ഭുതങ്ങൾ ചെയ്തിരുന്നതായി വിശ്വസിക്കപ്പെട്ടിരുന്നുവെന്നും, പീലാത്തോസിന്റെ കാലത്ത് യേശു ക്രൂശിക്കപ്പെട്ടുവെന്നും ജോസീഫസിന്റെ പരാമർശത്തിൽ നിന്ന് കാണുവാൻ കഴിയും.

താഴെ നൽകിയിരിക്കുന്ന ഉദ്ധരണിയിൽ വലയത്തിനുള്ളിൽ നൽകിയിരിക്കുന്ന ഭാഗങ്ങളാണ് ക്രിസ്തീയ കൂട്ടിച്ചേർക്കലുകളായി ഗവേഷകന്മാർ കരുതുന്നത്:

"ഈ സമയത്ത് യേശു എന്ന ജ്ഞാനിയായ ഒരു മനുഷ്യൻ വന്നു, (അവനെ മനുഷ്യൻ എന്ന് വിളിക്കാമെങ്കിൽ). അവൻ അമ്പരപ്പിക്കുന്ന പ്രവൃത്തികൾ ചെയ്യുന്നവനും സത്യം സന്തോഷത്തോടെ സ്വീകരിക്കുന്നവരുടെ ഗുരുവുമായിരുന്നു. അനേകം യഹൂദന്മാരെയും പല ഗ്രീക്കുകാരെയും അവൻ നേടി. (അവൻ മിശിഹാ ആയിരുന്നു). ഞങ്ങളുടെ ഇടയിലെ പ്രമുഖരുടെ ആരോപണത്തെത്തുടർന്ന് പീലാത്തോസ് അവനെ ക്രൂശിലേക്കു വിധിച്ചപ്പോൾ, മുമ്പ് അവനെ സ്നേഹിച്ചിരുന്നവർ അതു നിർത്തിയില്ല. (അവൻ മൂന്നാം ദിവസം ജീവനോടെ

---

[12] Josephus, Jewish Antiquities 18.63–64

[13] Colin Brown and Craig A. Evans, *A History of the Quests for the Historical Jesus, Volume 2: From the Post-War Era through Contemporary Debates* (Zondervan Academic, 2022), 448; James H. Charlesworth, *Jesus Within Judaism: New Light from Exciting Archaeological Discoveries* (Doubleday, 1988), 96; Meier, *A Marginal Jew,* 56–69.

വീണ്ടും അവർക്കു പ്രത്യക്ഷനായി; ദിവ്യപ്രവാചകന്മാർ ഇവയും അവനെക്കുറിച്ചുള്ള എണ്ണമറ്റ അത്ഭുതകരമായ കാര്യങ്ങളെക്കുറിച്ചും പറഞ്ഞിരുന്നു). ഇന്നുവരെ അവന്റെ നാമധേയത്തിലുള്ള ക്രിസ്ത്യാനികളുടെ ഗോത്രം അപ്രത്യക്ഷമായിട്ടില്ല." (യെഹൂദാ പുരാതനത്വങ്ങൾ 18.3.3 §§63-64)

ജോസീഫസിന്റെ ഈ പരാമർശം പൂർണ്ണമായും വ്യാജമാണെന്ന റിച്ചാർഡ് കാര്യറിന്റെ വാദം[14] ഈ വിഷയത്തിൽ വിദഗ്ദരായ പണ്ഡിതന്മാർ തള്ളിക്കളഞ്ഞിട്ടുണ്ട്.[15] പുരാതന ചരിത്രത്തെക്കുറിച്ച് കൊളംബിയ സർവ്വകാലാശാലയിൽ നിന്ന് ഡോക്ടറേറ്റ് കരസ്ഥമാക്കിയിട്ടുള്ള റിച്ചാർഡ് സെവാന്റിസ് കാര്യർ, അമേരിക്കയിലെ അറിയപ്പെടുന്ന ഒരു നിരീശ്വരവാദ പ്രചാരകനും, യേശു ഒരു ചരിത്രപുരുഷനല്ലായെന്ന നിലപാടിനെ പിന്തുണച്ച് ഗ്രന്ഥരചന നടത്തിയിട്ടുള്ളവരിൽ പണ്ഡിത ലോകത്തിന്റെ ശ്രദ്ധ അല്പമെങ്കിലും നേടിയിട്ടുള്ള വിരലിലെണ്ണാവുന്ന എണ്ണം എഴുത്തുകാരിൽ പ്രമുഖനുമാണ്.

യേശുവിനെക്കുറിച്ച് വിവരിക്കുന്ന ഭാഗത്ത് യേശുവിന്റെ ക്രൂശീകരണത്തിനു കാരണക്കാരായ 'പ്രമുഖരായ പുരുഷന്മാരെക്കുറിച്ച്' ജോസീഫസ് പരാമർശിക്കുന്നുണ്ട്. ജോസീഫസ് ജനിച്ചത് പൊതുവർഷം 37-ലോ 38-ലോ ആയിരുന്നുവെങ്കിലും യേശു ജീവിച്ചിരുന്നുവെങ്കിൽ തന്റെ മരണം നടന്നിരിക്കുവാൻ സാധ്യതയുള്ള പൊതുവർഷം 30-ലെ അതേ

---

[14] Carrier, *On the Historicity of Jesus*, 342.

[15] Mason Steve, "Jewish Sources: Flavius Josephus," in *The Jesus Handbook*, ed. Jens Schröter and Christine Jacobi, trans. Robert L. Brawley (Grand Rapids, Michigan: Eerdmans, 2022), 164–65; Valentino Gasparini, "Negotiating the Body: Between Religious Investment and Narratological Strategies. Paulina, Decius Mundus and the Priests of Anubis," in *Negotiating the Body: Between Religious Investment and Narratological Strategies. Paulina, Decius Mundus and the Priests of Anubis* (De Gruyter, 2017), 393.

തലമുറയിൽപ്പെട്ട 'പ്രമുഖ പുരുഷന്മാർക്ക്' നടുവിലാണ്[16] ആ ദേശത്തെ പ്രധാനിയായ മത്തിയാസിന്റെ മകനായി ജോസീഫസ് വളർന്നത്. യേശുവിന്റെ മരണ സമയത്ത് മത്തിയാസിന് ഏകദേശം ഇരുപത്തിനാല് വയസ്സ് പ്രായമുണ്ടാകും.[17] ജോസീഫസിന്റെ പിതാവും ദേശത്തെ പ്രമുഖന്മാരുടെ കൂട്ടത്തിൽപ്പെട്ടയാളായിരുന്നുവെന്ന് വ്യക്തമാണ്. അതായത് ക്രിസ്ത്യാനികളെ യാതൊരു തരത്തിലും ആശ്രയിക്കാതെ തന്നെ യേശു എന്നൊരാൾ ജീവിച്ചിരുന്നുവോ ഇല്ലയോ എന്ന് വ്യക്തമായി ജോസീഫസിന് അക്രൈസ്തവരായ ദൃക്ക്‌സാക്ഷികളിൽ നിന്ന് വളരെ സ്വാഭാവികമായിത്തന്നെ അറിയുവാൻ സാധിക്കുമായിരുന്നു. അതിനാൽ തന്നെ ജോസീഫസിന്റെ സാക്ഷ്യം വളരെ പ്രധാനപ്പെട്ടതാണ്. ജോസീഫസിന്റെ രണ്ടാമത്തെ പരാമർശത്തിന്റെ ആധികാരികത പണ്ഡിതന്മാർക്കിടയിൽ ഏതാണ്ട് തർക്കാതീതമാണ്. പൗലോസിന്റെ ലേഖനത്തെക്കുറിച്ച് പറയുന്ന അടുത്ത ഭാഗത്ത് അത് നൽകിയിട്ടുണ്ട്.

മറ്റൊരു പ്രധാനപ്പെട്ട അക്രൈസ്തവനായ എഴുത്തുകാരൻ, റോമൻ ചരിത്രകാരനും സെനറ്ററുമായിരുന്ന ടാസിറ്റസാണ്. കൊർണേലിയസ് ടാസിറ്റസ് (പൊതുവർഷം 55–120) പ്രധാനപ്പെട്ട ഒരു റോമൻ ചരിത്രകാരനായിരുന്നു. പല റോമൻ ചക്രവർത്തിമാരെക്കുറിച്ചുമുള്ള പല പ്രധാനപ്പെട്ട വിവരങ്ങളും നമ്മുക്ക് ലഭിക്കുന്നത് അദ്ദേഹത്തിൽ നിന്നാണ്. ഏകദേശം പൊതുവർഷം 115-ൽ എഴുതിയ ആനൽസ് (വാർഷിക സംഭവ ചരിത്രം) 15.44-ലെ ടാസിറ്റസിന്റെ പരാമർശങ്ങളാണ് നമ്മുടെ പരിഗണനയിലിരിക്കുന്ന വിഷയത്തിൽ ഏറ്റവും പ്രസക്തമായത്. ആ ഭാഗം താഴെ നൽകിയിരിക്കുന്നു.

"എന്നാൽ എല്ലാ മാനുഷിക ശ്രമങ്ങൾക്കും, ചക്രവർത്തിയുടെ എല്ലാ ആർഭാട സമ്മാനങ്ങൾക്കും, ദൈവങ്ങളെ പ്രീതിപ്പെടുത്തിയതിനും [ഒന്നും] തീപിടുത്തം ഒരു ഉത്തരവിന്റെ

---

[16] Josephus, Life of Josephus 9

[17] Josephus, Life of Josephus 5-7

ഫലമാണെന്ന ദുഷിച്ച കിംവദന്തി വിശ്വസിക്കുന്നതിൽ നിന്ന് [ജനങ്ങളെ] തടയാൻ കഴിഞ്ഞില്ല. കിംവദന്തി ഇല്ലാതാക്കാൻ, മ്ലേച്ഛകൃത്യങ്ങളാൽ വെറുക്കപ്പെട്ടിരുന്ന, ക്രിസ്ത്യാനികൾ എന്ന് ജനങ്ങൾ വിളിക്കുന്ന വർഗ്ഗത്തിന്റെ മേൽ നീറോ കുറ്റം ഉറപ്പിക്കുകയും, അവരുടെ മേൽ ഏറ്റവും കഠിനമായ പീഡനങ്ങൾ നടത്തുകയും ചെയ്തു. ആരിൽ നിന്നാണോ അവരുടെ പേര് ഉത്ഭവിച്ചിരിക്കുന്നത് ആ ക്രിസ്തുസ് തിബെര്യാസിന്റെ ഭരണകാലത്ത് നമ്മുടെ ദേശാധികാരികളിലൊരാളായ പൊന്തിയൊസ് പീലാത്തോസിന്റെ കൈകളാൽ കൈകളാൽ കടുത്ത ശിക്ഷ അനുഭവിക്കേണ്ടി വന്നു. വിനാശകരമായ അന്ധവിശ്വാസം താൽക്കാലികമായി അടിച്ചമർത്തപ്പെട്ടു, പക്ഷേ അത് വീണ്ടും പൊട്ടിപ്പുറപ്പെടാൻ തുടങ്ങി. ഈ തിന്മയുടെ ഉത്ഭവസ്ഥാനമായ യെഹൂദ്യയിൽ മാത്രമല്ല, ലോകത്തിന്റെ എല്ലാ ഭാഗത്തുനിന്നും വൃത്തികെട്ടതും ലജ്ജാകരവുമായ എല്ലാം ഒത്തുചേരുകയും ജനപ്രിയമാവുകയും ചെയ്യുന്ന റോമിലും. അതിനാൽ, ആദ്യം കുറ്റസമ്മതം നടത്തിയവരെ അറസ്റ്റ് ചെയ്തു, പിന്നീട്, അവർ നടത്തിയ വെളിപ്പെടുത്തലുകളിൽ, ഒരു വലിയ വിഭാഗത്തെ കുറ്റവാളികളായി കണ്ടെത്തി - അവർ തീവെപ്പുകാരായിരുന്നു എന്നതിനേക്കാൾ മനുഷ്യരാശിയോടുള്ള അവരുടെ വെറുപ്പ് കാരണം. അവരുടെ മരണത്തിൽ എല്ലാത്തരം പരിഹാസങ്ങൾക്കും അവർ വിധേയരായി. വന്യമൃഗങ്ങളുടെ തോലികളാൽ പൊതിഞ്ഞ അവരെ നായ്ക്കൾ കീറി കഷ്ണങ്ങളാക്കി നശിപ്പിക്കും, അല്ലെങ്കിൽ അവരെ കുരിശിൽ തറയ്ക്കുകയോ, പകൽ കഴിയുമ്പോൾ രാത്രിയിൽ വെളിച്ചം നൽകുന്നതിനായി കത്തിക്കുകയോ ചെയ്യും. ആ പ്രദർശനത്തിനുള്ള വേദിയായി നീറോ തന്റെ പൂന്തോട്ടങ്ങൾ നൽകുകയും, കൂടാതെ അദ്ദേഹം സർക്കസ് വിനോദങ്ങളും നടത്തുകയും, അതേസമയം തന്റെ സാരഥിയുടെ വസ്ത്രത്തിൽ സാധാരണക്കാരുമായി ഇടകലരുകയോ അല്ലെങ്കിൽ തന്റെ രഥത്തിൽ എഴുന്നേറ്റു നിൽക്കുകയോ ഒക്കെ ചെയ്യുകയും ചെയ്തു. തൽഫലമായി, ഈ ആളുകൾ കുറ്റവാളികളും മാതൃകാപരമായ ശിക്ഷയ്ക്ക് അർഹരുമായിരുന്നുവെങ്കിലും, പൊതുനന്മയ്ക്ക് വേണ്ടിയല്ല, മറിച്ച്

ഒരാളുടെ ക്രൂരതയെ തൃപ്തിപ്പെടുത്താനാണ് അവരെ ഉന്മൂലനം ചെയ്യുന്നതെന്ന് തോന്നിയതിനാൽ അവരോടുള്ള സഹതാപം വർദ്ധിക്കാൻ തുടങ്ങി."

ക്രിസ്ത്യാനികൾ എന്ന പേരിനു പിന്നിലുള്ള ക്രിസ്തുവിനെ തിബെര്യാസ് ചക്രവർത്തിയുടെ ഭരണകാലത്ത് റോമൻ പ്രവിശ്യാധിപനായ പൊന്തിയൊസ് പീലാത്തോസ് വധശിക്ഷയ്ക്ക് വിധേയനാക്കിയെന്ന് അദ്ദേഹം വ്യക്തമായി രേഖപ്പെടുത്തിയിട്ടുണ്ട്. ഈ പരാമർശവും ആധികാരികമല്ലായെന്ന റിച്ചാർഡ് കാര്യറിന്റെ വാദവും[18] തെളിവുകളുടെ അടിസ്ഥാനത്തിൽ ഗവേഷകന്മാർ തള്ളിക്കളഞ്ഞിട്ടുണ്ട്.[19]

പൗലോസിന്റെയും പത്രോസിന്റെയും കത്തുകൾ

പൗലോസ് കൊരിന്ത്യർക്ക് അയച്ച കത്തിൽ യേശുവിന് സഹോദരന്മാർ ഉണ്ടായിരുന്നുവെന്ന പരാമർശം (1 കൊരിന്ത്യർ 9:5) കാണുവാൻ സാധിക്കും. ഇതിൽ യാക്കോബ് എന്ന പേരുള്ള യേശുവിന്റെ ഒരു സഹോദരനെ (ഗലാത്യർ 1:19) താൻ കണ്ടിട്ടുണ്ടെന്ന് ഗലാത്യ സഭകൾക്കയച്ച മറ്റൊരു കത്തിൽ അദ്ദേഹം സാന്ദർഭികമായി സൂചിപ്പിക്കുന്നുണ്ട്. ഈ കത്തിൽ ക്രിസ്തീയ ഉപദേശത്തിന്റെ വിഷയത്തിൽ പൗലോസിന്റെ എതിർചേരിയിലുള്ള ഒരു വ്യക്തിയാണ് യാക്കോബ് എന്ന ഒരു സൂചന (ഗലാത്യർ 2:12) കാണുവാൻ സാധിക്കുമെന്നുള്ളതാണ് ശ്രദ്ധിക്കേണ്ട ഒരു വസ്തുത. യാക്കോബ് യേശുവിന്റെ സഹോദരനാണെന്ന വസ്തുത പൗലോസിന്റെ താല്പര്യങ്ങൾക്ക് വിരുദ്ധമാണെന്നത് യാക്കോബിനെക്കുറിച്ചുള്ള പരാമർശത്തിന്റെ പ്രാധാന്യം വർദ്ധിപ്പിക്കുന്നു.

---

[18] Carrier, *On the Historicity of Jesus*, 344.

[19] Willem J. C. Blom, "Why the Testimonium Taciteum Is Authentic: A Response to Carrier," *VC* 73.5 (2019): 564—81; Ken Dark, *The Sisters of Nazareth Convent: A Roman-Period, Byzantine, and Crusader Site in Central Nazareth*, 1st edition. (Routledge, 2020), 200.

യാക്കോബ് യേശുവിന്റെ സഹോദരനാണെന്ന വസ്തുത സ്വതന്ത്രമായ നിലയിൽ മുകളിൽ സൂചിപ്പിച്ചതിൽ നിന്ന് വ്യത്യസ്തമായി മറ്റൊരു ഭാഗത്ത് സാന്ദർഭികമായി ജോസീഫസ് പരാമർശിക്കുന്നുണ്ട്.[20] ഈ ഭാഗം വളരെ പ്രധാനപ്പെട്ടതാണ്. കാരണം ഇത് മുകളിൽ സൂചിപ്പിച്ചത് പോലെ വ്യാപകമായി തർക്കാതീതമായ നിലയിൽ ആധികാരികമായ പരാമർശമായാണ് വിദഗ്ദ്ധന്മാർ കണക്കാക്കുന്നത്.[21] യേശുവിന്റെ ചരിത്രാസ്തിത്വം നിഷേധിക്കുവാൻ ആഗ്രഹിക്കുന്നതിനാൽ റിച്ചാർഡ് കാര്യർ ഈ ഭാഗവും കൂട്ടിച്ചേർക്കലാണെന്ന് വാദിക്കുവാൻ ശ്രമിച്ചിട്ടുണ്ട്.[22] എന്നാൽ അദ്ദേഹത്തിന്റെ ഈ വാദവും പണ്ഡിതന്മാർ തള്ളിക്കളഞ്ഞിട്ടുണ്ട്.[23] പ്രസ്തുത ഭാഗം പൂർണ്ണമായ നിലയിൽ താഴെ നൽകിയിട്ടുണ്ട്:

"എന്നാൽ ഈ ഇളയ അനാനോസ്[24] ഞങ്ങൾ ഇതിനകം നിങ്ങളോട് പറഞ്ഞതുപോലെ, പ്രധാന പൗരോഹിത്യം സ്വീകരിച്ചു. അവൻ കോപത്തിൽ ധീരനും വളരെ ധിക്കാരിയുമായിരുന്നു. നമ്മൾ ഇതിനകം നിരീക്ഷിച്ചതുപോലെ, എല്ലാ യെഹൂദന്മാരെക്കാളും മുകളിൽ, കുറ്റവാളികളെ വിധിക്കുന്നതിൽ വളരെ കർക്കശക്കാരായ സദൂക്യരുടെ വിഭാഗത്തിൽ പെട്ടയാളായിരുന്നു അവൻ. ഇത്തരമൊരു സ്വഭാവമുള്ളതിനാൽ, ഫെസ്റ്റോസ് മരിക്കുകയും, ആൽബിനസ് ഇപ്പോഴും വഴിയിലായിരുന്നതിനാലും തനിക്ക് ശരിയായ അവസരം ലഭിക്കുമെന്ന് അനാനോസ് കരുതി. അവൻ ന്യായാധിപ ആലോചനസഭ വിളിച്ചുകൂട്ടി, യാക്കോബ്

---

[20] Josephus, Antiquities, 20.9.

[21] Paul W. Barnett, Jesus and the Logic of History (InterVarsity Press, 2001), 37; Étienne Nodet, "Pharisees, Sadducees, Essenes, Herodians," in Handbook for the Study of the Historical Jesus (4 Vols) (Brill, 2011), 1541; Paul L. Maier, Eusebius: The Church History (Kregel Academic, 2012), 337.

[22] Carrier, On the Historicity of Jesus, 332.

[23] Steve, "Jewish Sources: Flavius Josephus," 164—65; Gasparini, "Negotiating the Body," 394.

[24] അനാനസ് എന്നും പറയാം

എന്നു പേരുള്ള യേശുവിന്റെ സഹോദരനെയും മറ്റു ചിലരെയും അവരുടെ മുമ്പിൽ കൊണ്ടുവന്നു. അവർ ന്യാപ്രമാണം ലംഘിച്ചുവെന്ന് ആരോപിക്കുകയും അവരെ കല്ലെറിയാൻ ഏൽപ്പിച്ചു കൊടുക്കുകയും ചെയ്തു. നിയമങ്ങളുമായി ബന്ധപ്പെട്ട് ഏറ്റവും ന്യായയുക്തരും കൃത്യതയുള്ളവരുമായി കണക്കാക്കപ്പെട്ടിരുന്ന നഗരത്തിലെ ആളുകൾ ഇതിന്റെ പേരിൽ ദുഃഖിതരായി. അനാനോസ് തുടക്കം മുതലേ ശരിയായി പ്രവർത്തിച്ചിട്ടില്ലാത്തതിനാൽ ഇനി അങ്ങനെ പ്രവർത്തിക്കരുതെന്ന് ആവശ്യപ്പെട്ടുകൊണ്ട് അവർ രാജാവിന്റെ അടുത്തേക്ക് [സന്ദേശം] അയച്ചു. അവരിൽ ചിലർ ആൽബിനസ് അലക്സാണ്ട്രിയയിൽ നിന്ന് യാത്രയിലായിരുന്നപ്പോൾ അദ്ദേഹത്തെ കാണാൻ പോയി, അദ്ദേഹത്തിന്റെ സമ്മതമില്ലാതെ അനാനോസ് ആലോചനസഭ വിളിച്ചുകൂട്ടുന്നത് നിയമാനുസൃതമല്ലെന്ന് അദ്ദേഹത്തെ അറിയിക്കുകയും ചെയ്തു. [അവർ] പറഞ്ഞ കാര്യങ്ങൾ ബോധ്യപ്പെട്ട ആൽബിനസ് അനാനോസിന് ദേഷ്യത്തിൽ [കത്ത്] എഴുതുകയും അവൻ ചെയ്തതിന് അവനെ ശിക്ഷിക്കുമെന്ന് ഭീഷണിപ്പെടുത്തുകയും ചെയ്തു. അഗ്രിപ്പാ രാജാവ്, ഇക്കാരണത്താൽ, മൂന്നു മാസം മാത്രം പദവിവഹിച്ചിരുന്നപ്പോൾ അവനെ മഹാപുരോഹിതസ്ഥാനത്ത് നിന്ന് മാറ്റി, ദാംനിയൂസിന്റെ മകനായ യേശുവിനെ മഹാപുരോഹിതനാക്കി." (യെഹൂദാ പുരാതനത്വങ്ങൾ 20.9.1 §§199-203)

ഒരു കേവല വായനയിൽ തന്നെ മനസിലാകും ആദ്യം നാം പരിഗണിച്ച ഭാഗത്തിൽ നിന്നും വ്യത്യസ്തമായി യേശുവിന് ഒരു പ്രാധാന്യവും ഇവിടെ നല്ലിയിട്ടില്ലായെന്നും അതിനാൽ തന്നെ ഇങ്ങനെ ഒരു ഭാഗം കൂട്ടിച്ചേർക്കുവാനുള്ള ഒരു പ്രചോദനം ഒരു ക്രിസ്ത്യാനിക്കും ഉണ്ടാകില്ലെന്നും. ഇങ്ങനെ ഒരു കാര്യം, വ്യാപകമായി വായിക്കപ്പെടുന്ന, പ്രസിദ്ധമായ ഒരു രചനയിൽ കൂട്ടിച്ചേർക്കുവാനുള്ള ധീരതയുണ്ടാകണമെങ്കിൽ അതിനുള്ള പ്രചോദനം ഉണ്ടാകണം. ആദ്യത്തെ ഭാഗത്ത് അത് വളരെ വ്യക്തമാണ്. എന്നാൽ ഈ ഭാഗത്തിന്റെ കാര്യത്തിൽ തികച്ചും

വ്യത്യസ്തമായ നിലയിലുള്ള താല്പര്യങ്ങളാണ് അതിന് ആവശ്യം. യേശുവിന്റെ ചരിത്രപരത ആരെങ്കിലും നിഷേധിക്കുന്നുണ്ടാകണം, ജോസീഫസിന്റെ രചനകളിൽ ഒരു പരാമർശം പോലും ഇല്ലെന്ന ഒരു ആരോപണമായി ഉന്നയിക്കപ്പെട്ടിരിക്കണം. അങ്ങനെ ഒരു ആരോപണവുമില്ലാത്ത ഒരു സാഹചര്യത്തിൽ ഇങ്ങനെയൊരു കാര്യം കൂട്ടിച്ചേർത്ത് എന്തെങ്കിലും തെളിയിക്കേണ്ട ഒരു ആവശ്യം ആദിമ ക്രിസ്ത്യാനികൾക്കില്ല.

ഇത്തരത്തിലുള്ള എന്തെങ്കിലും ചർച്ചകൾ യേശുവിന്റെ ചരിത്രപരതയുമായി ബന്ധപ്പെട്ട് അന്ന് നടന്നിട്ടുണ്ടെങ്കിൽ അത് വളരെ വലിയ ഒരു വിവാദ വിഷയമാകുമായിരുന്നു, അതിനുള്ള തെളിവുകൾ നമ്മുക്ക് നിശ്ചയമായും ലഭ്യമാകുമായിരുന്നു. ലഭ്യമായ തെളിവുകൾ ഏതുവിധേനയും തള്ളിക്കളയുവാനുള്ള വ്യഗ്രതയിൽ ഈ രചനകൾ വ്യാപകമായി ഉപയോഗിക്കപ്പെട്ട കാലഘട്ടത്തിലെ ഇത്തരം പരിഗണനാർഹമായ സാഹചര്യങ്ങൾ മറന്നു പോകരുത്. ജോസീഫസിന് അനനോസ് എന്ന ഈ മഹാപുരോഹിതനെയും അതിനാൽ തന്നെ യാക്കോബിനെയും നേരിട്ട് തന്നെ അറിയാമായിരുന്നു എന്ന് ചിന്തിക്കുവാനും തെളിവുകളുണ്ട്.[25]

യേശുവിന് ഒരു സഹോദരനുണ്ടായിരുന്നുവെങ്കിൽ യേശു ഒരു ചരിത്രപുരുഷനാണെന്ന് തന്നെയാണ് അതിന്റെയർത്ഥം. യേശു അബ്രഹാമിന്റെയും (ഗലാത്യർ 3:16) ദാവീദിന്റെയും (റോമർ 1:5) സന്തതിപരമ്പരയിൽ ഒരു സ്ത്രീയുടെ മകനായി ജനിച്ച യെഹൂദനാണെന്ന് (റോമർ 9:5, ഗലാത്യർ 4:4) തന്റെ കത്തുകളിൽ വളരെ സാന്ദർഭികമായും, യേശു ഒരു ചരിത്രപുരുഷനാണെന്ന് വാദിക്കുകയോ തെളിയിക്കുകയോ ചെയ്യുകയെന്ന ലക്ഷ്യത്തോട് കൂടെ അല്ലാതെയും (അങ്ങനെ വാദിക്കേണ്ട ആവശ്യമില്ലായിരുന്നു കാരണം യേശു ഒരു ചരിത്രപുരുഷനല്ലായെന്നത് പതിനേഴാം നൂറ്റാണ്ടിന്റെ[26] രണ്ടാം പാതിയിൽ മാത്രം ആരംഭിച്ച ഒരു

---

[25] F. B. A. Asiedu, Josephus, Paul, and the Fate of Early Christianity: History and Silence in the First Century (Lanham, MD: Fortress Academic, 2019), 3.

[26] Meggitt, "'More Ingenious than Learned'?," 454.

സങ്കല്പമാണ്), വളരെ വ്യക്തമായി പൗലോസ് സാക്ഷ്യപ്പെടുത്തുന്നുണ്ട്.

ദാവീദിന്റെ ബീജം ഉൾപ്പെട്ട ഒരു പ്രാപഞ്ചിക ബീജശേഖരം ദൈവം എവിടെയോ സൂക്ഷിച്ചുവെച്ചിട്ടുണ്ട്, അതിൽ നിന്ന് ദൈവം യേശുവിനെ ബഹിരാകാശത്ത് വെച്ച് സൃഷ്ടിച്ചുവെന്നാണ് പൗലോസ് ഉദ്ദേശിച്ചതെന്നാണ് റിച്ചാർഡ് കാര്യർ വിശ്വസിക്കുന്നത്.[27] റോമർ 1:5-ലെ പരാമർശത്തെ തന്റെ വാദത്തിന് അനുകൂലമായി വ്യാഖ്യാനിക്കുന്നതിനുവേണ്ടി കാര്യർ കെട്ടിച്ചമച്ച ഒരു വിചിത്ര സങ്കല്പം എന്നതിന്റെയപ്പുറം ഇങ്ങനെയൊരു കാര്യമോ, മറ്റാരുടെയെങ്കിലും കാര്യത്തിൽ സമാനമായ എന്തെങ്കിലുമോ, ആദിമ ക്രിസ്ത്യാനികളോ, അതിനു മുൻപ് യെഹൂദന്മാരോ വിശ്വസിച്ചിരുവെന്നതിന് യാതൊരു തെളിവുമില്ലായെന്ന് ഗവേഷകന്മാർ കണ്ടെത്തിയിട്ടുണ്ട്.[28] മാത്രവുമല്ല റോമർ 1:3-ൽ (ചില വിവർത്തനങ്ങളിൽ 1:5-ൽ) ദാവീദിന്റെ സന്തതിയിൽ നിന്ന് എന്ന് പറയുന്നതിന് ഉപയോഗിച്ചിരിക്കുന്ന σπέρματος Δαυείδ (സ്പേമാറ്റോസ് ദാവീദ്) എന്ന പദപ്രയോഗത്തിന്റെ വിവിധ രൂപങ്ങൾ പഴയനിയമത്തിന്റെ ഗ്രീക്ക് വിവർത്തനത്തിലും മറ്റ് യഹൂദാ രചനകളിലും ദാവീദിന്റെ സന്തതിപരമ്പരയെക്കുറിക്കുന്നതായി നൽകിയിരിക്കുന്നതായി കാണുവാൻ സാധിക്കും (2 ശമുവേൽ 22:51; 1 രാജാക്കന്മാർ 2:33; സങ്കീർത്തനങ്ങൾ 18:50/ഗ്രീക്ക് 7:51; സോളമന്റെ സങ്കീർത്തനങ്ങൾ 17:4; യോഹന്നാൻ 7:42; 4 എസ്രാ 12:32). പൗലോസ് ഇതെഴുതുമ്പോൾ എബ്രായ ഭാഷയിൽ ഏകദേശം 600-ലധികം വർഷങ്ങളായി നിലവിലുള്ള ഒരു അർത്ഥത്തിൽ നിന്ന്, ഗ്രീക്കിൽ ഏകദേശം 200 വർഷങ്ങളായി[29] നിലവിലുള്ള ഒരു അർത്ഥത്തിൽ നിന്ന് വ്യത്യസ്തമായി ചരിത്രത്തിൽ കേട്ടുകേൾവിയില്ലാത്ത മറ്റൊരു

---

[27] Carrier, *On the Historicity of Jesus*, 576.

[28] Christopher M. Hansen, "Romans 1:3 and the Celestial Jesus: A Rebuttal to Revisionist Interpretations of Jesus' Descendance From David in Paul.," ed. David J. Fuller and John J. H. Lee, *MJTM* 22 (2020): 31–60.

[29] William P. Brown, *The Oxford Handbook of the Psalms* (OUP USA, 2014), 175.

അർത്ഥത്തിൽ   പൗലോസ്   ഉപയോഗിച്ചുവെന്നത് ദുർവ്യാഖ്യാനത്തിന്റെ ഭീകര രൂപമാണെന്ന് മാത്രമേ പറയുവാൻ സാധിക്കുകയുള്ളൂ.

ഗലാത്യർ   1:19-ൽ   ഉപയോഗിച്ചിരിക്കുന്ന   ἀδελφὸς (അഡെൽഫോസ്) എന്ന പദത്തിന്റെ അക്ഷരീക അർത്ഥം 'ഒരേ ഉദരത്തിൽ നിന്ന് എന്നാണ്.[30] പൊതുവിൽ സഹോദരന്മാർ എന്ന് ഒരു കൂട്ടത്തെ പരാമർശിക്കുമ്പോൾ (റോമർ 1:13, 1 കൊരിന്ത്യർ 1:10, ഗലാത്യർ 1:11) അത് ആത്മീയ സഹോദരന്മാർ എന്ന അർത്ഥത്തിൽ മനസിലാക്കുന്നത്   ശരിയായ   വ്യാഖ്യാനമാണ്.   എന്നാൽ വ്യക്തികളുടെ പേരിനോട് ചേർത്ത് (ആത്മീയ അർത്ഥത്തിൽ) സഹോദരന്മാർ എന്ന് പറയുമ്പോൾ, കേവലം സഹോദരൻ എന്ന് പരാമർശിക്കുകയല്ലാതെ, 'കർത്താവിന്റെ സഹോദരൻ' എന്ന് പൗലോസ്   ഒരിടത്തും   പരാമർശിച്ചിട്ടില്ല (സോസ്തെനോസ്-1 കൊരിന്ത്യർ 1:1, തിമോത്തിയോസ്-2 കൊരിന്ത്യർ 1:1, അപ്പൊല്ലോസ്-1 കൊരിന്ത്യർ 16:2, ക്വർത്തൊസ്-റോമർ 16:23). പൊതുവിൽ ഒരു കൂട്ടരെക്കുറിച്ച് സഹോദരന്മാർ എന്ന് പരാമർശിക്കുന്ന ഭാഗത്ത് അത് കർത്താവുമായി ചേർത്ത് പറയുമ്പോൾ ἀδελφοὶς ἐν Χριστῷ (അഡെൽഫോയിസ്   എൻ   ക്രിസ്റ്റോ)   എന്നാണ് എഴുതിയിരിക്കുന്നത്.   അതിന്റെ   അർത്ഥം   ക്രിസ്തുവിൽ സഹോദരന്മാർ   എന്നാണ് (കൊലൊസ്സ്യർ   1:1).   എന്നാൽ കർത്താവിന്റെ   സഹോദരീ   സഹോദരന്മാർ   എന്ന   പദവി പൊതുവിൽ   ക്രിസ്തുവിൽ   വിശ്വസിക്കുന്ന എല്ലാവർക്കുമുള്ളതാണെന്ന   വിശ്വാസം   ആദിമ ക്രിസ്ത്യാനികൾക്കുണ്ടായിരുന്നു.

ഇതിൽ, പൊതുവിൽ എല്ലാ വിശ്വാസികളും (മത്തായി 12:50, മത്തായി 25:40, മർക്കോസ് 3:34, റോമർ 8:29, എബ്രായർ 2:11, എബ്രായർ   2:17)   അപ്പൊസ്തലന്മാരും   (യോഹന്നാൻ   20:17)

---

[30] Stephen D. Moore and J. C. a Anderson, *New Testament Masculinities* (BRILL, 2004), 82.

ഉൾപ്പെടുന്നു. എന്നാൽ 1 കൊരിന്ത്യർ 9:5-ൽ οἱ ἀδελφοὶ τοῦ κυρίου (ഹോയി അഡെൽഫോയി തൗ കുരിയോ) എന്നും ഗലാത്യർ 1:19ൽ τὸν ἀδελφὸν τοῦ κυρίου (തോൻ അഡെൽഫോൻ തൗ കുരിയോ) എന്നും വിവേചകഭേദകം[31] (ഹോയി, തോൻ) ചേർത്താണ് പറഞ്ഞിരിക്കുന്നത്. ഈ പശ്ചാത്തലത്തിൽ വിലയിരുത്തുമ്പോൾ "കർത്താവിന്റെ സഹോദരന്മാർ" എന്നതുകൊണ്ട് "സ്നാനമേറ്റ ഏതൊരു ക്രിസ്ത്യാനിയും" എന്നാണ് അർത്ഥമാക്കുന്നതെന്ന റിച്ചാർഡ് കാര്യറിന്റെ കാഴ്ചപ്പാട് 1 കൊരിന്ത്യർ 9:5-ന് ബാധകമല്ല, കാരണം   പൗലോസ്   ഓരോ   ക്രിസ്ത്യാനിയുടെയും അവകാശത്തെക്കുറിച്ചാണ് ആ ഭാഗത്ത് സംസാരിക്കുന്നതെങ്കിൽ അപ്പൊസ്തലന്മാരെയും കേഫാവിനെയും കുറിച്ച് പ്രത്യേകമായി പരാമർശിക്കാതെ പൗലോസിന് ആ പൊതു പരാമർശം മാത്രമായി ഉപയോഗിക്കാമായിരുന്നു.

അപ്പൊസ്തലന്മാർ, കർത്താവിന്റെ സഹോദരന്മാർ, കേഫാവ്[32] എന്നിങ്ങനെ   മൂവരിൽ   ഏറ്റവും   പൊതുവായ   വിഭാഗം "അപ്പൊസ്തലന്മാർക്കും"   "കേഫാവിനും"   ഇടയിൽ എഴുതിച്ചേർത്തുവെന്നത് തികച്ചും വിചിത്രമായ വീക്ഷണമാണ്.[33] യാക്കോബ് എന്നത് ആ കാലഘട്ടത്തിലെ ഏറ്റവും പ്രചാരത്തിലുള്ള പത്താമത്തെ   നാമമായിരുന്നു.[34]   പുതിയനിയമത്തിൽ   തന്നെ

---

[31] ഇംഗ്ലീഷിൽ definite article — 'the'

[32] കേഫാവ് എന്നത് യേശുവിന്റെ ശിഷ്യന്മാരിൽ പ്രധാനിയായിരുന്ന ശിമയോൻ പത്രോസിന്റെ അരമായ നാമമാണ്. Dale C. Allison, "Peter and Cephas: One and the Same," *JBL* 111.3 (1992): 492.

[33] Simon Gathercole, "The Historical and Human Existence of Jesus in Paul's Letters," *JSHJ* 16.2—3 (2018): 194.

[34] Antón M. Pazos and Richard Bauckham, eds., "The Historical James, Son of Zebedee (Ya'aqōv Bar Zabdai), Fisher of Fish and of People," in *Translating the Relics of St James: From Jerusalem to Compostela*, 1st edition. (New York: Routledge, 2016), 7.

ഒന്നിലധികം യാക്കോബുമാരെ കാണുവാൻ സാധിക്കും.[35] സ്വാഭാവികമായും യാക്കോബ് എന്ന് പേരുള്ള പലരിൽ ഏതു യാക്കോബിനെക്കുറിച്ചാണ് സംസാരിക്കുന്നതെന്ന് വ്യക്തമാക്കുന്നതിനു വേണ്ടിയാണ് 'കർത്താവിന്റെ സഹോദരനായ യാക്കോബ്" എന്ന് പൗലോസ് എഴുതിയത്. അത് പൊതുവിൽ ക്രിസ്ത്യാനികളെക്കുറിച്ചോ അല്ലായെങ്കിൽ സഞ്ചാര സുവിശേഷകരുടെ[36] സാഹോദര്യത്തെക്കുറിച്ചോ ആണെന്ന് വ്യാഖ്യാനിക്കുന്നത് ഒരിക്കലും പൗലോസിന്റെ ഈ ലക്ഷ്യത്തോട് ചേർന്നു പോകില്ല.

കാരണം, അത്തരമൊരു സംഘത്തിൽ മറ്റു പലരുമുണ്ടാകാം. മാത്രവുമല്ല ഈ യാക്കോബ് ഒരു സഞ്ചാര സുവിശേഷകനായിരുന്നുവെന്നതിന് യാതൊരു തെളിവുമില്ല.[37] എന്നാൽ യാക്കോബ് യേശുവിന്റെ സഹോദരനായിരുന്നുവെന്നതുമായി ബന്ധപ്പെട്ടും ജെറുസലേം സഭയിൽ യാക്കോബിനുണ്ടായിരുന്ന പ്രാധാന്യത്തെ സംബന്ധിച്ചും ധാരാളം തെളിവുകളുണ്ട്.[38] ഈ വസ്തുതകളുടെ പശ്ചാത്തലത്തിൽ

---

[35] Pazos and Bauckham, "The Historical James, Son of Zebedee (Ya'aqōv Bar Zabdai), Fisher of Fish and of People," 7–8.

[36] Robert M. Price, "Jesus at the Vanishing Point," in *The Historical Jesus: Five Views*, ed. James K. Beilby and Paul R. Eddy (Downers Grove, Ill: IVP Academic, 2009), 65.

[37] Ben Witherington III, *New Testament Theology and Ethics* (Downers Grove, Ill: IVP Academic, 2016), 282.

[38] പിൽക്കാലത്ത് ബൈബിളിനു പുറത്ത് "നീതിമാനായ യാക്കോബ്" എന്നറിയപ്പെട്ട യാക്കോബിനെക്കുറിച്ചുള്ള പിൽക്കാല പാരമ്പര്യങ്ങളെ സമഗ്രമായി വിലയിരുത്തുന്ന പ്രധാന പഠനങ്ങൾ ഇവയാണ്: John Painter and D. Moody Smith, *Just James: The Brother of Jesus in History and Tradition*, 1st edition. (Fortress Press, 1999); Bruce Chilton and Jacob Neusner, *The Brother of Jesus: James the Just and His Mission* (Westminster John Knox Press, 2001); Bruce D. Chilton and Craig A. Evans, eds., *James the Just and Christian Origins* (Brill, 2014); Alan Saxby, *James, Brother of Jesus, and the Jerusalem Church: A Radical Exploration of Christian Origins* (Wipf and Stock Publishers, 2015).

യാക്കോബ് യേശുവിന്റെ സഹോദരനായിരുന്നു എന്ന വസ്തുത തന്നെയാണ് ഗലാത്യർ 1:19-ൽ പൗലോസ് സാക്ഷ്യപ്പെടുത്തുന്നതെന്ന് മനസിലാക്കുന്നതാണ് ഏറ്റവും സ്വാഭാവികമായ വ്യാഖ്യാനം. യാക്കോബുമായും യേശുവിന്റെ ഇതര സഹോദരന്മാരുമായും ബന്ധപ്പെട്ട ഏറ്റവും പുരാതന രേഖകൾ പൗലോസിന്റെ ഈ കത്തുകളാണെന്നതിന്റെയും, പൗലോസ് തന്റെ കത്തുകളിൽ നടത്തിയിരിക്കുന്നതായി മുകളിൽ ചൂണ്ടിക്കാണിച്ചിരിക്കുന്ന മറ്റു പരാമർശങ്ങളുടെയും വെളിച്ചത്തിൽ പൗലോസ് യേശുവിന്റെ സഹോദരനെ നേരിൽ കണ്ടുവെന്നത് വളരെ പ്രധാനപ്പെട്ട ഒരു ചരിത്ര സാക്ഷ്യമാണ്.

യേശു ഒരു ചരിത്രപുരുഷനല്ലായെന്നു വാദിക്കുന്ന പ്രശസ്ത പുരാണകഥാ വാദികളിൽ അഗ്രഗണ്യനായ റോബർട്ട് എം. പ്രൈസ് ഇതിനെക്കുറിച്ച് അഭിപ്രായപ്പെട്ടിരിക്കുന്നത് ഇപ്രകാരമാണ് "എന്റെ അഭിപ്രായത്തിൽ എഥേൽബെർട്ട് സ്റ്റൗഫർ എന്തിനെയാണോ "യാക്കോബിന്റെ ചിലാഫത്ത്" എന്ന് വിളിച്ചത് അത് സത്യമായിരിക്കുവാനുള്ള സാധ്യതയാണ് യേശു-പുരാണകഥ സിദ്ധാന്തത്തിനെതിരായ ഏറ്റവും ശക്തമായ വാദം. ഗലാത്യർ 1:19 "കർത്താവിന്റെ സഹോദരനായ യാക്കോബിനെ" പരാമർശിക്കുന്നു എന്നത് മാത്രമല്ല, യേശു സമീപകാല ചരിത്രപുരുഷനായിരുന്നു എന്നതിന്റെ ശക്തമായ തെളിവാണ് അതെങ്കിൽപ്പോലും."[39]

പത്രോസിന്റെ പേരിലുള്ള രണ്ടാം ലേഖനത്തെ റിച്ചാർഡ് കാര്യർ പൂർണ്ണമായും തള്ളിക്കളയുന്നുണ്ടെങ്കിലും ഒന്നാമത്തെ ലേഖനം ആധികാരികമായിരിക്കാമെന്ന നിലപാടിനോടാണ് താൻ ചായ്‌വ് പ്രകടിപ്പിക്കുന്നത്.[40] ഈ കത്ത് പത്രോസ് തന്റെ ഒരു സഹപ്രവർത്തകന്റെ സഹായത്തോടെ തയ്യാറാക്കിയതാണെന്ന വസ്തുത വളരെ ശക്തമായ ആന്തരികവും ബാഹ്യവുമായ

---

[39] Price, *The Christ-Myth Theory and Its Problems*, 333. ഡോ. പ്രൈസ് ആ തെളിവ് കൂടുതൽ വിശദീകരിക്കുന്നുണ്ട് അതിനാലാണ് വാക്യം പൂർണ്ണമാകാത്തതു പോലെ "എന്നത് മാത്രമല്ല" "അതെങ്കിൽപ്പോലും" എന്നെല്ലാം ഈ വാക്യത്തിൽ കാണുന്നത്.
[40] Carrier, *On the Historicity of Jesus*, 263.

തെളിവുകളുടെ പിന്തുണയുള്ള ഒന്നാണ്.[41] ആധികാരികതയെ പിന്തുണയ്ക്കുന്ന തെളിവുകൾ നിലവിലില്ലായിരുന്നുവെങ്കിൽ പോലും ഒരു വ്യാജ രചനയ്ക്കാവശ്യമായ പ്രചോദനത്തിന്റെ സാന്നിധ്യം സംശയിക്കത്തക്ക നിലയിൽ എന്തെങ്കിലും ദൈവവിജ്ഞാനീയ അജണ്ട സ്ഥാപിക്കുന്നതിനായുള്ള പരിശ്രമമോ ഏതെങ്കിലും ശക്തമായ വാദപ്രതിവാദത്തിലുള്ള ഇടപെടലോ ഈ ലേഖനത്തിൽ കാണുന്നില്ലായെന്നത് ശ്രദ്ധേയമാണ്; മറിച്ച് തന്റെ വായനക്കാരെ ആശ്വസിപ്പിക്കുന്ന ഒരു ഇടയന്റെ ഹൃദയമാണ് ഈ കത്തിൽ കാണുവാൻ സാധിക്കുന്നത്. ഈ കത്തിൽ വായനക്കാർ യേശുവിനെ നേരിൽ കണ്ടിട്ടില്ലായെന്നും (1 പത്രോസ് 1:8) എന്നാൽ താൻ യേശുവിന്റെ കഷ്ടാനുഭവത്തിന് ദൃക്‌സാക്ഷിയാണെന്നും (1 പത്രോസ് 5:1) പത്രോസ് വ്യക്തമാക്കുന്നുണ്ട്.

വിമത 'ക്രിസ്ത്യാനികളുടെ' സാക്ഷ്യം

---

[41] Craig S. Keener, *1 Peter: A Commentary* (Grand Rapids, Michigan: Baker Academic, 2021), 24; Karen H. Jobes, *1 Peter*, Illustrated edition., ed. Robert Yarbrough and Joshua Jipp (Grand Rapids, MI: Baker Academic, 2005), 19; Jongyoon Moon, *Mark as Contributive Amanuensis of 1 Peter?* (LIT Verlag Münster, 2009), 124–30; സൂക്ഷ്മമായ വിശകലനത്തിലൂടെ മാത്രം വ്യക്തതയോടെ തിരിച്ചറിയുവാൻ സാധിക്കുന്ന യേശുവിന്റെ പല പ്രസ്താവനകളും ഈ കത്തിലുള്ളതായി ഗവേഷകന്മാർ കണ്ടെത്തിയിട്ടുണ്ട്. ആധികാരികതയുടെ നിറം നൽകുന്നതിനു വേണ്ടിയാണ് ഇവ രേഖപ്പെടുത്തിയതെങ്കിൽ വായനക്കാർക്ക് എളുപ്പം തിരിച്ചറിയുവാൻ പാകത്തിൽ നേരിട്ടുള്ള ഉദ്ധരണികളായി നൽകാമായിരുന്നു. സുവിശേഷങ്ങളിലെ ബന്ധപ്പെട്ട വിവരണങ്ങളിൽ പത്രോസ് ഒരു സജീവ പങ്കാളിയോ, അല്ലായെങ്കിൽ സുവിശേഷകന്മാർ വരച്ചുകാട്ടിയിരിക്കുന്ന പത്രോസിന്റെ ചിത്രത്തെ സംബന്ധിച്ച് അർത്ഥവത്തായവയോ ആണ് ഈ പരോക്ഷ ഉദ്ധരണികളെന്നതും, ആദിമ കാലം മുതൽ തന്നെ മറ്റു പല ലേഖനങ്ങളിൽ നിന്നും വ്യത്യസ്തമായി അർത്ഥശങ്കയ്ക്കിടയില്ലാത്തവിധം ഏകസ്വരത്തിൽ ആദിമ സഭ പത്രോസിന്റേതെന്ന് സാക്ഷ്യപ്പെടുത്തിയിട്ടുള്ള ഈ ലേഖനത്തിന്റെയും ബന്ധപ്പെട്ട സുവിശേഷഭാഗങ്ങളുടെയും ആധികാരികതയ്ക്കുള്ള വ്യക്തമായ തെളിവാണിത്. Robert H. Gundry, "Verba Christi' in I Peter: Their Implications Concerning the Authorship of I Peter and the Authenticity of the Gospel Tradition," *NTS* 13.4 (1967): 336–50.

ഒന്നാം നൂറ്റാണ്ടിന്റെ അവസാനത്തിൽ ക്രിസ്ത്യാനികൾക്കിടയിൽ ആരംഭിച്ചുവെന്ന് കരുതപ്പെടുന്ന ഒരു ആശയമാണ് ഡോസെറ്റിസം. യേശു ഭൂമിയിൽ മനുഷ്യനായി ഒരു മായക്കാഴ്ച പോലെ പ്രത്യക്ഷനാവുകയാണ് ചെയ്തത്, അതല്ലാതെ യേശു യഥാർത്ഥ മനുഷ്യ ശരീരമുള്ള ഒരു വ്യക്തിയായിരുന്നില്ല എന്നാണ് ഈ ആശയത്തിന്റെ ശുദ്ധമായ പതിപ്പ് പിന്തുടർന്നിരുന്നവർ വിശ്വസിച്ചിരുന്നത്. യേശുവിന്റെ മാനുഷികവും ഭൗതികവുമായ വശം നിഷേധിക്കുന്നതിലൂടെ ക്രിസ്തുവിന്റെ ദൈവികതയെ സംരക്ഷിക്കുവാനാണ്, ക്രിസ്തീയ സമൂഹത്തിൽ ഈ വിശ്വാസ വ്യതിയാനം ഉയർത്തിക്കൊണ്ടു വരുന്നതിലൂടെ, ആ കാലത്ത് ചിലർ ലക്ഷ്യം വെച്ചത്. ട്രാജൻ ചക്രവർത്തിയുടെ കാലത്ത് (പൊതുവർഷം 97-117)[42] അന്തരിച്ച അന്ത്യോക്യയിലെ സഭാധ്യക്ഷനായിരുന്ന ഇഗ്നേഷ്യസ് സ്മിർണക്കാർക്കെഴുതിയ കത്തിലാണ് ഈ വീക്ഷണത്തെക്കുറിച്ചുള്ള വ്യക്തമായ ആദ്യ പരാമർശം കാണുന്നത്.[43]

സെരിന്തസ് സാറ്റോണിലിയസ്, കെർഡോൺ എന്നും അറിയപ്പെടുന്ന കെർഡോ, മാഴ്സിയോൻ, രണ്ടാം നൂറ്റാണ്ടിൽ നിന്നുള്ള യോഹന്നാന്റെ പ്രവർത്തികൾ എന്ന ഗ്രന്ഥത്തിന്റെ രചയിതാവ് എന്നിവരായിരുന്നു ഈ വീക്ഷണത്തിന്റെ വിവിധ പതിപ്പുകളുടെ പ്രധാന വക്താക്കൾ.[44] ആദിമ നൂറ്റാണ്ടുകളിൽ ഇഗ്നേഷ്യസിനെക്കൂടാതെ, ലിയോണിലെ ഐറേനിയസ്, അന്ത്യോക്യയിലെ സെറാപിയോൻ, സ്മിർണയിലെ പോളികാർപ്പ്, രക്തസാക്ഷി ജസ്റ്റിൻ, റോമിലെ ഹിപ്പോളിറ്റസ്, തെർത്തുല്യൻ,

---

[42] Stephen E. Young, *Jesus Tradition in the Apostolic Fathers: Their Explicit Appeals to the Words of Jesus in Light of Orality Studies* (Mohr Siebeck, 2011), 158.

[43] Ignatius of Antioch, Letter to the Smyrnaeans 1.1–2

[44] Urban C. von Wahlde, *Gnosticism, Docetism, and the Judaisms of the First Century: The Search for the Wider Context of the Johannine Literature and Why It Matters* (Bloomsbury Publishing, 2015), 64.

അലക്സാന്ത്രിയയിലെ ക്ലെമന്റ്, ഒറിജൻ എന്നിവർ ഈ വീക്ഷണത്തെ എതിർത്തവരിൽ പ്രധാനികളാണ്.

യേശുവിന്റെ ജീവിതവും മരണവും ഉയിർപ്പും യഥാർത്ഥമാണെന്നു തോന്നുക മാത്രമാണ് ചെയ്യതെന്ന ഡോസെറ്റിക്കുകളുടെ വാദം യേശുവിന്റെ ചരിത്രപരതയെ പരോക്ഷമായി പിന്തുണയ്ക്കുന്ന ഒരു സുപ്രധാന തെളിവാണ്. റിച്ചാർഡ് കാര്യറിനെയും ഏൾ ഡോഹെർട്ടിയെയും[45] പോലെയുള്ള യേശു ഐതിഹ്യവാദികൾ പറയുന്നതു പോലെ യേശു ഭൂമിയിലേക്ക് വരാതെ സ്വർഗ്ഗത്തിൽ നിന്ന് ബഹിരാകാശത്തേക്ക് വന്ന് അവിടെ ജീവിച്ചു മരിച്ചുയിർത്തുവെന്നാണ് ആദിമ ക്രിസ്ത്യാനികൾ വിശ്വസിച്ചിരുന്നതെങ്കിൽ ആ വിശ്വാസം കൊണ്ട് ഏറ്റവും പ്രയോജനം ചെയ്യുക ശാരീരികമായ ബാഹ്യ പ്രത്യക്ഷീകരണം മാത്രമാണ് യേശുവിനുണ്ടായിരുന്നതെന്ന് വാദിക്കുന്ന ദൃഷ്ടിഭ്രമ വാദികളായ ഡോസെറ്റികുകൾക്കായിരുന്നു. എന്നാൽ അവർ ഒരിക്കലും യേശു ഭൂമിയിൽ ജീവിച്ചിരുന്നുവെന്നതിനെ നിഷേധിച്ചില്ല.

ഡോസെറ്റിക്കുകളുടെ വിശ്വാസത്തിന് പല പതിപ്പുകൾ ഉണ്ടായിരുന്നുവെങ്കിലും അവർ പരമാവധി നിഷേധിച്ചത് യേശുവിന്റെ യഥാർത്ഥ ശാരീരികതയെ മാത്രമാണ്. അദ്ദേഹം സ്പർശയോഗ്യനായ[46] മനുഷ്യനെന്ന് തോന്നുക മാത്രമാണ് ചെയ്യതെന്ന വാദം അവർക്ക് ഉയർത്തേണ്ടി വന്നത് യേശു ഭൂമിയിൽ ജീവിച്ചിരുന്ന ഒരു മനുഷ്യനായിരുന്നുവെന്ന വസ്തുത നിഷേധിക്കുവാൻ ഉതകുന്ന വിശ്വാസ പാരമ്പര്യത്തിന്റെ ഒരു സാധ്യത നിലവിൽ ഇല്ലായിരുന്നതുകൊണ്ട് തന്നെയാണ്. ഡോസെറ്റിസമെന്നല്ല ഒരു ആദിമ ക്രിസ്തീയ ഉപദേശ വ്യതിയാനങ്ങളും യേശുവിന്റെ ചരിത്രപരതയെ നിഷേധിച്ചിട്ടില്ല.

---

[45] Earl Doherty, *Jesus: Neither God Nor Man - The Case for a Mythical Jesus*, First edition. (Age of Reason Publications, 2009).

[46] J. D. Atkins, *The Doubt of the Apostles and the Resurrection Faith of the Early Church: The Post-Resurrection Appearance Stories of the Gospels in Ancient Reception and Modern Debate* (Mohr Siebeck, 2019), 391.

നേരിൽ കണ്ടവരുടെ സാക്ഷ്യം

യോഹന്നാന്റെ പേരിൽ അറിയപ്പെടുന്ന മൂന്നു ലേഖനങ്ങൾ നിലവിലുണ്ട്. ഈ ലേഖനങ്ങൾ എഴുതിയത് ഒന്നാം നൂറ്റാണ്ടിൽ ജീവിച്ചിരുന്ന മൂപ്പനായ യോഹന്നാനാണെന്ന്, പൊതുവർഷം ഏകദേശം 60-നും 70-നും ഇടയിൽ ജനിച്ച് ഏകദേശം 120-നും 160-നും ഇടയിൽ അന്തരിച്ച,[47] ഹൈരാപ്പൊലിസിലെ പാപ്പിയാസിന്റെ രചനകളിൽ നിന്നും, ഈ ലേഖനങ്ങൾക്കുള്ളിലെ പരാമർശങ്ങളിൽ നിന്നും വിശ്വസനീയമായ നിലയിൽ വ്യക്തമാണ്.[48] എന്നാൽ പരമ്പരാഗതമായി വിശ്വസിച്ചു വരുന്നതുപോലെ ഇത് അപ്പൊസ്തലനായ യോഹന്നാനല്ല എഴുതിയത്. അപ്പോൾ തന്നെ ഈ മൂപ്പനായ യോഹന്നാൻ യേശുവിന്റെ പന്ത്രണ്ട് ശിഷ്യന്മാരുടെ കൂട്ടത്തിൽപ്പെടാത്ത യേശുവിന്റെ മറ്റൊരു ശിഷ്യനും യേശുവിന്റെ ശുശ്രൂഷയ്ക്ക് ദൃക്സാക്ഷിയുമായിരുന്നു.[49] ഈ വസ്തുതകൾ അംഗീകരിക്കുന്ന നിരൂപണ പണ്ഡിതന്മാർക്കിടയിൽ യാഥാസ്ഥിതികരും[50] സ്വതന്ത്രചിന്താഗതിക്കാരുമുണ്ട്.[51] മൂപ്പനായ യോഹന്നാൻ തന്റെ ഒന്നാമത്തെ ലേഖനത്തിന്റെ പ്രാരംഭ ഭാഗത്ത് താൻ യേശുക്രിസ്തുവിന്റെ ജീവകാലത്ത് യേശുവിനെ നേരിട്ട് കാണുകയും ഇടപെടുകയും ചെയ്ത വ്യക്തിയാണെന്ന വസ്തുത വ്യക്തമാക്കുന്നുണ്ട് (1 യോഹന്നാൻ 1-2).

---

[47] Papia di Gerapoli and Enrico Norelli, *Esposizione degli oracoli del Signore. Frammenti* (Milano: Paoline Editoriale Libri, 2005), 47.

[48] Georg Strecker, *The Johannine Letters: A Commentary on 1, 2, and 3 John* (Fortress Press, 1996), xxxviii.

[49] Urban C. von Wahlde, *The Gospel and Letters of John, Vol 3: Commentary on the Three Johannine Letters* (Grand Rapids, Mich: Wm. B. Eerdmans Publishing Co., 2010), 9.

[50] Bauckham Richard, *Jesus and the Eyewitnesses: The Gospels as Eyewitness Testimony*, 2nd ed. (Wm. B. Eerdmans Publishing, 2017), 422–23.

[51] Dennis R. MacDonald, *The Dionysian Gospel: The Fourth Gospel and Euripides* (Minneapolis: Fortress Press, 2017), 3–4.

ലൂക്കോസ് തന്റെ സുവിശേഷം ദൃക്സാക്ഷി മൊഴികളെ അടിസ്ഥാനപ്പെടുത്തിയുള്ളതാണെന്നും (ലൂക്കോസ് 1:1-4), ഇതേ നിലയിൽ തന്നെ യോഹന്നാന്റെ സുവിശേഷവും ദൃക്സാക്ഷിമൊഴികളെ അടിസ്ഥാനപ്പെടുത്തി എഴുതിയതാണെന്ന് ആ സുവിശേഷത്തിന്റെ അവസാന ഭാഗത്ത് സുവിശേഷം അന്തിമമായി ചിട്ടപ്പെടുത്തിയവർ രേഖപ്പെടുത്തിയിട്ടുണ്ട് (യോഹന്നാൻ 21:24).[52]

പ്രചോദനം എവിടെ നിന്ന്?

സുവിശേഷകന്മാർ എഴുതിയിരിക്കുന്നതനുസരിച്ച് യേശുവിന്റെ ഏക പ്രധാന പ്രസംഗവിഷയം ദൈവരാജ്യമാണ്. ഈ നിലയിൽ ഇത് പ്രസംഗവിഷയമാക്കിയ ആരും യഹൂദാ പാരമ്പര്യത്തിലോ വിജാതീയ ദേവന്മാരുടെ ഐതിഹ്യങ്ങളിലോ ഇല്ല. യേശുവിനെ ഉപമകളിലൂടെ സംസാരിക്കുന്ന ഒരു ഭൂതോച്ചാടകനായിട്ടാണ് സുവിശേഷങ്ങളിൽ ചിത്രീകരിച്ചിരിക്കുന്നത്. സുവിശേഷകന്മാർക്ക് തങ്ങളുടെ കഥകൾക്ക് വേണ്ട 'പ്രചോദനം ഉൾക്കൊള്ളുവാൻ' ഉപയുക്തമായ നിലയിൽ ദൈവരാജ്യം പ്രസംഗിക്കുന്ന, ഉപമകളിലൂടെ സംസാരിക്കുന്ന, ഭൂതോച്ചാടകനായ ഒരു മനുഷ്യൻ നായകനായ എത്ര ഐതിഹ്യങ്ങൾ യെഹൂദന്മാരുടെ ഇടയിലോ ഗ്രീക്ക് റോമൻ

---

[52] ഈ അവകാശവാദങ്ങളുടെ വിശദമായ ഒരു പ്രതിരോധം യേശുവിന്റെ കേവലം ചരിത്രപരമായ അസ്ഥിത്വം തെളിയിക്കുവാൻ ആവശ്യമാണെന്ന് ഞാൻ കരുതുന്നില്ല. പൂർണ്ണമായും സാങ്കല്പിക ഐതിഹ്യ കഥാപാത്രങ്ങളെന്ന് നമ്മുക്ക് ഉറപ്പിക്കാവുന്ന ആരുടെയും കാര്യത്തിൽ അവർ ജീവിച്ചിരുന്നുവെന്ന് ആദിമ ഉറവിടങ്ങൾ അവകാശപ്പെടുന്ന ആ കാലഘട്ടത്തിന് സമീപ കാലയളവിൽ നിന്ന് ഇത്തരം അവകാശവാദങ്ങളോടുകൂടിയ ജീവചരിത്ര രചനകൾ നിലവിലുള്ളതായി എന്റെ അന്വേഷണത്തിൽ കണ്ടെത്തിയിട്ടില്ല. എങ്കിലും ലൂക്കോസിന്റെയും യോഹന്നാന്റെ സുവിശേഷത്തിന്റെ സംശോധകരുടെയും ഈ അവകാശവാദത്തിനുള്ള കൂടുതൽ തെളിവുകളെക്കുറിച്ച് മനസിലാക്കുവാൻ താല്പര്യമുള്ളവർക്ക് ഈ വിശദമായ പഠനങ്ങൾ പരിശോധിക്കാവുന്നതാണ്: John J. Peters, *Luke among the Ancient Historians: Ancient Historiography and the Attempt to Remedy the Inadequate "Many"* (Eugene, Oregon: Pickwick Publications, 2022); C. J. Hemer, "Luke the Historian," *BJRL* 60.1 (1977): 28–51; Richard, *Jesus and the Eyewitnesses: The Gospels as Eyewitness Testimony*, 358–471; Craig L. Blomberg, *The Historical Reliability of John's Gospel: Issues & Commentary* (InterVarsity Press, 2001).

സമൂഹങ്ങളിലോ ഉണ്ടായിരുന്നു? നമ്മുക്ക് ലഭ്യമായ പുരാതന രചനകളിലോ പുരാവസ്തു രേഖകളിലോ യേശുവിനു മുൻപ് ഇത്തരത്തിലുള്ള ഒരാൾ പോലുമില്ല. പിന്നെ എവിടെ നിന്നാണ് അവർ പകർത്തുക?

സുവിശേഷങ്ങളിലെ തെളിവുകൾ

ആദിമ ക്രിസ്തീയ സമൂഹത്തിന്റെ ആരംഭത്തിന് നിദാനമായി യേശു എന്നൊരാൾ ജീവിച്ചിരുന്നിട്ടില്ലായിരുന്നുവെങ്കിൽ യേശുവിനെക്കുറിച്ച് സുവിശേഷങ്ങളിൽ കാണുന്ന കഥകളെല്ലാം ആദിമ ക്രിസ്തീയ സമൂഹത്തിന്റെ താല്പര്യങ്ങൾക്കും ആവശ്യങ്ങൾക്കും അനുസൃതമായി അവർ കെട്ടിച്ചമച്ച വ്യാജ കഥകളാണ്. എന്നാൽ പ്രഥമദൃഷ്ട്യാ ഈ അനുമാനത്തോട് യോജിക്കുന്നവയെന്ന് ഉറപ്പിക്കുവാൻ സാധിക്കാത്ത പല ഭാഗങ്ങളും സുവിശേഷങ്ങളിലുണ്ടെന്നതാണ് യേശു ഒരു ചരിത്ര പുരുഷനാണെന്ന അടിസ്ഥാനപരമായ ബോധ്യത്തിലേക്ക് ഗവേഷകന്മാരെ നയിക്കുന്നത്. അതായത് ആദിമ ക്രിസ്തീയ സമൂഹമോ യേശുവിന്റെ ജീവചരിത്ര രചയിതാക്കളോ അവരുടെ താല്പര്യങ്ങൾക്കും ആവശ്യങ്ങൾക്കും അനുസൃതമായി കെട്ടിച്ചമച്ചതായിരിക്കുവാൻ സാധ്യതയില്ലാത്ത പല ഘടകങ്ങളും സുവിശേഷങ്ങളിലുണ്ട്.

സുവിശേഷങ്ങളുടെ ചരിത്രപരത എന്താണെങ്കിലും ആദിമ ക്രിസ്ത്യാനികൾ പൊതുവിൽ അക്രൈസ്തവരെ തങ്ങളുടെ മതത്തിലേക്ക് ചേർക്കുവാൻ താല്പര്യപ്പെട്ടിരുന്ന മതപ്രചാരണ മതപരിവർത്തന ലക്ഷ്യങ്ങളുള്ള ഒരു വിശ്വാസി സമൂഹമായിരുന്നു[53] എന്നതിൽ തർക്കമില്ല. മാത്രവുമല്ല ഓരോ സുവിശേഷകന്മാർക്കും അവരുടേതായ വ്യക്തമായ വിശ്വാസസമർത്ഥന അജണ്ടകളും

---

[53] Anthony J. Blasi, Paul-André Turcotte, and Jean Duhaime, *Handbook of Early Christianity: Social Science Approaches* (Rowman Altamira, 2002), 226–27.

ഉണ്ടായിരുന്നു.[54] ഈ വസ്തുതയുടെ വെളിച്ചത്തിൽ വേണം താഴെ വിശദീകരിച്ചിരിക്കുന്ന കാര്യങ്ങൾ മനസിലാക്കുവാൻ.

ആദിമ ക്രിസ്തീയ സമൂഹമോ യേശുവിന്റെ ജീവചരിത്ര രചയിതാക്കളോ അവരുടെ താല്പര്യങ്ങൾക്കും ആവശ്യങ്ങൾക്കും അനുസൃതമായി കെട്ടിച്ചമച്ചതായിരിക്കുവാൻ സാധ്യതയില്ലാത്ത സുവിശേഷ ഭാഗങ്ങളെ രണ്ടായി തരം തിരിക്കാം വ്യത്യസ്തമായവ, വിഷമകരമായവ അല്ലെങ്കിൽ അസമമായവ അസുഖകരമായവ എന്നിങ്ങനെ. ഒന്നാമതായി, യേശുവിന്റെ ഒരു പ്രസ്താവനയോ യേശുവുമായി ബന്ധപ്പെട്ട ഒരു സംഭവമോ ഒന്നാം നൂറ്റാണ്ടിലെ യഹൂദാമതത്തിന്റെ നമുക്കറിയാവുന്ന പഠിപ്പിക്കലുകളിലെയോ ആചാരങ്ങളിലെയോ സ്വാഭാവികമായ ഊന്നലുകളോട് സാമ്യമില്ലാത്തതാണെങ്കിൽ അത് യേശുവിന്റെ ശിഷ്യന്മാരോ പിൽക്കാല അനുയായികളോ ഏറ്റെടുക്കുകയും യേശുവിൽ ആരോപിക്കുകയും ചെയ്യുവാനുള്ള സാധ്യത വളരെ വിരളമാണ്. അതേസമയം തന്നെ അത് ക്രിസ്ത്യാനിത്വത്തിന്റെ ആരംഭകാലഘട്ടത്തിൽ ദൃശ്യമാകുന്ന ക്രിസ്തീയ അധ്യാപനത്തിലെയോ ബോധ്യങ്ങളിലെയോ ഊന്നലുകളിൽ നിന്ന് വ്യത്യസ്തമാണെങ്കിൽ, അത് അന്ന് ക്രിസ്ത്യാനികൾ സൃഷ്ടിച്ച ഒന്നായിരിക്കുവാൻ തീരെ സാധ്യതയില്ല.

ഈ രണ്ടു രീതിയിലും തങ്ങൾക്ക് ധനാത്മകമായ ഒരു ഉപയോഗമില്ലാത്ത ഒരു പാരമ്പര്യം അവർ ചമച്ചതായിരിക്കുവാനിടയില്ല. അതിനാൽ തന്നെ, യേശുവിന്റെ പ്രസ്താവനകളോ യേശുവിന്റെ ജീവിതത്തിലെ സംഭവങ്ങളോ, ആദ്യകാല യെഹൂദന്മാരിൽ നിന്നും, ആദ്യകാല ക്രിസ്തീയ പഠിപ്പിക്കലുകളിൽ നിന്നും സമ്പ്രദായങ്ങളിൽ നിന്നും,

---

[54] Benno van den Toren, *Christian Apologetics as Cross-Cultural Dialogue* (Bloomsbury Publishing, 2011), 20–21.

വ്യത്യസ്തമാണെങ്കിൽ അവ യേശുവിൽ നിന്ന് തന്നെ ഉത്ഭവിച്ച വിശ്വസനീയമായ ചരിത്ര വസ്തുതകളായി കണക്കാക്കാം.[55]

ഉദാഹരണമായി, മർക്കോസ് 2:18-2-ലും, മത്തായി 11:18-19 // ലൂക്കോസ് 7:33-34-ലും കാണുന്ന ഉപവാസത്തോടുള്ള യേശുവിന്റെ സമീപനം ആ കാലത്തെ യെഹൂദന്മാരുടെ രീതികളിൽ നിന്നും പിൽക്കാല ക്രിസ്തീയ രീതികളിൽ നിന്നും (മത്തായി 6:16-18, ഡിഡാക്കെ 8) വ്യത്യസ്തമായിരുന്നു. യേശുവും ശിഷ്യന്മാരും ഉപവസിക്കുകയില്ലായിരുന്നുവെന്ന് വ്യക്തമാക്കുന്ന യേശുവിന്റെ ആ പ്രസ്താവന ശിഷ്യന്മാർ കെട്ടിച്ചമച്ച ഒരു കഥയായിരിക്കുവാൻ സാധ്യതയില്ലായെന്ന് ഈ നിലയിൽ നമ്മുക്ക് മനസിലാക്കാം.[56] സമാനമായ നിലയിൽ യേശു എല്ലാത്തരം ആണയിടലുകളും നിരോധിച്ചത്[57] (മത്തായി 5:34, 37, യാക്കോബ് 5:12 താരതമ്യം റോമർ 9:1; 2 കൊരിന്ത്യർ 11:10-11; ഗലാത്യർ 1:20), വിവാഹമോചനം ഒരു ഒഴിവുകഴിവുമില്ലാതെ സമ്പൂർണ്ണമായി വിലക്കിയത് (മർക്കോസ് 10:1-12, ലൂക്കോസ് 16:18 താരതമ്യം ചെയ്യുക മത്തായി 5:32, 1 കൊരിന്ത്യർ 7:11-15),[58] യേശു തന്നെത്തന്നെ മനുഷ്യ പുത്രൻ എന്ന്

---

[55] John P. Meier, "Criteria: How Do We Decide What Comes from Jesus?," in *The Historical Jesus in Recent Research*, ed. James D. G. Dunn and Scot McKnight (Eisenbrauns, 2005), 129; Robert H. Stein, "The 'Criteria' for Authenticity," in *Gospel Perspectives, Volume 1: Studies of History and Tradition in the Four Gospels*, ed. R. T. France and David Wenham, Reprint edition. (Wipf and Stock, 2003), 241.

[56] Darrell Bock, *Mark*, New Cambridge Bible Commentary (Cambridge: Cambridge University Press, 2015), 150.

[57] മറുവാദങ്ങളുടെ വെളിച്ചത്തിലുള്ള സമഗ്രമായ വിശകലനം: Kim Huat Tan, *The Zion Traditions and the Aims of Jesus* (Cambridge University Press, 1997), 82–85.

[58] സമാനമായ ഒരു വിലക്ക് ഖുംറാൻ സമൂഹത്തിലുണ്ടായിരുന്നുവെന്ന് ചിലർ വാദിക്കുവാൻ ശ്രമിച്ചിട്ടുണ്ടെങ്കിലും അത് ബഹുഭാര്യാത്വത്തെ സംബന്ധിച്ചായിരുന്നുവെന്ന് കണ്ടെത്തിയിട്ടുണ്ട്: Tom Holmén, "Divorce in 'Cd' 4:20-5:2 and '11qt' 57:17-18 Some Remarks on the Pertinence of the Question," *RevQ* 18.3 (71) (1998): 397–408.

വിളിച്ചത് (മർക്കോസ് 14:62)[59] യേശു തന്റെ പ്രസ്താവനകൾ ആമേൻ എന്ന് പറഞ്ഞുകൊണ്ട് ആരംഭിക്കുന്നത് (മർക്കോസ് 10:15)[60] ഇവയെല്ലാം ഈ നിലയിൽ ചരിത്രപരമായി ആധികാരികമായ പ്രസ്താവനകളാണെന്ന് കണ്ടെത്തിയിട്ടുണ്ട്.

രണ്ടാമത്തേത് ആദിമ ക്രിസ്തീയ സഭയ്ക്ക് അംഗീകരിക്കുവാനും പ്രചരിപ്പിക്കുവാനും വിഷമകരവും ലജ്ജാകരവുമായ യേശുവിന്റെ പ്രസ്താവനകളോ സംഭവങ്ങളോ ആദിമ സഭയോ യേശുവിന്റെ ജീവചരിത്രം രചിച്ചവരോ ശൂന്യതയിൽ നിന്ന് കൃത്രിമമായി കെട്ടിച്ചമച്ചുണ്ടാക്കുവാൻ സാധ്യത കുറവാണ്. എതിരാളികളുമായുള്ള ആശയ സംവാദങ്ങളിൽ തങ്ങളുടെ വിശ്വാസത്തെയോ നിലപാടിനെയോ ബലഹീനമാക്കുവാൻ സാധ്യതയുള്ള ഇത്തരം കാര്യങ്ങളെ സ്വാഭാവികമായും ആഖ്യാന തന്ത്രങ്ങളിലൂടെ നേരിട്ട് ഖണ്ഡിക്കുവാനോ മറച്ചുവെയ്ക്കുവാനോ അല്ലെങ്കിൽ മയപ്പെടുത്തുവാനോ ആയിരിക്കും സുവിശേഷകന്മാർക്ക് അല്ലെങ്കിൽ ആദിമ ക്രിസ്ത്യാനികൾക്ക് താല്പര്യം ഉണ്ടാവുക. സ്വാഭാവികമായും അത്തരം പ്രവണതകൾ നാം കണ്ടെത്തുമ്പോൾ അവർ എന്തിനെയാണ് ഈ നിലയിൽ എതിർക്കുവാനോ ഒഴിവാക്കുവാനോ ശ്രമിക്കുന്നത് അത് അവർ കെട്ടിച്ചമച്ചതല്ല മറിച്ച് യേശുവിനെ സംബന്ധിച്ചുള്ള ചരിത്രപരമായ ഒരു വസ്തുതയാണെന്ന് നമ്മുക്ക് മനസിലാക്കാം.[61]

പ്രത്യേകിച്ചും മാനാപമാനങ്ങൾക്ക് അത്യന്തം പ്രാധാന്യം നൽകുന്ന ആ കാലത്തെ സാമൂഹ്യ വ്യവസ്ഥയിൽ ഇത് വളരെ

---

[59] Robert H. Stein, *The Method and Message of Jesus' Teachings* (Westminster John Knox Press, 1994), 147.

[60] Ben Witherington, *The Christology of Jesus* (Fortress Press, 1990), 187.

[61] P. Meier, "Criteria: How Do We Decide What Comes from Jesus?," 126; Craig A. Evans, *The Historical Jesus* (Taylor & Francis, 2004), 10.

പ്രധാനപ്പെട്ടതാണ്.[62] ഇതിനുള്ള ഏറ്റവും നല്ല ഉദാഹരണമാണ് യേശു സ്ഥാപകയോഹന്നാൻ നൽകിയ സ്ഥാനമേറ്റുവെന്നത്. ഈ സംഭവം നാല് സുവിശേഷകന്മാരും കൈകാര്യം ചെയ്തിരിക്കുന്നത് ശ്രദ്ധിച്ചാൽ ഈ സംഭവം അവർക്ക് എത്ര പ്രയാസകരമായിരുന്നുവെന്ന് മനസിലാകും.

യേശുവിന്റെ ക്രൂശീകരണത്തിനൊപ്പം യോഹന്നാനാൽ യേശു സ്ഥാനമേറ്റുവെന്നതായിരിക്കും (മർക്കോസ് 1:9-11) യേശുവിനെ സംബന്ധിച്ച ഏറ്റവും ശക്തമായ ചരിത്രവസ്തുതകളിലൊന്ന്. ആദിമ ക്രിസ്ത്യാനികൾക്ക് ലജ്ജാകരവും ദൈവശാസ്ത്രപരമായ വ്യാഖ്യാനം ആവശ്യപ്പെടുന്നതുമായിരുന്നു രണ്ടു സംഭവങ്ങളും എന്നതാണ് ഈ രണ്ടു സംഭവങ്ങളിലും കാണുന്ന പ്രധാന വസ്തുത. സമവീക്ഷണ സുവിശേഷങ്ങൾ മൂന്നിലും യേശു സ്ഥാനമേറ്റതിനെക്കുറിച്ച് പരാമർശമുണ്ട് (മർക്കോസ് 1:7-11, മത്തായി 3:13-17, ലൂക്കോസ് 3:21-22). യോഹന്നാൻ യേശുവിനെ സ്ഥാനപ്പെടുത്തുകയെന്നതിന്റെ സാധാരണവും സ്വാഭാവികവുമായ അർത്ഥം യോഹന്നാൻ യേശുവിന്റെ ഉപദേഷ്ടാവാണെന്നും യോഹന്നാന് കീഴെയുള്ള ഒരു അനുയായിയായാണ് യേശു എന്നുമാണ്.

ഇത്തരമൊരു അനുമാനത്തിന്റെ ശക്തിയെ കുറയ്ക്കുകയെന്നതാണ് സ്ഥാപകൻ യേശുവിന് വിധേയനാണെന്ന അർത്ഥം ധ്വനിപ്പിക്കുന്ന സ്ഥാപകന്റെ പ്രസ്താവന മർക്കോസ് (1:7) രേഖപ്പെടുത്തിയിരിക്കുന്നതിന്റെ ലക്ഷ്യം. യേശുവിനെ സ്ഥാനം കഴിപ്പിക്കാനുള്ള സ്ഥാപകയോഹന്നാന്റെ വിമുഖതയിലൂടെ മത്തായി (3:14) ഇത് കൂടുതൽ ഊന്നിപ്പറയുമ്പോൾ, ലൂക്കോസ് (3:21) യോഹന്നാനാണ് യേശുവിനെ സ്ഥാനപ്പെടുത്തിയതെന്ന് നേരിട്ട് എഴുതാതെ അതിനെ കൂടുതൽ അവ്യക്തമാക്കുന്ന നിലയിൽ സ്ഥാപകൻ തടവിലായത്, അതിനു തൊട്ടു മുൻപ് പരാമർശിച്ചിട്ട്

---

[62] Jerome H. Neyrey, *Honor and Shame in the Gospel of Matthew* (Westminster John Knox Press, 1998), 14–34; Douglas E. Oakman, *Jesus, Debt, and the Lord's Prayer: First-Century Debt and Jesus' Intentions* (Wipf and Stock Publishers, 2014), 99 note 10.

യേശു സ്നാനപ്പെട്ടുവെന്നത് ഒട്ടും ഊന്നൽ നൽകാതെ എഴുതിയിരിക്കുന്നു. എന്നാൽ യോഹന്നാന്റെ സുവിശേഷത്തിൽ (1:26-36) യേശുവിനെ ഉയർത്തുന്ന നിലയിൽ സ്നാപകയോഹന്നാൻ വളരെയധികം കാര്യങ്ങൾ പറയുമ്പോഴും യേശു സ്നാപകൻ നൽകിയ സ്നാനമേറ്റുവെന്ന് വ്യക്തമായി എഴുതാതെ വിട്ടിരിക്കുന്നു.

യോഹന്നാന്റെ സ്നാനം, യഹൂദാ ജനം മാനസാന്തരപ്പെട്ട പാപങ്ങളുടെ മോചനത്തിനായിട്ടാണെന്ന മർക്കോസിന്റെ വ്യക്തമായ പ്രസ്താവനയിൽ (1:4-5) ആദിമ സഭയ്ക്ക് മറ്റൊരു മുഖ്യമായ വല്ലായ്മ സൃഷ്ടിക്കുന്ന ആശയം ഒളിഞ്ഞിരിപ്പുണ്ടായിരുന്നു. മറ്റുള്ളവരുടെ പാപമോചകനായും (2:5-10) മറ്റുള്ളവർക്ക് മോചന ദ്രവ്യമാകുന്നവനായുമാണ് (10:45) യേശുവിനെ മർക്കോസ് വരച്ചു കാട്ടിയിരിക്കുന്നത്. എന്നാൽ പൊതുവിൽ ആദിമ ക്രിസ്തീയ പാരമ്പര്യത്തിൽ ഇതിനേക്കാൾ കൂടുതൽ വ്യക്തതയോടെ പാപരഹിതനായിട്ടാണ് യേശുവിനെ ചിത്രീകരിച്ചിരിക്കുന്നത് (യോഹന്നാൻ 7:18, 8:46; 2 കൊരിന്ത്യർ 5:21; എബ്രായർ 4:15; 7:26; 1 പത്രോസ് 1:19; 2:22; 3:18; 1 യോഹന്നാൻ 3:5). അനുതാപം ആവശ്യമുള്ള, ദൈവത്തിൽ നിന്ന് പാപമോചനം ആവശ്യമുള്ള ഒരു വ്യക്തിയാണ് യേശു എന്നു വരുന്നത് ആദിമ ക്രിസ്ത്യാനികൾക്ക് ഒരിക്കലും അംഗീകരിക്കുവാൻ സാധിക്കാത്ത ഒരു കാര്യമായിരുന്നു.

പൊതുവർഷം ഏകദേശം 100-നും 250-നുമിടയിൽ രചിക്കപ്പെട്ട നസ്രാണികളുടെ സുവിശേഷത്തിൽ യോഹന്നാന്റെ സ്നാനം സ്വീകരിക്കേണ്ടതിന് താൻ എവിടെയാണ് പാപം ചെയ്യതെന്ന് യേശു ചോദിക്കുന്നതായി ഒരു പിൽക്കാല കഥ രേഖപ്പെടുത്തിയിട്ടുണ്ട്. പാപമോചനത്തിനായുള്ള സ്നാനം (മർക്കോസ് 1:4) എന്നത് മത്തായി പാപങ്ങളെ ഏറ്റു പറഞ്ഞുകൊണ്ടുള്ള സ്നാനം (മത്തായി 3:6) എന്നാക്കി. സ്വാഭാവികമായും യേശു പാപം ഏറ്റുപറഞ്ഞതായല്ല മറിച്ച് തന്റെ സ്നാനത്തിന് ഒരു ദൈവവിജ്ഞാനീയ ന്യായീകരണം പറഞ്ഞതായിട്ടാണ് മത്തായി (3:15) രേഖപ്പെടുത്തിയിരിക്കുന്നത്. ആത്മാവ് പ്രാവുപോലെ ഇറങ്ങി വരുന്നതു കണ്ടതായും നിന്നിൽ ഞാൻ പ്രസാദിച്ചിരിക്കുന്നുവെന്ന ശബ്ദം യേശു കേട്ടതായും

(മർക്കോസ് 1:10, 11) രേഖപ്പെടുത്തിക്കൊണ്ട് മർക്കോസ് ഈ സംഭവത്തെ ഒന്ന് മയപ്പെടുത്തിയിരിക്കുന്നു.

മത്തായി എഴുതിയപ്പോൾ സ്വർഗ്ഗത്തിൽ നിന്നുള്ള ശബ്ദം മറ്റുള്ളവരോടായി പറയുന്നത് പോലെ ഇവൻ എന്നാണ് യേശുവിനെക്കുറിച്ച് പരാമർശിച്ചിരിക്കുന്നത് (മത്തായി 1:17). ലൂക്കോസ് പാപമോചനത്തിനായുള്ള സ്നാനം എന്നത് (ലൂക്കോസ് 3:3) നിലനിർത്തിക്കൊണ്ട്, മുകളിൽ സൂചിപ്പിച്ച നിലയിൽ, യേശു ഏറ്റത് യോഹന്നാൻ നൽകിയ സ്നാനമാണെന്ന് നേരിട്ട് പറയാതെ, ഊന്നൽ യേശുവിന്റെ പ്രാർത്ഥനയ്ക്കുള്ള മറുപടിയായി സ്വർഗ്ഗത്തിൽ നിന്ന് "നിന്നിൽ ഞാൻ പ്രസാദിച്ചിരിക്കുന്നു" എന്ന ശബ്ദം കേട്ടതിലേക്ക് (ലൂക്കോസ് 3:22) കേന്ദ്രീകരിച്ചിരിക്കുന്നു.

മത്തായിയും മർക്കോസും രേഖപ്പെടുത്തിയിരിക്കുന്നത് പോലെ പരിശുദ്ധാത്മാവ് വന്നത് യേശു മാത്രമാണ് കണ്ടത് എന്ന സൂചനയില്ല എന്നാൽ ജനം കണ്ടോയെന്ന് വായനക്കാർക്ക് വേണമെങ്കിൽ സംശയിക്കാവുന്ന നിലയിലാണ് ലൂക്കോസ് അത് എഴുതിയിരിക്കുന്നത്. എന്നാൽ യോഹന്നാന്റെ സുവിശേഷത്തിൽ ഒരു പടിയും കൂടി കടന്ന് യേശു യോഹന്നാനാൽ സ്നാനമേറ്റത് രേഖപ്പെടുത്താതെ പരിശുദ്ധാത്മാവ് യേശുവിന്റെ മേൽ വരുന്നത് സ്നാപകയോഹന്നാൻ കണ്ടുവെന്നും അത് യേശുവിനെക്കുറിച്ച് സ്നാപകന് ദൈവം നൽകിയ സാക്ഷ്യമായിരുന്നുവെന്നും സ്നാപകയോഹന്നാൻ മറ്റുള്ളവരോട് പറയുന്നതായിട്ടാണ് രേഖപ്പെടുത്തിയിരിക്കുന്നത്. ഇതിലൂടെ സുവിശേഷകനായ യോഹന്നാൻ സ്നാപകയോഹന്നാന്റെ കൈക്കീഴിൽ യേശു സ്നാനമേറ്റതുമായി ബന്ധപ്പെട്ടുള്ള എല്ലാ പ്രശ്നങ്ങളും പൂർണ്ണമായും പരിഹരിച്ചിരിക്കുന്നു. മറ്റൊരു കാര്യം, ലൂക്കോസല്ലാതെ മറ്റു സുവിശേഷകന്മാർ ആരും തന്നെ പരിശുദ്ധാത്മാവ് യേശുവിന്റെ മേൽ വന്നതും സ്വർഗ്ഗത്തിൽ നിന്ന് ശബ്ദം കേട്ടതും യേശുവിന്റെ പ്രാർത്ഥനയ്ക്കുള്ള മറുപടിയായി ചിത്രീകരിച്ചിട്ടില്ല.

യേശു യോഹന്നാനാൽ സ്നാനമേറ്റുവെന്നതിനേക്കാൾ (മർക്കോസ് 1:9, മത്തായി 3:14) യേശു സ്വയം സ്നാനമേറ്റ് പ്രാർത്ഥിച്ച്

പരിശുദ്ധാത്മാവിനെ ഇറക്കുകയും സ്വർഗ്ഗത്തിൽ നിന്നുള്ള ശബ്ദം കേൾപ്പിക്കുകയും ചെയ്യുവെന്ന് തോന്നിപ്പിക്കുന്ന ഒരു ശൈലിയിലാണ് ലൂക്കോസിന്റെ വിവരണം. യേശു സ്നാനപ്പെട്ടതായി യോഹന്നാൻ രേഖപ്പെടുത്തിയിട്ടില്ലെങ്കിലും നേരിട്ടോ (യോഹന്നാൻ 3:22-23, 26) ശിഷ്യന്മാരിലൂടെയോ (യോഹന്നാൻ 4:2) മറ്റുള്ളവരെ അതും സ്നാപകയോഹന്നാനേക്കാൾ കൂടുതൽ പേരെ (4:1) യേശു സ്നാനപ്പെടുത്തിയതായി രേഖപ്പെടുത്തിയിട്ടുണ്ട്. ചുരുക്കത്തിൽ, സ്നാപകയോഹന്നാനിൽ നിന്ന് യേശു സ്നാനമേറ്റുവെന്നത്, ആദിമ സഭയ്ക്ക്, സംഭവ വിവരണങ്ങൾ വ്യത്യസ്ത നിലകളിൽ ചിട്ടപ്പെടുത്തി, ഇതുമായി ബന്ധപ്പെട്ട അസുഖകരമായ സൂചനകളെ മയപ്പെടുത്തേണ്ടി വന്ന ഒരു സംഭവമായിരുന്നുവെന്നത് വ്യക്തമാണ്. ഈ സംഭവവുമായി ബന്ധപ്പെട്ട് ആദിമ സഭയ്ക്കുണ്ടായതായി വ്യക്തമാകുന്ന വല്ലായ്മ, ഈ സംഭവം ആദിമ സഭ കെട്ടിച്ചമച്ചതല്ലായെന്നും യേശുവിനെക്കുറിച്ച് ഏറ്റവും ഉറപ്പിച്ച് പറയാവുന്ന ചരിത്ര സംഭവങ്ങളിലൊന്നാണിതെന്നും വ്യക്തമാക്കുന്നു.[63]

യേശുവിന്റെ ജീവിതത്തിലെ സമാനമായ പല പ്രസ്താവനകളും സംഭവങ്ങളും ചരിത്രപരമായി ആധികാരികമാണെന്ന് തിരിച്ചറിയുന്നത്, പ്രധാനമായും നമ്മുക്ക് ലഭ്യമായ സുവിശേഷങ്ങളിൽ ഏറ്റവും ആദ്യം ആ സംഭവമോ പ്രസ്താവനയോ രേഖപ്പെടുത്തിയ രചനയെ മറ്റു സുവിശേഷങ്ങളിൽ അതേ പശ്ചാത്തലത്തിൽ കാണുന്ന വിവരണങ്ങളുമായി താരതമ്യപ്പെടുത്തിയാണ്. സുവിശേഷങ്ങളിലെ പല ഭാഗങ്ങളും ഈ നിലയിൽ ചരിത്രപരമായി ആധികാരികമാണെന്ന് കണ്ടെത്തിയിട്ടുണ്ട്. ഉദാഹരണമായി യേശു യാതൊരു

---

[63] John Dominic Crossan and Richard G. Watts, *Who Is Jesus?: Answers to Your Questions about the Historical Jesus* (Westminster John Knox Press, 1999), 31; Clare K. Rothschild, *Baptist Traditions and Q* (Mohr Siebeck, 2005), 72.

പ്രാധാന്യവുമില്ലാത്ത പ്രസിദ്ധിയറ്റ നസറെത്തിൽ[64] നിന്നുള്ള വ്യക്തിയാണെന്നത് സഭയ്ക്ക് വളരെ പ്രയാസം സൃഷ്ടിച്ച ഒരു വസ്തുതയായിരുന്നു.

മിശിഹ ജനിക്കേണ്ടത് ദാവീദിന്റെ പട്ടണമായ ബെത്ലെഹെമിലാണെന്ന (മത്തായി 2:4-6, മീഖാ 5:2) വീക്ഷണം യേശുവിന്റെ മിശിഹൈക അവകാശവാദത്തിനെതിരെ ചോദ്യങ്ങൾ ഉയർത്തിയിരുന്നു (യോഹന്നാൻ 7:41-42). യേശുവിന് നസറെത്തുമായുള്ള ബന്ധത്തിൽ നിന്നുളവാകുന്ന പ്രശ്നം പരിഹരിക്കുവാൻ നാല് സുവിശേഷകന്മാരും നാല് സമീപനങ്ങളാണ് സ്വീകരിച്ചത്. മർക്കോസിന്റെ സുവിശേഷത്തിൽ ഒരു പ്രാവശ്യം ഒരു സ്ഥലപ്പേര് എന്ന നിലയിലും നാല് പ്രാവശ്യം ആ സ്ഥലക്കാരൻ എന്ന നിലയിൽ യേശുവിന്റെ പേരിനോട് ചേർത്തുമാണ് പറഞ്ഞിരിക്കുന്നത്.

മർക്കോസ് 6:1-ൽ സ്ഥലപ്പേര് പറയുന്നത് ഒഴിവാക്കി വളരെ പരോക്ഷമായി പിതൃനഗരം എന്ന് പറഞ്ഞുവിടുകയാണ് ചെയ്തിരിക്കുന്നത്. ആദ്യമായി സ്ഥലപ്പേര് എന്ന നിലയിൽ പരാമർശിച്ചതിനെ (മർക്കോസ് 1:9) തുടർന്ന് യേശു ഗലീലിയയിലെ നസറെത്തിൽ നിന്നാണ് വന്നതെങ്കിലും സ്ഥാനാനന്തരം പരിശുദ്ധാത്മാവിനാലുള്ള അഭിഷേകം പ്രാപിച്ചു (മർക്കോസ് 1:10) എന്ന് രേഖപ്പെടുത്തുന്നതിലൂടെ ശമുവേൽ വിശുദ്ധ തൈലവുമായി ബെത്ലെഹെമിൽ ചെന്ന് ദാവീദിനെ അഭിഷേകം ചെയ്തതുമായി (1 ശമുവേൽ 16:1, 4, 12, 13)[65] ഒരു താരതമ്യം സൃഷ്ടിക്കുകയാണ് മർക്കോസ് ചെയ്തിരിക്കുന്നത്. മാത്രവുമല്ല നസറെത്ത് എന്ന പ്രദേശത്തിന് യാതൊരു ഊന്നലും മർക്കോസ് കൊടുക്കുന്നില്ല. ബേഥാന്യയിലെ ലാസറിന്റെ വീടിനെക്കുറിച്ച് (മർക്കോസ് 14:3) പറഞ്ഞിരിക്കുന്നത് പോലെയോ കഫർന്നഹൂമിലെ ശിമോന്റെ

---

[64] നസറെത്തിനെ സംബന്ധിച്ച ഏറ്റവും പുതിയ പുരാവസ്തു ഗവേഷണ വിവരങ്ങൾ: Ken Dark and Ken Dark, *Archaeology of Jesus' Nazareth* (Oxford, New York: Oxford University Press, 2023).

[65] Flavius Josephus, The Antiquities of the Jews 6.157

വീടിനെക്കുറിച്ച് (മർക്കോസ് 1:21, 29) പറഞ്ഞിരിക്കുന്നത് പോലെയോ കഫർന്നഹൂമിലെ ലേവിയുടെ വീടിനെക്കുറിച്ച് (മർക്കോസ് 2:14-15) പറയുന്നത് പോലെയോ ഒരിടത്തും നസറെത്തിലെ യേശുവിന്റെ വീടിനെക്കുറിച്ച് പരാമർശമില്ല. ഈ സുവിശേഷത്തിൽ രണ്ടാമതായി നസറെത്തെന്ന പേര് പരാമർശിക്കുന്ന സന്ദർഭത്തിൽ അശുദ്ധാത്മാവ് യേശുവിനെ പരിശുദ്ധൻ എന്നാണ് വിശേഷിപ്പിക്കുന്നത്. അഭിഷേകം പ്രാപിച്ച ദാവീദിനെ പരാമർശിക്കുന്ന ഒരു പദപ്രയോഗമാണിതെന്ന് കണ്ടെത്തിയിട്ടുണ്ട്.[66] അതായത് യേശു നസറായനാണ് എന്നതിൽ നിന്ന് യേശു ദാവീദിന്റെ വംശത്തിൽപ്പെട്ട മിശിഹയാണെന്നതിലേക്കാണ് ഊന്നൽ കൊടുത്തിരിക്കുന്നത്.

മൂന്നാമതായി, ഈ സുവിശേഷത്തിൽ നസറെത്തെന്ന പേര് പരാമർശിക്കുന്ന അതേ വാക്യത്തിൽ (മർക്കോസ് 10:47) യേശുവിനെ ദാവീദ് പുത്രാ എന്നാണ് ബർത്തിമായി വിളിക്കുന്നത്. അടുത്ത രണ്ടു ഭാഗങ്ങളിൽ, ഒന്ന് പുറമേ നിന്നുള്ള ഒരു സ്ത്രീയും (14:67) പിന്നെ യേശുവിന്റെ ഉയിർത്തെഴുന്നേൽപ്പിനെക്കുറിച്ച് അറിയിക്കുന്ന വെള്ള നിലയങ്കി ധരിച്ച ബാല്യക്കാരനുമാണ് (16:6) നസറെത്ത് എന്ന സ്ഥലപ്പേര് പരാമർശിക്കുന്നത്. നസറെത്ത് എന്ന സ്ഥലവുമായി യേശുവിനുള്ള ബന്ധത്തിന്റെ ഭാഗമായുള്ള അപമാനം, യേശുവിനെ ദാവീദ് രാജാവുമായി വ്യക്തമായി ബന്ധപ്പെടുത്തി പരിഹരിച്ചു കഴിഞ്ഞതിനാൽ ഈ ഭാഗങ്ങളിൽ മറ്റു വിശദീകരണങ്ങളുടെ ആവശ്യമില്ല.

ഇനി മത്തായിയിലേക്ക് വന്നാൽ, ബെത്ലെഹെമിൽ (മത്തായി 2:1) ജനിച്ച യേശുവിനെയും കൊണ്ട് ബെത്ലെഹെം ഉൾപ്പെട്ട യെഹൂദ്യയിലെ രാജാവിനെ ഭയന്ന് മിസ്രയിമിലേക്ക് പോയി, അവിടെ നിന്ന് പിന്നീട് തിരികെ വരുന്ന സമയത്തുള്ള പുതിയ രാജാവിനെയും ഭയന്ന് നസറെത്തിലേക്ക് മാറി താമസിക്കുകയാണ് യോസേഫും മറിയവും ചെയ്തത് (മത്തായി 2:22-23). അതായത്

---

[66] Max Botner, "The Messiah Is 'the Holy One': Ὁ Ἅγιος Τοῦ Θεοῦ as a Messianic Title in Mark 1:24," *JBL* 136.2 (2017): 417–33.

നസറെത്ത് യേശുവിന്റെ സ്വദേശമല്ല. ഇനിയും എന്തെങ്കിലും പ്രശ്നങ്ങൾ ഉണ്ടെങ്കിൽ അതു പരിഹരിക്കുവാൻ വേണ്ടി യേശു നസറായൻ എന്ന് വിളിക്കപ്പെടുമെന്നൊരു പ്രവചനമുണ്ടെന്നും മത്തായി അവകാശപ്പെടുന്നുണ്ട് (മത്തായി 2:23). ഇങ്ങനെയൊരു പ്രവചനം ഇല്ല. ഉണ്ടായിരുന്നുവെങ്കിൽ മറ്റൊരു പഴയനിയമ പ്രവചനവും സംരക്ഷിച്ചില്ലെങ്കിലും ആ പ്രവചനമുൾപ്പെട്ട പുസ്തകം ഏതാണെന്ന സുവ്യക്തമായ പരാമർശത്തോടു കൂടെ ആ പ്രവചനം അവർ സംരക്ഷിക്കുമായിരുന്നു. എന്നാൽ അങ്ങനെയൊരു പ്രവചനമില്ല.

യെശയ്യാ 11:1-ലെ "യിശ്ശായിയുടെ വേരുകളിൽ നിന്ന് ഒരു കൊമ്പ് (נֵצֶר - വെ നെസെർ) ഫലം കായിക്കുമെന്ന പ്രവചനത്തിലെ നെസെർ എന്ന പദം നസറെത്ത് എന്ന രീതിയിൽ മത്തായി വ്യാഖ്യാനിച്ചതായിരിക്കാനാണ് പരമാവധി സാധ്യത. എന്തായാലും ആരെയും ബോധ്യപ്പെടുത്താൻ സാധിക്കാത്ത ഇത്തരമൊരു വലിച്ചു നീട്ടിയുള്ള വ്യാഖ്യാനം മത്തായിക്ക് ചെയ്യേണ്ടി വന്നത് യേശു നസറായനാണെന്ന പ്രശ്നം പരിഹരിക്കുവാനാണ്.[67] എന്നാൽ ലൂക്കോസ് നസറെത്തുമായി ബന്ധപ്പെട്ട പ്രശ്നം മറ്റൊരു രീതിയിലാണ് പരിഹരിക്കുന്നത്. ലൂക്കോസ് എഴുതിയിരിക്കുന്നതനുസരിച്ച് നസറെത്തിൽ താമസിക്കുന്ന (ലൂക്കോസ് 2:4) ദാവീദുഗൃഹത്തിലുള്ള യോസേഫും, നസറെത്തിൽ താമസിക്കുന്ന മറിയവും (ലൂക്കോസ് 1:26), അവിടെ നിന്ന് ഒരു കാനേഷുമാരിയുടെ ഭാഗമായി ബെത്ലെഹെമിലേക്ക് യാത്ര പോവുകയും അവിടെ വെച്ച് (ലൂക്കോസ് 2:5-6) യേശു ജനിച്ചതിനു ശേഷം യേശുവുമായി യെരുശലേമിലേക്ക് പോയി (ലൂക്കോസ് 2:24) അവിടെ നിന്ന് വീണ്ടും "തങ്ങളുടെ പട്ടണമായ" നസറെത്തിലേക്ക് മടങ്ങിപ്പോവുകയുമാണുണ്ടായത്. യോഹന്നാൻ നസറെത്തിന്റെ

---

[67] Joseph Blenkinsopp, *Opening the Sealed Book: Interpretations of the Book of Isaiah in Late Antiquity* (Grand Rapids, Mich: Wm. B. Eerdmans Publishing Co., 2006), 156; Nicholas G. Piotrowski, *Matthew's New David at the End of Exile: A Socio-Rhetorical Study of Scriptural Quotations* (Brill, 2016), 169.

പ്രശ്നം, മറ്റു സുവിശേഷകന്മാർ ചെയ്തതപോലെ തന്നെ തന്റെ സുവിശേഷത്തിന്റെ തുടക്കത്തിൽ വേറൊരു രീതിയിലാണ് പരിഹരിക്കുന്നത്.

നസറെത്തുമായി ബന്ധപ്പെട്ട ലജ്ജാകരമായ പ്രശ്നം നഥനയേൽ എന്ന ഒരാൾ ഉന്നയിക്കുകയും (യോഹന്നാൻ 1:46), യേശു തന്റെ അമാനുഷികമായ അറിവിന്റെ അടിസ്ഥാനത്തിൽ നഥനയേലിനെ സംബന്ധിച്ച് ചില കാര്യങ്ങൾ വെളിപ്പെടുത്തുകയും, അതു കേട്ട് നഥനയേൽ യേശുവിനെ ഇസ്രായേലിന്റെ രാജാവായി (യോഹന്നാൻ 1:49), അർത്ഥാൽ ബെത്ലെഹേമിൽ ജനിച്ച ദാവീദിന്റെ, ബെത്ലെഹെമിൽ ജനിക്കേണ്ട പിൻഗാമിയായി അംഗീകരിക്കുകയും ചെയ്യുന്നു. യോഹന്നാൻ 7:41-42-ൽ ഇതേ പ്രശ്നം വീണ്ടും ആവർത്തിക്കപ്പെടുമ്പോൾ വീണ്ടും യേശുവിന്റെ വാക്കുകളുടെ സവിശേഷതയാൽ (യോഹന്നാൻ 7:46) ആകർഷിക്കപ്പെടുന്ന ദേവാലയഭടന്മാരെയാണ് യോഹന്നാൻ വായനക്കാർക്ക് മുൻപിലേക്ക് വെക്കുന്നത്.

വീണ്ടും, യോഹന്നാൻ 8:28-ൽ താൻ ആരാണെന്നത് യേശു സംസാരിക്കുമ്പോൾ തന്റെ ക്രൂശുമരണത്തിനു ശേഷം തന്റെ എതിരാളികൾ താൻ ആരാണെന്ന് അറിയും എന്ന സൂചനയാണ് നൽകുന്നത്. ആ ഭാഗത്ത് ഉയർത്തുക എന്നതുകൊണ്ട് ഉദ്ദേശിക്കുന്നത് ക്രൂശുമരണത്തെയാണെങ്കിലും ആത്യന്തികമായി അതിനു ശേഷം നടക്കുന്ന അത്ഭുതമാണ് വ്യക്തികളെ വിശ്വാസത്തിലേക്ക് ആനയിക്കുവാൻ പോകുന്നത്. മറ്റൊരു ഭാഷയിൽ പറഞ്ഞാൽ യോഹന്നാന്റെ സുവിശേഷം രചിച്ചവരെ സംബന്ധിച്ചിടത്തോളം യേശുവുമായി ബന്ധപ്പെട്ട അതിശയകരമായ കാര്യങ്ങളാണ് നസറെത്തുമായി ബന്ധപ്പെട്ട പ്രശ്നത്തിനുള്ള മറുപടി.

ഇവിടെയെല്ലാം കാണുന്നത് യേശു നസറെത്തിൽ നിന്നുള്ള വ്യക്തിയാണെന്ന പ്രശ്നം പരിഹരിക്കുവാനുള്ള ശ്രമങ്ങളാണ്. യേശു എന്നത് സുവിശേഷകന്മാരോ ആദിമ ക്രിസ്തീയ സമൂഹമോ ചമച്ച ഒരു കെട്ടുകഥയാണെങ്കിൽ എന്തിന് ഇത്രയധികം കഷ്ടപ്പെടണം?

നസറായനായ യേശു എന്നതിനു പകരം ബെത്‌ലെഹെമ്യനായ[68] യേശു എന്നൊരു കഥയുണ്ടാക്കിയാൽ മതിയല്ലോ. അവർ അങ്ങനെ ചെയ്യില്ല കാരണം യേശു ഒരു ചരിത്രപുരുഷനായിരുന്നു, ആ യേശു നസറെത്തുകാരനായിരുന്നു എന്നത് പരസ്യമായി എല്ലാവർക്കും അറിയാവുന്ന ഒരു കാര്യമായിരുന്നു. അതിനാൽ അത് അങ്ങനെ തന്നെ രേഖപ്പെടുത്തുക എന്നതല്ലാതെ വേറെ മാർഗ്ഗമില്ലായിരുന്നു.

മുകളിൽ സൂചിപ്പിച്ച കാര്യങ്ങൾ കൂടാതെ മറ്റനേകം ഭാഗങ്ങളും ആദിമ സഭയ്ക്ക് അംഗീകരിക്കുവാൻ പ്രയാസമുള്ള കാര്യങ്ങളാണെന്നും അതിനുള്ള തെളിവുകളുടെ വെളിച്ചത്തിൽ അവ ആധികാരികമാണെന്നും കണ്ടെത്തിയിട്ടുണ്ട്.[69] ഉദാഹരണമായി യേശുവിന്റെ ദൗത്യം ഇസ്രായേലിനെ ലക്ഷ്യമാക്കി മാത്രമാണെന്നൊരു പ്രസ്താവന (മത്തായി 10:5-6, 15:24) വിജാതീയരുടെ അടുക്കലേക്ക് സുവിശേഷവുമായി കടന്നു ചെല്ലുന്ന ആദിമ സഭ വ്യാജമായി ചമയ്ക്കുവാൻ സാധ്യതയില്ല.[70] ഇതു കൂടാതെ,

---

[68] യേശു ജനിച്ചത് ഉറപ്പായും ബെത്‌ലെഹെമിലല്ല എന്നൊരു വാദം എനിക്കില്ല. യേശു നസറെത്തുകാരൻ എന്നറിയപ്പെട്ടു എന്നതായിരുന്നു ആദിമ സഭ അഭിമുഖീകരിച്ച പ്രശ്നം. അത് ആദിമ സഭ കെട്ടിച്ചമച്ചതല്ല. എന്നാൽ യേശു ബെത്‌ലെഹെമിലാണ് ജനിച്ചതെന്നൊരു കഥ ആദിമ ക്രിസ്ത്യാനികൾ നിർമ്മിക്കുവാൻ തത്വത്തിൽ യുക്തിപരമായ സാധ്യതയുണ്ടെങ്കിലും വസ്തുതകൾക്ക് വിരുദ്ധമായി അങ്ങനെയൊരു കാര്യം അവർ യഥാർത്ഥത്തിൽ ചെയ്യുവെന്നതിനോട് തെളിവുകൾ യോജിക്കുന്നില്ല: Robert B. Stewart and Gary R. Habermas, *Memories of Jesus: A Critical Appraisal of James D. G. Dunn's Jesus Remembered* (B&H Publishing Group, 2010), 187–88; Douglas D. Scott, *Is Jesus of Nazareth the Predicted Messiah?: A Historical-Evidential Approach to Specific Old Testament Messianic Prophecies and Their New Testament Fulfillments* (Eugene, Oregon: Wipf and Stock, 2019), 125–44; Armand Puig i Tàrrech, *Jesus: An Uncommon Journey: Studies on the Historical Jesus* (Mohr Siebeck, 2010), 63–104; David Wenham, *Jesus in Context* (Cambridge University Press, 2021), 81–89; N. Clayton Croy, *Escaping Shame: Mary's Dilemma and the Birthplace of Jesus* (BRILL, 2022), 143–61.

[69] P. Meier, "Criteria: How Do We Decide What Comes from Jesus?," 126–29.

[70] David A. deSilva, *The Jewish Teachers of Jesus, James, and Jude: What Earliest Christianity Learned from the Apocrypha and Pseudepigrapha* (Oxford University Press, 2012), 19.

എന്നെ നല്ലവൻ എന്നു പറയുന്നത് എന്ത്? ദൈവം ഒരുവൻ അല്ലാതെ നല്ലവൻ ആരുമില്ല എന്ന പ്രസ്താവന (മർക്കോസ് 10:18),[71] ആ നാളും നാഴികയും പുത്രനും കൂടെ അറിയുന്നില്ല എന്ന പ്രസ്താവന (മർക്കോസ് 13:32), യേശുവിന്റെ ബന്ധുക്കൾ യേശുവിന് ബുദ്ധിഭ്രമം ഉണ്ടെന്നു പറഞ്ഞ് യേശുവിനെ പിടിച്ചുകൊണ്ടു പോകുവാൻ വരുന്ന ഭാഗം (മർക്കോസ് 3:21),[72] സുവിശേഷങ്ങൾ എഴുതപ്പെടുന്ന കാലത്ത് ക്രിസ്തീയ സഭയുടെ നെടും തൂണുകളിലൊന്നായ നേതൃനിരയിലുള്ള പത്രോസിനെ യേശു 'സാത്താനേ, എന്നെ വിട്ടു പോ' എന്ന് പറഞ്ഞ് ശകാരിച്ച ഭാഗം (മർക്കോസ് 8:33), യേശുവിനെ യെഹൂദന്മാർ പിടികൂടി കഴിഞ്ഞപ്പോൾ പത്രോസ് തനിക്ക് യേശുവിനെ അറിയില്ലായെന്നു പറഞ്ഞ് പ്രാകുകയും ആണയിടുകയും ചെയ്യുന്ന ഭാഗം (മർക്കോസ് 14:71), യേശുവിന് തന്റെ പിതൃദേശത്ത് വീര്യപ്രവർത്തിയൊന്നും ചെയ്യുവാൻ കഴിഞ്ഞില്ലായെന്ന പരാമർശം (മർക്കോസ് 6:5) തുടങ്ങിയവയൊന്നും തന്നെ സഭ കൃത്രിമമായി സൃഷ്ടിച്ചവയായിരിക്കുവാൻ സാധ്യതയില്ലാത്ത ഭാഗങ്ങളാണ്.

പിൽക്കാലത്ത് വരുന്ന ചോദ്യങ്ങളോടും വെല്ലുവിളികളോടും പ്രതികരിക്കാൻ സഹായിക്കുന്ന യേശുവിന്റെ പ്രസ്താവനകളോ സംഭവങ്ങളോ ആദിമ ക്രിസ്ത്യാനികൾ കെട്ടിച്ചമയ്ക്കുവാൻ തത്വത്തിൽ സാധ്യതയുണ്ട്. എന്നാൽ തങ്ങൾക്ക് തന്നെ ലജ്ജാകരമോ പ്രയാസകരമോ പ്രശ്നമുണ്ടാക്കുന്നതോ ആയ യേശുവിന്റെ ഇത്തരം

---

[71] Raymond Edward Brown, *An Introduction to New Testament Christology* (Paulist Press, 1994), 174.

[72] ഈ ഭാഗം ഈ കാലത്തെ വ്യാഖ്യാതാക്കൾക്കു പോലും ബുദ്ധിമുട്ടുണ്ടാക്കുന്നതാണ്. അതിനാൽ ചില പണ്ഡിതന്മാരും ബൈബിൾ വിവർത്തനങ്ങളും ഇവിടെ യേശുവിന് ബുദ്ധിഭ്രമം ആരോപിച്ചത് യേശുവിന്റെ ബന്ധുക്കളല്ലായെന്ന് വ്യാഖ്യാനിക്കുവാൻ ശ്രമിക്കാറുണ്ട്. അതിനുള്ള വ്യാകരണപരമായ മറുപടി: Daniel B. Wallace, *Greek Grammar Beyond the Basics: An Exegetical Syntax of the New Testament* (Zondervan, 1996), 403; ഈ കാര്യം രേഖപ്പെടുത്തുവാൻ മർക്കോസിന് ലജ്ജയുണ്ടായില്ലായെന്ന നിരീക്ഷണത്തിനുള്ള മറുപടി: James Crossley and Robert J. Myles, *Jesus: A Life in Class Conflict* (Washington: Zero Books, 2023), 128.

പ്രസ്താവനകളോ സംഭവങ്ങളോ അവർ കൃത്രിമമായി ചമയ്ക്കുവാനുള്ള സാധ്യത വളരെ കുറവാണ്. സഭയ്ക്ക് പല തരം ബുദ്ധിമുട്ടുകൾ ഉണ്ടാക്കുന്നവയാണെങ്കിലും സുവിശേഷ രചയിതാക്കൾക്ക് (അല്ലെങ്കിൽ അവരുടെ ഉറവിടങ്ങൾക്ക്) ഈ കാര്യങ്ങൾ അനിഷേധ്യമായ വസ്തുതകളാണെന്ന് അറിയാമായിരുന്നതിനാൽ അവർ അവ യേശുവിന്റെ ജീവചരിത്ര രചനകളിൽ ഉൾപ്പെടുത്തിയതായിരിക്കുവാനാണ് സാധ്യത കൂടുതൽ. യേശുവിന്റെ പരസ്യമായ പൊതുജീവിതത്തിന്റെ ഭാഗവും, അപ്പോൾ തന്നെ ഒരു കൂട്ടം വ്യക്തികളുടെ ഓർമ്മയിൽ സജീവമായി നിറഞ്ഞു നിൽക്കുന്ന വസ്തുതകളുമായിരുന്നു ഇത്തരം കാര്യങ്ങളെന്നതിനാൽ സൗകര്യപൂർവ്വം മറക്കുകയോ മറയ്ക്കുകയോ ചെയ്യുന്നതിന് പകരം അവ രേഖപ്പെടുത്തിവെക്കുവാൻ അവർ നിർബ്ബന്ധിതരായിത്തീർന്നുവെന്ന് വേണം കരുതുവാൻ.

മുകളിൽ നൽകിയ തെളിവുകളുടെ അടിസ്ഥാനത്തിൽ യേശു ഒരു ചരിത്രപുരുഷൻ തന്നെയായിരുന്നുവെന്ന് നമ്മുക്ക് മനസിലാക്കുവാൻ സാധിക്കും.

ഭാഗം IV. ചരിത്രാന്വേഷണത്തിന്റെ നിർവ്വഹണം

ഉയിർത്തെഴുന്നേൽപ്പും തെളിവുകളും

"സി.ഡി. ബ്രോഡ് പറഞ്ഞത് ശരിയാണ്: 'ക്രൂശുമരണത്തിനു ശേഷം വളരെ വിചിത്രമായ എന്തോ സംഭവിച്ചിരിക്കണം, ഇത് യേശു ഏതോ അമാനുഷിക രീതിയിൽ അതിജീവിച്ചുവെന്ന വിശ്വാസത്തിലേക്ക് ചില ശിഷ്യന്മാരെയും വിശുദ്ധ പൗലോസിനെയും നയിച്ചു.' എന്നാൽ എന്ത്? പുതിയനിയമ ഗവേഷണത്തിന്റെ സമ്മാന പ്രഹേളിക എന്ന നിലയിൽ ഈ ചോദ്യം അതിന്റെ അഭിമാനകരമായ സ്ഥാനം നിലനിർത്തുന്നു."

ഡെയ്ൽ സി. ആലിസൺ[1]

ഈ ശാസ്ത്ര യുഗത്തിലും യേശുക്രിസ്തുവിന്റെ ഉയിർത്തെഴുന്നേൽപ്പ് പോലെ ഒരു വിഷയം ചരിത്രപരമായ ഒരു അന്വേഷണത്തിന് വിധേയമാക്കണമെങ്കിൽ കേവലം ഒരു മതത്തിലെ അംഗങ്ങൾ ഇതൊക്കെ ഇന്നും വിശ്വസിക്കുന്നു എന്നതിനുമപ്പുറം പ്രഥമ ദൃഷ്ട്യാ ചരിത്രപരമായ എന്തെങ്കിലും കാരണങ്ങൾ ഉണ്ടായിരിക്കണം. ലോകത്തിന്റെ ചരിത്രം പഠിക്കുന്ന ഒരു ചരിത്രാന്വേഷകനെ സംബന്ധിച്ചിടത്തോളം ഇത്തരമൊരു വിഷയം വിശകലനം ചെയ്യുന്നതിന് ന്യായമായ കാരണങ്ങളുണ്ട്.

ഉദാഹരണമായി, ലോകത്തിൽ ഏറ്റവുമധികം സ്വാധീനം ചെലുത്തിയിട്ടുള്ള പ്രസ്ഥാനങ്ങളുടെ ഒരു പട്ടികയെടുത്താൽ അതിന്റെ മുൻനിരയിൽ തന്നെ ക്രിസ്തുമതമുണ്ടാകും. പ്രധാനമായും പാശ്ചാത്യ സംസ്ക്കാരത്തെയും അതുവഴി ലോകം മുഴുവനെ തന്നെയും സ്വാധീനിച്ചിട്ടുള്ള ഈ വിശ്വാസധാരയുടെ

---

[1] Dale C. Allison Jr., *The Resurrection of Jesus: Apologetics, Polemics, History* (Bloomsbury Publishing, 2021), 8.

ഉത്ഭവത്തെക്കുറിച്ച് അന്വേഷിക്കുന്ന ഒരുവൻ മനസിലാക്കുന്ന ചില യാഥാർത്ഥ്യങ്ങളുണ്ട്. അവ നമ്മുക്ക് ആദ്യമൊന്ന് പരിശോധിക്കാം.

ഒരു ചരിത്രാന്വേഷണത്തിന്റെ സാധുത

ഒന്നാം നൂറ്റാണ്ടിലെ യെഹൂദ മതത്തിൽ നിന്ന്, കുറേക്കൂടെ കൃത്യമായിപ്പറഞ്ഞാൽ യെഹൂദന്മാർക്കിടയിലെ പരീശന്മാർ കൈക്കൊണ്ടിരുന്ന അടിസ്ഥാന ദൈവശാസ്ത്ര വീക്ഷണങ്ങളിൽ നിന്ന്, ഉത്ഭവിച്ചും വേർതിരിഞ്ഞും വന്ന രണ്ട് വിശ്വാസ ധാരകളാണ് ഇന്ന് നാം കാണുന്ന റബ്ബിമാരാൽ നയിക്കപ്പെടുന്ന യെഹൂദ മതവും, യേശുവിന്റെ ശിഷ്യന്മാരായ യെഹൂദന്മാർ ചേർന്ന് ആരംഭിച്ച ക്രിസ്ത്യാനിത്വവും. റബ്ബിനിക് യെഹൂദ മതത്തിന് ഒന്നാം നൂറ്റാണ്ടിലെ യെഹൂദമതത്തിൽ നിന്നുള്ള വ്യത്യാസങ്ങളുടെ കാരണം അന്വേഷിച്ചു പോയാൽ നാം എത്തിച്ചേർന്നു നിൽക്കുന്ന സുപ്രധാന സംഭവം എ. ഡി. 70-ലെ രണ്ടാം ദേവാലയത്തിന്റെ തകർച്ചയാണ്.[2]

ഇതേ നിലയിൽ, യെഹൂദർക്കിടയിലെ ഒരു അവാന്തര വിഭാഗമായി ഏകദേശം എ. ഡി. 30-നടുത്ത് ആരംഭിച്ച ക്രിസ്ത്യാനിത്വത്തിന് അന്നത്തെ യഹൂദാ വിശ്വാസങ്ങളിൽ നിന്നുള്ള സുപ്രധാന വ്യത്യാസങ്ങൾക്കുള്ള കാരണം അന്വേഷിച്ചു പോയാൽ നാം ചെന്ന് നിൽക്കുന്നത് എവിടെയായിരിക്കും എന്നത് പ്രഥമ ദൃഷ്ട്യാ തന്നെ ന്യായമായ ഒരു ചരിത്രാന്വേഷണത്തിന് വിഷയീഭവിക്കേണ്ട വസ്തുതയാണ്. ഇതിൽ പരിഗണനയർഹിക്കുന്ന പ്രധാന കാര്യങ്ങൾ ഇവയാണ്:

1.   ക്രിസ്ത്യാനിത്വം എങ്ങനെ ആരംഭിച്ചു?

---

2 Boccaccini, *Roots of Rabbinic Judaism* (Wm. B. Eerdmans Publishing, 2002), xiv.

2.   മരിച്ച്   ഉയിർക്കുന്ന   ഒരു   മിശിഹയെ പ്രതീക്ഷിച്ചിരുന്നവരല്ല[3] അന്നത്തെ യഹൂദാ സമൂഹം?[4] പിന്നെ ഇങ്ങനെ ഒരു വിശ്വാസം എങ്ങനെ ഉത്ഭവിച്ചു?

3.   അന്ത്യനാളിലെ   സകല   നീതിമാന്മാരുടെയും ഒരുമിച്ചുള്ള   ഉയിർപ്പിനു   മുൻപ്   ഏതെങ്കിലും   ഒരു   വ്യക്തി പ്രത്യേകമായി   ഉയിർത്ത്   നിത്യമായി   ജീവിച്ച്   പിന്നീട്   മറ്റുള്ളവർ ഉയിർക്കുന്ന ഒരു വിശ്വാസം യെഹൂദന്മാർക്കുണ്ടായിരുന്നില്ല.[5] പിന്നെ ഇത്തരമൊരു വിശ്വാസം എങ്ങനെ ആവിർഭവിച്ചു?

4.   കടുത്ത   ഏകദൈവവിശ്വാസികളായ[6]   യെഹൂദന്മാർ തങ്ങളുടെ ഭക്തിയുടെ കേന്ദ്രമായി ദൈവത്തെയല്ലാതെ മറ്റാരെയും, വേറെ   ഒരു   ദേവനെയും,   മറ്റൊരു   കർത്താവിനെയും   യാതൊരു കാരണവശാലും   സ്വീകരിച്ചിരുന്നില്ല.   പിൽക്കാലത്ത്   ഇതേ കാരണത്താൽ റോമക്കാർ നിരീശ്വരവാദികളെന്ന്[7] വിളിക്കുകയും ഗ്രീക്ക്   റോമൻ   ദേവീ   ദേവന്മാരെയും   റോമൻ   ചക്രവർത്തിയെയും ആരാധിക്കുവാൻ   വിസമ്മതിച്ചതിനാൽ   പീഡിപ്പിക്കപ്പെട്ട് കൊല്ലപ്പെടുകയും[8] ചെയ്ത ക്രിസ്ത്യാനികൾ, എങ്ങനെയാണ് തങ്ങളുടെ വിശ്വാസധാരയുടെ പ്രാരംഭം (ഫിലിപ്പിയർ 2:10-11, 1 കൊരിന്ത്യർ 1:2) മുതൽ തന്നെ ദൈവത്തിനൊപ്പം അക്കാലത്തെ ഏറ്റവും നീചമായ ശിക്ഷാ രീതിയായ ക്രൂശുമരണം വരിച്ച യഷുവായെന്ന (യേശു) മനുഷ്യനെ   അവരുടെ   ആരാധനയുടെയും   പ്രാർത്ഥനയുടെയും കേന്ദ്രമായി കാണുവാൻ ആരംഭിച്ചത്?

---

[3] Reza Aslan, *Zealot: The Life and Times of Jesus of Nazareth* (Random House Publishing Group, 2013), 165.

[4] Martin Hengel, *The Cross of the Son of God* (SCM Press, 1986), 62.

[5] Nicholas Thomas Wright, *The Resurrection of the Son of God* (Fortress Press, 2003), 205.

[6] James D. G. Dunn, *The Partings of the Ways: Between Christianity and Judaism and Their Significance for the Character of Christianity* (SCM Press, 2006), 26.

[7] Martyrdom of Polycarp 9, Justin Martyr, Apology 1 6.1

[8] Pliny the Younger, Epistles 10.96

ഈ ചരിത്രപരമായ ചോദ്യങ്ങൾക്കെല്ലാം പൊതുവായ ഒരു മറുപടിയായി ക്രിസ്ത്യാനിത്വം നൽകുന്ന ഏക ഉത്തരം, നസറായനായ യേശു മരണത്തെ പരാജയപ്പെടുത്തി ഉയിർത്തെഴുന്നേറ്റതിനാൽ എന്നതാണ്. അതിനാൽ തന്നെ ഈ ഉത്തരത്തിന്റെ വസ്തുതാപരമായ സാധുത ചരിത്രപരമായി വിശകലനം ചെയ്യേണ്ടത്, കേവലം ചരിത്രപഠനത്തിന്റെ വീക്ഷണത്തിൽ നിന്ന് നോക്കിയാലും വളരെ പ്രധാനപ്പെട്ട ഒന്നാണ്. ഈ വിഷയത്തെ ചരിത്രപരമായ വിശകലനത്തിന് വിധേയമാക്കിയ ധാരാളം അക്കാദമിക് ഗവേഷണങ്ങൾ പ്രസിദ്ധീകരിക്കപ്പെട്ടിട്ടുണ്ട്. ഗാരി റോബർട്ട് ഹാബർമാസ്,[9] ഗെർഡ് ലുഡെമാൻ,[10] വില്യം ലെയ്ൻ ക്രെയ്ഗ്,[11] എൻ. ടി. റൈറ്റ്,[12] ഗെസ വെർമെസ്,[13] ഡെയ്ൽ സി. ആലിസൺ[14] മൈക്കൽ ആർ. ലിക്കോണ[15] തുടങ്ങിയ പണ്ഡിതന്മാരുടെ ഗവേഷണങ്ങൾ ഈ വിഷയത്തിൽ വളരെ ശ്രദ്ധേയമായവയാണ്.

---

[9] Gary R. Habermas, *The Resurrection of Jesus: A Rational Inquiry* (Ann Arbor, MI: University Microfilms International, 1976); ഗാരി ഹാബർമാസിന്റെ ഏറ്റവും മഹത്തായ രചന എന്ന് വിശേഷിപ്പിക്കപ്പെടുന്ന ഗ്രന്ഥ പരമ്പരയിലെ ആദ്യ വാല്യം. യേശുവിന്റെ പുനരുത്ഥാനത്തിന്റെ സാധ്യതയെക്കുറിച്ചുള്ള അമ്പത് വർഷത്തെ ഗവേഷണത്തിന്റെ പരിസമാപ്തിയാണ് ഈ പുസ്തകം: Gary Habermas, *On the Resurrection, Volume 1: Evidences* (B&H Academic, 2024).

[10] Gerd Lüdemann, *The Resurrection of Jesus*, trans. John Bowden, 1st Fortress Ed., 1st Printing edition. (Minneapolis: Fortress Press, 1994).

[11] William Lane Craig, *Assessing the New Testament Evidence for the Historicity of the Resurrection of Jesus* (Lewiston, N.Y., USA: Edwin Mellen Press, 1989).

[12] Nicholas Thomas Wright, *The Resurrection of the Son of God* (Fortress Press, 2003).

[13] Geza Vermes, *The Resurrection: History and Myth* (Crown Publishing Group, 2008).

[14] Dale C. Allison Jr, *Resurrecting Jesus: The Earliest Christian Tradition and Its Interpreters* (Bloomsbury Publishing USA, 2005); Allison Jr., *The Resurrection of Jesus.*

[15] Michael R. Licona, *The Resurrection of Jesus: A New Historiographical Approach* (Downers Grove, Ill.: Nottingham, England: IVP Academic, 2010).

വിവിധ സർവ്വകലാശാലകളിൽ നടന്നിട്ടുള്ള പി.എച്ച്.ഡി ഗവേഷങ്ങളുടെ മുതൽ വിവധ ഉന്നതവിദ്യാഭ്യാസ സ്ഥാപനങ്ങളിൽ നടന്നിട്ടുള്ള സിമ്പോസിയങ്ങളുടെ വരെ ഉൽപ്പന്നങ്ങളായി ഈ വിഷയത്തിൽ പ്രസിദ്ധീകരിക്കപ്പെട്ടിട്ടുള്ള പഠനങ്ങൾ അനവധിയാണ്.[16] അവ മുഴുവനും ഒരു പുസ്തകത്തിൽ ചർച്ച ചെയ്യുകയെന്നത് അസാധ്യമായ ഒരു കാര്യമാണ്. അതിനാൽ ഇതുമായി ബന്ധപ്പെട്ട ഏറ്റവും പ്രധാനപ്പെട്ട വസ്തുതകളിലേക്കും വിശകലനങ്ങളിലേക്കുമാണ് ഇനി നമ്മുടെ ശ്രദ്ധ കേന്ദ്രീകരിക്കുവാൻ ആഗ്രഹികുന്നത്.

പ്രസക്തമായ ആദിമ ക്രിസ്തീയ രചനകളിലെ പ്രധാന ഭാഗങ്ങൾ

ആദിമകാല ക്രിസ്തീയ രചനകളിൽ നിന്നുള്ള ,ധാരാളം ഭാഗങ്ങൾ തുടർന്നുള്ള അധ്യായങ്ങളിൽ വിമർശനാത്മകമായ, അഥവാ നിരൂപണപരമായ, പരിശോധനയ്ക്ക് നാം വിധേയമാക്കുന്നുണ്ട്. നമ്മുടെ അന്വേഷണത്തിൽ പ്രസക്തമായ ആ ഭാഗങ്ങളിൽ ഏറ്റവും പ്രധാനപ്പെട്ട രണ്ടു ഭാഗങ്ങൾ ഇവിടെ ഉദ്ധരിക്കുവാൻ ഞാൻ ആഗ്രഹിക്കുന്നു. ഈ ഭാഗങ്ങൾ വായനക്കാർ പരിചയപ്പെട്ടിരിക്കേണ്ടത് തുടർന്നുള്ള നമ്മുടെ ചർച്ചകളിൽ വളരെ അത്യാവശ്യമാണ്. അതിനാൽ മർക്കോസ് 15:15-16:8; 1 കൊരിന്ത്യർ 15:1-11 എന്നീ ഭാഗങ്ങൾ പൂർണ്ണമായും താഴെ ഉദ്ധരിച്ചിരിക്കുന്നു.[17]

മർക്കോസ് 15:15-16:8

അപ്പോൾ, പീലാത്തോസ് ജനക്കൂട്ടത്തെ തൃപ്തിപ്പെടുത്താൻ തീരുമാനിച്ചുകൊണ്ട്, ബറാബ്ബാസിനെ അവർക്കു വിട്ടുകൊടുക്കുകയും യേശുവിനെ ചാട്ടവാറുകൊണ്ട് അടിപ്പിച്ചശേഷം

---

[16] Michael J. Alter, *A Thematic Access-Oriented Bibliography of Jesus's Resurrection* (Resource Publications, 2019); David Graieg, "A Bibliography on Jesus Resurrection (Works since 2020) as at 2023 06 28" (n.d.).

[17] വിവിധ മലയാളം വിവർത്തനങ്ങളെ അധികരിച്ച് ഗ്രീക്ക് മൂലത്തോട് കൂടുതൽ ചേർന്ന് നിൽക്കുന്ന നിലയിൽ ഈ പുസ്തകത്തിന്റെ എഴുത്തുകാരൻ സ്വന്തമായി തയ്യാറാക്കിയ വിവർത്തനങ്ങളാണ് തുടർന്ന് നൽകിയിരിക്കുന്നത്.

ക്രൂശിക്കാൻ ഏൽപ്പിച്ചുകൊടുക്കുകയും ചെയ്തു. അനന്തരം, പട്ടാളക്കാർ യേശുവിനെ കൊട്ടാരത്തിനുള്ളിൽ ദേശാധിപതിയുടെ ആസ്ഥാനത്തേക്ക് കൊണ്ടുപോയി. അവർ സൈന്യവിഭാഗത്തെ മുഴുവൻ അണിനിരത്തി. അവർ അവനെ പർപ്പിൾ നിറത്തിലുള്ള പുറങ്കുപ്പായം ധരിപ്പിക്കുകയും ഒരു മുൾക്കിരീടം മെടഞ്ഞ് അണിയിക്കുകയും ചെയ്തു. യഹൂദരുടെ രാജാവേ, സ്വസ്തി! എന്ന് അവർ അവനെ അഭിവാദനം ചെയ്യാൻ തുടങ്ങി. പിന്നീട് ഞാങ്ങണകൊണ്ട് അവന്റെ ശിരസ്സിൽ അടിക്കുകയും അവന്റെ മേൽ തുപ്പുകയും മുട്ടുകുത്തി അവനെ പ്രണമിക്കുകയും ചെയ്തു. അവനെ പരിഹസിച്ചശേഷം പർപ്പിൾ നിറത്തിലുള്ള പുറങ്കുപ്പായം അഴിച്ചുമാറ്റി. അവന്റെ വസ്ത്രം വീണ്ടും ധരിപ്പിച്ചു. പിന്നീട് അവർ അവനെ കുരിശിൽ തറയ്ക്കാൻ കൊണ്ടുപോയി.

അലക്സാണ്ടറിന്റെയും റൂഫസിന്റെയും പിതാവായ കുറേനക്കാരൻ ശിമോൻ നാട്ടിൻപുറത്തുനിന്നു വന്ന്, അതിലേ കടന്നുപോവുകയായിരുന്നു. യേശുവിന്റെ കുരിശു ചുമക്കാൻ അവർ അവനെ നിർബന്ധിച്ചു. തലയോടിടം എന്ന് അർത്ഥമുള്ള ഗോൽഗോഥായിൽ അവർ അവനെ കൊണ്ടുവന്നു. മീറ കലർത്തിയ വീഞ്ഞ് അവർ അവനു കൊടുത്തു. അവൻ അതു കുടിച്ചില്ല.

പിന്നീട്, അവർ അവനെ ക്രൂശിച്ചു. അതിനുശേഷം അവർ അവന്റെ വസ്ത്രങ്ങൾ പങ്കിട്ട്, ഓരോരുത്തനും അവയിൽ ഏതു കിട്ടുമെന്നറിയാൻ നറുക്കിട്ടു. രാവിലെ ഒൻപതുമണിക്കാണ് അവർ അവനെ ക്രൂശിച്ചത്. യെഹൂദരുടെ രാജാവ് എന്ന് അവന്റെ പേരിൽ ഒരു കുറ്റപത്രവും എഴുതിവച്ചിരുന്നു. അവനോടു കൂടെ രണ്ടു കൊള്ളക്കാരെ, ഒരുവനെ വലത്തും അപരനെ ഇടത്തുമായി ക്രൂശിച്ചു.

അതിലെ കടന്നുപോയവർ തല കുലുക്കികൊണ്ട് അവനെ ദുഷിച്ചുപറഞ്ഞു: ദേവാലയം നശിപ്പിച്ച്, മൂന്നു ദിവസംകൊണ്ടു വീണ്ടും പണിയുന്നവനേ, നിന്നെത്തന്നെ രക്ഷിക്കുക; കുരിശിൽനിന്ന് ഇറങ്ങിവരുക. അങ്ങനെതന്നെ, പുരോഹിതമുഖ്യന്മാരും വേദജ്ഞരും അവനെ പരിഹസിച്ചുകൊണ്ട്

പരസ്പരം പറഞ്ഞു: "ഇവൻ മറ്റുള്ളവരെ രക്ഷിച്ചു. തന്നെത്തന്നെ രക്ഷിക്കാൻ ഇവനു സാധിക്കുന്നില്ല. ഞങ്ങൾ കണ്ടു വിശ്വസിക്കുന്നതിനുവേണ്ടി ഇസ്രായേലിന്റെ രാജാവായ ക്രിസ്തു ഇപ്പോൾ കുരിശിൽനിന്ന് ഇറങ്ങിവരട്ടെ". അവനോടൊപ്പം ക്രൂശിക്കപ്പെട്ടവരും അവനെ പരിഹസിച്ചു.

ഉച്ചയ്ക്ക് പന്ത്രണ്ടുമണിമുതൽ മൂന്നുമണി വരെ ദേശത്തെല്ലായിടത്തും അന്ധകാരം വ്യാപിച്ചു. മൂന്നുമണിക്ക് യേശു ഉച്ചത്തിൽ നിലവിളിച്ചു: "എലോഹീ, എലോഹീ, ലമ്മാ ശബക്താനീ?" അതായത്, എന്റെ ദൈവമേ, എന്റെ ദൈവമേ, നീ എന്നെ കൈവിട്ടത് എന്തുകൊണ്ട്? അടുത്തു നിന്നിരുന്ന ചിലർ അതുകേട്ടു പറഞ്ഞു: ഇതാ, അവൻ ഏലിയാവിനെ വിളിക്കുന്നു. ഒരുവൻ ഓടിവന്ന്, നീർപ്പഞ്ഞി പുളിച്ച വീഞ്ഞിൽ മുക്കി, ഒരു ഞാങ്ങണമേൽ ചുറ്റി, അവനു കുടിക്കാൻ കൊടുത്തുകൊണ്ടു പറഞ്ഞു: "ആകട്ടെ, ഇവനെ താഴെ ഇറക്കാൻ ഏലിയാവ് വരുമോ എന്ന് നമുക്കു നോക്കാം". യേശു ഉച്ചത്തിൽ നിലവിളിച്ച് ജീവൻ വെടിഞ്ഞു.

അപ്പോൾ ദേവാലയത്തിലെ തിരശ്ശീല മുകളിൽനിന്ന് താഴെവരെ രണ്ടായി കീറി. അവൻ ഇങ്ങനെ പ്രാണൻ വെടിഞ്ഞത് കണ്ടപ്പോൾ അവന് അഭിമുഖമായി നോക്കി നിന്നിരുന്ന ശതാധിപൻ, "തീർച്ചയായും ഈ മനുഷ്യൻ ദൈവപുത്രനായിരുന്നു" എന്നു പറഞ്ഞു. ഇതെല്ലാം കണ്ടുകൊണ്ട് ദൂരെ കുറെ സ്ത്രീകളും നിന്നിരുന്നു. മഗ്ദലക്കാരി മറിയവും യോസേയുടെയും ചെറിയ യാക്കോബിന്റെയും അമ്മയായ മറിയവും ശലോമിയും അക്കൂട്ടത്തിൽ ഉണ്ടായിരുന്നു. യേശു ഗലീലിയിലായിരുന്നപ്പോൾ അവനെ അനുഗമിക്കുകയും ശുശ്രൂഷിക്കുകയും ചെയ്ത വരാണ് ഇവർ. കൂടാതെ, അവനോടുകൂടെ ജറുസലേമിലേക്കു വന്ന മറ്റനവധി സ്ത്രീകളും അവിടെ ഉണ്ടായിരുന്നു.

അന്ന് ശബ്ബത്തിന്റെ തലേദിവസമായ ഒരുക്കദിനമായിരുന്നു. അതിനാൽ, വൈകുന്നേരമായപ്പോൾ അരിമത്ഥ്യാക്കാരനായ യോസേഫ് ധൈര്യപൂർവം പീലാത്തോസിനെ സമീപിച്ചു. അവൻ ന്യായാധിപസമിതിയിലെ ഒരു പ്രമുഖാംഗവും ദൈവരാജ്യം

വരാനായി കാത്തിരുന്നവനുമായിരുന്നു. അവൻ പീലാത്തോസിന്റെ അടുക്കൽ ചെന്ന് യേശുവിന്റെ ശരീരം ചോദിച്ചു. അവൻ മരിച്ചുകഴിഞ്ഞുവോ എന്നു പീലാത്തോസ് വിസ്മയിച്ചു. അവൻ ശതാധിപനെ വിളിച്ച്, അവൻ ഇതിനകം മരിച്ചുകഴിഞ്ഞോ എന്ന് അന്വേഷിച്ചു. ശതാധിപനിൽ നിന്നു വിവരം ഗ്രഹിച്ചശേഷം അവൻ മൃതദേഹം യോസേഫിനു വിട്ടുകൊടുത്തു.

അവൻ ഒരു ശീല വാങ്ങി, അവനെ ഇറക്കി, ശീലയിൽ ചുറ്റിപ്പൊതിഞ്ഞ്, പാറയിൽ വെട്ടിയിട്ടുള്ള കല്ലറയിൽ വെച്ചു; കല്ലറയുടെ വാതില്ക്കൽ ഒരു കല്ലുരുട്ടി വയ്ക്കുകയും ചെയ്തു. അവനെ വെച്ച ഇടം മഗ്ദലക്കാരത്തി മറിയവും യോസെയുടെ അമ്മയായ മറിയവും നോക്കിക്കണ്ടു.

ശബ്ബത്ത് കഴിഞ്ഞശേഷം, മഗ്ദലക്കാരി മറിയവും യാക്കോബിന്റെ അമ്മയായ മറിയവും ശലോമിയും അവനെ അഭിഷേകം ചെയ്യുന്നതിനുവേണ്ടി സുഗന്ധദ്രവ്യങ്ങൾ വാങ്ങി. ആഴ്ചയുടെ ആദ്യദിവസം അതി രാവിലെ, സൂര്യനുദിച്ചപ്പോൾത്തന്നെ, അവർ ശവകുടീരത്തിങ്കലേക്കു പോയി. അവർ തമ്മിൽ പറഞ്ഞു: ആരാണ് നമുക്കുവേണ്ടി ശവകുടീരത്തിന്റെ വാതിൽക്കൽനിന്ന് കല്ല് ഉരുട്ടിമാറ്റുക? എന്നാൽ, അവർ നോക്കിയപ്പോൾ ആ കല്ല് ഉരുട്ടിമാറ്റപ്പെട്ടിരിക്കുന്നതായി കണ്ടു! അതു വളരെ വലുതായിരുന്നുതാനും. അവർ കല്ലറയ്ക്കുള്ളിൽ പ്രവേശിച്ചപ്പോൾ വെള്ള വസ്ത്രം ധരിച്ച ഒരു യുവാവ് വലതുഭാഗത്ത് ഇരിക്കുന്നതു കണ്ടു പരിഭ്രമിച്ചു.

അവൻ അവരോടു പറഞ്ഞു: "പരിഭ്രമിക്കേണ്ടാ, ക്രൂശിക്കപ്പെട്ട നസറായനായ യേശുവിനെ നിങ്ങൾ അന്വേഷിക്കുന്നു. അവൻ ഉയിർത്തെഴുന്നേറ്റു. അവൻ ഇവിടെയില്ല. നോക്കൂ, അവർ അവനെ വെച്ചിരുന്ന സ്ഥലം. നിങ്ങൾ പോയി, അവന്റെ ശിഷ്യൻമാരോടും പത്രോസിനോടും പറയുക: അവൻ നിങ്ങൾക്കുമുമ്പേ ഗലീലയിലേക്കു പോകുന്നു. അവൻ നിങ്ങളോടു പറഞ്ഞിരുന്നതുപോലെ അവിടെ വെച്ച് നിങ്ങൾ അവനെ കാണും". അവർ കല്ലറയിൽനിന്നു പുറത്തിറങ്ങി ഓടി. എന്തെന്നാൽ, അവർ

പേടിച്ചു വിറയ്ക്കുകയും ആശ്ചര്യപ്പെടുകയും ചെയ്തിരുന്നു. അവർ ആരോടും ഒന്നും പറഞ്ഞില്ല. അവർ അത്യന്തം ഭയപ്പെട്ടിരുന്നു.

1 കൊരിന്ത്യർ 15:1-11

സഹോദരന്മാരേ, ഞാൻ നിങ്ങളോട് അറിയിച്ചതും നിങ്ങൾ സ്വീകരിച്ചതും നിങ്ങൾ നിലനിൽക്കുന്നതും നിങ്ങൾ രക്ഷിക്കപ്പെടുന്നതുമായ സുവിശേഷത്തെപ്പറ്റി നിങ്ങളെ ഓർമിപ്പിക്കാൻ ഞാൻ ആഗ്രഹിക്കുന്നു - ഞാൻ നിങ്ങളോട് അറിയിച്ച വചനം മുറുകെപ്പിടിക്കുന്നെങ്കിൽ, അല്ലെങ്കിൽ നിങ്ങൾ വിശ്വസിച്ചതു വ്യർഥമായിത്തീരും. ക്രിസ്തു നമ്മുടെ പാപങ്ങൾക്കുവേണ്ടി വിശുദ്ധലിഖിതങ്ങൾക്കനുസൃതമായി മരിച്ചു അടക്കപ്പെട്ടു, വിശുദ്ധലിഖിതങ്ങൾക്കനുസൃതമായി മൂന്നാം നാൾ ഉയിർത്തെഴുന്നേറ്റു, കേഫാവിനും പിന്നെ പന്ത്രണ്ടുപേർക്കും കാണപ്പെട്ടു എന്നിങ്ങനെ എനിക്കു ലഭിച്ചതു പരമപ്രധാനമായി ഞാൻ നിങ്ങൾക്ക് ഏൽപിച്ചുതന്നു. അതിനുശേഷം അവിടന്ന് അഞ്ഞൂറിലധികം സഹോദരങ്ങൾക്ക് ഒരേസമയം കാണപ്പെട്ടു, അവരിൽ ചിലർ നിദ്രപ്രാപിച്ചെങ്കിലും അധികംപേരും ഇപ്പോഴും ജീവനോടെയിരിക്കുന്നു.

പിന്നീട് അവൻ യാക്കോബിനും അതിനുശേഷം സകല അപ്പൊസ്തലന്മാർക്കും കാണപ്പെട്ടു; ഏറ്റവുമൊടുവിൽ, അകാലജാതന് എന്നതുപോലെ എനിക്കും കാണപ്പെട്ടു. ഞാൻ അപ്പൊസ്തലന്മാരിൽ ഏറ്റവും ചെറിയവനാണ്. ദൈവസഭയെ പീഡിപ്പിച്ചതുകൊണ്ട് അപ്പൊസ്തലൻ എന്ന പേരിനു യോഗ്യനുമല്ല. എന്നാൽ ഞാൻ ആയിരിക്കുന്നതു ദൈവകൃപയാൽ ആകുന്നു. എന്നോടുള്ള അവിടത്തെ കൃപ നിഷ്ഫലമായില്ല. നേരേമറിച്ച് മറ്റെല്ലാവരെയുംകാൾ അധികം ഞാൻ അധ്വാനിച്ചു. എന്നാൽ, ഞാനല്ല എന്നിലുള്ള ദൈവകൃപയാണ് അധ്വാനിച്ചത്. അതുകൊണ്ട്, ഞാനായാലും, അവരായാലും, ഇതാണ് ഞങ്ങൾ പ്രസംഗിക്കുന്നതും നിങ്ങൾ വിശ്വസിച്ചതും.

അടിസ്ഥാന ചരിത്ര വസ്തുതകൾ

യേശുവിന്റെ ജീവിതത്തിലെ അന്ത്യ നാളുകളെയും യെഹൂദന്മാരുടെ ഇടയിലെ ക്രിസ്ത്യാനികൾ എന്ന ഉപവിഭാഗത്തിന്റെ ആരംഭത്തെയും ചരിത്രപരമായി സമീപിക്കുന്ന ഗവേഷകന്മാർ പൊതുവിൽ (പൊതുവിൽ എന്ന് പറയുമ്പോൾ ചില പഠനങ്ങൾ അനുസരിച്ച് ഏതാണ്ട് 75%-ത്തിലധികം[18]) അംഗീകരിച്ചിട്ടുള്ള ചില വസ്തുതകൾ ഉണ്ട്. ഗവേഷകന്മാർ എന്ന് പറയുമ്പോൾ ബൈബിൾ തെറ്റുകൂടാത്ത ദൈവവചനമാണ് അതുകൊണ്ട് അതിലുള്ളതെല്ലാം ശരിയാണ് എന്ന് പറയുന്നവരെക്കുറിച്ചല്ല ഞാൻ പറയുന്നത്. മറിച്ച് ആറാം അധ്യായം വരെയുള്ള ഭാഗങ്ങളിൽ പറഞ്ഞിരിക്കുന്ന രീതിയിൽ വിമർശനബുദ്ധ്യാ നിരൂപണപരമായ ചരിത്രപഠനങ്ങൾ ഈ വിഷയത്തിൽ നടത്തിയിട്ടുള്ള നിരീശ്വരവാദികളും അജ്ഞേയവാദികളും സ്വതന്ത്രവിശ്വാസികളും യാഥാസ്ഥിതികരും അടങ്ങുന്ന പണ്ഡിതലോകത്തെക്കുറിച്ചാണ് ഞാൻ പറയുന്നത്.

ഈ വിഷയത്തിൽ സംസാരിക്കുവാനാവശ്യമായ പഠനം നടത്തി നിർണ്ണയങ്ങളിൽ എത്തിച്ചേർന്നിട്ടുള്ള ഗവേഷകന്മാർ നടത്തിയിട്ടുള്ള കണ്ടെത്തലുകളാണ് നാം പരിഗണിക്കുവാൻ പോകുന്നത്. സ്വാഭാവികമായും ഇവരിൽ പലരും യേശു ഉയിർത്തെഴുന്നേറ്റിട്ടില്ലായെന്ന് വിശ്വസിക്കുന്നവരാണ്. അപ്പോൾ തന്നെ ഇതുമായി ബന്ധപ്പെട്ട ചില അനുബന്ധ വസ്തുതകളെ അവർ അംഗീകരിക്കുകയും ചെയ്യുന്നുണ്ട്. ഏത് പഠനമേഖലയിലും അത് പ്രകൃതിയെക്കുറിച്ച് പഠിക്കുന്ന ശാസ്ത്രമായാലും സാമൂഹ്യശാസ്ത്രമായാലും ചരിത്രമായാലും ആ മേഖലയിലെ പണ്ഡിതന്മാർക്കിടയിലെ പൊതു നിലപാടുകൾക്ക് വലിയ പ്രസക്തിയുണ്ട്. അപ്പോൾ തന്നെ ഈ ചരിത്രാന്വേഷകന്മാർ എന്തു കണ്ടെത്തിയെന്നതു പോലെ തന്നെ പ്രധാനമാണ് അവർ എങ്ങനെയാണ് ആ നിർണ്ണയങ്ങളിലേക്ക് എത്തിച്ചേർന്നതെന്ന കാര്യം മനസിലാക്കുന്നതും.

---

[18] Gary Habermas, "Resurrection Research From 1975 to the Present: What Are Critical Scholars Saying?," *JSHJ* 3.2 (2005): 135–53.

നാം ആറാം അധ്യായത്തിൽ പരിചയപ്പെട്ട ചരിത്രപരമായ ആധികാരികതയുടെ മാനദണ്ഡങ്ങൾ ഉപയോഗിച്ചാണ് തുടർന്നുള്ള അധ്യായങ്ങളിൽ സംക്ഷിപ്പമായി വിവരിച്ചിരിക്കുന്ന ചരിത്ര വസ്തുതകളിലേക്ക് ക്രിസ്തീയവിശ്വാസത്തിന്റെ ഉത്ഭവത്തെക്കുറിച്ച് പഠിക്കുന്ന പണ്ഡിതന്മാർ എത്തിച്ചേർന്നിരിക്കുന്നത്. അതാണ് തുടർന്നുള്ള അധ്യായങ്ങളിൽ ചുരുക്കമായി വിവരിച്ചിരിക്കുന്നത്.

ഒന്നാമത്തെ ചരിത്ര വസ്തുത – മരണം

യെഹൂദ്യയിലെ റോമൻ പ്രേഫെക്റ്റൂസ്[1] (പ്രവിശ്യാധികാരി) ആയിരുന്ന പോന്തിയോസ് പീലാത്തോസ് വിധിച്ചതനുസരിച്ച് റോമൻ പട്ടാളക്കാർ യേശുവിനെ ക്രൂശിൽ തറച്ച് കൊന്നു എന്നതാണ് ഒന്നാമത്തെ അടിസ്ഥാന ചരിത്ര വസ്തുത. പുരാതന ചരിത്രത്തിലെ ഏറ്റവും മികച്ച സാക്ഷ്യപ്പെടുത്തലുകളുള്ള ഒരു സംഭവമാണിതെന്ന് പറയുന്നത് ഒരിക്കലും ഒരു അതിശയോക്തിയല്ലായെന്ന് മനസിലാക്കുവാൻ നിദാനമാകുന്ന കാരണങ്ങൾ താഴെ വിവരിച്ചിരിക്കുന്നവയാണ്:

ഒന്ന്

യേശുവിന്റെ ക്രൂശുമരണം യേശുവിന്റെ ജീവചരിത്ര രചയിതാക്കളും (മർക്കോസ് 15:37, മത്തായി 27:50, ലൂക്കോസ് 23:46, യോഹന്നാൻ 11:14) പൗലോസിന്റെയും പത്രോസിന്റെയും ഉൾപ്പെടെയുള്ള കത്തുകളും (റോമർ 5:6, 1 പത്രോസ് 3:18) മാത്രമല്ല ജോസീഫസ്,[2] ടാസിറ്റസ്,[3] മാറാ ബാർ സെറാപിയൻ[4] തുടങ്ങിയ മറ്റ് എഴുത്തുകാരും യഹൂദാ തല്മൂദും[5] രേഖപ്പെടുത്തിയിട്ടുണ്ട്. ഒന്നിലധികം സ്വതന്ത്ര സ്രോതസ്സുകളിൽ നിന്ന് ഈ വിവരം ലഭിക്കുന്നത്, ഇതൊരു ചരിത്രസംഭവമാണ് എന്നതിലേക്കാണ് വിരൽ ചൂണ്ടുന്നത്. രണ്ടാം നൂറ്റാണ്ടിൽ ക്രിസ്തീയവിശ്വാസത്തെ വിമർശനപരമായി നോക്കിക്കാണുന്ന സമോസാറ്റയിലെ ലൂഷ്യനും

---

[1] ലത്തീൻ ഭാഷയിൽ

[2] Josephus, Antiquities of the Jews, Book 18, Chapter 3, Section 3

[3] Tacitus, Annals, 15.44

[4] William Cureton, *Spicilegium Syriacum* (Rivingtons, 1855), 73.

[5] Sanhedrin 43a

പരിചയമുണ്ടായിരുന്നത് ക്രൂശിക്കപ്പെട്ട ക്രിസ്തുവിനെ തന്നെയായിരുന്നു.[6]

രണ്ട്

യേശുവിന്റെ ജീവിതത്തിലെ ഈ സംഭവം യേശുവിനെക്കുറിച്ച് പ്രസംഗിക്കുന്നവരെ വിഷമവൃത്തത്തിലാക്കിയ ഒരു സംഭവമായിരുന്നു. പൗലോസ് പറയുന്നത് ഇത് യെഹൂദന്മാർക്ക് ഇടർച്ചയും ജാതികൾക്കു ഭോഷത്വവുമായിരുന്നു (1 കൊരിന്ത്യർ 1:23) എന്നാണ്. മറ്റുള്ളവരെ തങ്ങളുടെ മതത്തിലേക്ക് ആകർഷിക്കുവാൻ ആഗ്രഹിക്കുന്ന ഒരു മതമെന്ന നിലയിൽ സ്വാഭാവികമായും മറ്റുള്ളവർക്ക് സ്വീകാര്യമായ ഒരു മതം നിർമ്മിക്കുവാനാഗ്രഹിക്കുന്ന ക്രിസ്ത്യാനികൾ ഇങ്ങനെ ഒരു കഥ കെട്ടിച്ചമക്കില്ല. ക്രിസ്തീയവിശ്വാസം ആരംഭിച്ചുകഴിഞ്ഞതിനു ശേഷം പഴയനിയമത്തിലെ പല ഭാഗങ്ങളും മിശിഹ മരിക്കും എന്നതിനെക്കുറിച്ചുള്ള പ്രവചനമായി ക്രിസ്ത്യാനികൾ ചൂണ്ടിക്കാട്ടിയെങ്കിലും, അതിനു മുൻപ്, ഇസ്രായേലിന്റെ ശത്രുക്കളുടെ കയ്യാൽ ക്രൂശിക്കപ്പെട്ട് മർക്കോസിന്റെ സുവിശേഷത്തിൽ കാണുന്നത് പോലെ ആശങ്കാകുലനായി ദൈവത്തോട് നിലവിളിച്ച് മരിക്കുന്ന (മർക്കോസ് 15:34, 37) ഒരു മിശിഹയെയല്ല യെഹൂദന്മാർ പ്രതീക്ഷിച്ചിരുന്നത്.

ഒരു സ്വതന്ത്ര മുസ്ലീമും മതത്തിന്റെ സാമൂഹ്യശാസ്ത്രത്തിൽ പണ്ഡിതനുമായ റേസാ അസ്ലാൻ ചൂണ്ടിക്കാട്ടിയിരിക്കുന്നതു പോലെ "രണ്ട് സഹസ്രാബ്ദക്കാലത്തെ ക്രിസ്തീയ വിശ്വാസ സമർത്ഥനങ്ങൾ ഉണ്ടെങ്കിലും, മരിക്കുകയും ഉയിർത്തെഴുന്നേൽക്കുകയും ചെയ്യുന്ന ഒരു മിശിഹായിലുള്ള വിശ്വാസം യെഹൂദമതത്തിൽ ഉണ്ടായിരുന്നില്ല എന്നതാണ് വസ്തുത".[7] ഉണ്ടെന്ന് ആരെങ്കിലും വിശ്വസിച്ചിരുന്ന ഒരു പ്രവചനം നിറവേറ്റുവാൻ വേണ്ടി ഒരു കഥയുണ്ടാക്കിയതല്ലായെന്ന് വ്യക്തം.

---

[6] Lucian Of Samosata, The Passing Peregrinus §13

[7] Aslan, *Zealot*, 165.

മൂന്ന്

മർക്കോസിന്റെ സുവിശേഷത്തിൽ നിന്നും പിന്നീട് എഴുതപ്പെട്ട ലൂക്കോസിന്റെ സുവിശേഷത്തിലേക്ക് വരുമ്പോൾ ദൈവത്തെ വിളിക്കുന്നത്, തന്റെ ആത്മാവിനെ ദൈവകരങ്ങളിൽ എല്പിക്കുവാനാണ്. കൈവിട്ടതെന്ത് എന്ന ചോദ്യം അവിടെയില്ല. മർക്കോസിനു ശേഷം കുറഞ്ഞത് മുപ്പത് വർഷങ്ങൾക്ക് ശേഷമെങ്കിലും എഴുതപ്പെട്ട യോഹന്നാനിലേക്ക് വരുമ്പോൾ പൂർണ്ണമായും വൈകാരിക നിയന്ത്രണം വീണ്ടെടുത്ത, ദൈവത്തെ വിളിക്കാതെ ശാന്തമായി, എല്ലാം നിവൃത്തിയായി എന്ന് ഉറപ്പിച്ച് മരണത്തെ സ്വീകരിക്കുന്ന ഒരു വ്യക്തിയായിട്ടാണ് യേശുവിനെ ചിത്രീകരിച്ചിരിക്കുന്നത്. സ്വാഭാവികമായും കാലം മുന്നോട്ടു പോകുമ്പോൾ സംഭവിച്ച ഈ പുരോഗതി സൂചിപ്പിക്കുന്നത് മർക്കോസ് ചിത്രീകരിച്ചിരിക്കുന്ന നിലയിലുള്ള ഒരു മരണം ക്രിസ്ത്യാനികൾ കൃത്രിമമായി സൃഷ്ടിച്ചെടുക്കുവാൻ സാധ്യതയില്ലായെന്നാണ്.

ഇത് താരതമ്യം ചെയ്യേണ്ടത് യേശുവിന് മുൻപ് യെഹൂദന്മാർക്കിടയിൽ നടന്ന രക്തസാക്ഷി മരണങ്ങളുമായും പിൽക്കാലത്ത് അപ്പൊസ്തലിക സഭയിൽ നടന്ന രക്തസാക്ഷി മരണങ്ങളുമായാണ്. കഠിനമായ പീഡനത്തിന്റെയും വധശിക്ഷയുടെയും സാഹചര്യങ്ങളിൽ ധീരതയോടെ പ്രവർത്തിച്ച യെഹൂദ രക്തസാക്ഷികളെക്കുറിച്ച് നിരവധി വിവരണങ്ങൾ നിലവിലുണ്ട്. ഇവയുടെ വെളിച്ചത്തിൽ, ഇതിനു വിപരീതമായി, ക്രൂശിൽ ദൈവം തന്നെ കൈവിട്ടുവോയെന്ന് നിലവിളിച്ചുകൊണ്ട് മരിക്കുന്ന ബലഹീനനായ യേശുവിനെ സംബന്ധിച്ച വിവരണങ്ങൾ, ആദിമ ക്രിസ്തീയ സമൂഹത്തിന് ലജ്ജാകരമായി തോന്നുന്ന നിലയിലുള്ളവയാണ്. സ്റ്റീഫന്, റബ്ബി അകിബ, റബ്ബി ഹനീന ബെൻ താരാദിയോൻ, പോളികാർപ്പ് എന്നിവരെക്കുറിച്ച് യേശുവിന് ശേഷവും മക്കബായരുടെ പുസ്തകങ്ങളിലെ ഏഴ് സഹോദരന്മാരെക്കുറിച്ചും അവരുടെ അമ്മയെക്കുറിച്ചും എലെയാസാറിനെക്കുറിച്ചും യേശുവിനു മുൻപും എഴുതപ്പെട്ടിട്ടുള്ള

രക്തസാക്ഷിത്വ വിവരണങ്ങൾ ഇത്തരമൊരു താരതമ്യത്തിന് പ്രയോജനപ്പെടുന്ന നിലയിൽ നമ്മുടെ മുൻപിലുണ്ട്.[8]

കലാപത്തിന്റെ ഏതൊരു സംശയത്തെയും ക്രൂരമായി അടിച്ചമർത്തുന്ന യെരൂശലേമിലെ റോമൻ ഭരണം കണക്കിലെടുക്കുമ്പോൾ യേശുവിനു മുൻപുള്ള യെഹൂദന്മാരുടെ രക്തസാക്ഷി മരണത്തിന്റെ വിവരണങ്ങൾ യെഹൂദ്യയിൽ യേശുവിന്റെ കാലത്ത് തന്നെ വ്യാപകമായി പ്രചാരത്തിലിരുന്നവയായിരിക്കണം. അങ്ങനെയെങ്കിൽ, പീഡാനുഭവ ആഖ്യാനങ്ങളിൽ കാണുന്ന യേശുവും ഇവരും തമ്മിലുള്ള പല വ്യത്യാസങ്ങളും ആദ്യകാല വായനക്കാർക്ക് എളുപ്പത്തിൽ മനസിലാവുകയും മിക്കവാറും ക്രിസ്ത്യാനികൾക്ക് തികച്ചും ലജ്ജാകരമാവുകയും ചെയ്യുമായിരുന്നു.[9] എന്നിട്ടും മർക്കോസ് തന്റെ സുവിശേഷത്തിൽ ഇതും, കൂടാതെ യേശുവിനെ ബലഹീനനായി കാണിക്കുന്ന ഗെത്സെമനിയെന്ന തോട്ടത്തിൽവെച്ച് നടന്ന സംഭവവങ്ങളും (മർക്കോസ് 14:32-42) രേഖപ്പെടുത്തിയിരിക്കുന്നത് നിലവിളിയോടു കൂടി യേശു മരിച്ചുവെന്നതിന്റെ (മർക്കോസ് 15:34, 37) ചരിത്രപരതയിലേക്ക് വിരൽചൂണ്ടുന്നു.

കൂടാതെ, യേശുവിന്റെ മരണം യെഹൂദന്മാരായ പ്രമുഖ രക്തസാക്ഷികളുടെ മരണത്തിൽ കാണുന്ന ധീരതയിൽ നിന്നും ക്രിസ്ത്യാനികളായ രക്തസാക്ഷികളുടെ മരണത്തിൽ കാണുന്ന ധീരതയിൽ നിന്നും വ്യത്യസ്തമാകയാൽ ഇത് അസാമ്യതയുടെ മാനദണ്ഡവും പാലിക്കുന്നു. ക്രൂശിക്കപ്പെട്ട യേശുവിനെ ആരാധിക്കുന്നതിനെ പരിഹസിക്കുന്ന, ഭിത്തിയിൽ കുത്തിവരച്ചിട്ടുള്ള ഒരു ചിത്രം റോമിലെ പാലറ്റൈൻ കുന്നിലെ

---

[8] 2 Maccabees 7, 4 Maccabees 6:1-30, അപ്പൊ. പ്രവ. 6:8–7:60, 6:15-21, y. Ber. 14b., b. Ber. 61b., b. Abod. Zar. 18a., Mart. Pol. 7.1–16.1., Mart. Pol. 9.1.
[9] Antoinette Clark Wire, *Holy Lives, Holy Deaths: A Close Hearing of Early Jewish Storytellers* (Brill, 2002), 279–373.

പെഡഗോജിയത്തിൽ നിന്ന് കണ്ടെത്തിയിട്ടുണ്ട്;[10] ഇത് ഏകദേശം എ. ഡി. 90-നും 200-നുമിടയിൽ നിന്നുള്ള ഒന്നാണെന്ന് ഗവേഷകന്മാർ വിലയിരുത്തിയിട്ടുണ്ട്.

നാല്

റോമാക്കാർ യേശുവിനെ ക്രൂശിച്ചപ്പോൾ, "യെഹൂദന്മാരുടെ രാജാവ്" എന്ന് എഴുതിയ ഒരു ഫലകം അദ്ദേഹത്തിന്റെ തലയ്ക്ക് മുകളിലായി തറച്ചതായി മർക്കോസ് 15:26, യോഹന്നാൻ 19:19 എന്നീ വാക്യങ്ങളിൽ കാണുവാൻ സാധിക്കും. മർക്കോസിലും യോഹന്നാനിലും കാണുന്നതിനാൽ ഒന്നിലധികം ഉറവിടങ്ങളുടെ സാക്ഷ്യമെന്ന മാനദണ്ഡം ഈ അവകാശവാദത്തെ പിന്തുണയ്ക്കുന്നുണ്ട്. അത് കൂടാതെ അസാമ്യതയുടെ തത്വത്തിന്റെ അടിസ്ഥാനത്തിലും ഇതൊരു ചരിത്രവസ്തുതയാണെന്ന് നമ്മുക്ക് മനസിലാക്കാം. അതായത് "യെഹൂദന്മാരുടെ രാജാവ്" എന്നത് ആദിമ സഭ ഒരിക്കലും യേശുവിനെക്കുറിച്ച് പറഞ്ഞിരുന്ന ഒരു പ്രയോഗമായിരുന്നില്ല. അങ്ങനെയൊരു പദവി ആദിമ സഭ സൃഷ്ടിച്ചെടുത്ത് യേശുവിന്റെ ക്രൂശീകരണത്തെക്കുറിച്ചുള്ള കഥയിലേക്ക് ഉൾപ്പെടുത്തിയതാണെങ്കിൽ ആദിമ സഭ യേശുവിനെ "യെഹൂദന്മാരുടെ രാജാവ്" എന്ന് കൂടുതൽ തവണ വിളിക്കുമെന്ന് നാം പ്രതീക്ഷിക്കേണ്ടതാണ്. പക്ഷേ വാസ്തവത്തിൽ, ആദിമ സഭ യേശുവിനെ ഈ പേരിൽ വിളിച്ചിട്ടില്ല. ഈ ഒരു ഭാഗത്തൊഴികെ സമവീക്ഷണ സുവിശേഷങ്ങളിലോ യോഹന്നാന്റെ സുവിശേഷത്തിലോ മറ്റെവിടെയും യേശുവിനെ "യെഹൂദന്മാരുടെ രാജാവ്" എന്ന് വിളിക്കുന്നില്ല! കൂടാതെ, പുതിയനിയമത്തിലെ ലേഖനങ്ങളൊന്നും യേശുവിനെ ഈ സ്ഥാനപ്പേരിൽ വിളിക്കുന്നില്ല!

ഈ കാരണത്താൽ, അസാമ്യതയുടെ മാനദണ്ഡമനുസരിച്ച്, യേശു ക്രൂശിക്കപ്പെടുമ്പോൾ ഈ ഫലകം ശരിക്കും അദ്ദേഹത്തിന്റെ തലയ്ക്ക് മുകളിൽ തറച്ചിരുന്നുവെന്നത് ചരിത്രപരമായി വിശ്വാസയോഗ്യമാണ്. കൂടാതെ മാറാ ബാർ സെറാപിയന്റെ

---

[10] Kennedy, *Excavating the Evidence for Jesus*, 235.

കെത്തിൽ ഏകദേശം എ. ഡി. 73-ൽ അദ്ദേഹം പറയുന്നത് യെഹൂദന്മാർ തങ്ങളുടെ ജ്ഞാനിയായ രാജാവിനെ കൊന്നുവെന്നാണ്. സെറാപിയൻ ഒരു ക്രിസ്ത്യാനിയായിരുന്നില്ല, ഒരു സ്റ്റോയിക്ക് ആയിരുന്നു. ഇതും യേശുവിനെതിരായ ആരോപണത്തിന്റെ സ്വതന്ത്രമായ ഒരു സാക്ഷ്യമായി പരിഗണിക്കാവുന്നതാണ്.

അതായത്, യേശുവിനെ ക്രൂശിച്ചത് യെഹൂദന്മാരുടെ രാജാവ് എന്ന് യേശു അവകാശപ്പെട്ടുവെന്ന കുറ്റം ചുമത്തിയാണ്. മറ്റൊരർത്ഥത്തിൽ ഇത് റോമൻ ചക്രവർത്തിക്കെതിരായ ഒരു കുറ്റകൃത്യമാണ്. ഒരു സാമാന്യ വിശകലനത്തിൽ തന്നെ ഇത് മനസിലാകുമെങ്കിലും, യോഹന്നാൻ 19:15-ൽ മഹാപുരോഹിതന്മാർ ഞങ്ങൾക്ക് കൈസറല്ലാതെ മറ്റൊരു രാജാവില്ല എന്ന് പറഞ്ഞുവെന്ന് യോഹന്നാൻ രേഖപ്പെടുത്തിയിരിക്കുന്നതും ഈ വിശകലനത്തെ പിന്തുണയ്ക്കുന്നതാണ്. യഥാർത്ഥത്തിൽ മഹാപുരോഹിതന്മാർ അങ്ങനെ പറഞ്ഞുവെന്ന് നമ്മുക്ക് തെളിവൊന്നുമില്ല. പക്ഷെ ഒന്നാം നൂറ്റാണ്ടിന്റെ അവസാനപാദത്തിൽ യോഹന്നാന്റെ പേരിൽ അറിയപ്പെടുന്ന സുവിശേഷം എഴുതിയ വ്യക്തി ഇത്തരമൊരു പ്രസ്താവന ഈ സന്ദർഭത്തിൽ ഉചിതമാണെന്ന് ചിന്തിച്ചത് തന്നെ യേശുവിനെതിരായി ഉയർന്നിരുന്ന ആരോപണത്തിന്റെ ഗൗരവം വ്യക്തമാക്കുന്നതാണ്. ഇത്തരമൊരു സാഹചര്യത്തിൽ പീലാത്തോസിനെ താരതമ്യേന ബലഹീനനായി കാണിച്ചിരിക്കുന്നത് ചരിത്രപരമായി വിശ്വസനീയമല്ലെന്ന വസ്തുത നാം ചർച്ച ചെയ്തു കഴിഞ്ഞതാണ്. യേശുവിനെ ക്രൂശിച്ചതിന്റെ ഉത്തരവാദിത്വം കൂടിയ അളവിൽ അവിശ്വാസികളായ യെഹൂദന്മാരുടെ മേൽ ചുമത്തുവാനുള്ള ആദിമ ക്രിസ്ത്യാനികളുടെ ഒരു ശ്രമത്തിന്റെ ഭാഗമായാണ് ഇത് പൊതുവിൽ വിലയിരുത്തപ്പെടുന്നത്.

സീസറിനെതിരായ കലാപ ശ്രമം എന്ന രാഷ്ട്രീയ കുറ്റം ചുമത്തി അക്കാലത്തെ സകല അധികാര കേന്ദ്രങ്ങളും ഒരുപോലെ കൊല്ലുവാനാഗ്രിച്ച ഈ യേശു, മനുഷ്യരെ കൊല്ലുവാൻ നല്ല

പരിശീലനം ലഭിച്ച് അത് തൊഴിലായി സ്വീകരിച്ചിരിക്കുന്ന റോമൻ പട്ടാളക്കാരുടെ കയ്യിൽ നിന്ന് മരിക്കാതെ രക്ഷപെടുക എന്നത് അസാധ്യമായിരുന്നു. നിശ്ചയമായും ഇങ്ങനെയൊരാളെ തൂക്കിലേറ്റുന്നത് ഒരിക്കലും ഒരാൾ ഒറ്റയ്ക്കായിരിക്കില്ലല്ലോ. ഒന്നിലധികം പട്ടാളക്കാർ നിശ്ചയമായും ഉണ്ടാകുമായിരുന്നു. മാത്രവുമല്ല യേശുവിനെ കൊന്നത് യഹൂദാ അധികാരികളുടെ പ്രേരണയാലാണെന്ന് ജോസീഫസും പറയുന്നുണ്ട്. സ്വാഭാവികമായും പരസ്യമായി നടത്തുന്ന ഈ വധശിക്ഷയിൽ നിന്ന് രക്ഷപെടുവാൻ യെഹൂദന്മാർ യേശുവിനെ അനുവദിക്കില്ല.

അഞ്ച്

യേശുവിന്റെ മരണത്തിന്റെ കാരണം സുവിശേഷങ്ങളിലെ വിവരണങ്ങളെ അടിസ്ഥാനപ്പെടുത്തി വൈദ്യശാസ്ത്രപരമായി ഏകദേശം നിർണ്ണയിക്കുവാൻ സാധിച്ചിട്ടുണ്ട്. ഹൈപ്പോവോളമിക് ഷോക്കും, ശ്വാസ തടസ്സവുമാണ് അടിസ്ഥാന കാരണങ്ങളായി ഗവേഷകന്മാർ ചൂണ്ടിക്കാണിച്ചിട്ടുള്ളത്. മരണ കാരണങ്ങൾ എന്തു തന്നെയാണെങ്കിലും 1986-ൽ അമേരിക്കയിലെ ജേർണൽ ഓഫ് അമേരിക്കൻ മെഡിക്കൽ അസോസിയേഷനിൽ പ്രസിദ്ധീകരിച്ച, "ഓൺ ദി ഫിസിക്കൽ ഡെത്ത് ഓഫ് ജീസസ് ക്രൈസ്റ്റ്" എന്ന ലേഖനത്തിൽ, വില്യം ഡി. എഡ്വാർഡ്സിന്റെ നേതൃത്വത്തിലുള്ള മെഡിക്കൽ വിദഗ്ദന്മാരുടെ സംഘത്തിന്റെ അന്തിമ നിർണ്ണയം ഇതായിരുന്നു: "വ്യക്തമായും, ചരിത്രപരവും വൈദ്യശാസ്ത്രപരവുമായ തെളിവുകളുടെ ഘനം സൂചിപ്പിക്കുന്നത്, യേശുവിന്റെ [വലതു] വശത്തെ മുറിവ് ഏൽക്കുന്നതിന് മുമ്പ് യേശു മരിച്ചിരുന്നു എന്നാണ്. അവന്റെ വലതു വാരിയെല്ലിനു ഇടയിൽ തള്ളിക്കയെറുന്ന കുന്തം ഒരുപക്ഷേ വലത് ശ്വാസകോശത്തിൽ മാത്രമല്ല പെരികാർഡിയത്തിലും ഹൃദയത്തിലും തുളച്ചുകയറുമെന്ന പരമ്പരാഗത വീക്ഷണത്തെ അത് പിന്തുണയ്ക്കുകയും ചെയ്യുന്നു. അതുവഴി അവന്റെ മരണം ഉറപ്പാക്കപ്പെടുകയും ചെയ്യു. അതനുസരിച്ച്, യേശു കുരിശിൽ മരിച്ചിട്ടില്ല എന്ന അനുമാനത്തെ

അടിസ്ഥാനമാക്കിയുള്ള വ്യാഖ്യാനങ്ങൾ ആധുനിക വൈദ്യശാസ്ത്ര വിജ്ഞാനവുമായി പൊരുത്തപ്പെടുന്നില്ലെന്ന് കാണപ്പെടുന്നു."[11]

ഇതു കൂടാതെ 2021-ൽ ബെയ്ലർ യൂണിവേഴ്സിറ്റി മെഡിക്കൽ സെന്റർ പ്രോസീഡിങ്ങ്സ് ജേണലിൽ പ്രസിദ്ധീകരിച്ച ലേഖനമനുസരിച്ച് ശ്വാസതടസ്സവുമായി ബന്ധപ്പെട്ടതാണ് യേശുവിന്റെ മരണ കാരണമെന്നതിലേക്കാണ് കൂടുതൽ ആധുനിക വൈദ്യഗവേഷകന്മാരും എത്തിച്ചേരുന്നതെന്ന് കാണുന്നു.[12]

ആറ്

ലൂക്കോസ് 22:44-ൽ യേശു രക്തം വിയർത്തു എന്നു പറയുന്നതും യോഹന്നാൻ 19:34-ൽ പടയാളികളിൽ ഒരുവൻ യേശുവിന്റെ പാർശ്വത്തിൽ കുത്തിയപ്പോൾ അവിടെനിന്ന് രക്തവും വെള്ളവും വന്നുവെന്നു പറയുന്നതും വൈദ്യശാസ്ത്രപരമായി സംഭവിക്കാവുന്ന കാര്യങ്ങളാണ്.[13] എന്നാൽ ചരിത്രപരമായി ഇങ്ങനെയെല്ലാം സംഭവിച്ചുവെന്ന് തെളിയിക്കുന്നത് പ്രയാസകരമായ കാര്യങ്ങളാണ്. വൈദ്യനായ ലൂക്കോസ് മാത്രമാണ് രക്തം വിയർത്ത കാര്യം പറഞ്ഞതെന്നതും സുവിശേഷങ്ങളിൽ യേശുവിന്റെ മാനസിക സമ്മർദ്ദത്തെക്കുറിച്ച് (മത്തായി 26:38 / മർക്കോസ് 14:33 / ലൂക്കോസ് 22:44 / യോഹന്നാൻ 18:4) കാണുന്ന പരാമർശങ്ങളും യേശു രക്തം വിയർത്തുവെന്നതിന് അനുകൂലമായി പരിഗണിക്കാവുന്ന തെളിവുകളാണ്. രക്തം വിയർക്കുന്നതിനുള്ള

---

[11] W. D. Edwards, W. J. Gabel, and F. E. Hosmer, "On the Physical Death of Jesus Christ," *JAMA* 255.11 (1986): 1463.

[12] Gary Habermas, Jonathan Kopel, and Benjamin C. F. Shaw, "Medical Views on the Death by Crucifixion of Jesus Christ," *Proc. BUMC* 34.6 (n.d.): 748–52.

[13] H. R. Jerajani et al., "Hematohidrosis — A Rare Clinical Phenomenon," *Indian J. Dermatol.* 54.3 (2009): 290–92: ഇതിൽ യേശുവിന്റെ കാര്യം പരാമർശിക്കുന്നുണ്ട്. : C. Truman Davis, "The Crucifixion of Jesus. The Passion of Christ From A Medical Point of View," *Ariz. Med.* 22 (1965): 183–87: രക്തവും വെള്ളവും ഒഴുകിയത് യേശു മരിച്ചുവെന്നതിന്റെ തെളിവാണെന്ന് ഇതിൽ ചൂണ്ടിക്കാണിക്കുന്നുണ്ട്.

പ്രധാനകാരണങ്ങളിലൊന്നായി പറയുന്നത് മാനസിക സമ്മർദ്ദം തന്നെയാണ്.[14]

അരിസ്റ്റോട്ടിലിന്റെ കാലം മുതൽ ഈ പ്രതിഭാസത്തെക്കുറിച്ച് വൈദ്യന്മാർക്ക് അറിയാമായിരുന്നു എന്നതിനാൽ[15] വൈദ്യനായ ലൂക്കോസിനും ഇത് അറിയാമായിരുന്നിരിക്കണം. ഒന്നാം നൂറ്റാണ്ടിലെ റോമൻ വാഗ്മിയായിരുന്ന ക്യൂന്റീലിയാനസ്, പാർശ്വത്തിലേക്ക് കുന്തം കുത്തിയിറക്കി ക്രൂശീകരണത്തിനു വിധേയമാകുന്നവരുടെ മരണം ഉറപ്പാക്കുന്ന രീതിയെക്കുറിച്ച് പരാമർശിക്കുന്നുണ്ട്.[16] ഇത് യോഹന്നാൻ 19:34-ൽ പറയുന്ന സംഭവവുമായി ചേർന്നു പോകുന്നതാണ്. യോഹന്നാൻ 19:34-ൽ കാണുന്നതുപോലെ കുന്തം വെച്ചു കുത്തുന്നത് ക്രൂശിക്കപ്പെട്ടയാൾ മരിച്ചില്ലെന്ന് മനസിലാകുമ്പോൾ ചെയ്യുന്നതല്ല, മറിച്ച് ഇര മരിച്ചുവെന്ന് യാതൊരു സംശയത്തിനും ഇടയില്ലാത്ത വിധം അന്തിമമായി ഉറപ്പു വരുത്തുന്നതിനു വേണ്ടിയുള്ള ഒരു പ്രക്രിയയാണത്.

ക്രൂശിക്കപ്പെട്ടവരുടെ മരണം വേഗത്തിലാക്കുവാൻ വേണ്ടി അവരുടെ കാലുകൾ തകർക്കുന്നതിനെക്കുറിച്ച് യോഹന്നാൻ 10:31-33-ൽ പറയുന്നുണ്ട്. ബി. സി ഒന്നാം നൂറ്റാണ്ടിൽ ജീവിച്ചിരുന്ന റോമൻ രാജ്യതന്ത്രജ്ഞനും നിയമജ്ഞനുമായ സിസെറോ ഈ രീതിയെക്കുറിച്ച് പരാമർശിക്കുന്നുണ്ട്.[17] കൂടാതെ 1968-ൽ ജെറുസലേമിൽ നിന്ന് കണ്ടെടുത്ത, യെഹോഹാനാൻ ബെൻ ഹഗാകോൽ എന്ന, എ. ഡി. ഒന്നാം ക്രൂശിക്കപ്പെട്ട് കൊല്ലപ്പെട്ട വ്യക്തിയുടെ കാൽ തകർക്കപ്പെട്ടിരുന്നതായി കണ്ടെത്തിയിട്ടുണ്ട്. ഇതും യോഹന്നാന്റെ വിവരണത്തെ പിന്തുണയ്ക്കുന്നതാണ്.[18] ഇവയെല്ലാം യേശുവിന്റെ ക്രൂശീകരണവുമായി ബന്ധപ്പെട്ട വിവിധ

---

[14] Jerajani et al., "Hematohidrosis – A Rare Clinical Phenomenon."

[15] Arisotle, Historia Animalium 3.19

[16] Quintilian, Declamationes maiores 6.9

[17] Cicero, Philippicae 13.27

[18] Vassilios Tzaferis, "Crucifixion—The Archaeological Evidence," *BAR* 11.1 (1985): 53.

ചെറിയ ചെറിയ വിശദാംശങ്ങൾ പോലും വസ്തുതകളെ അടിസ്ഥാനപ്പെടുത്തിയുള്ളതാണെന്ന യാഥാർത്ഥ്യത്തിലേക്ക് വിരൽചൂണ്ടുന്നവയാണ്.

ഏഴ്

ക്രൂശിക്കപ്പെട്ട ഒരു മനുഷ്യൻ മരിച്ചുവോ ഇല്ലയോ എന്ന് മനസിലാക്കുവാൻ വളരെ എളുപ്പമായിരുന്നു. കാരണം ക്രൂശിൽ മരിച്ച ഒരുവൻ ശ്വാസോച്ഛ്വാസത്തിനായി കാലിൽ ബലം നൽകി തന്നെത്തന്നെ ഉയർത്തുകയില്ല. 1925 മുതൽ 2020 വരെ നടന്നിട്ടുള്ള ഏകദേശം 28 പഠനങ്ങൾ പ്രധാനമായും ശ്വാസതടസ്സമാണ് യേശുവിന്റെ മരണത്തിലേക്ക് നയിച്ച കാരണമായി പറഞ്ഞിരിക്കുന്നത്.[19] സാധാരണ ശ്വസനത്തെ തടസ്സപ്പെടുത്തുമെന്നതാണ് ക്രൂശിൽ കിടക്കുന്ന ഒരാൾക്ക് ക്രൂശീകരണം സൃഷ്ടിക്കുന്ന ഏറ്റവും പ്രധാനപ്പെട്ട ശാരീരിക പ്രശ്നം. കാരണം ഒരാൾ തന്റെ സ്വന്തം കൈത്തണ്ടയിൽ തൂങ്ങിക്കിടക്കുന്ന അവസ്ഥയിൽ ശ്വാസം വിടുവാൻ പ്രയാസമായിരിക്കും. ശ്വാസം വിടുവാൻ ഒരാൾ തന്റെ തുളയ്ക്കപ്പെട്ട പാദങ്ങളിൽ അമർത്തിയും തുളയ്ക്കപ്പെട്ട കൈത്തണ്ടയെ അവലംബമാക്കിയും നിരന്തരം സ്വയം ഉയർത്തണം. കാലുകൾ ഉപയോഗിക്കാതെ വായു പുറന്തള്ളാൻ വേണ്ടി ഉരോദരഭിത്തിയിലെ (പ്രാചീരത്തിലെ) കഠിനമായ സമ്മർദ്ദം ലഘൂകരിക്കാൻ വേറെ മാർഗമില്ല. (ഉരോദരഭിത്തി അഥവാ പ്രാചീരം: താഴികക്കുടത്തിന്റെ ആകൃതിയിലുള്ള ഈ പേശി ശ്വാസകോശത്തിനും ഹൃദയത്തിനും തൊട്ടുതാഴെയായി സ്ഥിതിചെയ്യുന്നു. ഇത് ശ്വസനത്തിന്റെ പ്രധാന പേശിയാണ്, നിങ്ങൾ ഉച്ഛ്വസിക്കുമ്പോഴും നിശ്വസിക്കുമ്പോഴും ഇത് തുടർച്ചയായി ചുരുങ്ങുകയും അയയുകയും ചെയ്യുന്നു).

ക്രൂശീകരണത്തിന് ഇരയായ ഒരാൾക്ക് തന്റെ കാലുകളിൽ സ്വയം ഉയർത്താൻ കഴിയുന്നിടത്തോളം മരണം നീട്ടിവെക്കാൻ

---

¹⁹ Habermas, Kopel, and Shaw, "Medical Views on the Death by Crucifixion of Jesus Christ," 751.

കഴിയും. ഇത് അസഹനീയമായ വേദനയുണ്ടാക്കുന്നതും ക്രമേണ ശാരീരികമായി ക്ഷീണിപ്പിക്കുന്നതും ആയിരിക്കും. ഇരുന്ന് ശ്വസിക്കാൻ സ്വയം ഉയർത്താൻ കഴിയാതെ വന്നാൽ, അയാൾ പെട്ടെന്ന് ശ്വാസം മുട്ടി മരിക്കുന്നു. ക്രൂശീകരണം അടിസ്ഥാനപരമായി മരണം ഉറപ്പു നൽകുന്ന ഒരു ശിക്ഷാരീതിയാണെന്ന് മാത്രമല്ല, ഗവേഷകന്മാരുടെ അഭിപ്രായത്തിൽ, പലപ്പോഴും ക്രൂശീകരണത്തിനു മുൻപ് സാധാരണ നടക്കാറുള്ള ചാട്ടവാറടിയിൽ തന്നെ കുറ്റവാളികൾ മരിക്കുവാനുള്ള സാധ്യതയുണ്ട്.[20] യേശുവിന്റെ മരണത്തെക്കുറിച്ചുള്ള മർക്കോസിന്റെ വിവരണം ആധികാരികമാണെന്ന് മുകളിൽ വിവരിച്ചിട്ടുണ്ട്.

അടുത്ത ഭാഗത്ത് യേശുവിന്റെ ശവസംസ്കാരത്തെക്കുറിച്ചുള്ള വിവരണത്തിന്റെ ആധികാരികതയ്ക്കുള്ള തെളിവുകളും നിരത്തുന്നുണ്ട്. സ്വാഭാവികമായും ഇതിനിടയിൽ സംഭവിക്കുന്ന കാര്യം (മർക്കോസ് 15:42-44), അതായത് യേശുവിന്റെ ശരീരം ചോദിച്ച് അരിമത്യയിലെ യോസേഫ് പീലാത്തോസിന്റെ അടുക്കൽ ചെല്ലുന്നതും പീലാത്തോസ് ശതാധിപനെ വിളിച്ച് വസ്തുത ചോദിച്ചറിയുന്നതുമായ വിവരണം സംഭവിച്ചിരിക്കുവാൻ സാധ്യതയുള്ള ഒരു കാര്യം തന്നെയാണെന്ന് പൊരുത്തപ്പെടലിന്റെ മാനദണ്ഡമനുസരിച്ച് മനസിലാക്കാം. ഇതിന്റെ വിശദാംശങ്ങൾ മർക്കോസ് സങ്കൽപ്പിച്ചെഴുതിയതാണെന്ന് വന്നാൽ പോലും ഇതിനു സമാനമായ ഒരു കാര്യം സംഭവിച്ചിരിക്കുവാനാണ് സാധ്യത. യേശു മരിച്ചുവെന്ന് കണ്ടു നിന്നവർക്ക് തോന്നണമെങ്കിൽ മുകളിൽ വിവരിച്ച രീതിയിൽ ഓക്സിജന്റെ അഭാവം മൂലമുള്ള മരണം യേശുവിന് സംഭവിച്ചിരിക്കണം. അത്തരമൊരു വിവരം ഒരാൾ അറിഞ്ഞ് ആ വിവരം പീലാത്തോസിന്റെ അടുക്കൽ എത്തി പീലാത്തോസ് വിവരം ശരിവെച്ച് ഒരു 'മൃതദേഹം' വിട്ടുകൊടുക്കുവാനുള്ള തീരുമാനം എടുക്കണമെങ്കിൽ എത്ര സമയമെടുക്കും?

---

[20] Sverre Bøe, *Cross-Bearing in Luke* (Mohr Siebeck, 2010), 59–60.

പിലാത്തോസിന്റെ കൊട്ടാരം എവിടെയായിരുന്നുവെന്നത് സംബന്ധിച്ച് തർക്കമുണ്ട്.[21] യേശുവിനെ ക്രൂശിച്ചതായി മർക്കോസ് പറയുന്ന ഗൊല്ഗോഥാ എവിടെയാണെന്നത് സംബന്ധിച്ചും തർക്കമുണ്ട്.[22] ഒരു ഗവേഷകൻ, ഇത് ഒലിവു മലയെക്കുറിച്ചാണ് മർക്കോസ് ഉദ്ദേശിച്ചിരിക്കുന്നത് എന്നു വരെ അഭിപ്രായപ്പെട്ടിട്ടുണ്ട്.[23] നമ്മുക്ക് അത്രയും ദൂരത്തേക്കൊന്നും പോകണ്ട, ഏറ്റവും കുറഞ്ഞ ദൂരം തന്നെ എടുക്കാം. അതായത് ജെറുസലേമിലെ ഇപ്പോഴത്തെ കുരിശിന്റെ വഴി, ഏകദേശം 600 മീറ്റർ.[24] യേശു മരിച്ചു കഴിഞ്ഞ് വൈകുന്നേരമായപ്പോഴാണ് യോസേഫ് പീലാത്തോസിന്റെ അടുക്കൽ ചെല്ലുന്നതെന്നാണ് മർക്കോസ് പറയുന്നത്.

അതായത്, മരണം നടന്ന് കുറച്ചു സമയം കഴിഞ്ഞാണ് യോസേഫ് പീലാത്തോസിന്റെ അടുക്കൽ ചെല്ലുന്നത്. നമ്മുക്ക് മർക്കോസിനെ വിശ്വസിക്കണ്ട. യേശു മരിച്ചുവെന്ന് ബോധ്യപ്പെട്ട ഉടനടി യോസേഫ് പീലാത്തോസിന്റെ അടുക്കലേക്ക് പുറപ്പെട്ടുവെന്ന് ചിന്തിക്കുക. ഗൊല്ഗോഥായിൽ നിന്ന് പ്രത്തോറിയത്തിലേക്ക്[25] ഒരു 7 മിനിറ്റും, യോസേഫ് പീലാത്തോസിനെ വിവരമറിയിക്കാൻ ഒരു 2 മിനിറ്റും എടുത്തുവെന്ന് ചിന്തിക്കുക. അവിടെ നിന്ന് ഒരാൾ 2 മിനിറ്റുകൊണ്ട് കുതിരപ്പുറത്തു വന്ന് ശതാധിപനെ വിളിച്ചുവെന്ന് സങ്കല്പിക്കുക. ഒരു 2 മിനിറ്റിനുള്ളിൽ ശതാധിപൻ കുതിരപ്പുറത്ത് പീലാത്തോസിന്റെ അടുക്കൽ എത്തിയെന്നും ഒരു 2 മിനിറ്റ് പീലാത്തോസിന്റെ അടുക്കലുള്ള സംഭാഷണത്തിനെടുത്തുവെന്നും വിചാരിക്കുക. ശതാധിപൻ തിരികെ വരുവാൻ 2 മിനിറ്റും പടയാളികൾ അതിവേഗം യേശുവിന്റെ ശരീരം താഴെയിറക്കുവാൻ

---

[21] George R. Beasley-Murray, *John, Volume 36: Revised Edition* (Zondervan, 2015), 337 note i.

[22] Kennedy, *Excavating the Evidence for Jesus*, 239–42.

[23] Howard M. Jackson, "The Death of Jesus in Mark and the Miracle from the Cross," *NTS* 33.1 (1987): 24–25.

[24] Michel Marie Deza and Elena Deza, *Encyclopedia of Distances* (Springer, 2016), 671.

[25] പീലാത്തോസിന്റെ താമസ സ്ഥലം

ഒരു 3 മിനിറ്റെടുത്തുവെന്നും കരുതുക റോമൻ പടയാളികളുടെ കയ്യിൽ നിന്ന് ശരീരം ഏറ്റു വാങ്ങേണ്ട യോസേഫ് പിന്നെയും 2 മിനിറ്റും കൂടി കഴിഞ്ഞേ പ്രത്തോറിയത്തിൽ നിന്നും തിരികെ ഗൊല്ഗോഥായിലേക്ക് എത്തുകയുള്ളൂ. ഇതിനിടയിൽ യേശുവിന്റെ പാർശ്വത്തിൽ പടയാളികളിൽ ഒരാൾ കുന്തം കൊണ്ടു കുത്തിയെന്ന് യോഹന്നാൻ എഴുതിയിരിക്കുന്നതും വ്യാജമാണെന്ന് കരുതുക. അതായത് അസാധ്യമായ വേഗത്തിൽ എല്ലാം നടന്നുവെന്ന് സങ്കൽപ്പിച്ചാലും ഏറ്റവും കുറഞ്ഞത് ആകെ 22 മിനിറ്റെങ്കിലും കഴിഞ്ഞു മാത്രമേ, ക്രൂശിൽ ശ്വാസോച്ഛ്വാസം നിലച്ച് കിടന്നിരുന്ന യേശുവിന്,   സി.പി.ആർ   കൊടുത്തു   തുടങ്ങുവാൻ സാധിക്കുകയുള്ളൂ.   (സി.പി.ആർ   കഴിഞ്ഞ   നൂറ്റാണ്ടിലാണ് കണ്ടുപിടിച്ചതെന്നത് തൽക്കാലം നമ്മുക്ക് മറക്കാം).

യേശുവിനെ ചാട്ടവാറുകൊണ്ട് അടിപ്പിച്ചുവെന്നത് (മർക്കോസ് 15:15) വ്യാജമാണെന്ന് കരുതിയാലും ക്രൂശിക്കപ്പെടുന്ന ഒരു വ്യക്തി അനുഭവിച്ച ആഘാതം കണക്കിലെടുക്കുമ്പോൾ ഓക്സിജന്റെ അഭാവം നിമിത്തമുള്ള മരണം കുരിശിൽ വെച്ച് സംഭവിക്കുകയും ഏറ്റവും കുറഞ്ഞത് 19 മിനിറ്റ് ആ നിലയിൽ കുരിശിൽ കിടക്കുകയും പിന്നെ ഏറ്റവും കുറഞ്ഞത് 3 മിനിറ്റ് റോമൻ പട്ടാളക്കാർ പല രീതികളിൽ കൈകാര്യം ചെയ്ത് തങ്ങളുടെ കൈവശം വെക്കുകയും ചെയ്ത ഒരു വ്യക്തിയെ യാതൊരു കാരണവശ്ശാലും പിന്നെ പുനരുജ്ജീവിപ്പിക്കുവാൻ സാധിക്കുകയില്ല.

വാസ്തവത്തിൽ, കുരിശുമരണത്തെ അതിജീവിച്ച, ചരിത്രപരമെന്ന് കണക്കാക്കാവുന്ന, ഏക വ്യക്തിയെക്കുറിച്ചുള്ള വിവരണം മാത്രമേ പുരാതന രേഖകളിൽ നിന്ന് നമ്മുക്ക് ലഭ്യമായിട്ടുള്ളൂ.[26] ഒരിക്കൽ തന്റെ മൂന്ന് സുഹൃത്തക്കളെ ക്രൂശിച്ചതായി കണ്ട ജോസീഫസ് തന്റെ സുഹൃത്തും റോമൻ സൈന്യാധിപനുമായ ടൈറ്റസിനോട്

---

[26] ദേവതയായ നൈൽ നദി അത്ഭുതകരമായി ഒരാളെ ക്രൂശിൽ നിന്ന് രക്ഷപെടുത്തിയ ഒരു കഥ എഫേസോസിലെ സെനോഫോൺ പറയുന്നുണ്ട്, Xenophon of Ephesus, Ephesiaca 4.2.1ff, 4.4.2. നിർഭാഗ്യവശാൽ ഇതൊരു നോവലായതിനാൽ ഇത് ചരിത്ര സംഭവമാണെന്ന് കരുതുവാനാകില്ല.

അവർക്ക് വേണ്ടി അപേക്ഷിക്കുകയുണ്ടായി.[27] (ആ കാലത്ത് ടൈറ്റസിന്റെ പിതാവായ വെസ്പേഷ്യനായിരുന്നു റോമൻ ചക്രവർത്തി, അദ്ദേഹത്തിന്റെ മരണ ശേഷം ടൈറ്റസ് ചക്രവർത്തിയായിത്തീർന്നു). മൂവരേയും ഉടനടി ക്രൂശിൽ നിന്നിറക്കുവാനും റോമാകാർക്ക് നൽകുവാൻ സാധിക്കുന്ന ഏറ്റവും മികച്ച വൈദ്യസഹായം നൽകാനും അദ്ദേഹം ഉത്തരവിട്ടു. ഇത്രയും ചെയ്തിട്ടും മൂന്നുപേരിൽ രണ്ടുപേർ മരിച്ചു.

അതിനാൽ, യേശുവിനെ കുരിശിൽ നിന്ന് മരിക്കുന്നതിനു മുൻപ് ഇറക്കുകയും വൈദ്യസഹായം നൽകുകയും ചെയ്തിരുന്നെങ്കിൽ പോലും, അതിജീവിക്കാനുള്ള സാധ്യത വളരെ വളരെ കുറവായിരുന്നു. എന്നാൽ ക്രൂശിൽ നിന്ന് ജീവനോടെ അദ്ദേഹത്തെ ഇറക്കിയെന്നോ എന്തെങ്കിലും വൈദ്യസഹായം നൽകിയെന്നോ സൂചിപ്പിക്കുന്ന ഒരു തെളിവുകളുമില്ല. അതെല്ലാം പോകട്ടെ, യേശുവിനെതിരായ കുറ്റാരോപണത്തിന്റെ സ്വഭാവമനുസരിച്ച് നോക്കിയാൽ യേശുവിനെപ്പോലെ ഒരു 'കുറ്റവാളിയെ' രക്ഷിക്കുന്നതിനെക്കുറിച്ച് ഒരു റോമൻ പട്ടാളക്കാരനും സ്വപ്നത്തിൽ പോലും ചിന്തിക്കുവാൻ സാധ്യതയില്ല.

ഒരു മുസ്ലീമായിരിക്കുമ്പോഴും തന്റെ മതത്തിലെ ഭൂരിപക്ഷാഭിപ്രായത്തേക്കാൾ ചരിത്ര തെളിവുകൾക്ക് പ്രാധാന്യം നൽകുന്ന റേസാ അസ്ലാൻ യേശുവിനെക്കുറിച്ചുള്ള തന്റെ ചരിത്രപഠനത്തിൽ വളരെ കാവ്യാത്മകമായി ഉപസംഹരിക്കുന്നത് പോലെ "മരണത്തിന് അധികനേരം വേണ്ടി വരില്ലായിരുന്നു. ഏതാനും മണിക്കൂറുകൾക്കുള്ളിൽ, യേശുവിന്റെ ശ്വാസകോശം തളർന്നുപോകുമായിരുന്നു, ശ്വാസോച്ഛ്വാസം നിലനിർത്തുക അസാധ്യമാകുമായിരുന്നു. അങ്ങനെയാണ്, മരണാസന്നരായ നൂറുകണക്കിന് കുറ്റവാളികളുടെ നിലവിളികളാലും ഞരക്കങ്ങളാലും അസഹ്യപ്പെടുന്ന, കുരിശുകളാൽ പൊതിഞ്ഞ മൊട്ടക്കുന്നിൽ, ഒരു കൂട്ടം കാക്കകൾ അവന്റെ തലയ്ക്ക് മുകളിൽ അദ്ദേഹം അന്ത്യശ്വാസം വലിക്കുന്നത് കാത്ത് ആകാംക്ഷയോടെ വട്ടമിട്ടു പറക്കുമ്പോൾ,

---

[27] The Life of Flavius Josephus 420–21

നസറെത്തുകാരനായ യേശു എന്നറിയപ്പെടുന്ന മിശിഹാ, തനിക്കു മുമ്പോ ശേഷമോ വന്ന മറ്റെല്ലാ മിശിഹാമാരുടെയും അതേ നിന്ദ്യമായ അന്ത്യം നേരിട്ടിരിക്കുക."[28]

യേശുവിന്റെ ക്രൂശുമരണം യേശുവിനെക്കുറിച്ചുള്ള ഏറ്റവും ഉറപ്പുള്ള യാഥാർത്ഥ്യമായതിനാൽ ഈ വസ്തുത യേശുവിന്റെ ചരിത്രാന്വേഷണത്തിലെ ഒരു മാനദണ്ഡവും കൂടിയാണ്.[29] അതായത് യേശുവിന്റെ എന്തൊക്കെ വാക്കുകളും പ്രവർത്തികളുമാണ് യേശുവിന്റെ ക്രൂശീകരണത്തിലേക്ക് നയിച്ചത്, അത്തരം കാര്യങ്ങൾ ചരിത്രപരമായി ആധികാരികമായിരിക്കുവാനാണ് കൂടുതൽ സാധ്യതയെന്നതാണ് ഈ മാനദണ്ഡം മുന്നോട്ടുവെക്കുന്ന ആശയം. ചുരുക്കത്തിൽ, മസാച്യുസെറ്റ്സിലെ ബോസ്റ്റൺ സർവ്വകലാശാലയിൽ നിന്ന് വിരമിച്ച് ഇപ്പോൾ ജെറുസലേമിലെ ഹീബ്രൂ സർവ്വകലാശാലയിൽ മത താരതമ്യ പഠനത്തിൽ വിസിറ്റിംഗ് പ്രൊഫസറായി സേവനമനുഷ്ഠിക്കുന്ന ആദിമ ക്രിസ്തീയ ചരിത്രത്തിൽ പണ്ഡിതയും ജൂതയുമായ പോള ഫ്രെഡ്രിക്ക്സന്റെ[30] വാക്കുകളിൽ പറഞ്ഞാൽ

---

[28] Aslan, *Zealot*, 159.

[29] P. Meier, "Criteria: How Do We Decide What Comes from Jesus?," 136.

[30] മെൽ ഗിബ്സൺ സംവിധാനം ചെയ്ത് 2004-ൽ പുറത്തിറങ്ങിയ ദി പാഷൻ ഓഫ് ദി ക്രൈസ്റ്റ് പുറത്തിറങ്ങുന്നതിനു മുൻപ് അതിന്റെ തിരക്കഥയ്ക്കെതിരായി ജൂതവിരോധം പ്രചരിപ്പിക്കുന്നതെന്ന വിമർശനാത്മകമായ നിരൂപണ ലേഖനം തയ്യാറാക്കി നൽകിയ സിമിതിയിലെ അംഗവും, ആ ചലച്ചിത്രം പുറത്തിറങ്ങിയതിനു ശേഷവും അതിനെതിരായി സമാനമായ ആരോപണങ്ങൾ ഉന്നയിക്കുകയും ഈ വിഷയത്തിലുള്ള ഒരു പുസ്തകം തന്നെ ചിട്ടപ്പെടുത്തുകയും ചെയ്ത ഗവേഷകയാണ് പോള ഫ്രെഡ്രിക്ടൻ. മറ്റൊരു രീതിയിൽ പറഞ്ഞാൽ ഈ വിഷയത്തെ വളരെ സൂക്ഷ്മബോധത്തോട സമീപിക്കുന്ന ഒരു പണ്ഡിതയാണ് ഇവർ. ഒരു സ്വാഭാവിക കാഴ്ചപ്പാടിൽ നോക്കിയാൽ യേശുവിന്റെ മരണത്തിന്റെ ചരിത്രപരതയ്ക്കെതിരായി സംശയം ജനിപ്പിക്കുന്ന എന്തെങ്കിലും തെളിവുകളുണ്ടെങ്കിൽ അതിനെ പിന്തുണയ്ക്കുവാൻ തല്പര്യപ്പെടുമെന്ന് സാമാന്യമായി നമ്മുക്ക് ചിന്തിക്കാവുന്ന ഒരു ഗവേഷക: "Controversial 'Passion' Presents Priceless Opportunity for Education," *Christian Science Monitor*, 2 February 2004, https://www.csmonitor.com/2004/0202/p09s02-cogn.html; Mary C. Boys, "'I DIDN'T

"യേശുവിന്റെ ജീവിതത്തെക്കുറിച്ചുള്ള ഏറ്റവും ഉറച്ച വസ്തുത അവന്റെ മരണമാണ്: റോമൻ പ്രവിശ്യാധികാരിയായ പീലാത്തോസ്, പെസഹാ ദിനത്തിലോ അതിനടുത്തോ, രാഷ്ട്രീയ കലാപകാരികൾക്കായി പ്രത്യേകമായി നീക്കിവച്ചിരിക്കുന്ന രീതിയിൽ, അതായത് ക്രൂശീകരണത്തിലൂടെ, അദ്ദേഹത്തെ വധിച്ചു."[31]

SEE ANY ANTI-SEMITISM': Why Many Christians Don't Have a Problem with 'The Passion of the Christ,'" *CrossCurrents* 54.1 (2004): 8–15; Paula Fredriksen, ed., *On The Passion of the Christ: Exploring the Issues Raised by the Controversial Movie* (University of California Press, 2006).

[31] Paula Fredriksen, *Jesus of Nazareth, King of the Jews: A Jewish Life and the Emergence of Christianity* (Knopf Doubleday Publishing Group, 2012), 8.

രണ്ടാമത്തെ ചരിത്ര വസ്തുത – ശവസംസ്ക്കാരം

യേശുവിന്റെ ക്രൂശീകരണത്തിനു ശേഷം അരിമത്യക്കാരനായ യോസേഫ് തന്റെ കല്ലറയിൽ യേശുവിനെ അടക്കി എന്നതാണ് യേശുവിന്റെ പുനരുത്ഥാനവുമായി ബന്ധപ്പെട്ട രണ്ടാമത്തെ അടിസ്ഥാന ചരിത്ര വസ്തുത. മറ്റൊരു രീതിയിൽ പറഞ്ഞാൽ യേശുവിന്റെ കല്ലറ എവിടെയാണ് എന്ന് യേശുവിന്റെ ക്രൂശീകരണവുമായി ബന്ധപ്പെട്ട എതിരാളികൾക്കും അനുയായികൾക്കും ഒരുപോലെ അറിയാമായിരുന്നു. ആദിമ ക്രിസ്തീയ രചനകളെക്കുറിച്ച് ഗവേഷണം നടത്തുന്നവർ താഴെ നൽകിയിരിക്കുന്നതു പോലെയുള്ള തെളിവുകളുടെ അടിസ്ഥാനത്തിലാണ് യേശുവിന്റെ ശവസംസ്ക്കാരം വസ്തുതാപരമാണെന്ന് തീർച്ചപ്പെടുത്തിയിരിക്കുന്നത്:

ഒന്ന്

യേശുവിന്റെ ശവസംസ്ക്കാരം കൊരിന്ത്യർക്കെഴുതിയ കത്തിൽ പൗലോസ് കൈമാറി നൽകുന്ന വിവരങ്ങളുടെ (1 കൊരിന്ത്യർ 15:3-5) ഭാഗമാണ്. ഈ വിവരങ്ങൾ, ഈ നിലയിൽ, മാറ്റങ്ങൾ അനുവദനീയമല്ലാത്ത നിലയിൽ, ഒരു പ്രസ്താവനാ രൂപത്തിൽ ക്രോഡീകരിക്കപ്പെടുന്നത് എ. ഡി. 34/35-ൽ അല്ലെങ്കിൽ എ. ഡി. 31/32 കാലഘട്ടത്തിലാണ്. ഇത് ആദ്യകാല സാക്ഷ്യത്തിന്റെ മാനദണ്ഡത്തിന് അനുസൃതമാണ്. ഈ കാലഗണനയുമായി ബന്ധപ്പെട്ട വിശദാംശങ്ങൾ മറ്റൊരു ഭാഗത്ത് ചർച്ച ചെയ്തിട്ടുള്ളതിനാൽ കൂടുതൽ വിശദീകരണങ്ങളിലേക്കു കടക്കുന്നില്ല.

രണ്ട്

യേശുവിന്റെ അടക്കത്തെക്കുറിച്ചുള്ള വിവരണം മർക്കോസ് തന്റെ സുവിശേഷ രചനയ്ക്ക് ആധാരമായി ഉപയോഗിച്ച പുരാതന സ്രോതസ്സിൽ സ്വതന്ത്രമായ നിലയിൽ സാക്ഷ്യപ്പെടുത്തപ്പെട്ടിട്ടുള്ളതാണ്. യേശുവിന്റെ

പീഡാനുഭവത്തെക്കുറിച്ചുള്ള ഭാഗങ്ങളുടെ ഉറവിടമായി, തന്റെ സുവിശേഷം രചിക്കപ്പെടുന്നതിനു മുൻപ് നിലവിലുണ്ടായിരുന്ന ഒരു "പീഡാനുഭവ വിവരണം" മർക്കോസ് ഉപയോഗിച്ചിട്ടുണ്ടെന്നുള്ളത് ഗവേഷകന്മാർക്കിടയിൽ പൊതുവിൽ അംഗീകരിക്കപ്പെടുന്ന ഒരു വീക്ഷണമാണ്.[1] ഒറ്റപ്പെട്ടു നിൽക്കുന്നതും പരസ്പരം വിച്ഛേദിക്കാനാകാത്തവിധം ബന്ധപ്പെട്ടിരിക്കാത്തതുമായ കഥകളാൽ നിറഞ്ഞവയാണ് പൊതുവിൽ സുവിശേഷങ്ങളെന്ന് അവ വായിക്കുമ്പോൾ മനസിലാകും. എന്നാൽ യേശുവിന്റെ പീഡാനുഭവങ്ങൾ, ക്രൂശീകരണം, മരണം, സംസ്കാരം എന്നിവയെക്കുറിച്ചുള്ള ഭാഗം നിർബാധവും നിരന്തരവുമായ ആഖ്യാനത്താൽ ബന്ധപ്പെട്ടിരിക്കുന്നതായും കാണുവാൻ സാധിക്കും.

സുവിശേഷകന്മാർ തങ്ങളുടെ രചന നടത്തുന്നതിന് മുൻപ് തന്നെ ഒരു തുടർമാനമായ ഏകീകൃത രചനയായി ഈ ഭാഗം നിലവിലുണ്ടായിരുന്നു എന്നതിലേക്കാണ് ഇത് വിരൽ ചൂണ്ടുന്നത്. മർക്കോസ് ഈ വിവരണം തന്റെ രചനയിൽ ഉപയോഗപ്പെടുത്തി. ശ്രദ്ധിക്കേണ്ട വസ്തുത, മർക്കോസിന്റെ സുവിശേഷത്തിൽ കാണുന്നതുപോലെ, യേശുവിന്റെ ജീവചരിത്രമെന്ന ഒരു ഏകീകൃത വിവരണ രൂപത്തിലല്ലാതെ സ്വതന്ത്രമായ നിലയിൽ പ്രചരിച്ചിരുന്ന ചെറിയ ചെറിയ കഥകളാണ് മർക്കോസ് തന്റെ സുവിശേഷത്തിൽ ഒരു ജീവചരിത്ര രൂപത്തിലേക്ക് പരുവപ്പെടുത്തിയതെന്ന് വാദിച്ച മാർട്ടിൻ ഡിബെലിയസ്, റുഡോൾഫ് ബുൾട്ട്മാൻ എന്നിങ്ങനെയുള്ള പണ്ഡിതന്മാരാണ്, അതിൽ നിന്ന് വ്യത്യസ്തമായി പീഡാനുഭവ വിവരണം മർക്കോസിന് മുൻപ് തന്നെ ഒരു ഏകീകൃത രചനയായി നിലവിലുണ്ടായിരുന്നുവെന്ന് വാദിച്ചത്.[2] മറ്റൊരു രീതിയിൽ പറഞ്ഞാൽ അവരുടെ സ്വന്തം നിരൂപണ സമീപനത്തിൽ

---

[1] Martin Hengel, *Studies in Early Christology* (A&C Black, 2004), 43; Marshall, *I Believe in the Historical Jesus*, 166.

[2] Martin Dibelius, *From Tradition to Gospel*, trans. Bertram Lee Woolf (Ivor Nicholson and Watson, 1934), 178–83; Bultmann, *The History of the Synoptic Tradition*, 275–84.

നിന്ന് അല്പം വ്യത്യസ്തമായിരുന്നു[3] അവരുടെ ഈ നിർണ്ണയം. അതായത് ഇത് മർക്കോസ് ക്രോഡീകരിച്ച് ചമച്ചതാണെന്ന് ഏതെങ്കിലും നിലയിൽ പറയുവാൻ സാധിക്കുമായിരുന്നുവെങ്കിൽ അവർ അങ്ങനെ തന്നെ വ്യാഖ്യാനിക്കുമായിരുന്നു.

വിവരണങ്ങളുടെ ഒഴുക്കിനെ തടസ്സപ്പെടുത്തുന്ന അസമമായ ഭാഗങ്ങൾ, അനാവശ്യമായ ആവർത്തനങ്ങൾ, വിവരണത്തിന്റെ രൂപത്തിലും ഉള്ളടക്കത്തിലും കാണുന്ന പെട്ടെന്നുള്ള മാറ്റങ്ങൾ, ഇതര പൊരുത്തക്കേടുകൾ എന്നിങ്ങനെയുള്ള വ്യത്യസ്തങ്ങളായ തെളിവുകളിലൂടെയാണ് സാധാരണഗതിയിൽ പണ്ഡിതന്മാർ പുരാതന രചനകളിൽ ഉപയോഗിച്ചിട്ടുള്ള ഉറവിടങ്ങൾ കണ്ടെത്തുന്നത്. ഇത്തരം സുവ്യക്തമായി ദൃശ്യമായ വസ്തുതകളെക്കുറിച്ചുള്ള നിരീക്ഷണങ്ങളെ പല നിലകളിൽ വ്യാഖ്യാനിച്ച് ഒഴിവാക്കുവാൻ സാധിക്കും. എന്നാൽ, ഇതര ഭാഗങ്ങളിൽ എഴുത്തുകാർ പ്രദർശിപ്പിച്ചിട്ടുള്ള രചനാപരമായ കഴിവുകളുടെ വെളിച്ചത്തിലും, എഴുത്തുകാരുടെ രീതികളെക്കുറിച്ചും ആ കാലഘട്ടത്തെക്കുറിച്ചുമുള്ള ഇതര വസ്തുതകളുടെ പശ്ചാത്താലത്തിലും കൂടി പരിശോധിക്കുമ്പോൾ, ഏറ്റവും ലോഭവും ലളിതവും ഉചിതവുമായ വിശദീകരണമെന്ന നിലയിൽ ഉറവിടങ്ങളുടെ ഉപയോഗത്തെക്കുറിച്ച് ഒരു ശരിയായ ധാരണയിലെത്തുവാൻ നിരൂപകന്മാർക്ക് സാധിക്കും.

ഉദാഹരണമായി, മർക്കോസ് 3:19-ലും മർക്കോസ് 14:10-ലും യേശുവിനെ ഒറ്റിക്കൊടുത്ത യൂദാ, പന്ത്രണ്ടു ശിഷ്യന്മാരിൽ ഒരുവനാണെന്ന് വ്യക്തമായി വായനക്കാരെ അറിയിച്ചതിനു ശേഷവും മർക്കോസ് 14:43-ൽ യൂദയെക്കുറിച്ച് ആദ്യമായി പറയുന്നതുപോലെ "പന്ത്രണ്ടുപേരിൽ ഒരുത്തനായ യൂദയും" എന്ന് വീണ്ടും ആവർത്തിക്കുന്നത് മർക്കോസ് മറ്റൊരു ഉറവിടം തന്റെ സുവിശേഷത്തിൽ ഉപയോഗിച്ചിരിക്കുന്നുവെന്നതിന്റെ ഒരു തെളിവായി പരിഗണിക്കുവാൻ സാധിക്കും. മർക്കോസ് ഉപയോഗിച്ച

---

[3] Daniel J. Scholz, *Jesus in the Gospels and Acts: Introducing the New Testament* (Saint Mary's Press, 2009), 122.

ആ ഉറവിടത്തിൽ ഈ ഘട്ടത്തിലായിരിക്കാം യൂദയെ പരിചയപ്പെടുത്തുന്നത്, എന്നാൽ ആ സ്രോതസ്സിൽ നിന്ന് മർക്കോസ് ഉദ്ധരിക്കുമ്പോൾ മർക്കോസിന്റെ സുവിശേഷം വായിക്കുന്നവർക്ക് ആവർത്തനം അനുഭവപ്പെടും.

ആദ്യം എഴുതപ്പെട്ട സുവിശേഷം മർക്കോസിന്റെ സുവിശേഷമാണെന്നത് ക്രിസ്തീയ പാരമ്പര്യത്തിനെതിരാണെങ്കിലും പണ്ഡിതന്മാർക്കിടയിൽ പൊതുവിൽ അംഗീകരിക്കപ്പെടുന്ന ഒരു കാര്യമാണ്. (ക്രിസ്തീയ പാരമ്പര്യമനുസരിച്ച് ആദ്യം എഴുതപ്പെട്ടത് മത്തായിയുടെ സുവിശേഷമാണ്). മർക്കോസ് എഴുതിയ സുവിശേഷം, ഏകദേശം എ. ഡി. 62-നു മുൻപാണ് എഴുതപ്പെട്ടത് എന്ന് നാം നേരത്തേ കണ്ടിരുന്നു. കുറേക്കൂടി കൃത്യമായി എ. ഡി. 40-കളിലാണ് മർക്കോസിന്റെ സുവിശേഷം എഴുതിയതെന്ന വിലയിരുത്തലുകളും നാം കണ്ടിരുന്നു. അങ്ങനെയാണെങ്കിൽ മർക്കോസ് തന്റെ സുവിശേഷത്തിൽ ഉപയോഗിച്ചിരിക്കുന്ന പീഡാനുഭവ വിവരണം അതിനു മുൻപ് രചിക്കപ്പെട്ടതായിരിക്കണം. ജെറുസലേമിലെ യേശുവിന്റെ അവസാന നാളുകളാണ് ഈ വിവരണത്തിൽ ഉൾപ്പെട്ടിരിക്കുന്നതെന്നതിനാൽ ആ വിവരണം അവിടെയുണ്ടായിരുന്ന ക്രിസ്തീയ കൂട്ടായ്മയിൽ അതിന്റെ ആദ്യനാളുകളിൽ ഉത്ഭവിച്ചതായിരിക്കണം.

ആ വിവരണത്തിന്റെ പഴക്കവും ഉത്ഭവസ്ഥലവും വെച്ച് നോക്കുമ്പോൾ ചരിത്രപരമായി വളരെ മൂല്യമുള്ള ഒരു ഉറവിടമായി വേണം അതിനെ കണക്കാക്കുവാൻ. കാരണം ഈ കുറഞ്ഞ സമയത്തിനുള്ളിൽ വസ്തുതകളെ പൂർണ്ണമായും മായിച്ചു കളയുന്ന നിലയിൽ പുരാണങ്ങൾ ഉയർന്നു വന്നിരിക്കുവാൻ സാധ്യതയില്ല. ഈ അനുമാനങ്ങളെ ശരിവെക്കുന്നതാണ് മറ്റൊരു ജർമ്മൻ ഗവേഷകനായ റുഡോൾഫ് യോഹാന്നെസ് പെഷ് നടത്തിയിരിക്കുന്ന കണ്ടെത്തലുകൾ. അദ്ദേഹത്തിന്റെ നിരീക്ഷണമനുസരിച്ച്,[4] സ്ഥല പരാമർശങ്ങൾ, വ്യക്തികളുടെ

---

[4] Rudolf Pesch, *Das Markusevangelium* (Freiburg ; Basel ; Wien: Herder, 1977), 2:364–77.

പേരുകൾ, ഗലീലിയയെ ഒരു വിദൂര അതിർത്തി എന്ന രീതിയിൽ ചിത്രീകരിച്ചിരിക്കുന്നതെല്ലാം നോക്കുമ്പോൾ ഈ പീഡാനുഭവ വിവരണം ഉത്ഭവിച്ചത് ജെറുസലേമിലാണ്.

പെഷ് വാദിക്കുന്നതനുസരിച്ച് 1 കൊരിന്ത്യർ 11:23-25-ൽ പൗലോസ് ഉദ്ധരിക്കുന്ന കർത്താവിന്റെ മേശയെക്കുറിച്ചുള്ള പാരമ്പര്യം ഈ പീഡാനുഭവ വിവരണത്തെ മുൻനിർത്തിയുള്ളതാണ്. അതിനാൽ തന്നെ ജെറുസലേം സഭയുടെ ആദ്യ വർഷങ്ങളിൽ തന്നെ ഉത്ഭവിച്ചതായിരിക്കണം അത്. മർക്കോസിന്റെ സുവിശേഷത്തിൽ കാണുന്നതനുസരിച്ച് പ്രസ്തുത പീഡാനുഭവവിവരണം മഹാപുരോഹിതനെക്കുറിച്ച് പറയുമ്പോൾ അദ്ദേഹത്തിന്റെ പേരുപയോഗിക്കാതെ മഹാപുരോഹിതൻ എന്ന് മാത്രമാണ് പറയുന്നത്. ഈ പീഡാനുഭവ വിവരണം വാമൊഴിയായി പ്രചരിക്കുകയോ അല്ലായെങ്കിൽ വരമൊഴിയായി രേഖപ്പെടുത്തുകയോ ചെയ്യപ്പോഴും കയ്യഫാവ് തന്നെയായിരുന്നു മഹാപുരോഹിതൻ എന്നാണ് ഇത് സൂചിപ്പിക്കുന്നത്. അതിനാൽ തന്നെ അദ്ദേഹത്തിന്റെ പേര് പരാമർശിക്കേണ്ട ആവശ്യമില്ല. കയ്യഫാവ് എ. ഡി. 18 മുതൽ 37 വരെയാണ് മഹാപുരോഹിതനായിരുന്നത്. അതിനാൽ തന്നെ ഈ പാരമ്പര്യത്തിന്റെ ഉത്ഭവം ഏറ്റവും കുറഞ്ഞത് എ. ഡി. 37-ന് മുൻപായിരുന്നു.

ഇത്രയും പറഞ്ഞതുകൊണ്ട് റുഡോൾഫ് പെഷ് യാഥാസ്ഥിതിക ക്രിസ്തീയവിശ്വാസമുള്ള വ്യക്തിയായിരുന്നുവെന്ന് വായനക്കാർ തെറ്റിദ്ധരിക്കരുത്. ഉദാഹരണമായി യേശുവിന്റെ ഒഴിഞ്ഞ കല്ലറ കണ്ടെത്തിയ വിവരണം ചരിത്രപരമാണെന്ന് അദ്ദേഹം വിശ്വസിച്ചിരുന്നില്ല.[5] ദൈവദർശനത്തെക്കുറിച്ചുള്ള കഥകൾ, സ്വർഗ്ഗത്തിലേക്ക് എടുക്കപ്പെട്ട വ്യക്തികളെ അന്വേഷിച്ചു ചെല്ലുമ്പോൾ കണ്ടെത്താതിരിക്കുന്ന കഥകൾ, തുടങ്ങിയവയുടെ സമ്മിശ്രണത്തിൽ നിന്ന് പരിണമിച്ചുണ്ടായവയാണ് ഒഴിഞ്ഞ കല്ലറയെക്കുറിച്ചുള്ള വിവരണമെന്ന അദ്ദേഹത്തിന്റെ വ്യാഖ്യാനം

---

[5] Pesch, *Das Markusevangelium*, 2:522–36.

പ്രസ്തുത ഭാഗവുമായി ഒരു തരത്തിലും പൊരുത്തപ്പെട്ടു പോകുന്നതല്ല.

മാത്രവുമല്ല, ഇത്രയും പരസ്യമായി നടന്ന സംഭവങ്ങളുമായി ബന്ധപ്പെട്ട വസ്തുതകളെ സമ്പൂർണ്ണമായും തമസ്ക്കരിക്കുന്ന രീതിയിൽ ഈ കാര്യങ്ങളെക്കുറിച്ച് വ്യക്തമായി അറിയാവുന്ന ദൃക്സാക്ഷികൾ ജീവിച്ചിരിക്കുന്ന ഒരു സ്ഥലത്ത് എങ്ങനെ, ഇങ്ങനെ ഒരു പാരമ്പര്യം ഉത്ഭവിച്ചുവെന്ന് വിശദീകരിക്കുവാനും അദ്ദേഹത്തിന് സാധിച്ചിട്ടില്ല. മർക്കോസിന്റെ സുവിശേഷത്തിൽ ഉപയോഗപ്പെടുത്തിയിരിക്കുന്ന പുരാതന പീഡാനുഭവ വിവരണത്തിൽ ചില വ്യക്തികളുടെ പേരുകൾ വെളിപ്പെടുത്തിയിട്ടില്ലായെന്നതും ശ്രദ്ധേയമായ വസ്തുതയാണ്. ഉദാഹരണമായി മർക്കോസ് 14:47 — ൽ മഹാപുരോഹിതന്റെ ദാസനെ വെട്ടിയത് ആരാണെന്ന് വെളിപ്പെടുത്തിയിട്ടില്ല, അതിനാൽ തന്നെ സ്വാഭാവികമായും വെട്ടേറ്റ ആ ഭൃത്യന്റെ പേരും പറഞ്ഞിട്ടില്ല. എന്നാൽ യേശുവിന്റെ മരണത്തിന് 60 വർഷങ്ങൾക്ക് ശേഷമെഴുതപ്പെട്ട യോഹന്നാന്റെ സുവിശേഷത്തിൽ പേരുകളുണ്ട് (യോഹന്നാൻ 18:10).

അതുപോലെ തന്നെ, മർക്കോസ് 14:51-52 — ൽ മഹാപുരോഹിതനടക്കമുള്ള യഹൂദാ നേതൃത്വം നിയോഗിച്ചവർ യേശുവിനെ പിടിച്ചുകൊണ്ടുപോകുമ്പോൾ, അവരെ അനുഗമിച്ചതിനു ശേഷം അവർ പിടിക്കുമെന്നായപ്പോൾ പുതപ്പ് മാത്രം തന്റെ ശരീരത്തിലുണ്ടായിരുന്ന ഒരു വ്യക്തി പുതപ്പ് വിട്ട് നഗ്നനായി ഓടിപ്പോയ ഒരു സംഭവവും അവിടെ മർക്കോസ് രേഖപ്പെടുത്തിയിട്ടുണ്ട്. ഈ ഭാഗത്ത് ആ വ്യക്തിയുടെ പേരും നൽകിയിട്ടില്ല. ഈ രണ്ടു ഭാഗത്തും ഈ രണ്ടു വ്യക്തികളും യേശുവിന്റെ അനുയായികളാണോ അതോ വെറും അഭ്യുദയകാംക്ഷികളാണോ അതോ ഈ സംഭവത്തിന്റെ കേവലം ദൃക്സാക്ഷികളാണോ എന്നൊന്നും വ്യക്തമായ ഒരു സൂചനയും അവിടെ നൽകിയിട്ടില്ല.

"അരികെ നിൽക്കുന്നവരിൽ ഒരുവൻ" "ഒരു യുവാവ്" എന്നൊക്കെയാണ് അവിടെ എഴുതിയിരിക്കുന്നത്. അരികെ നിൽക്കുന്ന ആരെങ്കിലും അല്ലെങ്കിൽ ഏതെങ്കിലുമൊരു യുവാവുമൊക്കെ ഇത്തരമൊരു സംഘർഷഭരിതവും അപകടകരവുമായ സാഹചര്യത്തിൽ അവർക്ക് യേശുവിന്റെ അനുയായികളോ അഭ്യുദയകാംക്ഷികളോ ഒന്നുമല്ലെങ്കിൽ എന്തിനു വെറുതേ യേശുവിന്റെ ആളുകളെന്ന നിലയിൽ പെരുമാറാൻ പരിശ്രമിക്കണം. ഈ ചിന്ത ഇത് കേൾക്കുന്ന ആർക്കും തോന്നും. ഇത്തരം വിവരണങ്ങളുടെ പൊതുസ്വഭാവമനുസരിച്ച് കഥകൾ പ്രചരിക്കുന്നതിനനുസരിച്ച് ഇത്തരം ആഖ്യാനപരമായ അവ്യക്തതകളും ന്യൂനതകളും പരിഹരിക്കുവാനുള്ള ശ്രമമാണ്, അതല്ലാതെ, അവ പരിരക്ഷിക്കുവാനുള്ള ശ്രമമല്ല കഥകളിൽ ദൃശ്യമാവുക. സ്വാഭാവികമായും ഈ കഥ വിവരിക്കുന്നയാൾക്കും കേൾക്കുന്നവർക്കും ഈ വ്യക്തികളെക്കുറിച്ച് അറിയാം, എന്നാൽ അവർ ആരാണെന്നതും അവർക്ക് യേശുവുമായുള്ള ബന്ധമെന്താണെന്നതും വിവരണത്തിന്റെ ഭാഗമായി വെളിപ്പെടുത്തിയിട്ടില്ലായെന്നതിൽ നിന്നും, ഇത് അവരെ അധികാരികളുടെ പക്കൽ നിന്ന് സംരക്ഷിക്കുവാനുള്ള പരിശ്രമമായി മാത്രമേ കാണുവാൻ സാധിക്കുകയുള്ളൂ.[6] ശ്രദ്ധിക്കേണ്ട വസ്തുത ഈ രണ്ടു ഭാഗത്തും ആത്യന്തികമായി എതിരാളിയായി വരുന്നത് മഹാപുരോഹിതൻ തന്നെയാണെന്നതാണ്. നിശ്ചയമായും കയ്യഫാവിൽ നിന്ന് ഈ വ്യക്തികളെ സംരക്ഷിച്ചു നിർത്തേണ്ട ആവശ്യമുണ്ടെന്ന് ഈ വിവരണം ആദ്യം പ്രചരിപ്പിച്ചവർക്ക് തോന്നിയ സമയത്ത് തന്നെയാണ് ഇവ ഉത്ഭവിച്ചതെന്ന കാര്യത്തിൽ യാതൊരു സംശയവുമില്ല.

ആ സമയം യേശുവിന്റെ ക്രൂശീകരണത്തിനു ശേഷമുള്ള ആദ്യവർഷങ്ങൾ തന്നെയാണെന്ന കാര്യത്തിൽ യാതൊരു തർക്കത്തിനും സ്ഥാനമില്ല. ഇതും, പീഡാനുഭവവിവരണം എ. ഡി. 37

---

6 Theissen, *The Gospels in Context*, 187; Richard Bauckham, *Jesus and the Eyewitnesses: The Gospels as Eyewitness Testimony* (Wm. B. Eerdmans Publishing, 2008), 193.

— ന് മുൻപ് ഉത്ഭവിച്ചതാണെന്ന റുഡോൾഫ് പെഷിന്റെ കണ്ടെത്തലിനെ പിന്തുണയ്ക്കുന്നതാണ്. മർക്കോസിന്റെ സുവിശേഷം പതിനഞ്ചാം അധ്യായത്തിൽ യേശുവിന്റെ മരണത്തെക്കുറിച്ചും യേശുവിന്റെ അടക്കത്തെക്കുറിച്ചുമുള്ള വിവരണങ്ങൾ തമ്മിൽ ആഖ്യാനപരമായ വിഭജനമൊന്നും ദൃശ്യമല്ല. മാത്രവുമല്ല, മർക്കോസ് തന്റെ സുവിശേഷ രചനയ്ക്ക് ആധാരമായി ഉപയോഗിച്ച ഉറവിടം യേശുവിന്റെ അടക്കത്തെക്കുറിച്ച് ഒന്നും പറയാതെ പൊടുന്നനെ വിവരണം അവസാനിപ്പിച്ചുവെന്നു ചിന്തിക്കുന്നതും ന്യായമല്ല.

ഇത്തരത്തിലുള്ള പല കാരണങ്ങളാലും മർക്കോസിന്റെ സുവിശേഷത്തിൽ ഉപയോഗിച്ചിരിക്കുന്ന പീഡാനുഭവ വിവരണത്തിന്റെ ഭാഗമാണ് യേശുവിന്റെ ശരീരം കല്ലറയിൽ അടക്കം ചെയ്ത വിവരണമെന്ന നിർണ്ണയത്തിലേക്കാണ് ഗവേഷകന്മാർ എത്തിച്ചേർന്നിരിക്കുന്നത്.[7] ഇത് യേശുവിനെ കല്ലറയിൽ അടക്കം ചെയ്യുവെന്നതിനുള്ള സ്വതന്ത്രവും സംഭവത്തോട് അടുത്തു നിൽക്കുന്ന കാലഘട്ടത്തിൽ നിന്നുള്ളതുമായ സാക്ഷ്യമാണ്.

മൂന്ന്

യേശുവിനെ മരണത്തിനു വിധിച്ച മതകോടതിയിലെ ഒരു അംഗമെന്ന നിലയിൽ അരിമത്യക്കാരനായ യോസേഫ്, യേശുവിനെ തന്റെ കല്ലറയിൽ അടക്കിയെന്നത് ക്രിസ്ത്യാനികൾ ചമച്ച ഒരു കെട്ടുകഥയാകുവാൻ സാധ്യത വളരെ കുറവാണ്. മർക്കോസ് 15:42-43ൽ ശ്രേഷ്ഠമന്ത്രിയെന്ന് സത്യവേദപുസ്തകത്തിലും ആലോചനാസംഘത്തിലെ അംഗമെന്ന് പി. ഒ. സി. ബൈബിളിലും വിവർത്തനം ചെയ്തിരിക്കുന്ന പദം (ബൂല്യൂതെസ്) കൊണ്ട് വിവക്ഷികുന്നത് യഹൂദാ മതകോടതിയായ സാൻഹെഡ്രീൻ

---

[7] Édouard Dhanis, "L'ensevelissement de Jésus et La Visite Au Tombeau Dans l'évangile de Saint Marc (Mc., XV, 40 - XVI, 8)," *Gregorianum* 39.2 (1958): 367–410; Pesch, *Das Markusevangelium*, 2:511.

സംഘത്തിലെ[8] അംഗമെന്നാണ്.[9] മർക്കോസ് തന്റെ സുവിശേഷത്തിൽ ആവർത്തിച്ചു പറയുന്ന ഒരു കാര്യമാണ് 'ന്യായാധിപസംഘം മുഴുവനോടും' (മർക്കോസ് 15:1) കൂടി ആലോചന നടത്തുകയും 'ന്യായാധിപസംഘം മുഴുവനും' (മർക്കോസ് 14:55) 'അവരെല്ലാവരും' (മർക്കോസ് 14:64) യേശുവിനെ കുറ്റം വിധിക്കുകയും ചെയ്യുവെന്നത്.

ഇത്തരമൊരു സാഹചര്യത്തിൽ, ആ കാലത്ത് യഹൂദാ മതനേതൃത്വത്തോട് ക്രിസ്ത്യാനികൾക്കുണ്ടായിരുന്ന എതിർപ്പിന്റെ പശ്ചാത്തലത്തിൽ, യേശുവിനെ ശിക്ഷയ്ക്ക് വിധിച്ച ഒരു ന്യായാധിപൻ, പ്രശസ്തനും പ്രമുഖനുമായ[10] ഒരു യഹൂദാ മതനേതാവ് വന്ന്, ആർക്കും കണ്ടെത്താവുന്ന പരസ്യസ്ഥലത്തുള്ള തന്റെ കല്ലറയിൽ യേശുവിന് മാന്യമായ അടക്കം നല്കിയെന്നൊരു കഥ ആദിമ ക്രിസ്തീയവിശ്വാസികൾ മെനയുകയില്ല.[11] സുവിശേഷങ്ങൾക്കുള്ളിലും, അതിനു പുറത്തും, അരിമത്യക്കാരൻ യോസേഫിനു സംഭവിക്കുന്ന പരിണാമം,[12] മർക്കോസിന്റെ ലളിതമായ യാഥാർത്ഥ്യ വിവരണം

---

[8] Joel Williams, *Other Followers of Jesus: Minor Characters as Major Figures in Mark's Gospel* (Bloomsbury Publishing, 1994), 189.

[9] Josephus, Wars of the Jews 2.405

[10] യോസേഫിനെ മർക്കോസ് 15:43-ൽ യൂസ്റ്റെമോൻ എന്നാണ് വിശേഷിപ്പിച്ചിരിക്കുന്നത്. സമാദരണീയൻ (MALCLBSI), ശ്രേഷ്ഠൻ (MALOVBSI), പ്രമുഖൻ (MCV), പ്രധാനപ്പെട്ട (MALNIB), ബഹുമാന്യനായ (POC), മാന്യൻ (VG) എന്നൊക്കെയാണ് ബൈബിളുകളിൽ ഈ പദം വിവർത്തനം ചെയ്തിരിക്കുന്നത്.

[11] Raymond Edward Brown, *The Death of the Messiah: From Gethsemane to the Grave: A Commentary on the Passion Narratives in the Four Gospels* (Yale University Press, 1998), 2:1240–41.

[12] മർക്കോസിന്റെ സുവിശേഷത്തിൽ ഏതൊരു സാധാരണ യെഹൂദനെയും പോലെ 'ദൈവരാജ്യത്തെ കാത്തിരുന്നവനായ' യോസേഫ് (മർക്കോസ് 15:43) യോഹന്നാന്റെ സുവിശേഷത്തിലേക്ക് എത്തുമ്പോൾ യേശുവിന്റെ രഹസ്യ ശിഷ്യനായി മാറുന്നു (യോഹന്നാൻ 19:38).

പിൽക്കാല   ക്രിസ്തീയവിശ്വാസികൾക്ക്   സൃഷ്ടിച്ച   പ്രശ്നങ്ങൾ പരിഹരിക്കുവാനുള്ള ഒരു ശ്രമമായി വേണം കാണുവാൻ.[13]

നാല്

പ്രത്യേകതരം രാസവസ്തുക്കളുടെ മിശ്രിതം ഉപയോഗിച്ച് ശവശരീരം അഴുകാതെ സൂക്ഷിക്കുന്നതായിരുന്നു പുരാതന ഈജിപ്തുകാരുടെ രീതി, മൃതദേഹം ദഹിപ്പിക്കുന്നതായിരുന്നു ഗ്രീക്കുകാരുടെ രീതി എന്നാൽ രണ്ടാം ദേവാലയ കാലഘട്ടത്തിലെ (ബി. സി. 30 – എ. ഡി. 70) യെഹൂദന്മാരുടെ ശവസംസ്കാര രീതി തികച്ചും വ്യത്യസ്തമായിരുന്നു. ആ കാലഘട്ടത്തിൽ പ്രത്യേകിച്ചും അരിമത്യയിലെ യോസേഫിനെപ്പോലെ ധനാഢ്യനായ ഒരാളുടെ കല്ലറയെ സംബന്ധിച്ചിടത്തോളം ശവസംസ്കാര ശുശ്രൂഷ പ്രധാനമായും രണ്ടു ഘട്ടങ്ങളിലായാണ് നടക്കുന്നത്.

ആദ്യം കഴുകി സുഗന്ധദ്രവ്യങ്ങൾ പൂശി ശീലയിൽ മുഴുവനായും ചുറ്റിപ്പൊതിഞ്ഞ ഈ വ്യക്തിയുടെ മൃതദേഹം കല്ലറയ്ക്കുള്ളിലെ ചുമരിൽ വെട്ടിയുണ്ടാക്കിയ ബെഞ്ചിൽ കിടത്തുന്നു. ചിലപ്പോൾ ഇത് കല്ലറക്കുള്ളിലെ മതിലിൽ തുറന്നുണ്ടാക്കിയ വലിയ ഒരു അറയിലുമാകാം. പിന്നീട് ഒരു വർഷം കഴിയുമ്പോൾ, (അപ്പോഴേക്കും മാംസമെല്ലാം നശിച്ച് എല്ലുകൾ മാത്രമായിരിക്കും അവശേഷിച്ചിരിക്കുക) ബന്ധുക്കൾ വന്ന് എല്ലുകൾ ശേഖരിച്ച് ഒരു എല്ലുപെട്ടിയിലാക്കി, ഒന്നുകിൽ ആ കല്ലറയിലെ തന്നെയോ, അല്ലെങ്കിൽ മറ്റേതെങ്കിലും കുടുംബ കല്ലറകളുണ്ടെങ്കിൽ അതിനുള്ളിലോ, ഭിത്തി തുറന്നുണ്ടാക്കിയിട്ടുള്ള ചെറിയ അറകളിൽ വയ്ക്കും. ചില സന്ദർഭങ്ങളിൽ എല്ലുപെട്ടിയിൽ വെക്കാതെ നേരെ കല്ലറയ്ക്കുള്ളിലെ ചെറിയ അറയ്ക്കുള്ളിൽ നിക്ഷേപിച്ചിട്ട് ആ അറ കല്ലുകൊണ്ട് അടയ്ക്കുന്ന രീതിയുമുണ്ടായിരുന്നു.

---

[13] ഇതിന്റെ വിശദമായ ചരിത്രവും വിശകലനവും കാണുവാൻ പരിശോധിക്കുക: William John Lyons, *Joseph of Arimathea: A Study in Reception History* (OUP Oxford, 2014).

ആധുനിക പുരാവസ്തു ഗവേഷകന്മാർ യെഹൂദന്മാരുടെ ശവസംസ്കാര രീതികൾക്കുള്ള നിരവധി തെളിവുകൾ കണ്ടെത്തിയിട്ടുണ്ട്. സുവിശേഷങ്ങളിലെ വിവരണങ്ങൾ ഇവയുമായി ചേർന്നു പോകുന്നവയാണ്. ഉദാഹരണമായി പാറയിൽ വെട്ടിയുണ്ടാക്കിയ കല്ലറ (ലൂക്കോസ് 23:53), കല്ലറയിലേക്ക് പത്രോസ് കുനിഞ്ഞു നോക്കി[14] തുടങ്ങിയ പ്രസ്താവനകൾ യെഹൂദന്മാരുടെ കല്ലറകളെക്കുറിച്ച് കണ്ടെത്തിയിട്ടുള്ള വിവരങ്ങളുമായി യോജിച്ച് പോകുന്നവയാണ്. ഇത്തരം പരാമർശങ്ങൾ അടങ്ങിയിരിക്കുന്ന കഥകളിലെ വിശദാംശങ്ങൾ ചരിത്രപരമാണോയെന്ന് നിശ്ചയിക്കുവാൻ സാധിക്കില്ലായെന്ന് ആരെങ്കിലും വാദിച്ചാൽ പോലും, ഏറ്റവും കുറഞ്ഞത്, ഇത്തരം പ്രസ്താവനകൾക്ക് പിന്നിലുള്ള ആദിമ ക്രിസ്തീയ സ്മരണകൾ ആ കാലഘട്ടത്തെ ശരിയായി പ്രതിഫലിപ്പിക്കുന്നതും, ആദിമ യഹൂദാ പശ്ചാത്തലത്തിൽ തന്നെ ഉത്ഭവിച്ചവയുമാണ് എന്നും, അതല്ലാതെ പിൽക്കാലത്ത് ഗ്രീക്കുകാരായ ആദിമ ക്രിസ്ത്യാനികൾ കൂട്ടിച്ചേർത്തതല്ലായെന്നുമെങ്കിലും തെളിയിക്കുന്നുണ്ട്.

പല സന്ദർഭങ്ങളിലും ക്രൂശിക്കപ്പെട്ട കുറ്റവാളികളുടെ കാര്യത്തിൽ റോമൻ സൈന്യം ചെയ്യാറുള്ളതു പോലെ ശരീരം ക്രൂശിൽ അഴുകുവാൻ അനുവദിക്കുകയും തുടർന്ന് ഒരു പൊതു ശവക്കുഴിയിലേക്ക് വലിച്ചെറിയുകയും ചെയ്യുന്ന ശൈലി

---

[14] ലൂക്കോസ് 24:12-ഈ വാക്യം ഒരു കൂട്ടിച്ചേർക്കലാണെന്ന ചിന്ത ചിലർ പ്രകടിപ്പിച്ചിട്ടുണ്ടെങ്കിലും (മലയാളം സത്യവേദപുസ്തകത്തിൽ ഈ വാക്യം ബ്രാക്കറ്റിൽ നൽകിയിരിക്കുന്നത് നോക്കുക) ജർമ്മൻ ബൈബിൾ സൊസൈറ്റി പ്രസിദ്ധീകരിക്കുന്ന ഗ്രീക്ക് ബൈബിൾ തയ്യാറാക്കിയ പണ്ഡിതന്മാർ ലഭ്യമായ തെളിവുകളുടെ അടിസ്ഥാനത്തിൽ ഇത് ഒരു ആധികാരിക വാക്യമായിട്ടാണ് കണക്കാക്കിയിട്ടുള്ളത്. കൂടാതെ വിവർത്തകന്മാർക്ക് വേണ്ടി തയ്യാറാക്കിയ ഗ്രീക്ക് പുതിയനിയമത്തിൽ ഇതിന് ബി റേറ്റിംഗ് (മിക്കാവാറും ഈ വാക്യം ആദ്യ രചനയിൽ ഉണ്ടായിരുന്നതാണ് എന്നർത്ഥം) ആണ് നൽകിയിരിക്കുന്നത്: Bruce Manning Metzger and M. R. Sellars, *A Textual Commentary on the Greek New Testament: A Companion Volume to the United Bible Societies' Greek New Testament (3d Ed.)* (United Bible Societies, 1971), 184; Barbara Aland and Holger Strutwolf, *The Greek New Testament* (Deutsche Bibelgesellschaft, 2014), 299.

പിന്തുടരാതെ യേശുവിന്റെ മൃതദേഹം കല്ലറയിൽ മാന്യമായി അടക്കം ചെയ്യുവാൻ അവർ അനുവദിച്ചുവെന്നാണ് സുവിശേഷങ്ങളിൽ നിന്ന് മനസിലാക്കുവാൻ സാധിക്കുന്നത്. ഇത് യഹൂദാ നിയമങ്ങളുമായും റോമൻ ഭരണകൂടം അനുവർത്തിച്ചുവന്നിരുന്ന നയങ്ങളുമായും പൊരുത്തപ്പെടുന്നവയാണ്.[15]

ഇത്തരത്തിലുള്ള നിരവധി തെളിവുകളുടെ അടിസ്ഥാനത്തിലാണ് യേശുവിന്റെ ശവസംസ്കാരത്തെക്കുറിച്ച് സുവിശേഷങ്ങളിൽ കാണുന്ന പരാമർശങ്ങൾ പുരാവസ്തു തെളിവുകളുമായും ആ കാലഘട്ടത്തിലെ യഹൂദാ നിയമങ്ങളുമായും ചേർന്നുപോകുന്നവയാണെന്ന്, യഹൂദാ പുരാവസ്തു ഗവേഷകയും, അമേരിക്കയിലെ ചാപ്പൽ ഹില്ലിലെ നോർത്ത് കരോലിന സർവ്വകലാശാലയിലെ പ്രൊഫസറുമായ ജോഡി മാഗ്നസ്സ് എത്തിച്ചേർന്നത്.[16]

---

[15] Craig A. Evans, "Getting the Burial Traditions and Evidence Right," in *How God Became Jesus: The Real Origins of Belief in Jesus' Divine Nature - A Response to Bart Ehrman*, ed. Michael F. Bird et al. (Zondervan, 2014), 71–93; Craig A. Evans, "'He Laid Him in a Tomb' (Mark 15.46): Roman Law and the Burial of Jesus," in *Matthew and Mark Across Perspectives: Essays in Honour of Stephen C. Barton and William R. Telford*, ed. Kristian A. Bendoraitis and Nijay K. Gupta (Bloomsbury Publishing, 2016), 52–66.

[16] Jodi Magness, "What Did Jesus' Tomb Look Like?," in *The Burial of Jesus*, ed. Kathleen E. Miller et al. (Washington, DC: Biblical Archaeology Society, 2007), 8; നിരീശ്വരവാദിയായ ജെയിംസ് ക്രോസ്സിയും മറ്റൊരു നിരൂപണ പണ്ഡിതനായ റോബർട്ട് ജെ മൈൽസും തങ്ങളുടെ ഏറ്റവും പുതിയ ഗ്രന്ഥത്തിൽ, യു. എൻ. സി-ചാപ്പൽ ഹില്ലിലെ പ്രൊഫസറും പ്രശസ്ത പുരാവസ്തു ഗവേഷകയുമായ ജോഡി മാഗ്നസ്സിന്റെ വിലയിരുത്തൽ, അംഗീകാരത്തോടെ ഉദ്ധരിച്ചിരിക്കുന്നത് ഇപ്രകാരമാണ്: "അരിമത്യയിലെ യോസേഫ് യേശുവിന് തന്റെ കുടുംബ കല്ലറയിൽ ഒരു ഇടം നൽകിയതിന്റെ സുവിശേഷ വിവരണങ്ങൾ കെട്ടുകഥയോ വിശ്വാസ ന്യായീകരണമോ ആണെന്ന് കരുതേണ്ടതില്ല. യേശുവിന്റെ ശവസംസ്കാരത്തെക്കുറിച്ചുള്ള സുവിശേഷ വിവരണങ്ങൾ പുരാവസ്തു തെളിവുകളുമായി വലിയ തോതിൽ പൊരുത്തപ്പെടുന്നതായി കാണപ്പെടുന്നു." (യു.

അഞ്ച്

യേശുവിന്റെ അടക്കത്തെക്കുറിച്ചുള്ള മർക്കോസിന്റെ സുവിശേഷത്തിലെ വിവരണത്തിൽ ഐതിഹ്യസമാനമായ കൂട്ടിച്ചേർക്കലുകളോ മോടിപിടിപ്പിക്കലുകളോ ഇല്ല. ഇത് ഈ വിവരണത്തിന്റെ ചരിത്രപരമായ ആധികാരികതയിലേക്ക് വിരൽചൂണ്ടുന്ന മറ്റൊരു വസ്തുതയാണ്.

ആറ്

സുവിശേഷങ്ങളിൽ കാണുന്നതിന് വിരുദ്ധമായ ഒരു വിവരണം യേശുവിന്റെ അടക്കത്തെക്കുറിച്ച് വേറെ എങ്ങുമില്ല. അപ്പൊ. പ്രവ. 13:27-29-ൽ ലൂക്കോസ് പൗലോസിന്റെ ഒരു പ്രസംഗമായി രേഖപ്പെടുത്തിയിരിക്കുന്ന ഒരു പ്രസ്താവനയിൽ യെഹൂദന്മാർ യേശുവിനെ സംസ്ക്കരിച്ചുവെന്നാണ് എഴുതിയിരിക്കുന്നത്. എന്നാൽ ലൂക്കോസ് 23:52-ൽ ലൂക്കോസ് തന്നെ എഴുതിയിരിക്കുന്നത് യോസേഫാണ് യേശുവിന്റെ ശരീരം ക്രൂശിൽ നിന്ന് ഇറക്കി അടക്കം ചെയ്യുവാൻ വേണ്ടി മുൻകൈയെടുത്തത് എന്നാണ്.

സമവീക്ഷണ സുവിശേഷങ്ങളിൽ നിന്ന് സ്വതന്ത്രമായി രചിക്കപ്പെട്ടതെന്ന് തെളിയിക്കപ്പെട്ടിട്ടുള്ള[17] യോഹന്നാന്റെ സുവിശേഷത്തിൽ, യോഹന്നാൻ 19:31-ൽ, യേശുവിന്റെയും യേശുവിനോടൊപ്പം ക്രൂശിക്കപ്പെട്ടവരുടെയും ശരീരങ്ങൾ ക്രൂശിൽ നിന്ന് നീക്കുവാൻ അഭ്യർത്ഥിക്കുന്നത് യെഹൂദന്മാരാണ്. അതിനെ തുടർന്ന് യേശുവിന്റെ ശരീരം എടുത്തുകൊണ്ടുപോകുവാനാണ് അരിമത്യക്കാരനായ യോസേഫ് വരുന്നത്. മർക്കോസ് 15:42-ൽ യേശുവിന്റെ ശരീരം ക്രൂശിൽ നിന്നിറക്കുവാൻ മുൻകൈയെടുക്കുന്നത് യോസേഫാണ്. രണ്ടുകൂട്ടരും ഇത്

എൻ. സി-ചാപ്പൽ ഹിൽ - യൂണിവേഴ്സിറ്റി ഓഫ് നോർത്ത് കരോലിന, ചാപ്പൽ ഹിൽ) Crossley and Myles, *Jesus*, 241.

[17] Peder Borgen, *The Gospel of John: More Light from Philo, Paul and Archaeology : The Scriptures, Tradition, Exposition, Settings, Meaning* (Brill, 2014), 293–94.

ചെയ്യുന്നതിന് കാരണമായി പറഞ്ഞിരിക്കുന്നത് അന്ന് ശബ്ബത്തിന്റെ ഒരുക്കനാളും, പിറ്റേന്ന് ശബ്ബത്ത് നാളും ആയതിനാലാണ് എന്നാണ്.

ഇതിൽ നിന്നും നാം മനസിലാക്കേണ്ടത് യേശുവിന്റെ ശവ സംസ്ക്കാരത്തെക്കുറിച്ചുള്ള സ്മരണകളിൽ പല തരം അപഭംഗങ്ങൾ വന്നിട്ടുണ്ടെന്നുള്ളതാണ്. ഈ അപഭംഗങ്ങൾക്കെല്ലാം നിദാനമായിരിക്കുവാൻ സാധ്യതയുള്ള ഏറ്റവും പ്രാചീനമായ ഓർമ്മ, മർക്കോസിന്റെ സുവിശേഷത്തിലെ, മുകളിൽ വിവരിച്ച നിലയിൽ പ്രത്യക്ഷത്തിൽ വിചിത്രമായി[18] തോന്നിയേക്കാവുന്ന യാഥാർത്ഥ്യ വിവരണമാണ്. ഇത് സ്മരണയുടെ മാനദണ്ഡവുമായി ചേർന്നു പോകുന്നതാണ്. അതേസമയം തന്നെ, ഇവിടെ ഒരിടത്തും ആരും, റോമക്കാർ യേശുവിനെ ഒരു പൊതു ശവക്കുഴിയിലേക്ക് വലിച്ചിടുകയായിരുന്നുവെന്ന, പൊതുവിൽ പലരും ചിന്തിച്ചിരിക്കാവുന്ന ഒരു ധാരണയിലേക്ക് വിരൽ ചൂണ്ടുന്നുമില്ല.

ഈ കാരണങ്ങളാൽ തന്നെ "യേശുവിന്റെ അടക്കം ഏറ്റവും പുരാതനവും, ഏറ്റവും നല്ല തെളിവുകളാൽ സാക്ഷീകരിക്കപ്പെട്ടിരിക്കുന്നതുമായ വസ്തുതയാണ്" എന്ന കേംബ്രിഡ്ജ് സർവ്വകലാശാലയിലെ അധ്യാപകനും ആദിമ ക്രൈസ്തവ രചനകളുടെ പണ്ഡിതനുമായിരുന്ന ജോൺ എ. റ്റി. റോബിൻസണിന്റെ നിരീക്ഷണം[19] ഏറ്റവും കൃത്യമായ ഒന്നാണെന്ന് നമ്മുക്ക് മനസിലാക്കുവാൻ സാധിക്കും.

---

[18]   കുറ്റവാളിയെന്ന് വിധിച്ചയാൾ മാന്യമായ അടക്കം നൽകുവാൻ മുൻകൈയെടുക്കുന്നു.

[19] John Arthur Thomas Robinson, *The Human Face of God* (S.C.M. Press, 1973), 131.

മൂന്നാമത്തെ ചരിത്ര വസ്തുത – കല്ലറ

ക്രൂശീകരണത്തിനു ശേഷമുള്ള ഞായറാഴ്ച യേശുവിന്റെ കല്ലറ ഒഴിഞ്ഞുകിടക്കുന്നതായി യേശുവിന്റെ അനുയായികളായ ചില സ്ത്രീകൾ കണ്ടെത്തിയെന്നതാണ് യേശുവിന്റെ ഉയിർത്തെഴുന്നേൽപ്പുമായി ബന്ധപ്പെട്ട മൂന്നാമത്തെ ചരിത്ര അടിസ്ഥാന ചരിത്ര വസ്തുത. മിക്ക പണ്ഡിതന്മാരെയും ഈ നിഗമനത്തിലേക്ക് നയിച്ച കാരണങ്ങളിൽ ചിലത് ഇവയാണ്:

ഒന്ന്

ഒഴിഞ്ഞ കല്ലറ കണ്ടെത്തിയെന്ന വിവരണം (മർക്കോസ് 16:1-8) യേശുവിന്റെ ജീവചരിത്ര രചനയ്ക്ക് മർക്കോസ് ഉപയോഗിച്ച സ്രോതസ്സിന്റെ ഭാഗമാണ്. മുകളിൽ നാം കണ്ടതുപോലെ, എ. ഡി. 30-നും 37-നും ഇടയിൽ ഉത്ഭവിച്ച ഈ വിവരണത്തിൽ, യേശുവിന്റെ ശവസംസ്കാരവുമായി ബന്ധപ്പെട്ട് പരാമർശിച്ചിരിക്കുന്ന പശ്ചാത്തല സംഭവങ്ങളുടെ തുടർച്ചയായി വരുന്നതാണ് ഈ ഭാഗവും. മർക്കോസ് 16:1-2-ന് മർക്കോസ് 15:42-47-മായുള്ള പദപരവും വ്യാകരണപരവുമായ ബന്ധമാണ്, സ്ത്രീകൾ ഒഴിഞ്ഞ കല്ലറ കണ്ടെത്തിയെന്ന ഭാഗവും മർക്കോസ് തന്റെ സുവിശേഷ രചനയിൽ ഉപയോഗപ്പെടുത്തിയ ആദിമ സ്രോതസിൽ നിന്ന് തന്നെയുള്ള ഭാഗമാണെന്ന നിർണ്ണയത്തിലേക്ക് പണ്ഡിതന്മാരെ നയിച്ചത്.

ഉദാഹരണമായി, ശാബത്തിനെക്കുറിച്ചുള്ള മർക്കോസ് 15:42-ലെ പരാമർശവും മർക്കോസ് 16:1-ലെ പരാമർശവും തമ്മിലുള്ള ബന്ധം; വാക്യം 47-ലെ യേശുവിനെ വെച്ച ഇടം നോക്കിക്കണ്ടുവെന്ന പരാമർശവും, വാക്യം 16:1-ലെ സുഗന്ധവർഗ്ഗം വാങ്ങിയെന്ന പരാമർശവും, വാക്യം 16:2-ലെ അവർ കല്ലറക്കൽ ചെന്നുവെന്ന പരാമർശവും തമ്മിലുള്ള ബന്ധം; യേശുവിന്റെ അടക്കത്തെക്കുറിച്ച് പരാമർശിക്കുന്ന വാക്യവുമായുള്ള പദപരവും വ്യാകരണപരവുമായ

ബന്ധം (മർക്കോസ് 16:1-ലെ "അവൻ" എന്നതിന്റെ പൂർവ്വപദം ശവസംസ്കാര വിവരണത്തിൽ മർക്കോസ് 15:43-ലാണുള്ളത്). യേശുവിന്റെ ഉയിർത്തെഴുന്നേൽപ്പിൽ ആദിമ ക്രിസ്ത്യാനികൾ വിശ്വസിച്ചിരുന്നുവെന്ന് (1 കൊരിന്ത്യർ 15:3-5) നമുക്കറിയാവുന്നതിനാൽ തന്നെ അടക്കത്തെക്കുറിച്ചുള്ള വിവരണത്തെ തുടർന്ന് ഒരു ശുഭകരമായ പര്യവസാനമെന്ന നിലയിൽ ഒഴിഞ്ഞ കല്ലറയെക്കുറിച്ചുള്ള വിവരണവും ആദിമ ക്രിസ്ത്യാനികൾ പ്രചരിപ്പിച്ചിട്ടുണ്ടാകുമെന്ന് ന്യായമായി വിശ്വസിക്കാവുന്നതാണ്. ഇത്തരത്തിലുള്ള നിരവധി കാരണങ്ങളാണ് ഗവേഷകന്മാരെ ഒഴിഞ്ഞ കല്ലറയെക്കുറിച്ചുള്ള വിവരണവും മർക്കോസിന്റെ സുവിശേഷത്തിൽ മർക്കോസ് ഉപയോഗിച്ചിരിക്കുന്ന പീഡാനുഭവ വിവരണത്തിന്റെ ഭാഗമാണെന്ന നിർണ്ണയത്തിലേക്ക് എത്തിച്ചിരിക്കുന്നത്.[1]

രണ്ട്

പൗലോസ് കൊരിന്ത്യർക്കെഴുതിയ കത്തിൽ ഉദ്ധരിക്കുന്ന പാരമ്പര്യത്തിൽ (1 കൊരിന്ത്യർ 15:3-5) നേരിട്ട് പരാമർശിക്കുന്നില്ലെങ്കിലും 'അടക്കി' 'ഉയർത്തു' എന്നീ പരാമർശങ്ങൾ ഒഴിഞ്ഞ കല്ലറയെ പരോക്ഷമായി സൂചിപ്പിക്കുന്നവയാണ്. യെഹൂദന്മാരുടെ വീക്ഷണമനുസരിച്ച് ഉയിർത്തെഴുന്നേൽപ്പെന്നത് ശരീരത്തിന്റെ ഉയിർത്തെഴുന്നേല്പാണ്.[2] സ്വാഭാവികമായും അടക്കപ്പെട്ടു ഉയിർത്തെഴുന്നേറ്റു എന്ന് പറയുമ്പോൾ അതിനു പിന്നിൽ ഒരു ഒഴിഞ്ഞ കല്ലറയുണ്ടാകണം. 1 കൊരിന്ത്യർ പതിനഞ്ചാം അധ്യായത്തിലെ പൗലോസിന്റെ വിവരണം, മരിച്ചുവെന്നത് അടക്കപ്പെട്ടുവെന്നതുമായും, ഉയർത്തുവെന്നത് പ്രത്യക്ഷപ്പെട്ടുവെന്നതുമായും താളാത്മകമായി ചേർന്നുപോകുന്ന നിലയിൽ, ഓർത്തിരിക്കുവാൻ പാകത്തിൽ ചിട്ടപ്പെടുത്തിയിരിക്കുന്ന ഒരു സംക്ഷിപ്ത പ്രസ്താവനയായതിനാൽ, കല്ലറ

---

[1] Kirk Robert MacGregor, "The Ending of the Pre-Markan Passion Narrative," *Scriptura* 117.1 (2018): 8.

[2] Wright, *The Resurrection of the Son of God*, 209.

ഒഴിഞ്ഞുകിടന്നിരുന്നുവെന്ന് അതിൽ എടുത്തു പറയേണ്ടതായിരുന്നു എന്ന് ചിന്തിക്കേണ്ടതില്ല. എന്നാൽ 1 കൊരിന്ത്യർ 15:35-54-ൽ പൗലോസ് വിശ്വസിച്ചിരുന്നത് ശരീരത്തിലുള്ള ഉയിർത്തെഴുന്നേല്ലാണെന്നത് വ്യക്തമാണ്. സ്വാഭാവികമായും ഒഴിഞ്ഞ കല്ലറയില്ലാതെ ഇങ്ങനെയൊരു വിശ്വാസത്തിന് പ്രസക്തിയോ നിലനിൽപ്പോ ഉണ്ടാകുമായിരുന്നില്ല.

മൂന്ന്

മർക്കോസിന്റെ സുവിശേഷത്തിലെ വിവരണം വളരെ ലളിതവും ഐതിഹ്യ സമാനമായ ഏച്ചുകെട്ടലുകൾ ഒന്നും ഇല്ലാത്തതും പഴയനിയമ ഉദ്ധരണികൾ ഉപയോഗിച്ചുള്ള അലങ്കാരങ്ങൾ ഒന്നും ഇല്ലാത്തവയുമാണ്. ഈ കാര്യങ്ങൾ ഈ ഭാഗത്തിന്റെ പ്രാചീനതയെക്കുറിച്ചും ആധികാരികതയെക്കുറിച്ചും ധനാത്മകമായി ചിന്തിക്കുവാൻ നമ്മെ പ്രേരിപ്പിക്കുന്നവയാണ്.

നാല്

യേശുവിന്റെ ക്രൂശീകരണത്തെയും ഉയിർത്തെഴുന്നേല്പിനെയും കുറിച്ചുള്ള ക്രോഡീകരിക്കപ്പെട്ട ഒരു വിവരണം, അതായത് മത്തായി, മർക്കോസ്, ലൂക്കോസ്, യോഹന്നാൻ എന്നിവരുടെ സുവിശേഷങ്ങളിൽ നിന്ന് സ്വതന്ത്രമായ നിലയിലുള്ള വാമൊഴിയായോ വരമൊഴിയായോ ഉള്ള ഒരു വിവരണം, ഒന്നാം നൂറ്റാണ്ടിന്റെ പകുതിയിൽ തന്നെ നിലവിലുണ്ടായിരുന്നതായി രണ്ടാം നൂറ്റാണ്ടിൽ എഴുതപ്പെട്ട പത്രോസിന്റെ സുവിശേഷം സംബന്ധിച്ച പഠനങ്ങൾ തെളിയിക്കുന്നുണ്ട്.[3] ഇതിനെ എതിർക്കുന്ന പല പണ്ഡിതന്മാരും, സന്തുലിതമായ അവകാശ വാദങ്ങൾ പരിഗണിക്കാതെ കാനോനിക സുവിശേഷങ്ങൾ ഈ ഉറവിടത്തെ ആശ്രയിച്ചിരിക്കുന്നതാണെന്ന ചിലരുടെ അവകാശ വാദവും, ഈ

---

[3] John Dominic Crossan, *The Cross That Spoke: The Origins of the Passion Narrative* (Wipf and Stock Publishers, 2008), 407; Paul Allan Mirecki, "Peter, Gospel Of," in *The Anchor Yale Bible Dictionary: O-Sh. Vol. 5*, ed. David Noel Freedman (Yale University Press, 1992), 278–81.

വിഷയത്തിൽ ലഭ്യമായ തെളിവുകൾക്ക് അപ്പുറത്തേക്കുള്ള ഒറ്റപ്പെട്ട അഭിപ്രായപ്രകടനങ്ങളും മുൻനിർത്തി തർക്കങ്ങൾ ഉന്നയിക്കുവാനാണ് ശ്രമിച്ചിട്ടുള്ളത്.

ഉദാഹരണമായി, പത്രോസിന്റെ സുവിശേഷം ഒന്നാം നൂറ്റാണ്ടിലെ സാഹചര്യങ്ങളെ പ്രതിഫലിപ്പിക്കുന്നതല്ലായെന്ന വിമർശനം, ഒരിക്കലും അത് പുരാതന പാരമ്പര്യങ്ങളെകൂടി ആശ്രയിച്ച് എഴുതിയതാണെന്ന നിരീക്ഷണത്തിന് എതിരായ ഒരു വിമർശനമാകില്ല.[4] കാരണം, പത്രോസിന്റെ സുവിശേഷത്തിൽ പുരാതന പാരമ്പര്യങ്ങൾ ഉണ്ടെന്ന് അവകാശപ്പെടുന്നവരും, ആ പുസ്തകം അതിനാൽ തന്നെ രണ്ടാം നൂറ്റാണ്ടിലെ ഒരു രചനയാണെന്നും, ചരിത്രപരമല്ലാത്ത ഭാഗങ്ങളും അതിൽ ഉൾപ്പെട്ടിട്ടുണ്ടെന്നും അംഗീകരിക്കുന്നവർ തന്നെയാണ്. പത്രോസിന്റെ സുവിശേഷം മുഴുവനും ഒന്നാം നൂറ്റാണ്ടിന്റെ മധ്യത്തിൽ എഴുതിയതാണെന്നതാണ് ഈ വിഷയത്തിൽ ഏറ്റവും പ്രധാനപ്പെട്ട പഠനങ്ങൾ നടത്തിയ ജോൺ ഡോമിനിക് ക്രോസൻ എന്ന ഗവേഷകന്റെ അഭിപ്രായമെന്ന നിലയിലാണ്, ക്രെയിഗ് ഇവാൻസ് എന്ന ഒരു ക്രിസ്തീയ പണ്ഡിതൻ തന്റെ വിമർശനം ആരംഭിക്കുന്നത്.[5]

സത്യത്തിൽ, ഇങ്ങനെയൊരു അവകാശവാദം അദ്ദേഹത്തിനില്ലായെന്ന് അദ്ദേഹത്തിന്റെ രചനകൾ ഒരിക്കലെങ്കിലും വായിച്ചിട്ടുള്ളവർക്ക് മനസിലാകും. എന്നാൽ കാനോനിക സുവിശേഷങ്ങൾ പത്രോസിന്റെ സുവിശേഷത്തിന്റെ ഉറവിടത്തെ ആശ്രയിച്ചിരിക്കുന്നതാണെന്ന ഡോ. ക്രോസന്റെ വീക്ഷണം നമ്മുക്ക് ലഭ്യമായ തെളിവുകളുമായി യോജിച്ചു പോകുന്നതുമല്ല. പത്രോസിന്റെ സുവിശേഷത്തിലെ

---

[4] Jeremiah J. Johnston, *The Resurrection of Jesus in the Gospel of Peter: A Tradition-Historical Study of the Akhmîm Gospel Fragment* (Bloomsbury Publishing, 2016), 26.

[5] Craig A. Evans, *Jesus and the Manuscripts: What We Can Learn from the Oldest Texts* (Hendrickson Publishers, 2020), 204.

സംഭവവിവരണങ്ങളുടെ ക്രമം കാനോനിക സുവിശേഷങ്ങളുമായി താരതമ്യപ്പെടുത്തി നടത്തിയ വിശകലനത്തിന്റെ അടിസ്ഥാനത്തിൽ പത്രോസിന്റെ സുവിശേഷത്തിൽ നിന്ന് കാനോനിക സുവിശേഷങ്ങളോ അവയിൽ നിന്ന് പത്രോസിന്റെ സുവിശേഷമോ പകർത്തിയെഴുതിയിട്ടുണ്ടെന്ന വാദം പ്രമുഖ ഗവേഷകനായ റെയ്മണ്ട് ബ്രൗൺ ഖണ്ഡിച്ചിട്ടുണ്ട്.[6]

അതായത്, പത്രോസിന്റെ സുവിശേഷം അതിന്റെ സംഭവവിവരണ ക്രമത്തിന്റെ വിശദാംശങ്ങളിൽ ഒരു സുവിശേഷത്തെയും പിന്തുടരുന്നില്ല. സുവിശേഷങ്ങളിൽ നിന്ന് പകർത്തിയതാണെങ്കിൽ ഈ നിലയിലല്ല സംഭവിക്കുക. മർക്കോസിന്റെ സുവിശേഷം മത്തായിയും ലൂക്കോസും എങ്ങനെയാണ് പകർത്തി എഴുതിയത് എന്നതുമായുള്ള താരതമ്യത്തിന്റെ അടിസ്ഥാനത്തിലാണ് ഇങ്ങനെ പറയുന്നത്. അവർ രണ്ടുപേരും പകർത്തിയെഴുതിയപ്പോൾ പത്രോസിന്റെ സുവിശേഷത്തിന്റെ അത്രയും വലിയ വ്യത്യാസം അവയിൽ കാണുവാൻ സാധിക്കുന്നില്ല. ആഖ്യാന യുക്തിയിലുള്ള വ്യത്യാസത്തിന്റെയും, പദപരമായ സാമ്യതകൾ വളരെ കുറവ് മാത്രമാണെന്നതിന്റെയും അടിസ്ഥാനത്തിൽ, കാനോനിക സുവിശേഷങ്ങളിൽ നിന്ന് സ്വതന്ത്രമായ ഒരു പൂർവ്വ ഉറവിടമാണ് പത്രോസിന്റെ സുവിശേഷത്തിൽ ഉപയോഗപ്പെടുത്തിയിരിക്കുന്നതെന്ന് ഹെൽമുട്ട് കോസ്റ്ററെന്ന മറ്റൊരു പണ്ഡിതനും കണ്ടെത്തുകയുണ്ടായി.[7]

അതേസമയം തന്നെ, ഈ സുവിശേഷം സംബന്ധിച്ച പഠനങ്ങളിൽ ഏറ്റവും ശ്രദ്ധേയമായ ആദ്യകാല സംഭാവന നൽകിയ യുർഗൻ ഡെങ്കെറുടെ കണ്ടെത്തലുകളും അവഗണിക്കുവാനാകില്ല. അദ്ദേഹത്തിന്റെ പഠനമനുസരിച്ച് പത്രോസിന്റെ സുവിശേഷത്തിലെ വിവരണങ്ങൾ പഴയനിയമത്തിന്റെ വ്യാഖ്യാനങ്ങളെ വളരെയധികം ആശ്രയിച്ചിരിക്കുന്നതും ഒരു യഹൂദാ-ക്രൈസ്തവ പശ്ചാത്തലത്തിൽ

---

[6] Brown, *The Death of the Messiah*, 2:1321–25.

[7] Helmut Koester, *Ancient Christian Gospels: Their History and Development* (SCM Press, 1990), 240.

കാനോനിക സുവിശേഷങ്ങളിൽ നിന്നും സ്വതന്ത്രമായ നിലയിൽ ഉത്ഭവിച്ചവയുമാണ്.[8] മാർട്ടിൻ ഡിബെലിയസ് എന്ന മറ്റൊരു ജർമ്മൻ ഗവേഷകനെ ഉദ്ധരിച്ചുകൊണ്ട് ആദിമ ക്രിസ്തീയ രചനകളെക്കുറിച്ചുള്ള പഠനത്തിൽ വിദഗ്ദനായിരുന്ന ഫിലിപ് വിയെഹൗവർ നടത്തിയിരിക്കുന്ന നിരീക്ഷണങ്ങളും ഈ വിഷയത്തിൽ ശ്രദ്ധേയമാണ്.

അതായത്, പഴയനിയമത്തിലെ വാക്യ ഭാഗങ്ങൾ ഉപയോഗിച്ചുകൊണ്ടും എന്നാൽ അപ്പോൾ തന്നെ വാക്യങ്ങൾ നേരിട്ട് ഉദ്ധരിക്കുന്ന തരം പദപ്രയോഗങ്ങൾ ഒഴിവാക്കിക്കൊണ്ടുമാണ് പത്രോസിന്റെ സുവിശേഷത്തിൽ ചില ഭാഗങ്ങളിൽ യേശുവിന്റെ പീഡാനുഭവത്തെക്കുറിച്ച് വിവരിച്ചിരിക്കുന്നതെന്നാണ് അദ്ദേഹം വിലയിരുത്തിയിരിക്കുന്നത്.[9] പാരമ്പര്യത്തിന്റെ ചരിത്രം പരിശോധിക്കുമ്പോൾ ഈ രീതിയിലുള്ള അവതരണം യേശുവിന്റെ പീഡാനുഭവങ്ങളുടെ ഏറ്റവും പഴയ വിവരണരീതിയാണ്. വാമൊഴി പാരമ്പര്യങ്ങളെ അടിസ്ഥാനമാക്കി, തിരുവെഴുത്തിന്റെ വെളിച്ചത്തിൽ, സംഭവങ്ങളെ വ്യാഖ്യാനിക്കുന്ന ഈ ശൈലി ഒന്നാം നൂറ്റാണ്ടിലെ ഏറ്റവും പുരാതനമായ രീതിയായിരുന്നു.

ഉദാഹരണമായി, 1 കൊരിന്ത്യർ 15:3-5-ലെ തിരുവെഴുത്തുകളിൻ പ്രകാരം എന്ന പരാമർശം ശ്രദ്ധിക്കുക. അവിടെ പഴയനിയമത്തിൽ നിന്നുള്ള ഒരു ഉദ്ധരണികളും നൽകിയിട്ടില്ല. എന്നാൽ പിൽക്കാല രചനകളായ മത്തായിയുടെ സുവിശേഷവും ജസ്റ്റിൻ മാർട്ടിയറുടെ രചനകളും പരിശോധിക്കുമ്പോൾ വ്യക്തമായ നിലയിൽ പഴയനിയമ ഉദ്ധരണികൾ ഉദ്ധരിച്ച് ആ പ്രവചനം യേശുവിന്റെ ജീവിതത്തിൽ നിറവേറിയെന്നു തെളിയിക്കുവാനുള്ള ശ്രമങ്ങൾ കാണുവാൻ

---

[8] Jürgen Denker, *Die theologiegeschichtliche Stellung des Petrusevangeliums: ein Beitrag zur Frühgeschichte des Doketismus* (Herbert Lang, 1975).

[9] Philipp Vielhauer, *Geschichte der urchristlichen Literatur: Einleitung in das Neue Testament, die Apokryphen und die Apostolischen Väter* (Walter de Gruyter, 1978), 646.

സാധിക്കും. ഇത്തരമൊരു പരിശ്രമം പത്രോസിന്റെ സുവിശേഷത്തിലെ ഏറ്റവും പുരാതനമെന്ന് കരുതപ്പെടുന്ന ഭാഗങ്ങളിൽ ദൃശ്യമല്ല. ഒഴിഞ്ഞ കല്ലറയെ സംബന്ധിച്ച പരാമർശങ്ങളും പത്രോസിന്റെ സുവിശേഷം രചിച്ച വ്യക്തി ഉപയോഗപ്പെടുത്തിയ ആദിമ സ്രോതസ്സിൽ ഉണ്ടെന്ന് തന്നെയാണ് കോസ്റ്ററിന്റെ നിർണ്ണയം.[10]

മത്തായിയുടെ സുവിശേഷത്തിൽ കാണുന്ന കല്ലറ കാത്ത പടയാളികളെക്കുറിച്ചുള്ള (മത്തായി 27:62-66, 28:11-15) കഥയ്ക്ക് സമാനമായ ഒരു വിവരണം പത്രോസിന്റെ സുവിശേഷത്തിലും കാണുന്നുണ്ട് (പത്രോസിന്റെ സുവിശേഷം 8:28-11:49). എന്നാൽ ഇവ രണ്ടും താരതമ്യം ചെയ്ത് നടത്തിയിട്ടുള്ള പഠനങ്ങൾ പോലും ഒന്ന് മറ്റൊന്നിൽ നിന്ന് പകർത്തിയെന്നതല്ല മറിച്ച് രണ്ടും ഒരു പൊതു പൂർവ്വ വിവരണത്തിൽ നിന്നാണെന്ന നിലപാടിലേക്കാണ് പണ്ഡിതന്മാരെ എത്തിച്ചിരിക്കുന്നത്.[11] ചുരുക്കത്തിൽ മർക്കോസ് തന്റെ സുവിശേഷ രചനയ്ക്ക് ഉപയോഗപ്പെടുത്തിയ വിവരണം കൂടാതെ, യേശുവിന്റെ ഒഴിഞ്ഞ കല്ലറയെക്കുറിച്ചുള്ള പരാമർശമടങ്ങിയ മറ്റൊരു വിവരണം ഏറ്റവും കുറഞ്ഞത് യേശുവിന്റെ മരണത്തിന് 20 വർഷങ്ങൾക്കുള്ളിൽ നിലവിലുണ്ടായിരുന്നു. പൂർണ്ണമായും ഒരു യാഥാസ്ഥിതിക പണ്ഡിതനെന്ന് പറയുവാനാകില്ലെങ്കിലും, യാഥാസ്ഥിതിക പക്ഷത്തേക്ക് അല്പമെങ്കിലും ചായ്വുള്ള ജെയിംസ് ഡൺ പോലും, യാഥാസ്ഥിതിക പണ്ഡിതന്മാർ പൊതുവിൽ പ്രകടിപ്പിക്കുന്ന വിമുഖതയോടു കൂടിയാണെങ്കിലും, വാമൊഴി പാരമ്പര്യമെന്ന രീതിയിലെങ്കിലും പത്രോസിന്റെ സുവിശേഷത്തിൽ കാണുന്ന പുരാതന വിവരണങ്ങൾ പത്രോസിന്റെ സുവിശേഷം

---

[10] Koester, *Ancient Christian Gospels*, 234–39.

[11] Wim J. C. Weren, "His Disciples Stole Him Away' (Mt 28,13) A Rival Interpretation Of Jesus' Resurrection," in *Resurrection in the New Testament: Festschrift J. Lambrecht*, ed. Reimund Bieringer, Veronica Koperski, and Bianca Lataire (Peeters Publishers, 2002), 156–62.

രചിക്കപ്പെടുന്നതിനു മുൻപേ നിലവിലുണ്ടായിരുന്നുവെന്ന് അംഗീകരിക്കുന്നുണ്ട്.[12]

കണക്ക്റ്റിക്കട്ടിലെ വെസ്ലിയൻ സർവ്വകലാശാലയിലെ പ്രൊഫസറും, യാഥാസ്ഥിതിക ക്രിസ്തീയവിശ്വാസത്തെ തള്ളിക്കളയുന്ന പണ്ഡിതനുമായ റോൺ കാമറൂൺ നിരീക്ഷിച്ചിരിക്കുന്നത് പോലെ "സുവിശേഷങ്ങളിൽ കാണുന്ന പാരമ്പര്യങ്ങൾക്കുള്ള സ്വതന്ത്രമായ ഒരു സാക്ഷ്യമാണ്"[13] പത്രോസിന്റെ സുവിശേഷം. കുറേക്കൂടി വ്യക്തമായി പറഞ്ഞാൽ മർക്കോസിന്റെ സുവിശേഷത്തിലെ യേശുവിന്റെ പീഡാനുഭവ വിവരണത്തിന്റെ ഉറവിടത്തിൽ യേശുവിന്റെ ഒഴിഞ്ഞ കല്ലറയെക്കുറിച്ച് കാണുന്ന വസ്തുതയുടെ സ്വതന്ത്രവും പുരാതനവുമായ മറ്റൊരു സാക്ഷ്യമാണ് പത്രോസിന്റെ സുവിശേഷത്തിൽ ഉപയോഗിക്കപ്പെട്ടിരിക്കുന്ന ഉറവിടം.

അഞ്ച്

ഒന്നാം നൂറ്റാണ്ടിലെ പാലസ്തീനിൽ സ്ത്രീകളുടെ സാക്ഷ്യം തീരെ വിലകുറഞ്ഞ ഒന്നായാണ് കണ്ടിരുന്നത്. അതിനാൽ തന്നെ സ്ത്രീകൾ ഒഴിഞ്ഞ കല്ലറ കണ്ടെത്തിയെന്നത് ഒരു ചരിത്ര വസ്തുതയല്ലായിരുന്നുവെങ്കിൽ അങ്ങനെ രേഖപ്പെടുത്തുകയില്ലായിരുന്നു. ഇത് വളരെ പ്രധാനപ്പെട്ട ഒരു വസ്തുതയാണ്. ജോസീഫസിന്റെ രചനയിലും യഹൂദാ തൽമൂദുകളും സ്ത്രീകളുടെ സാക്ഷ്യത്തിനെതിരായ വീക്ഷണങ്ങൾ വ്യക്തമായി പ്രതിഫലിപ്പിക്കുന്നവയാണ്.[14] പൊതുവിൽ സ്ത്രീകളെ രണ്ടാം തരം പൗരന്മാരായാണ് പരിഗണിച്ചിരുന്നത്.[15] 1 കൊരിന്ത്യർ 15:3-5 വരെയുള്ള വാക്യങ്ങളിൽ ദൃക്സാക്ഷികളെ അവതരിപ്പിക്കുമ്പോൾ സ്ത്രീകളെക്കുറിച്ച് ഒരു പരാമർശവും

---

[12] Dunn, *Jesus Remembered*, 170.

[13] Ron Cameron, *The Other Gospels: Non-Canonical Gospel Texts* (Westminster John Knox Press, 1982), 77.

[14] Josephus, Antiquities IV.8.15, m. Šebuoth 4.1, Rosh haShana 1.8, Baba Qamma 88a

[15] Sotah 19a, Kiddushin 82b, Berachos 60b

കാണുവാൻ സാധിക്കുന്നില്ല. ഇത് പൊതുവിൽ സ്ത്രീകളുടെ സാക്ഷ്യത്തിനെതിരായ സാംസ്കാരിക മുൻവിധിയുടെ ഒരു പ്രതിഫലനമാണ്.

ലൂക്കോസ് 24:11-ൽ സ്ത്രീകളുടെ സാക്ഷ്യം വിശ്വസിച്ചില്ലായെന്ന പരാമർശവും യോഹന്നാൻ 20:8-ൽ ശിഷ്യന്മാർ ചെന്ന് കണ്ടു വിശ്വസിച്ചുവെന്ന പ്രസ്താവനയും ഇതേ മനോഭാവത്തിന്റെ പ്രതിഫലനമായി കണക്കാക്കാവുന്നതാണ്.[16] ഈ കാരണങ്ങളാൽ തന്നെ സ്ത്രീകൾ ഒഴിഞ്ഞ കല്ലറ കണ്ടെത്തിയതെന്നത് ഒരു ചരിത്രവസ്തുതയല്ലായിരുന്നുവെങ്കിൽ അങ്ങനെയൊരു കഥ കൃത്രിമമായി ചമയ്ക്കുമ്പോൾ ഒഴിഞ്ഞ കല്ലറ ആദ്യം കണ്ടെത്തിയത് സ്ത്രീകളാണെന്ന് ആദിമ ക്രിസ്ത്യാനികൾ അതിൽ ഉൾപ്പെടുത്തുമായിരുന്നില്ല.

ആറ്

യേശുവിന്റെ ശിഷ്യന്മാർ യേശുവിന്റെ ശരീരം മോഷ്ടിച്ചു കൊണ്ടുപോയി എന്ന, ആദിമ സമയങ്ങളിൽ തന്നെ ആരംഭിച്ച, യെഹൂദന്മാരുടെ ആരോപണം കല്ലറയിൽ യേശുവിന്റെ ശരീരം ഇല്ലായിരുന്നു എന്നതിന് തെളിവാണ് (മത്തായി 28:13-15). ഒന്നാമതായി ശിഷ്യന്മാർ യേശുവിന്റെ ശരീരം മോഷ്ടിച്ചുകൊണ്ടുപോയി എന്ന ആരോപണത്തിന് മറുപടി പറയുവാൻ വേണ്ടി ക്രിസ്ത്യാനികൾ ചമച്ചുണ്ടാക്കിയ കഥയാണ് കല്ലറയ്ക്കൽ കാവലുണ്ടായിരുന്നുവെന്ന ഭാഗമെന്ന് നമ്മുക്ക് ഒരു

---

[16] യോഹന്നാന്റെ സുവിശേഷത്തിലെ ശ്രദ്ധേയമായ മറ്റൊരു വസ്തുത ഇതര സുവിശേഷങ്ങളിൽ നിന്ന് വ്യത്യസ്തമായി മഗ്ദലനക്കാരത്തി മറിയ (യോഹന്നാൻ 20:1) കല്ലറയ്ക്കൽ ചെന്നുവെന്ന് മാത്രമാണ് യോഹന്നാൻ പറയുന്നത്. മറ്റു സ്ത്രീകൾ മറിയയോടൊപ്പമുണ്ടായിരുന്നുവെന്ന് യോഹന്നാൻ പറയുന്നില്ല. എന്നാൽ യോഹന്നാൻ 20:2-ൽ താൻ കല്ലറയിൽ കണ്ട കാര്യം പത്രോസിനോടും മറ്റൊരു ശിഷ്യനോടും വിവരിക്കുന്ന ഭാഗത്ത് മറിയ പറയുന്നത് "അവനെ എവിടെ വെച്ചു എന്ന് ഞങ്ങൾ അറിയുന്നില്ല" എന്നാണ്. ഇവിടെ ഞങ്ങൾ എന്ന് ഉപയോഗിച്ചതിൽ നിന്നും മറിയയോടൊപ്പം മറ്റു സ്ത്രീകൾ ഉണ്ടായിരുന്നുവെന്ന് വ്യക്തമാണ്. എന്നാൽ യോഹന്നാൻ അത് തന്റെ വിവരണത്തിൽ പരാമർശിക്കുന്നില്ല. ഈ ഭാഗങ്ങളിൽ സുവിശേഷങ്ങൾക്കിടയിൽ ഉണ്ടെന്ന് പലരും ചിന്തിക്കുന്ന ചില വൈരുദ്ധ്യങ്ങളെങ്കിലും ഈ നിലയിൽ പരിഹരിക്കുവാൻ സാധിക്കുന്നവയാണ്.

നിമിഷം ചിന്തിക്കാം. ഈ ന്യായീകരണത്തിനുള്ള മറുപടിയായി, അങ്ങനെയൊരു കാവൽ ഉണ്ടായിരുന്നില്ലായെന്ന മറുപടിയാണ് യെഹൂദന്മാരുടെ ഭാഗത്ത് നിന്ന് വരികയെന്ന് മത്തായിക്ക് ഉറപ്പുണ്ടായിരുന്നുവെങ്കിൽ, "അവരോട്, "'രാത്രിയിൽ ഞങ്ങൾ ഉറങ്ങുമ്പോൾ, യേശുവിന്റെ ശിഷ്യന്മാർ വന്ന് അദ്ദേഹത്തിന്റെ മൃതദേഹം മോഷ്ടിച്ചുകൊണ്ടുപോയി' എന്നു നിങ്ങൾ പറയണം," (മത്തായി 28:13) എന്ന് മഹാപുരോഹിതന്മാർ പറഞ്ഞുവെന്നൊരു കഥ മത്തായി നിർമ്മിക്കുമായിരുന്നുവോ? ഒരിക്കലുമില്ല.

അങ്ങനെയൊരു പ്രതികരണം വരികയില്ലെന്ന് മത്തായി ചിന്തിക്കണമെങ്കിൽ കല്ലറയ്ക്ക് കാവലുണ്ടായിരുന്നു എന്നത് നിഷേധിക്കാനാവാത്ത ഒരു പൊതു അറിവാണെന്ന് പുരോഹിതന്മാർക്കറിയാമായിരുന്നുവെന്ന് മത്തായി ചിന്തിച്ചിരിക്കണം. രണ്ടാമതായി മത്തായി ഈ ഭാഗത്ത് പറയുന്നത് "ഈ കഥ ഇന്നുവരെയും യെഹൂദരുടെ മധ്യേ പരക്കെ പ്രചരിച്ചിരിക്കുന്നു." എന്നാണ്. സ്വാഭാവികമായും ഇങ്ങനെയൊരു കഥ മത്തായി സുവിശേഷമെഴുതുമ്പോൾ നിലവില്ലായിരുന്നുവെങ്കിൽ മത്തായി ഈ പറയുന്നത് തെറ്റാണെന്ന് എതിരാളികൾക്ക് വളരെ എളുപ്പം തെളിയിക്കുവാൻ സാധിക്കുമായിരുന്നു. സ്വാഭാവികമായും അനാവശ്യമായി, ആരും തങ്ങളെക്കുറിച്ച്, വ്യാജം പ്രചരിപ്പിക്കുന്നവരെന്ന വിമർശനം, മനഃപൂർവ്വം, എളുപ്പം ക്ഷണിച്ചുവരുത്തുവാൻ താല്പര്യപ്പെടുകയില്ല.

മൂന്നാമതായി തങ്ങളെക്കുറിച്ച് ആരും പറയാത്ത ഗുരുതരമായ ഒരു ആരോപണം കൃത്രിമമായി ആരും തങ്ങളെക്കുറിച്ച് തന്നെ കെട്ടിച്ചമയ്ക്കുകയുമില്ല. നാലാമതായി കല്ലറയ്ക്ക് കാവലുണ്ടായിരുന്നുവെന്ന അവകാശവാദം പത്രോസിന്റെ സുവിശേഷത്തിലെ[17] പാരമ്പര്യത്തിൽ സ്വതന്ത്രമായി[18]

---

[17] Gospel of Peter 8:28–9:34

[18] Weren, "'His Disciples Stole Him Away' (Mt 28,13) A Rival Interpretation Of Jesus' Resurrection," 162.

സാക്ഷ്യപ്പെടുത്തിയിട്ടുണ്ട്[19], അത് ഏകദേശം എ. ഡി. 50-നു മുൻപ് നിന്നുള്ള സാക്ഷ്യമാണെന്ന് നാം കണ്ടു കഴിഞ്ഞു. കൂടാതെ, യേശുവിന്റെ ശരീരം ശിഷ്യന്മാർ മോഷ്ടിച്ചു കൊണ്ടുപോയി എന്ന ആരോപണം യെഹൂദന്മാരിൽ നിന്ന് ജസ്റ്റിൻ മാർട്ടിയർ എ. ഡി. 135-നടുത്ത്[20] നേരിടേണ്ടി[21] വരുന്നുണ്ട്. രണ്ടാം നൂറ്റാണ്ടിന്റെ അവസാന വർഷങ്ങളിൽ[22] ഇതേ വിഷയം തന്നെ യെഹൂദന്മാരുടെ[23] യേശുവിനോടുള്ള മനോഭാവത്തെ എതിർക്കുന്ന ഭാഗത്ത്,[24] തന്റെ ഡി സ്പെകറ്റക്യുലിസ് എന്ന രചനയിൽ തെർത്തുല്യൻ പരാമർശിക്കുന്നുണ്ട്.

ചുരുക്കത്തിൽ, വളരെ നിരന്തരമായ പാരമ്പര്യത്തിന്റെ ശക്തമായ പിന്തുണയുള്ള ഭാഗമാണിത്. ഏറ്റവും കുറഞ്ഞപക്ഷം ശിഷ്യന്മാർ യേശുവിന്റെ ശരീരം മോഷ്ടിച്ചു കൊണ്ടുപോയി എന്ന ആരോപണമെങ്കിലും ആദ്യ സമയങ്ങളിൽ തന്നെ നിലവിലുണ്ടായിരുന്നുവെന്ന് നമ്മുക്ക് ഉറപ്പിക്കാം. ശിഷ്യന്മാർ യേശുവിന്റെ പുനരുത്ഥാനം പ്രസംഗിച്ച് തുടങ്ങുന്ന സമയത്ത് യേശുവിന്റെ ശരീരം കല്ലറയിൽ ഉണ്ടായിരുന്നുവെങ്കിൽ ഇങ്ങനെയൊരു ആരോപണം യെഹൂദന്മാർ ഉന്നയിക്കുമായിരുന്നില്ല. അപ്പൊസ്തലന്മാരുടെ പ്രവർത്തികൾ എന്ന ഗ്രന്ഥത്തിൽ ആദിമ ക്രിസ്തീയ ചരിത്രകാരനായ ലൂക്കോസ് രേഖപ്പെടുത്തിയിരിക്കുന്നത് (അപ്പൊ. പ്രവ. 2:1) അനുസരിച്ച് യേശു മരിച്ച് ഏകദേശം 50 ദിവസങ്ങൾക്കുള്ളിൽ തന്നെ യേശുവിന്റെ പുനരുത്ഥാനം ജെറുസലേമിൽ പ്രസംഗിക്കപ്പെട്ട് തുടങ്ങി.

---

[19] Crossan, *The Cross That Spoke*, 16.

[20] Justin, Saint Justin (Martyr), and Justin Martyr, *Dialogue with Trypho (Selections from the Fathers of the Church, Volume 3)* (CUA Press, 2003), xv.

[21] Justin Martyr, Dialogue with Trypho 108

[22] Tertullian, *Disciplinary, Moral, and Ascetical Works* (CUA Press, 2010), 43.

[23] Bernhard Pick, *Jesus in the Talmud: His Personality, His Disciples and His Sayings* (Wipf and Stock Publishers, 2004), 10–11.

[24] Tertullian, De Spectaculis 30

ഏഴ്

ഒരു യാഥാസ്ഥിതിക യെഹൂദനായ[25] ഡോക്യുമെന്റെറി സംവിധായകൻ സിംകാ യാകൊബോവിച്ച് 2007-ൽ യേശുവിന്റെ ഭാര്യയുടെയും[26] മകന്റെയും എല്ലുപെട്ടികൾ കണ്ടെത്തിയെന്ന് അവകാശപ്പെട്ടുകൊണ്ട് ഒരു ഡോക്യുമെന്റെറി നിർമ്മിച്ച് അമേരിക്കയിൽ മാധ്യമ ശ്രദ്ധനേടുകയുണ്ടായി.[27] ഇതിലെ

---

[25] Felicia R. Lee, "Plagued by No Doubts, a Filmmaking Detective Turns to the Exodus," *The New York Times*, 17 August 2006, § Arts, https://www.nytimes.com/2006/08/17/arts/television/17exod.html; Hershel Shanks and Ben Witherington III, *Brother of Jesus* (A&C Black, 2004), 21; Jonas E. Alexis, *Christianity and Rabbinic Judaism: Surprising Differences, Conflicting Visions, and Worldview Implications--From the Early Church to Our Modern Time* (WestBow Press, 2011), 237.

[26] യേശു വിവാഹിതനായിരുന്നുവെന്നതിന് യാതൊരു തെളിവുകളുമില്ല. വിവാഹം കഴിക്കുവാനുള്ള സാമൂഹ്യ സമ്മർദ്ദമുള്ള ഒരു കാലത്താണ് യേശു ജീവിച്ചിരുന്നതെങ്കിലും (b. Yevamot 63a) മതപരമായ കാരണങ്ങളാൽ വിവാഹം കഴിക്കാതിരുന്നവർ യേശുവിന്റെ കാലത്തുണ്ടായിരുന്നുവെന്നതിന് തെളിവുകളുണ്ട് ഉദാ: സ്ഥാപക യോഹന്നാൻ, ബാനുസ് എന്ന ഒരു ഗുരു (The Life of Flavius Josephus 2), പൗലോസ് (1 കൊരിന്ത്യർ 7) എസ്സീനികളുടെ ഇടയിൽ-Carl Olson, *Celibacy and Religious Traditions* (Oxford University Press, USA, 2008), 44. സ്വർഗ്ഗരാജ്യത്തെപ്രതി സ്വയം ഷണ്ഡന്മാരാക്കുന്നതിനെ യേശു പ്രോത്സാഹിപ്പിച്ചതായി മത്തായി എഴുതിയിരിക്കുന്നതും (മത്തായി 19:12) പൊതുവിൽ മാനുഷിക ബന്ധങ്ങളെ ദൈവരാജ്യത്തിന്റെ വെളിച്ചത്തിൽ പുനർനിർവ്വചിക്കുന്ന ഒരു സമീപനമായിരുന്നു യേശുവിനുണ്ടായിരുന്നതെന്ന് ദ്യോതിപ്പിക്കുന്ന മർക്കോസ് 3:33-ലെ പ്രസ്താവനയും യേശു വിവാഹിതനായിരുന്നില്ലായെന്നതിനെയാണ് കൂടുതൽ പിന്തുണയ്ക്കുന്നത്. യേശു ഒരു കുടുംബസ്ഥനായിരുന്നുവെന്ന് മത്തായിക്ക് അറിയാമായിരുന്നുവെങ്കിൽ മത്തായി ഇങ്ങനെയൊരു പ്രസ്താവന യേശു പറഞ്ഞതായി എഴുതുവാൻ താരതമ്യേന സാധ്യത കുറവാണ്. മർക്കോസിന്റെ സുവിശേഷത്തിലെ പ്രസ്താവന യേശു പ്രസംഗിച്ചിരുന്നതെന്ന് ആവർത്തിച്ചുള്ള സാക്ഷ്യപ്പെടുത്തലെന്ന മാനദണ്ഡത്തിന്റെ അടിസ്ഥാനത്തിൽ ചരിത്രപരമായി ഉറപ്പിക്കുവാൻ സാധിക്കുന്ന ദൈവരാജ്യമെന്ന സന്ദേശത്തോട് ചേർന്ന് പോകുന്നതാണ്.

[27] Alessandra Stanley, "Leaning on Theory, Colliding With Faith," *The New York Times*, 3 March 2007, § Arts, https://www.nytimes.com/2007/03/03/arts/television/03stan.html.

അവകാശവാദങ്ങൾ അടിസ്ഥാനരഹിതമാണെന്ന് പുരാവസ്തുഗവേഷകന്മാർ ആധികാരികമായി തെളിയിച്ചിട്ടുണ്ടെങ്കിലും[28] ഈ സംഭവം മറ്റൊരു സാധ്യതയിലേക്ക് വിരൽചൂണ്ടുന്നതാണ്. ക്രിസ്തീയവിശ്വാസം ജെറുസലേമിൽ നിന്നാണ് ആരംഭിച്ചതെന്നതും[29] യേശു അവിടെയാണ് ക്രൂശിക്കപ്പെട്ടതെന്നതും[30] അവിതർക്കിതമായ ഒരു യാഥാർത്ഥ്യമാണ്.

യേശുവിന്റെ മരണശേഷം ക്രിസ്തീയവിശ്വാസം 'പൊട്ടിപ്പുറപ്പെട്ടത്' യെഹൂദ്യയിലാണെന്ന് റോമൻ ചരിത്രകാരനായ ടാസിറ്റസും രേഖപ്പെടുത്തിയിട്ടുണ്ട്.[31] സ്വാഭാവികമായും യേശുവിനെ അടക്കിയ കല്ലറയും അവിടെ തന്നെയാണ്.[32] യേശുവിന്റെ ശരീരം ജറുസലേമിലെ കല്ലറയിൽ ഉണ്ടായിരുന്നുവെങ്കിൽ ക്രിസ്തീയവിശ്വാസത്തിന് അവിടെ ആരംഭം കുറിക്കുവാൻ സാധിക്കില്ലായിരുന്നു. ഏകദേശം അൻപത് ദിവസം കഴിഞ്ഞാണ് ശിഷ്യന്മാർ പ്രസംഗിക്കുവാൻ ആരംഭിച്ചത്, അതിനാൽ അതിനകം തന്നെ യേശുവിന്റെ ശരീരം തിരിച്ചറിയാനാവാത്ത വിധം

---

28 Shimon Gibson and Amos Kloner, "The Talpiot Tomb Reconsidered: The Archaeological Facts," in *The Tomb of Jesus and His Family?: Exploring Ancient Jewish Tombs Near Jerusalem's Walls*, ed. James H. Charlesworth (Wm. B. Eerdmans Publishing, 2013).

29 Ian J. Elmer, *Paul, Jerusalem and the Judaisers: The Galatian Crisis in Its Broadest Historical Context* (Mohr Siebeck, 2009), 44.

30 Sanders, *Jesus and Judaism*, 11; Loren T. Stuckenbruck and Daniel M. Gurtner, *T&T Clark Encyclopedia of Second Temple Judaism Volume Two* (Bloomsbury Publishing, 2019), 179.

31 Tacitus, Annals 15.44.3

32 യോഹന്നാൻ 19:41-42, അപ്പൊ. പ്രവ. 2:14 – "ജറുസലേം നിവാസികളേ", 2:24 ദൈവം അദ്ദേഹത്തെ (വാക്യം 22 – നസറെത്തുകാരനായ യേശുവിനെ) ഉയിർപ്പിച്ചു. 2:29 "ദാവീദിനെക്കുറിച്ച്.. അദ്ദേഹത്തിന്റെ കല്ലറ ഇന്നുവരെ നമ്മുടെ മധ്യേ *ഇവിടെ* ഉണ്ടല്ലോ.

അഴുകിയിട്ടുണ്ടാകുമെന്നവാദം ചില വിമർശകന്മാർ ഉന്നയിക്കാറുണ്ട്. പക്ഷെ ഇത് വാസ്തവമല്ല.

ജെറുസലേമിലെ വരണ്ട കാലാവസ്ഥയിൽ ഇങ്ങനെ സംഭവിക്കുകയില്ല.[33] മറ്റൊരു കാര്യം ശരീരം അഴുകിയിട്ടുണ്ടെങ്കിലും തലമുടിയും പൊതുവിൽ ആളുടെ രൂപവും മുറിവുകളുമെല്ലാം വ്യക്തമായിരിക്കും. മാത്രവുമല്ല ഏതെങ്കിലും രൂപത്തിലുള്ള ഒരു ശരീരത്തിന്റെ അവശിഷ്ടങ്ങൾ കല്ലറയിലുണ്ടെന്ന് യഹൂദാ മതനേതൃത്വമോ, റോമൻ സൈന്യമോ ചൂണ്ടിക്കാട്ടിയാൽ മതിയായിരുന്നു യേശുവിന്റെ ഉയിർത്തെഴുന്നേല്പിലുള്ള ക്രിസ്തീയവിശ്വാസം മുളയിലേ നുള്ളിക്കളയുവാൻ. അത് യേശുവിന്റേതല്ലായെന്ന് തെളിയിക്കുവാനുള്ള ബാധ്യത നിശ്ചയമായും ശിഷ്യന്മാർക്കാകുമായിരുന്നു. വിശ്വാസത്തിന്റെ അടിസ്ഥാനങ്ങളെ തന്നെ ഇളക്കുന്ന ഇത്ര വലിയൊരു വിവാദം അവിടെ നടന്നിട്ടുണ്ടായിരുന്നുവെങ്കിൽ ഇത് സംബന്ധിച്ച ഒരു വിവരണവും അതിനുള്ള ക്രിസ്തീയ മറുപടിയും ഉറപ്പായും അപ്പൊസ്തല പ്രവർത്തികൾ എന്ന ഗ്രന്ഥത്തിൽ ഉൾപ്പെടുത്തുവാൻ ലൂക്കോസ് നിർബ്ബന്ധിതനാകുമായിരുന്നു.

ക്രിസ്തീയതയുടെ അടിത്തറയിളക്കുന്ന ഈ വിവാദത്തിന്റെ അനുരണനങ്ങൾ രക്തസാക്ഷി ജസ്റ്റിനെപ്പോലെയുള്ള ആദിമ ക്രിസ്തീയ ന്യായവാദക്കാരുടെ കൃതികളിലും ആദിമ യഹൂദാ തൽമൂദുകളിലും നാം കാണുമായിരുന്നു. അങ്ങനെയൊരു പ്രതികരണം യെഹൂദന്മാരുടെ ഭാഗത്ത് നിന്ന് വന്നില്ലായെന്നതിന്റെ

---

[33] ക്രിസ്തീയ തത്വചിന്തന്മാരായ ഗാരി ഹാബെർമാസും സ്റ്റീഫൻ ഡേവിസും ഈ വിഷയത്തിൽ വിദഗ്ദരായ വ്യത്യസ്ത വൈദ്യശാസ്ത്ര വിദഗ്ദന്മാരോട് വെവ്വേറെ നടത്തിയ അന്വേഷണങ്ങളിൽ അവർക്ക് ലഭിച്ച വിവരമാണ് ഈ ഗ്രന്ഥങ്ങളിലുള്ളത്. ഇതിൽ നിന്ന് വ്യത്യസ്തമായിരിക്കും മറ്റു വിദഗ്ദ്ധന്മാരുടെ അഭിപ്രായം എന്ന് ചിന്തിക്കുവാൻ പ്രേരിപ്പിക്കുന്ന തെളിവുകളൊന്നുമില്ല: Gary R. Habermas and Michael R. Licona, *The Case for the Resurrection of Jesus* (Kregel Publications, n.d.), 287 note 32; Stephen T. Davis, *Disputed Issues: Contending for Christian Faith in Today's Academic Setting* (Baylor University Press, 2008), 67.

അർത്ഥം യേശുവിന്റെ കല്ലറ ഒഴിഞ്ഞുകിടന്നിരുന്നു എന്ന് തന്നെയാണ്.

യു. കെ. യിൽ ബെൽഫാസ്റ്റിലെ ക്വീൻസ് സർവ്വകലാശാലയിൽ നിന്ന് വൈസ് ചാൻസലറായി വിരമിച്ച ഇരുപതാംനൂറ്റാണ്ടിലെ ഏറ്റവും പ്രമുഖനായ ചരിത്രകാരനും നിരീശ്വരവാദിയുമായ മൈക്കൽ ഗ്രാന്റ് എത്തിച്ചേർന്ന നിർണ്ണയം വളരെ കൃത്യമാണ്. "ശൂന്യമായ കല്ലറയെ ചരിത്രകാരന് ന്യായമായും നിഷേധിക്കാനാവില്ല. . . . തെളിവുകൾ കല്ലറ ശൂന്യമായിരുന്നുവെന്ന നിഗമനം അനിവാര്യമാക്കുന്നു."[34]

---

[34] Michael Grant, *Jesus: An Historian's View of the Gospels* (Cengage Gale, 1981), 176.

നാലാമത്തെ ചരിത്ര വസ്തുത – കാഴ്ചകൾ

ഒരു ക്രൈസ്തവ വിരോധിയും മറ്റൊരു സംശയാലുവും ഉൾപ്പെടെ വിവിധ വ്യക്തികളും സംഘങ്ങളും യേശു മരണത്തിൽ നിന്ന് ഉയിർത്തെഴുന്നേറ്റുവെന്നും അവർക്ക് ഒന്നോ അതിലധികമോ സന്ദർഭങ്ങളിലും വ്യത്യസ്ത സാഹചര്യങ്ങളിലും പ്രത്യക്ഷപ്പെട്ടുവെന്നും ആത്മാർത്ഥമായി വിശ്വസിച്ചു എന്നതാണ് യേശുവിന്റെ പുനരുത്ഥാനവുമായി ബന്ധപ്പെട്ട നാലാമത്തെ അടിസ്ഥാന ചരിത്ര വസ്തുത. ഇത് പുതിയനിയമ ചരിത്ര പണ്ഡിതന്മാരുടെ ഇടയിൽ സാർവത്രികമായി അംഗീകരിക്കപ്പെടുവാനുള്ള കാരണങ്ങൾ നമ്മുക്ക് പരിശോധിക്കാം:

ഒന്ന്

കൊരിന്ത്യർക്കെഴുതിയ ഒന്നാമത്തെ കത്തിൽ 15:3-5 വരെയുള്ള ഭാഗങ്ങളിൽ പൗലോസ് ഉദ്ധരിക്കുന്ന പുരാതനമായ സംക്ഷിപ്ത വിശ്വാസപ്രസ്താവനയും തുടർന്ന് 15:6-8-ൽ പൗലോസ് അതിനോടൊപ്പം കൂട്ടിച്ചേർക്കുന്ന അനുഭവങ്ങളും യേശുവിന്റെ മരണാനന്തര പ്രത്യക്ഷതയെക്കുറിച്ചുള്ള ദൃക്സാക്ഷികളുടെ അനുഭവങ്ങൾക്കുള്ള ശക്തമായ തെളിവാണ്. ഇത്തരമൊരു നിഗമനത്തിലേക്ക് നയിക്കുന്ന പ്രധാനപ്പെട്ട രണ്ടു കാരണങ്ങളാണുള്ളത്. ഒന്നാമതായി ഈ സംക്ഷിപ്ത പ്രസ്താവനയുടെ പഴക്കമാണ്. ഇതിന്റെ ഉള്ളടക്കം യേശുവിന്റെ ക്രൂശീകരണത്തിന് ശേഷം രണ്ടുവർഷങ്ങൾക്കുള്ളിലുള്ള കാലയളവിൽ നിന്ന് ഉത്ഭവിച്ചവയാണെന്ന് ആണ് നിരീശ്വരവാദിയായ ആദിമ ക്രിസ്തീയ ചരിത്ര പണ്ഡിതൻ ഗെർഡ് ലുഡ്മാൻ നിരീക്ഷിച്ചിരിക്കുന്നത്.[1]

രണ്ടാമതായി ഈ വ്യക്തികളെയെല്ലാം പൗലോസിന് നേരിൽ പരിചയമുണ്ടായിരുന്നുവെന്ന വസ്തുതയാണ്. ഇത് രണ്ടും 1

---

[1] Gerd Lüdemann, *The Resurrection of Jesus: History, Experience, Theology* (SCM Press, 1994), 38.

കൊരിന്ത്യർ 15:3-8-ൽ പറയുന്ന പ്രത്യക്ഷതകൾ അവർ അനുഭവിച്ചിരുന്നുവെന്ന് അവർ സാക്ഷ്യപ്പെടുത്തിയിരുന്നു എന്നതിനെ ഉറപ്പിക്കുന്ന കാര്യങ്ങളാണ്. പൗലോസ് ഗലാത്യ സഭയ്ക്ക് എഴുതിയ തന്റെ കത്തിൽ പറയുന്നത് "മൂവാണ്ടു കഴിഞ്ഞിട്ടു കേഫാവുമായി മുഖപരിചയമാകേണ്ടതിന്നു യെരൂശലേമിലേക്കു പോയി പതിനഞ്ചുദിവസം അവനോടു കൂടെ പാർത്തു. എന്നാൽ കർത്താവിന്റെ സഹോദരനായ യാക്കോബിനെ അല്ലാതെ അപ്പൊസ്തലന്മാരിൽ വേറൊരുത്തനെയും കണ്ടില്ല." (ഗലാത്യർ 1:18) എന്നാണ്. ഇവിടെ മുഖപരിചയമാകേണ്ടതിന്നു എന്ന് വിവർത്തനം ചെയ്തിരിക്കുന്ന പദം ഹിസ്റ്റോറെസായി എന്ന ഗ്രീക്ക് പദമാണ്. (ചരിത്രത്തിന്റെ ആംഗലേയ പദമായ ഹിസ്റ്ററി ഇതിന്റെ മൂലപദത്തിൽ നിന്നാണ് വരുന്നത്). ഈ പദത്തിന്റെ ശരിയായ അർത്ഥം കാര്യങ്ങൾ ആരാഞ്ഞറിയുകയെന്നാണ്. ഇതിനൊപ്പം താൻ യേശുവിന്റെ സഹോദരനെയും കണ്ടുവെന്ന് പൗലോസ് പറയുന്നു.

കൊരിന്ത്യർക്കെഴുതിയ ഈ കത്തിന്റെ പതിനഞ്ചാം അധ്യായത്തിൽ യേശുവിന്റെ ഉയിർപ്പിനെക്കുറിച്ച് പൗലോസ് ഉദ്ധരിക്കുന്ന ആദിമ ക്രിസ്ത്രീയ വിശ്വാസപ്രസ്താവന ഈ സമയത്താണ് പൗലോസിന് ലഭിച്ചതെന്നാണ് പണ്ഡിതന്മാർ കരുതുന്നത്[2]. അതായത് ഏകദേശം എ. ഡി. 34/35-ൽ. എന്നാൽ ഇത് പൗലോസ് ക്രിസ്ത്രീയ വിശ്വാസത്തിലേക്ക് വന്ന സമയത്ത് തന്നെ ലഭിച്ചതാണെന്ന് കരുതുന്ന ഗവേഷകന്മാരുമുണ്ട്[3]. അങ്ങനെയാണെങ്കിൽ പുതിയനിയമ പണ്ഡിതനായ ഏർമാൻ നൽകുന്ന കാലഗണനയനുസരിച്ച് എ. ഡി. 31/32-ലാണ് ഇത് പൗലോസിന് ലഭിക്കുന്നത്[4]. ജെയിംസ് ഡൺ എന്ന മറ്റൊരു പ്രമുഖ

---

[2] Reginald Horace Fuller, *The Formation of the Resurrection Narratives* (Macmillan, 1971), 14, 28; Raymond Edward Brown, *The Virginal Conception and Bodily Resurrection of Jesus* (Paulist Press, 1973), 92.

[3] Paul Barnett, *Jesus and the Rise of Early Christianity: A History of New Testament Times* (InterVarsity Press, 2002), 182; Dunn, *Jesus Remembered*, 855.

[4] Ehrman, *A Brief Introduction to the New Testament*, xxviii.

പുതിയനിയമ ചരിത്ര നിരൂപകൻ, ഇത് യേശു മരിച്ച് മാസങ്ങൾക്കുള്ളിൽ ഉത്ഭവിച്ച വിശ്വാസസംഗ്രഹമായാണ് കണക്കാക്കുന്നത്.[5]

വിശ്വാസത്തിലേക്ക് വന്ന സമയത്ത് ദമാസ്ക്സിൽ വെച്ചാണ് ഉയിർത്തെഴുന്നേറ്റ യേശുവിനെ അപ്പൊസ്തലന്മാർ കണ്ടുവെന്ന അവരുടെ അനുഭവ സാക്ഷ്യത്തെ അടിസ്ഥാനമാക്കിയുള്ള വിശ്വാസസംഗ്രഹം പൗലോസിന് ലഭിച്ചതെങ്കിൽ പോലും, മൂന്ന് വർഷങ്ങൾക്ക് ശേഷം പത്രോസിനെ ജെറുസലേമിൽ വെച്ച് നേരിൽ കാണുവാൻ അവസരം ലഭിച്ചപ്പോൾ, അദ്ദേഹത്തോടൊപ്പം പതിനഞ്ചു ദിവസം താമസിച്ചപ്പോൾ, എന്തായിരിക്കും പൗലോസ് പത്രോസിൽ നിന്ന് ആരാഞ്ഞറിയുവാൻ ശ്രമിച്ചിട്ടുണ്ടാവുക? ഒരു പണ്ഡിതൻ വളരെ രസകരമായി ചോദിക്കുന്നതു പോലെ "പൗലോസ് രണ്ടാഴ്ചയോളം പത്രോസിനോട് കാലാവസ്ഥയെക്കുറിച്ചോ പത്രോസിന്റെ അമ്മായിയമ്മയുടെ ആരോഗ്യത്തെക്കുറിച്ചോ ഗലീല കടലിലെ മത്സ്യബന്ധനത്തെക്കുറിച്ചുള്ള പത്രോസിന്റെ ഗൃഹാതുരത്വത്തെക്കുറിച്ചോ ചോദിച്ചുകൊണ്ടിരുന്നുവെന്ന് സങ്കൽപ്പിക്കുന്നത് അസംബന്ധമാണ്".[6]

നിശ്ചയമായും പത്രോസിനെയും യാക്കോബിനെയും നേരിൽ കണ്ട പൗലോസ്, ഉയിർത്തെഴുന്നേറ്റ യേശുവിനെ അവർ കണ്ടുവെന്ന അനുഭവത്തെക്കുറിച്ച് അവരോട് ചോദിച്ചറിഞ്ഞിട്ടുണ്ടാകും. ഇങ്ങനെ ഉറപ്പായും ചിന്തിക്കുവാൻ മറ്റു പല കാരണങ്ങളുമുണ്ട്. ഉദാഹരണമായി കൊരിന്ത്യർക്കെഴുതിയ കത്തിൽ ഉയിർത്തെഴുന്നേറ്റ യേശുവിനെ കണ്ടതായി അവകാശവാദമുന്നയിച്ചവരിൽ രണ്ടു പേരുടെ പേര് മാത്രമാണ് പൗലോസ് പറയുന്നത്. അത് പത്രോസിന്റെയും[7]

---

[5] Dunn, *Jesus Remembered*, 855.

[6] Jerome Murphy-O'Connor, *Paul: His Story* (OUP Oxford, 2005), 32.

[7] 1 കൊരിന്ത്യർ 15:4-ൽ കാണുന്ന കേഫാവ് എന്നത് പത്രോസിന്റെ മറ്റൊരു പേരാണ്. യോഹന്നാൻ 1:42 നോക്കുക.

യാക്കോബിന്റെയുമാണ്. ഗലാത്യർ 2:11, 12 അനുസരിച്ച് പത്രോസും യാക്കോബുമായുള്ള പൗലോസിന്റെ ബന്ധം അത്ര സുഖകരമായിരുന്നില്ലായെന്ന് മനസിലാക്കാം. അപ്പോൾ തന്നെ ഗലാത്യർ 2:2-ൽ താൻ പ്രസംഗിക്കുന്ന സുവിശേഷം, ജെറുസലേമിലെ സഭാ നേതൃത്വത്തോട് താൻ വിവരിച്ചുവെന്നും യാക്കോബും യോഹന്നാനും പത്രോസും തനിക്ക് അംഗീകാരം തന്നുവെന്നും (ഗലാത്യർ 2:9) പൗലോസ് പറയുന്നു.

ഏകദേശം രണ്ടു വർഷങ്ങൾക്ക് ശേഷം കൊരിന്ത്യർക്ക് കത്തെഴുതുമ്പോൾ അവർ പ്രസംഗിക്കുന്നത് തന്നെയാണ് താനും പ്രസംഗിക്കുന്നതെന്ന് പൗലോസ് അവകാശപ്പെടുന്നു (1 കൊരിന്ത്യർ 15:11). യേശുവിനെക്കുറിച്ചുള്ള ഉയിർത്തെഴുന്നേല്പിന്റെ സന്ദേശമാണ് സുവിശേഷമെന്ന് പൗലോസ് വ്യക്തമാക്കുന്നുമുണ്ട് (1 കൊരിന്ത്യർ 15:1). മാത്രവുമല്ല ഉയിർത്തെഴുന്നേല്പ് സത്യമല്ലെങ്കിൽ ക്രിസ്തീയവിശ്വാസം വ്യർത്ഥമാണെന്നും പൗലോസ് പറയുന്നുണ്ട് (1 കൊരിന്ത്യർ 15:17). അപ്പോൾ തന്നെ അവരുമായി പ്രശ്നമുണ്ടാകുന്നതിനു കാരണമായ തന്റെ സുവിശേഷം, അതായത്, വിജാതീയർ ക്രിസ്ത്യാനികളാകുമ്പോൾ ദൈവം അവരെ നീതിമാന്മാരായി പരിഗണിക്കുവാൻ വേണ്ടി അവർ പരിച്ഛേദന പോലെയുള്ള യഹൂദാ ആചാരങ്ങൾ കൈക്കൊള്ളേണ്ട ആവശ്യമില്ലായെന്ന സുവിശേഷം, താൻ മനുഷ്യരിൽ നിന്ന് പ്രാപിക്കുകയോ പഠിക്കുകയോ ചെയ്തിട്ടില്ല, മറിച്ച്, അത് വെളിപ്പാടിനാലാണ് പ്രാപിച്ചത് എന്ന് പൗലോസ് വ്യക്തമാക്കുകയും ചെയ്തിട്ടുണ്ട് (ഗലാത്യർ 1:6, 7, 11, 12).

കാര്യങ്ങൾ ഇങ്ങനെയായിരിക്കേ താനുമായി അത്ര നല്ല ബന്ധത്തിലല്ലാത്ത വ്യക്തികളുടെ പേരിൽ ഒരു അവകാശവാദം ഇത്ര പ്രധാനപ്പെട്ട വിഷയത്തിൽ പൗലോസ് ഉന്നയിക്കുമ്പോൾ അത് ഏറ്റവും സൂക്ഷ്മതയോടെയായിരിക്കും പൗലോസ് ചെയ്തിരിക്കുക എന്ന് നമുക്ക് പ്രതീക്ഷിക്കാം. അതായത് അവരെ നേരിൽ കണ്ട് താൻ കാര്യങ്ങൾ ചോദിച്ചറിഞ്ഞിട്ടുണ്ടെന്ന് പൗലോസ് വ്യക്തമാക്കിയിട്ടുള്ളതിന്റെ അടിസ്ഥാനത്തിൽ ഉയിർത്തെഴുന്നേറ്റ യേശുവിനെ അവർ കണ്ടുവെന്ന അവകാശവാദം അവരോട്

ആരാഞ്ഞ് അതിന്റെ വസ്തുതാപരത പൗലോസിന് ബോധ്യപ്പെട്ടിരിക്കുമെന്ന് തന്നെ നമ്മുക്ക് ഉറപ്പിക്കാം. മാത്രവുമല്ല 1 കൊരിന്ത്യർ 15:3-5 വരെയുള്ള ഭാഗങ്ങൾ ഒരു പുരാതന വിശ്വാസപ്രസ്താവനയുടെ ഭാഗമാണെന്ന് അതിന്റെ ഭാഷാപരവും ശൈലീപരവുമായ വിശകലനങ്ങളുടെ അടിസ്ഥാനത്തിൽ കണ്ടെത്തിയിട്ടുണ്ടെന്നതിനാൽ തന്നെ,[8] അതിന്റെ അടിസ്ഥാനത്തിൽ പൗലോസ് നടത്തിയ അന്വേഷണത്തിൽ (ഗലാത്യർ 1:18) നിന്നാണ് ബാക്കി വിവരങ്ങൾ (1 കൊരിന്ത്യർ 15:6-7) കൂടി പൗലോസ് ശേഖരിച്ചതെന്ന് മനസിലാക്കാം.

അതല്ല, ആ ഭാഗങ്ങളും പൗലോസിന് കൈമാറി ലഭിച്ച വിശ്വാസ അവകാശവാദങ്ങളുടെ പാരമ്പര്യത്തിന്റെ ഭാഗമാണെന്ന് വാദിക്കുന്ന ഗവേഷകരും ഉണ്ട്.[9] ഈ പുരാതന വിശ്വാസപ്രസ്താവനയുടെ പഴക്കവും ആധികാരികതയും തെളിയിക്കുന്ന പല ഘടകങ്ങളുമുണ്ട്. ഈ ഭാഗത്ത് എനിക്ക് ലഭിച്ചത് ഞാൻ നിങ്ങൾക്ക് ഏല്പിച്ചു തരുന്നുവെന്നാണ് പൗലോസ് എഴുതിയിരിക്കുന്നത്. ഇത് യഹൂദാ റബ്ബിമാർ തങ്ങൾക്ക് മുൻപുള്ളവരിൽ നിന്ന് ലഭിച്ച പാരമ്പര്യങ്ങൾ കൈമാറുന്നതിന് ഉപയോഗിക്കുന്ന ഭാഷയാണ്. 1 കൊരിന്ത്യർ 15:3-5-ൽ കാണുന്ന പന്ത്രണ്ടുപേർ,[10] മൂന്നാം നാൾ തുടങ്ങിയ പദപ്രയോഗങ്ങൾ സാധാരണ പൗലോസ് തന്റെ രചനകളിൽ ഉപയോഗിച്ച് കാണുന്നവയല്ല. 1 കൊരിന്ത്യർ 15:3-5-ൽ 'തിരുവെഴുത്തുകളിൻ

---

[8] James Ware, "The Resurrection of Jesus in the Pre-Pauline Formula of 1 Cor 15.3–5," *NTS* 60.4 (2014): 475–98.

[9] Jerome Murphy-O'Connor, "Tradition and Redaction in 1 Corinthians 15:3–7," in *Keys to First Corinthians* (Oxford: Oxford University Press, 2009).

[10] യേശുവിന്റെ മരണത്തിനു ശേഷം പന്ത്രണ്ടു ശിഷ്യന്മാരുടെ കൂട്ടത്തിന്റെ ഭാഗമായി പതിനൊന്നുപേർ മാത്രമേ അവശേഷിച്ചിരുന്നുള്ളൂ എന്നത് വിശ്വസനീയമായ ഒരു കാര്യമാണ്. എന്നാൽ അതിനു ശേഷവും ഈ കൂട്ടം പന്ത്രണ്ടുപേർ എന്ന് തന്നെ അറിയപ്പെട്ടുവെങ്കിൽ അത് യേശുവിന്റെ മരണത്തിനു മുൻപുള്ള ഒരു വിശേഷണത്തിന്റെ തുടർച്ചയാണ്. അതിനാൽ തുടർന്നുള്ള ഭാഗങ്ങളിലും ഈ പദപ്രയോഗം നാം പരിഗണിക്കുന്ന ഉറവിടങ്ങളിൽ കാണുന്നതനുസരിച്ച് ഈ ഗ്രന്ഥത്തിൽ ആവർത്തിക്കുന്നതായിരിക്കും.

പ്രകാരം' എന്നത് സമാന്തരമായി ആവർത്തിച്ചിട്ടുണ്ട് കൂടാതെ കായി (ഉം – ഘടകപദം) ഹോറ്റി (ആ – ചുട്ടെഴുത്ത്) എന്നീ പദങ്ങൾ ഒരുമിച്ച് രണ്ടു വാക്യങ്ങളിലായി മൂന്ന് പ്രാവശ്യം ആവർത്തിച്ചിട്ടുണ്ട്.

ഇതെല്ലാം ഈ സംക്ഷിപ്പ പ്രസ്താവന ഓർമ്മയിൽ നിലനിൽക്കുന്നതിന് വേണ്ടി താളാത്മകമായി ചിട്ടപ്പെടുത്തിയിരിക്കുന്നു എന്നതിനുള്ള തെളിവുകളാണ്. 1 കൊരിന്ത്യർ 15:3-5-ൽ പത്രോസിന്റെ അരമായ ഭാഷയിലുള്ള പേരായ കേഫാവ് എന്ന പേരാണ് ഉപയോഗിച്ചിരിക്കുന്നത്. ഇത്തരം കാരണങ്ങളാലാണ് ഇത് പൗലോസ് രചിച്ച ഭാഗമല്ല മറിച്ച് ഒരു പുരാതന സംക്ഷിപ്പ വിശ്വാസപ്രസ്താവന പൗലോസ് ഇവിടെ ഉദ്ധരിക്കുകയാണ് ചെയ്തിരിക്കുന്നതെന്ന നിർണ്ണയത്തിലേക്ക് പണ്ഡിതന്മാർ എത്തിച്ചേർന്നിരിക്കുന്നതിന്റെ കാരണങ്ങൾ. ഈ ഭാഗത്ത് കാണുന്ന സംക്ഷിപ്പ വിശ്വാസ പ്രസ്താവനയുടെ പഴക്കവും അതിലെ സാക്ഷ്യങ്ങൾ പൗലോസ് നേരിട്ട് പരിശോധിച്ച് ഉറപ്പു വരുത്തിയിട്ടുള്ളതാണെന്ന വസ്തുതയും പത്രോസിനെക്കുറിച്ചും യാക്കോബിനെക്കുറിച്ചും പൗലോസ് 1 കൊരിന്ത്യർ 15:3-5-ൽ എഴുതിയിരിക്കുന്നത് അവരുടെ തന്നെ നേരിട്ടുള്ള സാക്ഷ്യത്തിനു തുല്യമായി പരിഗണിക്കാവുന്നതാണെന്ന നിർണ്ണയത്തിലേക്ക് നമ്മെ എത്തിക്കുന്നു.

രണ്ട്

പന്ത്രണ്ടുപേർക്ക് പ്രത്യക്ഷനായി എന്ന് 1 കൊരിന്ത്യർ 15:5-ൽ പറഞ്ഞിരിക്കുന്നത് ഗലാത്യർ 2:2, 6-ൽ പൗലോസ് എഴുതിയിരിക്കുന്ന കാര്യങ്ങളുമായി ചേർത്തുവെച്ചു മനസിലാക്കേണ്ടതാണ്. യേശുവിന്റെ ക്രൂശീകരണത്തിനു ശേഷം ഏകദേശം 15/16 വർഷങ്ങൾ കഴിഞ്ഞ് പത്രോസ് ജെറുസലേമിലെ സഭാ നേതൃത്വത്തെ സന്ദർശിക്കുന്നുണ്ട്. ഇതിനെക്കുറിച്ച് പൗലോസ് പറയുന്നത് ഇപ്രകാരമാണ്, "ഞാൻ ഓടുന്നതോ ഓടിയതോ വെറുതേ എന്നു വരാതിരിപ്പാൻ ഞാൻ ജാതികളുടെ ഇടയിൽ പ്രസംഗിക്കുന്ന സുവിശേഷം അവരോടു, വിശേഷാൽ പ്രമാണികളോടു വിവരിച്ചു... പ്രമാണികൾ ആരും ഞാൻ പറഞ്ഞ

സന്ദേശത്തോട് ഒന്നുംതന്നെ കൂട്ടിച്ചേർത്തില്ല." പൗലോസ് ജാതികളോട് പ്രസംഗിച്ച സുവിശേഷമാണ് 1 കൊരിന്ത്യർ 15:3-5-ൽ പൗലോസ് കൊരിന്ത്യരെ ഓർമ്മിപ്പിക്കുന്നത്.

ജെറുസലേമിലെ പ്രമാണിമാരുടെ കൂട്ടത്തിൽ സ്വാഭാവികമായും 'പന്ത്രണ്ടുപേർ' ഉൾപ്പെട്ടിരിക്കണം. അങ്ങനെയാണെങ്കിൽ അവർ "ഒന്നുംതന്നെ കൂട്ടിച്ചേർത്തില്ല" എന്ന് പറഞ്ഞാൽ അതിന്റെ അർത്ഥം പൗലോസിന്റെ സന്ദേശം അവർ അംഗീകരിച്ചുവെന്നാണ്. മനസിലാക്കേണ്ട വസ്തുത. ഈ സംഭവത്തിനു ശേഷം ഏകദേശം എ. ഡി. 50-ലാണ്[11] 1 കൊരിന്ത്യർ 15:3-5-ൽ എഴുതിയിരിക്കുന്ന കാര്യം ആദ്യമായി പൗലോസ് കൊരിന്ത് പട്ടണത്തിൽ പ്രസംഗിക്കുന്നത്. ജെറുസലേമിൽ വെച്ച് പൗലോസിനെ 'പന്ത്രണ്ടുപേർ' തിരുത്തിയിരുന്നുവെങ്കിൽ അവരെക്കുറിച്ചുള്ള ഈ പരാമർശം പൗലോസ് കൊരിന്ത്യരോട് പ്രസംഗിക്കുമായിരുന്നില്ല. ശ്രദ്ധിക്കേണ്ട വസ്തുത ഈ കത്തിൽ തന്നെ നൽകിയിരിക്കുന്ന സൂചനകൾ (1 കൊരിന്ത്യർ 1:12, 3:22, 9:5) അനുസരിച്ച് കൊരിന്ത്[12] പട്ടണത്തിലെ വിശ്വാസികൾക്ക് പത്രോസിന്റെ ശുശ്രൂഷയും ഉപദേശവും വ്യക്തമായി അറിയാമായിരുന്നു. ഈ കാരണങ്ങളാൽ തന്നെ പന്ത്രണ്ടുപേർക്ക് ഉയിർത്തെഴുന്നേറ്റ യേശു പ്രത്യക്ഷനായി എന്ന് പൗലോസ് പറയുന്നത് പന്ത്രണ്ടുപേരുടെ സാക്ഷ്യമായി തന്നെ പരിഗണിക്കാവുന്നതാണ്.

മൂന്ന്

1 കൊരിന്ത്യർ 15:6-ൽ "അഞ്ഞൂറിൽ അധികം സഹോദരന്മാർക്കും ഒരുമിച്ചു പ്രത്യക്ഷനായി" എന്ന് പൗലോസ് എഴുതുമ്പോൾ ഈ രചനയുടെ പശ്ചാത്തലം നാം മനസിലാക്കിയിരിക്കേണ്ടതുണ്ട്.

---

[11] Bruce M. Metzger and Michael David Coogan, *The Oxford Companion to the Bible* (Oxford University Press, 1993), 135.

[12] പണ്ഡിതന്മാർ അഭിപ്രായപ്പെടാറുള്ളത് പോലെ പുരാതന ലോകത്തെ ലാസ് വെഗാസായിരുന്നു കൊരിന്ത് പട്ടണം. Gordon D. Fee, *The First Epistle to the Corinthians* (Wm. B. Eerdmans Publishing, 1987), 3; Russell P. Spittler, *The Corinthian Correspondence* (Gospel Publishing House, 1976), 10.

അതായത് യേശുവിന്റെ ഉയിർത്തെഴുന്നേൽപ്പിൽ വിശ്വസിച്ചവരെയല്ല മറിച്ച് 'യുക്തിവാദത്തിന്റെ' അടിസ്ഥാനത്തിൽ ഉയിർത്തെഴുന്നേൽപ്പിനെ പ്രായോഗികമായി നിഷേധിച്ചവരെ ബോധ്യപ്പെടുത്തുന്നതിനു വേണ്ടിയാണ് പൗലോസ് ഈ ഭാഗം തന്റെ കത്തിൽ ഉൾക്കൊള്ളിച്ചിരിക്കുന്നത്. മാത്രവുമല്ല ആ കാലത്ത് ഇത്തരം കത്തുകൾ പരസ്യമായി സഭയ്ക്ക് മുൻപാകെ വായിക്കുകയും ചെയ്യുമായിരുന്നു (1 തെസ്സലൊനികൃർ 5:27; കൊലോസ്യർ 4:16).[13] ഇത്തരമൊരു സാഹചര്യത്തിൽ "അവർ മിക്കപേരും ഇന്നുവരെ ജീവനോടിരിക്കുന്നു; ചിലരോ നിദ്രപ്രാപിച്ചിരിക്കുന്നു" എന്ന് ആ അഞ്ഞൂറ് പേരെക്കുറിച്ച് പൗലോസ് എഴുതുമ്പോൾ അതിന്റെ അർത്ഥം, നിങ്ങൾക്ക് ഞാൻ പറയുന്നത് വിശ്വാസമില്ലെങ്കിൽ നിങ്ങൾക്ക് തന്നെ അന്വേഷിച്ച് ഉറപ്പുവരുത്താൻ സാധിക്കും എന്ന് തന്നെയാണ്.

പൗലോസും കൊരിന്തിലെ സഭയും തമ്മിൽ നിരന്തരമായ കത്തിടപാടുകൾ ഉണ്ടായിരുന്നു (1 കൊരിന്ത്യർ 5;9, 7:1, 2 കൊരിന്ത്യർ 2:4, 7:8). മറ്റ് ക്രിസ്തീയ പ്രഭാഷകന്മാരുമായും കത്തിടപാടുകൾ കൊരിന്ത് സഭയ്ക്കുണ്ടായിരുന്നു (2 കൊരിന്ത്യർ 3:1). ഈ കത്തുകൾ കൈമാറുവാൻ വ്യക്തികൾ പൗലോസിന്റെ അടുക്കൽ നിന്നും സഭകളിലേക്കും തിരിച്ചും യാത്ര ചെയ്യുമായിരുന്നു. പൗലോസ് എഴുതിയതല്ലാതെ അപ്പൊസ്തലന്മാരെക്കുറിച്ചുള്ള വിവരങ്ങൾ കൊരിന്തിലെ സഭയ്ക്ക് അറിയാമായിരുന്നുവെന്ന് മാത്രവുമല്ല ഇതര

---

[13] കൊലോസ്യ എന്ന പട്ടണത്തിലെ സഭയ്ക്കെഴുതിയ ഈ കത്ത് പൗലോസ് തന്നെ എഴുതിയതാണോയെന്ന വിഷയത്തിൽ പണ്ഡിതന്മാർക്കിടയിൽ അഭിപ്രായ വ്യത്യാസമുണ്ട്. പക്ഷെ അത് ഇവിടെ പ്രസക്തമല്ല. ആരെഴുതിയതാണെങ്കിലും സഭകളിലെ കത്ത് വായനാരീതിക്ക് ഈ ഭാഗത്തെ പരാമർശം സാക്ഷ്യം വഹിക്കുന്നു. പൗലോസിന്റെ പേരിൽ അറിയപ്പെടുന്ന കത്തുകളിൽ റോം (1), കൊരിന്ത് (2), ഗലാത്യ, ഫിലിപ്പിയ, തെസ്സലോനിക്യ (1 – ഒന്നാമത്തേത് മാത്രം) എന്നീ സ്ഥലങ്ങളിലേക്ക് അയച്ച ആറ് കത്തുകളും ഫിലേമോൻ എന്ന ഒരു വ്യക്തിക്ക് എഴുതിയ ഒരു കത്തുമാണ് എല്ലാ ഗവേഷകന്മാരും പൊതുവിൽ ഒരുപോലെ പൗലോസ് എഴുതിവ തന്നെയാണെന്ന് തർക്കാതീതമായി അംഗീകരിക്കുന്നത്: Stanley E. Porter, *The Pauline Canon* (BRILL, 2004), 137; A. K. Laken, "An Authorship Study on the Letters of Saint Paul." (Radboud University, Bachelor Thesis, 2018).

അപ്പൊസ്തലന്മാരും യേശുവിന്റെ സഹോദരന്മാരും കൊരിന്തിലെ ക്രിസ്തീയ വിശ്വാസികളെ നേരിൽ സന്ദർശിച്ചിരിക്കുവാനുള്ള സാധ്യതയുമുണ്ട് (1 കൊരിന്ത്യർ 9;5).

സ്വാഭാവികമായും അത്തരം സന്ദർഭങ്ങളിൽ പൗലോസ് എഴുതിയിരിക്കുന്ന കാര്യങ്ങളുടെ വിശദാംശങ്ങൾ അവർ നേരിട്ട് അറിഞ്ഞിരിക്കുവാനുള്ള സാധ്യതയുമുണ്ട്.[14] മാത്രവുമല്ല, കേവലം "അഞ്ഞൂറിൽ അധികം സഹോദരന്മാർക്കും ഒരുമിച്ചു പ്രത്യക്ഷനായി" എന്ന ഒരു പ്രസ്താവന കൊണ്ടുമാത്രം കൊരിന്തിലെ വിശ്വാസികൾ തൃപ്തിപ്പെടുമായിരുവെന്ന് കരുതുവാനുമാകില്ല. നിശ്ചയമായും ഇത് സംബന്ധിച്ച വിശദാംശങ്ങൾ കൊരിന്ത്യർക്ക് അറിവുണ്ടായിരുന്നിരിക്കാം എന്ന് ചിന്തിക്കുന്നതാണ് കൂടുതൽ യുക്തിഭദ്രം.[15] ഭൂമിശാസ്ത്രപരമായി വിശാലമായ ഒരു പ്രദേശത്ത് പരന്നുകിടക്കുന്നതായിരുന്നു ആദിമ ക്രിസ്തീയ സമൂഹമെങ്കിലും അവരെ പരസ്പരം അടുപ്പിക്കുന്ന ഒരു ആശയപ്രചാരണ ശൃംഖലയും അന്ന് നിലവിലുണ്ടായിരുന്നു.

ഉദാഹരണമായി, ആദിമ ക്രിസ്തീയവിശ്വാസ പ്രചാരകർ പല സ്ഥലങ്ങളും സന്ദർശിച്ച് പ്രചാരണം നടത്തുന്നവരായിരുന്നു. അതേസമയം തന്നെ യെഹൂദന്മാരായ ക്രിസ്ത്യാനികൾ വാർഷിക ആഘോഷങ്ങളുടെ ഭാഗമായി ജെറുസലേമിലേക്ക് യാത്ര ചെയ്തിരിക്കുവാനും സാധ്യതയുണ്ടെന്ന് ആ കാലത്തെ യെഹൂദന്മാരുടെ രീതികളിൽ നിന്നും പിൽക്കാല ക്രിസ്തീയ സമ്പ്രദായങ്ങളിൽ നിന്നും നമ്മുക്ക് മനസിലാക്കാം.[16] ഇതുകൂടാതെ ആദിമ ക്രിസ്തീയവിശ്വാസികൾ രചിച്ച കത്തുകളിൽ നിന്നും, അപ്പൊസ്തലന്മാരുടെ പ്രവർത്തികൾ എന്ന ആദിമ ക്രിസ്തീയ ചരിത്ര

---

[14] ഏതുവിധം ശരീരത്തിലാണ് ഉയിർക്കുകയെന്ന യുക്തിപരമായ ചോദ്യത്തിന്റെ അടിസ്ഥാനത്തിലാണ് കൊരിന്തിലെ ഒരു വിഭാഗം വിശ്വാസികൾ ഉയിർത്തെഴുന്നേല്പിനെ ചോദ്യം ചെയ്തത്. — 1 കൊരിന്ത്യർ 15:35

[15] Dale C. Allison Jr, *Resurrecting Jesus: The Earliest Christian Tradition and Its Interpreters* (Bloomsbury Publishing USA, 2005), 235–39; Wright, *The Resurrection of the Son of God*, 608–14.

[16] Bauckham, *Jesus and the Eyewitnesses*, 33.

ഗ്രന്ഥത്തിൽ നിന്നും ലഭിക്കുന്ന, ആ കാലത്തെ റോമൻ സാമ്രാജ്യത്തിലെ യാത്രാ സംവിധാനങ്ങളെക്കുറിച്ചുള്ള കണ്ടെത്തലുകളും പരിഗണിക്കുമ്പോൾ, യാത്രകളുടെയും പരസ്പരമുള്ള കണ്ടുമുട്ടലുകളുടെയും ആശയവിനിമയത്തിന്റെയും വിശാലമായ ഒരു സാമൂഹ്യ ശൃംഖലയാൽ ബന്ധിതമായിരുന്നു[17] പൗലോസ് കൊരിന്ത്യർക്ക് കത്തെഴുതുന്ന കാലത്തെ ക്രിസ്തീയ സമൂഹമെന്ന് നമ്മുക്ക് മനസിലാക്കുവാൻ സാധിക്കും.

ഇത്തരം കാരണങ്ങളാൽ തന്നെ, കത്തെഴുതി ഈ അഞ്ഞൂറ് പേർക്ക് യേശു പ്രത്യക്ഷനായി എന്ന അവകാശവാദം നിലവിലുണ്ടായിരുന്നുവോയെന്ന് അന്വേഷിക്കേണ്ട ആവശ്യം കൊരിന്ത്യർക്ക് വരുമായിരുന്നില്ല. അവർക്ക് നേരിട്ട് ദൃക്‌സാക്ഷികളിൽ നിന്ന് തന്നെ ഈ കാര്യം ഉറപ്പുവരുത്താൻ സാധിക്കുമായിരുന്നു. തന്റെ അപ്പൊസ്തലത്വത്തെക്കുറിച്ച് തന്നെ ചോദ്യങ്ങൾ ഉയർന്നു വരുന്ന ഒരു പശ്ചാത്തലത്തിൽ തന്റെ വിശ്വാസ്യതയും ആധികാരികതയും ഏറ്റവും പ്രാധ്യാന്യതയുള്ളതായി കരുതുന്ന (1 കൊരിന്ത്യർ 9:1; 1 കൊരിന്ത്യർ 15:9, 2 കൊരിന്ത്യർ 11:1-12:12) പൗലോസ് മറ്റുള്ളവരുടെ പേരിൽ കെട്ടിച്ചമച്ചതും എതിരാളികൾക്ക് നിസ്സാരമായി പരിശോധിച്ച് വസ്തുതാപരത മനസിലാക്കുവാൻ കഴിയുന്നതുമായ ഒരു വ്യാജ കഥ ഉദ്ധരിച്ച് കൊരിന്ത് സഭയിലെ യുക്തിവാദികൾക്ക് മറുപടി പറയുമെന്ന് ചിന്തിക്കുന്നത് തികഞ്ഞ അസംബന്ധമായിരിക്കും.

ചുരുക്കിപ്പറഞ്ഞാൽ യേശുവിന്റെ മരണശേഷം യേശുവിനെ ഒരേ സമയം കണ്ടു എന്ന് അവകാശപ്പെട്ട ഏകദേശം അഞ്ഞൂറ് പേരുടെ കൂട്ടത്തിൽ ഉണ്ടായിരുന്ന വ്യക്തികൾ, അതായത് കൊരിന്ത്യർക്ക് അന്വേഷിച്ച് ഉറപ്പുവരുത്തുവാൻ സാധിക്കുന്ന നിലയിലുള്ള സാക്ഷികൾ, കൊരിന്ത്യർക്ക് പൗലോസ് ഈ കത്തയക്കുന്ന സമയത്ത് ജീവിച്ചിരിപ്പുണ്ടായിരുന്നുവെന്ന് നമ്മുക്ക് ഉറപ്പിക്കാം.

---

[17] Larry Hurtado, "Interactive Diversity: A Proposed Model of Christian Origins," *JTS* 64.2 (2013): 454.

നാല്

സുവിശേഷങ്ങളിൽ കാണുന്ന വൃത്താന്തങ്ങൾ, 1 കൊരിന്ത്യർ 15:3-8-ൽ നിന്ന് സ്വതന്ത്രമായ നിലയിൽ, 1 കൊരിന്ത്യർ 15:3-8-ൽ പറഞ്ഞിരിക്കുന്ന സംഭവങ്ങളെ പിന്തുണയ്ക്കുന്ന, തെളിവ് മൂല്യമുള്ള സാക്ഷ്യം നൽകുന്നു. സുവിശേഷങ്ങളിൽ കാണുന്ന ഇതു സംബന്ധിച്ച വിവരണങ്ങളുടെ വിശാലത പരിശോധിക്കുമ്പോൾ ഉയിർത്തെഴുന്നേറ്റ യേശുവിന്റെ പ്രത്യക്ഷതകളെക്കുറിച്ചുള്ള അവകാശവാദങ്ങളെ സംബന്ധിച്ച് അടിസ്ഥാനപരമായി ചരിത്രപരമായ ഒരു ചിത്രമാണ് അവ നമ്മുക്ക് നൽകുന്നതെന്ന് ചിന്തിക്കുവാൻ സാധിക്കും. ഒന്നാമതായി നാം ഗ്രഹിക്കേണ്ട ഒരു കാര്യം സുവിശേഷങ്ങൾക്കുള്ളിൽ ഉൾപ്പെടുത്തപ്പെട്ടിരിക്കുന്ന പാരമ്പര്യങ്ങൾ ആവിർഭവിച്ച കാലഘട്ടവും അവ ഏതു സംഭവങ്ങൾക്കാണോ സാക്ഷ്യം വഹിക്കുന്നതെന്ന് അവ അവകാശപ്പെടുന്നത് ആ സംഭവങ്ങൾ നടന്നിട്ടുണ്ടെങ്കിൽ അവ നടന്നിരിക്കുവാൻ സാധ്യതയുള്ള കാലഘട്ടവും തമ്മിലുള്ള അന്തരത്തെ സംബന്ധിച്ചാണ്. ഇതിഹാസ സമാനമായ കൂട്ടിച്ചേർക്കലുകൾ അടിസ്ഥാന ചരിത്രവസ്തുതകളെ പൂർണ്ണമായും ഇല്ലായ്മ ചെയ്യുന്ന നിലയിലുള്ള പരിണാമങ്ങൾക്ക് സുവിശേഷങ്ങൾ വിധേയമാകുവാൻ ആവശ്യമായ ഒരു ദീർഘകാലയളവിന്റെ അന്തരം, സംഭവങ്ങൾ 'നടന്ന' സമയവും നമ്മുക്ക് ലഭ്യമായ രേഖകൾ രചിക്കപ്പെട്ട സമയവും തമ്മിൽ ഇല്ല.

ക്ലാസിക്കൽ ചരിത്രരചനയിൽ സ്രോതസ്സുകൾ സാധാരണയായി പക്ഷപാതപരമായവയും പലപ്പോഴും അവ വിവരിക്കുന്ന സംഭവങ്ങളുടെ കാലഘട്ടം കഴിഞ്ഞ് ഒന്നോ രണ്ടോ തലമുറകൾക്കോ നൂറ്റാണ്ടുകൾക്കോ പോലും ശേഷം വിരചിതമായവയും ആണെന്നുമാണ് റോമൻ ചരിത്രകാരനായ അഡ്രിയാൻ നിക്കോളാസ് ഷെർവിൻ-വൈറ്റ് അഭിപ്രായപ്പെടുന്നത്. എന്നാൽ പോലും എന്താണ് സംഭവിച്ചതെന്ന് ആത്മവിശ്വാസത്തോടെ

ചരിത്രകാരന്മാർ അവയിൽ നിന്ന് പുനർനിർമ്മിക്കുന്നു.[18] എന്നാൽ അവയിൽ നിന്ന് വ്യത്യസ്തമായി സുവിശേഷങ്ങൾ വളരെ വേഗത്തിൽ രചിക്കപ്പെട്ടവയാണ്. മിഥ്യാകഥകൾ, വസ്തുതകളെ, ഒരു ചരിത്രകാരന് ഉപയോഗപ്രദമല്ലാത്ത വിധത്തിൽ മലിനപ്പെടുത്തുവാൻ കൂടുതൽ തലമുറകളുടെ വിടവ് ആവശ്യമാണ്.[19]

ഐതിഹ്യരൂപീകരണത്തിന്റെ വേഗത പരിശോധിക്കുവാൻ ഗവേഷകന്മാരെ സഹായിച്ചിട്ടുള്ളവയാണ് അഞ്ചാം നൂറ്റാണ്ടിലെ ഗ്രീക്ക് ചരിത്രകാരനായ ഹെറോഡൊട്ടസിന്റെ രചനകൾ. ഐതിഹ്യരൂപീകരണ പ്രവണതയ്ക്ക് വാമൊഴി പാരമ്പര്യത്തിന്റെ ദൃഢതയുള്ള ചരിത്രപരമായ കാമ്പിനെ മറികടക്കാൻ രണ്ട് തലമുറകൾ പോലും വളരെ പരിമിതമായ ഒരു കാലയളവാണെന്ന് പരിശോധനകൾ സൂചിപ്പിക്കുന്നു.[20] സുവിശേഷപാരമ്പര്യങ്ങളെ സംബന്ധിച്ചിടത്തോളം അത്തരം ഒരു വിടവ് നമ്മെ എ. ഡി. രണ്ടാം നൂറ്റാണ്ടിലേക്ക് എത്തിക്കും. ആ കാലത്താണ് ഐതിഹ്യസമാനമായ വിവരണങ്ങളാൽ സമ്പന്നമായ അപ്പൊക്രിഫാ സുവിശേഷങ്ങൾ ഉത്ഭവിക്കാൻ തുടങ്ങിയതെന്നത് ഒട്ടും യാദൃശ്ചികമല്ല. ജീവിച്ചിരിക്കുന്ന ദൃക്സാക്ഷികളുടെ സാന്നിധ്യം ഐതിഹ്യസമാനമായ കൂട്ടിച്ചേർക്കലുകൾ വിവരണങ്ങളിലേക്ക് അനിയന്ത്രിതമായി അടിഞ്ഞുകൂടുന്നതിന് വിഘാതമായി നിൽക്കുന്ന ഒരു കാരണമായി വർത്തിക്കുമായിരുന്നു.

യേശുവിന്റെ പ്രത്യക്ഷതയുമായി ബന്ധപ്പെട്ട വിവരണങ്ങളിൽ പേരു പറയപ്പെടുന്ന പത്രോസിനെയും മഗ്ദലനമറിയത്തെയും പോലെയുള്ളവരും, ആദ്യ സമയങ്ങളിൽ അവകാശപ്പെട്ടിരുന്നത് എന്താണെന്ന് അറിയാവുന്ന ഒന്നാം തലമുറയും ജീവിച്ചിരിക്കേ അവർ ഉന്നയിക്കാത്ത അവകാശവാദങ്ങൾ അവരുടെ പേരിൽ

---

[18] A. N Sherwin-White, *Roman Society and Roman Law in the New Testament* (Oxford: Clarendon Press, 1963), 188–91.

[19] Sherwin-White, *Roman Society and Roman Law in the New Testament*, 189.

[20] Sherwin-White, *Roman Society and Roman Law in the New Testament*, 190.

പ്രചരിപ്പിക്കുന്നത് പ്രായോഗികമായിരിക്കില്ല. ക്രിസ്തീയവിശ്വാസികൾ ആദിമ കാലഘട്ടം മുതൽ തന്നെ നിരവധി വിഷയങ്ങളിൽ ആന്തരികമായ ആശയ സംഘർഷങ്ങളും അതിരൂക്ഷമായ അഭിപ്രായ വ്യത്യാസങ്ങളുമുള്ള ഒരു സമൂഹമായിരുന്നു എന്നതാണ് നാം മനസിലാക്കേണ്ട ഒരു വസ്തുത (ഫിലിപ്പിയർ 3:2, ലൂക്കോസ് 24:11, 1 യോഹന്നാൻ 2:19).

ഇത്തരമൊരു സമൂഹത്തിൽ അടിസ്ഥാനരഹിതമായ അവകാശവാദങ്ങൾ എഴുതി പ്രചരിപ്പിക്കുവാൻ ശ്രമിച്ചാൽ, അത്, അത്തരം വ്യത്യസ്ത നിലപാടുകളുടെ പരോക്ഷമായ തെളിവുകളെങ്കിലും അവശേഷിപ്പിക്കാതെ, പ്രചുരപ്രചാരം നേടുകയെന്നത് ഫലത്തിൽ അസാധ്യമായ ഒരു കാര്യമായിരുന്നു.[21] ഒരു പണ്ഡിതൻ പരിഹാസരൂപേണ അഭിപ്രായപ്പെട്ടതു പോലെ, അനിയന്ത്രിതമായി വാമൊഴി പാരമ്പര്യങ്ങളിൽ കൂട്ടിച്ചേർക്കലുകളുണ്ടായി എന്ന് വിമർശിക്കുന്നവർ പറയുന്നത് ശരിയാണെങ്കിൽ, യേശുവിന്റെ മരണത്തിനു ശേഷമുള്ള സംഭവങ്ങൾ നടന്നു കഴിഞ്ഞ ഉടനെ ശിഷ്യന്മാരെല്ലാം സ്വർഗ്ഗത്തിലേക്ക് മാറ്റപ്പെട്ടിരിക്കണം.[22] മറ്റൊരു പ്രധാനപ്പെട്ട വസ്തുത അപ്പൊസ്തലന്മാരുടെ പ്രസംഗങ്ങൾ വാമൊഴി പാരമ്പര്യത്തിന്മേൽ ചെലുത്തുന്ന സ്വാഭാവിക നിയന്ത്രണമാണ്. ഇതും

---

[21] ഉദാഹരണമായി ക്രിസ്ത്യാനികൾക്കിടയിലെ പുരുഷന്മാർ യെഹൂദന്മാരെപ്പോലെ ലിംഗാഗ്ര ചർമ്മം ഛേദിച്ചുകളയണമെന്ന് വാദിച്ചിരുന്നവർ അയച്ച കത്തുകളൊന്നും നമ്മുടെ കയ്യിലില്ലെങ്കിലും അതിനെതിരായി പൗലോസ് എഴുതിയ രചനകൾ ഇത്തരമൊരു നിലപാട് ആദിമ സഭയിൽ ഉണ്ടായിരുന്നുവെന്നതിനുള്ള തെളിവാണ് (ഗലാത്യർ 5:2). ക്രിസ്തീയവിശ്വാസത്തിന്റെ അടിസ്ഥാന സന്ദേശമായ ദൈവകൃപയും അതിലൂടെയുള്ള സ്വാതന്ത്ര്യത്തെയും അടിസ്ഥാനപ്പെടുത്തിയുള്ള ധാർമ്മിക-നിയമരഹിത വാദക്കാർ ഒന്നാം നൂറ്റാണ്ടിൽ എന്തെങ്കിലും എഴുതിയിട്ടുണ്ടെങ്കിൽ അവ നമ്മുക്ക് ലഭ്യമല്ല. എന്നാൽ അവർക്ക് നൽകിയിട്ടുള്ള മറുപടികളിലൂടെ ഇത്തരമൊരു വീക്ഷണം കൈക്കൊണ്ടിരുന്നവർ ആ കാലത്ത് ഉണ്ടായിരുന്നുവെന്ന് നമ്മുക്കറിയാം (യൂദാ 4: 2 പത്രോസ് 2:19).

[22] Vincent Taylor, *The Formation of the Gospel Tradition* (Macmillan and Company, limited, 1933), 41.

ഐതിഹ്യരൂപീകരണ പ്രവണതകളെ നിയന്ത്രിക്കുവാൻ സഹായിക്കുമായിരുന്നു.

അപ്പൊസ്തലന്മാർ യേശുവിന്റെ പാരമ്പര്യത്തെക്കുറിച്ചുള്ള വൃത്താന്തങ്ങളുടെ സംരക്ഷകരും ക്രിസ്തീയ സമൂഹത്തിന്റെ നായകന്മാരുമായിരുന്നു. അതിനാൽ അപ്പൊസ്തലന്മാരുടെ സ്വന്തം അനുഭവവുമായി പൊരുത്തപ്പെടാത്ത സാങ്കല്പിക ഭാവനാകഥകൾ അവർ ജീവിച്ചിരിക്കുന്നിടത്തോളം ഉയർന്നുവരുന്നതും തഴച്ചുവളരുന്നതും വളരെ പ്രയാസകരമായ കാര്യമായിരിക്കും.[23] പ്രാധാന്യത്തിൽ രണ്ടാം സ്ഥാനം മാത്രം നൽകുവാൻ സാധിക്കുന്ന തരത്തിലുള്ള വിശദാംശങ്ങളിൽ പൊരുത്തക്കേടുകൾ ഉണ്ടാകാം, സുവിശേഷകരുടെ ദൈവശാസ്ത്ര വീക്ഷണങ്ങൾ അവർ കൈമാറുന്ന സംഭവവിവരണങ്ങളെ നിശ്ചയമായും ബാധിക്കും, പക്ഷേ അടിസ്ഥാന വസ്തുതകൾ തന്നെ അടിസ്ഥാന രഹിതമായ ഐതിഹ്യങ്ങളാൽ നീക്കം ചെയ്യപ്പെടുമായിരുന്നില്ല.

കാരണം എല്ലാത്തരം വൈവിധ്യങ്ങൾക്കു നടുവിലും അടിസ്ഥാന കാര്യങ്ങളിൽ വലിയ ഐക്യത ആദിമ രചനകളിൽ ദൃശ്യമാണ്. യേശുവിനെക്കുറിച്ചുള്ള ഒട്ടും തന്നെ ചരിത്രപരമല്ലാത്ത വിവരണങ്ങൾ രണ്ടാം നൂറ്റാണ്ട് വരെ ഉയർന്നുവന്നിരുന്നില്ല, എന്നിട്ടും അവ വന്നപ്പോൾ, പലപ്പോഴും നിലവിലുള്ള ഉപദേശങ്ങളെ പിന്തുണയ്ക്കുന്നവ[24] ആയിരുന്നിട്ടു പോലും ആത്യന്തികമായി സഭ സാർവത്രികമായി അവയെ തിരസ്കരിച്ചു. സുവിശേഷങ്ങളിൽ കാണുന്ന യേശുവിന്റെ പ്രത്യക്ഷതയെക്കുറിച്ചുള്ള വിവരണങ്ങൾ അതിൽ പേര് പറയപ്പെടുന്നവരുടെ നേരിട്ടോ അല്ലാതെയോ ഉള്ള സാക്ഷ്യങ്ങളുടെ അടിസ്ഥാനത്തിൽ ആവിർഭവിച്ചവയാണെന്നത് ചരിത്രപരമായി വിശ്വാസ്യയോഗ്യമായ ഒരു വസ്തുതയാണെന്നതിനുള്ള തെളിവുകളാണ് ഇവയെല്ലാം.

---

[23] Walter Künneth, *The Theology of the Resurrection* (Concordia Publishing House, 1965), 92–93.

[24] ഉദാഹരണമായി മറിയത്തിന് യാക്കോബിന്റെ സുവിശേഷം നൽകുന്ന പ്രാധാന്യം, ഉയിർത്തെഴുന്നേല്പിന് പത്രോസിന്റെ സുവിശേഷം നൽകുന്ന 'തെളിവുകൾ'.

അഞ്ച്

മത്തായി 28:9-ലും യോഹന്നാൻ 20:14-ലും സ്ത്രീകൾക്കാണ് ഉയിർത്തെഴുന്നേറ്റ യേശു ആദ്യം പ്രത്യക്ഷനായതെന്ന വിവരണമാണ് കാണുന്നത്. ഇതര വിശദാംശങ്ങളിൽ പൊരുത്തപ്പെടുത്തുവാനാകാത്ത നിലയിലുള്ള വൈരുദ്ധ്യങ്ങൾ അവ തമ്മിൽ ഉള്ളതിനാൽ തന്നെ രണ്ടും തികച്ചും സ്വതന്ത്രമായ വിവരണങ്ങളാണെന്ന് കാണുവാൻ സാധിക്കും. സ്ത്രീകളുടെ സാക്ഷ്യങ്ങൾക്ക് ആ കാലത്തുണ്ടായിരുന്ന അസ്വീകാര്യത പരിഗണിക്കുമ്പോൾ ആദ്യത്തെ പ്രത്യക്ഷതയായി ഒരു കഥ മെനയുകയാണെങ്കിൽ സ്വാഭാവികമായും പത്രോസിനെപ്പോലെയുള്ള ഏതെങ്കിലും പ്രധാന പുരുഷ ശിഷ്യന്മാരുടെ പേരിൽ അത് ചാർത്തിക്കൊടുക്കും എന്നാണ് നാം പ്രതീക്ഷിക്കേണ്ടത്.

അങ്ങനെ സംഭവിക്കാത്തതിനാൽത്തന്നെ ഈ വിവരണം ചരിത്രത്തിൽ യഥാർത്ഥത്തിൽ ചില സ്ത്രീകൾ തങ്ങൾക്കുണ്ടായി എന്ന് അവകാശപ്പെട്ട അനുഭവസാക്ഷ്യത്തിന്റെ പിൽക്കാല പരിണാമങ്ങളാണെന്ന് ഉറപ്പിക്കുവാൻ സാധിക്കും. നാല് സുവിശേഷങ്ങളിൽ ഇത്തരം 'പ്രശ്നങ്ങൾ' ഒഴിവാക്കുവാൻ ഏറ്റവും താല്പര്യപ്പെടുന്ന മത്തായിയും യോഹന്നാനുമാണ് ഇത് രേഖപ്പെടുത്തിയിരിക്കുന്നതെന്നതും ഇതിന്റെ വിശ്വാസ്യത വർദ്ധിപ്പിക്കുന്നു. എന്തായാലും ആ കാലത്ത് കൊരിന്തിലെ യുക്തിവാദികൾക്ക് മുൻപിൽ പൗലോസ് (1 കൊരിന്ത്യർ 15:3-7) എന്തുകൊണ്ട് സ്ത്രീകളുടെ ഈ അവകാശവാദം അവതരിപ്പിച്ചില്ലായെന്നത് ഇതിനാൽ തികച്ചും വ്യക്തമാണ്. തത്വചിന്തകന്മാരും ക്രിസ്തുമത ഖണ്ഡകന്മാരുമായ സെൽസസ്[25] രണ്ടാം നൂറ്റാണ്ടിലും പോർഫിറി മൂന്നാം നൂറ്റാണ്ടിലും മഗ്ദലനമറിയത്തിന് യേശു പ്രത്യക്ഷനായി എന്ന വാദത്തെ പരിഹസിച്ച് തള്ളിക്കളഞ്ഞിരിക്കുന്നത് നോക്കുമ്പോൾ പൗലോസ് കൊരിന്തിലെ യുക്തിവാദികൾക്കു മുൻപിൽ ഈ 'തെളിവ്'

---

[25] Origen, Contra Celsum 2.55, Macarius Magnes, Apocriticus 2.15

നിരത്താതിരുന്നത് നന്നായി എന്ന് മാത്രമേ നമ്മുക്ക് പറയുവാൻ സാധിക്കുകയുള്ളൂ.

ആറ്

പത്രോസിന് യേശു പ്രത്യക്ഷപ്പെട്ടുവെന്നത് പൗലോസും (1 കൊരിന്ത്യർ 15:4) ലൂക്കോസും (ലൂക്കോസ് 24:34) രേഖപ്പെടുത്തിയിട്ടുണ്ട്. കൂടാതെ പത്രോസിന് പ്രത്യേകമായി ഒരു പ്രത്യക്ഷതയുണ്ടായി എന്നതിന്റെ പരോക്ഷസൂചന കല്ലറയ്ക്കുള്ളിലെ ബാല്യക്കാരൻ പറഞ്ഞുവെന്ന് മർക്കോസ് രേഖപ്പെടുത്തിയിരിക്കുന്ന പ്രസ്താവനയിലെ "പത്രോസിനോടും" (മർക്കോസ് 16:7) എന്ന പരാമർശത്തിൽ കാണുവാൻ സാധിക്കും. ശ്രദ്ധേയമായ വസ്തുത ലൂക്കോസിന്റെ സുവിശേഷത്തിലെ പരാമർശം വിശദീകരിക്കാത്ത ഒരു സൂചന മാത്രമാണ്. അതായത് അപ്പൊസ്തലന്മാരിൽ പ്രധാനിയായ പത്രോസിന് യേശു പ്രത്യക്ഷനായി എന്നത് കൃത്രിമമായി ചമച്ച ഒരു പരാമർശമായിരുന്നുവെങ്കിൽ അതിന്റെ വിശദമായ വിവരണമാണ് നാം കാണേണ്ടത്. എന്നാൽ ഒരു ആധുനിക ചരിത്രഗവേഷകനെ സംബന്ധിച്ചിടത്തോളം അതിനേക്കാൾ തെളിവുമൂല്യം നൽകുവാൻ സാധിക്കുന്നത് രചയിതാവിന്റെ താരതമ്യേനെ ബോധപൂർവ്വമല്ലാത്ത പരോക്ഷ പരാമർശങ്ങൾക്കാണ്, അതാണ് ഇവിടെ നമ്മൾ കാണുന്നത്. അതിനാൽ തന്നെ പത്രോസിന് യേശു പ്രത്യക്ഷനായി എന്നത് പത്രോസിന്റെ തന്നെ സാക്ഷ്യമാണെന്ന് നമ്മുക്ക് കൃത്യമായി ഉറപ്പിക്കാം.

ഏഴ്

ശിഷ്യന്മാരുടെ സംഘത്തിന് യേശു പ്രത്യക്ഷനായ സംഭവം ലൂക്കോസും (ലൂക്കോസ് 24:36) യോഹന്നാനും (യോഹന്നാൻ 20:19) പൗലോസും (1 കൊരിന്ത്യർ 15:5) സ്വതന്ത്രമായ നിലയിൽ രേഖപ്പെടുത്തിയിട്ടുണ്ട്. യോഹന്നാന്റെ സുവിശേഷത്തിനു പിന്നിലുള്ളത് പന്ത്രണ്ടു ശിഷ്യന്മാരിൽ ഒരാളുടെ ദൃക്സാക്ഷി വിവരണമാണെന്ന കാര്യം ഇതിന്റെ രചയിതാവും ഗ്രന്ഥം ചിട്ടപ്പെടുത്തുന്നതിൽ അദ്ദേഹത്തെ സഹായിച്ചവരും ഒരു പോലെ

സാക്ഷ്യപ്പെടുത്തുന്നുണ്ട് (യോഹന്നാൻ 21:24). ലൂക്കോസിന്റെ സുവിശേഷത്തിന്റെ കാര്യത്തിൽ ദൃക്സാക്ഷി വിവരണമാണ് തന്റെ രചനയ്ക്ക് പിന്നിലെന്ന് ലൂക്കോസും സാക്ഷ്യപ്പെടുത്തിയിട്ടുണ്ട് (ലൂക്കോസ് 1:1).

മറ്റൊരു സവിശേഷത ഒരു ചരിത്രകാരനെന്ന നിലയിൽ ലൂക്കോസിന്റെ നിലവാരം പുരാവസ്തു തെളിവുകളുടെ അടിസ്ഥാനത്തിൽ ഏറ്റവും ഉന്നതമെന്ന് വിലയിരുത്തപ്പെട്ടിട്ടുള്ളതാണ്.[26] അതിന്റെ അർത്ഥം ലൂക്കോസ് സമ്പൂർണ്ണമായും ചരിത്രപരമായ കൃത്യത പുലർത്തുന്ന ഒരു വ്യക്തിയാണെന്നല്ല.[27] പക്ഷെ ഇത്തരമൊരു പ്രത്യക്ഷത അടിസ്ഥാനപരമായ കൃത്യതയോടെ രേഖപ്പെടുത്തുവാനുള്ള കഴിവും സത്യസന്ധതയും ജാഗ്രതയും ലൂക്കോസിനുണ്ടെന്ന് നമ്മുക്ക് മനസിലാക്കാം. എഴുത്തുകാരുടെ മേന്മയും ന്യൂനതയും ലൂക്കോസിന്റെ സുവിശേഷത്തിലെയും യോഹന്നാന്റെ സുവിശേഷത്തിലെയും വിവരണങ്ങൾ തമ്മിലുള്ള വ്യത്യാസങ്ങളിലും കാണുവാൻ സാധിക്കും. ഈ വ്യത്യാസങ്ങൾ, ഈ രണ്ടു വിവരണങ്ങളും സ്വതന്ത്രമാണെന്നതിനുള്ള തെളിവാണ്. ചുരുക്കത്തിൽ ശിഷ്യന്മാരുടെ സംഘത്തിന് യേശു പ്രത്യക്ഷനായി എന്നതിൽ സംശയമില്ല, എന്നാൽ അത് പൗലോസ് പറയുന്നത് പോലെ പന്ത്രണ്ട് പേർക്കാണോ ? ലൂക്കോസ് പറയുന്നത് പോലെ പതിനൊന്നു പേർക്കാണോ? അതോ യോഹന്നാൻ പറയുന്നത് പോലെ പത്തു പേർക്കാണോ? എന്ന് ഉറപ്പിക്കുവാൻ സാധിക്കില്ല.

അപ്പൊസ്തല പ്രവർത്തികളിൽ കൈസര്യയിൽ ഇത്താലിക എന്ന പട്ടാളത്തിൽ കൊർന്നേല്യാസ് എന്നു പേരുള്ളോരു ശതാധിപന്റെ

---

[26] Sir William Mitchell Ramsay, *The Bearing of Recent Discovery on the Trustworthiness of the New Testament* (Hodder and Stoughton, 1915), 222; E. M. Blaiklock, *The Archaeology of the New Testament* (Zondervan Publishing House, 1970), 96.

[27] ഉദാഹരണമായി ലൂക്കോസ് 2:2-ലെ കുറേന്യാസിനെക്കുറിച്ചുള്ള പരാമർശവും അപ്പൊ. പ്രവ. 5:36-ലെ തദാസിനെക്കുറിച്ചുള്ള പരാമർശവും ചരിത്രപരമായ പിശകുകളായാണ് പൊതുവേ കണക്കാക്കപ്പെടുന്നത്.

വീട്ടിൽ പത്രോസ് നടത്തുന്ന പ്രസംഗത്തിൽ പത്രോസ് ശിഷ്യന്മാരെക്കുറിച്ച് പറയുന്നതായി ലൂക്കോസ് രേഖപ്പെടുത്തിയിരിക്കുന്നത് "അവൻ മരിച്ചവരിൽനിന്നു ഉയിർത്തെഴുന്നേറ്റ ശേഷം അവനോടുകൂടെ തിന്നുകുടിച്ചവരായ ഞങ്ങൾ" (അപ്പൊ. പ്രവ. 10:41) എന്നാണ്. എന്നാൽ അതേ ലൂക്കോസ് രേഖപ്പെടുത്തിയിരിക്കുന്ന ശിഷ്യന്മാർക്കുള്ള പ്രത്യക്ഷതയിൽ യേശു മാത്രമേ ഭക്ഷണം കഴിക്കുന്നുള്ളൂ ശിഷ്യന്മാർ ഭക്ഷിക്കുന്നതായി ലൂക്കോസ് പറയുന്നില്ല (ലൂക്കോസ് 24:41-43).

അപ്പൊ. പ്രവ. 1:4-ൽ യേശുവും ശിഷ്യന്മാരും "കൂടിയിരിക്കുമ്പോൾ" എന്നതിന് ഉപയോഗിച്ചിരിക്കുന്ന പദത്തെ യാഥാസ്ഥിതിക ചായ്‌വുള്ള ചില വിവർത്തനങ്ങൾ "ഭക്ഷണത്തിനിരിക്കുമ്പോൾ"[28] എന്ന് വിവർത്തനം ചെയ്യുന്നുണ്ടെങ്കിലും ഒന്നാം നൂറ്റാണ്ടിനും അതിനു മുൻപുമുള്ള കാലഘട്ടങ്ങളിലെ ഈ പദത്തിന്റെ ഉപയോഗം ഈ വിവർത്തനത്തെ പിന്തുണയ്ക്കുന്നില്ല. ഇതും ബന്ധപ്പെട്ട മറ്റു വ്യാകരണപരവും പദോൽപ്പത്തിപരവും ലിപിവിന്യാസപരവുമായ വിശകലനങ്ങളുടെ അടിസ്ഥാനത്തിൽ ശരിയായ വിവർത്തനം "കൂടിയിരിക്കുമ്പോൾ" എന്നതു തന്നെയാണെന്ന് പണ്ഡിതന്മാർ നിർണ്ണയിച്ചിട്ടുണ്ട്.[29] ഇവിടെ ഗ്രീക്കിൽ എഴുതിയിരിക്കുന്നത് "സിനാലിസോമെനോസ് (?) പാരെൻഗിലേൻ (അവൻ കൽപ്പിച്ചു) ഓട്ടോയിസ് (അവരോട്)" എന്നാണ് ഇതിൽ സിനാലിസോമെനോസ് എന്നതിന്റെ

---

[28] മലയാളത്തിൽ പി. ഓ. സി വിവർത്തനം, ബിബ്ലിക്കായുടെ സമകാലിക മലയാള വിവർത്തനം, ബൈബിൾ സൊസൈറ്റി ഓഫ് ഇന്ത്യയുടെ സമകാലിക ഭാഷാ വിവർത്തനം ഇംഗ്ലീഷിൽ NIV, NLT എന്നിവ ഈ വിവർത്തനമാണ് പിന്തുടരുന്നത്. എന്നാൽ പണ്ഡിതന്മാരുടെ ഇടയിൽ വ്യാപകമായി ഉപയോഗിക്കുന്ന NRSV കൂടാതെ മറ്റു പ്രധാന വിവർത്തനങ്ങളായ ESV, NKJV, NASB, CSB, NET എന്നിവ ഈ വിവർത്തനത്തോട് യോജിക്കുന്നില്ല.

[29] Martin M. Culy and Mikeal Carl Parsons, *Acts: A Handbook on the Greek Text* (Baylor University Press, 2003), 5; Metzger and Sellars, *A Textual Commentary on the Greek New Testament*, 279; Multiple, *NET Bible - Novum Testamentum Graece Diglot (Greek / English) -Tan Bonded Leather: NET Bible and Nestle Aland, Greek-English Diglot New Testament* (Biblical Studies Press, 2004), 320.

അർത്ഥമെന്താണ് എന്നതാണ് തർക്കം. ഒന്നാം നൂറ്റാണ്ടിനു മുൻപും ഒന്നാം നൂറ്റാണ്ടിലും ഉള്ള രചനകളിൽ കാണുന്നത്[30] പോലെ ഒരുമിച്ചുകൂടിയപ്പോൾ (ഒന്നിച്ചുകൂടിയപ്പോൾ) എന്ന അർത്ഥം ഇവിടെ നൽകുന്നതിനുള്ള ഒരു പ്രധാന പ്രശ്നമായി ചൂണ്ടിക്കാണിക്കപ്പെടുന്നത് സിനാലിസോമെനോസ് ഇവിടെ ഏകവചനമാണെന്നതാണ്.

അതായത്, സിനാലിസോ എന്ന ക്രിയ ചെയ്തത് ഒരാളാണ്. അവൻ "ഒരുമിച്ചുകൂടിയപ്പോൾ" എന്ന് ഒരാളെക്കുറിച്ച് പറയുന്നതിൽ ഒരു അപാകതയുണ്ട് എന്നതാണ് വാദം. എന്നാൽ ഈ വാദം അത്ര ശക്തിയുള്ള ഒരു വാദമല്ലായെന്ന് ഗ്രീക്ക് പണ്ഡിതന്മാർ ചൂണ്ടിക്കാട്ടിയിട്ടുണ്ട്.[31] ഏകവചന രൂപത്തിലുള്ള ഒരു പരിമിത ക്രിയാ പദത്തിന്റെ ഒരു രൂപമാണ് ഇവിടെ ഉപയോഗിച്ചിരിക്കുന്നതെന്നതും ഇവിടെ കർത്താവ് ഏകവചനമാണെന്നതും ഏകവചനക്രിയാ പദത്തിന്റെ ഉപയോഗം ശരിയാണെന്നതിലേക്ക് വിരൽ ചൂണ്ടുന്നതാണ്. ആറാം വാക്യത്തിൽ ഇതേ കൂട്ടത്തെക്കുറിച്ചു തന്നെ "ഒരുമിച്ചു കൂടിയിരുന്നപ്പോൾ" എന്ന് എഴുതിയിരിക്കുന്നതും ഇതുമായി ചേർന്ന് പോകുന്നതാണ്. മധ്യ ശബ്ദ പ്രയോഗത്തിൽ[32] ഈ പദം ഒരുമിച്ചുകൂട്ടിയപ്പോൾ (ഒന്നിച്ചുകൂട്ടിയപ്പോൾ)[33] എന്ന അർത്ഥവും വരാം എന്നതാണ് മറ്റൊരു സാധ്യത. അതാണ്

---

[30] Josephus, The Jewish War 3.9.4

[31] Leonard Scott Kellum, *Acts (Exegetical Guide to the Greek New Testament)* (B&H Publishing Group, 2020), 17. ഒപ്പം Keener, *Acts*, 675. ലെ നോട്ട് 252 നോക്കുക.

[32] Thomas Ratsey Maskew, *Annotations on the Acts of the Apostles, Original and Selected* (J. & J.J. Deighton, 1847), 17; Samuel Thomas Bloomfield, *Recensio Synoptica Annotationis Sacræ, Being a Critical Digest and Synoptical Arrangement of the Most Important Annotations on the New Testament … Carefully Collected and Condensed, from the Best Commentators, Etc* (C.&J. Rivington, 1828), 8; *Analecta Theologica: A Critical, Philological, and Exegetical Commentary on the New Testament* (T. Cadell, Strand, 1842), 185.

[33] Robert Doran, "'Salting with Fire' (Mark 9:49)," *NovT* 62.4 (2020): 369.

ലൂക്കോസ് ഉദ്ദേശിച്ചതെങ്കിൽ ഏകവചനവുമായി ബന്ധപ്പെട്ട അസ്വഭാവികത ഒട്ടും തന്നെ ഇവിടെ ഇല്ലായെന്ന് മനസിലാക്കാം.

അതായത്, ഭക്ഷണം കഴിക്കുന്നതിനെക്കുറിച്ചുള്ള ഒരു പരാമർശം ഈ ഭാഗത്ത് ഇല്ല. ഇനി അതല്ല മറ്റു വിവർത്തനങ്ങളിൽ കാണുന്നതുപോലെ ഭക്ഷിച്ചുകൊണ്ടിരിക്കുമ്പോൾ എന്ന അർത്ഥം ഉദ്ദേശിച്ചുള്ള "ഉപ്പ് പങ്കിടുക"[34] എന്ന ഉപാദാനാലങ്കാര പ്രയോഗമാണ് സിനാലിസോമെനോസ് എന്ന പദം കൊണ്ട് ലൂക്കോസ് ഉദ്ദേശിച്ചതെന്നു വന്നാലും ആ ക്രിയാപദത്തിന്റെ കർത്താവ് യേശുവാണ്. അതായത് ഈ അർത്ഥം എടുത്താലും യേശു ഭക്ഷിച്ചുവെന്നതാണ് ഇവിടുത്തെ പ്രതിപാദ്യവിഷയം. ഈ നിലയിൽ ഇത് ലൂക്കോസ് 24:41-43-ന് സമാന്തരമാകയാൽ ഇവിടെ ലൂക്കോസ് ഉദ്ദേശിച്ചിരിക്കുന്നത് ആ ഭാഗത്ത് പറഞ്ഞിരിക്കുന്ന അതേ കാര്യമാണെന്ന് മനസിലാക്കാം.

തന്റെ ഒന്നാമത്തെ പുസ്തകം അവസാനിപ്പിച്ചിടത്തു നിന്ന് തന്റെ രണ്ടാമത്തെ പുസ്തകം ലൂക്കോസ് ആരംഭിക്കുകയാണ്.[35] അതായത് താൻ യഥാർത്ഥത്തിൽ ശരീരത്തിലാണ് ആയിരിക്കുന്നത് താൻ ഒരു ഭൂതമല്ല എന്ന് ഭക്ഷണം കഴിച്ച് യേശു തെളിയിച്ചു എന്ന് ലൂക്കോസ് എഴുതിയിരിക്കുന്ന അതേ സംഭവം തന്നെയാണ് സിനാലിസോമെനോസ് എന്ന പദത്തിന് ഭക്ഷണം കഴിക്കുന്നതിനെ സൂചിപ്പിക്കുന്ന അർത്ഥം നൽകിയാലും ഈ ഭാഗത്ത് പരാമർശവിഷയമായി വരുന്നത്. ഇങ്ങനെ മനസിലാക്കുമ്പോൾ യേശുവിന്റെ ഉയിർപ്പിന് സാക്ഷ്യംവഹിച്ചവരുടെ പ്രതിനിധികളെന്ന നിലയിൽ തങ്ങൾ യേശുവിനോടൊപ്പം ഭക്ഷണം കഴിക്കുകയും പാനം ചെയ്യുകയും ചെയ്യുവെന്ന് പത്രോസ് പറയുന്നതായി അപ്പൊ. പ്രവ. 10:41-ൽ പറയുന്ന അർത്ഥത്തിന്റെ പൂർണ്ണവ്യാപ്തി

---

[34] Keener, *Acts*, 674.

[35] ലൂക്കോസിന്റെ സുവിശേഷത്തിലെ അവസാന ഭാഗവും അപ്പൊസ്തലന്മാരുടെ പ്രവർത്തികളുടെ പുസ്തകത്തിന്റെ ആദ്യഭാഗവും തമ്മിൽ താരതമ്യം ചെയ്താൽ ഇത് വ്യക്തമാകും. ലൂക്കോസ് 24:49 = അപ്പൊ. പ്രവ. 1:4(രണ്ടാം ഭാഗം)-5; ലൂക്കോസ് 24:51 = അപ്പൊ. പ്രവ. 1:9; ലൂക്കോസ് 24:50ലെ ബേഥാന്യ അപ്പൊ. പ്രവ. 1:12ലെ ഒലിവു മലയുടെ കിഴക്കേ ചരിവിലുള്ള സ്ഥലമാണ്.

ഉൾക്കൊള്ളുന്ന ഒരു സംഭവമല്ല അപ്പൊ. പ്രവ. 1:4-ലും പരാമർശിക്കുന്നതെന്ന് മനസിലാക്കാം. അപ്പോൾ പിന്നെ ഏതു സംഭവമാണ് അപ്പൊ. പ്രവ. 10:41-ൽ പത്രോസ് ഉദ്ദേശിച്ചിരിക്കുന്നത്?

പത്രോസ് പറയുന്നത് പോലെ ശിഷ്യന്മാർ യേശുവിനോടൊപ്പം ഭക്ഷണം കഴിച്ച ഒരേയൊരു സംഭവം യോഹന്നാന്റെ സുവിശേഷം അദ്ധ്യായം 21-ൽ കാണുന്ന സംഭവമാണ്. യോഹന്നാന്റെ സുവിശേഷത്തിലെ ഈ അവസാന ഭാഗത്ത്, യോഹന്നാനും തന്റെ രചനാസഹായികളും ചേർന്ന് വിവരിക്കുന്ന, തിബെര്യാസ് കടൽക്കരയിൽവെച്ചുള്ള ഉയിർത്തെഴുന്നേറ്റ യേശുവിന്റെ പ്രത്യക്ഷതയിൽ ശിഷ്യന്മാരും യേശുവും ഒരുമിച്ച് ഭക്ഷണം കഴിക്കുന്നതായിട്ടാണ് രേഖപ്പെടുത്തിയിരിക്കുന്നത് (യോഹന്നാൻ 21:15). ലൂക്കോസ് അപ്പൊസ്തല പ്രവർത്തികൾ എഴുതുമ്പോൾ യോഹന്നാന്റെ സുവിശേഷം എഴുതപ്പെട്ടിട്ടില്ല. യോഹന്നാന്റെ സുവിശേഷവും ലൂക്കോസിന്റെ സുവിശേഷവും സ്വതന്ത്രമായ വിവരണങ്ങളുമാണ്.

താൻ രേഖപ്പെടുത്തിയിരിക്കുന്ന പ്രത്യക്ഷതയിൽ ശിഷ്യന്മാർ ഭക്ഷണം കഴിക്കുന്നതായി രേഖപ്പെടുത്തിയിട്ടില്ലായെന്നിരിക്കെ അവർ ഒരുമിച്ച് ഭക്ഷണം കഴിക്കുന്ന ഒരു പ്രത്യക്ഷതയെക്കുറിച്ച് തനിക്ക് അറിവില്ലെങ്കിൽ പിന്നെ യേശുവിന്റെ പ്രത്യക്ഷത ലഭിച്ചവരുടെ പ്രത്യേകതയായി ഇത്തരമൊരു വിശേഷണം പത്രോസ് പറയുന്നതായി ലൂക്കോസ് രേഖപ്പെടുത്തുന്നതെങ്ങനെയാണ്? എന്നാൽ യോഹന്നാൻ 21-ലെ സംഭവമല്ല അപ്പൊ. പ്രവ. 10:41-ൽ ലൂക്കോസ് ഉദ്ദേശിച്ചിരിക്കുന്നതെന്ന് പറഞ്ഞാൽ യോഹന്നാൻ 21-ലേതല്ലാത്ത മറ്റ് അവകാശവാദങ്ങൾ നിലവിലുണ്ടായിരുന്നുവെന്നാണ് അതിന്റെ അർത്ഥം. എന്നാൽ ഗലീലിയയിലെ പ്രത്യക്ഷതകൾ തമസ്കരിക്കുവാനുള്ള ലൂക്കോസിന്റെ താല്പര്യവും, ഗലീലിയയിലെ പ്രത്യക്ഷതകളെക്കുറിച്ചുള്ള അവകാശവാദങ്ങൾക്കുള്ള ഇതര തെളിവുകളും, സമാനമായ മറ്റു സംഭവങ്ങളെക്കുറിച്ചുള്ള വിവരണങ്ങൾ ലഭ്യമല്ലായെന്നതിനാലും, ഏറ്റവും ലോഭമായ

വിശദീകരണം ലൂക്കോസ് 10:41-ൽ കാണുന്നത് യോഹന്നാൻ 21-ലെ സംഭവത്തിന്റെ ഒരു വിദൂര ഓർമ്മയുടെ പ്രതിഫലനമാണെന്നതാണ്.

ഒന്നിലധികം സാക്ഷ്യങ്ങളുടെ മാനദണ്ഡമനുസരിച്ച് ഇവ ഒരുമിച്ചു വിശകലനം ചെയ്യുമ്പോൾ, ഏറ്റവും കുറഞ്ഞ പക്ഷം, ഒന്നിലധികം വ്യക്തികൾക്ക് യേശു ഒരേ സമയം പ്രത്യക്ഷനാവുകയും അവരോടൊപ്പം ഭക്ഷണം കഴിക്കുകയും ചെയ്തെന്ന അവകാശവാദം യേശുവിന്റെ ജീവകാലത്ത് യേശുവിനോട് അടുത്തിടപഴകിയ ദൃക്സാക്ഷികൾ ഉന്നയിച്ചിരുന്നുവെന്നത് അവിതർക്കിതമായ വസ്തുതയാണ്. എന്നാൽ പത്രോസ് നടത്തിയെന്ന് ലൂക്കോസ് അവകാശപ്പെടുന്ന ഈ പ്രസ്താവന, യോഹന്നാന്റെ സുവിശേഷത്തിലെ തിബെര്യാസ് കടൽക്കരയിലെ പ്രത്യക്ഷതയുടെ വിവരണവുമായി ചേർന്നു പോകുന്നതാണെന്ന വസ്തുതയെ മുൻനിർത്തിക്കൊണ്ടു തന്നെ, യോഹന്നാൻ 21-ൽ കാണുന്നത് ഒരു ദൃക്സാക്ഷി വിവരണം തന്നെയാണെന്നതിലേക്ക് വിരൽ ചൂണ്ടുന്ന ഇതര തെളിവുകൾ കൂടി പരിശോധിക്കാം.

ഇത്തരത്തിലുള്ള ചരിത്രപരമായ ആധികാരികതയിലേക്ക് വിരൽ ചൂണ്ടുന്ന ഒന്നാണ് ഭക്ഷണത്തിനു ശേഷം പത്രോസുമായി യേശു നടത്തിയതായി യോഹന്നാൻ 21-ൽ രേഖപ്പെടുത്തിയിരിക്കുന്ന ഹൃദയസ്പർശിയായ സംഭാഷണം (യോഹന്നാൻ 21:15-19). ഈ ഭാഗത്ത് പത്രോസിനോട് യേശു ചോദിക്കുന്നത് പത്രോസ് മറ്റു ശിഷ്യന്മാരിൽ അധികമായി യേശുവിനെ സ്നേഹിക്കുന്നുവോയെന്നാണ്. എന്നാൽ പത്രോസിനെ മാനസികമായി തകർക്കുന്ന ഒരു വിചാരണ പോലെ ഇത്തരമൊരു പ്രത്യേക ചോദ്യം പത്രോസിനോട് മാത്രമായി ചോദിക്കേണ്ടതിന്റെ പശ്ചാത്തലമെന്താണെന്ന് യോഹന്നാന്റെ സുവിശേഷത്തിൽ നിന്ന് പൂർണ്ണമായും വ്യക്തമല്ല. യോഹന്നാൻ 13:36-38-ൽ യേശുവിനു വേണ്ടി തന്റെ ജീവൻ ത്യജിക്കാനും താൻ തയ്യാറാണെന്ന് പത്രോസ് പറയുന്ന ഭാഗത്തും മറ്റുള്ളവരുമായി താരതമ്യപ്പെടുത്തി ഒരു പ്രസ്താവന കാണുന്നില്ല. എന്നാൽ യോഹന്നാന്റെ സുവിശേഷത്തിൽ 'യേശു സ്നേഹിച്ച ശിഷ്യൻ' എന്നൊരു ശിഷ്യനെക്കുറിച്ച് പറയുന്നുണ്ട് (യോഹന്നാൻ 21:20). ഈ ചോദ്യം ആ ശിഷ്യനോടാണ്

ചോദിച്ചിരുന്നതെങ്കിൽ പോലും കുറച്ചു കൂടി ആന്തരികമായ പൊരുത്തം ഉണ്ടാകുമായിരുന്നു.

എന്നാൽ മത്തായിയുടെ സുവിശേഷത്തിലും, മർക്കോസിന്റെ സുവിശേഷത്തിലും, യോഹന്നാന്റെ സുവിശേഷത്തിൽ പത്രോസിനോട് യേശു ചോദിക്കുന്ന ചോദ്യത്തിനു പശ്ചാത്തലമായി കരുതാവുന്ന ഒരു വിവരണം കാണുന്നുണ്ട്. അവിടെ പത്രോസ് പറയുന്നത് "എല്ലാവരും നിങ്കൽ ഇടറിയാലും ഞാൻ ഒരുനാളും ഇടറുകയില്ല" എന്നാണ് (മത്തായി 26:33, മർക്കോസ് 14:29). ഇത്തരമൊരു പ്രസ്താവനയുടെ പശ്ചാത്തലത്തിലാണ് യേശു പത്രോസിനോട് യോഹന്നാന്റെ സുവിശേഷത്തിൽ കാണുന്ന ചോദ്യം ചോദിക്കുന്നതെന്ന് ചിന്തിച്ചാൽ കാര്യങ്ങൾ കൂടുതൽ വ്യക്തമാകും. ലൂക്കോസിന്റെ സുവിശേഷത്തിൽ ഇതേ സന്ദർഭത്തിൽ സംഭാഷണം തുടങ്ങുന്നത് "നീ ഒരു സമയം തിരിഞ്ഞു വന്ന ശേഷം നിന്റെ സഹോദരന്മാരെ ഉറപ്പിച്ചുകൊൾക" (ലൂക്കോസ് 22:32) എന്ന് പറഞ്ഞുകൊണ്ടാണ്. ശ്രദ്ധേയമായ വസ്തുത യോഹന്നാന്റെ സുവിശേഷത്തിൽ പത്രോസുമായി ഉയിർത്തെഴുന്നേറ്റ യേശു നടത്തിയതായി യോഹന്നാൻ രേഖപ്പെടുത്തിയിരിക്കുന്ന സംഭാഷണത്തിന്റെ അവസാനഭാഗത്ത് യേശു പത്രോസിനോട് "എന്റെ ആടുകളെ മേയ്ക്ക" (യോഹന്നാൻ 21:17) എന്ന് പറയുന്നതുമായി ലൂക്കോസ് 22:32 യോജിച്ച് പോകുന്നുണ്ട്. പക്ഷെ രണ്ടും ഒരുപോലെയല്ല, കാരണം നിന്റെ 'സഹോദരന്മാരെ ഉറപ്പിക്കുക' എന്ന് പറയുന്നതും 'എന്റെ ആടുകളെ മേയ്ക്ക' എന്നു പറയുന്നതും രണ്ടും രണ്ടു കാര്യമാണ്. പ്രത്യേകിച്ചും യോഹന്നാന്റെ സുവിശേഷമനുസരിച്ച് യേശുവിന്റെ ജീവകാലത്ത് 'സഹോദരന്മാരല്ലാത്ത' വ്യക്തികളും ആടുകളുടെ ഭാഗമാണെന്ന് നമ്മുക്ക് കാണുവാൻ കഴിയും (യോഹന്നാൻ 10:16). മാത്രവുമല്ല ഉറപ്പിക്കുന്നതും മേയ്ക്കുന്നതും രണ്ടു കാര്യമാണ്. പക്ഷെ ഒന്ന് മറ്റൊന്നുമായി അഭേദ്യമായ നിലയിൽ ബന്ധപ്പെട്ടിരിക്കുന്നതാണെന്ന കാര്യത്തിൽ യാതൊരു സംശയവുമില്ല.

മറ്റൊരു ശ്രദ്ധേയമായ വസ്തുത ലൂക്കോസിന്റെ സുവിശേഷത്തിൽ മറ്റു ശിഷ്യന്മാരുമായി തന്നെത്തന്നെ താരതമ്യപ്പെടുത്തുന്നതായി പത്രോസ് നടത്തുന്ന പ്രസ്താവന രേഖപ്പെടുത്തിയിട്ടില്ല. എന്താണ് ഇതിൽ നിന്നെല്ലാം നമ്മൾ മനസിലാക്കേണ്ടത്? തിബെര്യാസ് കടൽക്കരയിൽ നടന്നതായി യോഹന്നാൻ എഴുതിയിരിക്കുന്ന ഈ സംഭവം യോഹന്നാന്റെ സുവിശേഷം ചിട്ടപ്പെടുത്തിയവർ കൃത്രിമമായി ചമച്ചതാണെന്ന് കരുതുക. അങ്ങനെയാണെങ്കിൽ ഇത്തരമൊരു സംഭാഷണം മുൻപ് നടന്നതായി യോഹന്നാന്റെ സുവിശേഷത്തിൽ രേഖപ്പെടുത്താതിരികെ എങ്ങനെയാണ് ആ സംഭാഷണത്തെ സൂചിപ്പിക്കുന്ന ഒരു പരാമർശം ഈ സുവിശേഷത്തിൽ കടന്നു വരിക? അത്തരത്തിൽ ആ സംഭാഷണം ഒഴിവാക്കുന്നത് സാഹിത്യപരമായി എന്തെങ്കിലും പ്രയോജനം ചെയ്യുന്നതോ അർത്ഥവത്തായതോ ആയ ഒരു കാര്യമല്ല.

മുമ്പത്തെ സംഭവത്തെക്കുറിച്ചുള്ള പശ്ചാത്തലത്തെ പരോക്ഷമായി പരാമർശിക്കുന്ന ഒരു സംഭവം വ്യാജമായി എഴുതുന്ന ഒരു രചയിതാവ് ആ സംഭവവും കൂടി എഴുതുവാനാണ് എഴുതാതിരിക്കുവാനുള്ളതിനേക്കാൾ കൂടുതൽ സാധ്യത. അതല്ല ചരിത്രപരമായ കാര്യങ്ങളിൽ അശ്രദ്ധ കാണിച്ച യോഹന്നാന്റെ സുവിശേഷത്തിന്റെ രചയിതാക്കൾ ക്രിസ്തീയ സമൂഹത്തിൽ ആവിർഭവിച്ചു വന്ന ഒരു കെട്ടുകഥ ഉൾപ്പെടുത്തുകയാണ് ചെയ്യതെങ്കിലും ഈ ഭാഗം വിശദീകരിക്കുന്ന പത്രോസിന്റെ വമ്പു പറച്ചിലിന്റെ കഥ ഉൾപ്പെടുത്തുവാനാണ് സാധ്യത കൂടുതൽ. മാത്രവുമല്ല അത്തരം ഒരു കൃത്രിമ കഥ ചമയ്ക്കുകയോ ഒരു വ്യാജകഥ ഉൾപ്പെടുത്തുകയോ ചെയ്യുന്ന വ്യക്തി അതുമായി ബന്ധപ്പെട്ട മുമ്പത്തെ സംഭവം ഉൾപ്പെടുത്തുന്നതിനുമപ്പുറം ഒരുപക്ഷെ ഈ രണ്ടു സംഭവങ്ങളും തമ്മിലുള്ള ബന്ധം വ്യക്തമായി സ്ഥാപിക്കുന്ന ഒരു പ്രസ്താവന കൂടി ഉൾപ്പെടുത്തുവാൻ സാധ്യതയുണ്ട്. നേരെമറിച്ച്, യോഹന്നാന്റെ സുവിശേഷത്തിന്റെ രചയിതാവ് ഒരു ശിഷ്യനായിരുന്നു, അദ്ദേഹം ഒരു സംഭാഷണം ഓർമ്മിച്ചെടുക്കുകയും അത് അദ്ദേഹത്തിന്റെ സഹായികൾ രേഖപ്പെടുത്തുകയുമായിരുന്നു സംഭവിച്ചത് എന്ന് കരുതിയാൽ വിവിധ സുവിശേഷങ്ങളിലെ

പരാമർശങ്ങൾ തമ്മിലുള്ള മുകളിൽ വിവരിച്ച ചേർച്ചകളും വ്യത്യാസങ്ങളും വ്യക്തമായി മനസിലാക്കുവാൻ സാധിക്കും.

അങ്ങനെ വരുമ്പോൾ രചനയുടെ ഉദ്ദേശ്യം ഒരു സാഹിത്യ സൃഷ്ടിയോ അല്ലെങ്കിൽ പരസ്പരം ബന്ധിപ്പിച്ച ഐതിഹ്യ കഥകളുടെ ഒരു പരമ്പരയോ നിർമ്മിക്കുക എന്നതല്ല. അത്തരമൊരു സാഹചര്യത്തിൽ എന്താണ് നാം പ്രതീക്ഷിക്കേണ്ടത്, അതുതന്നെയാണ് നാം ഈ ഭാഗത്ത് കാണുന്നത്. ഒരു ദൃക്‌സാക്ഷിയെന്ന നിലയിൽ, യേശു പറഞ്ഞ കാര്യങ്ങളിൽ യാദൃശ്ചികമായി ഓർമ്മിച്ചെടുക്കുകയും, എന്തിനാണ് യേശു അവ പറഞ്ഞതെന്ന് കൃത്യമായി വിശദീകരിക്കാൻ ആവശ്യമായതെല്ലാം ഉൾപ്പെടുത്താൻ മെനക്കെടാതെ, വളരെ സ്വാഭാവികമായ നിലയിൽ ആ കാര്യങ്ങൾ മാത്രമായി എഴുതിവെക്കുകയും ചെയ്യു. ഈ ഭാഗവും അപ്പൊസ്തല പ്രവൃത്തികളിലെ പത്രോസിന്റെ പ്രസംഗത്തിലെ പരാമർശവും ഒരുമിച്ച് ചേർക്കുമ്പോൾ ഇത്തരമൊരു സംഭവം നടന്നതായി യേശുവിന്റെ ആദിമ ശിഷ്യഗണം പൂർണ്ണ ബോധ്യത്തോടെ അവകാശപ്പെട്ടുവെന്ന് ചരിത്രപരമായി നമ്മുക്ക് നിർണ്ണയിക്കുവാൻ സാധിക്കും.

അപ്പോൾ തന്നെ, മറ്റൊരു സാധ്യത കൂടി നാം പരിഗണിക്കേണ്ടതുണ്ട്. അതായത് പത്രോസ് തന്നെത്തന്നെ മറ്റു ശിഷ്യന്മാരുമായി താരതമ്യപ്പെടുത്തുന്ന ഒരു പ്രസ്താവന നടത്തിയതും യേശു പത്രോസിന് മറ്റു ശിഷ്യന്മാരെ ഉറപ്പിക്കുവാനുള്ള നിർദ്ദേശം നൽകിയെന്ന പാരമ്പര്യവും അറിയാമായിരുന്ന യോഹന്നാൻ അതിന്റെ വെളിച്ചത്തിൽ ചമച്ച ഒരു കഥയാണോ ഇതെന്നുള്ളതാണ് അത്. എന്നാൽ നാം മനസിലാക്കേണ്ട വസ്തുത ഒന്നാം നൂറ്റാണ്ടിന്റെ അവസാന ശതകത്തിന്റെ ആദ്യ വർഷങ്ങളിൽ ഈ സുവിശേഷം രചിക്കപ്പെടുമ്പോൾ ഇതിനകം തന്നെ മത്തായി, മർക്കോസ്, ലൂക്കോസ് സുവിശേഷങ്ങൾ രചിക്കപ്പെട്ടിരുന്നു. മത്തായിയും മർക്കോസും 'തന്റെ മരണത്തിനു ശേഷം ഗലീലിയയിൽ പ്രത്യക്ഷനാകുമെന്നുള്ള' യേശുവിന്റെ പ്രവചനം രേഖപ്പെടുത്തിയിട്ടുണ്ട്. യേശുവിന്റെ മരണത്തിനു ശേഷം

ഇങ്ങനെയൊന്ന് സംഭവിച്ചിട്ടില്ലെങ്കിൽ ഇവർ രണ്ടുപേരും ഈ പ്രവചനം രേഖപ്പെടുത്തുമോയെന്നത് സംശയകരമായ കാര്യമാണ്. മാത്രവുമല്ല ലൂക്കോസ് എന്തുകൊണ്ട് ഈ പ്രവചനം രേഖപ്പെടുത്തിയില്ലായെന്നതിനും ഒരു വിശദീകരണം ആവശ്യമാണ്.

മറ്റൊരു കാര്യം, അഞ്ഞൂറ് പേർക്ക് യേശു ഒരുമിച്ച് പ്രത്യക്ഷനായി എന്ന ഒരു കാര്യം പൗലോസ് തന്റെ സുവിശേഷത്തിൽ രേഖപ്പെടുത്തിയിട്ടുണ്ട് എന്നുള്ളതാണ്. എന്നാൽ പൗലോസിന്റെ സന്തത സഹചാരിയായിരുന്ന[36] ലൂക്കോസ് എന്തുകൊണ്ടാണ് ക്രിസ്തീയ കൂട്ടായ്മ ജെറുസലേമിൽ ആരംഭിക്കുന്ന സമയത്ത് കേവലം നൂറ്റിയിരുപത് പേർ മാത്രമാണ് ഒരുമിച്ചുണ്ടായിരുന്നതായി പറയുന്നത് (അപ്പൊ. പ്രവ. 1:15). ലൂക്കോസിന്റെ താല്പര്യത്തിന് ഏറ്റവും അനുയോജ്യമായത് കൂടുതൽ പേർ അവിടെയുണ്ടായിരുന്നുവെന്നു പറയുന്നതല്ലേ? പൗലോസിന്റെ സാക്ഷ്യം ചരിത്രപരമായി ആധികാരികമായി സ്വീകരിക്കുവാനുള്ള കാരണങ്ങൾ മുകളിൽ വിശദീകരിച്ചിരുന്നു.

അഞ്ഞൂറിലധികം പേർ തങ്ങൾക്ക് യേശു പ്രത്യക്ഷനായി എന്ന് വിശ്വസിച്ചിട്ടും അതിൽ ഏകദേശം അഞ്ചിലൊന്ന് ആളുകൾ മാത്രം ക്രിസ്തീയ കൂട്ടായ്മ ആരംഭിക്കുമ്പോൾ ആ കൂട്ടത്തിൽ കാണപ്പെടണമെങ്കിൽ ഈ അഞ്ഞൂറിലധികം പേർ അവർക്കുണ്ടായി എന്ന് വിശ്വസിച്ച അനുഭവത്തിന് നിദാനമായ സംഭവം നടന്നത് ജെറുസലേമിൽ വച്ചായിരിക്കില്ലായെന്ന് ചിന്തിക്കുന്നതാണ് ഏറ്റവും ഉചിതം. യോഹന്നാന്റെ സുവിശേഷത്തിന്റെ അവസാന ഭാഗത്തെ ഗലീലിയയിലെ തിബെര്യാസ് കടൽക്കരയിലെ പ്രത്യക്ഷത പൂർണ്ണമായും കെട്ടിച്ചമച്ച ഒന്നാണെന്ന വാദം അപ്പൊസ്തല പ്രവർത്തികളുടെ പുസ്തകത്തിൽ പത്രോസ് കൊർന്നെല്യോസിന്റെ ഭവനത്തിൽ വെച്ച് നടത്തിയ പ്രസ്താവനയെയും വിശദീകരിക്കുന്നില്ല.

---

[36] അപ്പൊസ്തലന്മാരുടെ പ്രവർത്തികൾ എന്ന പുസ്തകത്തിലെ ഇതര ഭാഗങ്ങളിൽ നിന്നും വ്യത്യസ്തമായി 'ഞങ്ങൾ' എന്ന പ്രയോഗം അപ്പൊ. പ്രവ. 16:10-17, 20:5-15, 21:1-8, 27:1-28:16 എന്നീ വാക്യങ്ങളിൽ കാണുവാൻ സാധിക്കും. ഇതിൽ നിന്നും ഈ ഭാഗങ്ങളിൽ പരാമർശിച്ചിരിക്കുന്ന സന്ദർഭങ്ങളിലെല്ലാം അപ്പൊസ്തല പ്രവർത്തിയുടെ രചയിതാവ് പൗലോസിനോടൊപ്പം യാത്ര ചെയ്തിരുന്നുവെന്നു വ്യക്തമാകുന്നു.

അങ്ങനെയാണെങ്കിൽ യോഹന്നാന്റെ സുവിശേഷമെഴുതിയവർക്ക് സമവീക്ഷണ സുവിശേഷങ്ങളിൽ ഉൾക്കൊള്ളിച്ചിരിക്കുന്ന പാരമ്പര്യങ്ങൾ അറിയാമായിരുന്നുവെങ്കിൽ യോഹന്നാൻ 21:1- 24-ൽ നാം കാണുന്നതെന്താണ്? ഇത് ഒരു ശുദ്ധമായ സ്മരണയാണോ? ഒരു അപവർത്തിത സ്മരണയാണോ? അതോ കെട്ടിച്ചമച്ച ഓർമ്മയാണോ?

കെട്ടിച്ചമച്ച ഓർമ്മയാണെങ്കിൽ വായനക്കാരെ എന്തോ ബോധ്യപ്പെടുത്തുവാൻ വേണ്ടിയുള്ള ശ്രമമാണ് ഇതിനു പിന്നിലുള്ളത്. അങ്ങനെയാണെങ്കിൽ സ്വാഭാവികമായും പത്രോസ് തന്നെത്തന്നെ മറ്റുള്ളവരുമായി താരതമ്യപ്പെടുത്തി പറഞ്ഞതും, യേശു പത്രോസിനെ നേതൃത്വം ഏല്പിക്കുന്ന നിലയിൽ സംസാരിച്ചതും, ഈ സുവിശേഷത്തിൽ പത്രോസ് യേശുവിനെ തള്ളിപ്പറയുമെന്ന പ്രവചനം യേശു പറയുന്ന ഭാഗത്ത് എഴുതുമെന്ന് തന്നെയാണ് നാം പ്രതീക്ഷിക്കേണ്ടത് (യോഹന്നാൻ 13:36-38). കാരണം അങ്ങനെ എഴുതിയാൽ യോഹന്നാന്റെ സുവിശേഷം അവസാന അധ്യായത്തിലെ പരാമർശങ്ങളുടെ പശ്ചാത്തലം വായനക്കാർക്ക് മനസിലാവുകയും യോഹന്നാന്റെ "വിശ്വാസം തെളിയിക്കൽ" പദ്ധതിക്ക് വളരെയധികം മൂർച്ച കൂടുകയും ചെയ്യുമായിരുന്നു. എന്നാൽ അങ്ങനെ സംഭവിച്ചിട്ടില്ല.

അങ്ങനെയാണെങ്കിൽ, "ഈ ശിഷ്യൻതന്നെയാണ് ഈ കാര്യങ്ങൾക്കു സാക്ഷ്യംവഹിക്കുന്നതും ഇവ എഴുതിയതും. അവന്റെ സാക്ഷ്യം സത്യമെന്നു ഞങ്ങൾ അറിയുന്നു" (യോഹന്നാൻ 21:24) എന്ന പ്രസ്താവനയിലൂടെ യോഹന്നാന്റെ സുവിശേഷത്തിന്റെ എഴുത്തുകാർ ഉദ്ദേശിച്ചിരിക്കുന്നത്, യഥാർത്ഥത്തിൽ ഞങ്ങൾ എഴുതിയിരിക്കുന്നത് പോലെയാണ് സംഭവിച്ചതെന്ന അവകാശവാദമുന്നയിക്കുന്നതിനു തുല്യമാണ്. തങ്ങൾ എഴുതിയ കാര്യത്തിന്റെ സമവീക്ഷണ സുവിശേഷങ്ങളിലെ പശ്ചാത്തലം അവർക്ക് അറിയാമായിരുന്നുവെങ്കിൽ അതിൽ നിന്ന് വ്യത്യസ്തമായാണ് തങ്ങളുടെ ദൃക്സാക്ഷിയായ യോഹന്നാൻ തങ്ങളോട് പറഞ്ഞതെന്ന് തന്നെയാണ് അവർ അവകാശപ്പെടുന്നത്. കുറേക്കൂടി വ്യക്തമായി പറഞ്ഞാൽ ഒരു

സംഭവം തന്നെ വ്യത്യസ്തമായ നിലകളിൽ ഓർക്കുന്ന അപവർത്തിത സ്മരണയെന്ന വിഭാഗത്തിലാണ് ഈ ഭാഗത്തെ ഉൾപ്പെടുത്തുവാൻ സാധിക്കുന്നത്. മത്തായിയുടെ സുവിശേഷം പരിശോധിച്ചാൽ പല തരത്തിലുള്ള തിരുത്തലുകൾ മർക്കോസിന്റെ സുവിശേഷം പകർത്തിയെഴുതിയപ്പോൾ മത്തായി വരുത്തിയിട്ടുള്ളതായി കാണാം.[37]

സ്വാഭാവികമായും യേശുവിന്റെ മരണത്തിനു ശേഷം ഗലീലിയയിൽ യേശു പ്രത്യക്ഷപ്പെട്ടുവെന്നൊരു അവകാശവാദം ആരും ഉന്നയിച്ചിട്ടില്ലായിരുന്നെങ്കിൽ യേശു ഗലീലിയയിൽ പ്രത്യക്ഷപ്പെടുമെന്നുള്ള പ്രവചനം മത്തായി തന്റെ സുവിശേഷത്തിൽ നിന്ന് ഒഴിവാക്കുമായിരുന്നു. എന്നാൽ ആ ഭാഗം മത്തായി ഉൾപ്പെടുത്തിയിട്ടുണ്ട് (മത്തായി 26:32). യേശു ഗലീലിയയിൽ പ്രത്യക്ഷനായ സംഭവം വിവരിക്കുമ്പോൾ അത് ഒരു മലയിൽ വെച്ചാണ് സംഭവിച്ചതെന്നാണ് മത്തായി പറയുന്നത് (മത്തായി 28:16-17). മത്തായിയുടെ സുവിശേഷത്തിൽ മറ്റു സുവിശേഷങ്ങളേക്കാളധികം യേശുവിനെ മലയുമായി ബന്ധിപ്പിക്കുന്ന ഒരു പ്രതിപാദ്യ സമീപനം ഗവേഷകന്മാർ കണ്ടെത്തിയിട്ടുണ്ട്.[38] ഇനി ലൂക്കോസിന്റെ കാര്യമെടുത്താൽ

---

[37] യേശുവിന്റെ അറിവില്ലായ്മയെ സൂചിപ്പിക്കുന്ന ചോദ്യങ്ങൾ ഒഴിവാക്കിയിരിക്കുന്നു (മർക്കോസ് 5:9, 30; 6:38; 8:23; 9:12, 16, 21, 33; 10:3; 14:14). യേശുവിന്റെ കഴിവിന്റെയോ അധികാരത്തിന്റെയോ അഭാവത്തെ സൂചിപ്പിക്കുന്ന പ്രസ്താവനകൾ പരിഷ്ക്കരിച്ചിരിക്കുന്നു (താരതമ്യം-മത്താ. 13:58 മർക്കോസ് 6:5). യേശു മനുഷ്യവികാരങ്ങൾ പ്രകടിപ്പിക്കുന്നതിനെക്കുറിച്ചുള്ള പരാമർശങ്ങൾ ഒഴിവാക്കിയിരിക്കുന്നു: "കനിവ്" (മർക്കോസ് 1:41), "കോപം" (മർക്കോസ് 3:5), "സങ്കടം" (മർക്കോസ് 3:5), "അത്ഭുതം" (മർക്കോസ് 6:6), "ദേഷ്യം" (മർക്കോസ് 10:14), "സ്നേഹം" (മർക്കോസ് 10:21). യേശുവിനെ ഒരു മാന്ത്രികനായി ചിത്രീകരിക്കുന്നതായി തോന്നുന്ന കഥകൾ ഒഴിവാക്കിയിരിക്കുന്നു (മർക്കോസ് 7:31-37; 8:22-26).

[38] ഏകദേശം പതിനാറോളം പ്രാവശ്യം മല അല്ലെങ്കിൽ കുന്ന് എന്ന അർത്ഥം വരുന്ന ഓറോസ് എന്ന പദം മത്തായി ഉപയോഗിച്ചിട്ടുണ്ട്. ഇതിൽ യേശുവിന്റെ പ്രത്യക്ഷത മാറ്റി നിർത്തിയാൽ ഏറ്റവും പ്രധാനപ്പെട്ട ഭാഗങ്ങൾ ഇവയാണ്: മത്തായി 4:8; 5:1, 8:1; 15:29; 17:1-9; 24:3. ഇതിനെ സംബന്ധിച്ച ഏറ്റവും മികച്ച പഠനം: Terence L. Donaldson, *Jesus on the Mountain: A Study in Matthean Theology* (Bloomsbury Publishing Plc, 1985).

മർക്കോസ് എഴുതിയ പല ഭാഗങ്ങളും ലൂക്കോസ് തന്റെ സുവിശേഷത്തിൽ നിന്ന് ഒഴിവാക്കിയിട്ടുണ്ട്.[39] അതേസമയം തന്നെ ലൂക്കോസിന്റെ സുവിശേഷത്തിൽ ജെറുസലേം നഗരത്തിന് ഒരു കേന്ദ്ര പ്രാധാന്യം നൽകിയിട്ടുള്ളതായും പണ്ഡിതന്മാർ നിരീക്ഷിച്ചിട്ടുണ്ട്.[40]

ഈ കാരണത്താൽ തന്നെയാണ് ഗലീലിയയിലെ പ്രത്യക്ഷതയെക്കുറിച്ചുള്ള വിവരണങ്ങൾ ലൂക്കോസ് ഒഴിവാക്കിയതെന്ന് നമ്മുക്ക് മനസിലാക്കുവാൻ സാധിക്കും. മാത്രവുമല്ല ഉയിർത്തെഴുന്നേറ്റതിനു ശേഷം "നിങ്ങൾക്കു മുമ്പെ ഗലീലെക്കു പോകുന്നു" (മർക്കോസ് 16:7) എന്ന് യേശു പറഞ്ഞുവെന്ന പ്രസ്താവനയെ ലൂക്കോസ് "മുമ്പെ ഗലീലയിൽ ഇരിക്കുമ്പോൾ തന്നേ അവൻ നിങ്ങളോടു" (ലൂക്കോസ് 24:7) പറഞ്ഞുവെന്നാക്കുകയും ചെയ്തിരിക്കുന്നു. ഇതു കൂടാതെ

---

[39] ലൂക്കോസ് പൊതുവിൽ മർക്കോസിന്റെ സുവിശേഷത്തിൽ എഴുതിയിരിക്കുന്ന രീതിയിൽ തന്നെ സംഭവങ്ങളുടെ ക്രമം കൃത്യമായി പിന്തുടരുന്നുണ്ട് (മർക്കോസ് 4:1-9:40). എന്നിരുന്നാലും, ശൈലീപരമായ മാറ്റങ്ങൾ, ഒഴിവാക്കലുകൾ, സംഭവങ്ങളുടെ സ്ഥാനമാറ്റങ്ങൾ എന്നിവ ലൂക്കോസിന്റെ സുവിശേഷത്തിൽ കാണുവാൻ സാധിക്കും. ദൈവരാജ്യത്തെക്കുറിച്ചുള്ള ചില ഉപമകൾ (മർക്കോസ് 4:26-34), സ്ഥാപകന്റെ മരണത്തെക്കുറിച്ചുള്ള വൃത്താന്തം (മർക്കോസ് 6:17-29), ഏലിയാവിന്റെ മടങ്ങിവരവിനെക്കുറിച്ചുള്ള പരാമർശങ്ങൾ (മർക്കോസ് 9:11-13) എന്നിവ ലൂക്കോസ് ഒഴിവാക്കിയിട്ടുണ്ട്. ഈ ഒഴിവാക്കലുകൾക്ക് പുറമെ, ലൂക്കോസ് മർക്കോസ് 6:45-8:26 ഒഴിവാക്കുന്നുണ്ട് ഇതിനെ 'വലിയ ഒഴിവാക്കൽ' എന്നാണ് പണ്ഡിതന്മാർ വിശേഷിപ്പിക്കുന്നത്. Robert A. Stein, *Luke: An Exegetical and Theological Exposition of Holy Scripture* (B&H Publishing Group, 1993), 265. ഈ ഒഴിവാക്കലുകളെ പല നിലകളിൽ വിശദീകരിക്കുവാൻ പണ്ഡിതന്മാർ ശ്രമിച്ചിട്ടുണ്ട്. ഉദാഹരണമായി Stephen G. Wilson, *The Gentiles and the Gentile Mission in Luke-Acts* (Cambridge University Press, 2005), 48–51. നോക്കുക

[40] Lukas Bormann, "Jerusalem as Seen by Ancient Historians and in Luke-Acts," in *Understanding the Spiritual Meaning of Jerusalem in Three Abrahamic Religions* (Brill, 2019), 112–22; George Eldon Ladd, *A Theology of the New Testament* (Wm. B. Eerdmans Publishing, 1993), 240–41; Christopher M. Tuckett, *Luke* (A&C Black, 2004), 57–58; Fred B. Craddock, *Luke* (Westminster John Knox Press, 2009), 288; Maria Yen Thi Do, *The Lucan Journey: A Study of Luke 9:28-36 and Acts 1:6-11 as an Architectural Pair* (Peter Lang, 2010), 56.

യേശുവിന്റെ മരണാനന്തര പ്രത്യക്ഷതകളെക്കുറിച്ച് പൗലോസ് പ്രസംഗിച്ചതായി അപ്പൊ. പ്രവ. 13:31-ൽ ലൂക്കോസ് എഴുതിയിരിക്കുന്നത് "തന്നോടുകൂടെ ഗലീലയിൽ നിന്ന് യെരുശലേമിലേക്ക് വന്നവർക്ക് ഏറിയദിവസം പ്രത്യക്ഷനായി" എന്നാണ്. അതായത് ഗലീലയിൽ യേശു പ്രത്യക്ഷനായി എന്നത് പൂർണ്ണമായും തമസ്ക്കരിച്ച് പ്രത്യക്ഷതകൾ ജെറുസലേമിൽ മാത്രമായി കേന്ദ്രീകരിക്കുന്ന ഒരു സമീപനമാണ് ലൂക്കോസ് ഇവിടെ സ്വീകരിച്ചിരിക്കുന്നത്.

മത്തായി 26:32-ലും മർക്കോസ് 14:28-ലും മർക്കോസ് 16:7-ലും യേശുവിന്റെ ഗലീലിയയിലെ മരണാനന്തര പ്രത്യക്ഷതയെക്കുറിച്ചുള്ള ഒരു പരോക്ഷ പരാമർശം കാണുവാനും സാധിക്കും. ശ്രദ്ധേയമായ ഒരു വസ്തുത, സുവിശേഷങ്ങളിൽ എവിടെ നടക്കുമെന്ന് മുൻകൂട്ടി പ്രഖ്യാപിച്ചുള്ള ഒരേയൊരു പ്രത്യക്ഷത ഗലീലിയയിലേത് ആയിരുന്നുവെന്നാണ് സുവിശേഷങ്ങൾ തന്നെ അവകാശപ്പെടുന്നത്. ഇത് 1 കൊരിന്ത്യർ 15:6-ലെ പരാമർശവുമായി യോജിച്ച് പോകുന്നതാണ്.

സ്വാഭാവികമായും, ഇത്തരമൊരു പ്രത്യക്ഷത നടന്നുവെങ്കിൽ ശിഷ്യന്മാർ മാത്രമായിരിക്കില്ല അവിടെ സന്നിഹിതരാകുന്നത്. ഇത്തരമൊരു സാധ്യത മുന്നിൽ കണ്ട് ശിഷ്യന്മാർ ഗലീലിയയ്ക്ക് പോവുകയാണെങ്കിൽ നിശ്ചയമായും ഈ വാർത്ത പുറത്ത് അറിയുകയും ഇവർക്കിടയിൽ സംഭവിക്കുന്ന കാര്യങ്ങൾ വേഗം പ്രസിദ്ധപ്പെടുകയും ചെയ്യാനുള്ള സാധ്യത തള്ളിക്കളയുവാനാകില്ല. ഇത് 1 കൊരിന്ത്യർ 15:6-ൽ അഞ്ഞൂറിൽ അധികം പേർക്ക് ഒരുമിച്ച് യേശു പ്രത്യക്ഷനായെന്ന പൗലോസിന്റെ അവകാശവാദവുമായി ചേർന്നു പോകുന്നതാണ്. മത്തായി 28:17-ൽ യേശുവിനെക്കണ്ടപ്പോൾ ചിലർ സംശയിച്ചുവെന്ന പരാമർശവും കാണുവാൻ സാധിക്കും. മത്തായി എന്തിന് ഇങ്ങനെ ഒരു പരാമർശം കെട്ടിച്ചമയ്ക്കണം?

പ്രധാനപ്പെട്ട ഒരു കാര്യം ലൂക്കോസ് 24:38-39-ൽ കാണുന്നത് പോലെയോ, യോഹന്നാൻ 20:25-27-ൽ കാണുന്നത് പോലെയോ

ഈ സംശയം തീർക്കുന്നതിനായി, സവിശേഷമായി ഒന്നും യേശു ചെയ്യുന്നതായി മത്തായി രേഖപ്പെടുത്തിയിട്ടില്ല. ചുരുക്കത്തിൽ, സംശയത്തോടെ, അതിനു ശേഷമുള്ള ഒരു പ്രസ്താവനയോടെ, സംശയം അവശേഷിപ്പിച്ച് സുവിശേഷം മത്തായി അവസാനിപ്പിക്കുകയാണ്. ഇത് മത്തായിയുടെ "വിശ്വാസം തെളിയിക്കൽ" അജണ്ടയ്ക്ക് വിരുദ്ധമാണ്. ഇത്തരമൊരു അവകാശവാദം ആരും ഉന്നയിച്ചിട്ടില്ലെങ്കിൽ, മത്തായി തന്റെ സുവിശേഷത്തിൽ ഇങ്ങനെ തന്റെ താല്പര്യത്തിനും രീതിക്കും യോജിക്കാത്ത ഒരു വിവരണം കൃത്രിമമായി ചമയ്ക്കുകയില്ല.

അപ്പോൾ തന്നെ, നമ്മൾ നേരത്തേ കണ്ട നിലയിൽ, യേശു മലയിൽ പ്രത്യക്ഷനാകുമെന്ന് മുൻകൂട്ടി പറഞ്ഞിരുന്നുവെന്നുള്ളത് മത്തായി മാത്രമാണ് അവകാശപ്പെടുന്നത് (മത്തായി 28:16). മലയെ യേശുവുമായി ബന്ധിപ്പിക്കുവാനുള്ള മത്തായിയുടെ താല്പര്യവും ഞാൻ നേരത്തേ ചൂണ്ടിക്കാണിച്ചിരുന്നു. മലയിൽ വെച്ച് ന്യായപ്രമാണത്തിന് വ്യാഖ്യാനം നൽകുന്ന പുതിയനിയമത്തിലെ മോശയായ യേശുവിന്റെ (മത്തായി 5:1, 17:1, 24:3) അവസാന പ്രത്യക്ഷതയും ശിഷ്യന്മാർക്കുള്ള നിർദ്ദേശം നൽകലും, തന്റെ ജീവിതാവസാനത്തിൽ നെബോപർവ്വതത്തിൽ മോശ നിന്നതിന് (ആവർത്തനം 34:1) സമാനമായി മത്തായി ചിത്രീകരിച്ചിരിക്കുന്നത് ചരിത്രവസ്തുതകളെക്കാൾ മത്തായിയുടെ ഭാവന കാരണമായിരിക്കുവാനാണ് കൂടുതൽ സാധ്യത.

ഇത് യോഹന്നാന്റെ സുവിശേഷത്തിലെ തിബെര്യാസ് കടൽക്കരയിലെ പ്രത്യക്ഷതയുമായി താരതമ്യപ്പെടുത്തേണ്ടതാണ്. അവിടെ നടക്കുന്ന കാര്യങ്ങളുടെ പശ്ചാത്തലമായ, സമവീക്ഷണ സുവിശേഷങ്ങളിലെ യേശുവും പത്രോസുമായി മുൻപ് നടന്നിട്ടുള്ള സംഭാഷണങ്ങൾ, യോഹന്നാന്റെ സുവിശേഷം ചിട്ടപ്പെടുത്തിയവർ എഴുതിയിട്ടില്ല. സാമൂഹ്യ ഓർമ്മകളെ സംബന്ധിച്ച സിദ്ധാന്തത്തിന്റെ വെളിച്ചത്തിൽ ചിന്തിക്കുമ്പോൾ, ഈ ഓർമ്മയുടെ കൈമാറ്റത്തിന്റെ ചരിത്രത്തിൽ എവിടെയും, യേശുവും പത്രോസുമായി അന്ന് നടന്ന സംഭാഷണത്തിന്റെ അന്തിമപാദമാണിത് എന്ന ഒരു നിലയിൽ യോഹന്നാന്റെ

സുവിശേഷം അദ്ധ്യായം 21-ലെ സംഭവങ്ങൾ അവതിരിപ്പിക്കപ്പെട്ടിട്ടില്ലായെന്ന് ചിന്തിക്കുവാൻ സാധിക്കില്ല.

അങ്ങനെയാണെങ്കിൽ, യേശു പ്രവചിച്ച ഗലീലിയയിലെ പ്രത്യക്ഷത ഇതാണ് എന്ന ഒരു അവകാശവാദം ഇതിനോട് ചേർന്ന് നിലനിന്നിരിക്കണം. ഈ ഒരു വെളിച്ചത്തിൽ ചിന്തിക്കുമ്പോൾ, ഗലീലിയയിൽ വെച്ച് ചിലർക്കുണ്ടായ അനുഭവങ്ങളുടെ അടിസ്ഥാനത്തിൽ മത്തായിയുടെ സുവിശേഷത്തിലെ 'യേശുവിന്റെ ശുശ്രൂഷയെ മലയുമായി ബന്ധിപ്പിക്കുകയെന്ന' താൽപര്യത്താൽ അപവർത്തനം സംഭവിച്ച ഒരു വിവരണമാണ് മത്തായിയുടെ സുവിശേഷം ഇരുപത്തിയെട്ടാം അധ്യായത്തിലെ പ്രത്യക്ഷത. അതായത് മത്തായി 28:16-19-നും യോഹന്നാൻ 21:1- 23-നും പിന്നിലുള്ളത് ഒരേ സംഭവം തന്നെയാണ്. ഈ രണ്ടുഭാഗത്തും ചില ചുമതലകൾ ഒരു അന്തിമ കല്പന പോലെ യേശു നൽകുന്നുണ്ടെന്നതും ശ്രദ്ധിക്കുക (യോഹന്നാൻ 21:17-18, 22; മത്തായി 28:18-19). എന്നാൽ ഈ സംഭവം നടക്കുമ്പോൾ എല്ലാ ശിഷ്യന്മാരും അവിടെ ഉണ്ടായിരുന്നില്ല.[41] മത്തായിക്ക് ഗലീലിയയിൽ വെച്ച് യേശുവിന്റെ പ്രത്യക്ഷതയുണ്ടായതായി അറിയാമായിരുന്നു, എന്നാൽ അതിന്റെ വിശദാംശങ്ങൾ അറിയില്ലായിരുന്നു.

ചുങ്കക്കാരനായ മത്തായി ഗലീലിയയിൽ മടങ്ങിച്ചെന്ന് മീൻപിടിക്കാൻ പോകുന്നവരോടൊപ്പം യാത്ര ചെയ്യുവെന്ന് ചിന്തിക്കേണ്ടതില്ല. സ്വാഭാവികമായും പന്ത്രണ്ട് അപ്പൊസ്തലന്മാരിൽ എല്ലാവരും ഈ സംഭവം നടക്കുമ്പോൾ അവിടെ ഇല്ലായിരുന്നുവെങ്കിൽ ഗലീലിയയിലെ ഈ പ്രത്യക്ഷതയ്ക്ക് അപ്പൊസ്തലന്മാരുടെ വലയത്തിനുള്ളിൽ കുറഞ്ഞ പ്രാധാന്യം മാത്രമേ ലഭിച്ചിരിക്കുവാൻ ഇടയുള്ളൂ. സ്വാഭാവികമായും മറ്റു പ്രത്യക്ഷതകളുടെ അത്ര പ്രചാരം സിദ്ധിച്ചിട്ടില്ലാത്ത സംഭവമെന്ന നിലയിൽ ഈ സംഭവം വിവരിക്കുവാൻ ശ്രമിച്ചപ്പോൾ കൂടുതൽ വ്യതിയാനങ്ങൾ വിവരണങ്ങളിൽ വരികയെന്നത് സ്വാഭാവികമാണ്. മത്തായിയുടെ സുവിശേഷത്തിലെ മലയിലെ പ്രത്യക്ഷത ഈ

---

[41] ഏഴുപേർ മാത്രമേ ഉണ്ടായിരുന്നുള്ളൂ (യോഹന്നാൻ 21:2).

നിലയിൽ വേണം മനസിലാക്കുവാൻ. എല്ലാം ക്രമത്തിൽ എഴുതുവാൻ ആഗ്രഹിച്ച ലൂക്കോസ് അത്ര പ്രചാരത്തിലില്ലാത്തതും പരസ്പര വിരുദ്ധമായ വിവരണങ്ങൾ ഉള്ളതുമായ ഈ സംഭവം വിട്ടുകളഞ്ഞതും ഈ നിലയിൽ മനസിലാക്കുവാൻ സാധിക്കും.

യോഹന്നാൻ പറയുന്നതനുസരിച്ച് പുലർകാലം ആയപ്പോഴാണ് ഈ സംഭവം നടക്കുന്നത് (യോഹന്നാൻ 21:4). സ്വാഭാവികമായും മത്സ്യബന്ധനത്തിനു വന്ന മറ്റുള്ളവരും അവിടെ കാണണം.[42] മാത്രവുമല്ല യേശു പ്രത്യക്ഷനാകും എന്ന് പറഞ്ഞതുകൊണ്ടാണ് തങ്ങൾ ഗലീലിയയിലേക്ക് വന്നതെന്ന് ശിഷ്യന്മാർ ആരോടും പറഞ്ഞുകാണില്ല എന്നും ചിന്തിക്കേണ്ടതില്ല. ഒരു പ്രധാന മത്സ്യവ്യാപാര സ്ഥലമായിരുന്ന തിബെര്യാസിന്റെ[43] കടൽക്കരയിൽ, ഒരു പുലർച്ചെ സമയം, ഇത്തരത്തിൽ പ്രതീക്ഷിക്കപ്പെട്ടിരുന്ന ഒരു സംഭവം നടക്കുമ്പോൾ, യേശുവിന്റെ പരസ്യശുശ്രൂഷാ കാലയളവിൽ സംഭവിച്ചുവെന്ന് സുവിശേഷകന്മാർ അവകാശപ്പെടുന്നത് പോലെയുള്ള ഒരു ആൾക്കൂട്ടം വന്നുകൂടുകയെന്നതും[44] അസാധ്യമായ ഒരു കാര്യമല്ല.

സ്വാഭാവികമായും 1 കൊരിന്ത്യർ 15:6-ൽ പറയുന്ന സംഭവം നടന്നിരിക്കുവാനും ഏറ്റവും അനുയോജ്യമായ ഒരു സ്ഥലമാണിത്. യോഹന്നാന്റെ വിവരണം അവസാനിക്കുന്ന രീതി വെച്ച് നോക്കിയാൽ ഇത് പൂർണ്ണമായ ഒരു വിവരണമല്ല. അതിനാൽ തന്നെ ഇത്തരമൊരു വിശദാംശം യോഹന്നാൻ നേരിട്ട് എഴുതിയിട്ടില്ലായെന്നത് ഒരു പ്രശ്നമായി കണക്കാക്കുവാനാകില്ല. ഇത്രയും തിരക്കുണ്ടാകുവാൻ സാധ്യതയുള്ള ഒരു പരസ്യ സ്ഥലത്ത് ചില ദിവസങ്ങൾക്ക് മുൻപ് ജെറുസലേമിൽ റോമക്കാർ ക്രൂശിച്ചുകൊന്ന പ്രാദേശിക അത്ഭുതപ്രവർത്തകൻ അദ്ദേഹത്തിന്റെ

---

[42] ഉദാഹരണമായി ലൂക്കോസ് 5:7 നോക്കുക.

[43] Ze'ev Safrai, *The Economy of Roman Palestine* (Routledge, 2003), 134; Klausner, *Jesus of Nazareth*, 176.

[44] ഉദാഹരണമായി യോഹന്നാൻ 6:1-2; ലൂക്കോസ് 5:1 എന്നീ ഭാഗങ്ങൾ നോക്കുക. (ഗന്നേസരെത്ത് തടാകത്തിന്റെ കര, തിബെർയ്യാസ് കടൽക്കര, ഗലീലക്കടൽക്കര ഇതെല്ലാം ഒരു സ്ഥലം തന്നെയാണ്).

ശിഷ്യന്മാർ പ്രതീക്ഷിച്ചു വന്നതുപോലെ താൻ സ്ഥിരം വരാറുള്ള കടൽക്കരയിൽ വന്നു നിൽക്കുന്നുവെന്ന വാർത്ത പരന്നാൽ യോഹന്നാന്റെ സുവിശേഷത്തിൽ വിവരിച്ചിരിക്കുന്ന അത്രയും സംഭവങ്ങൾ നടക്കുന്ന സമയം മാത്രം പരിഗണിച്ചാൽ പോലും അവിടേക്ക് അഞ്ഞൂറിലധികം പേർ ചില നിമിഷങ്ങൾക്കുള്ളിൽ എത്തിച്ചേരുകയെന്നത് അസാധ്യമായ ഒരു കാര്യമല്ല.

ചുരുക്കത്തിൽ യോഹന്നാന്റെ സുവിശേഷം അദ്ധ്യായം 21-ൽ നടന്നതായി അതിന്റെ രചയിതാക്കൾ തറപ്പിച്ച് പറയുന്ന ഈ കാര്യം മറ്റു സുവിശേഷങ്ങളിൽ കാണുന്ന കാര്യങ്ങളെയും പൗലോസിന്റെ ലേഖനത്തിൽ കാണുന്ന പരാമർശത്തെയുമെല്ലാം വ്യക്തമായി വിശദീകരിക്കുന്ന ഒന്നാണ്. ഇതെല്ലാം നേരിട്ട് ഈ ഭാഗത്ത് വ്യക്തമാക്കിയിട്ടില്ലായെന്നത് ശ്രദ്ധിക്കുക. എന്നാൽ ഒരു സൂക്ഷ്മമായ, നിരൂപണപരമായ വായനയിലൂടെ ഇത് നമ്മുക്ക് മനസിലാക്കിയെടുക്കുവാൻ സാധിക്കുന്നു. തിബെര്യാസ് കടൽക്കരയിൽ ഉയിർത്തെഴുന്നേറ്റ യേശു പ്രത്യക്ഷനായെന്ന യോഹന്നാന്റെ സുവിശേഷത്തിലെ അവകാശവാദം ചരിത്രത്തിൽ ചിലർ അനുഭവിച്ച ഒരു സംഭവത്തെ അടിസ്ഥാനപ്പെടുത്തി രചിക്കപ്പെട്ടതാണെന്ന വസ്തുതയിലേക്കാണ് വിരൽചൂണ്ടുന്നത്.

യോഹന്നാന്റെ സുവിശേഷത്തിൽ കാണുന്ന വിവരണത്തിന്റെ ആധികാരികതയെ പിന്തുണയ്ക്കുന്ന ചില തെളിവുകൾ നേരത്തേ ചർച്ച ചെയ്തിരുന്നതും ഇതിനോടൊപ്പം പരിഗണിക്കേണ്ടതാണ്. ഇതുകൂടാതെ മറ്റു ചില കാര്യങ്ങളും ശ്രദ്ദേയമാണ്. യേശു പന്ത്രണ്ടുപേർക്ക് പ്രത്യക്ഷനായി എന്ന പൗലോസിന്റെ പരാമർശം ശരിയാണെങ്കിൽ പിന്നെ ഗലീലിയയിൽ വെച്ച് യേശു പ്രത്യക്ഷനാകുമ്പോൾ "ചിലരോ സംശയിച്ചു" എന്ന് മത്തായി പറയേണ്ട കാര്യമെന്താണ്. രണ്ടു സാധ്യതകളാണുള്ളത്: ഒന്ന് ജെറുസലേമിൽ വെച്ചുള്ള പ്രത്യക്ഷത മത്തായി പരാമർശിക്കാത്തതിനാൽ തന്നെ ആദ്യം യേശുവിനെ കണ്ടപ്പോൾ ശിഷ്യന്മാരിൽ ചിലർ സംശയിച്ചുവെന്ന വസ്തുത ഈ ഭാഗത്ത് സൂചിപ്പിച്ചു. രണ്ടാമത്തെ സാധ്യത ഗലീലിയയിൽ വെച്ച് യേശു പ്രത്യക്ഷനായപ്പോൾ ചിലർ സംശയിച്ചുവെന്ന പാരമ്പര്യം മത്തായി

ഈ ഭാഗത്ത് ഉൾപ്പെടുത്തി. പൗലോസിന്റെ കത്തിൽ നിന്നും, ലൂക്കോസിന്റെ സുവിശേഷത്തിൽ നിന്നും, യോഹന്നാന്റെ സുവിശേഷത്തിൽ നിന്നും, യേശു ആദ്യം ജെറുസലേമിൽ പ്രത്യക്ഷനായി എന്ന അവകാശവാദം ശിഷ്യന്മാർ ഉന്നയിച്ചിരുന്നുവെന്നത് ചരിത്രപരമായി ഉറപ്പിക്കുവാൻ സാധിക്കുന്ന കാര്യമായതിനാൽ, മത്തായി പറയുന്ന, 'സംശയിച്ച ചിലർ' പൗലോസിന്റെ ലേഖനത്തിൽ പറയുന്ന അഞ്ഞൂറ് പേരിൽ ചിലരായിരിക്കുവാനാണ് കൂടുതൽ സാധ്യത.

മറ്റൊരു പ്രധാനപ്പെട്ട വസ്തുത, മത്സ്യബന്ധനത്തിനു പോകുവാൻ വേണ്ടി മുൻകൈയെടുക്കുന്നതും യേശുവിനെ കണ്ട ഉടനെ കടലിലേക്ക് ചാടുന്നതും പത്രോസാണ്. ഇത് മറ്റുഭാഗങ്ങളിൽ കാണുന്ന പത്രോസിന്റെ സ്വഭാവവുമായി ചേർന്നു പോകുന്നതാണ് (മത്തായി 16:16, 22; 26:33; അപ്പൊ. പ്രവ. 2:14; യോഹന്നാൻ 6:68). ഇതും യോഹന്നാൻ വിവരിക്കുന്ന തിബെര്യാസ് കടൽക്കരയിലെ പ്രത്യക്ഷതയുടെ ചരിത്രപരമായ വിശ്വാസ്യത വർദ്ധിപ്പിക്കുന്നതാണ്. യോഹന്നാൻ തന്റെ സുവിശേഷമെഴുതുമ്പോൾ പത്രോസ് രക്തസാക്ഷിയായി ഏകദേശം 25 വർഷങ്ങളെങ്കിലും കഴിഞ്ഞിരുന്നു.[45] പിൽക്കാല ചരിത്രത്തിൽ പത്രോസിന് ലഭിച്ചിട്ടുള്ള പ്രാധാന്യം വെച്ച് നോക്കുമ്പോൾ, ഇത്രയും ആദരണീയനായ ഒരു അപ്പൊസ്തലൻ, യേശു ഉയിർത്തെഴുന്നേറ്റത്തിനു ശേഷവും "കലപ്പെക്കു കൈ വെച്ച ശേഷം പുറകോട്ടു നോക്കുന്ന" (ലൂക്കോസ് 9:62)[46] ഒരുവനെപ്പോലെ, തന്റെ പഴയ തൊഴിലിലേക്ക് മടങ്ങിപ്പോകുവാൻ താല്പര്യപ്പെട്ട ഒരാളാണെന്ന ഒരു കഥ ചമച്ച് പത്രോസിനെ അപമാനിക്കുവാൻ യോഹന്നാനോ അദ്ദേഹത്തിന്റെ

---

[45] Martin Hengel, *Acts and the History of Earliest Christianity* (Wipf and Stock Publishers, 2003), 137; Edward Earle Ellis, *The Making of the New Testament Documents* (BRILL, 2002), 248.

[46] യേശു യഥാർത്ഥത്തിൽ ഇങ്ങനെ പറഞ്ഞിട്ടുണ്ടോ ഇല്ലയോ എന്നതല്ല വിഷയം മറിച്ച് ഇത്തരത്തിലുള്ള പിന്നോട്ടു പോക്കുകൾ അനുവദനീയമായ ഒന്നായി ആ കാലഘട്ടത്തിൽ കരുതിയിരുന്നില്ലായെന്നത് മാത്രമാണ് ഈ പ്രസ്താവനയിലൂടെ ചൂണ്ടിക്കാണിക്കുവാൻ ആഗ്രഹിക്കുന്നത്.

സുവിശേഷം ചിട്ടപ്പെടുത്തിയവരോ തയ്യാറാകും എന്ന് പ്രതീക്ഷിക്കുവാൻ നിർവ്വാഹമില്ല.

ഉയിർത്തെഴുന്നേല്പിനു സാക്ഷ്യം വഹിക്കുകയെന്നതായിരുന്നു അപ്പൊസ്തലന്മാരുടെ പ്രധാന ദൗത്യമെന്ന് ഓർക്കുക. അതും ആ സാക്ഷ്യം വഹിക്കുവാനും ശുശ്രൂഷ ചെയ്യുവാനും ആവശ്യമായ പരിശുദ്ധാത്മാവിനെ പ്രാപിച്ചതിനു ശേഷവും (യോഹന്നാൻ 20:22).[47] ഇതും ഈ ഭാഗത്തിന്റെ ചരിത്രപരതയെ പിന്തുണയ്ക്കുന്ന ഒരു തെളിവാണ്. പത്രോസിന്റെ ഈ എടുത്തുചാട്ട സ്വഭാവം ഏറ്റവും പ്രകടമാകുന്ന ഭാഗം യേശു വെള്ളത്തിൻ മീതെ നടക്കുന്ന സന്ദർഭമാണ് (മത്തായി 14:22-33, മർക്കോസ് 6:45-52, യോഹന്നാൻ 6:16-21). ഇതിൽ മത്തായി മാത്രമാണ് പത്രോസ് വെള്ളത്തിൻ മീതെ നടക്കുവാൻ തയ്യാറാകുന്ന കാര്യം പരാമർശിച്ചിട്ടുള്ളൂ. ആദിമ ക്രിസ്ത്യാനികൾ അവകാശപ്പെട്ടതുപോലെ മർക്കോസിന്റെ സുവിശേഷം പത്രോസിന്റെ പ്രസംഗത്തിന്റെ അടിസ്ഥാനത്തിൽ ചിട്ടപ്പെടുത്തിയതാണെങ്കിൽ തന്റെ അൽപവിശ്വാസത്തെക്കുറിച്ച് പറയാതിരുന്നതിന്റെയും അത് മർക്കോസ് രേഖപ്പെടുത്താതിരുന്നതിന്റെയും കാരണം നമ്മുക്ക് മനസിലാക്കുവാൻ സാധിക്കും.

എന്തായാലും, ഈ ഭാഗത്തിന്റെ ചരിത്രപരതയല്ല നമ്മുടെ വിഷയം. മറിച്ച് ഈ ഭാഗത്തിന്റെ രചനാപരമായ പ്രത്യേകതകളുടെ അടിസ്ഥാനത്തിൽ, യേശു കടലിൻ മീതെ നടന്നുവെന്ന കഥ യേശുവിന്റെ ഉയിർത്തെഴുന്നേല്പിനു ശേഷം നടന്ന ഒരു കാര്യമായാണ് ആദ്യം പ്രചരിച്ചിരുന്നതെന്നും, അത് പിന്നീട് യേശുവിന്റെ പരസ്യശുശ്രൂഷാ കാലയളവിലെ ഒരു സംഭവമായി പരിണമിക്കുകയുമാണ് ഉണ്ടായതെന്ന പണ്ഡിതന്മാരുടെ

---

[47] ശിഷ്യന്മാർ പിന്നീട് ജെറുസലേമിൽ കാത്തിരുന്നാണ് പരിശുദ്ധാത്മാവിനെ പ്രാപിച്ചതെന്ന അപ്പൊസ്തല പ്രവർത്തികളിലെ ചിന്ത ഈ ഭാഗത്തേക്ക് കൊണ്ടുവരേണ്ടതില്ല. യോഹന്നാന്റെ സുവിശേഷം സഭകളിൽ വായിച്ചു കേൾക്കുന്ന വിശ്വാസികൾ എങ്ങനെ ചിന്തിക്കുമെന്നത് മാത്രമാണ് ഇവിടുത്തെ വിഷയം.

നിഗമനമാണ് നമ്മുടെ ശ്രദ്ധ പതിയേണ്ട കാര്യം.[48] സമാനമായ ഒരു വാദം യേശുവിന്റെ മറുരൂപമലയിലെ രൂപാന്തരവുമായി (മത്തായി 17:1-8; മർക്കോസ് 9:2-8; ലൂക്കോസ് 9:28-36; 2 പത്രോസ് 1:16-18) ബന്ധപ്പെടുത്തി ചില പണ്ഡിതന്മാർ ഉന്നയിച്ചിട്ടുണ്ടെങ്കിലും "മനുഷ്യപുത്രൻ മരിച്ചവരിൽ നിന്നു എഴുന്നേറ്റിട്ടല്ലാതെ ഈ കണ്ടതു ആരോടും അറിയിക്കരുത്" എന്നുള്ള യേശുവിന്റെ പ്രസ്താവനയും "മരിച്ചവരിൽ നിന്നു എഴുന്നേൽക്ക എന്നുള്ളത്" എന്നുള്ള മൂന്നു ശിഷ്യന്മാരുടെ പ്രസ്താവനയും ഒഴിച്ചു നിർത്തിയാൽ ആ സംഭവത്തിന്റെ ഉള്ളടക്കത്തിന് യേശുവിന്റെ ഉയിർത്തെഴുന്നേല്ലുമായി യാതൊരു ബന്ധവുമില്ലായെന്നുള്ളത് വ്യക്തമായി ഗവേഷകന്മാർ സ്ഥാപിച്ചിട്ടുണ്ട്.[49]

എന്നാൽ, യേശു കടലിൻ മീതെ നടക്കുന്ന ഭാഗത്തിന് ഉയിർത്തെഴുന്നേറ്റതിനു ശേഷമുള്ള പ്രത്യക്ഷതകളുമായി പല പ്രധാനപ്പെട്ട സാമ്യതകളുമുണ്ട്.[50] യേശുവിന്റെ ഉയിർത്തെഴുന്നേൽപ്പിനു ശേഷമുള്ള പ്രത്യക്ഷതകളും യേശു കടലിന് മുകളിൽ നടക്കുന്ന കഥയും തമ്മിലുള്ള ഏഴു പ്രധാന സമാനതകൾ ഇവയാണ്: (1) യേശു തന്റെ ശിഷ്യന്മാരിൽ നിന്ന് വേറിട്ടുനിൽക്കുന്നു; (2) യേശു പ്രത്യക്ഷപ്പെടുന്നു; (3) ദൃക്സാക്ഷികൾ ഭയപ്പെടുന്നു; (4) യേശു ദൃക്സാക്ഷികളെ അഭിവാദ്യം ചെയ്യുന്നു; (5) ഭയപ്പെടേണ്ട എന്ന കല്പന നൽകുന്നു; (6) ദൃക്സാക്ഷികൾക്ക് യേശുവിനെ തിരിച്ചറിയാൻ പ്രയാസമുണ്ട്; (7) ഒടുവിൽ യേശുവിനെ

---

[48] Patrick J. Madden, *Jesus' Walking on the Sea: An Investigation of the Origin of the Narrative Account* (Walter de Gruyter GmbH & Co KG, 2014), 116–39.

[49] Charles H. Dodd, "The Appearances of the Risen Christ: An Essay in. Form-Criticism of the Gospels," in *Studies in the Gospels: Essays in Memory of R.H. Lightfoot*, ed. D. E Nineham (Oxford: Basil Blackwell, 1955), 9–35; Robert H. Stein, "Is the Transfiguration (Mark 9:2-8) a Misplaced Resurrection-Account?," *JBL* 95.1 (1976): 79–96.

[50] Madden, *Jesus' Walking on the Sea*, 126–30.

തിരിച്ചറിയുന്നു; (8) സംഭവം നടക്കുന്നത് രാത്രിയിലാണ്.[51] മർക്കോസും യോഹന്നാനും ഈ കഥ വിവരിക്കുമ്പോൾ പത്രോസുമായി ബന്ധപ്പെട്ട ഒന്നും പറയുന്നില്ല. മർക്കോസ് യേശുവിന്റെ മരണാനന്തര പ്രത്യക്ഷതകളെക്കുറിച്ചുള്ള വിവരണങ്ങളൊന്നും തന്റെ സുവിശേഷത്തിൽ ഉൾപ്പെടുത്തിയിട്ടില്ലാത്തതിനാൽ[52] മർക്കോസിനെ മാറ്റി നിർത്തി ചിന്തിച്ചാൽ, മത്തായി തിബെര്യാസ് കടൽക്കരയിലെ പ്രത്യക്ഷതയെക്കുറിച്ച് എഴുതിയിട്ടില്ല എന്നാൽ പത്രോസ് വഞ്ചിയിൽ നിന്ന് ഇറങ്ങുന്ന സംഭവം എഴുതിയിട്ടുണ്ട്.

യോഹന്നാൻ തിബെര്യാസ് കടൽക്കരയിലെ പ്രത്യക്ഷതയെക്കുറിച്ച് എഴുതിയിട്ടുണ്ട്. കൂടാതെ പത്രോസ് ആദ്യം കടലിലേക്ക് എടുത്തു ചാടുന്ന സംഭവവും എഴുതിയിട്ടുണ്ട്, എന്നാൽ പത്രോസ് വഞ്ചിയിൽ നിന്ന് കടലിലേക്ക് ഇറങ്ങുന്ന ഭാഗം യേശു കടലിന്റെ മീതെ നടക്കുന്ന വിവരണത്തിന്റെ ഭാഗത്ത് എഴുതിയിട്ടില്ല. കൂടാതെ യേശു കടലിന്റെ മീതെ നടന്നുവെന്നതിന് സമാനമായ ഒരു സംഭവവും പഴയനിയമത്തിലോ ക്രിസ്തുവിനു മുൻപുള്ള വിജാതീയ

---

[51] പ്രധാനമായും (1) സാഹിത്യ രൂപത്തെ അടിസ്ഥാനമാക്കിയുള്ള വാദങ്ങൾ, (2) പാരമ്പര്യത്തിലെ സമാനതകളെ അടിസ്ഥാനമാക്കിയുള്ള വാദങ്ങൾ, (3) ഘടനാപരമായ സമാന്തരങ്ങളെ അടിസ്ഥാനമാക്കിയുള്ള വാദങ്ങൾ, (4) യേശുവിന്റെ പുനരുത്ഥാനത്തിന്റെ പ്രത്യേകതയെ അടിസ്ഥാനമാക്കിയുള്ള വാദങ്ങൾ എന്നിവയാണ് യേശു കടലിൻ മീതെ നടന്ന കഥ യേശുവിന്റെ മരണത്തിനു ശേഷം ശിഷ്യന്മാർക്കുണ്ടായ ചില അനുഭവങ്ങളുടെ പരിണമിച്ച രൂപമാണെന്ന നിഗമനത്തിന് അടിസ്ഥാനമായി ചൂണ്ടിക്കാണിക്കുന്നത്.

[52] മർക്കോസ് 16:9-20 പിൽക്കാലത്ത് കൂട്ടിച്ചേർക്കപ്പെട്ടതാണെന്നത് ഏറ്റവും യാഥാസ്ഥിതികരായ പാഠനിരൂപകർ പോലും അംഗീകരിക്കുന്ന ഒരു വസ്തുതയാണ്. പിൽക്കാലത്ത് കൂട്ടിച്ചേർത്തതാണെന്ന യാഥാർത്ഥ്യം അംഗീകരിച്ചുകൊണ്ടു തന്നെ, ഉപദേശപരമായി പ്രയോജനപ്പെടുന്ന ഒരു ഭാഗമായതുകൊണ്ട്, ഇത് കാനോനികമായി കണക്കാക്കാനാകുമോ എന്ന ചർച്ചയാണ് ഏറ്റവും മൗലികവാദികളായ പെന്തക്കോസ്റ്റ് പണ്ഡിതന്മാർക്കിടയിൽ പോലും നടക്കുന്നത്: John Thomas and Kimberly Alexandert, "'And the Signs Are Following': Mark 16.9-20— a Journey Into Pentecostal Hermeneutics," *JPT* 11.2 (2003): 147–70; Marius Nel, "Pentecostal Hermeneutical Reconsideration of the Longer Ending of Mark 16:9–20," *VE* 41.1 (2020): art. 1, p. 10.

രചനകളിലോ   ഇല്ല.[53]   ഇത്തരം   സമാനതകളുടെയും
സവിശേഷതകളുടെയും അടിസ്ഥാനത്തിൽ, യേശു ഗലീലക്കടലിന്റെ
മീതെ നടന്ന കഥ പൂർണ്ണമായും യോഹന്നാൻ വിവരിക്കുന്ന
ഗലീലക്കടൽതീരത്തെ പ്രത്യക്ഷതയുടെ വകഭേദമല്ലെങ്കിൽ പോലും,
ആ കഥയുടെ ഉത്ഭവം എന്ത് തന്നെയാണെങ്കിലും, ഏറ്റവും
കുറഞ്ഞത് അതിന്റെ പ്രസരണത്തിന്റെ ഘട്ടത്തിൽ യോഹന്നാൻ
വിവരിക്കുന്ന തിബെര്യാസ് കടൽക്കരയിലെ പ്രത്യക്ഷതയാൽ
സ്വാധീനിക്കപ്പെട്ടിട്ടുണ്ടെന്നെങ്കിലും അംഗീകരിക്കേണ്ടി വരും.

ഇത് യോഹന്നാൻ വിവരിക്കുന്ന തിബെര്യാസ് കടൽക്കരയിലെ
യേശുവിന്റെ പ്രത്യക്ഷതയ്ക്കുള്ള സ്വതന്ത്രമായ മറ്റൊരു സാക്ഷ്യമാണ്.
ഈ തെളിവുകളെല്ലാം ഒരുമിച്ച് ചേർത്ത് പരിഗണിക്കുമ്പോൾ
യോഹന്നാന്റെ 21:1-22-ൽ നൽകിയിരിക്കുന്ന വിവരണം യേശുവിന്റെ
മരണാനന്തരം ഒരു കൂട്ടം ആളുകൾ തങ്ങൾക്കുണ്ടായി എന്ന്
അവകാശപ്പെട്ട   ഒരു   അനുഭവത്തിന്റെ
അടിസ്ഥാനത്തിലുള്ളതാണെന്ന്   നിസ്സംശയം   പറയുവാൻ
സാധിക്കും.

എട്ട്

യേശുവിന്റെ സഹോദരനായ യാക്കോബാണ് ഈ വിഷയത്തിൽ
മറ്റൊരു പ്രധാന സാക്ഷി. മർക്കോസിന്റെ സുവിശേഷത്തിലും
യോഹന്നാന്റെ സുവിശേഷത്തിലും യേശുവിന്റെ മരണത്തിനു
മുൻപ് യാക്കോബ് യേശുവിൽ വിശ്വസിച്ചിരുന്നില്ല എന്നത്തിന്റെ
സ്വതന്ത്ര സാക്ഷ്യങ്ങളുണ്ട് (മർക്കോസ് 3:21, 31-32, യോഹന്നാൻ 7:1-
5). യേശുവിന്റെ ബന്ധുക്കൾ (മർക്കോസ് 3:31 = യേശുവിന്റെ
അമ്മയും സഹോദരന്മാരും) യേശുവിന് ബുദ്ധിഭ്രമം ഉണ്ട് എന്ന്
ആരോപിക്കുന്നതായി മർക്കോസ് 3:21-ൽ കാണുവാൻ സാധിക്കും.
എന്നാൽ മർക്കോസിന്റെ സുവിശേഷം തങ്ങളുടെ രചനയ്ക്ക്
ഉറവിടമായി ഉപയോഗിച്ച മത്തായിയും (12:50 = മർക്കോസ് 3:35)

---

[53] Brian D. McPhee, "Walk, Don't Run: Jesus's Water Walking Is Unparalleled in Greco-Roman Mythology," *JBL* 135.4 (2016): 763–77.

ലൂക്കോസും (8:21 = മർക്കോസ് 3:35) ഈ ഭാഗം വിട്ടു കളഞ്ഞു. പത്രോസിന്റെ പരസ്യപ്രസംഗം രേഖപ്പെടുത്തിവെച്ച മർക്കോസിന് സ്വാഭാവികമായും ഇത് ഉൾക്കൊള്ളിക്കേണ്ടിവരും, എന്നാൽ മത്തായിയും ലൂക്കോസും ഈ കാര്യം അവരുടെ സുവിശേഷത്തിൽ നിന്ന് ഒഴിവാക്കിയതിൽ നിന്ന് തന്നെ ഒരു വസ്തുത രേഖപ്പെടുത്തി വെച്ചേക്കാമെങ്കിലും ആദിമ സഭ ഇത്തരമൊരു കാര്യം കൃത്രിമമായി കെട്ടിച്ചമയ്ക്കുവാൻ സാധ്യതയില്ലെന്ന് മനസിലാക്കാം.

അതായത്, യേശുവിന്റെ ശുശ്രൂഷാ കാലയളവിൽ യേശുവിന്റെ സഹോദരനായ യാക്കോബ് യേശുവിൽ വിശ്വസിച്ചിരുന്നില്ല. എന്നാൽ അപ്പൊസ്തല പ്രവർത്തികളിലും ഗലാത്യയിലെ സഭയ്ക്ക് പൗലോസ് എഴുതിയ കത്തിലും യേശുവിന്റെ മരണത്തിനു ശേഷം യാക്കോബ് യെരുശലേം സഭയ്ക്ക് നേതൃത്വം നൽകുന്നതായി കാണുവാൻ കഴിയും. യാക്കോബിന് എങ്ങനെ ഈ പരിവർത്തനം സംഭവിച്ചുവെന്ന് സുവിശേഷങ്ങളിലോ അപ്പൊസ്തലന്മാരുടെ പ്രവർത്തികളുടെ പുസ്തകത്തിലോ പറയുന്നില്ല. തന്റെ സഹോദരൻ അത്ഭുതങ്ങളെല്ലാം ചെയ്ത് പ്രശസ്തനായി അനുയായികളോടൊപ്പം ജനക്കൂട്ടത്തെ ആകർഷിക്കുന്നവനായി നടക്കുമ്പോൾ അദ്ദേഹത്തെ അവിശ്വസിച്ച ഒരുവൻ എങ്ങനെയാണ് സകലരാലും തിരസ്ക്കരിക്കപ്പെട്ടവനായി അദ്ദേഹത്തെ എതിരാളികൾ ക്രൂശിൽ തറച്ചു കൊന്നതിനു ശേഷം അദ്ദേഹത്തിന്റെ അനുയായിയായി മാറുന്നത്. യാക്കോബിനെ സന്ദർശിച്ച പൗലോസ് ഇതിനുള്ള കാരണം വ്യക്തമായി പറയുന്നുണ്ട്. പൗലോസ് കൊരിന്ത്യർക്കെഴുതിയ കത്തിൽ പറയുന്നത് യേശു തന്റെ മരണാനന്തരം യാക്കോബിന് പ്രത്യക്ഷനായി എന്നാണ് (1 കൊരിന്ത്യർ 15:7). നിശ്ചയമായും ഇത് അപ്പൊസ്തല പ്രവർത്തികളിൽ കാണുന്ന വിവരണങ്ങളുമായി യോജിച്ചു പോകുന്നതാണ്.

ഒൻപത്

1 കൊരിന്ത്യർ 15:7-ൽ വീണ്ടും എല്ലാ അപ്പൊസ്തലന്മാർക്കും ഉയിർത്തെഴുന്നേറ്റ യേശു പ്രത്യക്ഷനായി എന്നും പൗലോസ് എഴുതിയിട്ടുണ്ട്. ഇത് സ്വാഭാവികമായും കേവലം പന്ത്രണ്ട്

ശിഷ്യന്മാരെ മാത്രം ഉദ്ദേശിച്ചല്ലായെന്നത് വ്യക്തമാണ്. കാരണം അത് പന്ത്രണ്ടു ശിഷ്യന്മാർക്ക് ഉണ്ടായതായി പൗലോസ് സാക്ഷ്യപ്പെടുത്തിയ പ്രത്യക്ഷതയുടെ ആവർത്തനമായി മാറും. ലൂക്കോസിന്റെയും യോഹന്നാന്റെയും അഭിപ്രായത്തിൽ, ഒരു വ്യക്തി അപ്പൊസ്തലനാകണമെങ്കിൽ യേശുവിന്റെ ഭൗമിക ശുശ്രൂഷയുടെ ആരംഭം മുതൽ യേശുവിനോടൊപ്പം ആ വ്യക്തി ഉണ്ടായിരുന്നിരിക്കണം (അപ്പൊ. പ്രവ. 1:21-22; യോഹന്നാൻ 15:27). അങ്ങനെ, ചിന്തിച്ചാൽ അപ്പൊസ്തലന്മാർ എണ്ണത്തിൽ പരിമിതമായ ഒരു കൂട്ടമായിരുന്നു, എന്നാൽ പന്ത്രണ്ടുപേരേക്കാൾ അല്പം കൂടുതൽ. എന്നാൽ ഈ മാനദണ്ഡത്തോട് പൗലോസ് യോജിച്ചിരുന്നുവെന്ന് പറയുവാൻ സാധിക്കില്ല. ഉദാഹരണമായി പൗലോസിന്റെ വീക്ഷണത്തിൽ യേശുവിന്റെ സഹോദരനായ യാക്കോബും അപ്പൊസ്തലനായിരുന്നു (ഗലാത്യർ 1:19).[54]

പൗലോസിന് ലഭിച്ച പ്രത്യക്ഷത ഒഴിച്ചു നിർത്തിയാൽ ഇത് പൗലോസ് പരാമർശിക്കുന്ന അവസാനത്തെ പ്രത്യക്ഷതയായതിനാൽ, യെരൂശലേമിലെ യേശുവിന്റെ അവസാന പ്രത്യക്ഷപ്പെടലിനെക്കുറിച്ചായിരിക്കാം ഇവിടെ പറയുന്നത്. ലൂക്കോസ് അപ്പൊസ്തല പ്രവർത്തികളിൽ പരാമർശിക്കുന്ന സംഭവം ഇതിനോട് യോജിച്ച് പോകുന്നതാണ് (അപ്പൊ. പ്രവ. 1:6-11). തുടർന്നുള്ള ഭാഗത്ത് അപ്പൊസ്തലന്മാർ എന്ന് വിശേഷിപ്പിക്കാവുന്നവരുടെ യോഗ്യതയെക്കുറിച്ച് പരാമർശിക്കുന്ന ഭാഗം കാണുവാൻ സാധിക്കും. കുറേക്കൂടി കൃത്യമായിപ്പറഞ്ഞാൽ ക്രിസ്തീയ കൂട്ടായ്മയുടെ ആരംഭ സമയത്തെ സ്ഥാപക അംഗങ്ങളായവർക്ക് (ലൂക്കോസിന്റെ കണക്കിൽ നൂറ്റിയിരുപത് പേർ) ഉണ്ടായ ഒരു അനുഭവമായിരിക്കാം പൗലോസ് ഈ ഭാഗത്ത് പരാമർശിക്കുന്നത്.

ഈ കൂട്ടത്തിൽ യേശുവിന്റെ സഹോദരന്മാരും ഉണ്ടായിരുന്നു (അപ്പൊ. പ്രവ. 1:14-15). പൗലോസ് ഈ കൂട്ടത്തെ അപ്പൊസ്തലന്മാർ

---

[54] Frank J. Matera, *Galatians* (Liturgical Press, 2007), 66; Martinus C. de Boer, *Galatians: A Commentary* (Westminster John Knox Press, 2011), 99.

എന്ന് കൊരിന്ത്യർക്കെഴുതിയ ലേഖനത്തിൽ വിശേഷിപ്പിക്കുന്നുണ്ട് (1 കൊരിന്ത്യർ 9:1, 5). ഈ ഭാഗത്ത് യേശുവിന്റെ സഹോദരന്മാരെ എടുത്തു പരാമർശിച്ചിരിക്കുന്നതുകൊണ്ട് അവരെ അപ്പൊസ്തലന്മാരുടെ കൂട്ടത്തിൽ നിന്ന് ഒഴിവാക്കിയിരിക്കുന്നു എന്ന് ചിന്തിച്ചാൽ, കേഫാവിനെ (പത്രോസിനെ) എടുത്തു പരാമർശിച്ചിരിക്കുന്നതുകൊണ്ട് അദ്ദേഹത്തെയും അപ്പൊസ്തലന്മാരുടെ കൂട്ടത്തിൽ നിന്ന് ഒഴിവാക്കിയോ എന്ന് ചിന്തിക്കേണ്ടി വരും. ഇവിടെ ഒരു കൂട്ടത്തെ താൻ പറയുന്ന ആശയം സ്ഥാപിക്കുവാൻ ഉദാഹരണമായി ചൂണ്ടിക്കാണിക്കുമ്പോൾ അതിൽ പ്രമുഖന്മാരെ എടുത്ത് പരാമർശിക്കുന്നുവെന്ന് ചിന്തിക്കുന്നതാണ് കൂടുതൽ ഉചിതം. എന്നാൽ ലൂക്കോസ് 1:1-ൽ തിരഞ്ഞെടുത്ത അപ്പൊസ്തലന്മാർ എന്ന് പറയുകയും വാക്യം 13-ൽ പതിനൊന്ന് പേരുടെ പേര് പരാമർശിക്കുകയും ചെയ്യുന്നതുകൊണ്ട് അവരെ മാത്രമായിരിക്കാം ലൂക്കോസ് അപ്പൊസ്തലന്മാർ എന്നതുകൊണ്ട് വിവക്ഷിക്കുന്നതെന്ന് ചിന്തിക്കാം.

അതേസമയം തന്നെ, യേശുവിന്റെ സ്വർഗ്ഗാരോഹണത്തിന് സാക്ഷികളായെന്ന് ലൂക്കോസ് രേഖപ്പെടുത്തിയിരിക്കുന്ന "അവർ" (അപ്പൊ. പ്രവ. 1:12) എന്ന് പരാമർശിക്കുന്നവരുടെ കൂട്ടത്തിൽ വാക്യം 13-ൽ പറയുന്ന യേശുവിന്റെ പതിനൊന്നു ശിഷ്യന്മാർക്കൊപ്പം വാക്യം 14-ൽ പറയുന്ന യേശുവിന്റെ അമ്മയായ മറിയവും മറ്റു സ്ത്രീകളും യേശുവിന്റെ സഹോദരന്മാരും ഉൾപ്പെട്ടിരിക്കുവാനും സാധ്യതയുണ്ട്. ഇത് തെളിയിക്കുന്ന ഒരു പരാമർശം അപ്പൊ. പ്രവ. 1:19-23-ൽ ഉണ്ട്. അവിടെ പറയുന്നതനുസരിച്ച് യുസ്റ്റൊസ്, മത്ഥിയാസ് എന്നീ രണ്ടു പേരും യേശു സ്വർഗ്ഗാരോഹണം ചെയ്തതിനു സാക്ഷികളായിട്ടുണ്ട്. എന്നാൽ വാക്യം 1-ലും 13-ലും സൂചിപ്പിക്കുന്നവരിൽ ഇവർ ഉൾപ്പെട്ടിരുന്നതായി വ്യക്തമായി ലൂക്കോസ് എഴുതിയിട്ടില്ല. അതായത് ലൂക്കോസ് അപ്പൊ. പ്രവ. 1:13-ലൂടെ ഒലീവ് മലയിൽ ഉണ്ടായിരുന്നവരുടെ സമ്പൂർണ്ണ പട്ടികയാണ് നൽകിയതെന്ന് ഒറ്റ നോട്ടത്തിൽ തോന്നുമെങ്കിലും അത് ഈ ഭാഗത്തിനു വിരുദ്ധമാണ്.

ഇതു കൂടാതെ, ലൂക്കോസ് 24:10-ൽ "അപ്പൊസ്തലന്മാരോടു പറഞ്ഞു"വെന്നും 24:13-ൽ "അവരിൽ രണ്ടുപേർ" എന്നും എഴുതിയിട്ടുണ്ട്. ഇതിൽപ്പെട്ട ഒരാളുടെ പേര് ലൂക്കോസ് 24:18-ൽ നൽകിയിരിക്കുന്നത് "ക്ലെയൊപ്പാവ്" എന്നാണ്, എന്നാൽ ലൂക്കോസ് 6:13-16-ൽ ലൂക്കോസ് നൽകിയിരിക്കുന്ന ശിഷ്യന്മാരുടെ പട്ടികയിൽ ഇങ്ങനെ ഒരാളില്ല. ഇതും അപ്പൊസ്തലന്മാർ എന്നത് പന്ത്രണ്ടു ശിഷ്യന്മാരിൽ കൂടുതൽ പേരെക്കുറിച്ച് പറയുവാൻ ഉപയോഗിക്കുമായിരുന്നു എന്നതിന്റെ മറ്റൊരു പരോക്ഷ സാക്ഷ്യമാണ്. ഈ പരോക്ഷമായ തെളിവും 1 കൊരിന്ത്യർ 15:5-ൽ പന്ത്രണ്ടുപേരെയും 15:7-ൽ എല്ലാ അപ്പൊസ്തലന്മാരെയും വേർതിരിച്ച് പൗലോസ് പരാമർശിച്ചതിനെ പിന്തുണയ്ക്കുന്നതാണ്. മറ്റൊരു പ്രധാനപ്പെട്ട വസ്തുത പ്രത്യക്ഷതകളുടെ ക്രമമാണ്. 1 കൊരിന്ത്യർ 15:7-ൽ യാക്കോബിന് യേശു പ്രത്യക്ഷനായി എന്നു പറഞ്ഞതിനു ശേഷമാണ് എല്ലാ അപ്പൊസ്തലന്മാർക്കും പ്രത്യക്ഷനായി എന്ന് പൗലോസ് എഴുതിയിരിക്കുന്നത്. അപ്പൊ. പ്രവ. 1:14-ൽ യേശുവിന്റെ സഹോദരന്മാർ സന്നിഹിതരാണെന്നതിനാൽ യേശു തനിക്ക് പ്രത്യക്ഷനായി എന്ന് യാക്കോബ് വിശ്വസിക്കുവാൻ കാരണമായ സംഭവം അപ്പൊ. പ്രവ. 1:6-11-ലെ സംഭവത്തിനു മുൻപായിരിക്കണം ഇതും പൗലോസ് നൽകുന്ന പട്ടികയിലെ ക്രമവുമായി കൃത്യമായി യോജിച്ചു പോകുന്നതാണ്.

ഈ കാരണങ്ങളാൽ, പൗലോസ് 1 കൊരിന്ത്യർ 15:7-ൽ പറയുന്ന എല്ലാ അപ്പൊസ്തലന്മാർക്കും ലഭ്യമായ പ്രത്യക്ഷത എന്നത് അപ്പൊ. പ്രവ. 1:6-11-ലെ സംഭവമാണെന്ന് ഏതാണ്ട് ഉറപ്പിക്കാം. അതായത് പന്ത്രണ്ട് ശിഷ്യന്മാരിൽ കൂടുതൽ പേർ ഉൾപ്പെട്ട അപ്പൊസ്തലന്മാർ എന്ന് വിളിക്കാവുന്ന ഒരു കൂട്ടത്തിന് ഉയിർത്തെഴുന്നേറ്റ യേശു പ്രത്യക്ഷനായി എന്നത് 1 കൊരിന്ത്യർ 15:7, ലൂക്കോസ് 24:10, 13, അപ്പൊ. പ്രവ 1:1, 4 എന്നീ വാക്യങ്ങളിൽ നിന്ന് വ്യക്തമാണ്. ഇതിൽ ലൂക്കോസ് 24:10, 13, അപ്പൊ. പ്രവ 1:1, 4 എന്നീ വാക്യങ്ങളുടേത് പരോക്ഷ സാക്ഷ്യമായതിനാൽ അവ അവ്യക്തതയുടെ മാനദണ്ഡം പാലിക്കുന്നവയാണ്. അപ്പൊസ്തലന്മാർ എന്ന കൂട്ടത്തിന് ആദിമ സഭയിൽ ഉണ്ടായിരുന്ന ഉയർന്ന പദവി കണക്കിലെടുക്കുമ്പോൾ

പ്രധാനപ്പെട്ട ഈ സന്ദർഭങ്ങളിലുള്ള അവ്യക്തത കൂടുതൽ പ്രസക്തമാകുന്നു. 1 കൊരിന്ത്യർ 15:7 ആദ്യകാല സാക്ഷ്യത്തിന്റെ മാനദണ്ഡം പാലിക്കുന്ന ഭാഗമാണ്.

കൊരിന്ത്യർക്കെഴുതിയ ഒന്നാമത്തെ കത്തിലെയും അപ്പൊസ്തലന്മാരുടെ പ്രവർത്തികൾ എന്ന ആദിമ ക്രിസ്തീയ ചരിത്ര ഗ്രന്ഥത്തിലെയും സാക്ഷ്യങ്ങൾ ഒരുമിച്ച് വരുമ്പോൾ ഒന്നിലധികം ഉറവിടങ്ങളുടെ സാക്ഷ്യമെന്ന മാനദണ്ഡവും ഇവിടെ ബാധകമാകുന്നു. ഇവ രണ്ടും ചേർന്നു പോകുന്നുണ്ടെങ്കിലും ഒന്ന് മറ്റൊന്നിൽ നിന്ന് പകർത്തിയതാണെന്ന് പറയാനാവാത്ത വിധത്തിലുള്ള വ്യത്യസ്തതകളും അവയ്ക്കിടയിലുണ്ട്. ഈ കാരണങ്ങളാൽ തന്നെ ഉയിർത്തെഴുന്നേറ്റ യേശു തങ്ങൾക്ക് പ്രത്യക്ഷപ്പെട്ടുവെന്ന അവകാശവാദം ഉന്നയിച്ച അപ്പൊസ്തലന്മാർ എന്ന പേരിന് അർഹരായ ഒരു കൂട്ടർ ആദിമ സഭയിൽ ഉണ്ടായിരുന്നുവെന്നത് ചരിത്രപരമായി വിശ്വാസയോഗ്യമായ ഒരു വസ്തുതയായി കണക്കാക്കാം.

പത്ത്

കൊരിന്തിലെ സഭയ്ക്ക് അയച്ച കത്തിൽ യേശു തനിക്ക് പ്രത്യക്ഷനായി എന്ന് പൗലോസ് അവകാശപ്പെട്ടിട്ടുണ്ട്. പൗലോസിന്റേത് നേരിട്ടുള്ള സാക്ഷ്യമായതിനാൽ (1 കൊരിന്ത്യർ 15:8) അതിന്റെ ചരിത്രപരമായ ആധികാരികതയ്ക്ക് മറ്റൊരു രചനയുടെയും പിന്തുണ ആവശ്യമില്ല. എങ്കിലും പൗലോസിന്റെ സ്വന്ത സാക്ഷ്യത്തോട് ചേർന്നു പോകുന്ന നിലയിലുള്ള വിവരണങ്ങൾ അപ്പൊസ്തലന്മാരുടെ പ്രവർത്തികളിൽ ലൂക്കോസ് രേഖപ്പെടുത്തിയിട്ടുണ്ട് (അപ്പൊ. പ്രവ. 9:1-9; 22:3-10; 26:12-19). ഈ വിവരണങ്ങൾ പൗലോസ് തന്റെ സ്വന്തം അനുഭവത്തെക്കുറിച്ച് തന്റെ കത്തുകളിൽ രേഖപ്പെടുത്തിയിരിക്കുന്ന കാര്യങ്ങളുമായി അടിസ്ഥാനപരമായി പൊരുത്തപ്പെട്ടു പോകുന്നവയാണ്. അതേസമയം തന്നെ അപ്പൊസ്തല പ്രവർത്തികളിലെ വിവരണങ്ങളും പൗലോസിന്റെ കത്തുകളിൽ പറയുന്ന കാര്യങ്ങളും തമ്മിൽ പ്രത്യക്ഷത്തിൽ പല നിലകളിലുള്ള വ്യത്യാസങ്ങളുമുണ്ട്.

പൗലോസിന്റെ ലേഖനങ്ങളെ അധികരിച്ചാണ് യേശു പൗലോസിന് പ്രത്യക്ഷനായ (അപ്പൊ. പ്രവ. 26:16) സംഭവം ലൂക്കോസ് അപ്പൊസ്തല പ്രവർത്തികളിൽ വിവരിച്ചിരുന്നതെങ്കിൽ ഈ നിലയിൽ എഴുതുവാൻ സാധ്യത കുറവാണ്. ഉദാഹരണമായി ഗലാത്യർ 1:17-ൽ പറയുന്നതനുസരിച്ച് യേശുക്രിസ്തുവിന്റെ വെളിപ്പാടിനാൽ (ഗലാത്യർ 1:12) പൗലോസിനെ സുവിശേഷ ഘോഷണത്തിനായി ദൈവം വിളിച്ച ശേഷം' താൻ ജെറുസലേമിലേക്ക് പോകാതെ നേരെ അറേബ്യയിലേക്ക് പോവുകയും ദാമാസ്കസിലേക്ക് മടങ്ങിപ്പോരുകയും ചെയ്യു. പിന്നീട് മൂന്നു വർഷത്തിനു ശേഷം ജെറുസലേമിലേക്ക് ചെന്നപ്പോൾ പത്രോസിനെയും യാക്കോബിനെയുമല്ലാതെ മറ്റു അപ്പൊസ്തലന്മാരെ ആരെയും കണ്ടില്ലായെന്നാണ് പൗലോസ് പറയുന്നത് (ഗലാത്യർ 1:19). എന്നാൽ അപ്പൊസ്തല പ്രവർത്തികൾ അദ്ധ്യായം 9-ൽ ലൂക്കോസ് എഴുതിയിരിക്കുന്നതനുസരിച്ച് പൗലോസിന് ഉയിർത്തെഴുന്നേറ്റ യേശുവിന്റെ മരണാനന്തര പ്രത്യക്ഷതയിലൂടെ ദൈവത്തിന്റെ വിളി ലഭിച്ചതിനു ശേഷം കുറെ ദിവസങ്ങൾ ദമാസ്ക്കസിൽ താമസിച്ചതിനു ശേഷം ജെറുസലേമിൽ ചെന്ന് അപ്പൊസ്തലന്മാരെ കണ്ടുവെന്നാണ് (അപ്പൊ. പ്രവ. 9:19, 26-27).

അപ്പൊസ്തല പ്രവർത്തികളിൽ പൗലോസ് അറേബ്യയിലേക്ക് പോയ കാര്യം പറഞ്ഞിട്ടില്ലായെന്ന് മാത്രമല്ല ഗലാത്യ ലേഖനത്തിലെ മൂന്നു വർഷങ്ങൾ അപ്പൊസ്തല പ്രവർത്തികളിൽ കുറെ ദിവസങ്ങളാവുകയും പൗലോസ് ജെറുസലേമിൽ ചെന്ന് അപ്പൊസ്തലന്മാരുടെ അനുയായിയായ (അപ്പൊ. പ്രവ. 4:36-37) ബർന്നബാസിനാൽ നിയന്ത്രിക്കപ്പെട്ടവനായി അപ്പൊസ്തലന്മാരുടെ അംഗീകാരം നേടുവാൻ തുടക്കത്തിൽ തന്നെ പരിശ്രമിച്ചുവെന്ന അർത്ഥവും വരും. ഇത് പൗലോസ് ഗലാത്യർ 1:17-ൽ സ്ഥാപിക്കുവാൻ ശ്രമിക്കുന്നതിന് നേരെ വിപരീതമാണ്. പ്രവാചകന്മാരും ഉപദേഷ്ടാക്കന്മാരും മാത്രമായ (അപ്പൊ. പ്രവ. 13:1) ബർന്നബാസും പൗലോസും അന്ത്യോക്യയിലെ സഭയാൽ

അയക്കപ്പെട്ടവർ (അപ്പൊ. പ്രവ. 13:3-4)[55] എന്ന നിലയിൽ അവരെ ലൂക്കോസ് അപ്പൊ. പ്രവ. 14:4-ലും 14-ലും അപ്പൊസ്തലന്മാർ[56] എന്ന് വിശേഷിപ്പിക്കുന്നുണ്ടെങ്കിലും അപ്പൊ. പ്രവ. 1:21-24-ൽ നൽകിയിരിക്കുന്ന നിർവ്വചനം നോക്കുമ്പോൾ ജെറുസലേമിൽ താമസിച്ച് ശുശ്രൂഷ ചെയ്യുന്ന യാക്കോബിനെ (അപ്പൊ. പ്രവ. 12:17, 25; 15:4, 13; 21:17-18) ജെറുസലേമിലെ അപ്പൊസ്തലന്മാരുടെ ഗണത്തിൽ ലൂക്കോസ് ഉൾപ്പെടുത്തിയിരിക്കുവാൻ യാതൊരു സാധ്യതയുമില്ല (അപ്പൊ. പ്രവ. 6:2, 6; 8:1, 14, 18).

അങ്ങനെയാണെങ്കിൽ, ബർണബാസ് പൗലോസിനെ അപ്പൊസ്തലന്മാരുടെ അടുക്കൽ കൂട്ടിക്കൊണ്ടു ചെന്നുവെന്ന പ്രസ്താവന ഗലാത്യർ 1:18-19-ൽ പൗലോസ് അവകാശപ്പെടുന്നതിൽ നിന്ന് വ്യത്യസ്തമാണ്. മറ്റൊരു കാര്യം ലൂക്കോസിന്റെ വീക്ഷണത്തിൽ പൗലോസ് അപ്പൊസ്തലനായത്, സഭ അദ്ദേഹത്തെ പരിശുദ്ധാത്മാവിന്റെ നിർദ്ദേശപ്രകാരം നിയോഗിച്ചതുകൊണ്ടാണ്. എന്നാൽ പൗലോസ് അവകാശപ്പെടുന്നത് താൻ "മനുഷ്യരിൽനിന്നോ മനുഷ്യൻ മുഖേനയോ അല്ല, യേശുക്രിസ്തു മുഖേനയും അവനെ മരിച്ചവരിൽനിന്നുയിർപ്പിച്ച പിതാവ് മുഖേനയും അപ്പസ്തോലനായിരിക്കുന്ന" (ഗലാത്യർ 1:1) വ്യക്തിയാണെന്നാണ്. റോമർ 8:23, 1 കൊരിന്ത്യർ 15:35-54, 2 കൊരിന്ത്യർ 5:2-4 എന്നീ ഭാഗങ്ങളിൽ ഉയിർത്തെഴുന്നേല്പ് ശരീരത്തിലാണെന്ന് പൗലോസ് വ്യക്തമായി പഠിപ്പിച്ചിരിക്കെ എങ്ങനെയാണ് പൗലോസിന് ലഭ്യമായ പ്രത്യക്ഷതയെക്കുറിച്ച് (അപ്പൊ. പ്രവ. 26:16) പറയുമ്പോൾ ചുറ്റിനും പ്രകാശിച്ച വെളിച്ചത്തെക്കുറിച്ചല്ലാതെ യേശുവിന്റെ ശരീരത്തെക്കുറിച്ച്

---

[55] തുടർന്ന് 15:3ൽ ഈ കാര്യം ആവർത്തിക്കുന്നുണ്ട്.

[56] സന്ദേശവാഹകനായി അല്ലെങ്കിൽ ഒരു ദൗത്യവുമായി അയയ്ക്കപ്പെട്ടവൻ എന്നതാണ് അപ്പൊസ്തലൻ എന്ന പദത്തിന്റെ അർത്ഥം. അപ്പൊ. പ്രവ. 12:25-ലും ബർന്നബാസിന്റെയും പൗലോസിന്റെയും ശുശ്രൂഷയെക്കുറിച്ച് പരാമർശമുണ്ട് എന്നാൽ സഭയാൽ സവിശേഷമായ നിലയിൽ അയക്കപ്പെടുന്നതിനു മുൻപ് ലൂക്കോസ് അവരെ അപ്പൊസ്തലന്മാർ എന്ന് വിശേഷിപ്പിക്കുന്നില്ലായെന്നത് ശ്രദ്ധിക്കുക.

ലൂക്കോസ് ഒരു പരാമർശവും നടത്താതിരിക്കുന്നത് (അപ്പൊ. പ്രവ. 9:3-4, 22:6-7, 26:13-14).

ഈ വ്യത്യാസങ്ങൾ യാതൊരു തരത്തിലും പൊരുത്തപ്പെടുത്തുവാൻ സാധിക്കാത്തവയാണെന്ന് വാദിക്കേണ്ട ആവശ്യമില്ല. എന്നാൽ ഏറ്റവും കുറഞ്ഞത് പൗലോസിന്റെ ലേഖനങ്ങളെ ആശ്രയിച്ചാണ് ലൂക്കോസ് തന്റെ രചന നടത്തിയിരുന്നതെങ്കിൽ പൗലോസിന്റെ പ്രാധാന്യവും സ്ഥാനവും നേരിൽ അറിയാവുന്ന രചയിതാവെന്ന നിലയിൽ ലൂക്കോസ് പൗലോസിന്റെ അനുഭവങ്ങളെക്കുറിച്ച്, പൗലോസ് എഴുതി പ്രസിദ്ധീകരിച്ചിരിക്കുന്ന കാര്യങ്ങൾക്ക് വിരുദ്ധമായ രീതിയിൽ കാര്യങ്ങൾ വിവരിക്കുവാൻ സാധ്യത കുറവാണ്. എന്നാൽ അപ്പൊസ്തല പ്രവർത്തികളും പൗലോസിന്റെ ലേഖനങ്ങളും സ്വതന്ത്ര രചനകളാണെങ്കിൽ ഇത്തരത്തിലുള്ള വ്യത്യാസങ്ങൾ നിശ്ചയമായും നാം പ്രതീക്ഷിക്കേണ്ടതാണ്.

എങ്ങനെയായാലും, പൗലോസിന്റെ ദാമാസ്കസിലേക്കുള്ള യാത്രയിൽ പൗലോസിനോടൊപ്പം വേറെ ആരെങ്കിലും ഉണ്ടായിരുന്നുവെന്ന് പൗലോസിന്റെ ലേഖനങ്ങളിൽ ഇല്ല. അവർ എന്തെങ്കിലും കേട്ടുവോ, കണ്ടുവോ എന്നൊന്നും പൗലോസ് എഴുതിയിട്ടില്ല. നിശ്ചയമായും ഈ വിവരങ്ങൾ ലൂക്കോസിന് മറ്റ് ഉറവിടങ്ങളിൽ നിന്നായിരിക്കണം ലഭിച്ചിരിക്കുന്നത്. അപ്പൊ. പ്രവ. 9, 22, 26 എന്നീ അധ്യായങ്ങളിൽ കാണുന്ന വിവരണങ്ങൾ തമ്മിൽ താരതമ്യം ചെയ്താൽ കുറച്ചുകൂടി വ്യക്തതയോടെ ചില കാര്യങ്ങൾ നമ്മുക്ക് മനസിലാക്കുവാൻ സാധിക്കും.

ഉദാഹരണമായി, അപ്പൊ. പ്രവ. 9:7-ൽ പൗലോസിനോടൊപ്പം യാത്ര ചെയ്യവർ ശബ്ദം കേട്ടു, പക്ഷെ ആരെയും കണ്ടില്ല എന്ന് ലൂക്കോസ് വിവരിച്ചിരിക്കുമ്പോൾ അപ്പൊ. പ്രവ. 22:9-ൽ പറയുന്നത് പൗലോസിന്റെ കൂടെയുള്ളവർ പ്രകാശം കണ്ടെങ്കിലും ശബ്ദം കേട്ടില്ലായെന്നാണ്. ഈ വൈരുദ്ധ്യം വിശദീകരിക്കുവാൻ വേണ്ടി സാധാരണ ചൂണ്ടിക്കാണിക്കാറുള്ളത് കേൾക്കുക എന്നതിനുപയോഗിച്ചിരിക്കുന്ന ക്രിയാപദത്തിനൊപ്പം ശബ്ദം എന്ന

പദം 9:7-ലെ പോലെ സംബന്ധികാവിഭക്തിയിൽ വരുമ്പോൾ കേവലം എന്തെങ്കിലും വെറുതേ കേൾക്കുക എന്ന അർത്ഥം മാത്രമാണ് ഉള്ളതെന്നും എന്നാൽ ഇതേ പദം 22:9-ലെ പോലെ ദ്വിതീയവിഭക്തിയിൽ വരുമ്പോൾ കേട്ട് മനസിലാക്കുകയെന്നതാണ് അർത്ഥമെന്നുമാണ്.[57] എന്നാൽ ഈ വ്യാകരണ വ്യാഖ്യാനം പൂർണ്ണമായും ശരിയായ ഒന്നല്ലായെന്ന് പഴയനിയമത്തിന്റെ ഗ്രീക്ക് വിവർത്തനത്തിൽ നിന്നും പുതിയനിയമത്തിൽ നിന്നും ഇതര ഗ്രീക്ക് രചനകളിൽ നിന്നുമുള്ള തെളിവുകളുടെ അടിസ്ഥാനത്തിൽ സ്ഥാപിക്കപ്പെട്ടിട്ടുണ്ട്.[58]

ഉദാഹരണമായി, അപ്പൊ. പ്രവ 22:7-ൽ ശബ്ദം എന്നത് സംബന്ധികാവിഭക്തിയിലാണ് എന്നാൽ 26:14-ൽ അത് ദ്വിതീയവിഭക്തിയിലാണ് എന്നാൽ രണ്ടിടത്തും അർത്ഥം ഒന്ന് തന്നെയാണ്. അതായത് യേശു പറഞ്ഞത് പൗലോസ് കേട്ട് മനസിലാക്കിയെന്ന്. ചുരുക്കത്തിൽ അത് ഒരു വൈരുദ്ധ്യം തന്നെയാണ്. ഈ കാരണത്താൽ തന്നെ, യേശു സംസാരിച്ചത് എബ്രായ ഭാഷയിലാണ് (അപ്പൊ. പ്രവ. 21:40-ൽ പരാമർശിച്ചിരിക്കുന്ന അതെ ഭാഷ – അരമായ) അതിനാൽ എബ്രായ ഭാഷ അറിയാത്തവരാണ് യേശുവിന്റെ ഒപ്പമുണ്ടായിരുന്നതെങ്കിൽ അതായിരിക്കാം അവർക്ക് യേശു പറഞ്ഞ കാര്യം മനസിലാകാതിരുന്നതെന്ന അനുബന്ധ വാദത്തിന് യാതൊരു പ്രസക്തിയുമില്ല. മാത്രവുമല്ല ഇവരെല്ലാവരും യെരുശലേമിൽ (അപ്പൊ. പ്രവ. 8:1; 9:1) നിന്ന് പൗലോസിന്റെ സഹകാരികളായി വന്നവരാണെന്നതിനാൽ തന്നെ അവർക്ക് അവിടുത്തെ സംസാരഭാഷയായ അരമായ അറിയാമായിരുന്നുവെന്ന് ചിന്തിക്കുന്നതാണ് കൂടുതൽ യുക്തിഭദ്രം.

---

[57] James Hope Moulton, *A Grammar of New Testament Greek: Volume 3: Syntax* (Bloomsbury Academic, 2000), 233.

[58] Horst R. Moehring, "The Verb Ἀκούειν in Acts IX 7 and XXII 9," *NovT* 3.1/2 (1959): 80–99.

മാത്രവുമല്ല, 9:7-ൽ പറയുന്നത് പൗലോസിന്റെ കൂടെ ഉണ്ടായിരുന്നവർ, ആരെയും കണ്ടില്ലായെന്നാണ്. ഒരു ഇടിവെട്ടുന്ന പോലെയുള്ള മനസിലാക്കാനാവാത്ത ശബ്ദമാണ് അവർ കേട്ടതെങ്കിൽ ഒരാളെ അവരുടെ കണ്ണുകൾ പരതിയെന്ന അർത്ഥത്തിൽ ലൂക്കോസ് എഴുതേണ്ട കാര്യമില്ല. ഇതേ സംഭവം വീണ്ടും അപ്പൊ. പ്രവ. 26:13-ൽ പൗലോസ് വിവരിക്കുന്നതായി ലൂക്കോസ് എഴുതിയിരിക്കുന്ന ഭാഗത്ത്, വെളിച്ചം എല്ലാവരുടെയും മേൽ പതിച്ചുവെന്നും എല്ലാവരും നിലത്തു വീണുവെന്നും വാക്യം 14-ൽ പൗലോസ് ശബ്ദം കേട്ടുവെന്നുമാണ് എഴുതിയിരിക്കുന്നത്. എന്നാൽ 9:4-ലും 22:7-ലും പൗലോസ് നിലത്തു വീണുവെന്ന് മാത്രമേ എഴുതിയിട്ടുള്ളൂവെന്ന് മാത്രമല്ല 9:7-ൽ പത്രോസിനോടു കൂടെ ഉണ്ടായിരുന്നവർ നിൽക്കുകയാണുണ്ടായതെന്ന് വ്യക്തമായി എഴുതിയിട്ടുമുണ്ട്. ഇത് മറ്റൊരു വൈരുദ്ധ്യമാണ്. യേശുവിന്റെ പ്രത്യക്ഷത കണ്ട പൗലോസ് നിലത്തുവീഴുകയും ആ പ്രത്യക്ഷത കണ്ടപ്പോൾ അതിന്റെ തേജസ്സുനിമിത്തം കണ്ണുകാണാതാവുകയും ചെയ്യെങ്കിൽ മറ്റുള്ളവർ തന്നോടൊപ്പം വീണോ ഇല്ലയോ എന്നത് പൗലോസിന് മനസിലാക്കുവാൻ സാധിക്കുകയില്ല. ഇതാണ് സംഭവിച്ചതെങ്കിൽ, ലൂക്കോസ് എഴുതിയതാണ് വാസ്തവമെന്നു ചിന്തിച്ചാൽ, പൗലോസിന്റെ പ്രസ്താവനയിൽ ഇങ്ങനെയൊരു അബദ്ധം കടന്നു കൂടിയതെങ്ങനെയെന്ന് നമ്മുക്ക് മനസിലാക്കുവാൻ സാധിക്കും.

അപ്പൊ. പ്രവ. 26:16-ൽ പൗലോസിനെ ശുശ്രൂഷകനായി നിയമിക്കുന്നത് യേശു നേരിട്ടാണ്. ഇത് ഗലാത്യർ 1:1-ലെയും 1:12-ലെയും പൗലോസിന്റെ അവകാശവാദങ്ങളോട് ചേർന്നു പോകുന്നതാണ്. എന്നാൽ അപ്പൊ. പ്രവ. 9:6, 15-17-ലും 22:10-16-ലും പൗലോസിന് ശുശ്രൂഷാ നിയോഗം ലഭിക്കുന്നത് അനന്യാസിലൂടെയാണ്, നേരിട്ടല്ല. അപ്പൊ. പ്രവ. 9:15-ൽ പൗലോസിന്റെ നിയോഗത്തെക്കുറിച്ച് അനന്യാസിനോട് യേശു പറയുന്നതായി ലൂക്കോസ് എഴുതിയിട്ടുണ്ടെങ്കിലും അത് പൗലോസിനോട് പറയുവാൻ യേശു അനന്യാസിനോട് കല്പിച്ചതായി ലൂക്കോസ് അവകാശപ്പെടുന്നില്ല. മറിച്ച് ഇതുമായി ബന്ധപ്പെട്ട

കാര്യങ്ങൾ പൗലോസ് തന്റെ അനുഭവങ്ങളിലൂടെ മനസിലാക്കും എന്ന് സൂചിപ്പിക്കുന്ന രീതിയിലാണ് യേശുവിന്റെ അനന്യാസിനോടുള്ള പ്രസ്താവന അവസാനിച്ചതെന്നാണ് വാക്യം 16-ലൂടെ ലൂക്കോസ് സൂചിപ്പിക്കുന്നത്.

എന്നാൽ, അപ്പൊ. പ്രവ. 22:14-15-ൽ ഇത് അനന്യാസ് തന്നോട് പറഞ്ഞതിലൂടെ ഒരു പ്രവാചക സമാനമായ നിയോഗം തനിക്ക് ലഭിച്ചതായി പൗലോസ് അവകാശപ്പെട്ടുവെന്നാണ് ലൂക്കോസ് എഴുതിയിരിക്കുന്നത്. പൗലോസ് സുവിശേഷവുമായി വിജാതീയരുടെ അടുക്കലേക്ക് പോകണമെന്ന നിർദ്ദേശം യേശു ഒരു ദർശന സമാനമായ അനുഭവത്തിലൂടെ യെരുശലേമിൽ വെച്ച് നൽകുന്നതായി അപ്പൊ. പ്രവ. 22:17- 21-ൽ പറയുന്നുണ്ട്. ഇത് ഗലാത്യർ 1:16-ൽ കാണുന്നതിന് വിരുദ്ധമാണ്. കാരണം ഗലാത്യർക്കെഴുതിയ കത്തിൽ പറയുന്നതനുസരിച്ച് യെരുശലേമിലേക്ക് പോകുന്നതിനു മുൻപ് തന്നെ സുവിശേഷവുമായി ജാതികളുടെ അടുക്കലേക്ക് പോകണമെന്ന നിർദ്ദേശം പൗലോസിന് ദൈവത്തിൽ നിന്ന് ലഭിച്ചിരുന്നു. പക്ഷെ അപ്പൊ. പ്രവ. 22:17- 21-ൽ കാണുന്ന വിവരണത്തിന്റെ അടിസ്ഥാനത്തിൽ ചിന്തിച്ചാൽ ഇത് ഈ സമയത്ത് ലഭിക്കുന്ന ഒരു നിയോഗം പോലെ പൗലോസ് പറഞ്ഞ രീതിയിലാണ് ലൂക്കോസ് വിവരിച്ചിരിക്കുന്നത്.

മറ്റൊരു പ്രത്യേകത, യേശു എബ്രായ ഭാഷയിലാണ് തന്നോട് സംസാരിച്ചതെന്ന് പൗലോസ് അവകാശപ്പെട്ടുവെന്നാണ് ലൂക്കോസ് 26:16-ൽ എഴുതിയിരിക്കുന്നത്. അപ്പൊ. പ്രവ. 9-ലും 22-ലും ഇങ്ങനെയൊരു കാര്യം പറഞ്ഞിട്ടില്ല. എന്നാൽ അപ്പൊ. പ്രവ. 9:4-ലും 22:7-ലും 26:14-ലും പൗലോസിന്റെ പേര് 'സാവൂൾ' എന്നാണ് ഗ്രീക്കിൽ നൽകിയിരിക്കുന്നത്, ഇത് എബ്രായ അല്ലെങ്കിൽ അരമായ ഭാഷയിലുള്ള രൂപമാണ്.[59] എന്നാൽ മറ്റു ഭാഗങ്ങളിൽ[60] ഇത്

---

[59] R. J. Knowling, "The Acts of the Apostles," in *The Expositor's Greek Testament*, ed. Sir William Robertson Nicoll (Hodder and Stoughton, 1912), 232.

[60] ഉദാഹരണമായി 8:1, 9:1

സൗളോസ് എന്നാണ് എഴുതിയിരിക്കുന്നത്. ഇത് 26:16-ലെ അവകാശവാദവുമായി ചേർന്ന് പോകുന്നതാണ്. ഇതു കൂടാതെ ഈ ഭാഗത്ത് യേശു പറഞ്ഞതായി പൗലോസ് ഉദ്ധരിക്കുന്നതായി ലൂക്കോസ് എഴുതിയിരിക്കുന്ന "ആണിയുടെ നേരെ തൊഴിക്കുന്നത് നിനക്ക് വിഷമകരമാണ്" എന്നത് വളരെ പ്രശസ്തമായ ഒരു ഗ്രീക്ക് പഴമൊഴിയാണ്.[61]

മറ്റുഭാഗങ്ങളിൽ താൻ എഴുതിയിട്ടില്ലാത്ത ഈ കാര്യം ഇവിടെ ലൂക്കോസ് എഴുതണമെങ്കിൽ അതിനു തക്കതായ ഒരു കാരണം ഉണ്ടായിരിക്കണം. പൗലോസിന് പ്രത്യക്ഷനായ യേശു ഒരു ഗ്രീക്ക് പഴമൊഴി എബ്രായ ഭാഷയിൽ ഉദ്ധരിച്ചുവെന്ന് ഗ്രീക്ക് ഭാഷയിൽ, ഗ്രീക്ക് ഭാഷ സംസാരിക്കുന്നവർക്ക് വായിക്കുവാൻ വേണ്ടി രചിച്ച ഒരു ഗ്രന്ഥത്തിൽ ലൂക്കോസ് എന്തുകൊണ്ടായിരിക്കും എഴുതിയത്? സ്വാഭാവികമായും തനിക്ക് ഏറ്റവും വിശ്വസനീയമായ ഒരു ഉറവിടത്തിൽ നിന്നാണ് ഈ വിവരം ലഭിച്ചത് എന്നതുകൊണ്ടായിരിക്കണം ഇത്തരമൊരു കാര്യം ലൂക്കോസ് രേഖപ്പെടുത്തിയത്. അതല്ലാതെ ഗ്രീക്ക് ഭാഷയിൽ നല്ല വിദ്യാഭ്യാസവും[62] പ്രാവീണ്യവുമുള്ള[63] ഒരു എഴുത്തുകാരൻ ഇത്തരമൊരു കാര്യം കെട്ടിച്ചമയ്ക്കുവാനിടയില്ല.

അപ്പൊസ്തലന്മാരുടെ പ്രവർത്തികളെന്ന ലൂക്കോസിന്റെ ഈ ചരിത്രപുസ്തകവും പൗലോസിന്റെ ലേഖനങ്ങളും പരിശോധിക്കുമ്പോൾ ഗ്രീക്ക് ഉദ്ധരണികളും പഴമൊഴികളും ഉദ്ധരിക്കുകയെന്നത് പൗലോസിന്റെ രീതിയായിരുന്നുവെന്ന് നമ്മുക്ക്

---

[61] Euripides, Bacchae 794–95; Aeschylus, Agamemnon 1624; Euripides, Iphigenia Taurica 1396, Julian, Orationes 8.246b

[62] Casey, *Jesus of Nazareth*, 93; Christine Helmer, *The Multivalence of Biblical Texts and Theological Meanings* (Society of Biblical Lit, 2006), 91.

[63] Ben Witherington III and Jason A. Myers, *New Testament Rhetoric, Second Edition*, 2nd ed. edition. (Eugene, Oregon: Cascade Books, 2022), 36.

മനസിലാക്കാം[64] ലൂക്കോസ് അപ്പൊസ്തല പ്രവർത്തികളിൽ നൽകിയിരിക്കുന്ന ഇത്തരത്തിലുള്ള ഉദ്ധരണികളെല്ലാം പൗലോസ് പറഞ്ഞതായാണ് രേഖപ്പെടുത്തിയിരിക്കുന്നത്. പൗലോസിന്റെ ലേഖനങ്ങളിലെ തെളിവുകൾ ഇതുമായി ചേർന്ന് പോകുന്നതാണ്.

---

[64] അപ്പൊ. പ്രവ. 17:28 – Epimenides, Minos and Rhadamanthus; Aratus, Phaenomena 5, അപ്പൊ. പ്രവ. 26:26-Plato, Gorgias 485d; Epictetus, Discourses 2.12.17; 3.22.95–98; Terence, Adelphi 5.2.10; Plutarch, Moralia 516b and 777b, അപ്പൊ. പ്രവ. 21:39-Dionysius of Halicarnassus 2.35.7; Achilles Tatius 8.3.1, 1 കൊരിന്ത്യർ 6:12-Dio Chrysostom, Orations 14.17, Plutarch, Compendium Argumenti Stoicos absurdiora poetis dicere 1058B-C; 1 കൊരിന്ത്യർ 15:33-Menander, Thais in Theodor Kock, Comicorum Atticorum Fragmenta 218, Euripides, in Johann August Nauck, Euripidis Tragoediae superstites et deperditarum fragmenta, 1013, തീത്തോസ് 1:12 – Epimenides, Chresmoi (Clement of Alexandria, Stromata 1.14.59; Jerome, Commentaria in epistulam ad Titum 7), Callimachus, Hymnus in Iovem 8f; തീത്തോസ് 1:2-Callimachus, Iambis 12 (Frag. 202) 15-16. (തീത്തോസിന് എഴുതിയിരിക്കുന്ന കത്ത് തിമൊഥെയൊസിന് എഴുതിയിരിക്കുന്ന മറ്റു രണ്ടു കത്തുകൾ എന്നീ രചനകളുടെ എഴുത്തുകാരൻ പൗലോസ് അല്ല എന്ന ശക്തമായ ഒരു വാദം പണ്ഡിതന്മാരുടെ ഇടയിലുണ്ട്. എന്നാൽ ഇതിനു നിദാനമായി ചൂണ്ടിക്കാണിക്കുന്ന തെളിവുകൾ പരമാവധി തെളിയിക്കുന്നത് ഈ ലേഖനങ്ങൾ പൗലോസ് നേരിട്ട് എഴുതിയതല്ലായെന്ന് മാത്രമാണ്. മറിച്ച് ഈ ലേഖനങ്ങളിൽ ദൃശ്യമാകുന്ന അധികാരത്തിന്റെ ആത്യന്തിക ഉറവിടം പൗലോസ് ആണെന്ന് ചിന്തിക്കുന്നത് തന്നെയാണ് യുക്തിഭദ്രം. പ്രത്യേകിച്ചും പൗലോസാണ് ഈ ലേഖനങ്ങൾക്ക് പിന്നിലുള്ള വ്യക്തിത്വം എന്നതിലേക്ക് വിരൽചൂണ്ടുന്ന പല ചോദ്യങ്ങൾക്കും തൃപ്തികരമായ മറുപടികൾ ലഭ്യമല്ലാത്ത സാഹചര്യത്തിൽ: കൂടുതൽ വിശദാംശങ്ങൾക്കും ഈ ലേഖനങ്ങളുടെ രചയിതാക്കൾ മറ്റാരെങ്കിലും ആകാമെങ്കിലും ഇതിന്റെ പിന്നിൽ അപ്പൊസ്തലനായ പൗലോസിന്റെ ചിന്തകൾ തന്നെയാണെന്നതിന് ഉപോൽബലകമായ തെളിവുകളുടെ ഉറവിടങ്ങൾക്കുമായി പരിശോധിക്കുക: Gerald L. Bray, *The Pastoral Epistles: An International Theological Commentary* (Bloomsbury Publishing, 2019), 1–15. ഇവിടെ ഞാൻ ഉന്നയിക്കുന്ന ചരിത്രപരമായ വാദത്തിന് ഇത്തരം ഉദ്ധരണികൾ തന്റെ രചനകളിൽ ഉൾപ്പെടുത്തുവാൻ കഴിവുള്ള വ്യക്തിയായിരുന്നു പൗലോസ് എന്ന് തീത്തോസിന്റെ ലേഖനമെഴുതിയ ആ അജ്ഞാതനും അദ്ദേഹത്തിന്റെ ലേഖനം കൈക്കൊണ്ട ആദിമ സഭയും വിശ്വസിച്ചിരുന്നു എന്ന വസ്തുതയുടെ പിന്തുണ മാത്രം മതി. അത്തരമൊരു ബോധ്യം തികച്ചും സാങ്കൽപ്പികമാണെന്ന് കരുതുന്നതിനേക്കാൾ യുക്തിഭദ്രം, അങ്ങനെ എഴുതുവാൻ കഴിവുള്ള വ്യക്തിയാണ് പൗലോസ് എന്ന് അവർക്ക് ബോധ്യപ്പെട്ടിരുന്നുവെന്ന് ചിന്തിക്കുന്നതാണ്. പ്രത്യേകിച്ചും 1 കൊരിന്ത്യർ 15:33-ന്റെ വെളിച്ചത്തിൽ).

ഇതു കൂടാതെ അപ്പൊ. പ്രവ. 22:6-ൽ യേശു തനിക്ക് പ്രത്യക്ഷപ്പെട്ടത് "ഏകദേശം ഉച്ചക്ക്" ആണെന്ന് പൗലോസ് പരാമർശിക്കുന്നതായി ലൂക്കോസ് രേഖപ്പെടുത്തിയിട്ടുണ്ട്. ഇത്തരത്തിലുള്ള സമയത്തെക്കുറിച്ചുള്ള ഒരു പരാമർശം അദ്ധ്യായം 9-ൽ കാണുവാൻ സാധിക്കില്ല. എന്നാൽ അപ്പൊ. പ്രവ. 26:13-ലേക്ക് വരുമ്പോൾ കൂടുതൽ വിശദമായ ഒരു പരാമർശമാണ് കാണുവാൻ സാധിക്കുന്നത്. "നട്ടുച്ചക്കു ഞാൻ വഴിയിൽവെച്ചു സൂര്യന്റെ പ്രകാശത്തെ കവിഞ്ഞൊരു വെളിച്ചം" എന്ന ഒരു പരാമർശമാണ് അവിടെ കാണുന്നത്.

പ്രകാശത്തെക്കുറിച്ച് അദ്ധ്യായം 9-ലും 22-ലും പറയുന്നുണ്ടെങ്കിലും സൂര്യന്റെ പ്രകാശവുമായി താരതമ്യപ്പെടുത്തുന്ന ഒരു പരാമർശം അവിടെയെങ്ങും കാണുവാൻ സാധിക്കില്ല. 1 കൊരിന്ത്യർ 15:40-41-ൽ പൗലോസ് ഉയിർത്തെഴുന്നേല്പിനു ശേഷമുള്ള ശരീരത്തെക്കുറിച്ചുള്ള തന്റെ ബോധ്യങ്ങൾ പങ്കുവെയ്ക്കുന്ന ഭാഗത്ത്, ആ ശരീരത്തിന്റെ തേജസ്സിനെ സൂര്യന്റെയും നക്ഷത്രങ്ങളുടെയുമൊക്കെ തേജസുമായി താരതമ്യപ്പെടുത്തുന്നുണ്ട്. ഇത് അപ്പൊ. പ്രവ. 2:6-ലെ താരതമ്യത്തോട് ചേർന്ന് പോകുന്നതാണ്. മറ്റൊരു രീതിയിൽ പറഞ്ഞാൽ അപ്പൊ. പ്രവ. 26-ലെ പ്രസ്താവന പൗലോസിന്റേത് തന്നെയാണെങ്കിൽ 1 കൊരിന്ത്യർ 15:40-41-ലേത് പോലെ ഒരു വീക്ഷണത്തിലേക്ക് പൗലോസ് എങ്ങനെയാണ് എത്തിച്ചേർന്നതെന്ന് മനസിലാക്കുവാൻ എളുപ്പമാണ്.

ഈ കാര്യങ്ങൾ എല്ലാം ഒരുമിച്ച് പരിഗണിക്കുമ്പോൾ അപ്പൊ. പ്രവ. 9-ലെ വിവരണങ്ങൾ അപ്പൊ. പ്രവ. 26-ലെ വിവരണങ്ങളിൽ നിന്ന് വളരെ വ്യത്യസ്തമാണ്. അപ്പൊ. പ്രവ. 26-ലെ വിവരണങ്ങൾ പൗലോസിന്റെ ലേഖനങ്ങളിലെ തെളിവുകളുമായും, ഇത് പൗലോസിന്റെ തന്നെ അവകാശവാദങ്ങളാണെന്ന് സൂചിപ്പിക്കുന്ന ഇതര തെളിവുകളുമായും വളരെ ചേർന്നു പോകുന്നതാണ്. അപ്പോൾ തന്നെ അപ്പൊ. പ്രവ. 22-ലെ വിവരണം ഇവ രണ്ടിനും മധ്യത്തിൽ നിൽക്കുന്നതാണെന്നും മനസിലാക്കുവാൻ സാധിക്കും. മറ്റൊരു ഭാഷയിൽ പറഞ്ഞാൽ അപ്പൊ. പ്രവ. അദ്ധ്യായം 26-ൽ

കാണുന്നത് പൗലോസിന്റെ സാക്ഷ്യം തന്നെയാണ്. അപ്പൊ. പ്രവ. 22-ൽ കാണുന്നത് പ്രസ്തുതസംഭവത്തെക്കുറിച്ചുള്ള ലൂക്കോസിന്റെ ബോധ്യങ്ങളാൽ വളരെയധികം പരുവപ്പെടുത്തപ്പെട്ട നിലയിൽ ലൂക്കോസ് പുനർനിർമ്മിച്ച പൗലോസിന്റെ ഒരു സാക്ഷ്യമാണ്.[65]

അപ്പൊസ്തല പ്രവർത്തികളുടെ രണ്ടാം പകുതിയിൽ കാണുന്നത് പൗലോസിലൂടെ വളർന്നു പന്തലിക്കുന്ന ഒരു ക്രിസ്തീയ വിശ്വാസത്തെയാണ്. ആദ്യഭാഗങ്ങളിൽ പത്രോസ് വഹിച്ചതിനേക്കാൾ വിശാലമായ ഒരു ദൗത്യത്തിന് ചുക്കാൻ പിടിക്കുന്ന ഒരു വ്യക്തിയായിട്ടാണ് ലൂക്കോസ് പൗലോസിനെ ചിത്രീകരിച്ചിരിക്കുന്നത്. പൗലോസിനെ സാമൂഹ്യമായ പദവിയുടെയും സദ്ഗുണങ്ങളുടെയും ഒരു മകുടോദാഹരണമായിട്ടാണ് ലൂക്കോസ് ചിത്രീകരിച്ചിരിക്കുന്നത് എന്നാണ് വിഷയകേന്ദ്രീകൃതമായ പഠനങ്ങൾ തെളിയിക്കുന്നത്.[66] ഇതു കൂടാതെ പൗലോസിന്റെ പേരിൽ എഴുതപ്പെട്ടിട്ടുള്ള കൊലൊസ്സ്യർ 4:14-ൽ "വൈദ്യനായ പ്രിയ ലൂക്കോസും" എന്നും 2 തിമൊഥെയൊസ് 4:11-ൽ "ലൂക്കോസ് മാത്രമേ എന്നോടുകൂടെ ഉള്ളൂ" എന്നും കാണുന്നതും പരിഗണിക്കേണ്ടതാണ്. ഈ രണ്ടു ലേഖനങ്ങളുടെയും രചയിതാവ് പൗലോസ് ആണോയെന്ന വിഷയത്തിൽ പണ്ഡിതന്മാർക്കിടയിൽ തർക്കമുണ്ട്.[67] പൗലോസ്

---

[65] Ben Witherington III, *The Acts of the Apostles* (Wm. B. Eerdmans Publishing, 1998), 309–10.

[66] John Clayton Lentz, *Luke's Portrait of Paul* (Cambridge University Press, 1993), 21, 63.

[67] തിമൊഥെയൊസിന് എഴുതിയിരിക്കുന്ന ലേഖനവുമായി ബന്ധപ്പെട്ട തർക്കത്തെക്കുറിച്ച് മുകളിൽ അടിക്കുറിപ്പ് നമ്പർ 110 നോക്കുക. കൊലൊസ്സ്യർക്കെഴുതിയ ലേഖനത്തെക്കുറിച്ചുള്ള തർക്കത്തിന്റെ വിശദാംശങ്ങൾക്കായി നോക്കുക: Peter Thomas O'Brien, *Word Biblical Commentary. Volume 44, Colossians, Philemon* (Waco, Tex.: Word Books, 1982), xli–xlix.

അല്ലായെങ്കിൽ പൗലോസിന്റെ സന്തത സഹചാരികൾ ആരെങ്കിലുമായിരിക്കണം ഈ ലേഖനങ്ങൾ എഴുതിയിട്ടുള്ളത്.[68]

അങ്ങനെയാണെങ്കിൽ, കൊലൊസ്സ്യർ 4:14-ലും 2 തിമൊഥെയൊസ് 4:11-ലും കാണുന്ന പരാമർശങ്ങൾ ലൂക്കോസും പൗലോസും തമ്മിലുള്ള സ്നേഹോഷ്മളമായ ബന്ധത്തിനുള്ള തെളിവാണ്. അങ്ങനെയെങ്കിൽ, പൗലോസിനോട് ആദരവും സ്നേഹബന്ധവുമുള്ള, അപ്പൊസ്തല പ്രവർത്തികൾ പ്രസിദ്ധീകരിക്കുന്ന സമയത്ത് പൗലോസിന് ലഭിച്ച യേശുവിന്റെ പ്രത്യക്ഷതയെക്കുറിച്ചുള്ള പൗലോസിന്റെ അനുഭവ സാക്ഷ്യമെന്താണെന്ന് അറിയാമെന്നിരിക്കെ, അതിനു വിരുദ്ധമായ പരാമർശങ്ങൾ എന്തുകൊണ്ട് തന്റെ വിവരണത്തിൽ ലൂക്കോസ് ഉൾപ്പെടുത്തി? ഈ ചോദ്യത്തിനുള്ള ഉത്തരം അപ്പൊ. പ്രവ. 9:8-19-ലുണ്ട്. അതായത് ആ ഭാഗത്ത് അനന്യാസിന് യേശുവിൽ നിന്ന് ദർശനം ലഭിക്കുന്ന ഒരു വിവരണം കാണുവാൻ സാധിക്കും. ഇവിടെ രണ്ടു സാധ്യതകളാണ് നാം പരിഗണിക്കേണ്ടത്. ഒന്ന്, ഇത് ലൂക്കോസ് തന്റെ ഭാവനയിൽ മെനഞ്ഞെടുത്ത ഒരു കഥയാണ്, അല്ലെങ്കിൽ ഇത് അനന്യാസിൽ നിന്ന് നേരിട്ടോ അല്ലാതെയോ ലഭിച്ച ഒരു കഥയാണ്. പൗലോസിന്റെ സ്വന്തം സാക്ഷ്യത്തിൽ നിന്ന് വ്യത്യസ്തമായി ഒരു വിവരണം തയ്യാറാക്കുവാൻ വേണ്ടി പൗലോസിനെ ഇത്രയും ആദരിക്കുന്ന ഒരു വ്യക്തി സ്വന്തമായി ഒരു കഥ മെനഞ്ഞെടുത്തു എന്ന് ചിന്തിക്കുന്നതിനേക്കാൾ

---

[68] ഉദാഹരണമായി ഇടയ ലേഖനങ്ങൾ എന്നറിയപ്പെടുന്ന തീത്തോസിനെഴുതിയ കത്ത്, തിമൊഥെയൊസിനെഴുതിയ രണ്ടു കത്തുകൾ എന്നിവ പൗലോസിന് പറയുവാനുള്ള കാര്യങ്ങൾ ലൂക്കോസ് എഴുതിയതാണെന്ന സാധ്യതയെ പിന്തുണയ്ക്കുന്ന തെളിവുകളുണ്ട്: Rainer Riesner, "Once More: Luke-Acts and the Pastoral Epistles," in *History and Exegesis: New Testament Essays in Honor of Dr. E. Earle Ellis on His Eightieth Birthday*, ed. Sang-Won Son (A&C Black, 2006). കൊലോസ്യർക്കെഴുതിയ ലേഖനം തിമൊഥെയൊസ് എഴുതിയതാണെന്ന സാധ്യതയെ പിന്തുണയ്ക്കുന്ന തെളിവുകളുമുണ്ട്: Allan R. Bevere, *Sharing in the Inheritance: Identity and the Moral Life in Colossians* (Bloomsbury Publishing, 2003), 54–59.

ന്യായയുക്തം, ഇത് ലൂക്കോസിന് അനന്യാസിൽ നിന്ന് ലഭിച്ച ഒരു വിവരണമാണെന്ന് ചിന്തിക്കുന്നതാണ്.

അതായത്, ഈ സംഭവവുമായി ബന്ധപ്പെട്ട് പൗലോസിന്റെ സ്വന്തം സാക്ഷ്യത്തിൽ നിന്ന് വ്യത്യസ്തമായി ലൂക്കോസ് രേഖപ്പെടുത്തിയിരിക്കുന്ന കാര്യങ്ങൾ, മറ്റുള്ളവരിൽ നിന്ന് ലഭിച്ച വിവരങ്ങൾ പൗലോസിന്റെ സാക്ഷ്യവുമായി പൊരുത്തപ്പെടുത്തുവാനുള്ള ലൂക്കോസിന്റെ പരിശ്രമത്തിന്റെ ഭാഗമായി വന്നവയാണ്. തന്റെ സ്വന്തം അന്വേഷണത്തിൽ നിന്ന് ലഭിച്ച വിവരങ്ങളുടെ അടിസ്ഥാനത്തിൽ, ലൂക്കോസ്, പൗലോസിന് യേശു പ്രത്യക്ഷപ്പെട്ടുവെന്ന പ്രസ്താവം മുന്നോട്ടുവെക്കുന്നുവെങ്കിൽ, അതിന്റെ അർത്ഥം, പ്രസ്തുത സംഭവത്തിന് ദൃക്സാക്ഷികളായി വിശ്വസയോഗ്യരെന്ന് ലൂക്കോസ് കണക്കാക്കിയിരുന്ന മറ്റുള്ളവർ ഉണ്ടായിരുന്നുവെന്നാണ്. വിശദാംശങ്ങളിൽ വ്യത്യാസങ്ങൾ ഉണ്ടെങ്കിലും യേശുവിന്റെ മാർഗ്ഗത്തെ ഉപദ്രവിച്ചു നടന്ന പൗലോസിനെ യേശുവിന്റെ മാർഗ്ഗത്തിന്റെ പ്രചാരകനാക്കി മാറ്റിയ, മാനസിക തലത്തിനു പുറത്ത്, ഭൗതിക ലോകത്തിൽ നടന്ന[69] ഒരു സംഭവം ഉണ്ടായിരുന്നുവെന്നതിനെ വ്യത്യസ്ത ഉറവിടങ്ങളിൽ നിന്നുള്ള സാക്ഷ്യങ്ങൾ (1 കൊരിന്ത്യർ 15:8, അപ്പൊ. പ്രവ. 9:3–18) പിന്തുണയ്ക്കുന്നതായി മനസിലാക്കുവാൻ സാധിക്കും.

ഈ ഉറവിടങ്ങളിൽ നിന്ന് പൊതുവിൽ ലഭിക്കുന്ന വസ്തുതകൾ ഈ സംഭവം യഥാർത്ഥത്തിൽ നടന്നതാണെന്ന ദൃക്സാക്ഷി വിവരണങ്ങൾ ആദിമ സമയത്ത് തന്നെ നിലവിലുണ്ടായിരുന്നുവെന്ന് സൂചിപ്പിക്കുന്നവയാണ്. ആ

---

[69] പൗലോസിനോട് കൂടെ ഉണ്ടായിരുന്നവർ ആരോ സംസാരിക്കുന്നത് കേട്ടുവെങ്കിലും ആളെ കാണാതിരുന്നതിനാൽ മരവിച്ചു നിന്നുവെന്ന പരാമർശം നോക്കുക (അപ്പൊ. പ്രവ. 9:7). അവർ ആളെ കണ്ടിട്ടില്ലായെന്ന് മാത്രമേ പറഞ്ഞിട്ടുള്ളൂ വെളിച്ചം കണ്ടിട്ടില്ലായെന്ന് പറഞ്ഞിട്ടില്ല. വെളിച്ചം കണ്ടിരിക്കുവാൻ സാധ്യതയുണ്ട്. കാരണം 9:3-ൽ വെളിച്ചം പൗലോസിന് ചുറ്റും മിന്നിയെന്നാണ് പറഞ്ഞിരിക്കുന്നത്. എന്നാൽ ഇത് പൗലോസ് വിവരിക്കുന്നത് വ്യത്യസ്തമായാണ്. അപ്പൊ. പ്രവ. 26:13-ൽ പറയുന്നത് പ്രകാശം പൗലോസിനെയും പൗലോസിനോട് കൂടെ ഉണ്ടായിരുന്നവരെയും ചുറ്റി പ്രകാശിച്ചുവെന്നാണ്. രണ്ട് വ്യത്യസ്ത വീക്ഷണ കോണുകളിൽ നിന്നുള്ള വിവരണങ്ങളാണ് ഇവ.

വിവരങ്ങൾ ഇവയാണ്: പൗലോസ് യെഹൂദമതത്തോട് അത്യധികം തീക്ഷ്ണതയുള്ളവനായിരുന്നു, അതിന്റെ ഫലമായി ക്രിസ്തീയ വിശ്വാസികളെ പീഡിപ്പിക്കുന്ന ഒരു വ്യക്തിയായി പൗലോസ് മാറി (ഗലാത്യർ 1:13-14; ഫിലിപ്പിയർ 3:5-6; 1 കൊരിന്ത്യർ 15:9; അപ്പൊ. പ്രവ. 8:1, 9:1). ദമാസ്ക്കൊസിനടുത്ത് വെച്ച് (ഗലാത്യർ 1:17; അപ്പൊ. പ്രവ. 9:3) ക്രിസ്തു അദ്ദേഹത്തിന് പ്രത്യക്ഷപ്പെട്ടു (1 കൊരിന്ത്യർ 9:1; 15:8; ഗലാത്യർ 1:15-16; അപ്പൊ. പ്രവ. 9:5). ആ സംഭവത്തിനോടനുബന്ധിച്ച് സുവിശേഷം പ്രസംഗിക്കുവാനുള്ള നിയോഗം പൗലോസിന് ലഭിച്ചു (ഗലാത്യർ 1:16; അപ്പൊ. പ്രവ. 9:17-20 - പരിശുദ്ധാത്മപൂർണ്ണൻ ആകുക എന്നത് ലൂക്കോസിന്റെ വീക്ഷണത്തിൽ സുവിശേഷം പ്രസംഗിക്കുവാനുള്ള ശാക്തീകരണമാണ് - അപ്പൊ. പ്രവ. 1:8).

ഈ നിലയിൽ യേശുവിന്റെ മരണത്തിനു ശേഷം തങ്ങൾ യേശുവിനെ കണ്ടുവെന്ന് പല വ്യക്തികളും കൂട്ടങ്ങളും അവകാശപ്പെട്ടുവെന്ന ചരിത്ര വസ്തുതയ്ക്ക് യേശുവിന്റെ നാല് ജീവചരിത്രങ്ങളും അപ്പൊസ്തലന്മാരുടെ പ്രവർത്തികളെന്ന ചരിത്രഗ്രന്ഥവും ശക്തമായ, സ്വതന്ത്രമായ, ചരിത്രപരമായി ആധികാരികമായ സാക്ഷ്യം നൽകുന്നു. എന്തുകൊണ്ട് ഈ വിവരണങ്ങൾ ചരിത്രപരമായ തെളിവായി പരിഗണിക്കുവാൻ സാധിക്കുമെന്നതിനുള്ള കാരണങ്ങൾ നാം വിശകലനം ചെയ്യുവെന്നത് മറന്നുപോകരുത്. ഇവിടെ നാം പറയുന്നത് ഇത്തരത്തിലുള്ള പ്രത്യക്ഷതകൾ തങ്ങൾക്കുണ്ടായെന്ന് പലരും അവകാശപ്പെട്ടുവെന്നു മാത്രമാണ്. മറ്റൊരു രീതിയിൽ പറഞ്ഞാൽ ആരും അവകാശപ്പെടാത്ത കാര്യങ്ങൾ അവകാശപ്പെട്ടുവെന്ന കഥകൾ പിൽക്കാലത്ത് കൃത്രിമമായി കെട്ടിച്ചമയ്ക്കുകയല്ല ചെയ്തത്. നാം ചർച്ച ചെയ്ത രീതിയിലുള്ള അനുഭവങ്ങൾ തങ്ങൾക്കുണ്ടായെന്ന് ആദിമ കാലത്ത് പലരും അവകാശപ്പെട്ടുവെന്നത് ഒരു ചരിത്ര വസ്തുതയാണ്.

പതിനൊന്ന്

യേശുവിന്റെ ശിഷ്യന്മാർ യേശുവിന്റെ ഉയിർത്തെഴുന്നേല്പിനെക്കുറിച്ച് പ്രസംഗിച്ചിരുന്നുവെന്ന്, യേശുവിന്റെ ശിഷ്യന്മാരുടെ ശിഷ്യന്മാർ സാക്ഷ്യപ്പെടുത്തുന്നു: യേശുവിന്റെ ശിഷ്യന്മാരുടെ പിൻഗാമികളായ വ്യക്തികളും അവരുടെ പിൻഗാമികളായ ആദിമ ക്രിസ്തീയവിശ്വാസികളും എഴുതിയ ധാരാളം രചനകൾ നമ്മുക്ക് ലഭ്യമാണ്. ഇവയിൽ ഒന്ന് രണ്ട് മൂന്ന് നൂറ്റാണ്ടുകളിൽ നിന്നുള്ളവ വളരെ പ്രാധാന്യമർഹിക്കുന്നവയാണ്. ഇതിൽ ഒന്നാം നൂറ്റാണ്ടിന്റെ അവസാന ഭാഗത്ത് ജീവിച്ചിരുന്ന പലർക്കും യേശുവിന്റെ ശിഷ്യന്മാരെ നേരിൽ പരിചയമുണ്ടായിരുന്നു. പൗലോസിലൂടെ ആദിമ ശിഷ്യന്മാർ തങ്ങളുടെ അനുഭവങ്ങളെക്കുറിച്ച് എന്താണ് വിശ്വസിച്ചിരുന്നതെന്ന കാര്യം അന്വേഷിച്ചു കണ്ടെത്തിയതുപോലെ തന്നെ അപ്പൊസ്തലന്മാരുടെ ശിഷ്യന്മാരുടെ രചനകളിൽ നിന്നും എന്താണ് അപ്പൊസ്തലന്മാർ പഠിപ്പിച്ചിരുന്നതെന്ന് കണ്ടെത്തുവാൻ സാധിക്കും.

ആദിമ അപ്പൊസ്തലിക പിതാക്കന്മാരിൽ ഒരാളായ റോമിലെ ക്ലെമന്റ് (ഏകദേശം എ. ഡി. 35 – 99) എ. ഡി. 95-ൽ കൊരിന്തിലെ ക്രിസ്തീയ സഭയ്ക്ക് ഒരു കത്തെഴുതുകയുണ്ടായി. ഈ കത്തിനെക്കുറിച്ച് ചില വിശദാംശങ്ങൾ ഏകദേശം എ. ഡി. 185-ൽ എഴുതിയ തന്റെ രചനയിൽ ലിയോണിലെ ഐറേനിയസ് (ഏകദേശം. എ. ഡി. 130-202) എന്ന മറ്റൊരു സഭാധ്യക്ഷൻ നൽകുന്നത് ഇപ്രകാരമാണ്: "ക്ലമന്റിന് സഭാധ്യക്ഷ പദവി നൽകി. ഈ മനുഷ്യൻ, അനുഗൃഹീതരായ അപ്പൊസ്തലന്മാരെ കാണുകയും അവരുമായി ആശയവിനിമയം നടത്തുകയും ചെയ്തിട്ടുണ്ടെന്നതിനാൽ തന്നെ അപ്പൊസ്തലന്മാരുടെ പ്രസംഗം ഇപ്പോഴും പ്രതിധ്വനിപ്പിക്കുന്നുണ്ടെന്നും അവരുടെ പാരമ്പര്യങ്ങൾ തന്റെ കൺമുമ്പിൽ ഉണ്ടെന്നും പറയാം. അപ്പൊസ്തലന്മാരിൽ നിന്ന് പഠിപ്പിക്കലുകൾ ലഭിച്ച അനേകർ ശേഷിച്ചിരുന്നതിനാൽ അദ്ദേഹം തനിച്ചായിരുന്നില്ല. ഈ ക്ലെമന്റിന്റെ കാലത്ത്, കൊരിന്തിലെ സഹോദരങ്ങൾക്കിടയിൽ ചെറുതല്ലാത്ത അഭിപ്രായവ്യത്യാസങ്ങൾ ഉണ്ടായതിനാൽ, റോമിലെ സഭ കൊരിന്ത്യർക്ക് ഏറ്റവും ശക്തമായ

ഒരു കത്ത് അയച്ചു."[70] ഏകദേശം എ. ഡി. 200-ൽ[71] ആഫ്രിക്കയിൽ നിന്നുള്ള ക്രിസ്തീയ എഴുത്തുകാരനായ കാർത്തേജിലെ തെർത്തുല്യൻ ഇപ്രകാരം എഴുതി "അപ്പൊസ്തലിക സഭകൾ അവരുടെ ഉത്ഭവത്തെക്കുറിച്ച് രേഖപ്പെടുത്തിയിരിക്കുന്നത് ഇപ്രകാരമാണ്. സ്മിർണ്ണയിലെ സഭ നൽകുന്ന വിവരം അനുസരിച്ച് പോളികാർപ്പിനെ അവിടെ നിയമിച്ചത് യോഹന്നാനാണ്, റോമിലെ സഭ നൽകുന്ന വിവരമനുസരിച്ച് ക്ലെമന്റിനെ അവിടെ നിയോഗിച്ചത് പത്രോസാണ്".[72]

ഐറേനിയസും തെർത്തുല്യനും നൽകുന്ന വിവരമനുസരിച്ച് ക്ലെമന്റിന് അപ്പൊസ്തലന്മാരുമായി കൂട്ടായ്മയുണ്ടായിരുന്നു. ഉയിർത്തെഴുന്നേല്പിലുള്ള അപ്പൊസ്തലന്മാരുടെ വിശ്വാസത്തെ സംബന്ധിച്ച് ക്ലെമന്റ് ഇപ്രകാരമാണ് എഴുതുന്നത്: "അതിനാൽ, കൽപ്പനകളും നമ്മുടെ കർത്താവായ യേശുക്രിസ്തുവിന്റെ പുനരുത്ഥാനത്താൽ ഉണ്ടായ പൂർണ്ണമായ ഉറപ്പും ലഭിക്കുകയും ദൈവവചനത്തിൽ വിശ്വസിക്കുകയും ചെയ്ത അവർ പരിശുദ്ധാത്മാവിന്റെ ഉറപ്പോടെ ദൈവരാജ്യം വരാൻ പോകുന്നു എന്ന സുവിശേഷം പ്രസംഗിച്ചു."[73] അപ്പൊസ്തലന്മാർ യേശുവിന്റെ ഉയിർത്തെഴുന്നേല്പിനെക്കുറിച്ച് പ്രസംഗിച്ചുവെന്ന് ക്ലെമന്റ് പറഞ്ഞിരിക്കുന്നു.

അപ്പൊസ്തലന്മാർ അങ്ങനെയൊരു കാര്യം പ്രസംഗിച്ചിട്ടില്ലായിരുന്നുവെങ്കിൽ ക്ലെമന്റിന് അത് അറിയാൻ സാധിക്കുമായിരുന്നു. ഐറേനിയസ് സ്മിർണ്ണയിലെ സഭാധ്യക്ഷനായിരുന്ന പോളിക്കാർപ്പിനെക്കുറിച്ച് (ഏകദേശം എ. ഡി. 69 – 156) പറഞ്ഞത് ഇതാണ്: "എന്നാൽ പോളികാർപ്പും അപ്പൊസ്തലന്മാരാൽ പഠിപ്പിക്കപ്പെടുകയും ക്രിസ്തുവിനെ കണ്ട അനേകരുമായി സംഭാഷണം നടത്തുകയും ചെയ്യുവെന്ന് മാത്രമല്ല,

---

[70] Irenaeus, Against Heresies, 3.3.3

[71] Philip Francis Esler, *The Early Christian World* (Taylor & Francis, 2000), 2:284.

[72] Tertullian, The Prescription Against Heretics, 32

[73] First Clement 42:3

ഏഷ്യയിലെ അപ്പൊസ്തലന്മാരാൽ, സ്മിർണയിലെ സഭയുടെ അധ്യക്ഷനായി നിയമിക്കപ്പെടുകയും ചെയ്തു. അദ്ദേഹം വളരെക്കാലം [ഭൂമിയിൽ] താമസിച്ചതിനാൽ അദ്ദേഹത്തെ ഞാനും എന്റെ ചെറുപ്പകാലത്ത് കണ്ടിട്ടുണ്ട്. വളരെ പ്രായമായ മനുഷ്യനായപ്പോൾ, മഹത്ത്വത്തോടെയും, ഏറ്റവും ശ്രേഷ്ഠമായും രക്തസാക്ഷിത്വം അനുഭവിച്ചപ്പോൾ, അപ്പൊസ്തലന്മാരിൽ നിന്ന് പഠിച്ച കാര്യങ്ങൾ എല്ലായ്പ്പോഴും പഠിപ്പിച്ചുകൊണ്ട് അദ്ദേഹം ഈ ജീവിതം വിട്ടുപോയി".[74]

ഐറേനിയസ് ഫ്ലോറിനിയസ് എന്ന വ്യക്തിക്ക് ഒരു കത്ത് അയച്ചപ്പോൾ അതിലും അദ്ദേഹം പോളിക്കാർപ്പിനെക്കുറിച്ച് പറഞ്ഞിരുന്നു. ആ കത്ത് ഇന്ന് നമ്മുടെ കയ്യിൽ ലഭ്യമല്ല. എന്നാൽ അതിൽ നിന്നുള്ള ഒരു ഭാഗം സഭാ ചരിത്രകാരനായ യൂസിബിയസ് ഉദ്ധരിച്ചിട്ടുള്ളത് നമുക്ക് ലഭ്യമാണ്. അത് ഇപ്രകാരമാണ് ""ഞാൻ ഒരു കുട്ടിയായിരുന്നപ്പോൾ, താഴ്ന്ന ഏഷ്യയിൽ (സ്മിർണ്ണ) പോളികാർപ്പിനൊപ്പം ഞാൻ നിങ്ങളെ കണ്ടു. നിങ്ങൾക്ക് സാമ്രാജ്യത്വ കോടതിയിൽ ഉയർന്ന പദവിയുണ്ടായിരുന്നപ്പോൾ അവന്റെ പ്രീതി നേടാൻ ആഗ്രഹിച്ചു. ആ നാളുകളിലെ സംഭവങ്ങൾ ഈയിടെ നടന്ന സംഭവങ്ങളെക്കാൾ വ്യക്തമായി ഞാൻ ഓർക്കുന്നു... അനുഗ്രഹീതനായ പോളികാർപ്പ് ഇരുന്ന് സംസാരിച്ച സ്ഥലം, അദ്ദേഹത്തിന്റെ വരവും പോക്കും, അദ്ദേഹത്തിന്റെ സ്വഭാവം, അദ്ദേഹത്തിന്റെ വ്യക്തിപരമായ രൂപം, ജനക്കൂട്ടത്തോടുള്ള അദ്ദേഹത്തിന്റെ പ്രഭാഷണങ്ങൾ, യോഹന്നാനുമായും കർത്താവിനെ കണ്ട മറ്റുള്ളവരുമായും അദ്ദേഹം നടത്തിയ ചർച്ചകളെക്കുറിച്ച് അദ്ദേഹം എങ്ങനെയാണ് പറഞ്ഞതെന്നുള്ളതും എനിക്ക് ചിത്രീകരിക്കാൻ കഴിയും. കർത്താവിനെക്കുറിച്ചും അവന്റെ അത്ഭുതങ്ങളെക്കുറിച്ചും അവന്റെ പഠിപ്പിക്കലിനെക്കുറിച്ചും അവർ പറഞ്ഞ അതേ വാക്കുകൾ അദ്ദേഹം ഓർത്തെടുത്തു – ജീവന്റെ വചനത്തിന്റെ ദൃക്സാക്ഷികളിൽ നിന്ന് പോളികാർപ്പ് നേരിട്ട്

---

[74] Irenaeus, Against Heresies, 3.3.4.

കേൾക്കുകയും തിരുവെഴുത്തുകളോട് പൂർണ്ണമായി യോജിക്കുന്ന രീതിയിൽ തന്നെ അറിയിച്ചുതരികയും ചെയ്യ കാര്യങ്ങൾ."75

തെർത്തുല്യനും ഐറേനിയസും പറയുന്നതനുസരിച്ച് പോളികാർപ്പിന് അപ്പൊസ്തലന്മാരെ വ്യക്തിപരമായി പരിചയമുണ്ടായിരുന്നതിനാൽ തന്നെ അവർ എന്താണ് പഠിപ്പിച്ചിരുന്നതെന്ന് അദ്ദേഹത്തിന് അറിയുവാൻ കഴിയുമായിരുന്നു. ഏകദേശം എ. ഡി. 110-ൽ പോളികാർപ്പ് ഫിലിപ്പിയയിലെ സഭയ്ക്കെഴുതിയ ലേഖനത്തിൽ പൗലോസിനെയും മറ്റ് അപ്പൊസ്തലന്മാരെയും കുറിച്ച് പറയുന്നത് "അവർ ഈ യുഗത്തെ സ്നേഹിച്ചില്ല, മറിച്ച് നമ്മുടെ പ്രയോജനത്തിനായി മരിക്കുകയും നമ്മുക്ക് വേണ്ടി ദൈവം മരിച്ചവരുടെ ഇടയിൽ നിന്നും ഉയിർത്തെഴുന്നേല്പിക്കുകയും ചെയ്യവനെയാണ് [സ്നേഹിച്ചത്]".76 ഈ നിലയിൽ ക്ലെമന്റിലൂടെയും പോളികാർപ്പിലൂടെയും ആദിമ അപ്പൊസ്തലന്മാർ യേശു ഉയിർത്തെഴുന്നേറ്റുവെന്നത് അവകാശപ്പെട്ടിരുന്നുവെന്ന് മനസിലാക്കാം.

സമാനമായ കാരണങ്ങളുടെ അടിസ്ഥാനത്തിൽ 2021-ൽ അന്തരിച്ച നിരീശ്വരവാദിയായ പുതിയനിയമ പണ്ഡിതൻ ഗെർഡ് ലുഡെമാൻ ഇപ്രകാരമാണ് വിലയിരുത്തിയത് "ഉയിർത്തെഴുന്നേറ്റ ക്രിസ്തുവായി യേശു പ്രത്യക്ഷപ്പെട്ട അനുഭവം യേശുവിന്റെ മരണശേഷം പത്രോസിനും ശിഷ്യന്മാർക്കും ഉണ്ടായി എന്നത് ചരിത്രപരമായി ഉറപ്പുള്ള ഒന്നായി കണക്കാക്കാവുന്നതാണ്"77

---

75 Ecclesiastical History 5.20.5-6

76 Polycarp, To the Philippians 9:2

77 Gerd Lüdemann and Alf Özen, *What Really Happened to Jesus: A Historical Approach to the Resurrection*, trans. John Bowden (Louisville: Westminster John Knox Press, 1995), 80.

അധ്യായം 26

അഞ്ചാമത്തെ ചരിത്ര വസ്തുത – വിശ്വാസം

വിശ്വസിക്കാതിരിക്കുവാനുള്ള എല്ലാ കാരണങ്ങളും സ്വാഭാവിക നിലയിൽ ഉണ്ടായിരുന്നിട്ടും യേശുവിന്റെ ആദിമ ശിഷ്യന്മാർ യേശു മരണത്തിൽ നിന്ന് ഉയിർത്തെഴുന്നേറ്റുവെന്ന് ആത്മാർഥമായി വിശ്വസിച്ചു എന്നതാണ് യേശുവിന്റെ പുനരുത്ഥാനവുമായി ബന്ധപ്പെട്ട അഞ്ചാമത്തെ അടിസ്ഥാന ചരിത്ര വസ്തുത.

ഒന്ന്

ഉയിർത്തെഴുന്നേല്പ് ആദിമകാല ക്രിസ്തീയവിശ്വാസത്തിന്റെ പരമപ്രധാനമായ അടിസ്ഥാനവും കേന്ദ്രബിന്ദുവുമായിരുന്നു. "യേശു മരിക്കയും ജീവിച്ചെഴുന്നേൽക്കയും ചെയ്യു എന്നു നാം വിശ്വസിക്കുന്നു എങ്കിൽ അങ്ങനെ തന്നെ ദൈവം നിദ്രകൊണ്ടവരെയും യേശുമുഖാന്തരം അവനോടുകൂടെ വരുത്തും" (1. തെസ്സലൊനീക്യർ 4:14); "ക്രിസ്തു ഉയിർത്തെഴുന്നേറ്റിട്ടില്ലെങ്കിൽ ഞങ്ങളുടെ പ്രസംഗം വ്യർത്ഥം; നിങ്ങളുടെ വിശ്വാസവും വ്യർത്ഥം (1. കൊരിന്ത്യർ 15:14) "മരിച്ചിട്ടു ഉയിർത്തെഴുന്നേൽക്കയാൽ വിശുദ്ധിയുടെ ആത്മാവു സംബന്ധിച്ചു ദൈവ പുത്രൻ എന്നു ശക്തിയോടെ നിർണ്ണയിക്കപ്പെടുകയും ചെയ്തിരിക്കുന്നവനാൽ" (റോമർ 1:5) "യേശുവിനെ കർത്താവ് എന്നു വായ് കൊണ്ട് ഏറ്റുപറകയും ദൈവം അവനെ മരിച്ചവരിൽ നിന്നു ഉയിർത്തെഴുന്നേല്പിച്ചു എന്നു ഹൃദയംകൊണ്ടു വിശ്വസിക്കയും ചെയ്താൽ നീ രക്ഷിക്കപ്പെടും" (റോമർ 10:9) എന്നിങ്ങനെയുള്ള പൗലോസിന്റെ കത്തുകളിലുള്ള പ്രസ്താവനകൾ ഇത് തെളിയിക്കുന്നുണ്ട്.

ക്രിസ്ത്യാനികൾക്കിടയിൽ ഈ കാലത്ത് ഏറ്റവുമധികം ആഘോഷിക്കപ്പെടുന്ന, 'യേശുവിന് സംഭവിച്ച' മറ്റൊരു അത്ഭുതമായ, കന്യകയിൽ നിന്നുള്ള യേശുവിന്റെ ജനനത്തെ ഇതുമായി താരതമ്യപ്പെടുത്തി നോക്കാവുന്നതാണ്. യേശുവിന്റെ

നാല് ജീവചരിത്രങ്ങളിൽ രണ്ടെണ്ണത്തിലെ പരാമർശങ്ങൾ ഒഴിച്ചു നിർത്തിയാൽ, ക്രിസ്ത്യാനികളുടെ പുതിയനിയമത്തിൽ ഉൾപ്പെടുത്തിയിരിക്കുന്ന വേറെ ഒരു ഗ്രന്ഥത്തിലും ഇതിനെക്കുറിച്ച് തർക്കരഹിതമായ നിലയിൽ സുവ്യക്തമായ ഒരു പരാമർശം പോലും കാണുവാൻ സാധിക്കില്ല. കന്യക അത്ഭുതകരമായി ഗർഭം ധരിച്ചാണ് യേശു ജനിച്ചത് എന്നതിനെ അടിസ്ഥാനമാക്കി എന്തെങ്കിലുമൊരു ഉപദേശം ആദിമ നൂറ്റാണ്ടിൽ അപ്പൊസ്തലന്മാരാൽ നയിക്കപ്പെട്ട ക്രിസ്തീയ കൂട്ടായ്മകളിൽ രൂപീകരിക്കപ്പെട്ടുവെന്നു സൂചിപ്പിക്കുന്ന ഒരു തെളിവുമില്ല. എന്താണ് ആദിമ ക്രിസ്ത്യാനികൾ പ്രസംഗിച്ചിരുന്നത് എന്നതിന്റെ ഒരു ചിത്രം അപ്പൊസ്തലന്മാരുടെ പ്രവർത്തികൾ എന്ന പുസ്തകത്തിൽ നിന്ന് നമ്മുക്ക് ലഭ്യമാകും.

ലൂക്കോസ് തന്റെ സുവിശേഷത്തിൽ യേശുവിന്റെ 'അത്ഭുത ജനനത്തെക്കുറിച്ച്' എഴുതിയിട്ടുണ്ടെങ്കിലും, അപ്പൊസ്തല പ്രവർത്തികളിൽ, ആദിമ ക്രിസ്തീയ വിശ്വാസപ്രചാരകർ പ്രസംഗിച്ചതായി ലൂക്കോസ് രേഖപ്പെടുത്തിയിട്ടുള്ള പ്രസംഗങ്ങളിൽ, നിരന്തരമായി ആവർത്തിക്കപ്പെടുന്നതും, യേശുവിനെക്കുറിച്ചുള്ള ഏറ്റവും പ്രധാനപ്പെട്ട തെളിവായി പ്രാസംഗികർ മുന്നോട്ട് വെക്കുന്നതുമായ സംഭവം യേശുവിന്റെ അത്ഭുത ജനനമല്ല മറിച്ച് ഉയിർത്തെഴുന്നേല്ലാണ്. സാധാരണ ഗതിയിൽ ഒരു പ്രസംഗമെന്നാൽ ഒരു 5 മിനിറ്റെങ്കിലും നീണ്ടു നിൽക്കുന്നതായിരിക്കും. എന്നാൽ അപ്പൊസ്തല പ്രവർത്തികളിലെ പ്രസംഗങ്ങൾ മിക്കവയും 5 മിനിറ്റോ അതിൽ താഴെയോ സമയം കൊണ്ട് വായിച്ചു തീർക്കാവുന്നയാണ്. അതിനാൽ തന്നെ, ഇവയെല്ലാം, ആദിമ ക്രിസ്ത്യാനികൾ പ്രസംഗിച്ചത് നേരിട്ട് കേട്ടെഴുതിയിരിക്കുന്നതാണെന്ന് പറയുവാൻ സാധിക്കില്ല. എന്നാൽ, അവ ആദിമ ക്രിസ്തീയ പ്രസംഗങ്ങളുടെ സംക്ഷിപ്ത രൂപമാണെന്ന് മനസിലാക്കാം.

ചില ഉദാഹരണങ്ങൾ ഇവയാണ്: "അവനെ പാതാളത്തിൽ വിട്ടുകളഞ്ഞില്ല: അവന്റെ ജഡം ദ്രവത്വം കണ്ടതുമില്ല എന്നു ക്രിസ്തുവിന്റെ പുനരുത്ഥാനം മുൻകൂട്ടി കണ്ടു പ്രസ്താവിച്ചു. ഈ

യേശുവിനെ ദൈവം ഉയിർത്തെഴുന്നേല്പിച്ചു" (അപ്പൊ. പ്രവ. 2:31), "നിങ്ങൾ മരത്തിൽ തൂക്കിക്കൊന്ന യേശുവിനെ നമ്മുടെ പിതാക്കന്മാരുടെ ദൈവം ഉയിർപ്പിച്ചു" (അപ്പൊ. പ്രവ. 5:30), "ദൈവം അവനെ മൂന്നാം നാൾ ഉയിർത്തെഴുന്നേല്പിച്ചു" (അപ്പൊ. പ്രവ. 10:40), "ദൈവമോ അവനെ മരിച്ചവരിൽ നിന്നു ഉയിർത്തെഴുന്നേല്പിച്ചു" (അപ്പൊ. പ്രവ. 13:30), "അവനെ മരിച്ചവരിൽനിന്നു ഉയിർത്തെഴുന്നേല്പിച്ചതിനാൽ എല്ലാവർക്കും അതിന്റെ ഉറപ്പു നല്ലിയുമിരിക്കുന്നു" (അപ്പൊ. പ്രവ. 17:31). യഹൂദാ പശ്ചാത്തലത്തിലാണ് ഈ പ്രസംഗങ്ങൾ ഉത്ഭവിച്ചതെന്ന് സൂചിപ്പിക്കുന്ന പദപ്രയോഗങ്ങൾ,[1] അപ്പൊ. പ്രവ. 10:34–43 പോലെയുള്ള ഭാഗങ്ങളിൽ ഉപയോഗിച്ചിരിക്കുന്ന വളരെ പരുക്കൻ ഗ്രീക്ക് ഭാഷ (ലൂക്കോസ് തന്റെ ഈ രചനയിൽ നല്ല വിദ്യാഭ്യാസമുള്ളവർ ഉപയോഗിക്കുന്ന തരം ഗ്രീക്ക് ഭാഷയാണ് ഉപയോഗിച്ചിരിക്കുന്നത്), പ്രത്യേകിച്ചും വാക്യം 36 മുതൽ 38 വരെയുള്ള ഭാഗങ്ങൾ ഗ്രീക്കിൽ വായിക്കുമ്പോൾ ദൃശ്യമാകുന്ന അരോചകമായ പദവാക്യഘടന,[2] തുടങ്ങിയ നിരവധി തെളിവുകൾ, അപ്പൊസ്തല പ്രവർത്തികളുടെ പുസ്തകത്തിൽ രേഖപ്പെടുത്തിയിരിക്കുന്ന പ്രസംഗങ്ങളുടെ സംക്ഷിപ്ത രൂപങ്ങളിൽ അടങ്ങിയിരിക്കുന്നത്, ആദിമ അപ്പൊസ്തലിക പ്രഭാഷണങ്ങളുടെ രത്നച്ചുരുക്കം തന്നെയാണെന്നതിനുള്ള തെളിവായി ചൂണ്ടിക്കാണിക്കപ്പെടുന്നു.

ഈ പ്രസംഗങ്ങളുടെ സംക്ഷിപ്തത, ദൈവശാസ്ത്രപരമായി പ്രാരംഭദശയിലുള്ളവയെന്ന് സൂചിപ്പിക്കുന്ന ലാളിത്യം, പദഘടന, ശൈലി, ഭാഷാരീതി എന്നി എഴുത്തുകാരന്റേതിൽ നിന്നുള്ള വ്യത്യസ്തമായിരിക്കുന്നു എന്ന വസ്തുത തുടങ്ങിയ പല കാരണങ്ങളുടെയും അടിസ്ഥാനത്തിൽ നിരൂപകരായ മിക്ക പണ്ഡിതന്മാരും ഇവയിൽ ചില ശകലങ്ങളെങ്കിലും ആദിമ ക്രിസ്തീയ

---

[1] C. H Dodd, *The Apostolic Preaching and Its Developments: Three Lectures with an Appendix on Eschatology and History* (Grand Rapids: Baker, 1980), 17–31.

[2] Merrill C. Tenney and Richard N. Longenecker, *The Expositor's Bible Commentary (Volume 9) – John and Acts*, ed. Frank E. Gaebelein (London: Zondervan, 1984), 392.

സുവിശേഷ പ്രസംഗങ്ങളെ പ്രതിഫലിപ്പിക്കുന്നതാണെന്ന നിർണ്ണയത്തിലേക്ക് എത്തിച്ചേർന്നിട്ടുണ്ട്.[3] ആദിമ ക്രിസ്ത്യാനികളെ സംബന്ധിച്ചിടത്തോളം യേശുവിലുള്ള വിശ്വാസമെന്നാൽ അതിന്റെ അർത്ഥം ഉയിർത്തെഴുന്നേല്പിലുള്ള വിശ്വാസമെന്നായിരുന്നു എന്നാണ് ഇവയിൽ നിന്നെല്ലാം മനസിലാക്കുവാൻ സാധിക്കുന്നത്.

രണ്ട്

യെഹൂദന്മാർക്ക്, ഉയിർക്കുന്ന മിശിഹയിലെന്നല്ല, മരിക്കുന്ന മിശിഹയിൽ പോലും വിശ്വാസം ഉണ്ടായിരുന്നില്ലായെന്ന വസ്തുത നാം മുകളിൽ കണ്ടതാണ്. യെഹൂദന്മാരുടെ തിരുവെഴുത്തുകൾ അനുസരിച്ച് മിശിഹ സദാ കാലത്തേക്കും വാഴേണ്ടവനാണ്. "ഞാൻ അവന്റെ രാജത്വത്തിന്റെ സിംഹാസനം എന്നേക്കും സ്ഥിരമാക്കും" (2. ശമൂവേൽ 7: 13) "നിന്റെ സന്തതിയെ ഞാൻ എന്നേക്കും സ്ഥിരപ്പെടുത്തും" (സങ്കീർത്തനം 89:4) എന്നിങ്ങനെയുള്ള ദാവീദിനോടുള്ള വാഗ്ദത്തത്തിൽ നിന്ന് തുടങ്ങി "അവന്റെ ആധിപത്യത്തിന്റെ വർദ്ധനെക്കും സമാധാനത്തിന്നും അവസാനം ഉണ്ടാകയില്ല" (യെശയ്യാവു 9:7) എന്ന പ്രവചനത്തിലൂടെ യേശുവിന്റെ കാലത്തെത്തിയപ്പോൾ യെഹൂദന്റെ വീക്ഷണം "ക്രിസ്തു എന്നേക്കും ഇരിക്കും" (യോഹന്നാൻ 12:34) എന്നതിലേക്ക് എത്തിച്ചേർന്നിരുന്നു.

യോഹന്നാൻ 12:34-ൽ യെഹൂദന്മാർ പറയുന്നതായി രേഖപ്പെടുത്തിയിരിക്കുന്നത് "ക്രിസ്തു എന്നേക്കും ഇരിക്കും എന്നു ഞങ്ങൾ ന്യായപ്രമാണത്തിൽ വായിച്ചുകേട്ടിരിക്കുന്നു" എന്നാണ്. മോശയുടെ പേരിൽ അറിയപ്പെടുന്ന പഞ്ചഗ്രന്ഥി പുസ്തകങ്ങളെയാണ് ന്യായപ്രമാണം എന്നതുകൊണ്ട് യെഹൂദന്മാർ ഉദ്ദേശിച്ചിരുന്നത്.

---

[3] Gerd Lüdemann, *Early Christianity According to the Traditions in Acts: A Commentary* (Fortress Press, 1989), 47–49, 112–15; Pheme Perkins, *Resurrection: New Testament Witness and Contemporary Reflection* (Garden City, N.Y.: Doubleday, 1984), 90, 228–31; Fuller, *The Formation of the Resurrection Narratives*, 44–45; Max Wilcox, *The Semitisms of Acts* (Clarendon Press, 1965), 79–80, 164–65; Brown, *An Introduction to New Testament Christology*, 112–13, 164.

അതിന്റെ ഭാഗമായ ഉൽപത്തി 49:10[4] യോഹന്നാൻ 12:34-ൽ കാണുന്ന അർത്ഥത്തിലാണ് വ്യാഖ്യാനിച്ചിരുന്നതെന്നതിന് ചാവുകടൽ ചുരുളുകളിൽ തെളിവുണ്ട്.[5] ഈ പശ്ചാത്തലത്തിലാണ് തങ്ങളുടെ നേതാവ് മരിച്ചുവെന്ന യാഥാർത്ഥ്യത്തെ ശിഷ്യന്മാർ അഭിമുഖീകരിക്കേണ്ടി വന്നത്. ഒന്നാം നൂറ്റാണ്ടിലെ യെഹൂദന്മാർ, തങ്ങൾ മിശിഹയാണെന്ന് വിശ്വസിച്ച ഒരാൾ മരിച്ചു കഴിഞ്ഞാൽ, പിന്നെ അയാൾ മിശിഹയാണെന്ന് വിശ്വസിക്കുകയില്ല. എന്നാൽ ആദിമ ക്രിസ്ത്യാനികൾ വിശ്വസിച്ചത് അതാണ് (അപ്പൊ. പ്രവ. 2:36, റോമർ 1:1, 9:5). ശത്രുക്കളെ തോൽപ്പിക്കുകയും, ദേവാലയത്തെ അതിന്റെ പൂർണ്ണമഹത്വത്തിലേക്ക് നയിക്കുകയും ചെയ്യാതെ[6] ഒരുവൻ വിജാതീയരുടെ കയ്യാൽ മരിച്ചാൽ അവൻ മിശിഹയല്ലായെന്നതിന്റെ ഏറ്റവും വ്യക്തമായ തെളിവാണത്. ഇത്തരമൊരു കാര്യം സംഭവിച്ചാൽ സാധാരണഗതിയിൽ എന്താണ് യെഹൂദന്മാർ ചെയ്യുകയെന്നതിന് യേശുവിന് മുൻപും യേശുവിന് ശേഷവും ചരിത്രപരമായ പല ഉദാഹരണങ്ങളുമുണ്ട്.

ആ കാലഘട്ടത്തിൽ മിശിഹൈക അവകാശവാദങ്ങൾ ഉയർത്തിയും മിശിഹയ്ക്ക് സമാനമായ അവകാശവാദങ്ങൾക്ക് പ്രചോദനം നൽകിയും വന്നവരെപ്പറ്റി[7] പഠിക്കുമ്പോൾ അവരുമായി ബന്ധപ്പെട്ട മുന്നേറ്റങ്ങൾക്ക് അവരുടെ മരണത്തിനു ശേഷം എന്താണ് സംഭവിച്ചതെന്ന് നമ്മുക്ക് മനസിലാക്കുവാൻ സാധിക്കും. ബി. സി. 167-160 കാലഘട്ടത്തിലെ മക്കബായ വിപ്ലവം മുതൽ എ. ഡി. 132-135 കാലഘട്ടത്തിലെ ബാർ കോഖ്ബാ കലാപം വരെയുള്ള കാലഘട്ടം പരിശോധിച്ചാൽ ഇത്തരത്തിലുള്ള നിരവധി

---

[4] അവകാശമുള്ളവൻ വരുവോളം ചെങ്കോൽ യെഹൂദയിൽനിന്നും രാജദണ്ഡു അവന്റെ കാലുകളുടെ ഇടയിൽ നിന്നും നീങ്ങിപ്പോകയില്ല: ജാതികളുടെ അനുസരണം അവനോടു ആകും. (ഉൽപത്തി 49:10)

[5] 4Q252 5.1–5

[6] Wright, *Jesus and the Victory of God*, 486.

[7] Richard A. Horsley and John S. Hanson, *Bandits, Prophets, and Messiahs: Popular Movements in the Time of Jesus* (Winston Press, 1985), 111–31.

ഉദാഹരണങ്ങൾ[8] നമ്മുക്ക് ലഭിക്കും. യൂദാസ് മക്കബായൻ (ബി. സി. 160),[9] ഹൈസെക്കിയാവിന്റെ മകനായ യൂദാ (ബി. സി. 4), ശിമയോൻ (ബി. സി. 4), അത്രോൻഗെസ് (ബി. സി. 2), ഗലീലിയനായ യൂദാസിന്റെ മകനായ മെനാഹേം (എ. ഡി. 66), ശീമോൻ ബാർ ഗിയോറ (എ. ഡി. 70), ബാർ കോഖ്ബാ (എ . ഡി. 135) എന്നിങ്ങനെ എ . ഡി. 30-ൽ സംഭവിച്ച യേശുവിന്റെ മരണത്തിന് മുൻപും പിൻപുമുള്ള 'മിശിഹാമാരെ' പരിഗണിച്ചാൽ ഇവരുടെയെല്ലാം മുന്നേറ്റങ്ങൾ ഇവരുടെ 'രക്തസാക്ഷി' മരണത്തോടെ അവസാനിച്ചു.

പിൽക്കാലത്ത് ചിലർ പുതിയ മിശിഹായെ കണ്ടെത്തി എന്നത് ഒഴിച്ച് നിർത്തിയാൽ ആരും തങ്ങളുടെ മിശിഹാ മരണത്തിനു ശേഷം ഉയിർത്തെഴുന്നേറ്റുവെന്ന് വിശ്വസിക്കുകയോ ഏതെങ്കിലും നിലയിൽ തങ്ങളുടെ മിശിഹായുടെ രക്തസാക്ഷി മരണത്തെ വ്യാഖ്യാനിച്ച് അദ്ദേഹം തന്നെയായിരുന്നു മിശിഹായെന്ന് പരസ്യപ്രചാരണത്തിനു തുനിയിയുകയോ ചെയ്തിട്ടില്ല. യേശുവിനു മുൻപും ശേഷവുമുള്ള മിശിഹാമാരുടെ[10] കാര്യത്തിൽ ഇതാണ്

---

[8] Matthew V. Novenson, *The Grammar of Messianism: An Ancient Jewish Political Idiom and Its Users* (Oxford University Press, 2017), 72–96.

[9] യൂദാസ് മക്കബായനെ നേരിട്ട് മിശിഹായെന്ന് ആരും വിളിച്ചിട്ടില്ലായെങ്കിലും അദ്ദേഹത്തെ ഒരു മിശിഹൈക വ്യക്തിത്വമായി തന്നെയാണ് കണ്ടിരുന്നതെന്നതിന് നിരവധി തെളിവുകളുണ്ട്: Jacob Neusner et al., *Judaisms and Their Messiahs at the Turn of the Christian Era* (Cambridge University Press, 1987), 55–56. Ed Condra, *Salvation for the Righteous Revealed: Jesus amid Covenantal and Messianic Expectations in Second Temple Judaism* (BRILL, 2018), 240. Florentino García Martínez, *Wisdom and Apocalypticism in the Dead Sea Scrolls and in the Biblical Tradition* (Peeters Publishers, 2003), xxxi. Matthias Reinhard Hoffmann, *The Destroyer and the Lamb: The Relationship Between Angelomorphic and Lamb Christology in the Book of Revelation* (Mohr Siebeck, 2005), 118. Étienne Nodet, "La Dédicace, Les Maccabées et Le Messie," *RB* 93.3 (1986): 366–367. Mark Harding and Alanna Nobbs, *The Content and the Setting of the Gospel Tradition* (Wm. B. Eerdmans Publishing, 2010), 438.

[10] N. T. Wright, *Simply Jesus: A New Vision of Who He Was, What He Did, and Why He Matters* (HarperCollins, 2018), 106–16.

സംഭവിച്ചതെന്നിരിക്കെ യേശുവിന്റെ കാര്യത്തിൽ മാത്രം വ്യത്യസ്തമായി സംഭവിച്ചതിനു പിന്നിൽ യേശുവിന്റെ മരണത്തിനു ശേഷം നടന്ന ചില സംഭവങ്ങളാണ്, അല്ലെങ്കിൽ ശിഷ്യന്മാർക്കുണ്ടായ ചില യഥാർത്ഥ അനുഭവങ്ങളാണ് കാരണം എന്ന് ചിന്തിക്കുന്നതാണ് കൂടുതൽ യുക്തിഭദ്രം.

മൂന്ന്

യേശുവിന്റെ ഉയിർത്തെഴുന്നേല്പിൽ വിശ്വസിച്ചവരിൽ യാക്കോബും പൗലോസും ക്രിസ്തീയ വിശ്വാസത്തിലേക്ക് മനപരിവർത്തനം ചെയ്യപ്പെടുന്നതിനു മുൻപ് അവിശ്വാസികളും എതിരാളികളുമായിരുന്നു. അവിശ്വാസികളും എതിരാളികളുമായവരാണ് യേശുവിന്റെ ഉയിർത്തെഴുന്നേല്പിൽ വിശ്വസിച്ചതെന്നത് അവരുടെ വിശ്വാസം സത്യസന്ധവും ആത്മാർത്ഥവുമായിരുന്നു എന്നതിലേക്ക് വിരൽ ചൂണ്ടുന്നതാണ്. ഒരു കുറ്റവാളിയായി ആരോപിക്കപ്പെട്ട യേശു, വധശിക്ഷയ്ക്ക് വിധേയനാക്കപ്പെട്ടുവെന്ന വസ്തുത, തങ്ങളുടെ ന്യായപ്രമാണത്തിന്റെ വെളിച്ചത്തിൽ വിലയിരുത്തുമ്പോൾ, യേശുവിനെ, ഒരു ദുരുപദേശകനായും, അക്ഷരാർത്ഥത്തിൽ ദൈവത്താൽ ശപിക്കപ്പെട്ടവനായും മാത്രമേ യെഹൂദന്മാർക്ക് കണക്കാക്കുവാൻ സാധിക്കുമായിരുന്നുള്ളൂ (ആവർത്തനം 21:23). എന്നാൽ അതിൽ നിന്ന് വ്യത്യസ്തമായി, മിശിഹയുടെ മരണം, വിശ്വാസികളെ ശാപത്തിൽ നിന്ന് അനുഗ്രഹത്തിലേക്ക് നടത്തുന്ന നിലയിൽ ദൈവസന്നിധിയിൽ സ്വീകാര്യമായി തീർന്നുവെന്ന ഉത്തമ ബോധ്യത്തിലേക്ക് പൗലോസിനെ പോലെ ഒരു പരീശൻ എങ്ങനെയാണ് എത്തിച്ചേർന്നത്? (ഗലാത്യർ 3:13-14).

നീതിമാന്മാർ അല്ലാത്തവർക്ക് ദൈവം അനുഗ്രഹങ്ങൾ നൽകില്ല എന്നായിരുന്നു അന്ന് പൊതുവിൽ നിലവിലുണ്ടായിരുന്ന വിശ്വാസം. എന്നാൽ ക്രിസ്തു മരിച്ചതിലൂടെ മനുഷ്യർക്ക് നീതീകരണം വരുന്നു, അതിനാൽ വിശ്വാസികൾ ന്യായപ്രമാണത്തിന്റെ കീഴിലല്ല എന്ന് പറയുവാനുള്ള ധൈര്യം, "ന്യായപ്രമാണം സംബന്ധിച്ചു പരീശൻ" എന്നും "ന്യായപ്രമാണത്തിലെ നീതിസംബന്ധിച്ചു അനിന്ദ്യൻ"

(ഫിലിപ്പിയർ 3:5-6) എന്നും അവകാശപ്പെടുന്ന പൗലോസിന് എവിടെ നിന്ന് ലഭിച്ചു എന്ന് ചോദിച്ചാൽ പൗലോസിന്റെ മറുപടി ദൈവം യേശുവിനെ ഉയിർത്തെഴുന്നേല്പിതിനാൽ എന്നാണ് (റോമർ 4:24). യേശു ഉയിർത്തെഴുന്നേറ്റുവെന്നുള്ള സത്യസന്ധവും ആത്മാർത്ഥവുമായ വിശ്വാസമാണ് ഉപദേശപരമായ ഈ പരിണാമത്തിലേക്ക് നയിച്ചതെന്നാണ് ചരിത്രപരമായി നമ്മുക്ക് ഉറപ്പിക്കുവാൻ സാധിക്കുന്ന വസ്തുത.

നാല്

യേശുവിന്റെ കാലഘട്ടത്തിൽ യെഹൂദന്മാരുടെ ഇടയിൽ എല്ലാവരും ഉയിർത്തെഴുന്നേല്ിൽ വിശ്വസിച്ചിരുന്നില്ല. ഒരു വിഭാഗം വിശ്വാസികൾ മാത്രമാണ് മരണാനന്തരം ഒരു ഉയിർത്തെഴുന്നേല്ലുണ്ടാകുമെന്ന് വിശ്വസിച്ചിരുന്നത്. മക്കബായരുടെ പുസ്തകം, ജ്ഞാനത്തിന്റെ പുസ്തകം, ഹാനോക്കിന്റെ പുസ്തകം, ചാവുകടൽ ചുരുളുകൾ എന്നിങ്ങനെ വിവിധ ഉറവിടങ്ങളിൽ നിന്ന് ഈ വിശ്വാസത്തെക്കുറിച്ച് നമ്മുക്ക് മനസിലാക്കുവാൻ സാധിക്കും. ഈ വിശ്വാസത്തിന് രണ്ടു പ്രത്യേകതകളാണ് ഉണ്ടായിരുന്നത്. ഒന്നാമതായി ഉയിർത്തെഴുന്നേൽപ്പെന്നതുകൊണ്ട് വ്യക്തമായും ശരീരത്തിലുള്ള[11] ഉയിർത്തെഴുന്നേൽപ്പ് തന്നെയായിരുന്നു അവർ ഉദ്ദേശിച്ചിരുന്നത്. രണ്ടാമതായി ആ വിശ്വാസം അന്ത്യനാളിലെ വിശുദ്ധന്മാരുടെ പൊതുവായുള്ള പുനരുത്ഥാനത്തെക്കുറിച്ചുള്ളതായിരുന്നു.

മരിച്ചവർ ഭൗമിക ജീവിതത്തിലേക്ക് പുനരുജ്ജീവിപ്പിക്കപ്പെട്ട വിവരണങ്ങൾ പല രചനകളിലും കാണുവാൻ സാധിക്കുമെങ്കിലും, മരിച്ച ഒരു വ്യക്തി, ഒരിക്കലും ഇനി മരിക്കാത്ത നിലയിൽ, മഹത്വത്തിലേക്ക് ഉയിർത്തെഴുന്നേൽക്കുന്ന ഒരു വിവരണം രണ്ടാംദേവാലയ യഹൂദാ മതത്തിൽ നിങ്ങൾക്ക് കാണുവാൻ കഴിയുകയില്ല; മാത്രമല്ല, ആ കാലത്ത്

---

[11] Wright, *The Resurrection of the Son of God*, 203; Geza Vermes, *The Resurrection: History and Myth* (Crown Publishing Group, 2008), 30.

ഉയിർത്തെഴുന്നേല്പിനെക്കുറിച്ച് പൊതുവിൽ നിലവിലുണ്ടായിരുന്ന വിശ്വാസങ്ങൾ, ആരെങ്കിലും ഒരാൾ ചരിത്രത്തിനുള്ളിൽ ഇങ്ങനെ ഉയിർത്തെഴുന്നേറ്റുവെന്ന് വിശ്വസിക്കുന്നതിനെ മുൻകൂട്ടി തടയുന്നതുമായിരുന്നു.[12] എന്നാൽ യേശുവിന്റെ ആദിമ അനുഗാമികളുടെ ഇടയിൽ യേശുവിന്റെ മരണത്തിനു ശേഷം നാം കാണുന്നത് ഇതിൽ നിന്നും പരിണാമം സംഭവിച്ച, ഇതിൽ നിന്നും വ്യത്യസ്തമായ ഒരു വിശ്വാസവും പ്രതീക്ഷയുമാണ്. ഈ പരിണാമത്തിനു നിദാനമായ ഒരു സംഭവം യേശുവിന്റെ മരണത്തിനു ശേഷം നടന്നിട്ടുണ്ടെന്ന വസ്തുതയിലേക്കാണ് ഇത് വിരൽ ചൂണ്ടുന്നത്. മറ്റൊരു ഭാഷയിൽ പറഞ്ഞാൽ ഈ പരിണാമത്തിനു നിദാനമായത് ഉയിർത്തെഴുന്നേറ്റവനായി യേശു തങ്ങൾക്ക് പ്രത്യക്ഷനായി എന്നുള്ള ശിഷ്യന്മാരുടെ ഉത്തമ ബോധ്യമാണ്.

അഞ്ച്

ആദിമ യഹൂദാ ക്രിസ്തീയ സമൂഹത്തിന്റെ ആരാധനാ രീതിയുടെ രണ്ടു സവിശേഷതകളിൽ ഒന്നാമത്തേത് ആരാധനാ ദിവസം ശനിയാഴ്ചയിൽ നിന്ന് ഞായറാഴ്ചയിലേക്ക് മാറ്റിയെന്നതും രണ്ടാമത്തേത് ദൈവത്തിനൊപ്പം തന്നെ ഭക്തിയുടെ കേന്ദ്രബിന്ദുവായി യേശുവും മാറി എന്നുള്ളതാണ്. ഒന്നാമതായി യെഹൂദന്മാരുടെ ആരാധനാ ദിവസമെന്നത് ശാബത്ത് ദിവസമായിരുന്നു. നമ്മുടെ വെള്ളിയാഴ്ച സൂര്യാസ്തമയം മുതൽ ശനിയാഴ്ച സൂര്യാസ്തമയം വരെയുള്ള സമയമായിരുന്നു അവരുടെ വാരാന്ത്യ ആരാധനാ ദിനം. ശാബത്ത് ദിവസത്തിന്റെ പ്രാധാന്യം പൂർണ്ണമായും യഹൂദാ ക്രിസ്ത്യാനികൾ തിരസ്കരിച്ചുവെന്ന് നമ്മുക്ക്

---

[12] Wright, *The Resurrection of the Son of God*, 205; Joachim Jeremias, "Die älteste Schicht der Osterüberlieferungen," in *Resurrexit : Actes du symposium international sur la résurrection de Jésus (Rome 1970)*, ed. Dhanis Édouard (Rome: Libreria Editrice Vaticana, 1974), 194. Ulrich Wilckens, *Auferstehung: das biblische Auferstehungszeugnis historisch untersucht und erklärt* (Stuttgart and Berlin: Kreuz Verlag, 1970), 131.

കരുതുവാനാകില്ലെങ്കിലും, ലഭ്യമായ തെളിവുകൾ[13] അനുസരിച്ച് 'കർത്താവിന്റെ മേശ' എന്ന് വിശേഷിപ്പിക്കപ്പെടുന്ന ആചാരം ആദിമ ക്രിസ്ത്യാനികൾ അനുഷ്ഠിക്കുന്ന പ്രധാന ദിവസമായി ഞായറാഴ്ച മാറി എന്നാണ് നമ്മുക്ക് മനസിലാക്കുവാൻ സാധിക്കുന്നത്.

ശ്രദ്ധേയമായ ഒരു വസ്തുത ആദിമ സഭാ ചരിത്രകാരനായ യൂസീബിയസ് രേഖപ്പെടുത്തിയിരിക്കുന്നത് അനുസരിച്ച് ഒന്നാം നൂറ്റാണ്ടിന്റെ അവസാനകാലത്ത് മുഖ്യധാരാ ക്രിസ്തീയവിശ്വാസത്തിൽ നിന്ന് വേർപിരിഞ്ഞു പോയ എബയോണുകൾ എന്നറിയപ്പെടുന്ന വിഘടിത വിഭാഗവും യെഹൂദന്മാരുടെ ശാബത്ത് അടക്കമുള്ള കാര്യങ്ങൾ ആചരിക്കുമ്പോൾ തന്നെ ഞായറാഴ്ച യേശുവിന്റെ പുനരുത്ഥാന ദിനമായി ആചരിച്ചിരുന്നുവെന്നാണ്. ആദിമ കാലത്ത് പാലസ്റ്റീനിലെ സഭയിൽ ആവിർഭവിച്ചു വന്ന ഒന്നല്ലായിരുന്നു ഈ രീതിയെങ്കിൽ യഹൂദാ ക്രിസ്ത്യാനികളായ എബയോണുകൾ ഇത്തരമൊരു ആചരണം പിന്തുടരുവാനുള്ള സാധ്യത കുറവാണ്. മറ്റൊരു പ്രത്യേകത, സുവിശേഷങ്ങൾ അനുസരിച്ച്, യേശു അപ്പം നുറുക്കൽ എന്ന പേരിൽ പിൽക്കാലത്ത് അറിയപ്പെട്ട ആചരണം സ്ഥാപിച്ചത് ഒരു വ്യാഴാഴ്ചയാണ്.[14]

ക്രിസ്തീയ കൂട്ടായ്മകളുടെ ഒരു കേന്ദ്രബിന്ദുവായിരുന്നു അപ്പം നുറുക്കൽ എന്നതിനാൽ തന്നെ, അപ്പം നുറുക്കൽ ആചരിക്കുന്ന സവിശേഷമായ ഒരു ഒത്തുകൂടലിനായി ഏതെങ്കിലും ഒരു ദിവസം നീക്കിവെക്കപ്പെടേണ്ടതുണ്ടായിരുന്നുവെങ്കിൽ അത് വ്യാഴാഴ്ചയായിരുന്നു. യേശുവിന്റെ ഉയിർത്തെഴുന്നേൽപ്പുമായി ബന്ധപ്പെട്ട എന്തെങ്കിലും ഞായറാഴ്ച സംഭവിച്ചു എന്നത് ദശാബ്ദങ്ങൾക്ക് ശേഷം സുവിശേഷമെഴുതിയവർ കെട്ടിച്ചമച്ച ഒരു

---

[13] പല ക്രിസ്തീയ രചനകളും ഈ വസ്തുത അസന്ദിഗ്ദ്ധമായി സാക്ഷ്യപെടുത്തുന്നു. ഉദാഹരണമായി: 1 കൊരിന്ത്യർ 16:2, അപ്പൊ. പ്രവ. 20:7, വെളിപ്പാട് 1:10, Didache 14:1
[14] Brant Pitre, *Jesus and the Last Supper* (Wm. B. Eerdmans Publishing, 2017), 253–373. അന്ത്യ അത്താഴം എന്നാണ് നടന്നതെന്ന വിഷയവുമായി ബന്ധപ്പെട്ട ഏറ്റവും നല്ല ചരിത്രപരമായ പഠനം ഈ ഗ്രന്ഥത്തിലെ "The Date of the Last Supper" എന്ന അധ്യായമാണ്.

കഥയായി ചിന്തിച്ചാൽ യഹൂദാ പശ്ചാത്തലമനുസരിച്ച് ശനിയാഴ്ചയും ക്രിസ്തീയ പശ്ചാത്തലമനുസരിച്ച് വ്യാഴാഴ്ചയുമാണ് സവിശേഷമായ ക്രിസ്തീയ കൂട്ടായ്മ നടക്കുന്ന ഒരു ദിവസമായി വരുവാൻ സാധ്യതയുള്ളതെന്ന് നമ്മുക്ക് മനസിലാക്കാം.

എന്നാൽ, ലഭ്യമായ എല്ലാ തെളിവുകളും ചൂണ്ടിക്കാണിക്കുന്നതനുസരിച്ച് ആഴ്ചയിൽ ഒരു നിശ്ചിത ദിവസം[15] അപ്പം നുറുക്കലിനായി സവിശേഷമായ നിലയിൽ ക്രിസ്ത്യാനികൾ ഒത്തുകൂടിയിരുന്നത് ഞായറാഴ്ചയാണ്.[16] സ്ത്രീകൾ യേശുവിന്റെ ഒഴിഞ്ഞ കല്ലറ കണ്ടെത്തുകയും, ശിഷ്യന്മാർക്ക് ഉയിർത്തെഴുന്നേറ്റ യേശുവിന്റെ ആദ്യ മരണാനന്തര പ്രത്യക്ഷത ലഭിക്കുകയും ചെയ്ത് യേശു പുനരുത്ഥാനം ചെയ്യുവെന്ന ബോധ്യത്തിലേക്ക് ശിഷ്യന്മാർ എത്തിയത് ഒരു ഞായറാഴ്ചയാണ് എന്ന സുവിശേഷങ്ങളുടെ അവകാശവാദം ശരിയാണെങ്കിൽ, ഇതര ദിവസങ്ങൾക്കുള്ള സാധ്യതകളെ പിന്തള്ളി ആദിമ ക്രിസ്തീയ ഭക്തിയിൽ മുഖ്യസ്ഥാനത്തേക്ക് ഞായറാഴ്ച എങ്ങനെ കടന്നുവന്നുവെന്ന് നമ്മുക്ക് വ്യക്തമായി മനസിലാക്കുവാൻ സാധിക്കും.

മാത്രവുമല്ല, ആദിമ ക്രിസ്തീയവിശ്വാസം സംബന്ധിച്ച തെളിവുകളെക്കുറിച്ചുള്ള പഠനങ്ങൾ തെളിയിക്കുന്നത്, ആദിമ സമയങ്ങളിൽ തന്നെ, ക്രിസ്തീയ ഭക്തി ദൈവത്തിനൊപ്പം തന്നെ ക്രിസ്തുവിലും കേന്ദ്രീകരിച്ചുള്ളതായിരുന്നു എന്നാണ്. ഏകദൈവവിശ്വാത്തിന്റെ കാര്യത്തിൽ തീവ്ര നിലപാട് പുലർത്തിയിരുന്ന ആ കാലത്തെ യെഹൂദന്മാർ, അവരുടെ ഏകദൈവവിശ്വാസത്തിൽ ഉറച്ചു നിന്നുകൊണ്ട് തന്നെ, റോമക്കാർ ഏറ്റവും നീചമായ നിലയിൽ ക്രൂശിൽ തറച്ചു കൊന്ന യേശു എന്ന, അവർക്ക് അടുത്തറിയാമായിരുന്ന, തൊട്ടുത്ത ദിവസങ്ങൾവരെ അവർക്ക് ഒപ്പമുണ്ടായിരുന്ന ഒരു മനുഷ്യന് ദൈവത്തിനു മാത്രം

---

[15] Pliny the Younger, Letter to Trajan the Emperor, Epistolarum Libri Decem 10.96

[16] Everett Ferguson, *Encyclopedia of Early Christianity: Second Edition* (Routledge, 2013), 1096. Walter Schmithals, *The Theology of the First Christians* (Westminster John Knox Press, 1997), 180.

അതുവരെ നൽകിപ്പോന്നിരുന്ന ആരാധന നൽകി എന്നത് വളരെ അതിശയകരമായ ഒരു മാറ്റമാണ്.[17]

അത്ഭുതങ്ങൾ പ്രവർത്തിച്ചവർ എന്ന് യെഹൂദന്മാർ വിശ്വസിച്ചിരുന്ന 'വിശുദ്ധ മനുഷ്യരായ' പലരും യേശുവിന് മുൻപും[18] യേശുവിന് സമകാലികരായും[19] ഉണ്ടായിരുന്നിട്ടും അവർക്കാർക്കും സംഘടിതമായും സ്ഥാപനവൽക്കരിക്കപ്പെട്ട നിലയിലും ഇത്തരമൊരു ആരാധന യെഹൂദന്മാരിലെ ഒരു വിഭാഗവും അവരുടെ മതത്തിന്റെ ചരിത്രത്തിൽ ഒരിക്കലും നൽകിയിട്ടില്ല. മാത്രവുമല്ല അപ്രധാനമായ ചിലയിടങ്ങളിൽ അത്യപൂർവ്വമായി അതിമാനുഷ ഭാഷ ഉപയോഗിച്ച് വിവരിച്ചപ്പോൾ പോലും ആ കാലത്തെ യെഹൂദന്റെ പ്രതീക്ഷയിലെ മിശിഹാ അടിസ്ഥാനപരമായി ഒരു മനുഷ്യനായിരുന്നു, ദൈവമല്ലായിരുന്നു.[20]

എന്നാൽ, (1) ആദ്യകാല ക്രിസ്തീയ ആരാധനയുടെ ഭാഗമായി ആലപിച്ച യേശുവിനെക്കുറിച്ചുള്ള ഗീതങ്ങൾ; (2) ദൈവത്തോടുള്ള പ്രാർത്ഥന "യേശുവിലൂടെയും" "യേശുവിന്റെ നാമത്തിലും", കൂടാതെ യേശുവിനോട് നേരിട്ടുള്ള അപേക്ഷകളും; (3) "യേശുവിന്റെ നാമം വിളിച്ചപേക്ഷിക്കുക", പ്രത്യേകിച്ചും ക്രിസ്തീയ സ്നാനത്തിലും രോഗശാന്തിയിലും ഭൂതോച്ചാടനത്തിലും; (4) യേശു "കർത്താവ്" ആയി അദ്ധ്യക്ഷത വഹിക്കുന്ന ഒരു വിശുദ്ധ സദ്യപോലെ ഒരുമിച്ച് അപ്പം നുറുക്കി ഭക്ഷിക്കുകയും വീഞ്ഞ് പാനം ചെയ്യുകയും ചെയ്യുന്ന രീതി; (5) ക്രിസ്ത്യൻ ആരാധനയുടെ പശ്ചാത്തലത്തിൽ യേശുവിനെ

---

[17] Richard Bauckham, *Jesus and the God of Israel: God Crucified and Other Studies on the New Testament's Christology of Divine Identity* (Eerdmans, 2008), 127–51; Larry W. Hurtado, *One God, One Lord: Early Christian Devotion and Ancient Jewish Monotheism* (T&T Clarke, 1998), 93–124.

[18] മോശ, ഏലിയാവ്, എലീശ തുടങ്ങിയവർ

[19] ഹോനി ഹാ മേഗ്ഗെൽ, ഹനീന ബെൻ ദോസ, ഭൂതോച്ചാടകനായ ഏലെയാസാർ തുടങ്ങിയവർ

[20] John Ashton, *Understanding the Fourth Gospel* (OUP Oxford, 2007), 181; Stanley E. Porter, *The Messiah in the Old and New Testaments* (Wm. B. Eerdmans Publishing, 2007), 193–94; Witherington, *The Christology of Jesus*, 94.

ആചാരപരമായി "ഏറ്റുപറയുന്ന" രീതി; കൂടാതെ (6) ഉയിർത്തെഴുന്നേറ്റ യേശുവിന്റെ അരുളപ്പാടുകളായി പ്രവചിക്കുകയും, പ്രവചനത്തിന്റെ ആത്മാവിനെ യേശുവിന്റെ ആത്മാവായി കണക്കാക്കുകയും ചെയ്യുന്ന രീതി (7) പഴയനിയമത്തിൽ ദൈവത്തെക്കുറിച്ച് പറഞ്ഞിരിക്കുന്ന പ്രസ്താവനകൾ യേശുവിനെക്കുറിച്ചോ അല്ലെങ്കിൽ യേശുവിനെക്കൂടി ഉൾപ്പെടുത്തിയോ പുനഃപ്രസ്താവിക്കുന്ന രീതി, എന്നിങ്ങനെ, നിരവധി രീതികളിൽ യേശു ആദിമ ക്രിസ്തീയ ഭക്തിയിൽ ദൈവതുല്യമായ സ്ഥാനം വഹിച്ചു.

അപ്പോൾ തന്നെ, ഏകദൈവം എന്ന പദം ഒന്നാം നൂറ്റാണ്ടിന്റെ അവസാനം വരെയും 'യേശുവിന്റെ പിതാവായ ദൈവത്തിനു' മാത്രമാണ് അവർ ഉപയോഗിച്ചത്.[21] ഈ നിലപാടുകൾ തമ്മിലുള്ള ആശയപരമായ സംഘർഷങ്ങൾ പരിഹരിക്കുവാൻ ആ കാലത്തെ ഏറ്റവും മികച്ച ബുദ്ധിജീവികളുടെ നിലവാരമുണ്ടായിരുന്ന ക്രിസ്തീയ ചിന്തകന്മാർക്ക് പിന്നെയും രണ്ടര നൂറ്റാണ്ടിലധികം വേണ്ടിവന്നു[22] എന്നതിൽ നിന്ന് തന്നെ, ഏകദൈവവിശ്വാസത്തിന്റെ പശ്ചാത്തലത്തിൽ, യേശുവുമായി ബന്ധപ്പെട്ട ക്രിസ്തീയ ഭക്തി, യെഹൂദന്മാരുടെ മനസ്സിൽ സൃഷ്ടിച്ചിരിക്കുവാനിടയുള്ള ഉപദേശ സങ്കീർണ്ണതയുടെ വ്യാപ്പിയും, ആരാധനയിലെ ഈ ഉൾപരിവർത്തനത്തിന്റെ വിപ്ലവാത്മകമായ സ്വഭാവവും വ്യക്തമാകും.

കടുത്ത ഏകദൈവവിശ്വാസത്തിന്റെ പശ്ചാത്തലത്തിൽ മുകളിൽ ചൂണ്ടിക്കാട്ടിയ നിലയിലുള്ള പരിവർത്തനങ്ങൾ ആരാധനയിൽ

---

[21] ആദിമ കാല ക്രിസ്തീയ രചനകളിൽ യാതൊരു സംശയത്തിനും ഇടയില്ലാത്ത വിധം ഇത് സുവ്യക്തമാണ്: ഗലാത്യർ 3:16-20; 1 കൊരിന്ത്യർ 8:4-6; 1 കൊരിന്ത്യർ 12:3-6; റോമർ 3:25, 29-30; എഫെസ്യർ 3:9-11, 4:4-6; 1 തിമൊഥെയൊസ് 2:3,5-6; യൂദാ 1:25 യോഹന്നാൻ 5:43-45, യോഹന്നാൻ 17:3

[22] എ. ഡി. 382-ലെ കോൺസ്റ്റാന്റിനോപ്പിൾ സൂനഹദോസിലേക്ക് എത്തിച്ചേരുന്ന കാലത്താണ് യേശുവിന്റെ 'ദൈവത്വം' എന്ന ആശയം സൃഷ്ടിച്ച ഉപദേശപരമായ സങ്കീർണ്ണതകളുമായി ബന്ധപ്പെട്ട പ്രശ്നങ്ങൾക്ക് അവതരിപ്പിക്കപ്പെട്ട ദൈവവിജ്ഞാനീയ ഭാഷാപരമായ ഒരു പരിഹാരം വലിയ ഒരളവിൽ വിജയകരമായി സ്ഥാപിക്കപ്പെടുന്നത്.

ഉത്ഭവിക്കുവാൻ പ്രാരംഭ പ്രേരകശക്തിയായയത് ആദിമ ശിഷ്യന്മാർ തങ്ങൾക്ക് ഉണ്ടായി എന്ന് വിശ്വസിച്ച 'ഉയിർത്തെഴുന്നേറ്റ യേശുവിന്റെ പ്രത്യക്ഷത'യുമായി ബന്ധപ്പെട്ട അനുഭവങ്ങൾ തന്നെയാണെന്ന് നിസ്സംശയം പറയുവാൻ സാധിക്കും.[23]

ആറ്

യേശുവിന്റെ ക്രൂശീകരണത്തിനു ശേഷം ശിഷ്യന്മാർ ഭയചികിതരായിരുന്നുവെന്ന ഒരു ചിത്രമാണ് സുവിശേഷങ്ങൾ നൽകുന്നത്. ഇത് പൂർണ്ണമായും വിശ്വാസയോഗ്യമാണ്. ആദ്യം സുവിശേഷമെഴുതിയ മർക്കോസ് പറയുന്നതനുസരിച്ച് (മർക്കോസ് 14:50) എല്ലാ ശിഷ്യന്മാരും യേശുവിനെ വിട്ട് ഓടിപ്പോയി. എന്നാൽ, പിന്നീട് വാക്യം 54-ൽ പത്രോസ് മഹാപുരോഹിതന്റെ അരമനക്കകത്തോളം യേശുവിനെ അനുഗമിച്ചതായും പറയുന്നുണ്ട്. പിന്നീട് പത്രോസ് യേശുവിനെ മൂന്ന് പ്രാവശ്യം തള്ളിപ്പറയുന്നതായി കാണുവാൻ കഴിയും (മർക്കോസ് 14:66-71). യേശുവിന്റെ ക്രൂശീകരണ സമയത്തെക്കുറിച്ച് മത്തായിയും ഇതേ രീതിയിൽ തന്നെയാണ് എഴുതിയിരിക്കുന്നത് (മത്തായി 26:56, 58, 69-74). ലൂക്കോസ് 22:54-ൽ "പത്രോസും അകലം വിട്ടു പിൻചെന്നു" എന്നും യോഹന്നാൻ 18:15-ൽ "ശീമോൻ പത്രോസും മറ്റൊരു ശിഷ്യനും യേശുവിന്റെ പിന്നാലെ ചെന്നു" എന്നും കാണുന്നു. മത്തായി 26:74, മർക്കോസ് 14:71, ലൂക്കോസ് 22:60 യോഹന്നാൻ 18:26-27 എന്നീ വാക്യങ്ങൾ പത്രോസ് യേശുവിനെ തള്ളിപ്പറഞ്ഞതിനെക്കുറിച്ചാണ്; മത്തായി 27:55-56, മർക്കോസ് 15:40-41 എന്നീ വാക്യങ്ങൾ അനുസരിച്ച് സ്ത്രീകളാണ് കല്ലറയ്ക്കൽ ഉണ്ടായിരുന്നത്.

---

[23] എഫെസ്യർ 1:20-21, അഷൊ. പ്രവ. 2:32, 36, ഫിലിപ്പിയർ 2:9-11 തുടങ്ങിയ, ആദിമ ക്രിസ്തീയ വിശ്വാസത്തെ പ്രതിഫലിപ്പിക്കുന്ന വിവിധ വാക്യങ്ങൾ ഈ കാര്യകാരണ ബന്ധത്തിന്റെ അനുരണനങ്ങളാണ്. ഈ വാക്യങ്ങൾ മതപരമായ അർത്ഥത്തിൽ സത്യമാണെന്നല്ല വാദിക്കുന്നത് മറിച്ച് ക്രിസ്ത്യാനികൾ അവരുടെ വിശ്വാസത്തിനും മതജീവിതത്തിനും ആധാരമായി സ്വാംശീകരിച്ച 'അനുഭവം' ഏതാണെന്ന് ചൂണ്ടിക്കാണിക്കുക മാത്രമാണ് ചെയ്യുന്നത്.

ലൂക്കോസ് 23:49ൽ പരിചയക്കാർ എല്ലാവരും, ഗലീലിയയിൽ നിന്ന് അവനെ അനുഗമിച്ച സ്ത്രീകളും ദൂരത്ത് നിന്ന് ക്രൂശിക്കപ്പെട്ട യേശുവിനെ കണ്ടു. ലൂക്കോസ് 23:55-ൽ സ്ത്രീകൾ കല്ലറയ്ക്കൽ ചെന്ന് നിന്നു എന്നും യോഹന്നാൻ 19:25-ൽ "യേശുവിന്റെ ക്രൂശിന്നരികെ അവന്റെ അമ്മയും അമ്മയുടെ സഹോദരിയും ക്ളെയോപ്പാവിന്റെ ഭാര്യ മറിയയും മഗ്ദലക്കാരത്തി മറിയയും നിന്നിരുന്നു" എന്നും കാണുന്നു. യോഹന്നാൻ 20:19-ൽ "ആഴ്ചവട്ടത്തിന്റെ ഒന്നാം നാൾ ആയ ആ ദിവസം, നേരംവൈകിയപ്പോൾ ശിഷ്യന്മാർ ഇരുന്ന സ്ഥലത്തു യെഹൂദന്മാരെ പേടിച്ചു വാതിൽ അടെച്ചിരിക്കെ" എന്നും ലൂക്കോസ് 24:38ൽ 'ഉയിർത്തെഴുന്നേറ്റ യേശു' ശിഷ്യന്മാരോട് "നിങ്ങൾ കലങ്ങുന്നതു എന്തു? നിങ്ങളുടെ ഹൃദയത്തിൽ സംശയം പൊങ്ങുന്നതും എന്തു?" എന്ന് ചോദിക്കുന്നതായും എഴുതിയിട്ടുണ്ട്. ഈ വാക്യങ്ങളിൽ എതെങ്കിലും ഒന്ന് പ്രത്യേകമായി വസ്തുതാപരമായി സത്യമാണെന്ന് തെളിയിക്കാതെ തന്നെ ആവർത്തിച്ചുള്ള സാക്ഷ്യത്തിന്റെ മാനദണ്ഡം അനുസരിച്ച് ഇതിൽ പൊതുവിൽ ദൃശ്യമാകുന്ന ശിഷ്യന്മാരുടെ ഭയം എന്ന കാര്യം വസ്തുതയാണെന്ന് മനസിലാക്കാം.

പെരിയയിലെ ശീമോൻ, ത്യൂദാസ്, ഈജിപ്പുകാരൻ പ്രവാചകൻ, സമരിയാക്കാരൻ പ്രവാചകൻ എന്നിങ്ങനെ പല വിമതരുടെയും കാര്യത്തിൽ റോമാക്കാർ അവരുടെ അനുയായികളെയും ശിക്ഷിച്ചിരുന്നു എന്ന ചരിത്ര വസ്തുത[24] കൂടി ഇതിനോടൊപ്പം ചേർത്തു വച്ചാൽ യേശുവിന്റെ ക്രൂശീകരണത്തിനു ശേഷം ശിഷ്യന്മാർ ഭയചികിതരായിരുന്നുവെന്ന് വ്യക്തമായി തെളിയിക്കപ്പെടുന്നു.

ഏഴ്

---

[24] Josephus, Antiquities of the Jews 20.97-98, Jewish Wars 2.261, Antiquities of the Jews 20.171, Antiquities of the Jews 18.85-87, Jewish Wars 2.57-59, Antiquities of the Jews 17.273-77; Tacitus, Histories 5.9.2.

ക്രിസ്തീയ പ്രസ്ഥാനം അതിന്റെ തുടക്കം മുതൽ ഒരു പുനരുത്ഥാന സമൂഹമായിരുന്നു: അതായത്, "യേശുവിൽ വിശ്വസിക്കുക" എന്നതിന്റെ അർത്ഥം "അദ്ദേഹം മരണത്തെയും പാപത്തെയും കീഴടക്കി കല്ലറയിൽ നിന്ന് ഉയിർത്തെഴുന്നേറ്റുവെന്ന് വിശ്വസിക്കുക" എന്നാണ്. ആദ്യകാല ക്രിസ്ത്യാനികൾ പുനരുത്ഥാനത്തിന് എന്നെങ്കിലും രണ്ടാം സ്ഥാനമാണ് നല്ലിയിരുന്നതെന്നതിന് തെളിവുകളൊന്നുമില്ല; പകരം, പുതിയനിയമ പുസ്തകങ്ങളുടെ രചനയ്ക്ക് മുമ്പുള്ള ആദ്യകാല വിശ്വാസപ്രമാണങ്ങളിലെ പുനരുത്ഥാനത്തിന്റെ കേന്ദ്രസ്ഥാനം (ഉദാഹരണത്തിന്, റോമർ 1:3-4; 4:24b-25; 1 തെസ 4:14; 1 കൊരി 15: 3-7) അതിനു നേരെ വിപരീതമായ ഒരു ചിത്രമാണ് നൽകുന്നത്.

അതായത്, പുനരുത്ഥാനം, അതിന്റെ ചരിത്രപരമായ യാഥാർത്ഥ്യം, അതിന്റെ അടിസ്ഥാനത്തിലാണ് യേശുവിനെ മിശിഹായായി തന്റെ അനുയായികൾ വിശ്വസിച്ചിരുന്നത്. പ്രവൃത്തികളുടെ പുസ്തകത്തിലെ പ്രസംഗ സംഗ്രഹങ്ങളിൽ പ്രതിനിധാനം ചെയ്യുന്നത് പോലെ അപ്പോസ്തോലിക പ്രഘോഷണത്തിലും പുനരുത്ഥാനത്തിന് ഒരു പ്രധാന സ്ഥാനം ഉണ്ടായിരുന്നു (അപ്പൊ. പ്രവ. 2:24). ക്രിസ്തീയ വിശ്വാസത്തിന്റെ ആദ്യകാല രേഖകൾ മുതൽ അപ്പൊസ്തലിക പിതാക്കന്മാരുടെ രചനകൾ വരെ, അപ്പൊസ്തലന്മാർക്ക് പുനരുത്ഥാന വിശ്വാസം ഉണ്ടായിരുന്നുവെന്ന് വ്യക്തമാക്കുന്നവയാണ്.

എട്ട്

മുകളിൽ ചൂണ്ടിക്കാണിച്ച വിവിധ വിരുദ്ധ സാഹചര്യങ്ങളുടെ പശ്ചാത്തലത്തിലും ആദിമ ശിഷ്യന്മാർ യേശു ഉയിർത്തെഴുന്നേറ്റതായി വിശ്വസിക്കുകയും, ഭൗതിക നേട്ടങ്ങളൊന്നും ഇല്ലാതിരുന്നിട്ടും ആ വിശ്വാസത്തിനു വേണ്ടി പീഡനങ്ങൾ ഏല്ലുവാനും, മരിക്കുവാനും വരെ തയ്യാറാവുകയും

ചെയ്യു.[25] ആദിമ ക്രിസ്ത്യാനികൾ, തങ്ങളുടെ വിശ്വാസത്തിന്റെ പേരിൽ, അതിക്രൂരമായ പീഡനങ്ങളേറ്റു മരിക്കേണ്ടിവന്നുവെന്നതിൽ അതിനെ നിഷേധിക്കുവാൻ വേണ്ടി ഗ്രന്ഥം രചിക്കുന്നവർക്ക് പോലും തർക്കമില്ല.[26] എന്നാൽ ആദിമ നൂറ്റാണ്ടിലെ എല്ലാ ക്രിസ്ത്യാനികളുടെയും രക്തസാക്ഷിത്വമോ പീഡനമോ യേശുവിന്റെ ഉയിർത്തെഴുന്നേൽപ്പെന്ന വിഷയത്തിൽ നേരിട്ട് അത്ര പ്രസക്തമല്ല. മറിച്ച്, ഉയിർത്തെഴുന്നേറ്റ യേശു തങ്ങൾക്ക് പ്രത്യക്ഷപ്പെട്ടുവെന്ന് അവകാശപ്പെട്ടവരുടെ ജീവിതവും ജീവിതാന്ത്യവുമാണ് പ്രസക്തം.

ക്രിസ്ത്യാനിത്വം അതിന്റെ പ്രാരംഭ കാലം മുതൽ തന്നെ രക്തസാക്ഷികളുടെ പശ്ചാത്തലത്തിലാണ് വളർന്നു വന്നത്. സ്ഥാപക യോഹന്നാൻ, യേശു, സ്തെഫാനോസ്, യോഹന്നാന്റെ സഹോദരനായ യാക്കോബ് എന്നിവരെല്ലാം കൊല്ലപ്പെട്ടുവെന്ന് യേശുവിന്റെ ജീവചരിത്ര ഗ്രന്ഥങ്ങളിലും ആദിമ ക്രിസ്തീയ സഭയുടെ ചരിത്ര ഗ്രന്ഥത്തിലും കാണുവാൻ സാധിക്കും. എന്നാൽ ക്രിസ്ത്യാനികൾക്കെതിരായ ആദ്യത്തെ രാജ്യവ്യാപകമായ പീഡനം നീറോയുടെ കാലത്താണ് (എ. ഡി. 64) ആരംഭിക്കുന്നത്. ഇടവിട്ടും പ്രാദേശികമായുമാണ് ഇത്തരം സംഭവങ്ങൾ തുടർന്നതെങ്കിലും, ഈ സമയം മുതൽ യേശുവിന്റെ നാമം പ്രഘോഷിച്ചതിന്, ഔദ്യോഗികമായിത്തന്നെ ക്രിസ്ത്യാനികൾ അറസ്റ്റുചെയ്യപ്പെടുകയും കൊല്ലപ്പെടുകയും ചെയ്യാമെന്ന സ്ഥിതി സംജാതമായി. പൗലോസിന്റെ മരണത്തിനും, പത്രോസിന്റെ മരണത്തിനും, യാക്കോബിന്റെ മരണത്തിനും ഒന്നിലധികം ഉറവിടങ്ങളുടെ സാക്ഷ്യങ്ങളുണ്ട്. പൊതുവിൽ നിലവിലുണ്ടായിരുന്ന പീഡനത്തിന് പുതിയനിയമത്തിലെ ഗ്രന്ഥങ്ങളിലെ ആവർത്തിച്ചുള്ള സാക്ഷ്യപ്പെടുത്തൽ വ്യക്തമായ തെളിവാണ്, പ്രത്യേകിച്ചും പീഡനം അനുഭവിക്കുന്നവരെ ആശ്വസിപ്പിക്കുന്ന ഭാഗങ്ങൾ.

---

[25] Dr Sean McDowell, *The Fate of the Apostles: Examining the Martyrdom Accounts of the Closest Followers of Jesus* (Ashgate Publishing, Ltd., 2015), 262–65.

[26] Candida Moss, *The Myth of Persecution: How Early Christians Invented a Story of Martyrdom*, First Edition. (New York: HarperOne, 2013), 160.

പുനരുത്ഥാനത്തിന്റെ ആദ്യ സാക്ഷികളെന്ന് അവകാശപ്പെട്ട പതിനൊന്ന് അപ്പൊസ്തലന്മാരും, ക്ലെയോപ്പാവ്, യുസ്റ്റൊസ് എന്ന് മറുപേരുള്ള യോസേഫ്, മത്ഥിയാസ് എന്നിങ്ങനെ അപ്പൊസ്തലന്മാർക്കൊപ്പമുണ്ടായിരുന്ന ചിലയാളുകളും ചേർന്ന്, ജറുസലേമിൽ നിന്ന് ക്രിസ്തീയ മതപ്രചാരണ പ്രസ്ഥാനം ആരംഭിച്ചു. അപ്പൊസ്തലന്മാർ വിശ്വാസപ്രചാരണ ശ്രമങ്ങൾ നടത്തിയെന്നതിനെ ആന്തരികവും ബാഹ്യവുമായ തെളിവുകൾ പിന്തുണയ്ക്കുന്നു. റോമൻ ചരിത്രകാരനായ ടാസിറ്റസ് പറയുന്നതനുസരിച്ച് യേശുവിന്റെ മരണത്തിനു ശേഷം ക്രിസ്തീയ മുന്നേറ്റം യെഹൂദ്യയിൽ ആരംഭിച്ച് റോം വരെ എത്തി.[27]

യഹൂദാ ചരിത്രകാരനായ ജോസീഫസ് പറയുന്നതനുസരിച്ച് യേശുവിന്റെ മരണത്തിനും അനേക വർഷങ്ങൾക്കു ശേഷവും ക്രിസ്ത്യാനികളുടെ 'കുലം' 'ഇന്നു വരെയും' അവസാനിച്ചിട്ടില്ല.[28] എന്നാൽ ഏതു തരത്തിലുള്ള അസ്തിത്വമാണ് അവർക്കുണ്ടായിരുന്നത് എന്നതിന്റെ വ്യക്തമായ സൂചന, ഇളയ പ്ലിനി എന്നറിയപ്പെടുന്ന, ഗായസ് പ്ലിനിയസ് കായ്ലിയസ് സെകുൻഡുസ് എന്ന, ബിഥുന്യ-പൊന്തൊസ് പ്രവിശ്യയുടെ ഗവർണ്ണർ ട്രേജൻ ചക്രവർത്തിക്ക്, പൊതുവർഷം ഏകദേശം 111/112 കാലഘട്ടത്തിലയച്ച കത്തിൽ[29] വ്യക്തമായി പരാമർശിക്കുന്നുണ്ട്. ഇളയ പ്ലിനിയുടെ കത്തുകളിൽ ഏറ്റവും പ്രസിദ്ധമായതാണ് അദ്ദേഹത്തിന്റെ പത്താമത്തെ പുസ്തകത്തിലെ 96-മത്തെ ഈ കത്ത്. അന്നത്തെ ബിഥുന്യ-പൊന്തൊസ് പ്രവിശ്യയുടെ ഗവർണ്ണർ എന്ന നിലയിൽ, ക്രിസ്ത്യാനികളെ എങ്ങനെ കൈകാര്യം ചെയ്യണമെന്നതിനെക്കുറിച്ച്, റോമൻ സാമ്രാജ്യത്തിന്റെ ചക്രവർത്തിയായിരുന്ന ട്രേജനോട് ഉപദേശം ചോദിക്കുന്നതാണ് ആ കത്തിന്റെ ഉള്ളടക്കം. കത്തിലെ പ്രസക്തമായ ഭാഗങ്ങൾ താഴെക്കൊടുത്തിരിക്കുന്നു:

---

[27] Tacitus, Annals 15.44.3

[28] Josephus, Jewish Antiquities 18.63–64

[29] Pliny, Letters 10.96

"ഇതിനിടയിൽ, ക്രിസ്ത്യാനികളാകായിരിക്കുന്നു എന്ന കുറ്റാരോപണത്തിന്റെ പേരിൽ എന്റെ മുൻപിൽ കൊണ്ടുവന്ന എല്ലാവരുടെയും കാര്യത്തിൽ ഞാൻ പിന്തുടർന്ന നടപടിക്രമമിതാണ്. അവർ ക്രിസ്ത്യാനികളാണോ എന്ന് ഞാൻ അവരോട് ചോദിച്ചു. അവർ സമ്മതാർത്ഥത്തിൽ മറുപടി നൽകിയാൽ, രണ്ടാമതും മൂന്നാമതും ശിക്ഷിക്കുമെന്ന് ഭീഷണിപ്പെടുത്തി ഞാൻ ചോദിച്ചു. അവർ അതിൽ ഉറച്ചു നിന്നാൽ, ഞാൻ അവരുടെ വധശിക്ഷ വിധിച്ചു. അവരുടെ വിശ്വാസപ്രഖ്യാപനത്തിന്റെ സ്വഭാവം എന്തുതന്നെയായാലും, അവരുടെ വഴങ്ങാത്ത പ്രകൃതവും അടിയുറച്ച പിടിവാശിയും ശിക്ഷിക്കപ്പെടാതെ പോകരുതെന്ന് ഞാൻ വിശ്വസിച്ചു...

...ഇവരിൽ തങ്ങൾ ക്രിസ്ത്യാനി ആണെന്നോ എന്നെങ്കിലും ആയിരുന്നുവെന്നോ നിഷേധികുന്നവർ, ഞാൻ ചൊല്ലിക്കൊടുത്തത് ഏറ്റ് പറഞ്ഞു ദൈവങ്ങളെ വിളിക്കുകയും, ദൈവങ്ങളുടെ പ്രതിമയ്ക്കൊപ്പം ഈ കാര്യത്തിനു വേണ്ടി കോടതിയിൽ കൊണ്ടുവരുവാൻ ഞാൻ കല്പിച്ച അങ്ങയുടെ പ്രതിമയ്ക്ക് വീഞ്ഞും ധൂപവും അർപ്പിക്കുകയും, ക്രിസ്തുവിന്റെ നാമത്തെ ശപിക്കുകയും ചെയ്യുന്നവരുടെ – ഞാൻ മനസിലാക്കുന്നതനുസരിച്ച് ഒരു ഒരു സത്യ ക്രിസ്ത്യാനിയെയും നിർബ്ബന്ധിച്ച് ചെയ്യിപ്പിക്കുവാനാകാത്ത കാര്യമാണിത്–കേസ് തള്ളിക്കളയണമെന്ന് ഞാൻ ആലോചിച്ചു...

...പട്ടണങ്ങൾ മാത്രമല്ല ഗ്രാമങ്ങളും നാട്ടിൻപുറങ്ങളും ഈ ദുഷ്ഷിച്ച അന്ധവിശ്വാസവുമായി ബന്ധപ്പെട്ട് അശുദ്ധമാക്കപ്പെട്ടുകൊണ്ടിരിക്കുകയാണ്. ദീർഘ നാളുകളായി ഏതാണ്ട് പൂർണ്ണമായിത്തന്നെ ഉപേക്ഷിപ്പെട്ടു കിടന്നിരുന്ന ക്ഷേത്ര സന്ദർശനമൊക്കെ ജനങ്ങൾ ആരംഭിച്ചിട്ടുണ്ട് അതിനാൽ ഇത് തടയുവാനും സുഖപ്പെടുത്തുവാനും സാധിക്കും എന്നാണ് തോന്നുന്നത്. വിശുദ്ധ കർമ്മങ്ങൾ വീണ്ടും നടത്തപ്പെടുന്നുണ്ട്, യാഗ മാംസത്തിന്റെ ഇറച്ചി എല്ലായിടത്തും വിൽക്കപ്പെടുന്നുണ്ട് അടുത്തകാലം വരെ ഇത് വാങ്ങിക്കുന്ന ആരെയെങ്കിലും കണ്ടുകിട്ടുവാൻ പ്രയാസമായിരുന്നു. പിൻവലിക്കാനുള്ള അവസരം

നൽകപ്പെട്ടാൽ അനേകമാളുകളെ തിരുത്തുവാൻ കഴിയുമെന്ന് ഇതിൽ നിന്ന് വിശ്വസിക്കുവാൻ എളുപ്പമാണ്." (കത്തുകൾ, ഇളയ പ്ലിനി 10.96)

ക്ഷേത്ര സന്ദർശനമൊക്കെ ജനങ്ങൾ ഏതാണ്ട് പൂർണ്ണമായിത്തന്നെ ഉപേക്ഷിക്കത്തക്ക നിലയിൽ ക്രിസ്ത്യാനിത്വം വ്യാപിച്ചുവെന്നാണ് അദ്ദേഹം ഈ കത്തിൽ വ്യക്തമാക്കിയിരിക്കുന്നത്. ക്രിസ്ത്യാനിത്വം ആരംഭിച്ച് 80 വർഷങ്ങൾക്കു ശേഷം ഇതാണ് സ്ഥിതിയെങ്കിൽ എത്ര സജീവമായിട്ടായിരിക്കണം ആദ്യ കാലങ്ങളിൽ ക്രിസ്തീയ വിശ്വാസപ്രചാരണം നടന്നിട്ടുണ്ടാവുക. അതിന്റെ ആദിമ നേതാക്കളായിരുന്ന പൗലോസിന്റെയും യേശുവിന്റെ സഹോദരനായ യാക്കോബിന്റെയും കാര്യം പരിഗണിച്ചാൽ അവർ പുനരുത്ഥാനത്തിന്റെ സാക്ഷികളാണ് (1 കോറി 15:7-8) തങ്ങൾ എന്ന് അവകാശപ്പെട്ടവരാണ്. അവർ ഉൾപ്പെടെയുള്ള ആദിമ ക്രിസ്ത്യാനികൾ തങ്ങളുടെ വിശ്വാസങ്ങൾക്കായി കഷ്ടങ്ങൾ സഹിക്കുവാനും മരിക്കുവാനും വരെ തയ്യാറായിരുന്നു.

യേശുവാണ് ഉയിർത്തെഴുന്നേറ്റ മിശിഹാ എന്ന് അപ്പൊസ്തലന്മാർ ധീരമായി പ്രഖ്യാപിച്ചു, അവർ ഭീഷണികൾ നേരിട്ടു, പീഡിപ്പിക്കപ്പെട്ടു, ജയിലിൽ അടയ്ക്കപ്പെട്ടു, രക്തസാക്ഷിത്വം വരിച്ചു (പ്രവൃത്തികൾ 4:1-22; 5:18-32; 7:54-60; 12: 2). ആദിമ സഭയിൽ ക്രിസ്ത്യാനികൾ നേരിട്ട പീഡനത്തിനും വ്യക്തമായ തെളിവുകളുണ്ട്. തന്റെ അനുയായികൾ പീഡിപ്പിക്കപ്പെടുമെന്നും (മത്തായി 10:16-23; മർക്കോസ് 13:9; യോഹന്നാൻ 15:18-27; 16:2-3, 33), യിസ്രായേൽ പ്രവാചകന്മാരോട് ചെയ്തതുപോലെ അവർ കഷ്ടമനുഭവിക്കുകയും മരിക്കുകയും ചെയ്യുമെന്നും (മത്തായി 21:33-40; 22:6; 23:30-31, 34, 37; മർക്കോസ് 12:1-11; ലൂക്കോസ് 6:22-23; 11:47-50; 13:34; 20:9 —18) യേശു 'പ്രവചിച്ചിരുന്നു'. സുവിശേഷം പ്രഘോഷിച്ചതിന്റെ പേരിൽ പൗലോസ് വളരെ കഷ്ടതകൾ സഹിക്കേണ്ടി വന്നുവെന്ന് മാത്രമല്ല (2 കോറി 6:4-9), തന്റെ സഹവിശ്വാസികളും, കഷ്ടപ്പാടുകൾ പ്രതീക്ഷിക്കണമെന്നും അദ്ദേഹം പഠിപ്പിച്ചു (റോമർ 8:35-36; 1 തെസ് 3:3-4; ഫിലി 1:29 : 2

തിമൊ. 4:5). പീഡനവും കഷ്ടപ്പാടുകളും പ്രതീക്ഷിക്കുന്നത് പുതിയനിയമത്തിന്റെ മുഴുവൻ ഒരു കേന്ദ്ര വിഷയമാണ്.

പ്രത്യേകിച്ച്, ഇസ്രായേലിലെ ജറുസലേമിൽ, യേശുവിനെ കുരിശിലേറ്റിയ അവരുടെ സ്വന്തം ദേശവാസികൾക്കിടയിൽ (പ്രവൃത്തികളുടെ പുസ്തകത്തിൽ കാണുന്നത് പോലെ) പീഡനം ആരംഭിച്ചു. അവർ ആദ്യത്തെ ക്രിസ്ത്യാനികളിൽ ചിലരെ ഭീഷണിപ്പെടുത്തുകയും തല്ലുകയും കൊല്ലുകയും ചെയ്യുവെന്ന് രേഖപ്പെടുത്തിയിരിക്കുന്നു (പ്രവൃത്തികൾ 4:13-22; 5:40; 7:54-60). ചക്രവർത്തിയായ നീറോയുടെ ഭരണകാലത്താണ് ക്രിസ്ത്യാനികൾക്കെതിരെ ഭരണകൂടാധികാരം ഉപയോഗിച്ചുള്ള റോമൻ പീഡനം ആരംഭിച്ചത്. ക്രിസ്ത്യാനികളെ നീറോ ഔദ്യോഗികമായി അപലപിച്ചുകഴിഞ്ഞാൽ, തങ്ങളുടെ ദേശങ്ങളിലുള്ള ക്രിസ്ത്യാനികളെ ശിക്ഷിക്കുന്നതിൽ നിന്ന് മറ്റ് പ്രവിശ്യാ ഗവർണർമാരെ തടുക്കുന്ന യാതൊന്നുമില്ല.

ക്രൂശിക്കപ്പെട്ട 'കുറ്റവാളിയെ' പിന്തുടരുക, പ്രത്യക്ഷത്തിൽ വിചിത്രമായ ആചാരങ്ങൾ അനുഷ്ഠിക്കുക, റോമൻ ദേവന്മാർക്ക് ആരാധന അർപ്പിക്കുവാൻ വിസമ്മതിക്കുക എന്നിങ്ങനെ മൂന്ന് കാരണങ്ങളാലാണ് ക്രിസ്ത്യാനികൾ വലിയ തോതിൽ പീഡിപ്പിക്കപ്പെട്ടത്. മുകളിൽ ഞാൻ അടിക്കുറിപ്പുകളിൽ പരാമർശിച്ച ടാസിറ്റസും പ്ലിനിയും എഴുതിയ ഭാഗങ്ങളിൽ ഇതിനുള്ള വ്യക്തമായ തെളിവുകൾ കാണാൻ സാധിക്കും. അപ്പൊസ്തലന്മാരിൽ പലരും രക്തസാക്ഷികളായി മരിച്ചുവെന്നതിന് ആദ്യകാല തെളിവുകൾ ഇല്ലെങ്കിലും, ചില പൊതുവായ അവകാശവാദങ്ങൾ അവരുടെ വ്യക്തിഗത രക്തസാക്ഷിത്വങ്ങളെ സംഭവിച്ചിട്ടില്ലാത്തതിനേക്കാൾ സംഭവിച്ചിരിക്കുവാൻ കൂടുതൽ സാധ്യതയുള്ളവയാക്കുന്നു.[30]

തങ്ങളുടെ വിശ്വാസത്തിനുവേണ്ടി കഷ്ടപ്പെടാനും മരിക്കാനും അപ്പൊസ്തലന്മാർ തയ്യാറായിരുന്നു. ഇതിന് അവർ സ്ഥിരതയോടെ

---

[30] Ignatius, Letter to the Smyrneans 3.1–2; Polycarp, Letter to the Philippians 9; Aphrahat, Demonstration XXI: Of Persecution §23

മുന്നോട്ടുവെച്ച കാരണം, ദീർഘകാലത്തേക്ക് യേശു അവർക്ക് വ്യക്തിപരമായി പ്രത്യക്ഷപ്പെട്ടു എന്നതാണ് (പ്രവൃത്തികൾ 1:3). അവരുടെ വിശ്വാസത്തിന്റെ പേരിൽ അവരെ ഭീഷണിപ്പെടുത്തുകയും മർദിക്കുകയും തടവിലിടുകയും കൊല്ലുകയും ചെയ്തു, എന്നിട്ടും അവർ പിന്മാറാൻ തയ്യാറായില്ല (അപ്പ. 5:29). എല്ലാ അപ്പൊസ്തലന്മാരും യഥാർത്ഥത്തിൽ രക്തസാക്ഷികളായി മരിച്ചുവോ ഇല്ലയോ എന്നത് മറ്റൊരു ചോദ്യമാണ്, എന്നാൽ എല്ലാവരും 'ഉത്ഥിതനായ യേശു'വിനെക്കുറിച്ചുള്ള സന്ദേശം, അത് തങ്ങളുടെ ജീവൻ നഷ്ടപ്പെടുത്തിയേക്കാമെന്ന പൂർണ്ണമായ അറിവോടെ പ്രഘോഷിച്ചു. അപ്പൊസ്തലന്മാരിൽ ആരും തങ്ങളുടെ വിശ്വാസം പിൻവലിച്ചതായി വിവരണങ്ങളില്ല.

അപ്പൊസ്തലന്മാരിൽ ആരെങ്കിലും, ബാഹ്യ സമ്മർദ്ദങ്ങളാൽ തങ്ങളുടെ വിശ്വാസം ഉപേക്ഷിച്ചതായി അറിവുണ്ടായിരുന്നുവെങ്കിൽ, ആദ്യകാല ക്രൈസ്തവ വിരുദ്ധരായ ട്രൈഫോ, സെൽസ്, പോർഫിറി തുടങ്ങിയവരോ, അല്ലെങ്കിൽ മറ്റേതെങ്കിലും എതിരാളികളോ, വളർന്നുവരുന്ന പ്രസ്ഥാനത്തെ തള്ളിക്കളയുവാനുള്ള ഒരു കാരണമായി അത് അവതരിപ്പിക്കുകയും ക്രിസ്ത്യാനികൾക്ക് അതിന് മറുപടി പറയേണ്ടി വരികയും ചെയ്യുമായിരുന്നു. എന്നിട്ടും, പൗലോസോ യാക്കോബോ പന്ത്രണ്ടു ശിഷ്യന്മാരിൽ ആരെങ്കിലുമോ, ഉയിർത്തെഴുന്നേറ്റ യേശു തങ്ങൾക്ക് പ്രത്യക്ഷപ്പെട്ടുവെന്ന അവരുടെ വിശ്വാസം പിൻവലിച്ചതായി ഒരു പരാമർശം പോലും നിലവിലില്ല. അപ്പൊസ്തലന്മാരുടെ രക്തസാക്ഷിത്വത്തെ സംബന്ധിച്ച് ഇത് നിസ്സാരമായി തള്ളിക്കളയാവുന്ന തെളിവല്ല. രക്തസാക്ഷിത്വത്തിന്റെ തെളിവുകൾ അപ്പൊസ്തലന്മാരിൽ ചിലർക്ക് മറ്റുള്ളവരെ അപേക്ഷിച്ച് കൂടുതൽ ബോധ്യം ജനിപ്പിക്കുന്ന നിലവാരത്തിലുള്ളതാണെങ്കിലും, ചില അപ്പൊസ്തലന്മാരുടെ കാര്യത്തിൽ അത് വിശേഷാൽ ശക്തമാണ്.

ഉദാഹരണമായി ആദ്യകാലത്ത് നിന്നുള്ളതും സ്ഥിരവും ഏകകണ്ഠവുമായ സാക്ഷ്യം പത്രോസ് ഒരു രക്തസാക്ഷിയായി[31] മരിച്ചുവെന്നതാണ്. അതുപോലെ തന്നെ പൗലോസ്,[32] യേശുവിന്റെ സഹോദരനായ യാക്കോബ്,[33] സെബെദിയുടെ മകനായ

---

[31] യോഹന്നാൻ 21:18-19 ഈ വിഷയത്തിൽ ഏറ്റവും സുപ്രധാനമായ ഒരു ആദിമ സാക്ഷ്യമാണ്. പത്രോസ് മരിച്ചതിനു ശേഷമാണ് യോഹന്നാൻ സുവിശേഷം രചിച്ചതെന്ന കാര്യത്തിൽ യാതൊരു സംശയവുമില്ല. നടന്ന സംഭവത്തെക്കുറിച്ചുള്ള അറിവിന്റെ അടിസ്ഥാനത്തിൽ എഴുതപ്പെട്ട ഒരു പ്രവചനമായിട്ടാണ് വിമർശനപരമായി ഈ വാക്യങ്ങളെ സമീപിക്കുന്ന പണ്ഡിതന്മാർ ഇതിനെ വിലയിരുത്തുന്നത്. ഇനി അതല്ല ഇതേ വാക്കുകളിൽ തന്നെ യേശു പ്രവചിച്ചിട്ടുണ്ടെങ്കിലും വസ്തുതകൾ വ്യത്യസ്തമായിരുന്നുവെങ്കിൽ പത്രോസിന്റെ കാല ശേഷം എഴുതപ്പെട്ട ഒരു പുസ്തകത്തിൽ ഇത്തരമൊരു ഭാഗം ഉൾക്കൊള്ളിക്കാതിരിക്കുവാനാണ് സാധ്യത കൂടുതൽ, പ്രത്യേകിച്ചും യോഹന്നാന്റെ സുവിശേഷത്തിന്റെ ഇതര ദൈവവിജ്ഞാനീയ സവിശേഷതകൾ കണക്കിലെടുക്കുമ്പോൾ; 1 Clement 5:1–4; Ignatius, Letter to the Smyrneans 3:1–2; The Apocalypse of Peter; The Ascension of Isaiah; The Acts of Peter; The Apocryphon of James; Dionysius of Corinth (Eusebius, Ecclesiastical History 2.25.4); Tertullian (Scorpiace 15, The Prescription Against Heresies 36).

[32] 2 തിമൊ 4:6–8 ഈ വിഷയത്തിൽ വളരെ പ്രധാനപ്പെട്ട ഒരു തെളിവാണ്. ഈ ലേഖനം പൗലോസിന്റെ മരണത്തിനു ശേഷം അദ്ദേഹത്തിന്റെ ശിഷ്യന്മാർ എഴുതിയതാണെന്നാണ് വിമർശകന്മാർ കരുതുന്നത്. അങ്ങനെയാണെങ്കിൽ ഇത് പൗലോസിന്റെ രക്തസാക്ഷിത്വത്തിനുള്ള ശക്തമായ തെളിവാണ്. അതല്ല പൗലോസ് തന്നെ എഴുതിയതാണെങ്കിൽ തന്റെ ആസന്നമായ രക്താസാക്ഷിത്വത്തെക്കുറിച്ചുള്ള ആത്മാർത്ഥതയും സത്യസന്ധതയും നിറഞ്ഞ സാക്ഷ്യവും പൗലോസിന്റെ മരണം സംബന്ധിച്ച പിൽക്കാല തെളിവുകളും ചേർത്തുവെക്കുമ്പോൾ ഇത് പൗലോസിന്റെ രക്താസാക്ഷിത്വത്തിനുള്ള വ്യക്തമായ തെളിവാണ്; 1 Clement 5:5–7; Ignatius, Letter to the Ephesians 12:2; Letter to the Romans 4.3; Letter to the Philippians 7:1; Dionysius of Corinth [Eusebius, Ecclesiastical History 2.25]; Irenaeus, Against Heresies 3.1.1; Acts of Paul; Tertullian, Scorpiace 15:5–6; The Prescription Against Heretics 24, 36

[33] Josephus, Antiquities 20.197–203; Hegesippus, Hypomnemata Book 5, (Eusebius, Ecclesiastical History 2.23); Clement of Alexandria, Hypotyposes Book 7, (Eusebius, Ecclesiastical History, 2.1.4– 5); Second Apocalypse of James 60.15–63.32

യാക്കോബ്[34] എന്നിങ്ങനെ പലരുടെയും കാര്യത്തിൽ കൃത്യമായ ചരിത്ര തെളിവുകൾ ലഭ്യമാണ്.

ഒൻപത്

ഏറ്റവും പ്രധാനപ്പെട്ട മറ്റൊരു വസ്തുത, അവർ എന്താണ് ദൈവത്തെക്കുറിച്ച് വിശ്വസിച്ചിരുന്നതെന്നതാണ്. യേശു തങ്ങൾക്ക് പ്രത്യക്ഷനായി എന്നതു പോലെ ഒരു അടിസ്ഥാന അവകാശവാദം, അപ്പൊസ്തലന്മാരോ പൗലോസിനെപ്പോലെയുള്ള ഇതര സാക്ഷികളോ വ്യാജമായി ഉന്നയിച്ച് അതിനുവേണ്ടി പീഡകൾ സഹിക്കുകയെന്നത് ദൈവത്തെക്കുറിച്ചുള്ള അവരുടെ വിശ്വാസവുമായി ചേർന്ന് പോകുന്നില്ല. കാരണം, അവരുടെ വിശ്വാസമനുസരിച്ച് അത്തരമൊരു വ്യാജസാക്ഷ്യം അവരെ ഇസ്രായേലിന്റെ ദൈവത്തിന്റെ മുൻപിൽ കുറ്റക്കാരാക്കുകയും അവർ ദൈവിക ശിക്ഷയ്ക്ക് പത്രീഭാവിക്കുകയും ചെയ്യും.

"മരിച്ചവർ ഉയിർക്കുന്നില്ല എന്നു വരികിൽ ദൈവം ഉയിർപ്പിച്ചിട്ടില്ലാത്ത ക്രിസ്തുവിനെ അവൻ ഉയിർപ്പിച്ചു എന്നു ദൈവത്തിന്നു വിരോധമായി സാക്ഷ്യം പറകയാൽ ഞങ്ങൾ ദൈവത്തിന്നു കള്ളസ്സാക്ഷികൾ എന്നു വരും." (1 കോറി. 15:15) ഇതാണ് പൗലോസിന്റെ വാക്കുകൾ. യെഹൂദന്മാരുടെ ഈ വിഷയത്തിലുള്ള വിശ്വാസപരമായ മനോഭാവം കൂടുതൽ വ്യക്തമാക്കുന്ന ഭാഗങ്ങളാണ് ലേവ്യ 19:11, സദൃശ്യ. 19:5, 21:28 എന്നിവ.

ചരിത്രത്തിലുടനീളമുള്ള നിരവധി ആളുകൾ, തങ്ങൾ സത്യമെന്ന് വിശ്വസിക്കുന്ന കാര്യങ്ങൾക്കായി, ജീവൻ ഉൾപ്പെടെ എല്ലാം ത്യജിക്കാൻ തയ്യാറായിട്ടുണ്ട്. ആ കാര്യങ്ങൾ യഥാർത്ഥത്തിൽ സത്യമല്ലായെന്നു വന്നാലും അവർ ത്യാഗത്തിനു തയ്യാറാകുന്നത് ആ കാര്യങ്ങൾ സത്യമെന്ന് അവർ വിശ്വസിക്കുന്നത് കൊണ്ടാണ്.

---

[34] അപ്പൊ. പ്രവ. 12:1–2; Clement of Alexandria, Outlines, Book 7 (Eusebius, Ecclesiastical History 2.9); Chrysostom, Homilies on the Acts of the Apostles 26; Gregory of Nyssa; Homily 2: On Stephen

എന്നാൽ ഒരിക്കലും ഒരു വലിയ കൂട്ടം ആളുകൾ തങ്ങൾ സത്യമെന്ന് വിശ്വസിക്കാത്ത ഒരു ആത്മീയ കാര്യത്തിനു വേണ്ടി എല്ലാം ത്യജിക്കുവാൻ തയ്യാറാവുകയില്ല പ്രത്യേകിച്ചും അങ്ങനെ കള്ളസാക്ഷ്യം പറയുന്നത് മരണശേഷം ദൈവത്താൽ ശിക്ഷിക്കപ്പെടുന്ന കുറ്റമായി തീരും എന്ന് കരുതുന്നവർ. അങ്ങനെ ആരെങ്കിലും ചെയ്യുമെന്ന് കരുതുന്നത് തികച്ചും പരിഹാസ്യമായ ഒരു വീക്ഷണമാണ്.[35]

എന്നാൽ ദൈവത്തിനു വേണ്ടി മറ്റുള്ളവരെ കൊന്നാൽ മരണാനന്തരം പ്രതിഫലം ലഭിക്കുമെന്നും, ദൈവഹിതമായ അത്തരം ആക്രമണങ്ങൾ നടത്തുന്നതിന്റെ ഭാഗമായി വ്യാജം കാണിക്കുവാൻ ദൈവം തങ്ങൾക്ക് അനുവാദം നൽകിയിട്ടുണ്ടെന്നും വിശ്വസിക്കുന്ന ഒരു കൂട്ടർ നിശ്ചയമായും ദൈവത്തിനു വേണ്ടിയുള്ള ആക്രമണങ്ങളുടെ തയ്യാറെടുപ്പിന്റെയും ആ ആക്രമണങ്ങളുടെ നടത്തിപ്പിന്റെയും ഭാഗമായി ഭോഷ്ക് പറയുവാനും വ്യാജം കാണിക്കുവാനും തയ്യാറായേക്കും. അവിടെയും ആത്യന്തികമായി തങ്ങൾ ചെയ്യുന്ന കാര്യം മൂലം മരണാനന്തരം ദൈവത്തിൽ നിന്ന് തങ്ങൾക്ക് 'അനുഗ്രഹകരമായവ' ലഭിക്കുമെന്ന് വിശ്വസിച്ചുകൊണ്ടാണ് ചെയ്യുന്നത്. അല്ലാതെ മരണാനന്തരം ശിക്ഷ കിട്ടുമെന്ന് വിശ്വസിച്ചുകൊണ്ടല്ല അതൊക്കെ ചെയ്യുന്നത്.

എന്തായാലും, ഇത്തരം വിശ്വാസങ്ങൾ ഉള്ളവരെ നിങ്ങൾക്ക് ഇരുപത്തിയൊന്നാം നൂറ്റാണ്ടിലെ തീവ്രവാദി ക്യാമ്പുകളിലും മരണപ്പെട്ട തീവ്രവാദികളുടെ പട്ടികയിലും കണ്ടെത്തുവാൻ സാധിച്ചേക്കുമെങ്കിലും ഒന്നാം നൂറ്റാണ്ടിലെ പാലസ്ത്തീനിൽ ജീവിച്ചിരുന്ന യെഹൂദന്മാർ ഇത്തരമൊരു വികല വിശ്വാസമല്ല കൈക്കൊണ്ടിരുന്നതെന്ന് അവരുടെ ചരിത്രവും വിശ്വാസവും അറിയാവുന്ന ആർക്കും സാക്ഷ്യപ്പെടുത്തുവാൻ സാധിക്കും.

---

[35] David F. Strauss, *Hermann Samuel Reimarus: Und seine Schutzschrift für die vernünftigen Verehrer Gottes* (Leipzig: Brockhaus, 1862), 276–277.

തീവ്രവാദികളിൽ നിന്ന് വ്യത്യസ്തമായ മറ്റൊരു കാര്യം കൂടി ഈ വിഷയത്തിലുണ്ട്. തീവ്രവാദികൾക്ക് തങ്ങൾ എന്തിനുവേണ്ടിയാണോ മരിക്കുന്നത് അത് സത്യമാണോ അല്ലയോ എന്ന് ഇന്ദ്രിയാനുഭവങ്ങളിലൂടെ അസന്ദിഗ്ദ്ധമായി അറിയാൻ വഴിയൊന്നുമില്ല, അവർ അതിന് ശ്രമിക്കാറുമില്ല. അവർ മിക്കവാറും ഏതെങ്കിലും മതഗ്രന്ഥങ്ങളെയോ കേവല ആശയങ്ങളെയോ അന്ധമായി പിന്തുടർന്നായിരിക്കും അതെല്ലാം ചെയ്യുന്നത്. എന്നാൽ യേശുവിന്റെ പ്രത്യക്ഷത കണ്ടു എന്ന് അവകാശപ്പെടുന്നവർക്ക് അത്തരം അനുഭവങ്ങൾ തങ്ങൾക്ക് ഉണ്ടായോ ഇല്ലയോ അതോ തങ്ങൾ മനഃപൂർവ്വം നുണ പറയുകയാണോയെന്ന് അറിയാൻ സാധിക്കുമായിരുന്നു.

ഇത്തരത്തിലുള്ള നിരവധി കാരണങ്ങളാൽ നിരീശ്വരവാദിയായ പുതിയനിയമ പണ്ഡിതനായ ബാർട്ട് എർമാൻ ഇപ്രകാരമാണ് നിരീക്ഷിച്ചിരിക്കുന്നത് "യേശുവിന്റെ ചില അനുഗാമികൾ അദ്ദേഹം മരിച്ചവരിൽ നിന്ന് ഉയിർപ്പിക്കപ്പെട്ടുവെന്ന് വിശ്വസിച്ചു എന്നതിൽ ചരിത്രപരമായി സംശയമില്ല – യാതൊരു സംശയവുമില്ല."[36]

---

[36] Bart D. Ehrman, *How Jesus Became God : The Exaltation of a Jewish Preacher from Galilee*, Reprint edition. (New York: HarperOne, 2014), 174.

ചരിത്ര വസ്തുതകളും വ്യാഖ്യാനങ്ങളും

ചരിത്ര വസ്തുതകളുടെ അടിസ്ഥാനത്തിൽ പരിഗണനയിലിരിക്കുന്ന ഒരു വിഷയത്തെ സംബന്ധിച്ച് ചരിത്രകാരൻ എത്തിച്ചേരുന്ന അനുമാനം ആ ചരിത്ര യഥാർത്ഥ്യങ്ങളുടെ ഏറ്റവും നല്ല വിശദീകരണമാണോ എന്ന് നിശ്ചയിക്കുന്നതിനുള്ള പരിശോധനകളാണ് ഇനി നാം നടത്തേണ്ടത്. ഈ പ്രക്രിയയിൽ ചരിത്രകാരന്മാർ ഉപയോഗിക്കുന്ന മാനദണ്ഡങ്ങൾ പന്ത്രണ്ടാം അധ്യായത്തിൽ വിശദീകരിച്ചിരുന്നു. മുകളിൽ ചൂണ്ടിക്കാണിച്ച അഞ്ചു വസ്തുതകളുടെ ഏറ്റവും നല്ല ചരിത്രപരമായ വിശദീകരണം യേശു ഉയിർത്തെഴുന്നേറ്റു എന്നതാണ് എന്ന നിർണ്ണയം വിശകലനം ചെയ്യുവാൻ ആ അളവുകോലുകളാണ് നാം ഉപയോഗിക്കുവാൻ പോകുന്നത്.

യേശു കുരിശിൽ മരിച്ചില്ലായിരിക്കാം, കല്ലറയിൽ നിന്ന് ആരെങ്കിലും ജഡം മോഷ്ടിച്ചു കൊണ്ടു പോയിരിക്കാം, ശിഷ്യന്മാർക്ക് മതിഭ്രമം അല്ലെങ്കിൽ വിഭ്രാന്തി പിടിപെട്ടതായിരിക്കാം തുടങ്ങിയ ബദൽ പരികല്പനകൾ ചരിത്രപരമായ വിശദീകരണങ്ങൾ കണ്ടെത്തുന്നതിനുള്ള ശാസ്ത്രീയ മാനദണ്ഡങ്ങൾ പാലിക്കുന്നവയല്ല, അതിനാൽ തന്നെ അവ നിരാകരിക്കപ്പെടേണ്ടവയാണ്. ഉദാഹരണമായി ഒറ്റയ്ക്ക് ഒരാൾക്ക് മതിഭ്രമം ഉണ്ടായി അയാൾ മായക്കാഴ്ചകൾ കണ്ടേക്കാം, പക്ഷെ കൊരിന്ത്യർക്കെഴുതിയ കത്തിൽ പൗലോസ് പറയുന്നത് പോലെ അഞ്ഞൂറിലേറെപ്പേർക്ക് ഒരുമിച്ച് ഒരേ മതിഭ്രമം ഒരേ സന്ദർഭത്തിൽ ഉണ്ടാവുകയെന്നത് അസാധ്യമാണ്. അങ്ങനെ ഒരു അനുഭവം അവർക്കുണ്ടാകണമെങ്കിൽ ദൃശ്യമായ എന്തെങ്കിലും ബാഹ്യലോകത്ത് ഉണ്ടാകണം.

യേശുവിന്റെ ശരീരം മോഷ്ടിച്ചുകൊണ്ടുപോയിട്ട് ഒരു നേട്ടവുമില്ലാത്ത പീഡനവും ദുരിതവും മാത്രം ജീവിതത്തിൽ നൽകുന്ന ഒരു വിശ്വാസത്തിനുവേണ്ടി യേശു

ഉയിർത്തെഴുന്നേറ്റുവെന്നു പറഞ്ഞു ശിഷ്യന്മാർ മരിക്കുകയെന്നത് ഒരിക്കലും സംഭവ്യമായ ഒരു കാര്യമല്ല. ശ്രദ്ധിക്കേണ്ട വസ്തുത, ഇന്ന് നമ്മൾ കാണുന്നത് പോലെയുള്ള കത്തോലിക്കാ സഭയോ, ഓർത്തഡോക്സ് സഭയോ, പൗരോഹിത്യ വൃന്ദമോ, ബിഷപ്പുമാരോ, പോപ്പോ, പാത്രിയാർക്കീസോ, സ്ഥാനമാനങ്ങളോ, രാഷ്ട്രീയ അധികാരങ്ങളോ, കേന്ദ്രീകൃത ചട്ടക്കൂടുകളോ, സഭാ സംവിധാനങ്ങളോ, സ്ഥാപനങ്ങളോ, സമ്പത്തോ ഒന്നും അന്നില്ല. പല പട്ടണങ്ങളിലും ഗ്രാമങ്ങളിലുമായി വ്യക്തികളുടെ വീടുകളിൽ ഭരണാധികാരികളെ ഭയന്ന് പലപ്പോഴും രഹസ്യമായി കൂടി വരുന്ന ചെറിയ ചെറിയ പ്രാദേശിക ക്രിസ്തീയ കൂട്ടായ്മകൾ മാത്രമാണ് അന്നുള്ളത്. അന്ന് ഇന്നത്തേതുപോലെ ഇന്റർനെറ്റോ, പത്രങ്ങളോ, ടെലിവിഷനോ, സാമൂഹ്യമാധ്യമങ്ങളോ, മൊബൈൽ ഫോണോ, ലാൻഡ് ലൈനോ, കമ്പ്യൂട്ടറോ എന്തിനധികം പറയുന്നു ഇന്നത്തെ രൂപത്തിലുള്ള പുസ്തകങ്ങൾ പോലുമില്ല.[1]

ക്രിസ്തീയവിശ്വാസികളായതിന്റെ പേരിൽ വ്യക്തികൾ ഒറ്റയ്ക്കും കൂട്ടമായും പീഡിപ്പിക്കപ്പെടുകയും കൊല്ലപ്പെടുകയും ചെയ്യുന്ന ഒരു കാലമാണത്. ആ കാലത്തെ സാക്ഷ്യം അതിനാൽ തന്നെ വിശ്വാസയോഗ്യമാണ്. യേശു ജീവനോടെ ഭൂമിയിലുണ്ടായിരുന്ന, യേശുവിനെ പിൻഗമിക്കുവാൻ ജനക്കൂട്ടമുണ്ടായിരുന്ന, യേശു അത്ഭുതങ്ങൾ ചെയ്യുന്നുവെന്ന പ്രചരണങ്ങൾ നടന്നിരുന്ന കാലത്ത്; യേശുവിനെ വിശ്വസിക്കുകയോ അംഗീകരിക്കുകയോ ചെയ്യാതിരുന്ന യേശുവിന്റെ സഹോദരനാണ് യാക്കോബ്. ആ

---

[1] ഇന്ന് നമ്മൾ ഉപയോഗിക്കുന്ന പുസ്തകങ്ങളുടെ പൂർവ്വ രൂപമായ കോഡെക്സുകൾ പ്രചാരത്തിലാക്കിയത് ആദിമ ക്രിസ്ത്യാനികളാണ്. ഒന്നാം നൂറ്റാണ്ടിന്റെ അവസാന ഭാഗത്താണ് പിൽക്കാലത്ത് വ്യാപകമായ രൂപത്തിലുള്ള കോഡെക്സുകൾ രൂപം കൊള്ളുന്നത്. Daniel B. Wallace, "The Son's Ignorance in Matthew 24:36: An Exercise in Textual and Redaction Criticism," in *Studies on the Text of the New Testament and Early Christianity*, ed. Daniel M. Gurtner, Juan Hernández Jr, and Paul Foster (Brill, 2015), 198; Eve-Marie Becker, *Letter Hermeneutics in 2 Corinthians: Studies in 'Literarkritik" and Communication Theory* (A&C Black, 2004), 57; G. W. H. Lampe, *The Cambridge History of the Bible: Volume 2, The West from the Fathers to the Reformation* (Cambridge University Press, 1975), 68.

യാക്കോബ് എങ്ങനെയാണ് അന്നത്തെ മതവും ഭരണാധികാരികളും ഒരുമിച്ച് ചേർന്ന് ഒരു രാജ്യദ്രോഹിയെപ്പോലെ യേശുവിനെ കൊന്ന്, യേശു മിശിഹയാണെന്ന അവകാശവാദത്തെ തച്ചുടച്ചുകളഞ്ഞ കാലത്ത്, അതിനെ തുടർന്നുണ്ടായ ഭയത്താൽ ഒളിച്ചിരിക്കുന്ന ക്രിസ്തീയ കൂട്ടത്തിന്റെ നടുവിൽ വിശ്വാസിയായി ചെന്നു ചേരുന്നത്? ഇങ്ങനെയൊരു മാറ്റത്തെ വിശദീകരിക്കുന്ന എന്ത് കാരണമാണ് നമ്മുക്ക് ചൂണ്ടിക്കാണിക്കുവാൻ സാധിക്കുന്നത്? യേശുക്രിസ്തുവിന്റെ മരണം സംഭവിച്ച് (ഏകദേശം എ. ഡി. 30.) ഏകദേശം 22 വർഷങ്ങൾക്ക് ശേഷം (എ. ഡി. 52), ക്രിസ്തീയ അപ്പൊസ്തലനായ പൗലോസ്, ഇന്നത്തെ ഗ്രീസിലുള്ള പുരാതന ഗ്രീക്ക് പട്ടണമായ കൊരിന്തിലെ പ്രാദേശിക ക്രിസ്തീയ കൂട്ടായ്മയ്ക്ക് അയച്ച കത്തിൽ താൻ ഉദ്ധരിച്ച, എ. ഡി 30-കളിൽ നിന്നുള്ള, വാമൊഴിയായി കൈമാറ്റം ചെയ്യപ്പെട്ടുകൊണ്ടിരുന്ന വിശ്വാസപ്രസ്താവനയിൽ രേഖപ്പെടുത്തിയിരിക്കുന്നത് പോലെ, യേശു യാക്കോബിന് പ്രത്യക്ഷനായെങ്കിൽ യാക്കോബിന്റെ അത്ഭുതകരമായ ഈ മാറ്റത്തിനും, പിൽക്കാലത്ത് യഹൂദാ ചരിത്രകാരനായ ജോസീഫസ് രേഖപ്പെടുത്തിയിരിക്കുന്ന യാക്കോബിന്റെ രക്തസാക്ഷി മരണത്തിനും പിന്നിലുള്ള കാരണം നമ്മുക്ക് മനസിലാകും.

തന്റെ യഹൂദാ മതവിശ്വാസത്തിലുള്ള തീക്ഷ്ണതമൂലം ക്രിസ്തീയ വിശ്വാസികളെ പീഡിപ്പിച്ചുകൊണ്ടിരുന്ന, മത തീവ്രവാദിയായ, തന്റെ മതത്തിൽ ശ്രേഷ്ഠമായ ഒരു സ്ഥാനമുണ്ടായിരുന്ന പൗലോസ് എങ്ങനെയാണ് യേശുവിന്റെ അനുയായി മാറുകയും, ഒന്നാം നൂറ്റാണ്ടിൽ റോമിലെ ക്ലെമന്റ് രേഖപ്പെടുത്തിയിരിക്കുന്നത് പോലെ, യേശു ഉയിർത്തെഴുന്നേറ്റുവെന്ന തന്റെ വിശ്വാസത്തിനു വേണ്ടി രക്തസാക്ഷിയാവുകയും ചെയ്തത്? കൊരിന്ത്യർക്കെഴുതിയ കത്തിൽ പൗലോസ് അവകാശപ്പെടുന്നത് പോലെ ഉയിർത്തെഴുന്നേറ്റ യേശു തനിക്ക് പ്രത്യക്ഷനായതിനാലാണ് താൻ ഇങ്ങനെ മാറിയതെന്ന അവകാശവാദം ഒരു ചരിത്ര സത്യമാണെന്ന വസ്തുതയ്ക്ക് മാത്രമേ ഈ മാറ്റം വിശദീകരിക്കുവാൻ സാധിക്കുകയുള്ളൂ.

കല്ലറ മോഷ്ടാക്കൾ ആരെങ്കിലും യേശുവിന്റെ ശരീരം മോഷ്ടിച്ചു കൊണ്ടുപോയതാണെന്ന വാദവും നിലനിൽക്കുന്നതല്ല. ഒന്നാമതായി സാധാരണയായി ശരീരം മോഷ്ടിച്ചു കൊണ്ടുപോകുന്നത് ആഭിചാരവിദ്യകൾക്ക് വേണ്ടിയാണ്. ശവശരീരങ്ങൾ ഉപയോഗിച്ചുള്ള ആഭിചാര ക്രിയകൾ നടന്നിരുന്നതായുള്ള തെളിവുകളെല്ലാം തന്നെ വിജാതീയ പ്രദേശങ്ങളിൽ നിന്നുള്ളതാണ്.[2] യെരുശലേമിൽ ഇത്തരം കാര്യങ്ങൾ നടന്നിരുന്നതായി തെളിവില്ലായെന്ന് മാത്രമല്ല യെഹൂദന്മാരെ സംബന്ധിച്ചിടത്തോളം അത്തരം കാര്യങ്ങൾ മതപരമായി വിലക്കപ്പെട്ടതുമായിരുന്നു (ആവർത്തനം 18:10, ലേവ്യ 20:27).

നസറെത്ത് ശിലാ ലിഖിതമെന്ന പേരിൽ അറിയപ്പെടുന്ന ഒരു കല്പനയിൽ[3] കല്ലറയിൽ നിന്ന് ശരീരം മോഷ്ടിക്കുന്നതിനെതിരെയുള്ള ശിക്ഷകൾ വിവരിക്കുന്നുണ്ട്. എന്നാൽ ഇത് എന്ന് വിരചിതമായതാണെന്ന കാര്യത്തിലും, ഇത് എവിടെയാണ് സ്ഥാപിക്കപ്പെട്ടിരുന്നതെന്ന കാര്യത്തിലും യാതൊരു വ്യക്തതയുമില്ല. 1878-ൽ നസറെത്തിൽ നിന്ന് ഫ്രാൻസിലേക്ക് ഇത് കയറ്റി അയച്ചുവെന്നു മാത്രമാണ് ബന്ധപ്പെട്ട രേഖകളിലുള്ളത്. അതിനാൽ ഇത് ഗ്രീക്ക് റോമൻ സംസ്കാരത്തിന്റെ സ്വാധീനം ശക്തമായുള്ള ദെക്കാപ്പൊലിസിൽ നിന്നായിരിക്കമെന്നാണ് പണ്ഡിതന്മാർ അഭിപ്രായപ്പെട്ടത്. മാത്രവുമല്ല, ശവകുടീരത്തിൽ നിന്ന് മാസം ദ്രവിച്ചു തീർന്ന് എല്ല് മാത്രമായിക്കഴിയുമ്പോൾ ആ എല്ലുകൾ ചുണ്ണാമ്പുകല്ലുകൊണ്ടുണ്ടാക്കിയിട്ടുള്ള ഒരു പെട്ടിയിലേക്ക് മാറ്റുന്ന ആചാരം യെഹൂദന്മാർക്കുണ്ടായിരുന്നു. ഇത് നസറെത്തുകാർക്ക് വേണ്ടിയുള്ള ഒരു കല്പനയായിരുന്നുവെങ്കിൽ അതിനുള്ള അനുവാദത്തെക്കുറിച്ച് ഇതിൽ എന്തെങ്കിലും പറയുമായിരുന്നു.

---

[2] Apollonius of Rhodes 4.51–53; Ovid, Heroides 6.90, Lucan, Civil War 6.538–568: Apuleius, Metamorphoses 2.30; Tacitus, Annals 2.69

[3] Supplementum Epigraphicum Graecum: 8.13

എന്തായാലും, ഒന്നാം നൂറ്റാണ്ടിൽ അരമായ സംസാരിച്ചിരുന്ന നാട്ടിൽ നിന്നും, പത്തൊൻപതാം നൂറ്റാണ്ടിൽ ആരോ ഫ്രാൻസിലേക്ക്, അയച്ച ഗ്രീക്ക് ഭാഷയിൽ എഴുതപ്പെട്ട, ഈ മാർബിൾ ഫലകത്തെക്കുറിച്ച് 2020-ൽ നടന്ന ഏറ്റവും പുതിയ പഠനം ഇതിന് നസറെത്തുമായി ബന്ധമൊന്നുമില്ലെന്നും[4] ഇത് കോസ് എന്ന ഒരു ഗ്രീക്ക് ദ്വീപിൽ നിന്നുള്ളതാണെന്നും, ഇതുമായി ബന്ധപ്പെട്ട ചരിത്ര സംഭവങ്ങൾ ബി. സി. 30-ൽ അവിടെ നടന്ന സംഭവങ്ങളാണെന്നും വിശദീകരിച്ചിട്ടുണ്ട്. ജേണൽ ഓഫ് ആർക്കിയോളജിക്കൽ സയൻസിൽ പ്രസിദ്ധീകരിച്ച സ്റ്റേബിൾ ഐസോടോപ്പുകളുടെ അടിസ്ഥാനത്തിൽ നടന്ന ഈ പഠനം വളരെ നിർണ്ണായകമാണ്. നിലവിൽ ലഭ്യമായ തെളിവുകളുടെ അടിസ്ഥാനത്തിൽ യെരുശലേമിൽ ശവങ്ങൾ ഉപയോഗിച്ചുള്ള ആഭിചാരക്രിയയ്ക്ക് വേണ്ടി യേശുവിന്റെ ശരീരം കല്ലറ കള്ളന്മാർ മോഷ്ടിച്ചുകൊണ്ടുപോയി എന്ന വാദത്തിന് ഈ മാർബിൾ ഫലകം തെളിവായി എടുക്കുവാൻ സാധിക്കില്ല.

ഇനി മറ്റൊരു പ്രധാന പ്രശ്നം, കള്ളന്മാർ യേശുവിന്റെ ശരീരം മോഷ്ടിച്ചുകൊണ്ടു പോയാലും, ശിഷ്യന്മാർ യേശു ഉയിർത്തെഴുന്നേറ്റുവെന്ന അവകാശവാദം പരസ്യമായി യെരുശലേമിൽ ഉന്നയിക്കുമ്പോൾ, ഏതെങ്കിലും രീതിയിൽ ഈ വസ്തുത വെളിയിൽ വരാനാണ് അങ്ങനെ വരാതിരിക്കുവാൻ ഉള്ളതിനേക്കാൾ സാധ്യത. എന്നാൽ ഒന്നാം നൂറ്റാണ്ടിൽ ഉയർന്നുവന്ന ആരോപണമായി മത്തായി വിവരിക്കുന്നത് ശിഷ്യന്മാർ യേശുവിന്റെ ശരീരം മോഷ്ടിച്ചുകൊണ്ടുപോയി എന്നതാണ് (മത്തായി 28:11-15). മാത്രവുമല്ല മർക്കോസ് തന്റെ സുവിശേഷത്തിൽ പരോക്ഷമായി സൂചിപ്പിക്കുന്നതനുസരിച്ചും, യേശുവിന്റെ മറ്റു ജീവചരിത്രങ്ങളിൽ നിന്നും പൗലോസിന്റെ കത്തുകളിൽ നിന്നും

---

[4] Kyle Harper, Michael McCormick, Matthew Hamilton, Chantal Peiffert, Raymond Michels, Michael Engel, Establishing the provenance of the Nazareth Inscription: Using stable isotopes to resolve a historic controversy and trace ancient marble production, Journal of Archaeological Science: Reports, Volume 30, 2020, 102228, ISSN 2352-409X.

വ്യക്തമാകുന്നത് അനുസരിച്ചും, യേശു ഉയിർത്തെഴുന്നേറ്റുവെന്ന വിശ്വാസത്തിനു തുടക്കം കുറിച്ചത് യേശുവിന്റെ പ്രത്യക്ഷതകൾ തന്നെയാണ്. അത് വിശദീകരിക്കുവാൻ കല്ലറ മോഷ്ടാക്കളെക്കുറിച്ചുള്ള അനുമാനത്തിന് സാധിക്കില്ല.

ഇതിഹാസ സമാനമായ, അതിശയോക്തിപരമായ, അനുബന്ധ കഥകളാൽ അലങ്കരിക്കപ്പെട്ടവയല്ല എന്നതാണ് ഉയിർത്തെഴുന്നേലിനെക്കുറിച്ചുള്ള ആദിമ വിവരണങ്ങളുടെ മറ്റൊരു സവിശേഷത. ഇത് മനസിലാകണമെങ്കിൽ മർക്കോസ് 16:1-8 രണ്ടാം നൂറ്റാണ്ടിൽ നിന്നുള്ള 'പത്രോസിന്റെ സുവിശേഷവുമായും' അഞ്ചാം നൂറ്റാണ്ടിൽ നിന്നുള്ള 'അപ്പൊസ്തലനായ ബർത്തലോമിയുടെ യേശുക്രിസ്തുവിന്റെ പുനരുത്ഥാനത്തിന്റെ പുസ്തകവുമായും' താരതമ്യപ്പെടുത്തണം.

അവയിൽ കാണുന്നത് പോലെയുള്ള അതിശയോക്തിപരമായ വിവരണങ്ങൾ മർക്കോസിന്റെ സുവിശേഷത്തിലില്ല. അതിനാൽ തന്നെ മർക്കോസ് എഴുതിയ ജീവചരിത്രത്തിലെ വിവരണം ഇതിഹാസ സമാനമായ സാങ്കല്പിക വിവരണങ്ങൾക്ക് സമാനമാണെന്ന ചിന്ത തികഞ്ഞ അജ്ഞതയിൽ നിന്നുളവാകുന്നതാണ്. ഈ നിലയിൽ ഓരോന്നായി പരിശോധിച്ചാൽ ബദൽ പരികല്പനകൾക്ക് ചരിത്രപരമായ നിലനിൽപ്പില്ലായെന്ന് വ്യക്തമാകും.

എന്നാൽ ആദിമ ക്രിസ്തീയ വിശ്വാസികൾ മുന്നോട്ടുവെച്ച അവകാശവാദം 'ദൈവം യേശുവിനെ മരിച്ചവരുടെ ഇടയിൽ നിന്ന് ഉയിർത്തെഴുന്നേൽപിച്ചു എന്നുള്ളതാണ്.' വ്യത്യസ്ത ചരിത്ര പരികല്പനകളെ വിലയിരുത്തുന്നതിനുള്ള മാനദണ്ഡങ്ങളുടെ അടിസ്ഥാനത്തിൽ വിശകലനം ചെയ്യുമ്പോൾ യേശു ഉയിർത്തെഴുന്നേറ്റുവെന്ന ഈ പരികല്പനയാണ് ലഭ്യമായ തെളിവുകളുടെ ഏറ്റവും നല്ല വിശദീകരണമെന്ന് മനസിലാകും.

ഒന്ന്

യേശു ഉയിർത്തെഴുന്നേറ്റുവെന്ന പരികല്പന നമ്മുക്ക് ലഭ്യമായിട്ടുള്ള വസ്തുതകളെക്കുറിച്ചുള്ള നമ്മുടെ നിരീക്ഷണപരമായ പ്രസ്താവനകളെ പരോക്ഷമായി സൂചിപ്പിക്കുന്ന ഒന്നാണ്. ക്രിസ്ത്യാനിത്വം എന്നൊരു മത വിഭാഗം നിലവിലുണ്ട്, അവരുമായി ബന്ധപ്പെട്ട ചരിത്ര പുനർനിർമ്മിതിക്ക് ചരിത്രകാരൻ ആധാരമാക്കുന്ന പുരാതന രചനകൾ നിലവിലുണ്ട് തുടങ്ങിയ കാര്യങ്ങളാണ് ഈ വിഷയത്തിൽ വസ്തുതകൾ. പ്രസ്തുത പുരാതന രചനകളെയും ക്രിസ്തീയവിശ്വാസത്തിന്റെ ആവിർഭാവത്തെയും വിശദീകരിക്കുകയെന്ന ലക്ഷ്യത്തോടെയാണ് ഇതര പരികല്പനകളും മുന്നോട്ടുവെക്കപ്പെടുന്നത് എന്നതിനാൽ ബദൽ പരികല്പനകളും ഈ മാനദണ്ഡം പാലിക്കും.

രണ്ട്

യേശു ഉയിർത്തെഴുന്നേറ്റുവെന്ന അനുമാനം വലിയ വിശദീകരണ വ്യാപ്തിയുള്ള ഒന്നാണ്. കല്ലറ ശൂന്യമായി കാണപ്പെട്ടത് എന്തുകൊണ്ടാണെന്നും ശിഷ്യന്മാർക്ക് യേശുവിന്റെ മരണാനന്തര പ്രത്യക്ഷതകളുടെ അനുഭവങ്ങൾ ഉണ്ടായത് എന്തുകൊണ്ടാണെന്നും ക്രിസ്തീയ വിശ്വാസം ആവിർഭവിച്ചത് എന്തുകൊണ്ടാണെന്നും ഇത് വിശദീകരിക്കുന്നു. എന്നാൽ സ്ത്രീകൾ സന്ദർശിച്ച കല്ലറ തെറ്റിപ്പോയതാകാം അല്ലെങ്കിൽ ശിഷ്യന്മാർക്ക് മതിഭ്രമമുണ്ടായതാകാം എന്നൊക്കെയുള്ള ബദൽ പരികല്പനകൾ ഇവയിൽ ഒന്നോ രണ്ടോ ചരിത്രവസ്തുതകളെ മാത്രമേ വിശദീകരിക്കുകയുള്ളൂ.

മൂന്ന്

യേശു ഉയിർത്തെഴുന്നേറ്റുവെന്ന പരികല്പന വലിയ വിശദീകരണ ശക്തിയുള്ള ഒന്നാണ്. യേശുവിന്റെ ശരീരം കല്ലറയിൽ നിന്ന് പോയത് എന്തുകൊണ്ടാണെന്നും, യേശു പരസ്യമായി വധിക്കപ്പെട്ടതിനു ശേഷവും ആളുകൾ ആവർത്തിച്ച് യേശുവിനെ ജീവനോടെ കണ്ടുവെന്ന് സാക്ഷ്യപ്പെടുത്തിയത് എന്തുകൊണ്ടാണെന്നും മറ്റും അത് ശക്തമായി വിശദീകരിക്കുന്നു. യേശു ക്രൂശിൽവെച്ച് മോഹാലസ്യപ്പെട്ടതാണെന്ന പരികല്പന

വൈദ്യശാസ്ത്രപരമായ തെളിവുകളുമായി പൊരുത്തപ്പെട്ടുപോകില്ല. അല്ലായെങ്കിൽ ശിഷ്യന്മാർ ഗൂഡാലോചന നടത്തിയതാണെന്ന പരികല്പന, അവർ വിശ്വസിച്ചുവെന്ന് അവകാശപ്പെട്ട കാര്യങ്ങളുമായി ബന്ധപ്പെട്ട് അവർ പ്രകടിപ്പിച്ച ആത്മാർത്ഥതയ്ക്കും സത്യസന്ധതയ്ക്കുമുള്ള തെളിവുകളുമായി പൊരുത്തപ്പെട്ടു പോകില്ല.

നാല്

യേശു ഉയിർത്തെഴുന്നേറ്റുവെന്ന അനുമാനം സത്യമായിരിക്കുവാൻ സാധ്യതയുള്ളതാണോ എന്ന ചോദ്യം അല്പം വിശദമായ പരിശോധന അർഹിക്കുന്ന ഒന്നാണ്. യേശുവിന്റെ സമാനതകളില്ലാത്ത ജീവിതത്തിന്റെയും, അവകാശവാദങ്ങളുടെയും, ചരിത്രപരമായ സന്ദർഭം കണക്കിലെടുക്കുമ്പോൾ, യേശു വിശ്വസിച്ചിരുന്നതു പോലെ യേശുവിനെ 'അയച്ച' ഒരു ദൈവമുണ്ടെങ്കിൽ,[5] യേശുവിന്റെ ആ തീവ്രമായ അവകാശവാദങ്ങളുടെ ദൈവിക സ്ഥിരീകരണമെന്ന നിലയിൽ പുനരുത്ഥാനം സത്യമായിരിക്കുവാൻ സാധ്യതയുള്ള ഒരു പരികല്പനയാണ്. താൻ ദൈവത്വമുള്ള ഒരു വ്യക്തിയാണെന്നും[6] ദൈവപുത്രനാണെന്നും[7] യേശു അവകാശപ്പെട്ടിരുന്നു. ദൈവികമായ തന്റെ ദൗത്യത്തെക്കുറിച്ചുള്ള അവകാശവാദങ്ങളുടെ അടിസ്ഥാനത്തിലാണ് യേശുവിനെ ക്രൂശിച്ചു കൊല്ലുന്നത്.[8]

---

[5] Graham Stanton, *The Gospels and Jesus* (OUP Oxford, 2002), 296.

[6] ദാനിയേൽ പ്രവാചകന്റെ പുസ്തകം 7:13-14-ൽ കാണുന്ന ദൈവിക വ്യക്തിയെക്കുറിച്ച് പറഞ്ഞിരിക്കുന്ന സംജ്ഞ (മനുഷ്യപുത്രൻ) മർക്കോസ് 14:62-ൽ യേശു തന്നെക്കുറിച്ച് ഉപയോഗിച്ചിരിക്കുന്നുവെന്ന വസ്തുത ചരിത്രപരമായി ആധികാരികമാണ്. Witherington, *The Christology of Jesus*, 233–62.

[7] താൻ ദൈവപുത്രനാണെന്ന യേശുവിന്റെ ബോധ്യത്തിന് തെളിവായി ചൂണ്ടിക്കാണിക്കാവുന്ന, ദുഷ്ടന്മാരായ കുടിയാന്മാരുടെ ഉപമ (മർക്കോസ് 12:1-8) യേശു പറഞ്ഞതു തന്നെയാണെന്നത് ചരിത്രപരമായി തെളിയിക്കപ്പെട്ടിട്ടുണ്ട്. Meier, *A Marginal Jew*, 251–53.

[8] യേശുവിനെ ക്രൂശിച്ചപ്പോൾ യേശുവിന്റെ തലയ്ക്ക് മീതെ "യെഹൂദന്മാരുടെ രാജാവ്" എന്ന് യേശുവിന്റെ കുറ്റം എഴുതിവെച്ചിരുന്നു എന്നതും ചരിത്ര വസ്തുതയാണെന്ന് നിർണ്ണയിക്കപ്പെട്ടിട്ടുണ്ട്. ഇത് താൻ മിശിഹയാണെന്നതാണ് തന്റെ

ഇതിനോടൊപ്പം തന്നെ അത്ഭുതങ്ങൾ എന്ന് യേശുവും യേശുവിനൊപ്പം ഉണ്ടായിരുന്നവരും പൊതുസമൂഹവും കരുതിയ പ്രവർത്തികൾ യേശു ആ കാലത്ത് ചെയ്തിരുന്നുവെന്ന വസ്തുതയും കണക്കിലെടുക്കേണ്ടതാണ്.[9]

ഒരു ദൈവമുണ്ടെങ്കിൽ യേശു ആ ദൈവത്താൽ നിയോഗിക്കപ്പെട്ട വ്യക്തിയാണെങ്കിൽ യേശു ഉന്നയിച്ച അവകാശവാദങ്ങളെ സാധൂകരിക്കുവാൻ ആ ദൈവം യേശുവിനെ ഉയിർത്തെഴുന്നേല്പിക്കുമെന്ന് നിശ്ചയമായും പ്രതീക്ഷിക്കാവുന്നതാണ്.[10] അഥവാ പശ്ചാത്തല വസ്തുതകളുടെ

അവകാശവാദമെന്ന് മറ്റുള്ളവരെ ബോധ്യപ്പെടുത്തുന്ന പ്രവർത്തികളിൽ യേശു ഏർപ്പെട്ടുവെന്നതിനുള്ള തെളിവാണ്. Bruce Chilton and Craig A Evans, *Authenticating the Activities of Jesus* (Boston; Leiden: Brill Academic Publishers, 1999), 24.

[9] ചരിത്രകാരന്മാർക്കിടയിൽ ഈ വിഷയത്തിൽ വ്യാപകമായ എകാഭിപ്രായമുണ്ട്. Stevan L. Davies, *Jesus the Healer: Possession, Trance, and the Origins of Christianity* (Continuum, 1995), 44.

[10] യേശു തന്റെ മരണം മുൻകൂട്ടി കണ്ടിരുന്നു അല്ലെങ്കിൽ പ്രവചിച്ചിരുന്നു എന്നത് ചരിത്രപരമായി ആധികാരികമായ ഒരു വസ്തുതയാണ്. അതിനൊപ്പം തന്റെ പുനരുത്ഥാനവും പ്രവചിച്ചിരുന്നുവെന്ന് കരുതുവാനും തെളിവുകളുണ്ട്. യേശു പറയുന്നത് സത്യമാണെങ്കിൽ ഈ വസ്തുതകൾ ദൈവം യേശുവിനെ ഉയിർപ്പിക്കുവാനുള്ള മുൻകൂർ സാധ്യതയെ കൂടുതൽ പിന്തുണയ്ക്കുന്നവയാണ്. യേശുവിന്റെ ഈ പ്രവചനം ശിഷ്യന്മാരുടെ മനസ്സിൽ പുനരുത്ഥാന പ്രതീക്ഷകൾ സൃഷ്ടിച്ചില്ല. ഇതിന് രണ്ടു കാരണങ്ങൾ ഉണ്ടാകാം. ഒന്നാമതായി ആ കാലത്ത് യെഹൂദന്മാർ മരിക്കുകയും ഉയിർക്കുകയും ചെയ്യുന്ന ഒരു മിശിഹയെ അല്ല പ്രതീക്ഷിച്ചിരുന്നത്. മാത്രവുമല്ല യേശുവിന്റെ വാക്കുകൾ എല്ലാ മനുഷ്യരുടെയും അന്ത്യകാല ഉയിർപ്പ് ഉടനുണ്ടാകും (മൂന്നു ദിവസം എന്നത് പെട്ടെന്ന് എന്നതിനെ സൂചിപ്പിക്കുന്ന ഒരു പ്രയോഗമാണ്) എന്ന ഒരു പ്രവചനമായി അവർ ധരിച്ചിരിക്കുവാനും സാധ്യതയുണ്ട്. പക്ഷെ അത് യേശു ഒരു വ്യാജപ്രവാചകനാണോ അല്ലയോ എന്നതിന്റെ പരിശോധനയാകും എന്നതല്ലാതെ. ഉയിർത്തെഴുന്നേൽക്കും എന്ന പ്രതീക്ഷയിലേക്ക് അവരെ നയിക്കുവാൻ സാധ്യതയില്ല. എന്നാൽ യേശു പ്രവചിച്ചിട്ടും ശിഷ്യന്മാർക്ക് അത് ഒട്ടും മനസിലായില്ല എന്നത് അത്ര വിശ്വാസയോഗ്യമല്ല, എന്നാൽ അവർ അത് മനസിലാക്കി വിശ്വസിച്ച് പ്രതീക്ഷിച്ചിരുന്നുവെങ്കിൽ തങ്ങൾക്ക് ഒരിക്കലും അത് മനസിലായില്ല എന്ന് ഒരു കഥ അവർ മെനയേണ്ട ആവശ്യവുമില്ല. ഈ കാരണങ്ങളാൽ ഈ വസ്തുത പൂർണ്ണമായും ഉറപ്പിക്കുവാനാകില്ല. ഉയിർത്തെഴുന്നേൽപ്പിലുള്ള വിശ്വാസം

അടിസ്ഥാനത്തിൽ യേശു ഉയിർത്തെഴുന്നേൽക്കുകയെന്നത് വലിയ മുൻകൂർ സാധ്യതയുള്ള കാര്യമാണ്. ഈ വിലയിരുത്തലിന് ഒരു വലിയ ന്യൂനതയുണ്ട്. അതായത്, യേശുവിന്റെ അവകാശവാദങ്ങൾ ഒരു ചരിത്രകാരന് ചരിത്രപരമായി വിലയിരുത്തുവാൻ സാധിക്കും. എന്നാൽ ദൈവം ഇല്ലായെങ്കിൽ, മരിച്ച ഒരാൾ പ്രകൃതിപരമായ കാരണങ്ങളാൽ സ്വാഭാവികമായി ഉയിർത്തെഴുന്നേൽക്കും എന്ന് പ്രതീക്ഷിക്കുവാൻ ഒരു കാരണവും ചരിത്രകാരന്റെ മുൻപിൽ ലഭ്യമല്ല.

ദൈവം ഉണ്ട് എന്നതിന് പ്രപഞ്ചോൽപത്തിയുടെയും, പ്രപഞ്ച രൂപകല്പനയുടെയും, ധാർമ്മികതയുടെയും മറ്റും അടിസ്ഥാനത്തിലുള്ള വാദങ്ങൾ ഉന്നയിക്കപ്പെട്ടിട്ടുണ്ട്.[11] ദൈവമില്ലായെന്നതിന് അനുകൂലമായി, ഭൂമിയിൽ കാണുന്ന തിന്മയും കഷ്ടതയും, അതുപോലെ തന്നെ ദൈവം എന്ന സങ്കല്പവുമായി ബന്ധപ്പെട്ട പ്രശ്നങ്ങൾ എന്നിവയുടെ അടിസ്ഥാനത്തിൽ വാദങ്ങൾ ഉന്നയിക്കപ്പെട്ടിട്ടുണ്ട്.[12] തന്റെ അന്വേഷണ മേഖലയുടെ പരിധിക്കുള്ളിൽ നിൽക്കുവാൻ

യേശുവിന്റെ പ്രവചനത്താൽ വന്നതാണെന്ന് വിശ്വസിക്കുവാൻ സാധിക്കില്ല. പ്രത്യേകിച്ചും യാക്കോബിന്റെയും പൗലോസിന്റെയും അനുഭവങ്ങളെയും ഒഴിഞ്ഞ കല്ലറയെയും ശരീരത്തിലുള്ള അമർത്യതയിലേക്കുള്ള ഉയിർത്തെഴുന്നേൽപ്പിലുള്ള വിശ്വാസത്തിന്റെ ഉത്ഭവത്തെയും ഇത് വിശദീകരിക്കുന്നില്ല. Craig A Evans, "Did Jesus Predict His Death and Resurrection?," in *Resurrection*, ed. Stanley E. Porter, Michael A. Hayes, and David Tombs, 1st edition. (Sheffield, England: Sheffield Academic Press, 1999), 82–97; Michael Licona, "Did Jesus Predict His Death and Vindication/Resurrection?," *JSHJ* 8.1 (2010): 47–66; Michael Vicko Zolondek, "The Authenticity of the First Passion Prediction and the Origin of Mark 8.31-33," *JSHJ* 8.3 (2010): 237–53; Michael Patrick Barber, "Did Jesus Anticipate Suffering a Violent Death?: The Implications of Memory Research and Dale C. Allison's Methodology," *JSHJ* 18.3 (2020): 191–219.

[11] Chad V. Meister and Paul Copan, *The Routledge Companion to Philosophy of Religion* (Routledge, 2013), 389–454.

[12] Meister and Copan, *The Routledge Companion to Philosophy of Religion*, 455–522.

ആഗ്രഹിക്കുന്ന ഒരു ചരിത്രകാരൻ തത്ത്വചിന്താപരമായ ഈ സംവാദത്തിൽ നിലപാടെടുക്കാതെ ഒരു തുറന്ന സമീപനം സ്വീകരിക്കുന്നതായിരിക്കും ഉചിതം.

അതായത്, ദൈവം ഉണ്ടോ ഇല്ലയോ എന്നത് ഒരു ചരിത്രകാരന്റെ പഠനമേഖലയുടെ പരിധിയിൽ വരുന്ന ഒരു കാര്യമല്ല. അതിനാൽ തന്നെ ഈ ചോദ്യത്തിനുള്ള മറുപടിയുടെ അടിസ്ഥാനത്തിൽ ഉയിർത്തെഴുന്നേല്പിന് അനുകൂലമായോ പ്രതികൂലമായോ ഒരു തീരുമാനമെടുക്കുന്നത് ശരിയല്ല. ക്രിസ്തുവിനു മുൻപും ശേഷവും വ്യക്തികൾ ഉയിർത്തെഴുന്നേറ്റുവെന്ന് ചരിത്ര സംഭവമെന്ന നിലയിൽ രേഖപ്പെടുത്തപ്പെട്ടിട്ടുണ്ട്.[13] ചരിത്രം പരിശോധിച്ചാൽ, ദൈവത്താൽ മുൻകൂട്ടി പ്രവചിക്കപ്പെട്ടിരുന്ന വ്യക്തിയെന്ന് പിൻഗാമികൾ അവകാശപ്പെടുകയും, താൻ തന്നെ ദൈവത്തിന്റെ പ്രതിനിധിയാണെന്ന് അവകാശപ്പെടുകയും ചെയ്ത ഒരു വ്യക്തിയെക്കുറിച്ച്, മുകളിൽ കൊടുത്തിരിക്കുന്ന 2, 3 മാനദണ്ഡങ്ങൾ പാലിക്കുന്ന നിലയിൽ തെളിവുകൾ ഉള്ള മറ്റൊരു ഉയിർത്തെഴുന്നേല്പ് സംഭവവും യേശുവിനെക്കുറിച്ചല്ലാതെ മറ്റാരെക്കുറിച്ചും ലോക ചരിത്രത്തിൽ ഇന്നുവരെ രേഖപ്പെടുത്തപ്പെട്ടിട്ടില്ല. ഇത് യേശു ഉയിർത്തെഴുന്നേറ്റു എന്ന പരികല്പനയുടെ അനന്യതയെയാണ് സൂചിപ്പിക്കുന്നത്.

യേശു ഉയിർത്തെഴുന്നേറ്റുവെന്നതിന് ശക്തമായ തെളിവുകൾ ഉണ്ടെങ്കിൽ ദൈവം ഇല്ലായെന്ന് വിശ്വസിക്കുന്നവർ പോലും തങ്ങളുടെ ലോകവീക്ഷണങ്ങൾ പുനഃപരിശോധനയ്ക്ക്

---

[13] ഹെറോഡോട്ടസ് (ബി. സി. അഞ്ചാംശതകം) അരിസ്റ്റെയസ് (ബി. സി. ഏഴാംശതകം) എന്ന കവിയുടെ ഉയിർപ്പിനെക്കുറിച്ചുള്ള കഥ പറഞ്ഞിരിക്കുന്നു. Herodotus, *The Persian Wars, Volume II: Books 3-4*, trans. A. D. Godley, Revised edition. (Cambridge, Massachusetts: Harvard University Press, 1921), 215; പൊളിക്രിറ്റസ് (ബി. സി. നാലാംശതകം) എന്ന ഒരു പ്രാദേശിക നേതാവിന്റെ ഉയിർപ്പിനെക്കുറിച്ച് പ്രോക്ലസ് (സി.ഇ. അഞ്ചാംശതകം) എന്ന ഒരു തത്ത്വചിന്തകൻ രേഖപ്പെടുത്തിയിരിക്കുന്നു. Proclus and Wilhelm Kroll, *Procli Diadochi in Platonis Rem publicam commentarii*, Bibliotheca scriptorum Graecorum et Romanorum Teubneriana (Lipsiae: In aedibus B.G. Teubneri, 1899).

വിധേയമാക്കേണ്ടതാണ്. പക്ഷേ അത്തരം ഒരു പുനഃപരിശോധന ചരിത്രാന്വേഷണത്തിന്റെയല്ല മറിച്ച് തത്ത്വചിന്തയുടെ ഭാഗമായിരിക്കും. അങ്ങനെയാണെങ്കിൽ ദൈവം ഉണ്ടോ എന്ന തത്ത്വചിന്താപരമായ ചോദ്യം യേശു ഉയിർത്തെഴുന്നേറ്റുവോ ഇല്ലയോ എന്ന ചരിത്രാന്വേഷണത്തിന്റെ ഫലത്തെ നിയന്ത്രിക്കുന്ന ഒന്നാകുവാൻ പാടില്ല. അപ്പോൾ തന്നെ ഉയിർത്തെഴുന്നേൽപ്പിന് പകരമായി മുന്നോട്ടുവെക്കപ്പെടുന്ന വിശദീകരണങ്ങളുടെ കാര്യത്തിൽ ഇത്തരം ഒരു പ്രശ്നമില്ല. ഒരു താരതമ്യത്തിനുവേണ്ടി ഏറ്റവും ശക്തമായ ഒരു ബദൽ പരികല്പന നമ്മുക്ക് പരിഗണിക്കാം. അതായത് യേശുവിന്റെ ശരീരം മോഷ്ടിച്ചു കൊണ്ടുപോകപ്പെടുകയും, ഒളിപ്പിച്ച് വെക്കുകയും, എന്നാൽ സംഭവിച്ചതിതാണെന്നറിയാതെ, കല്ലറയിൽ യേശുവിന്റെ ശരീരമില്ലായെന്ന കാര്യം മാത്രം അറിഞ്ഞതിനെ തുടർന്ന് യേശു തങ്ങൾക്ക് പ്രത്യക്ഷനായതായി ശിഷ്യന്മാർക്ക് മതിഭ്രമുണ്ടായി അവർ മായാദൃശ്യം കാണുകയുമാണ് ഉണ്ടായത്. ഇങ്ങനെയൊരു പരികല്പന സത്യമായിരിക്കുവാനുള്ള സാധ്യതയെന്താണ്?

ഒന്നാമതായി യേശുവിന്റെ ശിഷ്യന്മാരല്ലാത്ത യെഹൂദന്മാർക്കും റോമക്കാർക്കും ക്രിസ്ത്യാനിത്വം തകരണമെന്ന ആഗ്രഹമാണുള്ളത്. ശിഷ്യന്മാർ യേശുവിന്റെ ഉയിർത്തെഴുന്നേൽപ്പ് പ്രസംഗിക്കുന്ന സന്ദർഭത്തിൽ അതിനെ തകർക്കുവാനുള്ള ഏറ്റവും നല്ല മാർഗ്ഗം യേശുവിന്റെ ശരീരം പരസ്യമായി പ്രദർശിപ്പിക്കുകയെന്നതാണ്. സ്വാഭാവികമായും അവർ യേശുവിന്റെ മൃതദേഹം മോഷ്ടിച്ചു കൊണ്ടുപോയിരുന്നുവെങ്കിൽ ഇതായിരിക്കും സംഭവിക്കുക. മാത്രവുമല്ല റോമൻ ചക്രവർത്തിക്കെതിരായ കുറ്റമെന്ന് വിശേഷിപ്പിക്കാവുന്ന ഒരു ആരോപണത്തിന്റെ പേരിൽ ക്രൂശിക്കപ്പെട്ട ഒരുവന്റെ ശരീരം കല്ലറയിൽ നിന്ന് എടുത്തുകൊണ്ട് പോകാൻ സാധാരണഗതിയിൽ ആരാണ് ധൈര്യപ്പെടുക. അതിന് അവരെ പ്രേരിപ്പിക്കുന്ന അതിശക്തമായ ഒരു കാരണം ആവശ്യമാണ്. അങ്ങനെയൊന്ന് യെഹൂദന്മാരുടെ കാര്യത്തിലോ റോമക്കാരുടെ കാര്യത്തിലോ ലഭ്യമല്ല.

ശിഷ്യന്മാർ ആരെങ്കിലും യേശുവിന്റെ ശരീരം മോഷ്ടിച്ചുകൊണ്ടു പോവുകയെന്നതും ഏതാണ്ട് അസാധ്യമാണ്. പ്രത്യേകിച്ചും മിശിഹയെ സംബന്ധിച്ച് മരിച്ച് ഉയിർക്കുമെന്നൊരു പ്രതീക്ഷ നിലവിലില്ലാത്തതിനാൽ തന്നെ അത്തരമൊരു പ്രചാരണത്തിലൂടെ എന്തെങ്കിലും നേട്ടമുണ്ടാക്കാമെന്ന് അവർ ചിന്തിച്ചിരിക്കുവാൻ ഒരു മുൻകൂർ സാധ്യതയുമില്ല. ക്രിസ്ത്യാനിത്വം എങ്ങനെയാണ് ആരംഭിച്ചതെന്ന് ലൂക്കോസ് അപ്പൊസ്തലന്മാരുടെ പ്രവർത്തികൾ എന്ന ചരിത്രഗ്രന്ഥത്തിൽ വിവരിക്കുന്നതും പരിഗണനാർഹമാണ്. ഉയിർത്തെഴുന്നെല്പിനെക്കുറിച്ചുള്ള (അപ്പൊ. പ്രവ. 2:24, 32) പ്രസംഗത്തിനൊപ്പം അതിശയകരമായ ഇതര സംഭവങ്ങളും (അപ്പൊ. പ്രവ 2:10-12, 43) കൂടിയാണ് ജനത്തെ ആകർഷിച്ചതെന്നാണ് ലൂക്കോസ് രേഖപ്പെടുത്തിയിരിക്കുന്നത്. അപ്പൊസ്തല പ്രവർത്തികളുടെ ചരിത്രപരതയ്ക്ക് പല തെളിവുകളും ഉണ്ട്.[14]

അത് മാറ്റിവെച്ച്, ഇത് ഒരു ഭാവനയാണെന്ന് കരുതിയാൽ പോലും, യെഹൂദന്മാരെ ആദിമ ക്രിസ്തീയ സന്ദേശം ബോധ്യപ്പെടുത്തുവാൻ യേശുവിന്റെ ഉയിർപ്പ് മാത്രം പോരാ മറിച്ച് അതിശയകരമായ അത്ഭുതങ്ങൾ കൂടി ആവശ്യമായിരുന്നുവെന്ന് അപ്പൊസ്തല പ്രവർത്തികളുടെ പുസ്തകത്തിന്റെ രചയിതാവ് കരുതിയിരുന്നിരിക്കാം എന്നെങ്കിലും ഇതിൽ നിന്ന് നമ്മുക്ക് മനസിലാക്കാം. മാത്രവുമല്ല, യേശുവിന്റെ മരണം ശിഷ്യന്മാരെ മാനസികമായി തകർത്തിരുന്നുവെന്നതിനുള്ള തെളിവുകൾ മുൻപ് പരിശോധിച്ചതിൽ നിന്ന് തന്നെ, യേശുവിന്റെ മുതദേഹം മോഷ്ടിച്ചു കൊണ്ടുപോയി ശിഷ്യന്മാർ ഒരു കഥ മെനഞ്ഞുവെന്ന് വിശ്വസിക്കുന്നതിനേക്കാൾ കൂടുതൽ യുക്തിഭദ്രം മറ്റാരെങ്കിലും അത് ചെയ്യ്ക്കാമെന്ന് ചിന്തിക്കുന്നതാണ്. അതിനാൽ ഇത്തരമൊരു സാധ്യത നമ്മുക്ക് തള്ളിക്കളയാവുന്നതാണ്.

---

[14] Martin Hengel, *Acts and the History of Earliest Christianity* (Fortress Press, 1980); Colin J. Hemer, *The Book of Acts in the Setting of Hellenistic History* (Pennsylvania State University Press, 1990).

മൃതദേഹം കല്ലറയിൽ നിന്ന് ആഭിചാരക്രിയകൾക്ക് വേണ്ടി മോഷ്ടിച്ചു കൊണ്ടുപോകുവാനുള്ള ഒരു സാധ്യത ആ കാലത്ത് നിലവിലുണ്ടായിരുന്നു. എന്നാൽ അത്തരമൊരു സാധ്യത ജെറുസലേമിൽ ബാധകമല്ലായെന്ന് ഇതിനകം നാം കണ്ടുകഴിഞ്ഞതാണ്. ഈ രീതിയിൽ ചിന്തിച്ചാൽ, നമ്മുക്ക് ലഭ്യമായ പശ്ചാത്തല വിവരങ്ങൾ അനുസരിച്ച്, യേശുവിന്റെ ശരീരം ആരെങ്കിലും മോഷ്ടിച്ചുകൊണ്ടുപോയതാണെന്ന ബദൽ പരികല്പന സത്യമായിരിക്കുവാൻ സാധ്യതയില്ലായെന്ന് മനസിലാക്കാം.

ഇതുപോലെ തന്നെ, ശിഷ്യന്മാർക്ക് ഒരു മായക്കാഴ്ച കാണുന്ന നിലയിലുള്ള മതിഭ്രമമുണ്ടായതാണ് യേശുവിന്റെ പ്രത്യക്ഷതയായി അവർ തെറ്റിദ്ധരിച്ചതെന്ന വാദവും സത്യമായിരിക്കുവാൻ മുൻകൂർ സാധ്യതയുള്ളതല്ല. ഒരു ബാഹ്യ ഉത്തേജനത്തിന്റെ അഭാവത്തിലും യാഥാർത്ഥ്യമെന്ന് ശക്തമായി തോന്നിപ്പിക്കുന്ന ഒരു തെറ്റായ ഇന്ദ്രിയ ധാരണയാണ് മതിഭ്രമം അഥവാ വിഭ്രാന്തി[15]. കാഴ്ച, കേൾവി, രുചി, മണം, സ്പർശം, ചലനം എന്നിങ്ങനെ പല രീതികളിൽ മിഥ്യാനുഭവങ്ങൾ അനുഭവപ്പെടാം. സ്കിസോഫ്രീനിയ രോഗികൾക്കും മയക്കുമരുന്ന് ഉപയോഗിക്കുന്നവർക്കും ഒരേ സമയം ഒന്നിലധികം രീതികളിൽ മിഥ്യാനുഭവങ്ങൾ ഉണ്ടാകാം (ഉദാഹരണമായി, കാണുകയും കേൾക്കുകയും ചെയ്യുക).[16] എന്നാൽ സാധാരണഗതിയിൽ ഒരു സമയം ഒരൊറ്റ രീതിയിലാണ് മിഥ്യാനുഭവങ്ങൾ ഉണ്ടാവുക (ഉദാഹരണമായി, കാണുക മാത്രം ചെയ്യുക). പ്രിയപ്പെട്ട ഒരാളുടെ വേർപാട് അനുഭവിക്കുന്ന പ്രായാധിക്യമുള്ള ആളുകൾക്കാണ് മിഥ്യാനുഭവങ്ങൾ ഉണ്ടാകുവാൻ ഏറ്റവും കൂടുതൽ സാധ്യതയെന്നാണ് പഠനങ്ങൾ

---

[15] American Psychological Association, *APA Dictionary of Psychology* (American Psychological Association, 2015), 480.

[16] Andre Aleman and Frank Laroi, *Hallucinations: The Science of Idiosyncratic Perception* (Washington, DC: American Psychological Association, 2008), 25–46.

തെളിയിക്കുന്നത്, അതായത് ആകെ പ്രായാധിക്യം ചെന്ന മുതിർന്ന വ്യക്തികളിൽ ഏകദേശം 50 ശതമാനം.[17]

സ്വാഭാവിക ഇന്ദ്രിയങ്ങളിലൂടെയല്ലാതെ തന്നെ തങ്ങളുടെ മരിച്ചുപോയ പ്രിയപ്പെട്ടവരുടെ സാന്നിധ്യം അനുഭവപ്പെടുന്നതാണ് ഈ 50 ശതമാനം ആളുകൾക്കിടയിൽ, ഏറ്റവും സാധാരണമായുണ്ടാകുന്ന ഭ്രമാത്മകത (ഏകദേശം 39% പേർക്ക്). പ്രിയപ്പെട്ട ഒരാളുടെ വേർപാട് അഭിമുഖീകരിക്കുന്ന അകെ പ്രായാധിക്യം ചെന്നവരിൽ ഏകദേശം 7 ശതമാനം മാത്രമേ ആ വ്യക്തിയെ കാണുന്നതായി അനുഭവിക്കുന്നുള്ളൂ. അതായത്, ആകെ മിധ്യാനുഭവം ഉണ്ടാകുന്ന പ്രായാധിക്യം ചെന്നവരിൽ 14 ശതമാനം പേർ. മിധ്യാനുഭവങ്ങൾ മാനസിക തലത്തിൽ നടക്കുന്ന കാര്യമായതിനാൽ ഒരാൾക്ക് മറ്റൊരാളുടെ മിധ്യാനുഭവത്തിൽ പങ്കാളിയാകുവാൻ സാധിക്കില്ല. എന്നാൽ മുൻപ് പരിശോധിച്ച തെളിവുകളിൽ, ഒന്നിലധികം പേർ ഒരേ സമയം ഉയിർത്തെഴുന്നേറ്റ യേശുവിനെ കണ്ടതായ സാക്ഷ്യങ്ങൾ നമ്മുക്ക് ലഭ്യമായതിനാൽ തന്നെ അവ മിധ്യാനുഭവങ്ങളായിരിക്കുവാൻ സാധ്യതയില്ല.

മാത്രവുമല്ല, പ്രധാന ശിഷ്യന്മാരിൽ 100% പേർക്കും അപ്പൊസ്തലന്മാരിൽ 100% പേർക്കും മിധ്യാനുഭവങ്ങളുണ്ടാകുവാനും സാധിക്കില്ല. കാരണം, മിധ്യാനുഭവങ്ങൾ ഉണ്ടാകുവാൻ ഏറ്റവും സാധ്യതയുള്ള പ്രായാധിക്യമുള്ളവരിൽ തന്നെ (അപ്പൊസ്തലന്മാരിൽ ആരും തന്നെ ഈ പ്രായത്തിലുള്ളവരായിരിക്കില്ലായെന്ന സാധ്യത മാറ്റിനിർത്തിയാലും) കേവലം 14 ശതമാനം പേരാണ് തങ്ങളുടെ പ്രിയപ്പെട്ടവരെ കാണുവാൻ സാധ്യതയുള്ളത്. മാത്രവുമല്ല കേവലം ഒരു മായക്കാഴ്ച പോലെ ചിലർ യേശുവിനെ കാണുകയാണ് ചെയ്തിരുന്നതെങ്കിൽ, ശിഷ്യന്മാരുടെ ആ സമയത്തെ മാനസിക നില അനുസരിച്ച് യേശുവിനെ ദർശനത്തിൽ കണ്ടു എന്ന് പ്രസംഗിക്കുവാനായിരിക്കും, യേശു മരിച്ചവരുടെ ഇടയിൽ നിന്ന് ശരീരത്തിൽ ഉയിർത്തെഴുന്നേറ്റുവെന്ന് പ്രസംഗിക്കുവാനുള്ളതിനേക്കാൾ സാധ്യത കൂടുതൽ.

---

[17] Aleman and Laroi, *Hallucinations*, 67–69.

ചുരുക്കിപ്പറഞ്ഞാൽ, ശിഷ്യന്മാർക്കുണ്ടായത് കേവലം മിഥ്യാനുഭവങ്ങളായിരിക്കാം എന്ന പരികല്പന സത്യമായിരിക്കുവാൻ മുൻകൂർ സാധ്യതയുള്ള ഒന്നല്ല.

ചുരുക്കത്തിൽ യേശു ഉയിർത്തെഴുന്നേറ്റു എന്ന പരികല്പനയുടെ മുൻകൂർ സാധ്യത വിലയിരുത്തുവാൻ ഒരു ചരിത്രകാരന് ചരിത്രകാരനെന്ന നിലയിൽ സാധിക്കുകയില്ല എന്നാൽ ബദൽ പരികല്പനയുടെ കാര്യത്തിൽ ഈ പ്രശ്നമില്ല. അതിനാൽ തന്നെ യേശു ഉയിർത്തെഴുന്നേറ്റുവെന്ന അനുമാനം സത്യമായിരിക്കുവാൻ സാധ്യതയുള്ളതാണോ എന്ന ചോദ്യത്തോട് ഒരു തുറന്ന മനോഭാവം പുലർത്തുകയെന്നതായിരിക്കും ഏറ്റവും ഉചിതം. അല്ലെങ്കിൽ അറിയില്ലായെന്ന് പറയാം.

അഞ്ച്

യേശു ഉയിർത്തെഴുന്നേറ്റുവെന്ന പരികല്പന ആസൂത്രിതമല്ല. അതായത് തെളിവുകൾ ചില പ്രത്യേക താല്പര്യങ്ങൾക്കനുസൃതമായി വിശദീകരിക്കുക എന്ന ഒരു പ്രത്യേക ലക്ഷ്യത്തിന്റെ പൂർത്തികരണത്തിനുവേണ്ടി മാത്രമായി, ആ ഉദ്ദേശ്യം മുൻനിർത്തി സ്വാഭാവികമായി തെളിവുകളാൽ നയിക്കപ്പെടുന്ന രീതിയിലല്ലാതെ സങ്കല്പിച്ചുണ്ടാക്കിയ ഒരു പരികല്പനയല്ല. ഒരു പരികല്പനയുടെ ഭാഗമായി തെളിവില്ലാത്ത അനുമാനങ്ങൾ ഉണ്ടെങ്കിൽ, അഥവാ ഇതിനകം അറിയാവുന്നതിലും അപ്പുറത്തേക്ക് അത് പോകുമ്പോൾ, അത് ഈ പ്രത്യേക ആവശ്യത്തിനു വേണ്ടി ആസൂത്രിതമായി ചമച്ച ഒരു പരികല്പനയാണെന്ന് പറയാം.

രണ്ടോ അതിലധികമോ പരികല്പനകൾ മറ്റു നിലകളിൽ തുല്യമാണെന്ന് വരുമ്പോൾ, വസ്തുതകളുടെ ദൗർലഭ്യം കാരണം ലഭ്യമായ അടിസ്ഥാന വസ്തുതകൾ ഏറ്റവും നന്നായി വിശദീകരിക്കുന്നത് അവയിൽ ഏത് പരികല്പനയാണെന്ന് നിശ്ചയിക്കുവാൻ പ്രയാസം നേരിട്ടേക്കാം. അത്തരം സന്ദർഭങ്ങളിൽ വസ്തുതകൾക്ക് പകരമായി കേവലം സാധ്യതയുടെ മാത്രം അടിസ്ഥാനത്തിൽ തെളിവില്ലാത്ത ചില അധിക അനുമാനങ്ങൾ കൂടി കൂട്ടിച്ചേർത്ത് ചരിത്രകാരന്മാർ ഏതെങ്കിലുമൊരു പരികല്പന

ഏറ്റവും മികച്ചതാണെന്ന നിർണ്ണയത്തിലേക്കെത്തുവാൻ ശ്രമിക്കാറുണ്ട്. അത്തരം സന്ദർഭങ്ങളിൽ ലഭ്യമായ വിവരങ്ങൾ ഏറ്റവും നന്നായി വിശദീകരിക്കുന്ന ഒരു മികച്ച പരികല്പനയായി മാറുവാൻ വേണ്ടി ഏറ്റവും കുറവ് എണ്ണം മാത്രം തെളിവില്ലാത്ത അധിക അനുമാനങ്ങളുടെ പിന്തുണ ആവശ്യമായി വരുന്ന പരികല്പനയ്ക്കായിരിക്കും ചരിത്രകാരന്മാർ മുൻഗണന നൽകുക.[18]

ഉയിർത്തെഴുന്നേൽപ്പിനെ സംബന്ധിച്ച്, അതിനു പിന്നിൽ ദൈവം ഉണ്ടെന്ന ഒരു അധിക അനുമാനം കൂടി ആവശ്യമായിവരുന്നു എന്നതായിരിക്കും ഒരാൾക്ക് പരമാവധി ആരോപിക്കുവാൻ കഴിയുന്ന ഒരു കാര്യം. ഇതിന് രണ്ടു രീതിയിൽ മറുപടി പറയുവാൻ സാധിക്കും. ഒന്നാമതായി ഒരു ചരിത്രകാരൻ ശ്രദ്ധകേന്ദ്രീകരിക്കുന്നത് ഒരു സംഭവം നടന്നോ ഇല്ലയോ എന്നതിലാണ് മറിച്ച് അതിന്റെ കാരണം എന്താണ് എന്നുള്ളതിലല്ല. ദൈവപുത്രൻ എന്ന് അവകാശപ്പെട്ട തന്റെ സമകാലികരാൽ അത്ഭുത പ്രവർത്തകനെന്ന് വിശ്വസിക്കപ്പെട്ട ഒരു വ്യക്തി ഉയിർത്തെഴുന്നേറ്റുവെന്ന അവകാശവാദത്തെക്കുറിച്ചാണ് നാം അന്വേഷിക്കുന്നത്.

തന്റെ വ്യക്തിപരവും, തത്വചിന്താപരവും, ദൈവവിജ്ഞാനീയപരവുമായ ബോധ്യങ്ങളുടെ അടിസ്ഥാനത്തിൽ, ഒരു ചരിത്രകാരൻ, അന്വേഷണം ആരംഭിക്കുന്നതിനു മുൻപേ ഉയിർത്തെഴുന്നേൽപ്പ് നടന്നിരിക്കില്ല എന്ന മുൻധാരണ വെച്ചുപുലർത്തുന്നില്ലെങ്കിൽ, തെളിവുകൾ പരിശോധിച്ച്, അവയുടെ അടിസ്ഥാനത്തിൽ, എന്താണ് സംഭവിച്ചതെന്ന വിഷയത്തിൽ ഒരു നിർണ്ണയത്തിൽ എത്തിച്ചേരുവാൻ സാധിക്കും. യേശു ഉയിർത്തെഴുന്നേറ്റുവെന്ന നിർണ്ണയത്തിലേക്കാണ് ചരിത്രകാരൻ എത്തിച്ചേരുന്നതെങ്കിൽ, അതിന്റെ തത്വചിന്താപരവും, ദൈവവിജ്ഞാനീയാപരവും, ലോകവീക്ഷണപരവുമായ വിവക്ഷിതാർത്ഥങ്ങൾ എന്തൊക്കെയാണെന്ന് ചരിത്രകാരന് പിന്നീട്

---

[18] Aviezer Tucker, *Our Knowledge of the Past: A Philosophy of Historiography*, First edition. (Cambridge ; New York: Cambridge University Press, 2004), 145.

ചിന്തിക്കാവുന്നതാണ്. എന്നാൽ അതിനെക്കുറിച്ച് ചിന്തിക്കുമ്പോൾ ചരിത്രകാരൻ തന്റെ പഠനമേഖലയ്ക്ക് പുറത്താണ് വ്യാപരിക്കുന്നതെന്ന കാര്യം നാം ശ്രദ്ധിക്കേണ്ടതുണ്ട്.

ദൈവാസ്തിത്വത്തിന്റെ കാര്യത്തിൽ തെളിവുകൾ ഇല്ലായെന്നതല്ല പ്രശ്നം. അനുകൂലവും പ്രതികൂലവുമായ തെളിവുകളെയും വാദങ്ങളെയും സംബന്ധിച്ച് മുകളിൽ സൂചിപ്പിച്ചിരുന്നു. യഥാർത്ഥ പ്രശ്നം ഈ ഒരു ചോദ്യത്തിന് മറുപടി പറയുവാൻ ശ്രമിക്കുമ്പോൾ ചരിത്രകാരൻ ചരിത്രമെന്ന പഠന മേഖലയുടെ അപ്പുറത്തേക്ക് പോയിരിക്കുന്നുവെന്നതാണ്. അതിനാൽ ഒരു ചരിത്രകാരൻ ഈ വിഷയത്തിൽ നിഷ്ക്ഷത പാലിക്കുന്നതാണ് കൂടുതൽ ഉചിതം.

എന്നാൽ, മറ്റൊരു ബദൽ പരികല്പന ഈ പശ്ചാത്തലത്തിൽ നമ്മുക്ക് പരിശോധിക്കാവുന്നതാണ്. ഉദാഹരണമായി യേശുവിന് ആരുമറിയാത്ത ഒരു ഇരട്ട സഹോദരൻ ഉണ്ടായിരുന്നുവെന്ന ഒരു ബദൽ പരികല്പനയനുസരിച്ച്, യേശു മരിച്ചതിനു ശേഷം ആ സഹോദരൻ യേശുവിന്റെ ശരീരം കല്ലറയിൽ നിന്ന് മാറ്റുകയും, ഉയിർത്തെഴുന്നേറ്റ യേശുവാണ് താൻ എന്ന് അവകാശപ്പെട്ട് ശിഷ്യന്മാരെ വിശ്വസിപ്പിക്കുകയും ചെയ്യു.[19] അത്ഭുതങ്ങൾ സംഭവിക്കില്ലായെന്ന തത്വചിന്താപരമായ മുൻധാരണയുടെ അടിസ്ഥാനത്തിൽ ഉയിർത്തെഴുന്നേല്പിനുള്ള തെളിവുകൾ വിശദീകരിക്കുന്നതിനുവേണ്ടി ആസൂത്രണം ചെയ്യ ഒരു കഥ മാത്രമാണിത്. അതല്ലാതെ ചരിത്രപരമായ യാതൊരു തെളിവുകളും ഇതിനില്ല.

തെളിവുകൾ വിശദീകരിക്കുവാൻ വേണ്ടി മറ്റൊരു സിദ്ധാന്തം സങ്കല്പിച്ചുണ്ടാക്കുന്നതല്ല ഇവിടുത്തെ പ്രശ്നം. മറിച്ച്, ആ സിദ്ധാന്തം നിലനിൽക്കുവാൻ, യേശുവിന്റെ ജനനം മുതൽ മരണം വരെയുള്ള സംഭവങ്ങളെക്കുറിച്ച്, ഒരു തെളിവുമില്ലാത്തതും, എന്നാൽ സാമാന്യ

---

[19] Robert Gregory Cavin, "Miracles, Probability, and the Resurrection of Jesus: A Philosophical, Mathematical, and Historical Study" (University of California, Irvine, PhD Thesis, 1993), 379–83.

സാധ്യതകൾക്ക് വിരുദ്ധമായതുമായ വളരെ വിശദമായ അനവധി അനുബന്ധ അനുമാനങ്ങൾ സങ്കൽപ്പിച്ചുണ്ടാക്കേണ്ടി വരുന്നുവെന്നതാണ് ഈ സിദ്ധാന്തത്തിന്റെ പ്രശ്നം. ഉദാഹരണമായി എന്തുകൊണ്ടാണ് ഈ ഇരട്ട സഹോദരനെക്കുറിച്ച് ആരും അറിയാതെ പോയത്? എങ്ങനെയാണ് ഈ ഇരട്ട സഹോദരൻ താൻ യേശുവിന്റെ ഇരട്ടയാണെന്ന് തിരിച്ചറിഞ്ഞ്? കൃത്യമായി യേശുവിന്റെ ക്രൂശീകരണ സമയത്ത് എങ്ങനെയാണ് അവിടെ എത്തിയത്? ക്രൂശിക്കപ്പെട്ട ഒരു വ്യക്തിയുടെ മേൽ ഉണ്ടാകുന്ന മുറിപ്പാടുകൾ എങ്ങനെയാണ് ഈ വ്യക്തി തന്റെ ശരീരത്തിൽ സൃഷ്ടിച്ചത്? എങ്ങനെയാണ് ഈ വ്യക്തിക്ക് ആർക്കും സംശയം തോന്നാത്ത രീതിയിൽ യേശുവിനെ അനുകരിക്കുവാൻ കഴിഞ്ഞത്? എങ്ങനെയാണ് ഈ വ്യക്തിക്ക് അപ്രത്യക്ഷമാകുവാൻ കഴിഞ്ഞത്? ഇതിനെല്ലാത്തിനും ഈ സിദ്ധാന്തം കൊണ്ടുവരുന്നവർക്ക് മറുപടിയുണ്ടാകും എന്നാൽ തെളിവൊന്നുമില്ലാതെ സങ്കൽപ്പിച്ചുണ്ടാക്കുന്ന ഓരോ മറുപടിയും ഈ സിദ്ധാന്തത്തിന്റെ കൃത്രിമത്വവും ആസൂത്രിത സ്വഭാവവും വർദ്ധിപ്പിക്കുകയാണ് ചെയ്യുക.

ഇത്തരമൊരു ബദൽ പരികല്പനയിൽ നിന്ന് വ്യത്യസ്തമായി, പഠന മേഖലയുടെ പരിമിതി കാരണം, തെളിവുണ്ടോ ഇല്ലയോ എന്ന് തീർച്ചപ്പെടുത്തുവാൻ സാധിക്കാത്ത, ഒരേയൊരു അധിക അനുമാനം മാത്രമാണ് യേശു ഉയിർത്തെഴുന്നേറ്റുവെന്ന പരികല്പനയ്ക്ക് ആവശ്യമായുള്ളത്. സ്വാഭാവികമായും യേശു ഉയിർത്തെഴുന്നേറ്റുവെന്ന പരികല്പനയ്ക്ക് തന്നെയാണ് ഇവിടെ മുൻതൂക്കം.

ആറ്

യേശു ഉയിർത്തെഴുന്നേറ്റുവെന്ന അനുമാനം അംഗീകൃത വിശ്വാസങ്ങൾക്ക് അനുസൃതമാണ്. ഒരു പരികല്പന അംഗീകൃത വിശ്വാസങ്ങൾക്ക് അനുസൃതമാകണമെങ്കിൽ ആ പരികല്പനയ്ക്ക് ബാധകമായതും അപ്പോൾ തന്നെ അതിനു നേരിട്ട് വിരുദ്ധമായതുമായ അംഗീകാരയോഗ്യമായ വസ്തുതകൾ ഒന്നും

ചരിത്രകാരന് ലഭ്യമായ വസ്തുതാ ശേഖരത്തിൽ ഉണ്ടാകരുത്. "ദൈവം യേശുവിനെ മരിച്ചവരിൽ നിന്ന് ഉയിർത്തെഴുന്നേൽപിച്ചു" എന്ന അനുമാനം, ആളുകൾ, പ്രകൃത്യാ, അല്ലെങ്കിൽ സ്വാഭാവികമായി, മരിച്ചവരിൽ നിന്ന് ഉയിർത്തെഴുന്നേൽക്കുന്നില്ല എന്ന അംഗീകൃത വിശ്വാസത്തിന് ഒരു തരത്തിലും വിരുദ്ധമല്ല. ദൈവം യേശുവിനെ മരിച്ചവരിൽ നിന്ന് ഉയിർത്തെഴുന്നേൽപ്പിച്ചുവെന്ന അനുമാനത്തെ അംഗീകരിക്കുന്ന ഒരാൾക്ക് സാധാരണഗതിയിൽ മരിച്ചവർ ഉയിർത്തെഴുന്നേൽക്കാറില്ല എന്ന വിശ്വാസത്തെയും പൂർണ്ണഹൃദയത്തോടെ സ്വീകരിക്കുവാൻ സാധിക്കും.

എന്നാൽ, ഈ ചോദ്യം വീണ്ടും ദൈവമുണ്ടോ എന്ന ചോദ്യത്തിലേക്കാണ് കൊണ്ടു ചെന്നെത്തിക്കുന്നത്. ഒരു ചരിത്രകാരന്, ചരിത്രകാരൻ എന്ന നിലയിൽ ഈ ചോദ്യത്തിന് മറുപടി പറയുവാൻ സാധിക്കില്ലായെന്ന് നാം കണ്ടു കഴിഞ്ഞു. സ്വാഭാവികമായും ഈ വിഷയത്തിൽ വീണ്ടും ഒരു തുറന്ന സമീപനം മാത്രമേ ചരിത്രകാരന് സ്വീകരിക്കുവാൻ സാധിക്കുകയുള്ളൂ. തന്റെ വിശ്വാസമോ അവിശ്വാസമോ തെളിവുകളുടെ മേൽ അടിച്ചേൽപ്പിക്കാതെ ചരിത്രകാരൻ എന്ന നിലയിലുള്ള തന്റെ പരിധിക്കുള്ളിൽ നിന്നുകൊണ്ട് വിലയിരുത്താവുന്ന കാര്യങ്ങൾ വിലയിരുത്തി ഒരു തീരുമാനമെടുക്കുക എന്നതാണ് ഉചിതം.

ബൈബിൾ മുന്നോട്ടുവെക്കുന്ന ദൈവസങ്കല്പമനുസരിച്ച്, ദൈവം ചരിത്രത്തിലൂടെ തന്നെ വെളിപ്പെടുത്തുന്നവനാണ്. അങ്ങനെ ചിന്തിച്ചാൽ, ഒരുപക്ഷെ, യേശുവിന്റെ പുനരുത്ഥാനമാണ് ദൈവം ഉണ്ട് എന്നതിനുള്ള ഏറ്റവും ശക്തമായ തെളിവായി മാറുവാൻ സാധ്യതയുള്ളതെങ്കിൽ, ഒരു മുൻകൂർ സങ്കൽപത്തിന്റെ അടിസ്ഥാനത്തിൽ ആ സാധ്യത തള്ളിക്കളയുന്നത് ശരിയല്ല. എന്നാൽ ബദൽ പരികൽപനകളുടെ കാര്യം അല്പം വ്യത്യസ്തമാണ്. ഉദാഹരണമായി യേശു കുരിശിൽ മോഹാലസ്യപ്പെടുകയാണുണ്ടായത് എന്ന വാദം മുൻപ് ചർച്ച ചെയ്ത വൈദ്യശാസ്ത്ര തെളിവുകളാൽ സത്യമല്ലെന്ന് തെളിയിക്കപ്പെടുന്ന ഒന്നാണ്.

അതുപോലെ തന്നെ, യേശുവിന്റെ ഉയിർത്തെഴുന്നേൽപ്പ് ശിഷ്യന്മാർ ആത്മാർത്ഥമായി വിശ്വസിച്ചുവെന്നത് അവർ എന്തെങ്കിലും ഗൂഢാലോചന നടത്തിയുണ്ടാക്കിയ ഒരു കെട്ടുകഥയാണ് ഉയിർത്തെഴുന്നേൽപ്പെന്ന ചിന്തയെയും ഖണ്ഡിക്കുന്നതാണ്. ഈ മാനദണ്ഡത്തിന്റെ കാര്യത്തിലും മുൻതൂക്കം യേശുവിന്റെ ഉയിർത്തെഴുന്നേറ്റുവെന്ന അനുമാനത്തിനാണ്.

ഏഴ്

യേശു ഉയിർത്തെഴുന്നേറ്റുവെന്ന പരികല്പന ബദൽ പരികല്പനകളെ കവച്ചുവെക്കുന്ന നിലയിൽ 1 മുതൽ 6 വരെയുള്ള മാനദണ്ഡങ്ങൾ പാലിക്കുന്നു. ഏകദേശം 2000 വർഷമായി മുകളിൽ ചൂണ്ടിക്കാണിച്ച അഞ്ച് ചരിത്ര വസ്തുതകൾക്കും വിവിധ ബദൽ വിശദീകരണങ്ങൾ ഉന്നയിക്കപ്പെട്ടിട്ടുണ്ട്. ഈ പരികല്പനകൾ സമകാലിക ഗവേഷണങ്ങളാൽ ഏതാണ്ട് സാർവത്രികമായി നിരാകരിക്കപ്പെട്ടിരിക്കുകയാണ്. അത്ഭുതങ്ങൾക്കെതിരായ മുൻവിധി മാറ്റിവെച്ചാൽ പ്രകൃതിപരമായ കാരണങ്ങളെ മാത്രം ആശ്രയിച്ചു നിൽക്കുന്ന ഒരു പരികല്പനയും ഉയിർത്തെഴുന്നേല്പിനെക്കാൾ നന്നായി മുകളിൽ നൽകിയിരിക്കുന്ന ആറു വ്യവസ്ഥകളും പാലിക്കുന്നതിൽ വിജയിക്കുന്നില്ല. ഈ വസ്തുത കൂടുതൽ വ്യക്തമായി മനസിലാക്കുവാൻ നമ്മുക്ക് ചില ബദൽ പരികല്പനകൾ കൂടി വിശദമായി പരിശോധിക്കാം.

ബദൽ പരികല്പനകൾ

തുടർന്നുള്ള വിശകലനങ്ങളിൽ നിർണ്ണയങ്ങളിലേക്ക് എത്തുന്നതിന് ആധാരമായെടുക്കുന്ന പല വസ്തുതകൾക്കുമുള്ള തെളിവുകൾ നാം ഇതിനകം പരിശോധിച്ച് തീർച്ചപ്പെടുത്തിയവയാണ്. അതിനാൽ അത്തരം വസ്തുതകൾ സംക്ഷിപ്തമായി ചൂണ്ടിക്കാണിക്കുകയെന്നതല്ലാതെ അവയ്ക്കുള്ള തെളിവുകൾ വീണ്ടും ആവർത്തിക്കുകയോ, ഓരോ സന്ദർഭങ്ങളിലും അവ മുകളിൽ പരാമർശിച്ചിട്ടുണ്ടെന്ന് എടുത്തു പറയുകയോ ചെയ്യുകയില്ല.

എന്നാൽ പുതുതായി ഉന്നയിക്കുന്ന വാദങ്ങൾക്കുള്ള തെളിവുകൾ വിശദമായി ചർച്ച ചെയ്യുന്നതായിരിക്കും.

മിഥ്യാനുഭവങ്ങൾ?

മിഥ്യാനുഭവങ്ങൾ സാധാരണഗതിയിൽ ഉണ്ടാകുന്നത് ശക്തമായി അത് പ്രതീക്ഷിക്കുന്നവരിലാണ്. എന്നാൽ യേശുവിന്റെ മരണത്തോടെ ശിഷ്യന്മാർ പ്രതീക്ഷകൾ തകർന്നവരായി തീർന്നുവെന്നത് വിശ്വാസയോഗ്യമായ ഒരു കാര്യമാണെന്ന് നാം മുൻപ് കണ്ടിരുന്നു. മാത്രവുമല്ല സകല നീതിമാന്മാരുടെയും അന്ത്യകാല ഉയിർപ്പിനു മുൻപായി ആരെങ്കിലും, പ്രത്യേകിച്ചും മിശിഹാ, ശത്രുക്കളാൽ കൊല്ലപ്പെട്ട് ഉയിർത്തെഴുന്നേൽക്കുമെന്ന് അവർ വിശ്വസിച്ചിരുന്നില്ല. അതിനുമപ്പുറം യാക്കോബോ പൗലോസോ ഒന്നും യേശുവിന് അനുകൂലമായ എന്തെങ്കിലും പ്രതീക്ഷകൾ വെച്ചുപുലർത്തിയിരുന്നവരല്ല. മറിച്ച് അവർ യേശുവിന്റെ പേരിലുള്ള മുന്നേറ്റത്തെപ്പറ്റി സംശയാലുക്കളും ശത്രുക്കളുമായിരുന്നു. അവർക്ക് എങ്ങനെയാണ് മിഥ്യാനുഭവം ഉണ്ടാകുന്നത്? ഒന്നിലധികം പേർക്ക് ഒരേസമയം ഒരേ മിഥ്യാനുഭവം ഉണ്ടാകുന്നതിന്റെ അസംഭവ്യതയും നാം ഇതിനകം കണ്ടു കഴിഞ്ഞതാണ്. അതിനാൽ തന്നെ മിഥ്യാനുഭവമെന്ന ബദൽ പരികല്പന വിശ്വാസയോഗ്യമല്ല.

ആത്മീയ പുനരുത്ഥാനം?

പുതിയനിയമ പണ്ഡിതന്മാരിൽ യേശുവിന്റെ ഉയിർത്തെഴുന്നേല്പിനെ നിഷേധിക്കുവാൻ ആഗ്രഹിക്കുന്ന പലരും ഒരു പ്രത്യേക വ്യാഖ്യാന സമീപനം കൂടുതലായും സ്വീകരിക്കാറുണ്ട്. അവരുടെ അവകാശവാദമനുസരിച്ച് ക്രിസ്ത്യാനികൾ ആദ്യം യേശുവിന്റെ ശരീരത്തിലുള്ള ഉയിർത്തെഴുന്നേൽപ്പല്ല വിശ്വസിച്ചിരുന്നത്. ഇതിന് പ്രധാനമായും പൗലോസിന്റെ രചനകളിൽ ശാരീരിക പുനരുത്ഥാനത്തെക്കുറിച്ചല്ല പറയുന്നത്, മറിച്ച്, ആത്മീയ പുനരുത്ഥാനത്തെക്കുറിച്ചാണ് എന്ന വാദമാണ് അവർ ഉയർത്താറുള്ളത്. ആദിമ വിശ്വാസം ശാരീരിക ഉയിർത്തെഴുന്നേൽപ്പല്ലെങ്കിൽ ഒഴിഞ്ഞ കല്ലറ പിൽക്കാലത്ത് വന്ന

കൂട്ടിച്ചേർക്കലാണെന്ന് വരും. എന്നാൽ ഈ വാദം തെളിവുകളുമായി യോജിക്കുന്നില്ല.

യേശു തങ്ങൾക്ക് പ്രത്യക്ഷപ്പെട്ടത് ശരീരത്തിലാണെന്നാണ് ആദിമ ദൃക്സാക്ഷികൾ അവകാശപ്പെട്ടത്. അപ്പൊ. പ്രവ. 9-ൽ വിവരിച്ചിരിക്കുന്ന തരത്തിലുള്ള പ്രത്യക്ഷതയാണ് പൗലോസിന് ഉണ്ടായത് എന്നും, അത് ആത്മീയ പുനരുത്ഥാന പ്രത്യക്ഷതയാണ് എന്നും, അവിടെ യേശു ശരീരത്തിലല്ല പ്രത്യക്ഷപ്പെട്ടതെന്നും, ദർശനം പോലെയുള്ള ഈ അനുഭവത്തെക്കുറിച്ചാണ് 1 കൊരിന്ത്യർ 15:8-ൽ പൗലോസ് പരാമർശിക്കുന്നതെന്നും, അത് തന്നെയാണ് ആ അധ്യായത്തിൽ പൗലോസ് പറഞ്ഞിരിക്കുന്ന മറ്റുള്ളവർക്കും ഉണ്ടായതെന്നും, എന്നാൽ, സുവിശേഷങ്ങളിൽ കാണുന്നത് പോലെയുള്ള യേശുവിന്റെ ശരീരത്തിലുള്ള പ്രത്യക്ഷതകളെക്കുറിച്ചുള്ള വിവരണങ്ങൾ പിൽക്കാലത്ത് കെട്ടിചമച്ചതാണെന്നുമാണ് ആത്മീയ പുനരുത്ഥാനം എന്ന വീക്ഷണമാണ് ആദിമ ക്രിസ്ത്യാനികൾക്കുണ്ടായിരുന്നതെന്ന് വാദിക്കുന്നവർ പൊതുവിൽ പറയാറുള്ളത്.

എന്നാൽ, ഈ വാദത്തിന് പല പ്രശ്നങ്ങളുണ്ട്. ഒന്നാമതായി അപ്പൊ. പ്രവ. 9-ൽ നൽകിയിരിക്കുന്ന വിവരണമനുസരിച്ച്, മാനസിക തലത്തിന് പുറത്തുള്ള സവിശേഷതകൾ ഉണ്ടായിരുന്നു. അതായത്, മറ്റുള്ളവർക്ക് കേൾക്കാവുന്ന ശബ്ദം, വെളിച്ചം എന്നിവ. എന്നാൽ അപ്പൊ. പ്രവ. 7:54-58-ൽ സ്റ്റെഫാനൊസ് സ്വർഗ്ഗത്തിൽ ഇരിക്കുന്ന യേശുവിനെ കണ്ട ദർശനത്തിൽ ഇത്തരം കാര്യങ്ങളൊന്നും നൽകിയിട്ടില്ല. കൂടാതെ പൗലോസിനു തന്നെ പിന്നീട് ലഭിച്ച ദർശനങ്ങൾ എല്ലാം തന്നെ മാനസിക തലത്തിലായിരുന്നുവെന്ന് വ്യക്തമായി സൂചിപ്പിക്കുന്നുമുണ്ട്. ഉദാഹരണമായി, അപ്പൊ. പ്രവ. 22:17 "പ്രാർത്ഥിക്കുന്നേരം ഒരു വിവശതയിൽ ആയി"; അപ്പൊ. പ്രവ. 18:9 "രാത്രിയിൽ കർത്താവു ദർശനത്തിൽ" എന്നിങ്ങനെ. അതായത്, ദർശനങ്ങളെയും, യേശുവിന്റെ പുനരുത്ഥാനവുമായി ബന്ധപ്പെട്ട പ്രത്യക്ഷതകളെയും ലൂക്കോസ് കൃത്യമായി വേർതിരിച്ച് കാണിക്കുന്നുണ്ട്.

കൂടാതെ, ലൂക്കോസിന്റെ വീക്ഷണമനുസരിച്ച് നാൽപ്പതു ദിവസം യേശു ശിഷ്യന്മാർക്ക് പ്രത്യക്ഷനായ ശേഷം ഈ ദൃശ്യലോകം വിട്ടുപോയി (അപ്പൊ. പ്രവ. 1:9). മത്തായി, മർക്കോസ്,[20] യോഹന്നാൻ എന്നീ സുവിശേഷകന്മാരുടെ രചനകളിൽ നിന്ന് വ്യത്യസ്തമായി ലൂക്കോസ് യേശുവിന്റെ സ്വർഗ്ഗാരോഹണം വ്യക്തമായി വിവരിച്ചിട്ടുണ്ട്. യേശു ശരീരത്തിൽ സ്വർഗ്ഗാരോഹണം ചെയ്യുവെന്നാണ് ലൂക്കോസ് ഉദ്ദേശിക്കുന്നത്. സ്വാഭാവികമായും, തന്റെ സുവിശേഷങ്ങളിൽ വിവരിച്ചതുപോലെ ഒരു പ്രത്യക്ഷത സ്വർഗ്ഗാരോഹണാനന്തരം ലൂക്കോസിന് തന്റെ രചനയിൽ ഉൾപ്പെടുത്തുവാൻ സാധിക്കില്ല. കാരണം അപ്പൊ. പ്രവ. 1:11 അനുസരിച്ച് "നിങ്ങൾ 'കണ്ടതുപോലെ' തന്നെ അവൻ വീണ്ടും വരും" എന്നുള്ള യേശുവിനെക്കുറിച്ചുള്ള പ്രവചനം ഭാവിയിൽ യുഗാന്ത്യത്തിൽ നടക്കേണ്ട ഒരു സംഭവമാണ് (അപ്പൊ. പ്രവ. 3:20-21). ഇതിനിടയിൽ യേശു ഭൂമിയിലേക്ക് ശരീരത്തിൽ വരിക എന്നത് ലൂക്കോസിന്റെ വീക്ഷണത്തോട് യോജിക്കാത്ത ഒരു കാര്യമായതിനാൽ തന്നെ, പൗലോസിന് ലഭിച്ച പ്രത്യക്ഷതയിലെ യേശുവിന്റെ ശരീരത്തിന്റെ സാന്നിധ്യം വിശദമായി വിവരിക്കുവാൻ ലൂക്കോസ് താല്പര്യപ്പെടുകയില്ല. അതാണ് അപ്പൊ. പ്രവ. 9-ലെ ലൂക്കോസിന്റെ വിവരണത്തിൽ കാണുന്നത്.

എന്നാൽ, പൗലോസ് വ്യക്തമായി പറഞ്ഞിരിക്കുന്നതനുസരിച്ച്, പൗലോസ് യേശുവിനെ കണ്ടു (1 കൊരിന്ത്യർ 9:1). ഇവിടെ യേശുവിനെ കണ്ടുവെന്നതും താൻ അപ്പൊസ്തലനാണെന്നതും ഒരുമിച്ചാണ് പൗലോസ് പറഞ്ഞിരിക്കുന്നത്. തന്റെ അപ്പൊസ്തലത്വം തെളിയിക്കുന്നതിന്റെ ഭാഗമായുള്ള ഒരു വാദം എന്ന നിലയിൽ, പൗലോസ് ഇവിടെ പറയുന്നത്, പൗലോസ് 1 കൊരിന്ത്യർ 15:8-ൽ പരാമർശിച്ചിരിക്കുന്ന പ്രത്യക്ഷതയാണ് എന്ന് മനസിലാക്കാം. 1 കൊരിന്ത്യർ 15:9-ൽ തന്റെ അപ്പൊസ്തലത്വത്തെക്കുറിച്ച് പറഞ്ഞിരിക്കുന്നതും. ഗലാത്യർ 1:16-ൽ താൻ വിശ്വാസത്തിലേക്ക് വന്ന അനുഭവത്തെക്കുറിച്ച് പറഞ്ഞിട്ട്, ഉടനെ തന്നെ വാക്യം 17-ൽ,

---

[20] മുകളിൽ പരാമർശിച്ചിട്ടുള്ളതുപോലെ മർക്കോസ് 16:19 പിൽക്കാലത്ത് കൂട്ടിച്ചേർക്കപ്പെട്ടതാണ്.

ആ കാലഘട്ടത്തിനുള്ളിൽ തന്നെ നിന്നുകൊണ്ട്, "എനിക്കു മുമ്പേ അപ്പൊസ്തലന്മാരായവരുടെ" എന്ന് പറഞ്ഞിരിക്കുന്നതും ഇതിനോടൊപ്പം ചേർത്ത് വായിക്കേണ്ടതാണ്. 2 കൊരിന്ത്യർ 5:16 അനുസരിച്ച് ഒരു മനുഷ്യനെന്ന നിലയിൽ യേശുവിനെ പൗലോസിന് അറിയാമായിരുന്നുവെന്ന് വ്യക്തമാണ്.[21] അതിനാൽ തന്നെയാണ്, താൻ കണ്ടത് യേശുവിനെ തന്നെയാണെന്ന് പൗലോസിന് സാക്ഷ്യപ്പെടുത്തുവാൻ സാധിക്കുന്നത്. 1 കൊരിന്ത്യർ 15:35-52 വരെയുള്ള വാക്യങ്ങളിൽ രൂപാന്തരപ്പെട്ട ശരീരമാണ് ഉയിർത്തെഴുന്നേല്പിൽ ലഭിക്കുകയെന്ന് പൗലോസ് വ്യക്തമായി പഠിപ്പിക്കുന്നുമുണ്ട്. ഈ ഭാഗം യേശുവിന്റെ ഉയിർത്തെഴുന്നേല്ലുമായി ബന്ധപ്പെട്ടതാണെന്നത് പശ്ചാത്തലത്തിൽ നിന്ന് വ്യക്തമാണ്.

ഇതു കൂടാതെ, റോമർ 8:17-ൽ യേശുവിനോട് കൂടെ തേജസ്ക്കരിക്കപ്പെടുന്നതിനെക്കുറിച്ച് സംസാരിക്കുമ്പോഴും പൗലോസ് വാക്യം 23-ൽ "ശരീരത്തിന്റെ വീണ്ടെടുപ്പിനെ"ക്കുറിച്ചാണ് സംസാരിക്കുന്നത്. ഈ വീണ്ടെടുപ്പ് റോമർ 8:20-ൽ "ദ്രവത്വത്തിന്റെ ദാസ്യത്തിൽനിന്നുള്ള വിടുതലാ"ണെന്നും വ്യക്തമായി പറയുന്നുണ്ട്. ചുരുക്കത്തിൽ നശിക്കാത്ത ശരീരത്തിലാണ് യേശു ഉയിർത്തെഴുന്നേറ്റതെന്നാണ് പൗലോസ് വളരെ വ്യക്തമായി സൂചിപ്പിച്ചിരിക്കുന്നത്. മുകളിൽ നമ്മൾ വിശകലനം ചെയ്യ, മത്തായിയും ലൂക്കോസും യോഹന്നാനും വിവരിക്കുന്ന യേശുവിന്റെ പ്രത്യക്ഷതകൾ എല്ലാം ശരീരത്തിലുള്ള പ്രത്യക്ഷതകളാണ്. ഈ വിവരണങ്ങൾ എല്ലാം നാം വിശകലനം ചെയ്യുപ്പോൾ കണ്ടതുപോലെ വ്യത്യസ്ത വിവരണങ്ങളാണ്. എഴുതിവെക്കപ്പെടുന്നതിന് മുൻപ് സ്വതന്ത്രമായ നിലയിൽ പ്രചരിച്ചിരുന്നതിനാലാണ് ഇവയിൽ ഇത്തരം വ്യത്യാസങ്ങൾ കടന്നുവന്നത്.

ഈ സ്വതന്ത്രമായ വിവരണങ്ങളിൽ ഒരിടത്തുപോലും ശരീരികമല്ലാത്ത പ്രത്യക്ഷതകളുടെ ഒരു ലാഞ്ചന പോലുമില്ലാത്തത്

---

[21] Stanley E. Porter, *When Paul Met Jesus: How an Idea Got Lost in History* (Cambridge University Press, 2016), 120.

അത്തരമൊരു വിശ്വാസം ആദിമ ക്രിസ്ത്യാനികൾക്കിടയിൽ ഇല്ലായിരുന്നുവെന്നതിന്റെ തെളിവാണ്. സുവിശേഷങ്ങളിലെ വിവരണങ്ങൾ അടിസ്ഥാനപരമായി ചരിത്രപരമായി വിശ്വാസയോഗ്യമാണെന്ന് നാം കണ്ടിരുന്നു. ആദിമ ക്രിസ്ത്യാനികൾ ആദ്യം വിജയകരമായി പ്രസംഗിച്ചത് കേവലം ആത്മീയ ദർശനങ്ങൾ പോലെയുള്ള പ്രത്യക്ഷതകളെക്കുറിച്ചാണെങ്കിൽ അവ ഇങ്ങനെ വളരെ വേഗത്തിൽ തികഞ്ഞ ശാരീരിക പ്രത്യക്ഷതകളായി മാറുവാൻ ചരിത്രപരമായി യാതൊരു സാധ്യതയുമില്ല. പ്രത്യേകിച്ചും യെഹൂദന്മാരുടെയും വിജാതീയരുടെയും വിശ്വാസം ഇതിന് എതിരായിരുന്നതിനാൽ തന്നെ.[22]

മാത്രമല്ല, ശരീരത്തിലുള്ള ഉയിർത്തെഴുന്നേൽപ്പ് എന്നത്, ഒന്നാം നൂറ്റാണ്ടിലെ യഹൂദാ-ഗ്രീക്ക്-റോമൻ ലോകത്ത് മുന്നേറുവാൻ സാധ്യതയില്ലാത്ത ഒന്നാണ്. കാരണം അത് നിലവിലുള്ള മത-സംസ്കാരത്തിന്റെ വിശ്വാസങ്ങൾക്കനുസൃതമായ വിശ്വസനീയ ബോധ്യങ്ങൾക്ക് പുറത്ത് നിൽക്കുന്ന ഒന്നാണ്. ഒരു വശത്ത്, വിജാതീയ തത്ത്വചിന്തകർ ലോകത്തെ ഒരു ദ്വന്ദാത്മക വീക്ഷണത്തിലാണ് കൈക്കൊണ്ടിരുന്നത്. അവർ ഭൗതികമല്ലാത്തതിനെ വിലമതിക്കുകയും ഭൗതികതയെ വിലകുറച്ചു കാണുകയുമാണ് ചെയ്തിരുന്നത്. മരിച്ചവരുടെ ഉയിർത്തെഴുന്നേൽപ്പ് അവർക്ക് അസ്വീകാര്യമായിരുന്നു. അവരുടെ പ്രത്യാശ ശരീരം വീണ്ടെടുക്കുക എന്നതല്ലായിരുന്നു, ശരീരത്തിൽ നിന്ന് രക്ഷപ്പെടുക എന്നതായിരുന്നു. മറുവശത്ത്, എല്ലാവരുമല്ലെങ്കിലും, ചില യെഹൂദന്മാരെങ്കിലും ശാരീരികമായ പുനരുത്ഥാനം വിശ്വസിച്ചിരുന്നുവെങ്കിലും, ഇന്നത്തെ ലോകക്രമത്തിന്റെ അവസാനത്തിൽ എല്ലാ വിശ്വാസികളുടെയും ഒരുമിച്ചുള്ള ഒരു സമൂഹ പുനരുത്ഥാനത്തിനായിട്ടാണ് അവർ നോക്കിപ്പാർത്തിരുന്നത്. ഇടയ്ക്ക്, ഒരാൾ ഉയിർത്തെഴുന്നേറ്റ് പിന്നീട് ലോകം ഇങ്ങനെ തന്നെ തുടരുന്ന ഒരു കാര്യം അവർ

---

[22] ഈ വിഷയത്തിലെ ഏറ്റവും വിശദമായ ഗവേഷണം: Wright, *The Resurrection of the Son of God*, 32–200.

പ്രതീക്ഷിച്ചിരുന്നില്ല. സ്വാഭാവികമായും ആദിമ വിശ്വാസം യേശു ശിഷ്യന്മാർക്ക് ദർശനത്തിൽ പ്രത്യക്ഷനായി എന്നതാണെങ്കിൽ, അതു പിന്നീട് ശരീരത്തിൽ പ്രത്യക്ഷനായി എന്നതിലേക്ക് മാറുവാൻ സാധ്യതയില്ല.

ഒരിക്കലും ദർശനങ്ങളെ മരിച്ച ഒരാൾ ഉയിർത്തെഴുന്നേറ്റു പ്രത്യക്ഷനായി എന്ന പദപ്രയോഗമുപയോഗിച്ച് അവർ വിശേഷിപ്പിക്കുകയുമില്ല. കാരണം ഒന്നാം നൂറ്റാണ്ടിൽ ജീവിച്ചിരുന്ന ഒരു യെഹൂദനെ സംബന്ധിച്ചിടത്തോളം, പുനരുത്ഥാനം എന്നത് ശരീരത്തിലുള്ള ഉയിർത്തെഴുന്നേൽപ്പാണ്.

കല്ലറക്കവർച്ച?

കല്ലറകൾക്കെതിരായ അതിക്രമങ്ങൾക്കെതിരെയുള്ള നസറെത്ത്[23] ശിലാലിഖിതം അഗസ്റ്റസ് ചക്രവർത്തിയുടെ കാലഘട്ടത്തിൽ[24] നിന്നുള്ളതാണെന്നാണ് പഠനങ്ങൾ തെളിയിക്കുന്നത്[25]. അത്

---

[23] അത് നസറെത്തിൽ നിന്നുള്ളതല്ലായെന്നതിനുള്ള തെളിവുകൾ മുകളിൽ ചർച്ച ചെയ്തിരുന്നു.

[24] ഭൗതികശാസ്ത്രപരമായ തെളിവുകൾ Kyle Harper et al., "Establishing the Provenance of the Nazareth Inscription: Using Stable Isotopes to Resolve a Historic Controversy and Trace Ancient Marble Production," *J. Archaeol. Sci. Rep.* 30 (2020): 5; കയ്യെഴുത്തിന്റെ അടിസ്ഥാനത്തിലുള്ള തെളിവുകൾ F. De Zulueta, "Violation of Sepulture in Palestine at the Beginning of the Christian Era.," *JRS* 22.2 (1932): 197.

[25] ജനീവാ സർവ്വകലാശാലയിലെ ഗ്രീക്ക്-റോമൻ ചരിത്രകാരനായ അഡൽബെർട്ടോ ജിയോവന്നിനിയും ആ സർവ്വകലാശാലയിൽ നിന്ന് തന്നെ ഡോക്ടറേറ്റ് നേടിയിട്ടുള്ള റോമൻ സാമ്രാജ്യത്തെക്കുറിച്ചുള്ള ചരിത്ര വിഷയങ്ങളിൽ ഗവേഷണം നടത്തിയിട്ടുള്ള മാർഗരിറ്റ് ഹിർട്ട് രാജും ചേർന്ന് രചിച്ച ലേഖനത്തിൽ ഇത് അഗസ്റ്റസിന്റെ കാലഘട്ടത്തിൽ നിന്നുള്ളതും റോമൻ സാമ്രാജ്യത്തിൽ സാർവത്രികമായി സ്വാധീനമുള്ള ഒരു കല്പനയായും അവർ വിലയിരുത്തുന്നുണ്ട്. ഈ ലിഖിതം ഏഷ്യാ മൈനറിൽ നിന്നുള്ളതാണെന്നത് ഏറ്റവും പുതിയ ഗവേഷണങ്ങളോട് യോജിക്കുന്നില്ലെങ്കിലും അഗസ്റ്റസിന്റെ കാലത്ത് നിന്നുള്ള ഒരു ലിഖിതമെന്ന നിലയിൽ ഇത് സാമ്രാജ്യത്തിൽ പൊതുവിൽ സ്വാധീനമുള്ള ഒന്നായിരുന്നുവെന്ന അവരുടെ നിഗമനത്തെ അത് ഖണ്ഡിക്കുന്നില്ല. Adalberto Giovannini and Marguerite Hirt, "L'inscription de Nazareth: Nouvelle Interprétation," *ZPE* 124 (1999): 119–20.

നസറെത്തിൽ നിന്നുള്ളതല്ലായെന്നതിനുള്ള തെളിവുകൾ മുകളിൽ ചർച്ച ചെയ്തിരുന്നു.

കല്ലറകൾക്കെതിരായ അതിക്രമങ്ങൾക്കെതിരായ നിയമങ്ങൾ ബി. സി. ആറാം നൂറ്റാണ്ടിലെ ഗ്രീക്ക് നിയമനിർമ്മാതാവായ സോളോണിന്റെ കാലം മുതൽ നിലവിലുണ്ടായിരുന്നു. കല്ലറകൾക്കെതിരായ അക്രമങ്ങൾക്കെതിരായി റോമൻ സിവിൽ നിയമങ്ങൾ യേശുവിന്റെ കാലത്തുണ്ടായിരുന്നു[26]. നസറെത്ത് ശിലാലിഖിതത്തിന്റെ വെളിച്ചത്തിൽ അഗസ്റ്റസിന്റെ കാലം മുതൽ അത് ക്രിമിനൽ നിയമത്തിന്റെയും ഭാഗമായിരുന്നുവെന്ന് മനസിലാക്കാം.[27] യേശുവിനെ ക്രൂശിച്ചു കൊന്നത് ചക്രവർത്തിക്കെതിരായ ഒരു കുറ്റകൃത്യം ആരോപിച്ചായിരുന്നുവെന്ന് മുകളിൽ വിവരിച്ചിരുന്നു. അങ്ങനെയാണെങ്കിൽ ഇത്ര മതപരവും രാഷ്ട്രീയപരവുമായ നിലയിൽ ശ്രദ്ധേയമായ പരസ്യ ശിക്ഷ ഏറ്റുവാങ്ങിയ ഒരു കുറ്റവാളിയുടെ മൃതദേഹം സംഭവം നടന്ന് രണ്ടു ദിവസത്തിനുള്ളിൽ[28] മോഷ്ടിക്കുവാൻ ഏതെങ്കിലും കുറ്റവാളികൾ ധൈര്യപ്പെടുമെന്ന് ചിന്തിക്കുവാനാകില്ല.

---

[26] Allan Chester Johnson, Paul Robinson Coleman-Norton, and Frank Card Bourne, *Ancient Roman Statutes: A Translation with Introduction, Commentary, Glossary, and Index* (The Lawbook Exchange, Ltd., 2003), 113; J. Spencer Kennard, "The Burial of Jesus," *JBL* 74.4 (1955): 7, note 17.

[27] Éric Rebillard, *The Care of the Dead in Late Antiquity*, trans. Elizabeth Trapnell Rawlings and Jeanine Routier-Pucci, 1st edition. (Ithaca London: Cornell University Press, 2012), 61.

[28] ആഴ്ചവട്ടത്തിന്റെ ഒന്നാം നാൾ (മർക്കോസ് 16:2) എന്ന പ്രയോഗം ഗ്രീക്കിൽ വളരെ വിലക്ഷണമായ ഒരു പ്രയോഗമാണെങ്കിലും അത് അരമായയിലേക്ക് വിവർത്തനം ചെയ്യുമ്പോൾ വളരെ സ്വാഭാവികമാണെന്ന് പണ്ഡിതന്മാർ നിരീക്ഷിച്ചിട്ടുണ്ട്. കൂടാതെ ഇത് പിൽക്കാല ക്രിസ്തീയ പാരമ്പര്യത്തിലെ പ്രയോഗത്തിൽ (മൂന്നാം നാൾ) നിന്നും വ്യത്യസ്തമാണ്. ഇത്തരം വസ്തുതകൾ അതിന്റെ ചരിത്രപരതയിലേക്ക് വിരൽചൂണ്ടുന്ന ഒന്നായി പണ്ഡിതന്മാർ നിരീക്ഷിച്ചിട്ടുണ്ട് Edward Lynn Bode, *The First Easter Morning: The Gospel Accounts of the Women's Visit to the Tomb of Jesus* (Biblical Institute Press, 1970), 105–6.

മാത്രവുമല്ല, യെഹൂദ്യയിൽ ഇത്തരം സംഭവങ്ങൾ ഒന്നും തന്നെ യേശുവിന്റെ കാലഘട്ടത്തിലോ, അതിന് തൊട്ടുമുൻപോ പിൻപോ ഉള്ള നൂറ്റാണ്ടുകളിലോ സംഭവിച്ചതായി ഒരു രേഖകളും നിലവിലില്ല. കല്ലറകളുമായി ബന്ധപ്പെട്ടുള്ള യെഹൂദന്മാരുടെ ആചാരപരമായ നിയമങ്ങളും അവയുടെ പ്രാധാന്യവും[29] കണക്കിലെടുക്കുമ്പോൾ ഇത്തരമൊരു സംഭവം എവിടെയെങ്കിലും നടന്നിട്ടുണ്ടെങ്കിൽ അത് രേഖപ്പെടുത്തപ്പെടുമെന്ന് നമ്മുക്ക് പ്രതീക്ഷിക്കാവുന്നതാണ്. ശ്രദ്ധിക്കേണ്ട വസ്തുത ആ കാലത്തെ മോഷ്ടാക്കളെക്കുറിച്ച് പല പരാമർശങ്ങളും നമ്മുക്ക് ആ കാലത്ത് രചിക്കപ്പെട്ടിട്ടുള്ള ഗ്രന്ഥങ്ങളിൽ നിന്ന് ലഭ്യമാണ്[30]. അത്തരം പ്രവർത്തികൾ ചെയ്യുന്നവരെക്കുറിച്ചുള്ള പല പഠനങ്ങളും നടന്നിട്ടുണ്ട്.[31] എന്നാൽ ഒരിടത്തും ഇത്തരത്തിലുള്ള കല്ലറ മോഷണങ്ങൾ നടന്നിരുന്നതായി രേഖപ്പെടുത്തിയിട്ടില്ല.

യെഹൂദ്യയിൽ ഇത്തരം സംഭവങ്ങൾ നടന്നിരുന്നുവെന്നതിന് തെളിവില്ലെങ്കിലും, കല്ലറക്കവർച്ച പുരാതന ലോകത്ത് സാധാരണമായിരുന്നു. സാധാരണഗതിയിൽ അതിന്റെ ലക്ഷ്യം മൃതദേഹത്തോടൊപ്പം കുഴിച്ചിട്ടിരിക്കുന്ന വിലപിടിപ്പുള്ള വസ്തുക്കൾ മോഷ്ടിക്കുക എന്നതായിരുന്നു (ഉദാഹരണമായി മരിച്ചയാൾ ജീവിച്ചിരുന്നപ്പോൾ ഉപയോഗിച്ചിരുന്ന വസ്തുക്കൾ). ഈ കാരണത്താൽ തന്നെ ഫറവോമാരുടെ ശവകുടീരങ്ങൾ കൊള്ളയടിക്കുന്നത് വളരെ സാധാരണമായിരുന്നു. എന്നാൽ അവിടെപ്പോലും വിലപിടിപ്പുള്ള വസ്തുക്കൾ കാണുവാൻ സാധ്യത കുറവായ ഈജിപ്തിലെ സാധാരണക്കാരുടെ ശവകുടീരങ്ങൾ കൊള്ളയടിക്കുന്നത് വളരെ കുറവായിരുന്നു.

---

[29] Craig Evans, "Jewish Burial Traditions and the Resurrection of Jesus," *JSHJ* 3.2 (2005): 233–48.

[30] ജോസീഫസ്, യഹൂദാ യുദ്ധങ്ങൾ, 2.234-240, 2.273; ഫ്ലേവിയസ് ജോസീഫസിന്റെ ജീവിതം 126-8, ലൂക്കോസ് 12:33, മർക്കോസ് 14:48, മത്തായി 27:38, ലൂക്കോസ് 10:30, മത്തായി 6:19

[31] Horsley and Hanson, *Bandits, Prophets, and Messiahs*, 48–87; Horsley, *Jesus and the Spiral of Violence*, 37–39; Crossan, *The Historical Jesus*, 168–206.

എന്നാൽ, യെഹൂദന്മാർ സാധാരണയായി വിലപിടിപ്പുള്ള വസ്തുക്കൾ കുഴിച്ചിടാറില്ല. യേശുവിന്റെ കാര്യത്തിലാണെങ്കിൽ ക്രൂശിക്കപ്പെട്ട ഒരു കുറ്റവാളിയെ തിടുക്കപ്പെട്ട് സംസ്കരിക്കുകയായിരുന്നു. യേശുവിന്റെ പക്കലുള്ള സ്വകാര്യവസ്തുക്കൾ കയ്യിൽ ലഭിക്കുവാൻ യാതൊരു സാധ്യതയുമില്ലാത്ത ഒരു അന്യനാണ് യേശുവിനെ അടക്കം ചെയ്തത്.[32] അത്തരത്തിലുള്ള വിലപിടിപ്പുള്ള വസ്തുക്കളുണ്ടായിരുന്നെങ്കിൽ മൃതദേഹമല്ല മറിച്ച് ആ വസ്തുക്കൾ മോഷ്ടിക്കപ്പെടുമായിരുന്നു. സമവീക്ഷണ സുവിശേഷങ്ങളിൽ കാണുന്നതനുസരിച്ച് യേശുവിന്റേത് വളരെ തിടുക്കപ്പെട്ടുള്ള ഒരു ശവസംസ്കാരമായിരുന്നു. മൃതശരീരം സുഗന്ധദ്രവ്യങ്ങളാൽ അഭിഷേകം ചെയ്യപ്പെട്ടിട്ടുപോലുമുണ്ടാവുകയില്ല. മർക്കോസ് 16:1-ലും ലൂക്കോസ് 24:1-ലും കാണുന്നതനുസരിച്ച് യേശുവിന്റെ ശരീരത്തെ അഭിഷേകം ചെയ്യേണ്ടതിനാണ് സുഗന്ധദ്രവ്യങ്ങളുമായി സ്ത്രീകൾ ശവകുടീരത്തിലേക്ക് പോയത്. ഈ വസ്തുതയെ പരോക്ഷമായി പിന്തുണയ്ക്കുന്ന ഒരു വിവരണം മർക്കോസ് 14:3-8-ൽ കാണുവാൻ സാധിക്കും. കുരിശുമരണത്തിന് രണ്ടോ മൂന്നോ ദിവസം മുമ്പ് ബെഥാന്യയിൽ വച്ച് തന്റെ മേൽ വിലകൂടിയ തൈലം ഒഴിച്ച സ്ത്രീയെക്കുറിച്ച് യേശു പറഞ്ഞതായി മർക്കോസ് പറയുന്നത് ഇപ്രകാരമാണ് "തനിക്കു കഴിവുള്ളത് അവൾ ചെയ്തു. എന്റെ ശവസംസ്കാരത്തിനുള്ള ഒരുക്കമായി അവൾ ഈ സുഗന്ധതൈലം മുൻകൂട്ടി എന്റെ ശരീരത്തിന്മേൽ ഒഴിക്കുകയാണ് ചെയ്തിരിക്കുന്നത്".

ഈ വിവരണങ്ങൾ രണ്ടും യേശുവിനെ സംസ്കരിച്ചപ്പോൾ യേശുവിന്റെ മേൽ സുഗന്ധദ്രവ്യങ്ങൾ പൂശിയിരുന്നില്ലായെന്നാണ് മർക്കോസ് വിശ്വസിച്ചിരുന്നത് എന്നതിലേക്കാണ് വിരൽചൂണ്ടുന്നത്. ഇതിൽ നിന്ന് വ്യത്യസ്തമായുള്ള യോഹന്നാന്റെ പരമാർശം (യോഹന്നാൻ 19:39-40) സാധാരണ യഹൂദാ ശവസംസ്ക്കാര ചടങ്ങുകളുടെ സ്വാധീനത്താൽ വന്ന ഓർമ്മയുടെ

---

[32] Crossley and Myles, *Jesus*, 243.

ഒരു അപഭംഗമായി വേണം മനസിലാക്കുവാൻ. വിലപിടിപ്പുള്ള വസ്തുക്കൾ തേടി ശവകുടീരക്കൊള്ളക്കാർ യേശുവിന്റെ ശവകുടീരത്തിൽ പ്രവേശിച്ചിരുന്നുവെങ്കിൽ അവർക്ക് പരമാവധി ലഭിക്കുക യേശുവിന്റെ ശരീരം പൊതിഞ്ഞിരുന്ന ശവക്കച്ചയായിരിക്കും. അവർ അത് അവിടെ വെച്ച് തന്നെയോ അല്ലെങ്കിൽ അധികം അകലെയല്ലാതെ മറ്റൊരു സ്ഥലത്തു വച്ചോ അഴിച്ചുമാറ്റുമായിരുന്നു. അങ്ങനെയാണെങ്കിൽ അവർ ഉപേക്ഷിച്ച നഗ്നമായ ശരീരം കണ്ടെത്തപ്പെടുമായിരുന്നു.

യേശുവിന്റെ ശരീരം കല്ലറയിലില്ലായെന്നത് മനസിലാകുന്ന ഉടനെ തന്നെ എന്തായാലും അധികാരികൾ ആ വിഷയം അന്വേഷിക്കുമെന്നുള്ള വലിയ സാധ്യത കൂടി നാം പരിഗണിക്കേണ്ടതുണ്ട്. അത് കണ്ടെത്തിയവർ യേശുവിന്റെ ശിഷ്യന്മാരല്ലാത്ത യെഹൂദന്മാരോ റോമക്കാരോ ആയിരുന്നുവെങ്കിൽ, ശിഷ്യന്മാർ യേശുവിന്റെ ഉയിർത്തെഴുന്നേൽപ്പ് പ്രസംഗിച്ച് തുടങ്ങുന്ന സമയത്ത് തന്നെ അവർ അത് വെളിപ്പെടുത്തുമായിരുന്നു.[33] അതോടെ ക്രിസ്ത്യാനിത്വം അവിടെ തന്നെ തീരുമായിരുന്നു. മറിച്ച് അത് യേശുവിന്റെ അനുയായികളുടെ പക്കലാണ് ലഭിച്ചിരുന്നതെങ്കിൽ അവർ ഒരിക്കലും തങ്ങൾക്ക് വ്യാജമാണെന്ന് അറിയാവുന്ന യേശുവിന്റെ ഉയിർത്തെഴുന്നേൽപ്പെന്ന വിശ്വാസത്തിനു വേണ്ടി പീഡനങ്ങൾ അനുഭവിക്കുവാനും മരിക്കുവാനും തയ്യാറാകുമായിരുന്നില്ല. യെഹൂദന്മാരുടെ നിലവിലുള്ള പ്രതീക്ഷയ്ക്ക് വിരുദ്ധമായി ഒരു വ്യാജകഥ കെട്ടിച്ചമച്ച് അടികൊള്ളാമെന്ന് (അപ്പൊ. പ്രവ. 8:1) ആരും ചിന്തിക്കുകയില്ല.

മാത്രവുമല്ല, യെഹൂദന്മാരുടെ പൊതുവിലുള്ള മത മനോഭാവം അനുസരിച്ച് ആ മൃതദേഹം തിരികെ കല്ലറയിൽ എത്തിക്കുവാനായിരിക്കും അവർ ശ്രമിക്കുക. മൃതദേഹത്തെ സ്പർശിക്കുന്നത് തന്നെ മതപരമായ അശുദ്ധിയായി (സംഖ്യ 19:11-13,

---

[33] പൊതുവിൽ അക്കാലത്ത് ക്രിസ്ത്യാനിത്വത്തിനെതിരെയുണ്ടായിരുന്ന എതിർപ്പ് കൂടാതെ അധികാരികളുടെ പ്രീതി ലഭിക്കുന്ന ഒരു കാര്യം കൂടിയായിരുന്നെനെ ഇത്.

ലേവ്യ 21:11) കരുതിയിരുന്ന ഒരു സമൂഹത്തിൽ, അതിൽ നിന്ന് വസ്ത്രം അഴിച്ചെടുത്ത് കൊണ്ടുപോകുന്ന കാര്യം ആരെങ്കിലും ചിന്തിക്കുമെന്ന് കരുതുവാനും നിർവ്വാഹമില്ല. സമൂഹത്തിന്റെ പൊതുബോധം എല്ലാ തലങ്ങളിലുള്ളവരെയും ബാധിക്കുമല്ലോ. പക്ഷേ ഇത്രയും ചിന്തിക്കേണ്ട യാതൊരു ആവശ്യവുമില്ല. കേവലം കുറച്ച് തുണിക്കു വേണ്ടി ഇത്ര വലിയ ഒരു അപായസാധ്യത ഉള്ള ഒരു ദൗത്യം ഏത് മോഷ്ടാവാണ് ഏറ്റെടുക്കുക. ഇത് ഒട്ടും സത്യമായിരിക്കുവാൻ സാധ്യതയുള്ള പരികല്പനയല്ല.

എന്നാൽ, വിലപിടിപ്പുള്ള വസ്തുക്കൾക്കായിട്ടല്ലാതെ മൃതശരീരത്തിനായി തന്നെ കല്ലറക്കവർച്ച നടത്തുന്ന അപൂർവ്വം ചിലർ ഉണ്ട്, ദുർമ്മന്ത്രവാദികൾ. മുൻപ് പരാമർശിച്ചതുപോലെ അതിന് യെഹൂദ്യയിൽ യാതൊരു സാധ്യതയുമില്ലയെന്ന് നാം കണ്ടുകഴിഞ്ഞതാണെങ്കിലും അതിന്റെ മറ്റു ചില പ്രശ്നങ്ങൾ കൂടി നമ്മുക്ക് പരിഗണിക്കാം. ഒന്നാമതായി ഇത്തരം ദുർമന്ത്രവാദങ്ങൾ റോമൻ നിയമത്താൽ വിലക്കപ്പെട്ടതായിരുന്നു.[34] കർശനമായ ആചാര ഭക്തിയുള്ള പരീശന്മാരാലും സദൂക്യരാലും റോമക്കാരെ എതിർത്തിരുന്ന ദേശീയവാദികളായ തീവ്രവാദികളാലും മറ്റുള്ളവരുടെ മതഭക്തി പോരായെന്ന് കരുതി വേർപെട്ട് ജീവിച്ചിരുന്ന എസ്സെനീകളാലും നിയന്ത്രിക്കപ്പെടുകയും നയിക്കപ്പെടുകയും ചെയ്തിരുന്ന യേശുവിന്റെ കാലത്തെ യെഹൂദന്മാർ പഴയനിയമ കാലത്തെക്കാളും ഇത്തരം വിജാതീയ രീതികൾക്ക് പൂർണ്ണമായും എതിരായിരുന്നു.[35] മറ്റൊരു രീതിയിൽ പറഞ്ഞാൽ ദുർമന്ത്രവാദികൾ

---

[34] Lesley Adkins and Roy A. Adkins, *Handbook to Life in Ancient Rome* (Infobase Publishing, 2014), 327; Georg Luck, *Arcana Mundi: A Collection of Ancient Texts: Magic and the Occult in the Greek and Roman Worlds* (JHU Press, 2006), 211–12.

[35] Reuben Yat Tin Lee, *Romanization in Palestine: A Study of Urban Development from Herod the Great to AD 70* (Archaeopress, 2003), 60; Heerak Christian Kim, *Intricately Connected: Biblical Studies, Intertextuality, and Literary Genre* (University Press of America, 2008), 34.

ആ കാലത്ത് പാലസ്തീനിലോ സമീപ പ്രദേശങ്ങളിലോ ഉണ്ടായിരുന്നുവെന്നതിന് യാതൊരു തെളിവും ലഭ്യമല്ല.

മാത്രവുമല്ല യേശുവിന്റെ കല്ലറപോലെ പോലെ ഭാരമേറിയ കല്ലുകൊണ്ട് അടച്ചിരിക്കുവാൻ സാധ്യതയുള്ള ഒരു കല്ലറ തുറന്ന് ഇത്തരമൊരു മോഷണം നടത്തുവാൻ അവർ എന്തിന് ശ്രമിക്കണം.[36] യേശു അത്ഭുതങ്ങൾ പ്രവർത്തിച്ച ഒരു വിശുദ്ധ വ്യക്തിയെന്ന നിലയിൽ അവർ യേശുവിന്റെ ശരീരം തേടിവന്നതാണെന്ന് വ്യാഖ്യാനിക്കുവാൻ സാധിക്കില്ല. കാരണം യേശുവിന്റെ മരണം സകലരുടെയും ദൃഷ്ടിയിൽ ഒരു പരാജയവും ദൈവത്താൽ ശപിക്കപ്പെട്ടവൻ എന്ന നിലയിൽ യേശുവിനെ ചിത്രീകരിക്കുന്നതുമായിരുന്നു (ഗലാത്യർ 3:13). ചുരുക്കത്തിൽ യേശുവിന്റെ ശരീരം അവർ മോഷ്ടിക്കാതിരിക്കാനാണ് സ്വാഭാവികമായും സാധ്യത കൂടുതൽ.

മറ്റൊരു പ്രധാനപ്പെട്ട വസ്തുത, ദുർമന്ത്രവാദികൾ ശവശരീരം മോഷ്ടിച്ചുകൊണ്ട് പോവുകയല്ല സാധാരണ ചെയ്യാറുള്ളത്. ഒന്നുകിൽ അവർ കല്ലറയിൽ തന്നെ അവരുടെ ക്രിയകൾ നടത്തും, അല്ലെങ്കിൽ ചില ശരീരഭാഗങ്ങൾ (തലയോട്ടി, ചെവി, മൂക്ക്) മാത്രം കൊണ്ടു പോകും ബാക്കി കല്ലറയിൽ ഉപേക്ഷിക്കും.[37] അതായത് ദുർമന്ത്രവാദികൾ യേശുവിന്റെ ശരീരം മുഴുവനായും മോഷ്ടിച്ചുകൊണ്ടു പോകുമെന്ന് കരുതുവാൻ നിർവ്വാഹമില്ല. മാത്രവുമല്ല യെരുശലേം പട്ടണത്തിനു സമീപം പെരുന്നാൾ സമയത്ത് വന്ന് ശരീരം മുഴുവനും ആരെങ്കിലും മോഷ്ടിച്ചുകൊണ്ടു പോകുമെന്ന് കരുതുവാൻ യാതൊരു നിർവ്വാഹവുമില്ല. ഈ വസ്തുത, മുകളിൽ പറഞ്ഞ, തുണിക്കായി യേശുവിന്റെ ശവശരീരം മോഷ്ടിക്കുവാൻ 'സാധ്യതയുള്ള'വരുടെ കാര്യത്തിലും ബാധകമാണ്. മാത്രവുമല്ല വിശുദ്ധന്മാരുടെ കല്ലറകൾ (മത്തായി 23:29, അപ്പൊ. പ്രവ. 2:29) മറ്റു സ്ഥലങ്ങളിൽ നിന്ന് വരുന്നവർ സന്ദർശിക്കുവാൻ

---

[36] Amos Kloner, "Did a Rolling Stone Close Jesus' Tomb?," *BAR* 25.5 (1999): 76.

[37] Daniel Ogden, *Greek and Roman Necromancy* (Princeton University Press, 2019), 7, 214–15.

സാധ്യതയുള്ളതും,[38] പ്രത്യേകിച്ചും ഇത്തരത്തിൽ തിരക്കുള്ളതുമായ ഒരു സമയം, എത്ര അത്യാവശ്യമുണ്ടെങ്കിലും ഒരാൾ പോലും മൃതദേഹം മോഷ്ടിക്കുവാൻ തിരഞ്ഞെടുക്കില്ല.

മറ്റൊരു പ്രധാനപ്പെട്ട കാര്യം, കല്ലറ കാവൽക്കാരെക്കുറിച്ച് മത്തായിയുടെ സുവിശേഷത്തിലുള്ള പരാമർശമാണ്. മത്തായി 27:62-66, 28:4, 11-15 എന്നീ ഭാഗങ്ങളിൽ പറയുന്ന ഈ കഥ സമവീക്ഷണ സുവിശേഷങ്ങളിൽ മത്തായി മാത്രമേ രേഖപ്പെടുത്തിയിട്ടുള്ളൂ. ഇത് ശിഷ്യന്മാർ യേശുവിന്റെ ശരീരം മോഷ്ടിച്ചുകൊണ്ടു പോയി എന്ന ആരോപണത്തിന് മറുപടിയായി ചമയ്ക്കപ്പെട്ട ഒരു കഥയാണെന്നാണ് പല പണ്ഡിതന്മാരും കരുതുന്നത്. ഇത്രയും പ്രധാനപ്പെട്ട ഒരു കാര്യം യഥാർത്ഥത്തിൽ സംഭവിച്ചതാണെങ്കിൽ മറ്റു സുവിശേഷകന്മാർ വിട്ടുകളഞ്ഞുവെന്നത് അല്പം അതിശയകരമാണ്. അതിനാൽ തന്നെ അതിന്റെ ചരിത്രപരത സംശയാസ്പദമാണ്. എങ്കിലും ഈ വിവരണം വെളിപ്പെടുത്തുന്ന മറ്റു ചില വസ്തുതകളുണ്ട്. ഒന്നാമതായി ശിഷ്യന്മാർ യേശുവിന്റെ ശരീരം മോഷ്ടിച്ചുവെന്ന് ഒരു ആരോപണം നിലവിലില്ലെങ്കിൽ ക്രിസ്ത്യാനികൾ ഇങ്ങനെ ഒരു കഥ കെട്ടിച്ചമച്ച് അത്തരമൊരു ആശയം വായനക്കാരുടെ മനസിലേക്ക് ഇട്ടുകൊടുക്കുവാൻ സാധ്യത കുറവാണ്.

അതായത്, ശിഷ്യന്മാർ യേശുവിന്റെ ശരീരം മോഷ്ടിച്ചുവെന്നൊരു ആരോപണം അന്ന് നിലവിലുണ്ടായിരുന്നു. രണ്ടാമത്തെ കാര്യം മത്തായി വിവരിക്കുന്ന കഥയിൽ കാവൽക്കാർ ഉണ്ടായിരുന്നുവെങ്കിൽ എങ്ങനെ ശിഷ്യന്മാർക്ക് യേശുവിന്റെ മൃതദേഹം മോഷ്ടിക്കുവാൻ കഴിഞ്ഞുവെന്നത്, മഹാപുരോഹിതന്മാരും മൂപ്പന്മാരും വിശദീകരിക്കുന്നത് കാവൽക്കാർ ഉറങ്ങിപ്പോയി എന്ന് പറഞ്ഞുകൊണ്ടാണ്. കല്ലറമോഷ്ടാക്കൾ എന്നൊരു കാര്യം അവർക്ക് അറിയാമായിരുന്നുവെങ്കിൽ ശിഷ്യന്മാർ മോഷ്ടിച്ചുവെന്ന്

---

[38] David Frankfurter, *Pilgrimage and Holy Space in Late Antique Egypt* (BRILL, 2015), 132.

പറയുന്നതിനേക്കാൾ കൂടുതൽ സാധ്യത കല്ലറമോഷ്ടാക്കൾ കൊണ്ടുപോയിരിക്കാമെന്ന് പറയുന്നതായിരുന്നു. ആ കാലത്തെ മോഷ്ടാക്കൾ ആയുധധാരികളായ കൊള്ളക്കാരായിരുന്നുവെന്ന് വ്യക്തമാണ്.

ആ കാലത്ത് തീവ്രവാദികളെയും കൊള്ളക്കാരെയും കുറിച്ച് ഒരളവിൽ പരസ്പരം ബന്ധപ്പെടുത്തിയാണ് ആളുകൾ ചിന്തിച്ചിരുന്നത്.[39] റോമൻ അധിനിവേശത്തിൽ നിന്ന് ഇസ്രായേലിനെ മോചിപ്പിക്കുകയെന്ന ലക്ഷ്യത്തോടെ പ്രവർത്തിച്ച, കാനാനീയർ എന്ന് അരമായ ഭാഷയിലും സെലോട്ടുകൾ എന്ന് ഗ്രീക്കിലും അറിയപ്പെട്ടിരുന്ന, ദേശീയവാദികളായ തീവ്രവാദികളുമായി ബന്ധപ്പെടുത്താവുന്ന മൂന്നു പേർ യേശുവിന്റെ ശിഷ്യന്മാരുടെ കൂട്ടത്തിലുണ്ടായിരുന്നു. തീവ്രവാദിയായ ശിമോനെക്കൂടാതെ (ലൂക്കോസ് 6:15) പത്രോസ് എന്ന് യേശു പേര് നൽകിയ ബർയോനാ[40] ശിമോൻ (മത്തായി 16:17) യേശുവിനെ ഒറ്റിക്കൊടുത്ത യൂദാസ് ഈസ്ക്ര്യോത്ത് (മർക്കോസ് 3:19) എന്നിവരും യേശുവിനെ

---

[39] Strauss, *Four Portraits, One Jesus, 2nd Edition*, 173.

[40] പത്രോസിന്റെ പേരിനൊപ്പമുള്ള ബർയോനാ എന്ന ഭാഗം ചില ബൈബിൾ വിവർത്തനങ്ങളിൽ യോനായുടെ പുത്രനെന്ന് പരിഭാഷപ്പെടുത്തിയിരിക്കുമ്പോൾ യോഹന്നാൻ 1:42ൽ യോഹന്നാന്റെ പുത്രൻ എന്നാണ് അർത്ഥം വിശദീകരിച്ച് എഴുതിയിരിക്കുന്നത്. എന്നാൽ യോഹന്നാൻ എന്നതിന്റെ ചുരുക്കെഴുത്തായി യോനായെന്ന് ഉപയോഗിച്ചിട്ടുള്ളതായി മറ്റൊരു ചരിത്ര സാക്ഷ്യവും ലഭ്യമല്ല. ഈ വൈരുദ്ധ്യത്തിന്റെ പശ്ചാത്തലത്തിൽ ബർയോനാ എന്നത് ഒറ്റപ്പദമായി പരിഗണിച്ചാൽ അരമായ ഭാഷയിൽ പദോൽപത്തിപരമായി തീവ്രവാദി എന്ന അർത്ഥത്തിൽ ഇത് വ്യാഖ്യാനിക്കുവാൻ സാധിക്കും. മാത്രവുമല്ല ഒന്നാം നൂറ്റാണ്ടിൽ റോമാക്കാർ ജെറുസലേം ഉപരോധിക്കുകയും തകർക്കുകയും ചെയ്യുന്ന സമയത്ത് ജീവിച്ചിരുന്ന പ്രമുഖ യഹൂദാ റബ്ബിയായിരുന്ന യോഹാനൻ ബെൻ സക്കായിയുടെ കടുത്ത ദേശീയവാദിയായ അനന്തരവൻ അബ്ബാ സിക്കാരയെ തീവ്രവാദികളുടെ തലവൻ എന്ന് വിശേഷിപ്പിക്കുവാനും ഈ പദം ഉപയോഗിച്ചിട്ടുണ്ട്: b. Git. 56a. ക്രൂശീകരണത്തിനു മുൻപായി യേശുവിനെ ബന്ധിച്ചുകൊണ്ടു പോകുവാൻ വന്ന മഹാപുരോഹിതന്റെ ദാസനെ വെട്ടിയെന്ന ഒരു പരാമർശവും പത്രോസിനെക്കുറിച്ച് യോഹന്നാന്റെ സുവിശേഷത്തിലുണ്ട് (യോഹന്നാൻ 18:10). Robert Eisler, *Iesous Basileus ou Basileusas* (Heidelberg: Carl Winters Universitätsbuchhandlung, 1929), II:67; Geoffrey William Bromiley, *The International Standard Bible Encyclopedia* (Wm. B. Eerdmans Publishing, 1979), 2:1152.

പിൻഗമിക്കുന്നതിനു മുൻപ് തീവ്രവാദി സംഘത്തിന്റെ ഭാഗമായിരുന്നവർ ആയിരിക്കാമെന്നാണ് പണ്ഡിതന്മാർ കരുതുന്നത്.[41] ഇടിമുഴക്കത്തിന്റെ പുത്രന്മാർ എന്ന അർത്ഥം വരുന്ന ബൊവനേർഗെസ് എന്ന് യേശു പേരിട്ട (മർക്കോസ് 3:17) യാക്കോബും യോഹന്നാനും സമാനമായ നിലയിൽ തീവ്രവാദ ബന്ധമുള്ളവരായിരുന്നിരിക്കാമെന്ന് കരുതുന്ന ഗവേഷകന്മാരുമുണ്ട്.

ഇതിൽ, യേശുവിന്റെ ക്രൂശീകരണത്തിന് ശേഷമുള്ള സംഭവങ്ങളിൽ ഒറ്റുകാരനായ യൂദാസ് ഈസ്ക്ര്യോത്താവിന് പങ്കൊന്നുമുണ്ടാകില്ലായെന്ന് ചിന്തിച്ചാലും, ആയുധങ്ങൾ ഉപയോഗിക്കുവാൻ സാധ്യതയുള്ള (മർക്കോസ് 14:47, മത്തായി 26:51, ലൂക്കോസ് 22:49-50, യോഹന്നാൻ 18:10) തീവ്രവാദ പശ്ചാത്തലമുള്ളവർ യേശുവിന്റെ ശിഷ്യന്മാരുടെ കൂട്ടത്തിൽ തന്നെയുണ്ടായിരുന്നതായി എതിരാളികൾക്ക് എളുപ്പത്തിൽ മനസിലാക്കാവുന്നതേയുള്ളൂ; പ്രത്യേകിച്ചും ശിഷ്യന്മാരുടെ പ്രദേശമായ ഗലീല തീവ്രവാദികളുടെ ഒരു പ്രധാന കേന്ദ്രമായിരുന്നുവെന്ന വസ്തുത കൂടി പരിഗണിക്കുമ്പോൾ. ഈ കാര്യങ്ങളെല്ലാം ബന്ധപ്പെടുത്തി ചിന്തിക്കുമ്പോൾ കല്ലറക്കൊള്ളക്കാർ എന്നൊരു കാര്യം അവിടെ ആ പ്രദേശത്ത് നിലവിലുണ്ടായിരുന്നുവെങ്കിൽ മത്തായി മെനഞ്ഞ കഥയിൽ ഏറ്റവും കുറഞ്ഞത് രണ്ടാമത്തെ യഹൂദാ പ്രതികരണത്തിന്റെ ഭാഗത്ത്, അതായത് കാവൽക്കാർ ഉറങ്ങിപ്പോയി എന്ന് പറഞ്ഞിരിക്കുന്ന ഭാഗത്ത്, മോഷണത്തിനു വന്നവർ ആയുധങ്ങളുമായി കൂട്ടമായി വന്ന് കാവൽക്കാരെ കീഴ്പ്പെടുത്തി എന്ന് പറയുവാനാണ് സാധ്യത കൂടുതൽ.

---

[41] Ahn Byung-Mu, "Jesus and Ochlos in the Context of His Galilean Ministry," in *Asian Contextual Theology for the Third Millennium: Theology of Minjung in Fourth-Eye Formation*, ed. Paul S. Chung, Veli-Matti Karkkainen, and Kim Kyoung-Jae (Wipf and Stock Publishers, 2007), 40.

ശ്രദ്ധിക്കേണ്ട വസ്തുത, കല്ലറ കാവൽക്കാർ എന്നതിന്റെ ചരിത്രപരതയെ സംശയിക്കാമെങ്കിലും, അക്രൈസ്തവരായ യെഹൂദന്മാരുടേതായി ഇതിൽ കാണുന്ന രണ്ടു പ്രതികരണങ്ങളും മത്തായി മെനഞ്ഞതായിരിക്കുവാൻ സാധ്യതയില്ല. ഒന്നാമതായി മത്തായി 28:15-ൽ പറഞ്ഞിരിക്കുന്നത് "ഈ കഥ ഇന്നുവരെ യെഹൂദന്മാരുടെ മധ്യേ പരക്കെ പ്രചരിച്ചിരിക്കുന്നു"വെന്നാണ്. മറ്റാർക്കും അറിയാത്ത ഒരു കഥ മൊത്തമായി മത്തായി മെനഞ്ഞതാണെങ്കിൽ ഇങ്ങനെ ഒരു പ്രസ്താവന മത്തായി എഴുതുവാൻ സാധ്യത തീരെ കുറവാണ്. രണ്ടാമതായി ഈ ആഖ്യാനം അനുമാനിക്കുന്ന വാമൊഴിപാരമ്പര്യ രൂപീകരണത്തിന്റെ വാദപ്രതിവാദ ചരിത്രം, യെഹൂദന്മാരുടേതായി നൽകിയിരിക്കുന്ന പ്രസ്താവനകൾ അവരുടേത് തന്നെയാണെന്ന് ചിന്തിക്കുവാൻ പ്രേരിപ്പിക്കുന്നതാണ്.

ഉദാഹരണമായി, യേശുവിന്റെ പുനരുത്ഥാനത്തെക്കുറിച്ചുള്ള ശിഷ്യന്മാരുടെ പ്രഖ്യാപനത്തിനുള്ള യെഹൂദന്മാരുടെ മറുപടി, ശിഷ്യന്മാർ ശരീരം മോഷ്ടിച്ചുവെന്ന വാദമായിരുന്നു. കല്ലറ കാവൽക്കാർ എന്നത് ക്രിസ്ത്യാനികളുടെ ഭാഗത്ത് നിന്ന് ഉയർന്നുവന്ന പ്രതികരണമായിരിക്കാം. അടുത്ത ഘട്ടത്തിൽ ക്രിസ്ത്യാനികൾക്ക് കാവൽക്കാർ കൈക്കൂലി വാങ്ങി എന്നൊരു ആശയം കണ്ടുപിടിക്കേണ്ട ആവശ്യമില്ല; കല്ലറ അവർ സംരക്ഷിച്ചുവെന്ന് അവകാശപ്പെട്ടാൽ മാത്രം മതിയായിരുന്നു. കാവൽക്കാർ ഉറങ്ങിപ്പോയി എന്ന യെഹൂദന്മാരുടെ പ്രതിരോധത്തോടുള്ള പ്രതികരണമായി മാത്രമാണ് കൈക്കൂലി വാദം ഉയരേണ്ടത്. കാവൽക്കാർ ഉറങ്ങിപ്പോയി എന്ന വാദം യെഹൂദന്മാർ ഉയർത്തിയില്ലായിരുന്നുവെങ്കിൽ കൈക്കൂലി വാദം ക്രിസ്ത്യാനികൾക്ക് മുന്നോട്ടുവെക്കേണ്ടതായി വരില്ലായിരുന്നു.

ചുരുക്കിപ്പറഞ്ഞാൽ, അജ്ഞാതരായവർ കല്ലറക്കവർച്ച നടത്തുക എന്നത് സാധ്യതയുള്ള ഒരു സംഭവമായിരുന്നെങ്കിൽ അതിന്റെ പ്രതിഫലനം മത്തായിയുടെ ഈ വിവരണത്തിൽ കാണുമായിരുന്നു. യേശുവിനെ യോസേഫിന്റെ കല്ലറയിൽ അടക്കിയതെന്നത് അരിമത്യാക്കാരനായ യോസേഫിനും,

അദ്ദേഹത്തിന്റെ ഒപ്പം ആരെങ്കിലും ഉണ്ടായിരുന്നുവെങ്കിൽ അവർക്കും, യേശുവിന്റെ ശിഷ്യന്മാരായ സ്ത്രീകൾക്കും, അവിടെയുണ്ടായിരുന്ന ചുരുക്കം ചില സൈനികർക്കുമല്ലാതെ, മറ്റാർക്കും അറിയാൻ സാധ്യതയില്ലായിരുന്നു. പ്രത്യേകിച്ചും ശാബത്ത് ആരംഭിക്കുന്നതിന് തൊട്ടു മുൻപ് തിടുക്കപ്പെട്ട് നടന്ന ശവസംസ്കാര ചടങ്ങിൽ മറ്റാരെങ്കിലും വന്നിരിക്കുവാൻ സാധ്യത കുറവാണ്.

എന്നാൽ, ഞായറാഴ്ച രാവിലെ സ്ത്രീകൾ കല്ലറ ശൂന്യമായി കാണാനിടയായതിനാൽ, കള്ളൻമാരെന്ന് കരുതുന്നവർ അവരുടെ ഗൂഢാലോചന നടത്തി മൃതദേഹം മോഷ്ടിച്ച് വെള്ളിയാഴ്ച രാത്രിക്കും ഞായറാഴ്ച രാവിലെയ്ക്കും ഇടയിൽ എപ്പോഴെങ്കിലും അത് അവിടെ നിന്നും നീക്കം ചെയ്തിരിക്കണം. യേശുവിന്റെ ശരീരം കുറ്റവാളികൾക്കുള്ള ഏതെങ്കിലും പൊതു ശവക്കുഴിയിലേക്ക് എറിയുകയാണോ, അതോ മാന്യമായി ഒരു കല്ലറയിൽ സംസ്കരിക്കുകയാണോ ചെയ്തത്, യോസേഫിന്റെ കല്ലറയിൽ ആരെയെങ്കിലും വെള്ളിയാഴ്ച രാത്രി അടക്കിയോ എന്നിങ്ങനെയുള്ള വിവരങ്ങൾ ഇതിനിടയിൽ അവർ അന്വേഷിച്ച് അറിയണം. യേശുവിന്റെ വിചാരണയും വധശിക്ഷയുമായി[42] ബന്ധപ്പെട്ടുണ്ടായ പ്രക്ഷുബ്ധമായ ആശയക്കുഴപ്പം കണക്കിലെടുക്കുമ്പോൾ പ്രത്യേകിച്ചും പെസഹാ സമയത്ത് ഇത്തരത്തിലുള്ള സാഹസ പ്രവർത്തിയിൽ ആരെങ്കിലും ഏർപ്പെട്ടുവെന്ന് വിശ്വസിക്കുന്നത് അത്യന്തം ബുദ്ധിമുട്ടുള്ള ഒരു കാര്യമാണ്.

ഇതു കൂടാതെ നാം പരിഗണിക്കുന്ന തരത്തിലുള്ള ഗൂഢാലോചനകൾ ഒടുവിൽ വെളിച്ചത്തുവരുവാൻ വലിയ സാധ്യതയുള്ളവയുമാണ്. ഒന്നുകിൽ മറ്റാരെങ്കിലും അത്

---

[42] ഇവയുടെ ചരിത്രപരതയ്ക്ക് വ്യക്തമായ തെളിവുണ്ട് Bock and Webb, *Key Events in the Life of the Historical Jesus*, 589–774 യേശുവിനെ എന്തു ചെയ്യണമെന്ന കാര്യത്തിൽ വിചാരണ വേളയിൽ പ്രക്ഷുബ്ധമായ സന്ദർഭങ്ങളും ചെറുതല്ലാത്ത ആശയക്കുഴപ്പവും ഉണ്ടായിരുന്നുവെന്ന് വ്യക്തമാണ്.

കണ്ടെത്തുകയോ, അല്ലെങ്കിൽ ആരെങ്കിലും വെളിപ്പെടുത്തുകയോ, അല്ലെങ്കിൽ കുറഞ്ഞത് കിംവദന്തികളായെങ്കിലും ഇവയെല്ലാം പുറത്തുവരേണ്ടതുമാണ്. അങ്ങനെ സംഭവിച്ചിരുന്നുവെങ്കിൽ ട്രൈഫോ, ഗാലെൻ, സെൽസസ്, പോർഫിറി എന്നിങ്ങനെയുള്ള ആദിമ നൂറ്റാണ്ടുകളിൽ നിന്നുള്ള ഏതെങ്കിലും ഒരു ക്രിസ്തുമത വിമർശകൻ അത് ചൂണ്ടിക്കാട്ടുമായിരുന്നു. ഒരു കിംവദന്തിയെങ്കിലുമുണ്ടായിരുന്നുവെങ്കിൽ ഏതെങ്കിലും ഒരു ക്രിസ്തീയ എഴുത്തുകാരൻ അതിനോട് പ്രതികരിക്കുമായിരുന്നു.

ഇത്തരം പ്രവർത്തികൾ ആരെങ്കിലും ചെയ്തിരുന്നുവെങ്കിൽ യേശു മരിച്ചവരിൽ നിന്ന് ഉയിർത്തെഴുന്നേറ്റുവെന്ന് ശിഷ്യന്മാർ പ്രസംഗിക്കാൻ തുടങ്ങിയതിനു ശേഷം അവർക്ക് അവരുടെ രഹസ്യം വളരെക്കാലം സൂക്ഷിക്കാൻ കഴിയുമായിരുന്നുവെന്ന് വിശ്വസിക്കാൻ പ്രയാസമാണ്. യഹൂദാ അധികാരികൾക്ക് അത്തരം എന്തെങ്കിലും വിവരം ലഭിച്ചാൽ തീർച്ചയായും അവർക്ക് അത് സന്തോഷത്തിനുള്ള വകയാകുമായിരുന്നു എന്നാൽ ചരിത്രത്തിൽ അത്തരത്തിലൊന്ന് സംഭവിച്ചതിന്റെ യാതൊരു സൂചനയുമില്ല.

ഒഴിഞ്ഞ കല്ലറയുടെ കാര്യത്തിൽ മറ്റുള്ളവരല്ല, ശിഷ്യന്മാർ തന്നെ ഗൂഡാലോചന നടത്തിയിരുന്നുവെങ്കിൽ അതും പുറത്ത് വരുമായിരുന്നു. 1970-ന്റെ തുടക്കത്തിൽ അമേരിക്കയിൽ നടന്ന പ്രമാദമായ രാഷ്ട്രീയ വിവാദമായ വാട്ടർ ഗേറ്റ് വിവാദവുമായി ബന്ധപ്പെട്ട ഗൂഡാലോചനയിൽ പങ്കാളിയായിരുന്ന, പിന്നീട് സജീവ ക്രിസ്തീയവിശ്വാസിയായി തീർന്ന ചാൾസ് കോൾസൺ, ഈ വിഷയത്തിൽ ശ്രദ്ധേയമായ ചില നിരീക്ഷണങ്ങൾ നടത്തിയിട്ടുണ്ട്. വാട്ടർഗേറ്റ് സംഭവം മറയ്ക്കുവാൻ താനും അന്നത്തെ പ്രസിഡന്റ് നിക്സന്റെ ഏറ്റവും അടുത്ത വ്യക്തികളും നടത്തിയ തീവ്രമായ ശ്രമങ്ങളെക്കുറിച്ച് അദ്ദേഹം പറയുന്നത്, ലോകത്തിലെ ഏറ്റവും ശക്തമായ കാര്യാലയത്തിന്റെ ഭാഗമായിരുന്നിട്ടും സൂക്ഷ്മമായി തിരഞ്ഞെടുക്കപ്പെട്ട വിശ്വസ്തരുടെ, കേവലം പത്ത് പേരടങ്ങിയ സംഘത്തിന് രണ്ടാഴ്ചയിലധികം ഒരുമിച്ച് ഒരു ഗൂഢാലോചന

രഹസ്യമാക്കി വെക്കുവാൻ കഴിഞ്ഞില്ല എന്നാണ്.[43] അവരുടെ അധികാരത്തിനും പ്രസിഡന്റിനോടുള്ള വിശ്വസ്തതയ്ക്കും ഈ ഗൂഢാലോചന രഹസ്യമാക്കി വെക്കുവാൻ അവരെ പ്രാപ്തരാക്കുവാൻ കഴിഞ്ഞില്ല. "ഏതാനും ആഴ്ചകൾക്ക് ശേഷം, സ്വയം സംരക്ഷണത്തിനായുള്ള സ്വാഭാവിക മനുഷ്യ സഹജാവബോധം വളരെ വലുതായി, ഗൂഢാലോചനക്കാർ ഓരോരുത്തരായി അവരുടെ നേതാവിനെ ഉപേക്ഷിച്ചു."[44]

വാട്ടർഗേറ്റ് നിയമലംഘകർ തടവുശിക്ഷയുടെയും മറ്റും പ്രശ്നങ്ങളുടെ സാധ്യതയ്ക്ക് മുന്നിൽ കൂറുമാറിയെങ്കിൽ, സാമൂഹികമായ തിരസ്കരണങ്ങൾ, ദാരിദ്ര്യം, മരണം വരെ എത്തിനിൽക്കാവുന്ന പീഡനങ്ങൾ, ഇവ യേശുവിന്റെ ശിഷ്യന്മാരെ തങ്ങളുടെ വഞ്ചന ഏറ്റുപറയാൻ അതിനേക്കാൾ പ്രേരിപ്പിക്കുമായിരുന്നുവെന്ന് കോൾസൺ വാദിക്കുന്നു. മാത്രവുമല്ല വാട്ടർഗേറ്റ് ഗൂഢാലോചനക്കാർക്കുണ്ടായിരുന്ന മറ്റുള്ളവരെ കബളിപ്പിക്കാനുള്ള സാമൂഹികമായ സ്വാധീനവും മറ്റു മാർഗ്ഗങ്ങളും യേശുവിന്റെ അനുയായികൾക്ക് ലഭ്യമല്ലായിരുന്നു. സ്വാഭാവികമായും ശിഷ്യന്മാർ അത്തരത്തിൽ എന്തെങ്കിലും വഞ്ചന നടത്തിയതായുള്ള കുറ്റസമ്മത രേഖകളുമില്ല. ഒരു മൂടിവെക്കൽ എത്രത്തോളം ദുർബലമാണെന്ന് നേരിട്ട് കണ്ട കോൾസൺ യേശുവിന്റെ ശിഷ്യന്മാരുടെ നിലപാടിന്റെ സത്യസന്ധതയെ വളരെ ശക്തമായി ന്യായീകരിക്കുമ്പോൾ അത് വളരെ ശക്തമായ ഒരു വാദം തന്നെയാണ്.[45]

ഇതുമായി ബന്ധപ്പെട്ട് അന്വേഷണത്തിന് വിധേയമാക്കേണ്ട പ്രധാനപ്പെട്ട മറ്റൊരു പരാമർശം യോഹന്നാന്റെ സുവിശേഷം 20:5-ൽ കാണുന്ന ശവക്കച്ചയെക്കുറിച്ചുള്ള പരാമർശമാണ്. ലൂക്കോസിന്റെ സുവിശേഷം 24:12-ലും ഇതേ പരാമർശം കാണുവാൻ സാധിക്കും. എന്നാൽ കോഡെക്സ് ബീസേ പോലെയുള്ള ചില

---

[43] Charles Colson, *Loving God* (Zondervan, 1997), 67.

[44] Colson, *Loving God*, 67.

[45] Colson, *Loving God*, 69.

കയ്യെഴുത്തുപ്രതികളിൽ ഇല്ലായെന്നത്തിന്റെ അടിസ്ഥാനത്തിൽ അത് പിൽക്കാലത്ത് കൂട്ടിച്ചേർക്കപ്പെട്ടതാണെന്ന് ഒരു വാദം നിലവിലുണ്ടായിരുന്നു.[46] എന്നാൽ ഏറ്റവും പുതിയ ഗവേഷണങ്ങളുടെയും ഏറ്റവും പുരാതനമായ $\mathfrak{P}^{75}$ (പാപിറസ് 75) പോലെയുള്ള കയ്യെഴുത്തുപ്രതികളുടെയും അടിസ്ഥാനത്തിൽ അത് ലൂക്കോസ് എഴുതിയത് തന്നെയാണെന്ന് നിർണ്ണയിക്കപ്പെട്ടിട്ടുണ്ട്.[47]

മാത്രവുമല്ല, ലൂക്കോസും യോഹന്നാനും ഈ വസ്തുത ഒരു പൂർവ്വ ഉറവിടത്തിൽ നിന്നാണ് എടുത്തിരിക്കുന്നതെന്ന് നിർണ്ണയിക്കപ്പെട്ടിട്ടുമുണ്ട്.[48] ലൂക്കോസ് 24:12-ൽ പത്രോസിന്റെ കാര്യം മാത്രമാണ് പറയുന്നത്, എന്നാൽ ലൂക്കോസ് 24:24-ൽ ഒന്നിലധികം ആളുകളെക്കുറിച്ച് പറയുന്നുണ്ട്. അത് യോഹന്നാൻ 20:3-മായി ചേർന്നു പോകുന്നതാണ്. മിക്കവാറും ലൂക്കോസ് 24:12-ൽ കാണുന്നതായിരിക്കണം ആദിമ പാരമ്പര്യം. പത്രോസിന് യേശു പ്രത്യക്ഷനായി എന്നൊരു സാന്ദർഭിക പരാമർശം ഇതേ അധ്യായത്തിൽ തന്നെ ഉണ്ട്, എന്നാൽ പത്രോസ് ഒറ്റയ്ക്ക് എവിടെയെങ്കിലും പോയ ഒരു പരാമർശം ഈ വാക്യത്തിൽ മാത്രമാണുള്ളത്. ഇത്തരം സാന്ദർഭിക പരോക്ഷ വസ്തുതകൾ പൊരുത്തപ്പെട്ടുപോകുന്നത് ഈ ഭാഗത്തിന്റെ ചരിത്രപരമായ ആധികാരികതയ്ക്കുള്ള ശക്തമായ തെളിവാണ്. ശ്രദ്ധിക്കേണ്ട വസ്തുത കല്ലറയിൽ യേശുവിന്റെ മൃതദേഹത്തെ പൊതിഞ്ഞ ശീല കിടക്കുന്നത് കണ്ടുവെന്ന് പറയുന്നതല്ലാതെ, അതിലൂടെ എന്തെങ്കിലും സ്ഥാപിക്കുവാനോ തെളിയിക്കുവാനോ ലൂക്കോസ് ശ്രമിക്കുന്നില്ല. മാത്രവുമല്ല ആ ശവക്കച്ച കണ്ടതുകൊണ്ട്

---

[46] ഉദാഹരണമായി പഴയ മലയാളം സത്യവേദപുസ്തകത്തിൽ ഈ വാക്യം ബ്രായ്ക്കറ്റിലാണ് നൽകിയിരിക്കുന്നത്.

[47] Metzger and Sellars, *A Textual Commentary on the Greek New Testament*, 184, 191–93; John Muddiman, "A Note on Reading Luke Xxiv.12," *ETL* 48 (1972): 542–48; Kevin Quast, *Peter and the Beloved Disciple: Figures for a Community in Crisis* (A&C Black, 1989), 102–4.

[48] Gérard Claudel, *La confession de Pierre: trajectoire d'une péricope évangélique* (Librairie Lecoffre, 1988), 78–81.

ആരെങ്കിലും യേശുവിന്റെ ഉയിർത്തെഴുന്നേല്പിൽ വിശ്വസിച്ചുവെന്ന് സ്ഥാപിക്കുവാനും ലൂക്കോസ് ശ്രമിക്കുന്നില്ല. മറ്റൊരു വസ്തുത യോഹന്നാൻ 20:11-12-ൽ മറിയത്തിന് കല്ലറ വ്യക്തമായി കാണാം. എന്നാൽ 20:3-8-ൽ പുറത്തു നിന്ന് നോക്കുന്നയാൾ ശവക്കച്ച കാണുന്നതായും, എന്നാൽ കൃത്യമായി അകത്തു കയറി നോക്കുന്നയാൾ വ്യക്തമായി കച്ചയും തലയിൽ കെട്ടിയിരുന്ന തൂവാല കച്ചയോടു കൂടെയല്ലാതെ വേറിട്ട് ഒരിടത്ത് ചുരുട്ടി വെച്ചിരിക്കുന്നതും വേർതിരിച്ച് വ്യക്തമായി കാണുന്നതായും എഴുതിയിട്ടുണ്ട്. ഇതും മർക്കോസ് 16:5-6-ൽ സൂചിപ്പിക്കുന്ന നിലയിൽ ("വലത്തുവശത്തിരിക്കുന്ന യുവാവ്, നോക്കൂ")[49] കല്ലറയ്ക്കുള്ളിൽ ശരീരം വെക്കുന്ന അറയുണ്ടായിരുന്നു എന്ന വസ്തുതയിലേക്കാണ് വിരൽചൂണ്ടുന്നത്.[50]

അതായത്, യേശുവിന്റെ ശരീരം കല്ലറയ്ക്കുള്ളിൽ ഭിത്തിയിൽ ഉണ്ടാക്കിയിരുന്ന ഒരു അറയിലാണ് വെച്ചിരുന്നതെങ്കിൽ തലയാണ് ആദ്യം ഉള്ളിലേക്ക് വെക്കുന്നത്.[51] അപ്പോൾ പുറത്ത് നിന്ന് നോക്കുന്ന ഒരാൾക്ക് ശീലകൾ കാണുവാൻ സാധിക്കുമെങ്കിലും തലയിൽ കെട്ടിയിരുന്ന തൂവാല വേർതിരിച്ച് കാണുവാൻ സാധിക്കില്ല. ഇത് യോഹന്നാന്റെ സുവിശേഷത്തിലെ വിവരണവുമായും മർക്കോസിന്റെ സുവിശേഷത്തിലെ വിവരണവുമായും ചേർന്ന് പോകുന്നു. മറ്റു രീതിയിലുള്ള കല്ലറകൾ അന്ന് നിലവിലുണ്ടായിരുന്നിട്ടും[52] ഈ വിഷയത്തിലുള്ള പൊരുത്തവും ഈ വിവരണത്തിന്റെ ആധികാരികതയിലേക്കാണ് വിരൽചൂണ്ടുന്നത്. ഈ നിലയിൽ യേശുവിന്റെ കല്ലറയിൽ നിന്ന്

---

[49] കല്ലറയ്ക്കുള്ളിൽ കയറിയ സ്ത്രീകളെ, അതിനുള്ളിൽ നിന്നിരുന്ന യുവാവ്, ആ കല്ലറയിലെ പല അറകളിൽ ഏതിലാണ് യേശുവിനെ വെച്ചിരുന്നത് എന്നതിലേക്ക് അവരുടെ ശ്രദ്ധ ക്ഷണിക്കുന്നതിന്റെ ഭാഗമായാണ് "നോക്കൂ" എന്ന് പറഞ്ഞു ചൂണ്ടിക്കാണിക്കുന്നത്.

[50] Mark Goodacre, "How Empty Was the Tomb?," *JSNT* 44.1 (2021): 137–38.

[51] Crossan, *The Historical Jesus*, 16.

[52] Jack Finegan, *The Archeology of the New Testament: The Life of Jesus and the Beginning of the Early Church – Revised Edition* (Princeton University Press, 2014), 292–300.

ശീലകൾ കണ്ടെത്തിയെന്ന വിവരണം ചരിത്രപരമായി ആധികാരികമാണെന്ന് നമ്മുക്ക് മനസിലാക്കാം. ഇത് കല്ലറ മോഷണമെന്ന സാധ്യത പൂർണ്ണമായും തള്ളിക്കളയുന്നതാണ്. കാരണം കള്ളന്മാർ മോഷ്ടിച്ചാലും ശിഷ്യന്മാർ എടുത്തു മാറ്റിയാലും തിടുക്കത്തിൽ ചെയ്യുന്ന ആ പ്രവർത്തിക്കിടയിൽ ശവക്കച്ച അഴിച്ചു വെക്കുവാൻ യാതൊരു സാധ്യതയുമില്ല. അതിന്റെ ആവശ്യവുമില്ല.

കല്ലറക്കവർച്ചയും മിഥ്യാനുഭവവുമാണ് ഉയിർത്തെഴുന്നേൽപ്പിന് എതിരായുള്ള താരതമ്യേനെ ഏറ്റവും മികച്ച ബദൽ പരികൽപനകൾ.[53] അവ രണ്ടും എന്തുകൊണ്ട് തള്ളിക്കളയണമെന്ന കാര്യം നമ്മൾ ഇതിനകം ചിന്തിച്ചു കഴിഞ്ഞു.

മതിയായ വിശദീകരണ വ്യാപ്തിയുള്ള ഒരു സിദ്ധാന്തം രൂപീകരിക്കുവാൻ, അത്തരം ബദൽ പരികല്പനകളെ, അഥവാ, അസംഭവ്യമായ സംഭവങ്ങളെ ഒന്നിച്ച് ചേർക്കണം. ഉദാഹരണത്തിന്, ശൂന്യമായ കല്ലറ വിശദീകരിക്കുന്നതിന്, ശിഷ്യന്മാരല്ലാത്ത മറ്റാരെങ്കിലും മൃതദേഹം മോഷ്ടിച്ചുവെന്ന് വാദിക്കണം (ഇതിന് തെളിവില്ലെങ്കിലും). ഇത് വെറും ഊഹം കൊണ്ട് ശൂന്യമായ കല്ലറയെ വിശദീകരിക്കുവാൻ ശ്രമിക്കുന്നു. എന്നാൽ യേശു ഉയിർത്തെഴുന്നേറ്റു ജീവിച്ചിരിപ്പുണ്ടെന്ന് ശിഷ്യന്മാർ വിശ്വസിച്ചുവെന്നതും, അവർക്ക് പ്രത്യക്ഷപ്പെട്ടതുമായി ബന്ധപ്പെട്ട സാക്ഷ്യങ്ങളും, യാക്കോബിന്റെയും പൗലോസിന്റെയും പരിവർത്തനങ്ങളും എങ്ങനെ വിശദീകരിക്കും? അതിന് യേശുവിന്റെ മൃതദേഹം മോഷ്ടിക്കപ്പെട്ടുവെന്ന സിദ്ധാന്തത്തിലേക്ക് മിഥ്യാനുഭവ വാദവും കൂടി ചേർക്കണം. പത്രോസിന്റെ കാര്യത്തിൽ മാത്രമല്ല, പൗലോസിന്റെ കാര്യത്തിലും. ആരെങ്കിലും മൃതശരീരം

---

[53] ആധുനിക ലോകത്തിലെ ഏറ്റവും മികച്ച ക്രിസ്തീയവിശ്വാസ സമർത്ഥകൻ എന്ന് വിശേഷിപ്പിക്കാവുന്ന ഡോ. വില്യം ലെയ്ൻ ക്രെയിഗിന്റെ അഭിപ്രായമാണിത്. ചില വീക്ഷണങ്ങളിൽ എനിക്ക് അദ്ദേഹത്തോട് വിയോജിപ്പുണ്ടെങ്കിലും ഈ കാര്യത്തിൽ ഞാൻ അദ്ദേഹത്തോട് പൂർണ്ണമായും യോജിക്കുന്നു. R. Douglas Geivett and Gary R. Habermas, *In Defense of Miracles: A Comprehensive Case for God's Action in History* (InterVarsity Press, 2014), 259; William Lane Craig, *On Guard: Defending Your Faith with Reason and Precision* (David C Cook, 2010), 258.

മോഷ്ടിക്കുന്നത് വെറുമൊരു അതിവിദൂര സാധ്യത മാത്രമാണെങ്കിൽ, മിഥ്യാനുഭവത്തിന് അതിലും വിദൂര സാധ്യത മാത്രമുള്ളതാണ്.

ഈ രണ്ടു ബദൽ പരികൽപ്പനകളും യോജിപ്പിച്ച് രൂപീകരിക്കുന്ന സിദ്ധാന്തത്തിന്റെ സംയോജിത സംഭവ്യത വളരെ കുറവാണ്. എല്ലാ ബദൽ പരികൽപനകളും, ഒഴിഞ്ഞ ശവകുടീരത്തെയും യേശുവിന്റെ പ്രത്യക്ഷതകൾ സംബന്ധിച്ച വിശ്വസനീയമായ സാക്ഷ്യങ്ങളെയും വിശദീകരിക്കേണ്ടതുണ്ട്. രണ്ടിന്റെയും വിശദീകരണമായി തികച്ചും അസംഭവ്യമായ ഇത്തരം എതിർ സിദ്ധാന്തങ്ങൾ അവതരിപ്പിക്കുമ്പോൾ, അവയുടെ ഒരുമിച്ചുള്ള സംഭവ്യത അസംഭവ്യതയോട് അടുത്ത് നിൽക്കുന്ന അത്രയും അങ്ങേയറ്റം ചെറുതാണ്.

പുനരുത്ഥാന നിഷേധത്തിന്റെ ചരിത്രം

യേശുവിന്റെ ഉയിർത്തെഴുന്നേൽപ്പിന്റെ ചരിത്രപരതയെ നിഷേധിക്കുന്ന നിലപാടുകൾ ഒന്നാം നൂറ്റാണ്ടു മുതൽ നിലവിലുണ്ട്. ചരിത്രത്തിലെ യേശുവിനായുള്ള അന്വേഷണം ആരംഭിച്ച സമയം മുതൽ തന്നെ ഈ വിഷയത്തിൽ പണ്ഡിതന്മാർ വളരെ നിഷേധാത്മകമായ നിലപാടാണ് സ്വീകരിച്ചത്. എന്നാൽ ചരിത്രാന്വേഷണം മുന്നോട്ടു പോകുന്നതിനനുസരിച്ച് പുനരുത്ഥാനത്തിന്റെ ചരിത്രപരതയ്ക്കെതിരായ വാദങ്ങൾ ഖണ്ഡിച്ചതും സന്ദേഹവാദികളായ പണ്ഡിതന്മാർ തന്നെയാണ്. ആ പുനരുത്ഥാന നിഷേധത്തിന്റെ ചരിത്രമാണ് ചുരുക്കമായി ഈ അധ്യായത്തിൽ വിവരിക്കുവാൻ ആഗ്രഹിക്കുന്നത്. എന്നാൽ അതിന് മുൻപ് ഈ വിഷയത്തിൽ വ്യാപകമായുള്ള ഒരു തെറ്റിദ്ധാരണ തിരുത്തേണ്ടത് ആവശ്യമാണ്. സുവിശേഷങ്ങളിലെ വിവരണങ്ങൾ തമ്മിലുള്ള വ്യത്യാസം ഉയിർത്തെഴുന്നേൽപ്പിന്റെ ചരിത്രപരതയെ നിഷേധിക്കുന്നുവെന്ന ചിന്തയെയാണ് ഞാൻ ഉദ്ദേശിച്ചത്.

വിവരണങ്ങളിലെ വ്യത്യാസം

പലരും സുവിശേഷങ്ങളിൽ ഉയിർത്തെഴുന്നേൽപ്പ് സംബന്ധിച്ച വിവരണങ്ങളിൽ കാണപ്പെടുന്നുവെന്ന് പറയപ്പെടുന്ന വൈരുദ്ധ്യങ്ങളുടെ പേരിൽ ഉയിർത്തെഴുന്നേൽപ്പിനെ വസ്തുതാപരമല്ലായെന്ന് പറഞ്ഞ് നിഷേധിക്കുവാൻ പരിശ്രമിക്കാറുണ്ട്.[1] എന്നാൽ ഈ പുസ്തകത്തിലെ വാദത്തെ അത് ഒരു തരത്തിലും ബാധിക്കില്ല. കാരണം ഈ വിവരണങ്ങളെ കേവലം ചരിത്ര പുനർനിർമ്മിതിക്ക് താരതമ്യേനെ പ്രയോജനപ്പെടുന്ന ഉറവിടങ്ങളായി മാത്രമാണ് ഈ ഗ്രന്ഥത്തിൽ

---

[1] Michael Martin, *The Case Against Christianity*, First Softcover Edition. (Philadelphia: Temple University Press, 1993), 78–81.

കണക്കാക്കിയിരിക്കുന്നത്. കാര്യകാരണങ്ങൾ നിരത്തി ചരിത്ര നിരൂപണത്തിലൂടെ അവയിൽ നിന്ന് വസ്തുതകൾ കണ്ടെത്തിയാണ് നമ്മുടെ പഠനം മുന്നോട്ടുപോയത്. അതല്ലാതെ അവയ്ക്ക് എന്തോ സവിശേഷമായ അപ്രമാദിത്വമുണ്ടെന്ന നിലയിൽ അവ ഉദ്ധരിച്ചുകൊണ്ടല്ല.

മറ്റൊരു കാര്യം ഈ വിവരണങ്ങളിലെ പല വ്യത്യാസങ്ങളും താല്പര്യമുള്ളവർക്ക് വളരെ ലളിതമായി തന്നെ പൊരുത്തപ്പെടുത്താവുന്നവയാണ്. വിവരണങ്ങളിലെ വ്യത്യാസങ്ങൾ അതിന്റെ പ്രതിപാദ്യവിഷയം സമ്പൂർണ്ണമായും തെറ്റാണെന്ന് തെളിയിക്കുന്നില്ല.

മതേതര ചരിത്ര വിവരണങ്ങളിൽ, സുവിശേഷങ്ങളിൽ കാണുന്നതിന് തുല്യമോ അതിനേക്കാൾ വലിയതോ ആയ വ്യത്യാസങ്ങൾ ഉള്ളതായി ചരിത്രകാരന്മാർ കണ്ടെത്തിയിട്ടുണ്ട്. ഉദാഹരണത്തിന്, ഗ്രീക്ക് ചരിത്രകാരനായ പോളിബിയസും, റോമൻ ചരിത്രകാരനായ ലിവിയും, രണ്ടാം പ്യൂണിക് യുദ്ധത്തിൽ ഇറ്റലിയിലെ ആൽപ്സ് ഹാനിബാൾ കടന്ന വഴിയെക്കുറിച്ചുള്ള വിവരണത്തിൽ വിയോജിക്കുന്നതായി കണ്ടെത്തിയിട്ടുണ്ട്. എന്നിരുന്നാലും, പുരാതന ചരിത്രകാരന്മാർ ആരും ഹാനിബാൾ ഈ യാത്ര നടത്തിയോ എന്ന് ചോദ്യം ചെയ്യുന്നില്ല.[2]

റോം കത്തിയപ്പോൾ നീറോ എവിടെയായിരുന്നു എന്നത് സംബന്ധിച്ച് പൊരുത്തക്കേടുകളുണ്ട്.[3] എന്നു കരുതി ചരിത്രകാരന്മാരാരും റോം നീറോയുടെ കാലത്ത് കത്തിയിരുന്നില്ലായെന്ന് പറയുന്നില്ല. ചരിത്രകാരന്മാർ വ്യത്യസ്തമായി തോന്നുന്ന വിവരണങ്ങളെ സമന്വയിപ്പിക്കാൻ രണ്ട് അടിസ്ഥാന തത്ത്വങ്ങൾ ഉപയോഗിക്കാറുണ്ട്: (1)

---

[2] Murray J. Harris, *From Grave to Glory: Resurrection in the New Testament: Including a Response to Norman L. Geisler* (Zondervan Publishing House, 1990), 158–59.

[3] Murray J. Harris, *Three Crucial Questions about Jesus* (Wipf and Stock Publishers, 2008), 48–49.

'നിരപരാധിത്വത്തിന്റെ അനുമാനം'. ഇതനുസരിച്ച് രണ്ട് സ്വതന്ത്ര എഴുത്തുകാരോ അല്ലെങ്കിൽ ഒരു എഴുത്തുകാരനോ വിവരിച്ച ഒരു സംഭവത്തിന്റെ വ്യത്യസ്ത വിവരണങ്ങളിൽ ചില വ്യത്യാസങ്ങൾ നിശ്ചയമായും കാണേണ്ടതാണ്. വിവരണങ്ങളിലെ ഈ വ്യത്യാസങ്ങൾ ആ വിവരണങ്ങൾ മുൻകൂട്ടിയുള്ള ആലോചനയിലൂടെയോ പരസ്പര സഹകരണത്തിന്റെ അടിസ്ഥാനത്തിലോ രചിച്ചതല്ലായെന്ന് തെളിയിക്കുന്നതാണ്. (2) 'സത്യത്തിന്റെ സങ്കീർണ്ണത' എന്ന തത്വമനുസരിച്ച് 'ഒരേ സംഭവത്തിന്റെയോ രണ്ടോ അതിലധികമോ വിവരണങ്ങൾ വിശദാംശങ്ങളിലോ ഉള്ളടക്കത്തിന്റെ പ്രധാന ഭാഗങ്ങളിലോ വ്യത്യാസപ്പെട്ടിരിക്കുന്നുവെങ്കിൽ ഒന്നിലെന്നപോലെ രണ്ട് വിവരണങ്ങളിലും സത്യം കണ്ടെത്താൻ സാധ്യതയുണ്ട്. കാരണം ചിന്തയുടെ മണ്ഡലത്തിലെന്നപോലെ ചരിത്രത്തിന്റെ മണ്ഡലത്തിലും 'സത്യം', ലളിതമായിരിക്കുന്നതിനേക്കാൾ കൂടുതൽ സാധ്യത സങ്കീർണ്ണമായിരിക്കുവാനാണ്.[4]

എന്നിരുന്നാലും, പ്രധാന വസ്തുതകളിൽ ഒരു പോലെയായിരിക്കുമ്പോൾ തന്നെ വിവരണങ്ങളിൽ ചില പൊരുത്തപ്പെടുത്താനാവാത്ത വ്യത്യാസങ്ങൾ ഉണ്ടാകാം. യേശു മരിച്ചു, യെരൂശലേമിനടുത്തുള്ള ഒരു കല്ലറയിൽ അവനെ അടക്കം ചെയ്തു, അരിമത്യയയിലെ യോസേഫ് എന്ന ഒരു മനുഷ്യൻ നൽകിയ കല്ലറയിൽ അടക്കം ചെയ്തു, ശബ്ബത്തിന്റെ പിറ്റേന്ന് അതിരാവിലെ യേശുവിന്റെ കൂട്ടത്തിലെ മഗ്ദലന മറിയം ഉൾപ്പെടെയുള്ള ചില സ്ത്രീകൾ കല്ലറയ്ക്കൽ പോയി, അവർ കല്ലറ ശൂന്യമായി കണ്ടെത്തി, പിന്നീട് ചില ശിഷ്യന്മാർക്ക് യേശു പ്രത്യക്ഷപ്പെട്ടു തുടങ്ങിയ കാര്യങ്ങളാണ് പ്രധാന വസ്തുതകൾ എന്നതുകൊണ്ട് ഉദ്ദേശിച്ചത്.

ആഖ്യാതാക്കളുടെ സാഹചര്യങ്ങൾക്ക് അനുസൃതമായ വൈവിധ്യങ്ങളാൽ പൊതിയപ്പെട്ട നിലയിൽ അവതരിപ്പിക്കപ്പെടുന്ന പരിഗണനാർഹമായ പൊതു സത്യങ്ങൾ എന്നതാണ് ദൃക്ക്‌സാക്ഷി വിവരണങ്ങളുടെ സാധാരണ സ്വഭാവം. വിവരണങ്ങളിലെ ചില

---

[4] Harris, *From Grave to Glory*, 160.

ചെറിയ വ്യത്യാസങ്ങൾ അവയുടെ വിശ്വാസ്യതയെ സൂചിപ്പിക്കുന്നവയാണ്. ഒരു സംഭവത്തിന്റെ സാക്ഷികൾ എല്ലാ കാര്യങ്ങളിലും ഒരുപോലെ യോജിക്കുകയെന്നത് അപൂർവ്വമായി മാത്രം സംഭവിച്ചേക്കാവുന്ന കാര്യമാണ്. അങ്ങനെ വന്നാൽ അത് ആ വിവരണങ്ങളുടെ വിശ്വാസ്യതയെക്കാൾ അവയെക്കുറിച്ചുള്ള സംശയമായിരിക്കും വർദ്ധിപ്പിക്കുക. അതിനാൽ വ്യത്യസ്തതകളും പൊരുത്തക്കേടുകളും അത്ര ശക്തവും. നിർണ്ണായക സ്വഭാവവുമുള്ളവയുമാണോ, എന്നതായിരിക്കണം യഥാർത്ഥത്തിൽ നാം അന്വേഷിക്കേണ്ടത്. ശ്രദ്ധക്കുറവോ ഓർമ്മക്കുറവോ ചൂണ്ടിക്കാട്ടി അവ വിശദീകരിക്കുവാൻ സാധിക്കുമോയെന്നും, എത്രത്തോളം ബുദ്ധിമുട്ടുള്ളവയാണ് അവയെന്നും പരിശോധിക്കണം.[5] അതിനു ശേഷം മാത്രമേ വിവരണങ്ങളിലെ വ്യത്യാസങ്ങൾ അടിസ്ഥാന വസ്തുതകളുടെ ആധികാരികതയെ ബാധിക്കുന്നവയാണോ എന്ന് നിശ്ചയിക്കുവാൻ.

നാല് സുവിശേഷങ്ങളിലെ പുനരുത്ഥാന വിവരണങ്ങൾ രണ്ട് തരത്തിൽ സവിശേഷമാണ്. ഒന്നാമതായി, അവ പീഡാനുഭവ ആഖ്യാനങ്ങളുടെ മാത്രമല്ല, മറിച്ച് പുസ്തകത്തിന്റെ മൊത്തത്തിലുള്ള ഉപസംഹാരമായും, ദൈവശാസ്ത്രപരമായ ഊന്നലുകളുടെ സംഗ്രഹമായും പ്രവർത്തിക്കുന്നു. യേശുവിന്റെ ജീവചരിത്രങ്ങൾ എഴുതിയവർ തങ്ങളുടെ പ്രധാന പ്രമേയങ്ങൾ സംബന്ധിച്ച സംക്ഷിപ്ത സൂചനകൾ നൽകുന്നതിനു വേണ്ടി തനിക്ക് ലഭ്യമായിരുന്ന വസ്തുതകൾ പല നിലകളിൽ ക്രമീകരിച്ചിട്ടുണ്ട്. നാല് സുവിശേഷങ്ങളും തമ്മിലുള്ള വ്യത്യാസത്തിനുള്ള പ്രധാനകാരണമിതാണ്. തൽഫലമായി, ഓരോ സുവിശേഷത്തിലും കാണുന്ന ഊന്നലുകളുടെ വെളിച്ചത്തിൽ വേണം പുനരുത്ഥാന വിവരണങ്ങൾ പഠിക്കേണ്ടത്. (തീർച്ചയായും ഇത് എല്ലാ സുവിശേഷ ഭാഗങ്ങളിലും സത്യമാണ്, എന്നാൽ ഉയിർപ്പ് വിവരണങ്ങളുടെ കാര്യത്തിൽ ഇത് വളരെ അത്യാവശ്യമാണ്).

---

[5] Thomas Starkie, *A Practical Treatise of the Law of Evidence, and Digest of Proofs, in Civil and Criminal Proceedings* (J. & W.T. Clarke, 1833), 488–89.

രണ്ടാമതായി, പുനരുത്ഥാന വിവരണങ്ങൾ സുവിശേഷങ്ങളിലെ ഏറ്റവുമധികം സംശോധന ചെയ്യപ്പെട്ട ഭാഗങ്ങളാണ്; അതിനാൽ, വീണ്ടും, അവ അവയുടെ വ്യക്തിഗത ഊന്നൽ കണക്കിലെടുത്ത് പഠിക്കണം. തങ്ങൾക്ക് ലഭ്യമായ വിവരങ്ങളിൽ നിന്ന് തങ്ങളുടെ രചനയ്ക്ക് വേണ്ടത് തിരഞ്ഞെടുത്ത്, ക്രമീകരിച്ച്, അവരവരുടെ സുവിശേഷങ്ങളെ ശരിയായ ഒരു അന്ത്യത്തിലേക്ക് കൊണ്ടു വരികയാണ് എഴുത്തുകാർ ഈ ഭാഗങ്ങളിൽ ചെയ്തിരിക്കുന്നത്. ഇത് സൃഷ്ടിക്കുന്ന വെല്ലുവിളികളെ അതിജീവിക്കുന്നതിനാണ് നമ്മൾ ചരിത്രപരതയുടെ മാനദണ്ഡങ്ങൾ ഉപയോഗിച്ച് അവ സൂക്ഷ്മമായി നിരൂപണം ചെയ്ത് വസ്തുതകൾ കടഞ്ഞെടുക്കുന്നത്.

എന്നാൽ, അല്പം കൂടി കടത്തിപ്പറഞ്ഞാൽ ചരിത്ര പുനർനിർമ്മിതിക്ക് ഉറവിടങ്ങളായി ഉപയോഗിക്കുന്ന രചനകളിലെ പരസ്പരമുള്ള വ്യത്യാസങ്ങൾ ചരിത്രകാരന് വളരെ പ്രയോജനം ചെയ്യുന്നതും അത്യാവശ്യവുമാണ്. ജേണൽ ഫോർ ദി സ്റ്റഡി ഓഫ് ഹിസ്റ്റോറിക്കൽ ജീസസിന്റെ എക്സിക്യൂട്ടീവ് എഡിറ്ററായിരുന്ന ആന്റണി ലെ ഡോൺ ഇതിനെക്കുറിച്ച് ഇപ്രകാരമാണ് പറയുന്നത് "നമുക്ക് ആകാൻ കഴിയുന്ന ഏറ്റവും മികച്ച കഥാകൃത്തുക്കളാകാൻ നാം ആഗ്രഹിക്കണം; അതായത്, നമ്മുടെ സ്രോതസ്സുകളിലെ വിവിധവും ചിലപ്പോൾ പരസ്പരവിരുദ്ധവുമായ വ്യാഖ്യാനങ്ങൾക്ക് വ്യക്തമായ വിശദീകരണം നൽകുന്ന ആഖ്യാനങ്ങൾ നിർമ്മിക്കുക എന്നതാണ് ഞങ്ങളുടെ ലക്ഷ്യം. സുവിശേഷകരുടെയും അവരുടെ മുൻഗാമികളുടെയും മത്സര അജണ്ടകൾ മനസ്സിലാക്കുകയും വിശദീകരിക്കുവാൻ ശ്രമിക്കുകയും ചെയ്യുമ്പോൾ മാത്രമാണ് ചരിത്രപരമായ യേശുവിലേക്കുള്ള നമ്മുടെ വഴി നമുക്ക് ഉറപ്പോടെ കണ്ടെത്തുവാൻ കഴിയുക".[6]

"ഇതിലുള്ള മനോഹരമായ വിരോധാഭാസം ദയവായി കാണാതെ പോകരുത്: ഈ കഥകളുടെ സംശോധകർ *(സുവിശേഷ രചയിതാക്കൾ)* ഏറ്റവും കൂടുതൽ വിയോജിക്കുമ്പോഴാണ് ചരിത്രസ്മരണ ഏറ്റവും ആത്മവിശ്വാസത്തോടെ നമുക്ക്

---

[6] Le Donne, *Historical Jesus*, xi.

സ്ഥാപിക്കാൻ കഴിയുന്നത്! യേശുവിനെക്കുറിച്ചുള്ള ഓർമ്മകൾ വക്രീകരിക്കപ്പെട്ടു (വ്യത്യസ്ത ദിശകളിലേക്ക് വളഞ്ഞിരിക്കുന്നു) എന്നതാണ് ചരിത്രസംഭവം എന്തായിരുന്നിരിക്കുമെന്ന് മുന്നോട്ടുവെക്കുവാൻ ചരിത്രകാരനെ അനുവദിക്കുന്ന വസ്തുത."[7]

പുനരുത്ഥാന നിഷേധം ചരിത്രാന്വേഷണത്തിന്റെ ചരിത്രത്തിൽ

പുനരുത്ഥാന കഥയ്ക്ക് പിന്നിൽ എന്താണ് സംഭവിച്ചതെന്ന് വിശദീകരിക്കാൻ നൂറ്റാണ്ടുകളായി വ്യത്യസ്ത സിദ്ധാന്തങ്ങൾ മുന്നോട്ട് വെക്കപ്പെട്ടിട്ടുണ്ട്. മതേതര ചരിത്രം പഠിക്കുന്ന അതേ വിദ്യാഭ്യാസ വൈദഗ്ധ്യത്തോടെയും, രീതിശാസ്ത്രപരമായും, പ്രകൃത്യാതീതവിരുദ്ധവും പ്രകൃതിവാദപരവുമായ അതേ ഗവേഷണ നിയമസംഹിത പിന്തുടർന്നും, യേശുവിനെക്കുറിച്ച് ചരിത്രപരമായ പഠനങ്ങൾ നടത്തിയ പല ചരിത്രകാരന്മാരെയും പണ്ഡിതന്മാരെയും ആദ്യ അധ്യായങ്ങളിൽ നാം പരിചയപ്പെട്ടിരുന്നു. അവർ യേശുവിന്റെ പുനരുത്ഥാനത്തിന്റെ ചരിത്രപരതയ്ക്ക് ബദലായി മുന്നോട്ടുവെച്ച പരികല്പനകളിൽ പ്രധാനപ്പെട്ടവയാണ് ഓരോന്നായി ഇനി അവ അവതരിപ്പിക്കപ്പെട്ട ക്രമത്തിൽ നാം പരിഗണിക്കുവാൻ പോകുന്നത്:

ഒന്ന്

യേശുവിനെക്കുറിച്ചുള്ള ആധുനിക ചരിത്രപഠനങ്ങളുടെ ആദ്യഘട്ടത്തിൽ തന്നെ പതിനെട്ടാം നൂറ്റാണ്ടിൽ ഹെർമാൻ സാമുവേൽ റെയ്മാറസ് തന്റെ രാഷ്ട്രീയപരമായ സിദ്ധാന്തം മുന്നോട്ടുവെച്ചു. ശിഷ്യന്മാർ അവർക്ക് പ്രശസ്തിയും അധികാരവും കൈവരുത്തുന്ന ഒരു പ്രസ്ഥാനം സ്ഥാപിക്കുന്നതിനുവേണ്ടിയാണ് ഉയിർത്തെഴുന്നേല്പിന്റെ കഥ തയ്യാറാക്കിയത്. യേശുവിന്റെ ശിഷ്യന്മാർ അദ്ദേഹത്തിന്റെ മൃതശരീരം മോഷ്ടിച്ചുവെന്നും,[8] ഇത് പുനരുത്ഥാന ഐതിഹ്യത്തിനും അതിൽ നിന്ന് ഉണ്ടായ എല്ലാത്തിനും കാരണമായെന്നുമായിരുന്നു റെയ്മാറസിന്റെ

---

[7] Le Donne, *Historical Jesus*, 130; Travis B. Williams, *History and Memory in the Dead Sea Scrolls* (Cambridge University Press, 2019), 84–87.

[8] Reimarus, Lessing, and Voysey, *Fragments from Reimarus*, 46–47.

വീക്ഷണം. എന്നിരുന്നാലും, പുതിയനിയമത്തിന്റെ ഉയർന്ന ധാർമ്മിക ഉള്ളടക്കം കാരണം ഇത് ഒരിക്കലും വ്യാപകമായി അംഗീകരിക്കപ്പെട്ടിട്ടില്ല.

വ്യക്തിപരമായ നേട്ടങ്ങൾക്കായി അത്തരമൊരു വ്യാജം പ്രവർത്തിച്ച് കഥ മെനഞ്ഞെടുക്കാനും തുടർന്ന് നിസ്വാർത്ഥതയിൽ അധിഷ്ഠിതമായ ക്രിസ്തീയ പ്രസ്ഥാനം രൂപീകരിക്കുവാനും അതിനുവേണ്ടി പീഡനം സഹിക്കുവാനും തയാറാകുന്ന അത്ര അധമമായ ഒരു കാര്യം ചെയ്യുവാൻ ശിഷ്യന്മാർക്ക് കഴിയില്ല. മറ്റൊന്ന് ശ്രേഷ്ഠമായ ലക്ഷ്യത്തിനായി ജീവിക്കുന്ന അപകടകരമായ ജീവിതത്തിന് അതിന്റേതായ ഒരു ആസ്വാദ്യതയുണ്ട്, പക്ഷേ അത് ആത്മാർത്ഥമായ ജീവിതമാണെങ്കിൽ മാത്രമേ ഉണ്ടാവുകയുള്ളൂ. ശിഷ്യന്മാരുടെ നിസ്വാർത്ഥതയ്ക്കും ആത്മാർത്ഥതയ്ക്കും ആഗ്രഹങ്ങൾക്കും പ്രതീക്ഷകൾക്കും ഉപോൽബലകമായി നാം മുൻപ് പരിഗണിച്ച എല്ലാ തെളിവുകളും റെയ്മാറസിന്റെ സിദ്ധാന്തത്തിനെതിരാണ്.

രണ്ട്

പതിനെട്ടാം നൂറ്റാണ്ടിൽ ജീവിച്ചിരുന്ന കാൾ ഫ്രെഡ്രിക് ബാർഡ്ട് എന്ന ബൈബിൾ പണ്ഡിതനാണ് ആധുനിക കാലത്ത് യേശു ക്രൂശിൽ മരിച്ചിരുന്നില്ല എന്ന ആശയത്തിന് തുടക്കമിട്ടത്. പകരം യേശു മരിച്ചതായി നടിക്കുകയും തുടർന്ന് തന്റെ പുനരുത്ഥാനം പ്രഖ്യാപിക്കുകയും ചെയ്യു എന്നാണ് അദ്ദേഹം പറഞ്ഞത്.[9] പത്തൊൻപതാം നൂറ്റാണ്ടിൽ അന്തരിച്ച ഹെൻറിച്ച് എബെർഹാർഡ് ഗോട്ടോബ് പൗലുസ് എന്ന വിമർശകൻ ഈ സിദ്ധാന്തത്തിന് കൂടുതൽ പ്രചാരം നൽകി. അദ്ദേഹത്തിന്റെ വീക്ഷണത്തിൽ കുരിശിൽ നിന്ന് എടുത്ത് കല്ലറയിൽ കിടത്തുമ്പോൾ യേശു മരിച്ചതായി തോന്നുക മാത്രമാണ് ചെയ്തത്, കല്ലറയിലെ തണുപ്പും, സുഗന്ധദ്രവ്യങ്ങളിലും എണ്ണകളിലും ശരീരം ശ്രദ്ധാപൂർവ്വം പൊതിഞ്ഞതും, ഭൂകമ്പവും എല്ലാം കൂടിയായപ്പോൾ

---

[9] Carl-Friedrich Bahrdt, *Ausführung des Plans und Zwecks Jesu* (Aug. Mylius, 1784), 92.

യേശു പുനരുജ്ജീവിച്ച് വന്നു[10] (ഉയിർത്തെഴുന്നേൽപ്പല്ല മറിച്ച് മോഹാലസ്യത്തിൽ നിന്നുള്ള പുനരുജ്ജീവനം).

റോമാക്കാർ വിദഗ്ദ്ധരായ ആരാച്ചാർമാരായിരുന്നു, ക്രിസ്തുവിനെ കുരിശിൽ തറച്ച സംഘം പലതവണ അതിനു മുൻപ് അങ്ങനെ ചെയ്തിട്ടുണ്ടാകുമായിരുന്നു. ബോധംകെട്ടുവീണ ഒരാളെ അവർ ശവമായി തെറ്റിദ്ധരിക്കാൻ ഒരു വഴിയുമില്ല. യേശു ക്രൂശിൽ മരിച്ചുവെന്നതിന് അടിസ്ഥാനമായി മുൻപ് വിവരിച്ച തെളിവുകൾ ഈ സിദ്ധാന്തത്തെ പൂർണ്ണമായും നിരാകരിക്കുന്നതാണ്.

മൂന്ന്

പത്തൊൻപതാം നൂറ്റാണ്ടിൽ ജീവിച്ചിരുന്ന ഡേവിഡ് ഫ്രിഡ്രിക് സ്ട്രോസ്, ഇരുപതാം നൂറ്റാണ്ടിൽ ജീവിച്ചിരുന്ന റുഡോൾഫ് ബുൾട്ട്മാൻ എന്നിവരുടെ 'കാല്പനികകഥ' വീക്ഷണമനുസരിച്ച്,[11] ശിഷ്യന്മാരുടെ ജീവിതത്തിൽ യേശുവിന്റെ അസ്തിത്വപരമായ (ബൾട്ട്മാൻ) സ്വാധീനം, അതായത്, യേശു അവരുടെ ഹൃദയങ്ങളിൽ "ഇപ്പോഴും ജീവിക്കുന്നു" എന്ന അസ്തിത്വപരമായ ബോധ്യം, വിശദീകരിക്കാൻ, ഗ്രീക്കോ-റോമൻ കാല്പനികകഥകളുടെ മാതൃകയിൽ ആദിമ സഭയാണ് കഥകൾ സൃഷ്ടിച്ചതെന്ന്[12] അവർ അനുമാനിച്ചു.

എന്നാൽ ചരിത്രവസ്തുതകളെ തമസ്ക്കരിക്കുന്ന നിലയിൽ ഇങ്ങനെയൊരു കാൽപനികകഥ വികസിപ്പിക്കുന്നതിന് മതിയായ സമയം ഇല്ലായിരുന്നു എന്നതാണ് വസ്തുത. ഉദാഹരണമായി, 1 കൊരിന്ത്യർ 15:3-8-ന് പിന്നിലുള്ള പാരമ്പര്യം യേശുവിന്റെ മരണത്തിനു ശേഷം ചില മാസങ്ങൾക്കുള്ളിൽ അല്ലെങ്കിൽ അഞ്ച്

---

[10] Paulus, *Das Leben Jesu, als Grundlage einer reinen Geschichte des Urchristentums.*

[11] Rudolf Bultmann, "New Testament and Mythology," in *Kerygma and myth: a theological debate*, ed. Hans-Werner Bartsch and Reginald H. Fuller (London: S.P.C.K, 1953), 39.

[12] Strauss, *The Life of Jesus, Critically Examined*, 743–44.

വർഷത്തിനുള്ളിൽ രൂപീകരിക്കപ്പെട്ടതാണെന്ന് മിക്ക പണ്ഡിതന്മാരും അംഗീകരിക്കുന്നു. ഒരു "മിഥ്യ"യാൽ ശിഷ്യന്മാർ ഇത്ര സമൂലമായി മാറ്റപ്പെടുമായിരുന്നില്ല. കൂടാതെ വിജാതീയ ഐതിഹ്യങ്ങളും പുനരുത്ഥാന വിവരണങ്ങളും തമ്മിലുള്ള വലിയ വ്യത്യാസങ്ങൾ ഈ സിദ്ധാന്തത്തെ സംശയാസ്പദമാക്കുന്നു.

ഉദാഹരണമായി, ഭൂമിയിൽ ജീവിച്ചിരുന്നിട്ട് അമർത്യതയിലേക്ക് ശരീരത്തിൽ ഉയിർത്തെഴുന്നേറ്റ ഒരു കഥയും യേശുവിന് മുൻപ് ഉണ്ടായിട്ടില്ല. എല്ലാത്തിനും ഉപരിയായി, യേശു തങ്ങളുടെ ഹൃദയത്തിൽ ജീവിക്കുന്നുവെന്നല്ല, ശരീരത്തിൽ ഉയിർത്തെഴുന്നേറ്റുവെന്നായിരുന്നു ആദിമ സമയം മുതൽ യേശുവിന്റെ ശിഷ്യന്മാരുടെ അവകാശ വാദം. ഏതെങ്കിലും തരത്തിലുള്ള ആത്മീയ സങ്കൽപ്പങ്ങളോ അനുഭവങ്ങളോ എന്നല്ല, കേവലം ശക്തമായ ദർശനങ്ങൾ പോലും യേശു ഉയിർത്തെഴുന്നേറ്റുവെന്ന് പ്രഖ്യാപിക്കുവാൻ യെഹൂദന്മാരായ ശിഷ്യന്മാരെ പ്രേരിപ്പിക്കുമായിരുന്നില്ല.[13]

നാല്

പത്തൊൻപതാം നൂറ്റാണ്ടിൽ ജീവിച്ചിരുന്ന പ്രമുഖ ഫ്രഞ്ച് തത്വചിന്തകനും സെമിറ്റിക് ഭാഷാപണ്ഡിതനും ബൈബിൾ ഗവേഷകനുമായിരുന്ന ജോസഫ് ഏണസ്റ്റ് റെനന്റെയും[14] 1993-ൽ അന്തരിച്ച ജർമ്മൻ പുതിയനിയമ പണ്ഡിതനായ വില്ലി മാക്സണിന്റെയും[15] ആത്മനിഷ്ഠമായ ദർശന സിദ്ധാന്തമനുസരിച്ച്, ശിഷ്യന്മാർക്ക് (ആദ്യം പത്രോസിന്) യേശുവിനെ കുറിച്ച് സ്വപ്നങ്ങളുണ്ടാവുകയും അവ ദൈവത്താൽ അയച്ചതായി ഒന്നാം

---

[13] Nicholas Thomas Wright, "Jesus' Resurrection and Christian Origins," *Gregorianum* 83.4 (2002): 631.

[14] Ernest Renan, *Life of Jesus* (Roberts, 1896), 402.

[15] Willi Marxsen, "The Resurrection of Jesus as a Historical and Theological Problem," in *The Significance of the Message of the Resurrection for Faith in Jesus Christ*, ed. C. F. D. Moule, trans. Dorothea M. Barton and R. A. Wilson, Studies in Biblical Theology (Naperville, Ill.: A.R. Allenson, 1968), 50.

നൂറ്റാണ്ടിലെ വീക്ഷണകോണിൽ നിന്ന് അവർ വ്യാഖ്യാനിക്കുകയും ചെയ്യും. എന്നാൽ മനഃശാസ്ത്രപരമായി എന്തെങ്കിലും സ്വപ്നങ്ങൾ പ്രതീക്ഷിക്കാത്ത, അതിന് മാനസികമായി തയ്യാറായിരുന്നുവെന്ന് ഒരു തരത്തിലും പറയുവാനാകാത്ത ചിലർക്ക് (ഉദാ. യാക്കോബ്, പൗലോസ്) യേശുവിന്റെ പ്രത്യക്ഷങ്ങൾ ഉണ്ടായിട്ടുണ്ടെന്നത് ഈ സിദ്ധാന്തത്തിന്റെ അടിത്തറ തകർക്കുന്ന വസ്തുതയാണ്.

മാത്രവുമല്ല, എല്ലാ മാറ്റങ്ങളും മനഃശാസ്ത്രപരമായ അടിസ്ഥാനത്തിൽ മാത്രമായി വിശദീകരിക്കാൻ പ്രയാസമാണ്. 2021-ൽ നിര്യാതനായ പ്രമുഖ ജർമ്മൻ പുതിയനിയമ ഗവേഷകനായ ഗെർഡ് ലുഡ്മാൻ പറയുന്നതുപോലെയുള്ള മിഥ്യാനുഭവം[16], അതായത് "ഒരേസമയം അഞ്ഞൂറ് ആളുകൾക്ക്" (1 കൊരി 15:6) പ്രായോഗികമായ ഒരു ബദൽ സാധ്യതയല്ല. യേശുവിന്റെ പ്രത്യക്ഷത ശാരീരികമായിരുന്നുവെന്ന ശിഷ്യന്മാരുടെ അവകാശവാദവും, ആ ബോധ്യം അവർ തികച്ചും ആത്മാർത്ഥമായാണ് കൈക്കൊണ്ടിരുന്നതെന്ന വസ്തുതയും ഈ ബദൽ പരികല്പനയ്ക്കെതിരാണ്.

അഞ്ച്

1994-ൽ അന്തരിച്ച ജർമ്മൻ ദൈവശാസ്ത്രജ്ഞനായ ഹാൻസ് ഗ്രാസ്സ്[17] വസ്തുനിഷ്ഠമായ ദർശനമെന്ന ഒരു സിദ്ധാന്തം മുന്നോട്ടുവെക്കുകയുണ്ടായി. ഇതനുസരിച്ച് ദൈവമാണ് ശിഷ്യന്മാർക്ക് ദർശനങ്ങൾ നൽകിയത്, എന്നാൽ അവ ശാരീരിക പ്രത്യക്ഷതകളല്ല. പ്രകൃതിയെ നിയന്ത്രിക്കുന്ന തരം അത്ഭുതങ്ങൾ അംഗീകരിക്കുവാനുള്ള ഒരു ബൗദ്ധിക വിമുഖതയായി മാത്രമേ ഇത് മനസിലാക്കുവാൻ സാധിക്കുകയുള്ളൂ. മഹത്ത്വീകരിക്കപ്പെട്ട യേശുവിന്റെ ദർശനങ്ങളിലേക്ക് ദൈവം ശിഷ്യന്മാരുടെ അനുഭവം എന്തിന് ചുരുക്കണമെന്നത് വ്യക്തമല്ല. ദർശനങ്ങൾ നൽകുവാൻ

---

[16] Gerd Lüdemann and Alf Özen, *What Really Happened to Jesus: A Historical Approach to the Resurrection* (Westminster John Knox Press, 1995), 130.

[17] Hans Grass, *Ostergeschehen und Osterberichte* (Vandenhoeck & Ruprecht, 1964), 235.

കഴിയുന്ന ദൈവത്തിന് യേശുവിനെ ഉയിർത്തെഴുന്നേൽപ്പിച്ച് യേശുവിന്റെ ശാരീരിക പ്രത്യക്ഷതകളും നൽകുവാൻ സാധിക്കും. എന്തായാലും ചരിത്ര തെളിവുകൾ വ്യക്തമാണ്. ആദിമ ക്രിസ്ത്യാനികൾ തങ്ങൾക്ക് ലഭിച്ചുവെന്ന് അവകാശപ്പെട്ടത് ഉയിർത്തെഴുന്നേറ്റ യേശുവിന്റെ ശാരീരിക പ്രത്യക്ഷതകളാണ്.

ഇത്രയും വിശകലനങ്ങൾക്കപ്പുറവും ഈ വിഷയത്തിൽ എന്തു വിശ്വസിക്കണമെന്ന ചോദ്യം ചിലരുടെ മനസിലെങ്കിലും അവശേഷിക്കുന്നുണ്ടാവും. ആ ചോദ്യവും അതിനുള്ള വ്യത്യസ്ത മറുപടികളുമാണ് അടുത്ത അധ്യായത്തിൽ നാം വിലയിരുത്തുവാൻ പോകുന്നത്.

അധ്യായം 29

എന്ത് വിശ്വസിക്കണം? എന്തുകൊണ്ട് വിശ്വസിക്കുന്നില്ല?

യേശുവിന്റെ ഉയിർത്തെഴുന്നേൽപ്പിന് പകരമായി മുന്നോട്ടുവെക്കപ്പെട്ട പ്രധാനപ്പെട്ട ബദൽ പരികല്പനകളെല്ലാം ലഭ്യമായ തെളിവുകൾ വിശദീകരിക്കുവാൻ പരാജയപ്പെടുന്നതിനാൽ നമ്മുക്ക് മറ്റു നിരൂപകരുടെ ബോധ്യം എന്താണെന്ന് പരിശോധിക്കാം. ഇത് ഒരു പക്ഷെ എന്ത് വിശ്വസിക്കണമെന്ന നമ്മുടെ ചോദ്യത്തിന് അല്പം ദിശാബോധം നല്ലിയേക്കാം. കഴിഞ്ഞ കാല ഗവേഷണങ്ങൾ പരിശോധിച്ചാൽ ഈ വിഷയത്തിൽ വളരെ വ്യക്തമായ അഭിപ്രായ പ്രകടനങ്ങൾ പല ചിന്തകന്മാരും നടത്തിയിട്ടുണ്ടെന്ന് കാണുവാൻ സാധിക്കും.

ഇരുപതാം നൂറ്റാണ്ടിൽ ജീവിച്ചിരുന്ന ഏറ്റവും പ്രമുഖ ചരിത്ര നിരൂപണ ബൈബിൾ പണ്ഡിതന്മാരിൽ ഒരാളായിരുന്ന റെയ്മണ്ട് ബ്രൗൺ പറയുന്നത്, ഇത്തരം സിദ്ധാന്തങ്ങൾ ഈ കാലത്ത് ആദരിക്കാവുന്നവയല്ലായെന്നും ഗൗരവത്തോടെ ഈ വിഷയത്തെ സമീപിക്കുന്ന പണ്ഡിതന്മാർ ഇവയെ വളരെക്കുറച്ച് മാത്രമേ ശ്രദ്ധിക്കാറുള്ളൂവെന്നുമാണ്.[1]

മുൻനിര അക്കാദമിക് ബൈബിൾ പണ്ഡിതനും ബ്രിട്ടിഷ് അക്കാദമി ഫെല്ലോയുമായിരുന്ന 2020-ൽ അന്തരിച്ച ജെയിംസ് ഡി. ജി. ഡണ് ബദൽ പരികല്പനകളെക്കുറിച്ച് നിരീക്ഷിച്ചിരിക്കുന്നത് ഇപ്രകാരമാണ്: "വസ്തുതകളുടെ ഇതര വ്യാഖ്യാനങ്ങൾ കൂടുതൽ തൃപ്തികരമായ വിശദീകരണം നൽകുന്നതിൽ പരാജയപ്പെടുന്നു". പ്രമുഖ തത്വചിന്തകനായ സ്റ്റീഫൻ റ്റി ഡേവിസ് പറയുന്നതനുസരിച്ച് "എനിക്ക് പരിചിതമായ എല്ലാ ബദൽ സിദ്ധാന്തങ്ങളും ചരിത്രപരമായി ദുർബലമാണ്; ചിലത് ഒരിക്കൽ പ്രസ്താവിച്ചു

---

[1] Raymond Brown, "The Resurrection and Biblical Criticism," *Commonweal* 87.8 (1967): 233.

കഴിഞ്ഞാൽ അവയുടെ സ്വന്തം ഭാരത്താൽ തകരുന്ന വിധത്തിൽ വളരെ ദുർബലമാണ്".[2]

ബദൽ സിദ്ധാന്തങ്ങൾ നൽകുന്ന വിശദീകരണങ്ങൾ പരമ്പരാഗത വീക്ഷണവുമായി താരതമ്യപ്പെടുത്തുമ്പോൾ തെളിവുകൾക്ക് അവ നൽകുന്ന വിശദീകരണങ്ങൾ താരതമ്യേന വളരെ തൃപ്തിക്കുറവുള്ളവയാണെന്നാണ് ഓക്സ്ഫോർഡ് സർവ്വകലാശാലയിൽ പ്രൊഫസറായി സേവനമനുഷ്ഠിച്ച് വിരമിച്ച മുൻനിര തത്വചിന്തകനായ റിച്ചാർഡ് ഗ്രാൻവിൽ സ്വിൻബൺ വിലയിരുത്തിയിട്ടുള്ളത്.[3] മുൻനിര ബ്രിട്ടിഷ് പുതിയനിയമ ഗവേഷകനായ എൻ. ടി. റൈറ്റ് പറഞ്ഞിരിക്കുന്നത്[4] പോലെ ക്രിസ്തുമതം ഉടലെടുക്കുകയും രൂപം പ്രാപിക്കുകയും ചെയ്തതിന്റെ മറ്റെല്ലാ വിശദീകരണങ്ങളും ആദിമ ക്രിസ്ത്യാനികൾ തന്നെ നൽകുന്ന (യേശു യഥാർത്ഥത്തിൽ മരിച്ചവരിൽ നിന്ന് ഉയിർത്തെഴുന്നേറ്റു എന്ന) ചരിത്രപരമായ വിശദീകരണത്തെക്കാൾ വളരെ കുറവ് മാത്രം ബോധ്യം വരുത്തുന്നവയാണെന്ന് ചരിത്രകാരൻ പറയേണ്ടതാണ്.

എന്തുകൊണ്ട് വിശ്വസിക്കുന്നില്ല?

എന്നാൽ എന്തുകൊണ്ട് പല ചരിത്രകാരന്മാരും ഇത്തരമൊരു നിർണ്ണയത്തിലേക്ക് എത്തിച്ചേരുന്നില്ലായെന്നത് നാം അന്വേഷിക്കേണ്ട ഒരു വസ്തുതയാണ്. ഇരുപതാം നൂറ്റാണ്ടു കണ്ട ഏറ്റവും പ്രധാനപ്പെട്ട ജർമ്മൻ ദൈവശാസ്ത്രജ്ഞന്മാരിൽ ഒരാളായ, 2014-ൽ അന്തരിച്ച, വോൾഫാർട്ട് പന്നൻബെർഗ് ഇതിനെക്കുറിച്ച് ഇപ്രകാരമാണ് അഭിപ്രായപ്പെട്ടിരിക്കുന്നത് "യേശുവിന്റെ ശാരീരിക പുനരുത്ഥാനം ചരിത്രപരമായ വസ്തുതയായി സംഭവിച്ചു എന്നതിനെപ്പറ്റിയുള്ള നിഷേധാത്മക വിധി ബൈബിളിലെ ഈസ്റ്റർ

---

[2] Stephen T. Davis, "Is Belief in the Resurrection Rational?: A Response to Michael Martin," *Philo* 2.1 (1999): 57.

[3] Richard Swinburne, "Evidence for the Resurrection," in *The Resurrection: An Interdisciplinary Symposium on the Resurrection of Jesus*, ed. Stephen T. Davis, Daniel Kendall, and Gerald O'Collins (Oxford University Press, 1997), 201.

[4] Wright, "Jesus' Resurrection and Christian Origins," 136–37.

പാരമ്പര്യത്തിന്റെ ചരിത്രപരമായ വിമർശനാത്മക പരിശോധനയുടെ ഫലമല്ല, മറിച്ച് അത്തരം ഏതെങ്കിലും പരിശോധനയ്ക്ക് മുമ്പുള്ള ഒരു സിദ്ധാന്തമാണ്."[5] എന്താണ് യേശുവിന്റെ ഉയിർത്തെഴുന്നേൽപ്പിനെ നിഷേധിക്കുന്നതിന് പ്രേരിപ്പിക്കുന്ന ആ സിദ്ധാന്തം? ലോകത്തിലെ ഒരു പക്ഷെ ഏറ്റവും പ്രശസ്തനായ നിരീശ്വരവാദിയായ പുതിയനിയമ പണ്ഡിതൻ ബാർട്ട് ഡി. എർമാൻ ഇപ്രകാരമാണ് അത് വിശദീകരിക്കുന്നത്:

"പ്രകൃത്യാതീത വിശദീകരണം ഒരു ചരിത്രപരമായ പ്രതികരണമായി മുന്നോട്ടുവെക്കുവാൻ കഴിയില്ല, കാരണം (1) ചരിത്രകാരന്മാർക്ക് പ്രകൃത്യാതീത മണ്ഡലത്തിലേക്ക് കടന്നുചെല്ലുവാനാകില്ല, (2) ഇത്തരത്തിലുള്ള അന്വേഷണം നടത്തുന്ന എല്ലാ ചരിത്രകാരന്മാരും പൊതുവായി അംഗീകരിക്കാത്ത ഒരു കൂട്ടം ദൈവശാസ്ത്ര വിശ്വാസങ്ങൾ ഇതിന് ആവശ്യമാണ്... ദൈവം ശരീരം ഉയർത്തി സ്വർഗത്തിലേക്ക് എടുത്തിരിക്കണം എന്നതാണ് ഒരു ചരിത്രകാരനെന്ന നിലയിൽ, ചരിത്രകാരന് നിർണ്ണയിക്കുവാനാകാത്തത്. ചരിത്രകാരന് അത്തരം വിവരങ്ങളിലേക്ക് പ്രവേശനമില്ല, ആ നിഗമനത്തിന് എല്ലാ ചരിത്രകാരന്മാരും പങ്കിടാത്ത ഒരു കൂട്ടം ദൈവശാസ്ത്രപരമായ മുൻധാരണകൾ ആവശ്യമാണ്... ചരിത്രകാരന്മാർ എന്ന നിലയിൽ, ചരിത്രകാരന്മാർക്ക് നിർണ്ണയിക്കുവാൻ കഴിയാത്തത്, യേശു യഥാർത്ഥത്തിൽ മരിച്ചതിന് ശേഷമാണ് ശിഷ്യന്മാർക്ക് അവന്റെ ദർശനം ഉണ്ടായതെന്നും, ദൈവം അവനെ മരിച്ചവരിൽ നിന്ന് ഉയിർപ്പിച്ചതിനു ശേഷം യഥാർത്ഥത്തിൽ യേശു ജീവനോടെ അവർക്ക് പ്രത്യക്ഷപ്പെട്ടതിനാലാണതെന്നും ആണ്. ഈ നിഗമനം എല്ലാ ചരിത്രകാരന്മാരും പൊതുവെ പുലർത്താത്ത ദൈവശാസ്ത്രപരമായ അനുമാനങ്ങളിൽ വേരൂന്നിയതാണ്."[6]

---

[5] Wolfhart Pannenberg, "History and the Reality of the Resurrection," in *Resurrection Reconsidered*, ed. Gavin D'Costa (Oneworld Publications, 1996), 64.

[6] Bart D. Ehrman, *How Jesus Became God : The Exaltation of a Jewish Preacher from Galilee*, Reprint edition. (New York, NY: HarperOne, 2015), 148–49.

നിരീശ്വരവാദികളുടെയും അജ്ഞേയവാദികളുടെയും സന്ദേഹവാദികളുടെയും ആശയങ്ങൾ പ്രചരിപ്പിക്കുവാൻ ലക്ഷ്യമിട്ട് സ്ഥാപിക്കപ്പെട്ടിട്ടുള്ള ദി സെകുലർ വെബ് എന്ന പ്രമുഖ വെബ്സൈറ്റിന്റെ നടത്തിപ്പുകാരായ, 1995-ൽ ആരംഭിച്ച ഇന്റർനെറ്റ് ഇൻഫിഡെൽസ് എന്ന സംഘടനയുടെ സഹസ്ഥാപകരിലൊരാളും, ക്രിസ്തീയവിശ്വാസത്തിനെതിരായ വാദങ്ങളെ പിന്തുണച്ചുകൊണ്ടുള്ള വിവിധ ലേഖനങ്ങളുടെ രചയിതാവുമായ ജെഫ്രി ജെയ് ലോഡർ യേശുവിന്റെ ഉയിർത്തെഴുന്നേല്പിന്റെ ചരിത്രപരതയെക്കുറിച്ച് "പുനരുത്ഥാനത്തിന് ശക്തമായ ചരിത്രപരമായ വാദങ്ങളുണ്ടെന്ന് ഞാൻ കരുതുന്നു" എന്ന് അഭിപ്രായപ്പെട്ടിട്ടുണ്ട്. എന്നാൽ അതിനെല്ലാം തനിക്ക് മറുവാദങ്ങളും ഉണ്ടെന്ന് ചൂണ്ടിക്കാട്ടുന്ന ആദ്ദേഹം ഈ വിഷയത്തെപ്പറ്റി എഴുതിയ ഏറ്റവും പ്രധാനപ്പെട്ട ഒരു നിരീക്ഷണം ഇപ്രകാരമാണ് "പശ്ചാത്തല സാധ്യത വളരെ കുറവായിരിക്കുമെന്നതിനാൽ നിരീശ്വരവാദിയുടെ വീക്ഷണകോണിൽ നിന്ന്, ഏതൊരു വിശദീകരണവും പുനരുത്ഥാനത്തേക്കാൾ കൂടുതൽ വിശ്വസനീയമായിരിക്കും. നേരെമറിച്ച്, ദൈവവിശ്വാസികളെ സംബന്ധിച്ചിടത്തോളം, അത്ഭുതങ്ങളുടെ പശ്ചാത്തല സാധ്യത ഉയർന്നതല്ലെങ്കിലും പ്രാധാന്യമർഹിക്കുന്നതാണ്, അതിനാൽ പുനരുത്ഥാനം വിശ്വസനീയമായ ഒരു വിശദീകരണമാണ്."[7]

മറ്റൊരു ഭാഷയിൽ പറഞ്ഞാൽ യേശുവിന്റെ ഉയിർത്തെഴുന്നേല്പിനെ പല ചരിത്രകാരന്മാരും ഒരു ചരിത്രസത്യമായി അംഗീകരിക്കാത്തതിനുള്ള പ്രധാനപ്പെട്ട ആത്യന്തിക കാരണം അവരുടെ ലോകവീക്ഷണത്തിന്റെ പരിമിതിയാണ്. എന്നാൽ നാം കൈക്കൊണ്ടിരിക്കുന്ന തത്വശാസ്ത്ര ബോധ്യങ്ങളെ വെല്ലുവിളിക്കുവാൻ, ചരിത്ര തെളിവുകളെ അനുവദിക്കുവാൻ നാം സന്നദ്ധരാണെങ്കിൽ, ചരിത്ര വസ്തുതകളുടെ

---

[7] Jeffery Jay Lowder, "The Historicity of Jesus' Resurrection The Debate between Christians and Skeptics," *The Secular Web*, 1995, https://infidels.org/library/modern/jeff-lowder-jesus-resurrection/. (Accessed on 28 March 2023)

ഏറ്റവും മികച്ച വിശദീകരണം ദൈവം യേശുവിനെ മരിച്ചവരിൽ നിന്ന് ഉയിർത്തെഴുന്നേൽപിച്ചുവെന്നതാണെന്ന് മനസിലാക്കുവാൻ നമ്മുക്ക് സാധിക്കും. മറിച്ച്, വസ്തുതകളുടെ ന്യായമായ ഏക വിശദീകരണമായ, യേശുവിന്റെ പുനരുത്ഥാനമെന്ന ആദിമ ക്രൈസ്തവരുടെ അവകാശവാദം നാം തള്ളിക്കളയുന്നുവെങ്കിൽ, വിശദീകരിക്കാൻ കഴിയാത്ത ഒരു നിഗൂഢതയായി ക്രിസ്റ്റീയവിശ്വാസത്തിന്റെ ആവിർഭാവം നമ്മുക്ക് മുന്നിൽ അവശേഷിക്കും. പുതിയനിയമവുമായി ബന്ധപ്പെട്ട ഉന്നത വിദ്യാഭ്യാസ ഗവേഷണ മേഖലയിൽ ഏറ്റവുമധികം സ്വാധീനം ചെലുത്തിയിട്ടുള്ള ഇരുപതാംനൂറ്റാണ്ടിലെ പ്രമുഖ ബ്രിട്ടീഷ് പുതിയ പണ്ഡിതനും കേംബ്രിഡ്ജ് സർവ്വകലാശാലായിലെ പ്രൊഫസറുമായിരുന്ന ചാൾസ് ഫ്രാൻസിസ് ഡിഗ്ബി മൗൾ (1908-2007) ചോദിക്കുന്ന ഒരു ചോദ്യം പ്രസക്തമാണ്:

"പുതിയനിയമം അനിഷേധ്യമായി സാക്ഷ്യപ്പെടുത്തുന്ന ഒരു പ്രതിഭാസമായ നസറായപക്ഷത്തിന്റെ ആവിർഭാവം ചരിത്രത്തിൽ ഒരു വലിയ ദ്വാരം, പുനരുത്ഥാനത്തിന്റെ വലുപ്പത്തിലും ആകൃതിയിലുമുള്ള ഒരു ദ്വാരം ചീന്തുന്നുവെങ്കിൽ, അതിനെ തടയാൻ മതേതര ചരിത്രകാരൻ എന്താണ് നിർദ്ദേശിക്കുന്നത്?"[8]

നിസാരമായി അവഗണിച്ച് മുന്നോട്ടു പോകാവുന്ന കേവലം ഒരു ചരിത്ര ജിജ്ഞാസ മാത്രമായി യേശുവിനെ ഒതുക്കുന്നത് തൃപ്തികരമായ ഒരു സമീപനമായി നിങ്ങൾ കരുതുന്നില്ലെങ്കിൽ ഈ ചോദ്യത്തിന് നിങ്ങളുടെ മറുപടിയെന്താണ്?

---

[8] Charles Francis Digby Moule, *The Phenomenon of the New Testament: An Inquiry Into the Implications of Certain Features of the New Testament* (SCM Press, 1967), 3.

A. Mourad, Suleiman. "Does the Qur'ān Deny or Assert Jesus' Crucifixion and Death?" *New Perspectives on the Qur'an: The Qur'an in Its Historical Context 2*. Edited by Gabriel Said Reynolds. Routledge, 2012.

———. "Jesus in the Qur'an and Other Early Islamic Texts." *Jesus Research: New Methodologies and Perceptions: The Second Princeton-Prague Symposium on Jesus Research, Princeton 2007*. Edited by James H. Charlesworth, Brian Rhea, and Petr Pokorný. Grand Rapids, Michigan: Wm. B. Eerdmans Publishing Co., 2014.

Adkins, Lesley, and Roy A. Adkins. *Handbook to Life in Ancient Rome*. Infobase Publishing, 2014.

Aland, Barbara, and Holger Strutwolf. *The Greek New Testament*. Deutsche Bibelgesellschaft, 2014.

Aleman, Andre, and Frank Laroi. *Hallucinations: The Science of Idiosyncratic Perception*. Washington, DC: American Psychological Association, 2008.

Alexis, Jonas E. *Christianity and Rabbinic Judaism: Surprising Differences, Conflicting Visions, and Worldview Implications--From the Early Church to Our Modern Time*. WestBow Press, 2011.

Allan Mirecki, Paul. "Peter, Gospel Of." *The Anchor Yale Bible Dictionary: O-Sh. Vol. 5*. Edited by David Noel Freedman. Yale University Press, 1992.

Allison, Dale C. *Constructing Jesus: Memory, Imagination, and History*. Grand Rapids, Mich.: Baker Academic, 2010.

———. *Constructing Jesus: Memory, Imagination, and History*. Grand Rapids, Mich.: Baker Academic, 2010.

———. *Jesus of Nazareth: Millenarian Prophet*. Minneapolis, MN: Fortress Press, 1998.

Allison, Dale C. "Peter and Cephas: One and the Same." *JBL* 111.3 (1992): 489–95.

Allison Jr., Dale C. *The Resurrection of Jesus: Apologetics, Polemics, History*. Bloomsbury Publishing, 2021.

Alter, Michael J. *A Thematic Access-Oriented Bibliography of Jesus's Resurrection*. Resource Publications, 2019.

Anderson, Allan, and Edmond Tang. *Asian and Pentecostal: The Charismatic Face of Christianity in Asia*. OCMS, 2005.

Armstrong, Karl Leslie. *Dating Acts in Its Jewish and Greco-Roman Contexts*. Bloomsbury Publishing, 2021.

Ashton, John. *Understanding the Fourth Gospel*. OUP Oxford, 2007.

Asiedu, F. B. A. *Josephus, Paul, and the Fate of Early Christianity: History and Silence in the First Century*. Lanham, MD: Fortress Academic, 2019.

Aslan, Reza. *Zealot: The Life and Times of Jesus of Nazareth*. Random House Publishing Group, 2013.

Association, American Psychological. *APA Dictionary of Psychology*. American Psychological Association, 2015.

Atkins, J. D. *The Doubt of the Apostles and the Resurrection Faith of the Early Church: The Post-Resurrection Appearance Stories of the Gospels in Ancient Reception and Modern Debate.* Mohr Siebeck, 2019.

Aune, David Edward, Torrey Seland, and Jarl Henning Ulrichsen. *Neotestamentica et Philonica: Studies in Honor of Peder Borgen.* BRILL, 2014.

Ayoub, Mahmoud. *A Muslim View Of Christianity: Essays on Dialogue.* Edited by Irfan A. Omar. Annotated edition. Maryknoll, N.Y: Orbis Books, 2007.

Bahrdt, Carl-Friedrich. *Ausführung des Plans und Zwecks Jesu.* Aug. Mylius, 1784.

Barber, Michael Patrick. "Did Jesus Anticipate Suffering a Violent Death?: The Implications of Memory Research and Dale C. Allison's Methodology." *JSHJ* 18.3 (2020): 191–219.

———. *The Historical Jesus and the Temple: Memory, Methodology, and the Gospel of Matthew.* Cambridge: Cambridge University Press, 2023.

Barnett, Paul. *Jesus and the Rise of Early Christianity: A History of New Testament Times.* InterVarsity Press, 2002.

Barnett, Paul W. *Jesus and the Logic of History.* InterVarsity Press, 2001.

Bauckham, Richard. *Jesus and the Eyewitnesses: The Gospels as Eyewitness Testimony.* Wm. B. Eerdmans Publishing, 2008.

———. *Jesus and the God of Israel: God Crucified and Other Studies on the New Testament's Christology of Divine Identity.* Eerdmans, 2008.

———. *The Jewish World Around the New Testament.* Baker Academic, 2010.

Beasley-Murray, George R. *John, Volume 36: Revised Edition.* Zondervan, 2015.

Becker, Eve-Marie. *Letter Hermeneutics in 2 Corinthians: Studies in "Literarkritik" and Communication Theory.* A&C Black, 2004.

Beckwith, Francis. *David Hume's Argument Against Miracles: A Critical Analysis.* University Press of America, 1989.

Bedouelle, Guy. *An Illustrated History of the Church: The Great Challenges.* Chicago, IL: Liturgy Training Publications, 2006.

Bell, Lonnie. *The Early Textual Transmission of John: Stability and Fluidity in Its Second and Third Century Greek Manuscripts.* BRILL, 2018.

Benario, Herbert W. "The Annals." Pages 101–22 in *A Companion to Tacitus.* John Wiley & Sons, Ltd, 2012.

Bermejo-Rubio, Fernando. "Changing Methods, Disturbing Material: Should the Criterion of Embarrassment Be Dismissed in Jesus Research?" *REJ* 175.1–2 (2016): 1–25.

Bermejo-Rubio, Fernando, Richard Carrier, Franco Tommasi, and Robert Price. *Gesù resistente Gesù inesistente. Due visioni a confronto.* Manni, 2022.

Bernheim, Ernst. *Lehrbuch der historischen Methode und der Geschichtsphilosophie: mit Nachweis der wichtigsten Quellen und Hilfsmittel zum Studium der Geschichte.* Leipzig: Duncker u. Humblot, 1889.

Bernier, Jonathan. *The Quest for the Historical Jesus after the Demise of Authenticity: Toward a Critical Realist Philosophy of History in Jesus Studies,* 2016.

Bevere, Allan R. *Sharing in the Inheritance: Identity and the Moral Life in Colossians*. Bloomsbury Publishing, 2003.

Bird, Michael F. *Are You the One Who Is to Come?: The Historical Jesus and the Messianic Question*. Baker Academic, 2009.

Bird, Michael F., and Joseph R. Dodson. *Paul and the Second Century*. A&C Black, 2011.

Blaiklock, E. M. *The Archaeology of the New Testament*. Zondervan Publishing House, 1970.

Blasi, Anthony J., Paul-André Turcotte, and Jean Duhaime. *Handbook of Early Christianity: Social Science Approaches*. Rowman Altamira, 2002.

Blenkinsopp, Joseph. *Opening the Sealed Book: Interpretations of the Book of Isaiah in Late Antiquity*. Grand Rapids, Mich: Wm. B. Eerdmans Publishing Co., 2006.

Blom, Willem J. C. "Why the Testimonium Taciteum Is Authentic: A Response to Carrier." *VC* 73.5 (2019): 564–81.

Blomberg, Craig L. *Jesus the Purifier: John's Gospel and the Fourth Quest for the Historical Jesus*. Grand Rapids, Michigan: Baker Academic, 2023.

———. *The Historical Reliability of John's Gospel: Issues & Commentary*. InterVarsity Press, 2001.

Bloomfield, Samuel Thomas. *Recensio Synoptica Annotationis Sacræ, Being a Critical Digest and Synoptical Arrangement of the Most Important Annotations on the New Testament ... Carefully Collected and Condensed, from the Best Commentators, Etc.* C.&J. Rivington, 1828.

Blumell, Lincoln Harris, and Thomas A. Wayment. *Christian Oxyrhynchus: Texts, Documents, and Sources.* Baylor University Press, 2015.

Boccaccini. *Roots of Rabbinic Judaism.* Wm. B. Eerdmans Publishing, 2002.

Bock, Darrell. *Mark.* New Cambridge Bible Commentary. Cambridge: Cambridge University Press, 2015.

Bock, Darrell L., and Robert L. Webb. *Key Events in the Life of the Historical Jesus: A Collaborative Exploration of Context and Coherence.* Tübingen: Mohr Siebeck, 2009.

Bockmuehl, Markus. *Ancient Apocryphal Gospels.* Westminster John Knox Press, 2017.

Bode, Edward Lynn. *The First Easter Morning: The Gospel Accounts of the Women's Visit to the Tomb of Jesus.* Biblical Institute Press, 1970.

Bøe, Sverre. *Cross-Bearing in Luke.* Mohr Siebeck, 2010.

Boer, Martinus C. de. *Galatians: A Commentary.* Westminster John Knox Press, 2011.

Bond, Helen K., and Helen K. Bond. *Pontius Pilate in History and Interpretation.* Cambridge University Press, 1998.

Borgen, Peder. *The Gospel of John: More Light from Philo, Paul and Archaeology : The Scriptures, Tradition, Exposition, Settings, Meaning.* Brill, 2014.

Borgman, Paul. *The Way According to Luke: Hearing the Whole Story of Luke-Acts.* Wm. B. Eerdmans Publishing, 2006.

Bormann, Lukas. "Jerusalem as Seen by Ancient Historians and in Luke-Acts." Pages 101–22 in *Understanding the Spiritual Meaning of Jerusalem in Three Abrahamic Religions*. Brill, 2019.

Bornkamm, Günther. *Jesus von Nazareth*. Stuttgart: W. Kohlhammer, 1956.

Botner, Max. "The Messiah Is 'the Holy One': Ὁ Ἅγιος Τοῦ Θεοῦ as a Messianic Title in Mark 1:24." *JBL* 136.2 (2017): 417–33.

Bousset, Wilhelm. *Jesus*. Halle: Gebauer-Schwetschke, 1904.

Bowersock, Glen Warren. *Fiction as History: Nero to Julian*. University of California Press, 1997.

Bowman Jr., Robert M., and J. Ed Komoszewski. "The Historical Jesus and the Biblical Church: Why the Quest Matters." *Jesus, Skepticism, and the Problem of History: Criteria and Context in the Study of Christian Origins*. Edited by Darrell L. Bock and J. Ed Komoszewski. Zondervan Academic, 2019.

Boys, Mary C. "'I DIDN'T SEE ANY ANTI-SEMITISM': Why Many Christians Don't Have a Problem with 'The Passion of the Christ.'" *CrossCurrents* 54.1 (2004): 8–15.

Bracht, Katharina. *Hippolyts Schrift In Danielem: Kommunikative Strategien eines frühchristlichen Kommentars*. Mohr Siebeck, 2014.

Braun, F.M. *Jésus: Histoire et Critique*. Tournai: Casterman, 1947.

Bray, Gerald L. *The Pastoral Epistles: An International Theological Commentary*. Bloomsbury Publishing, 2019.

Bremmer, Jan N. "Ioudaismos, Christianismos and the Parting of the Ways." Pages 57–88 in *Jews and Christians – Parting Ways in the First Two*

Centuries CE? Edited by Jens Schröter, Benjamin A. Edsall, and Joseph Verheyden. De Gruyter, 2021.

Brodie, Thomas L. *Beyond the Quest for the Historical Jesus: Memoir of a Discovery.* Sheffield Phoenix Press, 2012.

Bromiley, Geoffrey William. *The International Standard Bible Encyclopedia.* Vol. 2. Wm. B. Eerdmans Publishing, 1979.

Brown, Candy Gunther. *Global Pentecostal and Charismatic Healing.* Oxford University Press, 2011.

Brown, Candy Gunther, Stephen C. Mory, Rebecca Williams, and Michael J. McClymond. "Study of the Therapeutic Effects of Proximal Intercessory Prayer (STEPP) on Auditory and Visual Impairments in Rural Mozambique." *South. Med. J.* 103.9 (2010): 864–69.

Brown, Colin, and Craig A. Evans. *A History of the Quests for the Historical Jesus, Volume 2: From the Post-War Era through Contemporary Debates.* Zondervan Academic, 2022.

Brown, Raymond. "The Resurrection and Biblical Criticism." *Commonweal* 87.8 (1967): 232–36.

Brown, Raymond Edward. *An Introduction to New Testament Christology.* Paulist Press, 1994.

———. *The Death of the Messiah: From Gethsemane to the Grave : A Commentary on the Passion Narratives in the Four Gospels.* Vol. 2. Yale University Press, 1998.

———. *The Virginal Conception and Bodily Resurrection of Jesus.* Paulist Press, 1973.

Brown, William P. *The Oxford Handbook of the Psalms*. OUP USA, 2014.

Bultmann, Rudolf. *Die Geschichte Der Synoptischen Tradition*. Göttingen: Vandenhoeck & Ruprecht, 1921.

———. *Jesus*. Berlin: Deutsche Bibliothek, 1926.

———. *Jesus and the Word*. Scribner, 1958.

———. "New Testament and Mythology." *Kerygma and myth: a theological debate*. Edited by Hans-Werner Bartsch and Reginald H. Fuller. London: S.P.C.K, 1953.

———. *The History of the Synoptic Tradition*. Translated by John Marsh. Oxford: Blackwell, 1963.

Bultmann, Rudolf Karl. *Das Evangelium Des Johannes*. Göttingen: Vandenhoeck & Ruprecht, 1968.

Burge, Gary M., Lynn H. Cohick, and Gene L. Green. *The New Testament in Antiquity: A Survey of the New Testament within Its Cultural Context*. Zondervan Academic, 2010.

Burke, Peter. *The Renaissance Sense of the Past*. London: Edward Arnold, 1969.

Burkert, Walter. *The Orientalizing Revolution: Near Eastern Influence on Greek Culture in the Early Archaic Age*. Translated by Margaret E. Pinder. Revised edition. Cambridge, Mass.: Harvard University Press, 1998.

Burkitt, Francis Crawford. *Jesus Christ: An Historical Outline*. London: Blackie & Son, 1932.

Burridge, Richard A. *What Are the Gospels?: A Comparison with Graeco-Roman Biography*. Wm. B. Eerdmans Publishing, 2004.

———. *What Are the Gospels?: A Comparison with Graeco-Roman Biography*. Cambridge University Press, 1995.

Byung-Mu, Ahn. "Jesus and Ochlos in the Context of His Galilean Ministry." *Asian Contextual Theology for the Third Millennium: Theology of Minjung in Fourth-Eye Formation*. Edited by Paul S. Chung, Veli-Matti Karkkainen, and Kim Kyoung-Jae. Wipf and Stock Publishers, 2007.

Cameron, Ron. *The Other Gospels: Non-Canonical Gospel Texts*. Westminster John Knox Press, 1982.

Carey, Stephen S. *A Beginner's Guide to Scientific Method*. Cengage Learning, 2011.

Carrier, Richard. *On the Historicity of Jesus: Why We Might Have Reason for Doubt*. Sheffield Phoenix Press, 2014.

———. "The Prospect of a Christian Interpolation in Tacitus, Annals 15.44." *VC* 68.3 (2014): 264–83.

Casey, Maurice. *Aramaic Sources of Mark's Gospel*. Cambridge University Press, 1999.

———. *Jesus: Evidence and Argument or Mythicist Myths?* T&T Clark, 2014.

———. *Jesus of Nazareth: An Independent Historian's Account of His Life and Teaching*. Bloomsbury Publishing, 2010.

Casper, Jayson. "This Minnesota Monk Saves Ancient Manuscripts for a Digital Age." *ChristianityToday.Com*, n.d.

Cavin, Robert Gregory. "Miracles, Probability, and the Resurrection of Jesus: A Philosophical, Mathematical, and Historical Study." PhD Thesis, University of California, Irvine, 1993.

Charlesworth, James H. *Jesus Within Judaism: New Light from Exciting Archaeological Discoveries.* Doubleday, 1988.

Chilton, Bruce D., and Craig A. Evans, eds. *James the Just and Christian Origins.* Brill, 2014.

Chilton, Bruce, and Craig A Evans. *Authenticating the Activities of Jesus.* Boston; Leiden: Brill Academic Publishers, 1999.

———. *Authenticating the Words of Jesus.* Boston; Leiden: Brill Academic Publishers, 2002.

Chilton, Bruce, and Jacob Neusner. *The Brother of Jesus: James the Just and His Mission.* Westminster John Knox Press, 2001.

Clarke, Kent D. "Textual Certainty in the United Bible Societies' 'Greek New Testament.'" *NovT* 44.2 (2002): 105–33.

Claudel, Gérard. *La confession de Pierre: trajectoire d'une péricope évangélique.* Libraire Lecoffre, 1988.

Collingwood, Robin George. *The Idea of History.* Oxford: Oxford : At the Clarendon press(IS), Clarendon, 1946.

Colson, Charles. *Loving God.* Zondervan, 1997.

Condra, Ed. *Salvation for the Righteous Revealed: Jesus amid Covenantal and Messianic Expectations in Second Temple Judaism.* BRILL, 2018.

Conze, Edward. *Buddhist Scriptures.* London: Penguin Publishing Group, 1959.

Coote, Robert B, and Mary P. Coote. "Homer and Scripture in the Gospel of Mark." *Distant Voices Drawing Near: Essays in Honor of Antoinette Clark Wire.* Edited by Antoinette Clark Wire and Marvin L. Chaney. Liturgical Press, 2004.

Craddock, Fred B. *Luke.* Westminster John Knox Press, 2009.

Craig, William Lane. *Assessing the New Testament Evidence for the Historicity of the Resurrection of Jesus.* Lewiston, N.Y., USA: Edwin Mellen Press, 1989.

———. *On Guard: Defending Your Faith with Reason and Precision.* David C Cook, 2010.

Creath, Richard, Jane Maienschein, and Michael Ruse. *Biology and Epistemology.* Cambridge University Press, 2000.

Cross, Frank Leslie, and Elizabeth A. Livingstone. *The Oxford Dictionary of the Christian Church.* Oxford University Press, 2005.

Crossan, John Dominic. *Jesus: a revolutionary biography.* San Francisco: Harper, 1994.

———. *Jesus: A Revolutionary Biography.* San Francisco: Harper, 1994.

———. *The Cross That Spoke: The Origins of the Passion Narrative.* Wipf and Stock Publishers, 2008.

———. *The Historical Jesus: The Life of a Mediterranean Jewish Peasant.* San Francisco: HarperSanFrancisco, 1991.

Crossan, John Dominic, and Richard G. Watts. *Who Is Jesus?: Answers to Your Questions about the Historical Jesus*. Westminster John Knox Press, 1999.

Crossley, James G. *The Date of Mark's Gospel: Insight from the Law in Earliest Christianity*. A&C Black, 2004.

———. "The Next Quest for the Historical Jesus." Conference Paper presented at the The Next Quest for the Historical Jesus Conference organized by The Centre for the Critical Study of Apocalyptic and Millenarian Movements (CenSAMM), The Enoch Seminar, and William B. Eerdmans Publishing Company. Virtual, 11 July 2022.

Crossley, James G., and Chris Keith, eds. *The Next Quest for the Historical Jesus*. Grand Rapids: Eerdmans, forthcoming.

Crossley, James, and Robert J. Myles. *Jesus: A Life in Class Conflict*. Washington: Zero Books, 2023.

———. *Jesus: A Life in Class Conflict*. Washington: Zero Books, 2023.

Croy, N. Clayton. *Escaping Shame: Mary's Dilemma and the Birthplace of Jesus*. BRILL, 2022.

Culy, Martin M., and Mikeal Carl Parsons. *Acts: A Handbook on the Greek Text*. Baylor University Press, 2003.

Cureton, William. *Spicilegium Syriacum*. Rivingtons, 1855.

Dardashti, Radin, Richard Dawid, and Karim Thébault. *Why Trust a Theory?* Cambridge University Press, 2019.

Dark, Ken. *The Sisters of Nazareth Convent: A Roman-Period, Byzantine, and Crusader Site in Central Nazareth*. 1st edition. Routledge, 2020.

Dark, Ken, and Ken Dark. *Archaeology of Jesus' Nazareth*. Oxford, New York: Oxford University Press, 2023.

Davies, Stevan L. *Jesus the Healer: Possession, Trance, and the Origins of Christianity*. Continuum, 1995.

Davis, C. Truman. "The Crucifixion of Jesus. The Passion of Christ From A Medical Point of View." *Ariz. Med.* 22 (1965): 183–87.

Davis, Stephen T. *Disputed Issues: Contending for Christian Faith in Today's Academic Setting*. Baylor University Press, 2008.

———. "Is Belief in the Resurrection Rational?: A Response to Michael Martin." *Philo* 2.1 (1999): 51–61.

Dawkins, Richard. "Atheists for Jesus?" *Free Inq.* 25.1 (2004): 9,11-12.

———. *The God Delusion*. Random House, 2009.

Denker, Jürgen. *Die theologiegeschichtliche Stellung des Petrusevangeliums: ein Beitrag zur Frühgeschichte des Doketismus*. Herbert Lang, 1975.

Denova, Rebecca I. *The Origins of Christianity and the New Testament*. John Wiley & Sons, 2021.

Denton, Donald L. *Historiography and Hermeneutics in Jesus Studies: An Examination of the Work of John Dominic Crossan and Ben F. Meyer*. London [etc.: T&T Clark International, 2004.

deSilva, David A. *The Jewish Teachers of Jesus, James, and Jude: What Earliest Christianity Learned from the Apocrypha and Pseudepigrapha*. Oxford University Press, 2012.

Deza, Michel Marie, and Elena Deza. *Encyclopedia of Distances*. Springer, 2016.

Dhanis, Édouard. "L'ensevelissement de Jésus et La Visite Au Tombeau Dans l'évangile de Saint Marc (Mc., XV, 40 - XVI, 8)." *Gregorianum* 39.2 (1958): 367–410.

Dibelius, Martin. *From Tradition to Gospel*. Translated by Bertram Lee Woolf. Ivor Nicholson and Watson, 1934.

Do, Maria Yen Thi. *The Lucan Journey: A Study of Luke 9:28-36 and Acts 1:6-11 as an Architectural Pair*. Peter Lang, 2010.

Dodd, C. H. *The Apostolic Preaching and Its Developments: Three Lectures with an Appendix on Eschatology and History*. Grand Rapids: Baker, 1980.

Dodd, C. H. *The Interpretation of the Fourth Gospel*. Cambridge University Press, 1953.

Dodd, Charles H. "The Appearances of the Risen Christ: An Essay in. Form-Criticism of the Gospels." Pages 9–35 in *Studies in the Gospels: Essays in Memory of R.H. Lightfoot*. Edited by D. E Nineham. Oxford: Basil Blackwell, 1955.

Doherty, Earl. *Jesus: Neither God Nor Man - The Case for a Mythical Jesus*. First edition. Age of Reason Publications, 2009.

Donaldson, Terence L. *Jesus on the Mountain: A Study in Matthean Theology*. Bloomsbury Publishing Plc, 1985.

Donne, Anthony Le. "Memory, Commemoration and History in John 2.19–22: A Critique and Application of Social Memory." *The Fourth Gospel in First-Century Media Culture: Reconsidering 1 Peter's Commands to Wives*. Edited by

Anthony Le Donne and Tom Thatcher. Reprint edition. New York: T & T Clark International, 2013.

———. *The Historiographical Jesus: Memory, Typology, and the Son of David.* Waco, Tex: Baylor University Press, 2009.

Doran, Robert. "'Salting with Fire' (Mark 9:49)." *NovT* 62.4 (2020): 361–74.

Dunn, James D. G. *Jesus Remembered: Christianity in the Making.* Grand Rapids, MI: Wm. B. Eerdmans Publishing, 2003.

———. *The Partings of the Ways: Between Christianity and Judaism and Their Significance for the Character of Christianity.* SCM Press, 2006.

Earman, John. *Hume's Abject Failure: The Argument Against Miracles.* Oxford University Press, 2000.

Eck, Ernest van. *The Parables of Jesus the Galilean: Stories of a Social Prophet.* Wipf and Stock Publishers, 2016.

Eddy, Paul R. "The Historicity of the Early Oral Jesus Tradition: Reflections on the 'Reliability Wars.'" Pages 145–63 in *Jesus, Skepticism, and the Problem of History: Criteria and Context in the Study of Christian Origins.* Edited by Darrell L. Bock and J. Ed Komoszewski. Zondervan Academic, 2019.

Edersheim, Alfred. *The Life and Times of Jesus the Messiah.* 2 vols. London: Longman, 1883.

Edwards, Douglas R. *Religion and Society in Roman Palestine: Old Questions, New Approaches.* Routledge, 2004.

Edwards, W. D., W. J. Gabel, and F. E. Hosmer. "On the Physical Death of Jesus Christ." *JAMA* 255.11 (1986): 1455–63.

Ehrman, Bart D. *A Brief Introduction to the New Testament*. 4th edition. New York: Oxford University Press, 2016.

———. *Did Jesus Exist?: The Historical Argument for Jesus of Nazareth*. HarperOne, 2013.

———. *How Jesus Became God : The Exaltation of a Jewish Preacher from Galilee*. Reprint edition. New York: HarperOne, 2014.

———. *How Jesus Became God : The Exaltation of a Jewish Preacher from Galilee*. Reprint edition. New York, NY: HarperOne, 2015.

Ehrman, Bart D. *Jesus: Apocalyptic Prophet of the New Millennium*. Oxford: Oxford Univ. Press, 1999.

Ehrman, Bart D. *Misquoting Jesus: The Story Behind Who Changed the Bible and Why*. HarperCollins, 2005.

Eisler, Robert. *Iesous Basileus ou Basileusas*. Vol. II. Heidelberg: Carl Winters Universitätsbuchhandlung, 1929.

Ellis, Edward Earle. *The Making of the New Testament Documents*. BRILL, 2002.

Ellis, John. *How Science Works: Evolution: The Nature of Science & The Science of Nature*. Springer, 2016.

Elmer, Ian J. *Paul, Jerusalem and the Judaisers: The Galatian Crisis in Its Broadest Historical Context*. Mohr Siebeck, 2009.

Esler, Philip Francis. *The Early Christian World*. Vol. 2. Taylor & Francis, 2000.

Evans, Craig. "Jewish Burial Traditions and the Resurrection of Jesus." *JSHJ* 3.2 (2005): 233–48.

Evans, Craig A. "Did Jesus Predict His Death and Resurrection?" *Resurrection.* Edited by Stanley E. Porter, Michael A. Hayes, and David Tombs. 1st edition. Sheffield, England: Sheffield Academic Press, 1999.

Evans, Craig A. "Getting the Burial Traditions and Evidence Right." *How God Became Jesus: The Real Origins of Belief in Jesus' Divine Nature - A Response to Bart Ehrman.* Edited by Michael F. Bird, Craig A. Evans, Simon Gathercole, Chris Tilling, and Charles E. Hill. Zondervan, 2014.

———. "'He Laid Him in a Tomb' (Mark 15.46): Roman Law and the Burial of Jesus." *Matthew and Mark Across Perspectives: Essays in Honour of Stephen C. Barton and William R. Telford.* Edited by Kristian A. Bendoraitis and Nijay K. Gupta. Bloomsbury Publishing, 2016.

———. *Jesus and the Manuscripts: What We Can Learn from the Oldest Texts.* Hendrickson Publishers, 2020.

———. Review of *Review of Jesus, Criteria, and the Demise of Authenticity*, by Chris Keith and Anthony Le Donne. *EvQ* 85.4 (2013): 364–66.

———. "The Family Buried Together Stays Together: On The Burial Of The Executed In Family Tombs." Pages 87–96 in *The World of Jesus and the Early Church: Identity and Interpretation in Early Communities of Faith.* Hendrickson Publishers, 2011.

———. *The Historical Jesus.* Taylor & Francis, 2004.

———. *The Routledge Encyclopedia of the Historical Jesus.* Routledge, 2014.

Eve-Marie Becker. "Mk 1:1 and the Debate on a 'Markan Prologue.'" *FN* 22 (2009): 91–106.

Fee, Gordon D. *The First Epistle to the Corinthians.* Wm. B. Eerdmans Publishing, 1987.

Ferda, Tucker S. *Jesus, the Gospels, and the Galilean Crisis.* Bloomsbury Publishing, 2018.

Ferguson, Everett. *Encyclopedia of Early Christianity: Second Edition.* Routledge, 2013.

Finegan, Jack. *The Archeology of the New Testament: The Life of Jesus and the Beginning of the Early Church - Revised Edition.* Princeton University Press, 2014.

Fishman, Ethan M., William D. Pederson, and Mark J. Rozell. *George Washington: Foundation of Presidential Leadership and Character.* Bloomsbury Publishing USA, 2001.

Flew, Antony, and Gary Habermas. "My Pilgrimage from Atheism to Theism: A Discussion between Antony Flew and Gary Habermas." *Philos. Christi* 6.2 (2004): 197–211.

Flowers, Michael. "Jesus' 'Journey' in Mark 7:31: Interpretation and Historical Implications For Markan Authorship and Both the Scope and Impact of Jesus' Ministry." *JSHJ* 14.2 (2016): 158–85.

Fontanille, Jean-Philippe, and Aaron Kogon. *The Coinage of Herod Antipas: A Study and Die Classification of the Earliest Coins of Galilee.* BRILL, 2018.

Foster, Paul. *The Apocryphal Gospels: A Very Short Introduction.* OUP Oxford, 2009.

France, R. T. *The Gospel of Matthew*. Wm. B. Eerdmans Publishing, 2007.

Frankfurter, David. *Pilgrimage and Holy Space in Late Antique Egypt*. BRILL, 2015.

Fredriksen, Paula. *Jesus of Nazareth, King of the Jews: A Jewish Life and the Emergence of Christianity*. Knopf Doubleday Publishing Group, 2012.

———, ed. *On The Passion of the Christ: Exploring the Issues Raised by the Controversial Movie*. University of California Press, 2006.

Fuller, Reginald Horace. *The Formation of the Resurrection Narratives*. Macmillan, 1971.

Funk, Robert W. *The Acts of Jesus: The Search for the Authentic Deeds of Jesus*. San Francisco: HarperSanFrancisco, 1998.

Funk, Robert W., and Robert J. Miller. *Finding the Historical Jesus: Rules of Evidence*. Edited by Bernard Brandon Scott. Santa Rosa, Calif: Polebridge Press, 2008.

Gallagher, Edmon L., and John D. Meade. *The Biblical Canon Lists from Early Christianity: Texts and Analysis*. Oxford University Press, 2017.

Garcia, Carlos. *Popper's Theory of Science: An Apologia*. A&C Black, 2006.

Garraghan, Gilbert J, and Jean Delanglez. *A Guide to Historical Method*. New York: Fordham University Press, 1946.

———. *A Guide to Historical Method*. New York: Fordham University Press, 1946.

Gasparini, Valentino. "Negotiating the Body: Between Religious Investment and Narratological Strategies. Paulina, Decius Mundus and the

Priests of Anubis." Pages 385–416 in *Negotiating the Body: Between Religious Investment and Narratological Strategies. Paulina, Decius Mundus and the Priests of Anubis*. De Gruyter, 2017.

Gathercole, Simon. *The Gospel of Thomas: Introduction and Commentary*. Leiden, Netherlands: BRILL, 2014.

———. "The Historical and Human Existence of Jesus in Paul's Letters." *JSHJ* 16.2–3 (2018): 183–212.

Gathercole, Simon J. "Other Apocryphal Gospels and the Historical Jesus." *The Oxford Handbook of Early Christian Apocrypha*. Edited by Joseph Verheyden. OUP Oxford, 2015.

Geisler, Norman L., and Thomas Howe. *The Big Book of Bible Difficulties: Clear and Concise Answers from Genesis to Revelation*. Baker Publishing Group, 2008.

Geivett, R. Douglas, and Gary R. Habermas. *In Defense of Miracles: A Comprehensive Case for God's Action in History*. InterVarsity Press, 2014.

Gerapoli, Papia di, and Enrico Norelli. *Esposizione degli oracoli del Signore. Frammenti*. Milano: Paoline Editoriale Libri, 2005.

Gerhardsson, Birger. *The Reliability of the Gospel Tradition*. Baker Publishing Group, 2001.

Gibson, Shimon. "The Excavations at the Bethesda Pool in Jerusalem: Preliminary Report on a Project of Stratigraphic and Structural Analysis (1999–2009)." *Sainte-Anne de Jérusalem: la piscine probatiquen de Jésus à Saladin*. Edited by Frans Bouwen. Jerusalem: St Anne, Proche-Orient Chrétien Numéro Spécial, 2011.

———. "The Pool of Bethesda in Jerusalem and Jewish Purification Practices of the Second Temple Period." *POC 55* (2005): 270–93.

Gibson, Shimon, and Amos Kloner. "The Talpiot Tomb Reconsidered: The Archaeological Facts." *The Tomb of Jesus and His Family?: Exploring Ancient Jewish Tombs Near Jerusalem's Walls*. Edited by James H. Charlesworth. Wm. B. Eerdmans Publishing, 2013.

Giovannini, Adalberto, and Marguerite Hirt. "L'inscription de Nazareth: Nouvelle Interprétation." *ZPE 124* (1999): 107–32.

Glover, Terrot Reaveley. *The Jesus of History*. London: SCM Press, 1917.

Goodacre, Mark. "How Empty Was the Tomb?" *JSNT 44.1* (2021): 134–48.

Goodspeed, Edgar J. *A Life of Jesus*. New York: Harper & Brothers, 1950.

Gottschalk, Louis Reichenthal. "The Historian and the Historical Document." *The Use of Personal Documents in History, Anthropology, and Sociology*. Edited by Louis Gottschalk, Clyde Kluckhohn, and Robert Angell. First Edition. New York: Social Science Research Council, 1945.

———. *Understanding History: A Primer of Historical Method*. New York: Alfred A. Knopf, 1969.

Graieg, David. "A Bibliography on Jesus Resurrection (Works since 2020) as at 2023 06 28" (n.d.).

Grant, Michael. *Jesus: An Historian's View of the Gospels*. Cengage Gale, 1981.

Grass, Hans. *Ostergeschehen und Osterberichte*. Vandenhoeck & Ruprecht, 1964.

Green, Steven. *Ovid, Fasti 1: A Commentary*. BRILL, 2017.

Gregg, Brian Han. *The Historical Jesus and the Final Judgment Sayings in Q.* Mohr Siebeck, 2006.

Gregory, Brad S. "The Other Confessional History: On Secular Bias in the Study of Religion." *H&T* 45.4 (2006): 132–49.

Grill, Julius. *Untersuchungen über die Entstehung des vierten Evangeliums.* Tübingen: Mohr Siebeck, 1923.

Gullotta, Daniel N. "On Richard Carrier's Doubts: A Response to Richard Carrier's On the Historicity of Jesus: Why We Might Have Reason for Doubt." *JSHJ* 15.2–3 (2017): 310–46.

Gundry, Robert H. *Mark: A Commentary on His Apology for the Cross, Volume 2.* Wm. B. Eerdmans Publishing, 2000.

———. "'Verba Christi' in I Peter: Their Implications Concerning the Authorship of I Peter and the Authenticity of the Gospel Tradition." *NTS* 13.4 (1967): 336–50.

Gurtner, Daniel M., Joel Willitts, and Richard A. Burridge. *Jesus, Matthew's Gospel and Early Christianity: Studies in Memory of Graham N. Stanton.* Bloomsbury Publishing, 2011.

Gustavson, Carl G. *A Preface to History.* New York, N.Y.: McGraw-Hill, 1955.

Haber, Susan. *"They Shall Purify Themselves": Essays on Purity in Early Judaism.* Society of Biblical Lit, 2008.

Habermas, and Flew. *Resurrected?: An Atheist and Theist Dialogue.* Rowman & Littlefield Publishers, 2010.

Habermas, Gary. *On the Resurrection, Volume 1: Evidences.* B&H Academic, 2024.

———. "Resurrection Research From 1975 to the Present: What Are Critical Scholars Saying?" *JSHJ* 3.2 (2005): 135–53.

Habermas, Gary, Jonathan Kopel, and Benjamin C. F. Shaw. "Medical Views on the Death by Crucifixion of Jesus Christ." *Proc. BUMC* 34.6 (n.d.): 748–52.

Habermas, Gary R. *The Resurrection of Jesus: A Rational Inquiry*. Ann Arbor, MI: University Microfilms International, 1976.

Habermas, Gary R., and Antony Flew. *Did the Resurrection Happen?: A Conversation with Gary Habermas and Antony Flew*. InterVarsity Press, 2009.

Habermas, Gary R., and Michael R. Licona. *The Case for the Resurrection of Jesus*. Kregel Publications, n.d.

Hägerland, Tobias. "The Future of Criteria in Historical Jesus Research." *JSHJ* 13.1 (2015): 43–65.

Hale, John. *Civilization of Europe in the Renaissance*. New York, NY: Simon and Schuster, 1995.

Hansen, Christopher M. "Romans 1:3 and the Celestial Jesus: A Rebuttal to Revisionist Interpretations of Jesus' Descendance From David in Paul." Edited by David J. Fuller and John J. H. Lee. *MJTM* 22 (2020): 31–60.

Harding, Mark, and Alanna Nobbs. *The Content and the Setting of the Gospel Tradition*. Wm. B. Eerdmans Publishing, 2010.

Harnack, Adolf. *Das Wesen Des Christentums*. Leipzig: J.C. Hinrichs, 1900.

Harper, Kyle, Michael McCormick, Matthew Hamilton, Chantal Peiffert, Raymond Michels, and Michael Engel. "Establishing the Provenance of the Nazareth Inscription: Using Stable Isotopes to Resolve a Historic

Controversy and Trace Ancient Marble Production." *J. Archaeol. Sci. Rep.* 30 (2020): 102228.

Harris, Murray J. *From Grave to Glory: Resurrection in the New Testament : Including a Response to Norman L. Geisler.* Zondervan Publishing House, 1990.

———. *Three Crucial Questions about Jesus.* Wipf and Stock Publishers, 2008.

Harris, Sam. *Waking Up: A Guide to Spirituality Without Religion.* New York: Simon & Schuster, 2014.

Harris, Steven Edward. "The Meaning of Resurrection Miracles in Pentecostal Theology." *JPT* 29.2 (2020): 211–28.

Harvey, A. E. "Christology and the Evidence of the New Testament." Pages 42–54 in *God Incarnate: Story and Belief.* London: SPCK Publishing, 1981.

Hastings, James, ed. *A Dictionary of the Bible.* Vol. 2. New York: Charles Scribner's Sons, 1899.

Havukainen, Tuomas. "Birger Gerhardsson on the Transmission of Jesus Traditions – How Did the Rabbinic Model Advance a Scholarly Discourse?" *IESUS ABOENSIS* 1.1 (2015): 49–63.

Hays, Richard. "The Corrected Jesus." *First Things* 43 (1994): 43–48.

Hegel, Georg Wilhelm Friedrich. *The Philosophy of History.* Translated by John Sibree. New York: Dover Publications, 1956.

Hegel, Georg Wilhelm Friedrich, and Peter Fuß. *Three Essays, 1793-1795 the Tübingen Essay, Berne Fragments, the Life of Jesus.* Notre Dame, Ind: University of Notre Dame Press, 1984.

Helmer, Christine. *The Multivalence of Biblical Texts and Theological Meanings*. Society of Biblical Lit, 2006.

Hemer, C. J. "Luke the Historian." *BJRL* 60.1 (1977): 28–51.

Hemer, Colin J. *The Book of Acts in the Setting of Hellenistic History*. Pennsylvania State University Press, 1990.

Hengel, Martin. *Acts and the History of Earliest Christianity*. Wipf and Stock Publishers, 2003.

———. *Acts and the History of Earliest Christianity*. Fortress Press, 1980.

———. *Die vier Evangelien und das eine Evangelium von Jesus Christus: Studien zu ihrer Sammlung und Entstehung*. Mohr Siebeck, 2008.

———. *Studies in Early Christology*. A&C Black, 2004.

———. *The Cross of the Son of God*. SCM Press, 1986.

Herder, Johann Gottfried von. *Vom Erlöser der Menschen: Nach unseren drei ersten Evangelien*. Riga: Hartknoch, 1796.

Herodotus. *The Persian Wars, Volume II: Books 3-4*. Translated by A. D. Godley. Revised edition. Cambridge, Massachusetts: Harvard University Press, 1921.

Herron, Thomas J. *Clement and the Early Church of Rome: On the Dating of Clement's First Epistle to the Corinthians*. Emmaus Road Publishing, 2010.

Hixson, Elijah, and Peter J. Gurry. *Myths and Mistakes in New Testament Textual Criticism*. InterVarsity Press, 2019.

Hoffmann, Matthias Reinhard. *The Destroyer and the Lamb: The Relationship Between Angelomorphic and Lamb Christology in the Book of Revelation*. Mohr Siebeck, 2005.

Hoffmann, R. Joseph. *Sources of the Jesus Tradition: Separating History from Myth*. Prometheus, 2011.

Holding, James Patrick. "The Homeric Epics and the Gospel of Mark." *CRJ* 24.2 (2001).

Holmas, Geir O. *Prayer and Vindication in Luke - Acts: The Theme of Prayer within the Context of the Legitimating and Edifying Objective of the Lukan Narrative*. Bloomsbury Publishing, 2011.

Holmén, Tom. "Authenticity Criteria." Pages 43–54 in *The Routledge Encyclopedia of the Historical Jesus*. Edited by Craig A. Evans. Routledge, 2014.

———. "Divorce in 'Cd' 4:20-5:2 and '11qt' 57:17-18 Some Remarks on the Pertinence of the Question." *RevQ* 18.3 (71) (1998): 397–408.

———. *Jesus and Jewish Covenant Thinking*. BRILL, 2001.

Hoover, Roy W, Robert W Funk, and Jesus Seminar. *The Five Gospels: A New Translation and Commentary*. New York: Macmillan, 1993.

Horsley, Richard A. *Jesus and the Spiral of Violence: Popular Jewish Resistance in Roman Palestine*. Fortress Press, 1993.

Horsley, Richard A., and John S. Hanson. *Bandits, Prophets, and Messiahs: Popular Movements in the Time of Jesus*. Winston Press, 1985.

Houston, J. *Reported Miracles: A Critique of Hume*. Cambridge University Press, 1994.

Howell, Martha C, and Walter Prevenier. *From Reliable Sources: An Introduction to Historical Methods*. Ithaca, New York: Cornell University Press, 2001.

Hubing, Jeff. *Crucifixion and New Creation: The Strategic Purpose of Galatians 6.11-17*. Bloomsbury Publishing, 2015.

Hume, David. "Of Miracles." Pages 169–86 in *An Enquiry Concerning Human Understanding*. Edited by Tom L. Beauchamp. Underlining edition. Oxford ; New York: Oxford University Press, 1999.

Hunter, Archibald Macbride. *The Work and Words of Jesus*. Philadelphia: Westminster Press, 1950.

Hurtado, Larry. "Interactive Diversity: A Proposed Model of Christian Origins." *JTS* 64.2 (2013): 445–62.

Hurtado, Larry W. *One God, One Lord: Early Christian Devotion and Ancient Jewish Monotheism*. T&T Clarke, 1998.

———. *Texts and Artefacts: Selected Essays on Textual Criticism and Early Christian Manuscripts*. Bloomsbury Publishing, 2017.

III, Ben Witherington. *New Testament Theology and Ethics*. Downers Grove, Ill: IVP Academic, 2016.

III, Ben Witherington, and Jason A. Myers. *New Testament Rhetoric, Second Edition*. 2nd ed. edition. Eugene, Oregon: Cascade Books, 2022.

Ingolfsland, Dennis. *The Third Quest for the Historical Jesus; A Bibliographic Guide*. Amazon Kindle, 2011.

Jackson, Howard M. "The Death of Jesus in Mark and the Miracle from the Cross." *NTS* 33.1 (1987): 16–37.

Jefford, Clayton. *The Apostolic Fathers and the New Testament*. 0 edition. Baker Academic, 2006.

Jenkins, Philip. *Hidden Gospels How the Search for Jesus Lost Its Way*. Oxford: Oxford University Press, 2002.

Jerajani, H. R., Bhagyashri Jaju, M. M. Phiske, and Nitin Lade. "Hematohidrosis – A Rare Clinical Phenomenon." *Indian J. Dermatol.* 54.3 (2009): 290–92.

Jeremias, Joachim. "Die älteste Schicht der Osterüberlieferungen." *Resurrexit : Actes du symposium international sur la résurrection de Jésus (Rome 1970)*. Edited by Dhanis Édouard. Rome: Libreria Editrice Vaticana, 1974.

———. *The Rediscovery of Bethesda: John 5:2*. Southern Baptist Theological Seminary, 1966.

Jervis, L. Ann, and Peter Richardson. *Gospel in Paul: Studies on Corinthians, Galatians and Romans for Richard N. Longenecker*. Bloomsbury Publishing, 1994.

Jobes, Karen H. *1 Peter*. Illustrated edition. Edited by Robert Yarbrough and Joshua Jipp. Grand Rapids, MI: Baker Academic, 2005.

Johnson, Allan Chester, Paul Robinson Coleman-Norton, and Frank Card Bourne. *Ancient Roman Statutes: A Translation with Introduction, Commentary, Glossary, and Index*. The Lawbook Exchange, Ltd., 2003.

Johnson, Bill, and Randy Clark. *The Essential Guide to Healing: Equipping All Christians to Pray for the Sick*. Grand Rapids, Mich: Chosen Books, 2011.

Johnson, Luke Timothy. *The Real Jesus: The Misguided Quest for the Historical Jesus and the Truth of the Traditional Gospels*. New York: HarperCollins, 1996.

Johnston, Jeremiah J. *The Resurrection of Jesus in the Gospel of Peter: A Tradition-Historical Study of the Akhmîm Gospel Fragment.* Bloomsbury Publishing, 2016.

Johnston, Jeremiah J., and Gary Habermas. "The Most Significant Place in Christianity." Pages 131–38 in *Body of Proof: The 7 Best Reasons to Believe in the Resurrection of Jesus--and Why It Matters Today.* Minneapolis, Minnesota: Bethany House Publishers, 2023.

Jones, C. P. "Towards A Chronology of Plutarch's Works*." *JRS* 56.1–2 (1966): 61–74.

Jr, Dale C. Allison. *Resurrecting Jesus: The Earliest Christian Tradition and Its Interpreters.* Bloomsbury Publishing USA, 2005.

———. *Resurrecting Jesus: The Earliest Christian Tradition and Its Interpreters.* Bloomsbury Publishing USA, 2005.

Jr, Hugh G. Gauch, Hugh G. Gauch Jr, and Hugh G. Gauch (Jr.). *Scientific Method in Practice.* Cambridge University Press, 2003.

Justin, Saint Justin (Martyr), and Justin Martyr. *Dialogue with Trypho (Selections from the Fathers of the Church, Volume 3).* CUA Press, 2003.

Kähler, Martin. *Der sogenannte historische Jesus und der geschichtliche, biblische Christus.* 2nd ed. Leipzig: Deichert, 1892.

Kampourakis, Kostas. *Understanding Evolution.* Cambridge: Cambridge University Press, 2014.

Kant, Immanuel. *Critique of Pure Reason.* Edited by Paul Guyer and Allen W. Wood. Cambridge, UK: Cambridge University Press, 1998.

Käsemann, Ernst. "Das Problem Des Historischen Jesus." *ZTK* 51.2 (1954): 125–53.

———. *Essays on New Testament Themes.* London: SCM Press, 1964.

———. "The Problem of the Historical Jesus." *Essays on New Testament Themes.* London: SCM Press, 1964.

Keefe, Interview by Derek. "New Testament Manuscript Haul in Albania." *ChristianityToday.Com*, n.d.

Keener, Craig S. *1 Peter: A Commentary.* Grand Rapids, Michigan: Baker Academic, 2021.

———. *Acts: An Exegetical Commentary : Volume 1: Introduction and 1:1-247.* Baker Books, 2012.

———. *Christobiography: Memory, History, and the Reliability of the Gospels.* Wm. B. Eerdmans Publishing, 2019.

———. *Galatians.* Cambridge University Press, 2018.

———. *Miracles: The Credibility of the New Testament Accounts.* Baker Publishing Group, 2011.

———. *Miracles Today: The Supernatural Work of God in the Modern World.* Baker Academic, 2021.

———. *The Gospel of John.* Baker Publishing Group, 2010.

Keith, Chris. *Jesus against the Scribal Elite: The Origins of the Conflict.* Baker Publishing Group, 2014.

———. *Jesus' Literacy: Scribal Culture and the Teacher from Galilee.* A&C Black, 2011.

———. "Social Memory Theory and Gospels Research: The First Decade (Part One)." *EC* 6.3 (2015): 354–76.

———. "Social Memory Theory and Gospels Research: The First Decade (Part Two)." *EC* 6.4 (2015): 517–42.

———. "The Narratives of the Gospels and the Historical Jesus: Current Debates, Prior Debates and the Goal of Historical Jesus Research." *JSNT* 38.4 (2016): 426–55.

Keith, Chris, and Anthony Le Donne, eds. *Jesus, Criteria, and the Demise of Authenticity*. London: T & T Clark, 2012.

Kellum, Leonard Scott. *Acts (Exegetical Guide to the Greek New Testament)*. B&H Publishing Group, 2020.

Kennard, J. Spencer. "The Burial of Jesus." *JBL* 74.4 (1955): 227–38.

Kennedy, Titus M. *Excavating the Evidence for Jesus: The Archaeology and History of Christ and the Gospels*. Harvest House Publishers, 2022.

Kim, Heerak Christian. *Intricately Connected: Biblical Studies, Intertextuality, and Literary Genre*. University Press of America, 2008.

Klausner, Joseph. *Jesus of Nazareth: His Life, Times, and Teaching*. Translated by Herbert Danby. New York: The Macmillan company, 1925.

Kloner, Amos. "Did a Rolling Stone Close Jesus' Tomb?" *BAR* 25.5 (1999): 23–25, 28–29, 76.

Knowling, R. J. "The Acts of the Apostles." *The Expositor's Greek Testament*. Edited by Sir William Robertson Nicoll. Vol. 2. Hodder and Stoughton, 1912.

Koester, Helmut. *Ancient Christian Gospels: Their History and Development.* SCM Press, 1990.

Köstenberger, Andreas J., L. Scott Kellum, and Charles L. Quarles. *The Cradle, the Cross, and the Crown: An Introduction to the New Testament.* 7.2.2009 edition. Nashville, Tenn: B&H Academic, 2009.

Kugler, Robert, and Patrick Hartin. *An Introduction to the Bible.* Wm. B. Eerdmans Publishing, 2009.

Künneth, Walter. *The Theology of the Resurrection.* Concordia Publishing House, 1965.

Kyrychenko, Alexander. *The Roman Army and the Expansion of the Gospel: The Role of the Centurion in Luke-Acts.* Walter de Gruyter, 2014.

L. Bock, Darrell, and J. Ed Komoszewski, eds. *Jesus, Skepticism, and the Problem of History: Criteria and Context in the Study of Christian Origins.* Zondervan Academic, 2019.

Ladd, George Eldon. *A Theology of the New Testament.* Wm. B. Eerdmans Publishing, 1993.

Laken, A. K. "An Authorship Study on the Letters of Saint Paul." Bachelor Thesis, Radboud University, 2018.

Lambiasi, Francesco. *L'autenticità storica dei Vangeli: studio di criteriologia.* Bologna: Dehoniane, 1976.

Lampe, G. W. H. *The Cambridge History of the Bible: Volume 2, The West from the Fathers to the Reformation.* Cambridge University Press, 1975.

Lane, William L. *The Gospel of Mark.* Wm. B. Eerdmans Publishing, 1974.

Langlois, Charles Victor, and Charles Seignobos. *Introduction aux études historiques*. Paris: Hachette et Cie, 1898.

Lapide, Pinchas. *The Resurrection of Jesus: A Jewish Perspective*. Augsburg Publishing House, 1983.

Lapide, Pinchas, Ju rgen Moltmann, and Jürgen Moltmann. *Jewish Monotheism and Christian Trinitarian Doctrine: A Dialogue*. Fortress Press, 1981.

Larsen, Kasper Bro. *The Gospel of John as Genre Mosaic*. Vandenhoeck & Ruprecht, 2015.

Lataster, Raphael. *Questioning the Historicity of Jesus: Why a Philosophical Analysis Elucidates the Historical Discourse*. Brill, 2019.

Le Donne, Anthony. *Historical Jesus: What Can We Know and How Can We Know It?* Grand Rapids, Mich.: William B. Eerdmans Pub., 2011.

Lee, Felicia R. "Plagued by No Doubts, a Filmmaking Detective Turns to the Exodus." *The New York Times*, 17 August 2006, § Arts.

Lee, Reuben Yat Tin. *Romanization in Palestine: A Study of Urban Development from Herod the Great to AD 70*. Archaeopress, 2003.

Lentz, John Clayton. *Luke's Portrait of Paul*. Cambridge University Press, 1993.

Licona, Michael. "Did Jesus Predict His Death and Vindication/Resurrection?" *JSHJ* 8.1 (2010): 47–66.

Licona, Michael R. "Are the Gospels 'Historically Reliable'? A Focused Comparison of Suetonius's Life of Augustus and the Gospel of Mark." *Religions* 10.3 (2019): art. 3, p. 148.

———. "Is the Sky Falling in the World of Historical Jesus Research?" *BBR* 26.3 (2016): 353–68.

———. *The Resurrection of Jesus: A New Historiographical Approach.* Downers Grove, Ill. : Nottingham, England: IVP Academic, 2010.

Licona, Mike. *Why Are There Differences in the Gospels?: What We Can Learn from Ancient Biography.* Oxford University Press, 2017.

Lim, Anne. "Only Half of Australians Believe Jesus Was a Real Person - Eternity News," 10 June 2022.

Litwa, M. David. *How the Gospels Became History: Jesus and Mediterranean Myths.* Yale University Press, 2019.

Litwak, Kenneth D. *Echoes of Scripture in Luke-Acts: Telling the History of God's People Intertextually.* A&C Black, 2005.

Lockyer, Herbert. *All the Miracles of the Bible.* Harper Collins, 1988.

Lowder, Jeffery Jay. "The Historicity of Jesus' Resurrection The Debate between Christians and Skeptics." *The Secular Web,* 1995.

Luck, Georg. *Arcana Mundi: A Collection of Ancient Texts: Magic and the Occult in the Greek and Roman Worlds.* JHU Press, 2006.

Luckensmeyer, David. *The Eschatology of First Thessalonians.* Vandenhoeck & Ruprecht, 2013.

Lüdemann, Gerd. *Early Christianity According to the Traditions in Acts: A Commentary.* Fortress Press, 1989.

———. *The Resurrection of Jesus.* Translated by John Bowden. 1st Fortress Ed., 1st Printing edition. Minneapolis: Fortress Press, 1994.

———. *The Resurrection of Jesus: History, Experience, Theology.* SCM Press, 1994.

Lüdemann, Gerd, and Alf Özen. *What Really Happened to Jesus: A Historical Approach to the Resurrection.* Translated by John Bowden. Louisville: Westminster John Knox Press, 1995.

———. *What Really Happened to Jesus: A Historical Approach to the Resurrection.* Westminster John Knox Press, 1995.

Lyons, William John. *Joseph of Arimathea: A Study in Reception History.* OUP Oxford, 2014.

MacDonald, Dennis R. *The Dionysian Gospel: The Fourth Gospel and Euripides.* Minneapolis: Fortress Press, 2017.

MacDonald, Dennis Ronald. *The Homeric Epics and the Gospel of Mark.* Yale University Press, 2000.

MacDonald, Dennis Ronald, and Professor of New Testament and Christian Origins Dennis R. MacDonald. *The Homeric Epics and the Gospel of Mark.* Yale University Press, 2000.

MacGregor, Kirk Robert. "The Ending of the Pre-Markan Passion Narrative." *Scriptura* 117.1 (2018): 1–11.

Madden, Frederic, and Madden. *History of Jewish Coinage and of Money in the Old and New Testament.* B. Quaritch, 1864.

Madden, Patrick J. *Jesus' Walking on the Sea: An Investigation of the Origin of the Narrative Account.* Walter de Gruyter GmbH & Co KG, 2014.

Magness, Jodi. "What Did Jesus' Tomb Look Like?" *The Burial of Jesus.* Edited by Kathleen E. Miller, Sara Murphy, Steven Feldman, and Susan Laden. Washington, DC: Biblical Archaeology Society, 2007.

Maier, Paul L. *Eusebius: The Church History.* Kregel Academic, 2012.

Maley, William. *The Afghanistan Wars: Second Edition.* 0002-edition ed. Basingstoke, UK ; New York: Palgrave Macmillan, 2009.

Malina, Bruce J. *The Social World of Jesus and the Gospels.* Routledge, 2002.

Marina, Marko. "Povijesni Isus i miticizam: kritička analiza teorije Richarda Carriera." *Diac.* 30.2 (2022): 215–35.

Markschies, Christoph. *Kaiserzeitliche christliche Theologie und ihre Institutionen: Prolegomena zu einer Geschichte der antiken christlichen Theologie.* Mohr Siebeck, 2009.

Marshall, I. Howard. *I Believe in the Historical Jesus.* Regent College Publishing, 2001.

Martin, Michael. *The Case Against Christianity.* First Softcover Edition. Philadelphia: Temple University Press, 1993.

Martínez, Florentino García. *Wisdom and Apocalypticism in the Dead Sea Scrolls and in the Biblical Tradition.* Peeters Publishers, 2003.

Marxsen, Willi. "The Resurrection of Jesus as a Historical and Theological Problem." *The Significance of the Message of the Resurrection for Faith in Jesus Christ.* Edited by C. F. D. Moule, Translated by Dorothea M. Barton and R. A. Wilson. Studies in Biblical Theology. Naperville, Ill.: A.R. Allenson, 1968.

Maskew, Thomas Ratsey. *Annotations on the Acts of the Apostles, Original and Selected.* J. & J.J. Deighton, 1847.

Matera, Frank J. *Galatians*. Liturgical Press, 2007.

McCullagh, Christopher Behan. *Justifying Historical Descriptions*. Cambridge: Cambridge University Press, 1984.

McDowell, Dr Sean. *The Fate of the Apostles: Examining the Martyrdom Accounts of the Closest Followers of Jesus*. Ashgate Publishing, Ltd., 2015.

McDowell, Josh, and Sean McDowell. *The Bible Handbook of Difficult Verses: A Complete Guide to Answering the Tough Questions*. Harvest House Publishers, 2013.

Mckenzie, John L. *The Dictionary Of The Bible*. Simon and Schuster, 1995.

McKim, Donald K. *Historical Handbook of Major Biblical Interpreters*. InterVarsity Press, 1998.

McKnight, Scot. *Jesus and His Death: Historiography, the Historical Jesus, and Atonement Theory*. Waco, Tex.: Baylor University Press, 2005.

———. "Source Criticism." Pages 137–72 in *New Testament Criticism and Interpretation*. Edited by David Alan Black and David S. Dockery. Grand Rapids, Mich: Zondervan, 1991.

McPhee, Brian D. "Walk, Don't Run: Jesus's Water Walking Is Unparalleled in Greco-Roman Mythology." *JBL* 135.4 (2016): 763–77.

Meggitt, Justin J. "'More Ingenious than Learned'? Examining the Quest for the Non-Historical Jesus." *NTS* 65.4 (2019): 443–60.

Meier, John P. *A Marginal Jew : Rethinking the Historical Jesus*. 5 vols. *The Anchor Yale Bible Reference Library*. New Haven: Yale University Press, 1991.

———. *A Marginal Jew: Rethinking the Historical Jesus, Volume One: The Roots of the Problem and the Person.* New York: Doubleday, 1991.

Meier, John P. *A Marginal Jew: Rethinking the Historical Jesus. Volume V, Probing the Authenticity of Parables,* 2016.

Meister, Chad V., and Paul Copan. *The Routledge Companion to Philosophy of Religion.* Routledge, 2013.

Meshorer, Ya'akov. *Ancient Jewish Coinage. Vol. 2.* Dix Hills, New York: Amphora Books, 1982.

Meshorer, Ya'akov. *A Treasury of Jewish Coins from the Persian Period to Bar Kokhba.* Yad ben-Zvi Press, 2001.

Mettinger, Tryggve N. D. *The Riddle of Resurrection: 'Dying and Rising Gods' in the Ancient Near East.* Pennsylvania State University Press, 2013.

Metzger, Bruce M., and Michael David Coogan. *The Oxford Companion to the Bible.* Oxford University Press, 1993.

Metzger, Bruce Manning, and M. R. Sellars. *A Textual Commentary on the Greek New Testament: A Companion Volume to the United Bible Societies' Greek New Testament (3d Ed.).* United Bible Societies, 1971.

Meyer, Marvin W, and Charles Hughes. *Jesus Then & Now: Images of Jesus in History and Christology.* Harrisburg, Pa.: Trinity Press International, 2001.

Mills, Susan K., and John H. Beatty. "The Propensity Interpretation of Fitness." *Philos. Sci.* 46.2 (1979): 263–86.

Mitchell, Margaret M. "Homer in the New Testament?" *JRel* 83.2 (2003): 244–60.

———. "Patristic Counter-Evidence to the Claim That 'The Gospels Were Written for All Christians.'" *NTS* 51.1 (2005): 36–79.

Moehring, Horst R. "The Verb Ἀκούειν in Acts IX 7 and XXII 9." *NovT* 3.1/2 (1959): 80–99.

Monette, Gregory. *The Wrong Jesus: Fact, Belief, Legend, Truth . . . Making Sense of What You've Heard*. Tyndale House, 2014.

Moon, Jongyoon. *Mark as Contributive Amanuensis of 1 Peter?* LIT Verlag Münster, 2009.

Moore, Stephen D., and J. C. a Anderson. *New Testament Masculinities*. BRILL, 2004.

Moreland, J. P. *A Simple Guide to Experience Miracles: Instruction and Inspiration for Living Supernaturally in Christ*. Zondervan, 2021.

Moss, Candida. *The Myth of Persecution: How Early Christians Invented a Story of Martyrdom*. First Edition. New York: HarperOne, 2013.

Moule, Charles Francis Digby. *The Phenomenon of the New Testament: An Inquiry Into the Implications of Certain Features of the New Testament*. SCM Press, 1967.

Moulton, James Hope. *A Grammar of New Testament Greek: Volume 3: Syntax*. Bloomsbury Academic, 2000.

Muddiman, John. "A Note on Reading Luke Xxiv.12." *ETL* 48 (1972): 542–48.

Muddiman, John, John Barton, Henry Wansborough, and Loveday Alexander. *The Pauline Epistles*. Oxford University Press, 2010.

Multiple. *NET Bible - Novum Testamentum Graece Diglot (Greek / English) -Tan Bonded Leather: NET Bible and Nestle Aland, Greek-English Diglot New Testament.* Biblical Studies Press, 2004.

Murphy, Ian. "Domo Arigato, Mr. Ten Trillion Robotos!" *The Beast.* Buffalo, March 2009.

Murphy-O'Connor, Jerome. *Paul: His Story.* OUP Oxford, 2005.

Murphy-O'Connor, Jerome. "Tradition and Redaction in 1 Corinthians 15:3–7." *Keys to First Corinthians.* Oxford: Oxford University Press, 2009.

Nel, Marius. "Pentecostal Hermeneutical Reconsideration of the Longer Ending of Mark 16:9–20." *VE* 41.1 (2020): art. 1, p. 10.

Neusner, Jacob, William Scott Green, Ernest S. Frerichs, and Jonathan Z. Smith. *Judaisms and Their Messiahs at the Turn of the Christian Era.* Cambridge University Press, 1987.

Neyrey, Jerome H. *Honor and Shame in the Gospel of Matthew.* Westminster John Knox Press, 1998.

Nickerson, Raymond S. *Cognition and Chance: The Psychology of Probabilistic Reasoning.* Psychology Press, 2004.

Nodet, Étienne. "La Dédicace, Les Maccabées et Le Messie." *RB* 93.3 (1986): 321–75.

———. "Pharisees, Sadducees, Essenes, Herodians." Pages 1495–1543 in *Handbook for the Study of the Historical Jesus (4 Vols).* Brill, 2011.

Nolland, John. *The Gospel of Matthew.* Eerdmans Publishing Company, 2005.

Novenson, Matthew V. *The Grammar of Messianism: An Ancient Jewish Political Idiom and Its Users.* Oxford University Press, 2017.

Oakman, Douglas E. *Jesus, Debt, and the Lord's Prayer: First-Century Debt and Jesus' Intentions.* Wipf and Stock Publishers, 2014.

O'Brien, Peter Thomas. *Word Biblical Commentary. Volume 44, Colossians, Philemon.* Waco, Tex.: Word Books, 1982.

Ogden, Daniel. *Greek and Roman Necromancy.* Princeton University Press, 2019.

Olson, Carl. *Celibacy and Religious Traditions.* Oxford University Press, USA, 2008.

van Os, Bas. "Baptism in the Bridal Chamber: The Gospel of Philip as a Valentinian Baptismal Instruction." Thesis fully internal (DIV), [s.n.], 2007.

Osborne, Grant R. *Matthew.* Zondervan Academic, 2010.

P. Meier, John. "Criteria: How Do We Decide What Comes from Jesus?" Pages 123–44 in *The Historical Jesus in Recent Research.* Edited by James D. G. Dunn and Scot McKnight. Eisenbrauns, 2005.

Painter, John, and D. Moody Smith. *Just James: The Brother of Jesus in History and Tradition.* 1st edition. Fortress Press, 1999.

Pannenberg, Wolfhart. "History and the Reality of the Resurrection." *Resurrection Reconsidered.* Edited by Gavin D'Costa. Oneworld Publications, 1996.

Parsons, P. J., and N. Gonis. *The Oxyrhynchus Papyri Vol. LXXXVII.* London: Egypt Exploration Society, 2023.

Patterson, Stephen J. *The God of Jesus: The Historical Jesus and the Search for Meaning*. A&C Black, 1998.

Paulus, Heinrich Eberhard G. *Das Leben Jesu, als Grundlage einer reinen Geschichte des Urchristentums*. 2 vols. Heidelberg: Winter, 1828.

Pazos, Antón M., and Richard Bauckham, eds. "The Historical James, Son of Zebedee (Yaʿaqōv Bar Zabdai), Fisher of Fish and of People." *Translating the Relics of St James: From Jerusalem to Compostela*. 1st edition. New York: Routledge, 2016.

Penglase, Charles. *Greek Myths and Mesopotamia: Parallels and Influence in the Homeric Hymns and Hesiod*. Routledge, 2003.

Perkins, Pheme. *Reading the New Testament: An Introduction*. Paulist Press, 1988.

———. *Resurrection: New Testament Witness and Contemporary Reflection*. Garden City, N.Y.: Doubleday, 1984.

Perrin, Norman. *Rediscovering the Teaching of Jesus*. New York: Harper & Row, 1967.

Pesch, Rudolf. *Das Markusevangelium*. Vol. 2. Freiburg ; Basel ; Wien: Herder, 1977.

Peters, John J. *Luke among the Ancient Historians: Ancient Historiography and the Attempt to Remedy the Inadequate "Many."* Eugene, Oregon: Pickwick Publications, 2022.

Pick, Bernhard. *Jesus in the Talmud: His Personality, His Disciples and His Sayings*. Wipf and Stock Publishers, 2004.

Piotrowski, Nicholas G. *Matthew's New David at the End of Exile: A Socio-Rhetorical Study of Scriptural Quotations*. Brill, 2016.

Pitre, Brant. *Jesus and the Last Supper*. Wm. B. Eerdmans Publishing, 2017.

Poe, Edgar Allan. *The Narrative of Arthur Gordon Pym of Nantucket*. Harper & Brothers, 1838.

Porter, Stanley E. *The Criteria for Authenticity in Historical-Jesus Research*. London: T&T Clark International, 2004.

———. *The Messiah in the Old and New Testaments*. Wm. B. Eerdmans Publishing, 2007.

———. *The Pauline Canon*. BRILL, 2004.

———. *When Paul Met Jesus: How an Idea Got Lost in History*. Cambridge University Press, 2016.

Powell, Mark Allan. *Jesus as a Figure in History: How Modern Historians View the Man from Galilee*. Louisville, KY: Westminster John Knox Press, 1998.

———. *Jesus as a Figure in History, Second Edition: How Modern Historians View the Man from Galilee*. 2 edition. Louisville, Ky: Westminster John Knox Press, 2013.

Price, Robert M. "Jesus at the Vanishing Point." Pages 55–83 in *The Historical Jesus: Five Views*. Edited by James K. Beilby and Paul R. Eddy. Downers Grove, Ill: IVP Academic, 2009.

———. *The Christ-Myth Theory and Its Problems*. American Atheist Press, 2011.

Price, Robert M., John Dominic Crossan, Luke Timothy Johnson, James D. G. Dunn, and Darrell L. Bock. *The Historical Jesus: Five Views*. Edited by James K. Beilby and Paul R. Eddy. Downers Grove, Ill: IVP Academic, 2009.

Proclus, and Wilhelm Kroll. *Procli Diadochi in Platonis Rem publicam commentarii*. Bibliotheca scriptorum Graecorum et Romanorum Teubneriana. Lipsiae: In aedibus B.G. Teubneri, 1899.

Puleo, Mark. "The Other Time a Plane Crashed into a New York City Skyscraper," 19 October 2021.

Quast, Kevin. *Peter and the Beloved Disciple: Figures for a Community in Crisis*. A&C Black, 1989.

R. Edwards, Douglas. "The Socio-Economic and Cultural Ethos of the Lower Galilee in the First Century: Implications for the Nascent Jesus Movement." *The Galilee in Late Antiquity*. Edited by Lee I. Levine. Jewish Theological Seminary of America, 1992.

Ramsay, Sir William Mitchell. *The Bearing of Recent Discovery on the Trustworthiness of the New Testament*. Hodder and Stoughton, 1915.

Rebillard, Éric. *The Care of the Dead in Late Antiquity*. Translated by Elizabeth Trapnell Rawlings and Jeanine Routier-Pucci. 1st edition. Ithaca London: Cornell University Press, 2012.

Reimarus, Hermann S. *Apologie Oder Schutzschrift Für Die Vernünftigen Verehrer Gottes*. Edited by Gerhard Alexander. Frankfurt: Insel Verlag, 1972.

Reimarus, Hermann Samuel. *Reimarus: Fragments*. Edited by Charles H Talbert. Translated by Ralph S. Fraser. Philadelphia: Fortress Press, 1970.

Reimarus, Hermann Samuel, Gotthold Ephraim Lessing, and Charles Voysey. *Fragments from Reimarus : Consisting of Brief Critical Remarks on the Object of Jesus and His Disciples as Seen in the New Testament.* London : Williams and Norgate, 1879.

Renan, Ernest. *La Vie de Jesus.* Paris: Lévy, 1863.

———. *Life of Jesus.* Roberts, 1896.

Reventlow, Henning Graf. *History of Biblical Interpretation, Volume 3: Renaissance, Reformation, Humanism.* Atlanta, GA, USA: Society of Biblical Literature, 2010.

———. *History of Biblical Interpretation, Volume 4: From the Enlightenment to the Twentieth Century.* Atlanta, GA, USA: Society of Biblical Lit, 2010.

Reynolds, Gabriel Said. "The Islamic Christ." Page 0 in *The Oxford Handbook of Christology.* Edited by Francesca Aran Murphy. Oxford University Press, 2015.

Rice, Edwin Wilbur. *People's Commentary on the Gospel According to John: Containing the Common Version, 1611, and the Revised Version, 1881 (American Readings and Renderings).* American Sunday-school union, 1893.

Richard, Bauckham. *Jesus and the Eyewitnesses: The Gospels as Eyewitness Testimony.* 2nd ed. Wm. B. Eerdmans Publishing, 2017.

Riesner, Rainer. "Once More: Luke-Acts and the Pastoral Epistles." *History and Exegesis: New Testament Essays in Honor of Dr. E. Earle Ellis on His Eightieth Birthday.* Edited by Sang-Won Son. A&C Black, 2006.

———. *Paul's Early Period: Chronology, Mission Strategy, Theology.* Wm. B. Eerdmans Publishing, 1998.

Robert, Sewart. "A Brief History of Hermenutical Methods Used in the Quest of the Historical Jesus." *HCSB Harmony of the Gospels.* Edited by Kendell Easley and Steven L Cox. Nashville: B & H Pub. Group, 2007.

Robertson, Morgan. *Futility.* M.F. Mansfield, 1898.

Robinson, James M. *A New Quest of the Historical Jesus.* London: SCM Press, 1959.

Robinson, John Arthur Thomas. *The Human Face of God.* S.C.M. Press, 1973.

Rollens, Sarah E., and Robert J. Myles. "Editorial." *JSHJ* 21.3 (2023): 163–69.

Romez, Clarissa, David Zaritzky, and Joshua W. Brown. "Case Report of Gastroparesis Healing: 16 Years of a Chronic Syndrome Resolved after Proximal Intercessory Prayer." *Complement. Ther. Med.* 43 (2019): 289–94.

Rosenfeld, Amnon, Howard R. Feldman, and Wolfgang E. Krumbein. "The Authenticity of the James Ossuary." *OJG* 4.3 (2014): art. 3, pp. 69–78.

Rothschild, Clare K. *Baptist Traditions and Q.* Mohr Siebeck, 2005.

Rubio, Fernando Bermejo. "The Fiction of the 'Three Quests': An Argument for Dismantling a Dubious Historiographical Paradigm." *JSHJ* 7.3 (2009): 211–53.

Runia, David T. *Philo and the Church Fathers: A Collection of Papers.* BRILL, 1995.

———. *Philo in Early Christian Literature: A Survey.* Uitgeverij Van Gorcum, 1993.

Ruse, M. "Confirmation and Falsification of Theories of Evolution." *Scientia* 63.n/a (1969): 329.

Safrai, Ze'ev. *The Economy of Roman Palestine*. Routledge, 2003.

Sander, E. P. *Paul and Palestinian Judaism*. Philadelphia: Fortress Press, 1977.

Sanders, E.P. *Jesus and Judaism*. Philadelphia: Fortress Press, 1985.

Sandmel, Samuel. "Parallelomania." *JBL* 81.1 (1962): 1–13.

Saxby, Alan. *James, Brother of Jesus, and the Jerusalem Church: A Radical Exploration of Christian Origins*. Wipf and Stock Publishers, 2015.

Schmithals, Walter. *The Theology of the First Christians*. Westminster John Knox Press, 1997.

Scholz, Daniel J. *Jesus in the Gospels and Acts: Introducing the New Testament*. Saint Mary's Press, 2009.

Schröter, Jens. *Jesus of Nazareth: Jew from Galilee, Savior of the World*. Translated by Wayne Coppins and S. Brian Pounds. 2nd ed. edition. Waco, Texas: Baylor University Press, 2014.

Schweitzer, Albert. *Das Messianitäts- und Leidensgeheimnis: eine Skizze des Lebens Jesu*. 3rd ed. Tübingen: Mohr Siebeck, 1901.

———. *The Quest of the Historical Jesus: A Critical Study of Its Progress from Reimarus to Wrede*. Translated by Montgomery William. London: A. & C. Black, 1910.

———. *Von Reimarus zu Wrede: eine Geschichte der Leben-Jesu-Forschung*. Tübingen: Mohr Siebeck, 1906.

Schwortz, Barrie M. "The History and Current State of Modern Shroud Research." Pages 201–24 in *Raised on the Third Day: Defending the Historicity of the Resurrection of Jesus*. Edited by W. David Beck and Michael R. Licona. Bellingham, WA: Lexham Press, 2020.

Scott, Douglas D. *Is Jesus of Nazareth the Predicted Messiah?: A Historical-Evidential Approach to Specific Old Testament Messianic Prophecies and Their New Testament Fulfillments*. Eugene, Oregon: Wipf and Stock, 2019.

Seneca, Lucius Annaeus. *Apocolocyntosis*. Edited by P. T Eden. Cambridge; New York: Cambridge University Press, 1984.

Shafer, Robert Jones, and David Harry Bennett. *A Guide to Historical Method*. Homewood, IL: Dorsey Press, 1980.

Shanks, Hershel, and Ben Witherington III. *Brother of Jesus*. A&C Black, 2004.

Sherwin-White, A. N. *Roman Society and Roman Law in the New Testament*. Oxford: Clarendon Press, 1963.

Shin, Hyeon Woo. *Textual Criticism and the Synoptic Problem in Historical Jesus Research: The Search for Valid Criteria*. Leuven; Dudley, MA: Peeters, 2004.

Skiena, Steven, and Charles B. Ward. *Who's Bigger?: Where Historical Figures Really Rank*. Illustrated edition. Cambridge ; New York: Cambridge University Press, 2013.

Smith, Jonathan Z. "Dying and Rising Gods." *Encyclopedia of Religion*. Edited by Lindsay Jones, Mircea Eliade, and Charles J Adams. Detroit: Macmillan Reference USA, 2005.

Spencer, Nick. "Mounting Disbelief." *ThirdWay*, August 2013.

Spittler, Russell P. *The Corinthian Correspondence*. Gospel Publishing House, 1976.

Stanley, Alessandra. "Leaning on Theory, Colliding With Faith." *The New York Times*, 3 March 2007, § Arts.

Stanton, Graham. *Jesus and Gospel*. Cambridge University Press, 2004.

———. *The Gospels and Jesus*. OUP Oxford, 2002.

Starkie, Thomas. *A Practical Treatise of the Law of Evidence, and Digest of Proofs, in Civil and Criminal Proceedings*. J. & W.T. Clarke, 1833.

Stein, Robert A. *Luke: An Exegetical and Theological Exposition of Holy Scripture*. B&H Publishing Group, 1993.

Stein, Robert H. "Is the Transfiguration (Mark 9:2-8) a Misplaced Resurrection-Account?" *JBL* 95.1 (1976): 79–96.

———. "The 'Criteria' for Authenticity." Pages 225–63 in *Gospel Perspectives, Volume 1: Studies of History and Tradition in the Four Gospels*. Edited by R. T. France and David Wenham. Reprint edition. Wipf and Stock, 2003.

———. *The Method and Message of Jesus' Teachings*. Westminster John Knox Press, 1994.

———. *The Synoptic Problem: An Introduction*. Grand Rapids, Mich: Baker Pub Group, 1987.

Steve, Mason. "Jewish Sources: Flavius Josephus." *The Jesus Handbook*. Edited by Jens Schröter and Christine Jacobi, Translated by Robert L. Brawley. Grand Rapids, Michigan: Eerdmans, 2022.

Stewart, Robert B., and Gary R. Habermas. *Memories of Jesus: A Critical Appraisal of James D. G. Dunn's Jesus Remembered*. B&H Publishing Group, 2010.

Storåkers, Daniel, and Henning Törner. "En källkritisk studie." Bachelor Thesis, Stockholm University, 1999.

Strauss, David F. *Hermann Samuel Reimarus: Und seine Schutzschrift für die vernünftigen Verehrer Gottes*. Leipzig: Brockhaus, 1862.

Strauss, David Friedrich. *Das Leben Jesu, kritisch bearbeitet*. 2 vols. Tübingen: Osiandersche Buchhandlung, 1835.

———. *The Life of Jesus, Critically Examined*. Translated by George Eliot. New York: Cosimo Classics, 2010.

Strauss, Mark L. *Four Portraits, One Jesus, 2nd Edition: A Survey of Jesus and the Gospels*. Zondervan Academic, 2020.

Strauss, Mark L. *Four Portraits, One Jesus: An Introduction to Jesus and the Gospels*. Grand Rapids, Mich.: Zondervan, 2007.

Strecker, Georg. *The Johannine Letters: A Commentary on 1, 2, and 3 John*. Fortress Press, 1996.

Stuckenbruck, Loren T., and Daniel M. Gurtner. *T&T Clark Encyclopedia of Second Temple Judaism Volume Two*. Bloomsbury Publishing, 2019.

Sturmark, Christer. *To Light the Flame of Reason: Clear Thinking for the Twenty-First Century*. Rowman & Littlefield, 2022.

Swinburne, Richard. "Evidence for the Resurrection." Page 0 in *The Resurrection: An Interdisciplinary Symposium on the Resurrection of Jesus*.

Edited by Stephen T. Davis, Daniel Kendall, and Gerald O'Collins. Oxford University Press, 1997.

Tan, Kim Huat. *The Zion Traditions and the Aims of Jesus*. Cambridge University Press, 1997.

Tannehill, Robert C. *The Narrative Unity of Luke-Acts: A Literary Interpretation*. Fortress Press, 1991.

———. *The Narrative Unity of Luke-Acts: A Literary Interpretation*. Fortress Press, 1986.

Tàrrech, Armand Puig i. *Jesus: An Uncommon Journey : Studies on the Historical Jesus*. Mohr Siebeck, 2010.

Taylor, Vincent. *The Formation of the Gospel Tradition*. Macmillan and Company, limited, 1933.

Tenney, Merrill C., and Richard N. Longenecker. *The Expositor's Bible Commentary (Volume 9) - John and Acts*. Edited by Frank E. Gaebelein. London: Zondervan, 1984.

Tertullian. *Disciplinary, Moral, and Ascetical Works*. CUA Press, 2010.

Theissen, Gerd. *The Gospels in Context: Social and Political History in the Synoptic Tradition*. Fortress Press, 1991.

Theissen, Gerd, and Annette Merz. *The Historical Jesus: A Comprehensive Guide*. Fortress Press, 1998.

Theissen, Gerd, and Dagmar Winter. *The Quest for the Plausible Jesus: The Question of Criteria*. Lousville: Westminster John Knox Press, 2002.

Thomas, John, and Kimberly Alexandert. "'And the Signs Are Following': Mark 16.9-20— a Journey Into Pentecostal Hermeneutics." *JPT* 11.2 (2003): 147–70.

Thomas, Robert L. *Three Views on the Origins of the Synoptic Gospels*. Kregel Academic, n.d.

Thompson, Erin L. "That Robby Hobby." *Slate*, 4 October 2021.

Thurén, Torsten. *Källkritik*. Stockholm: Almqvist & Wiksell, 1997.

Toren, Benno van den. *Christian Apologetics as Cross-Cultural Dialogue*. Bloomsbury Publishing, 2011.

Troeltsch, Ernst. "Historical and Dogmatic Method in Theology." *Religion in History*. Translated by James Luther Adams and Walter F Bense. Minneapolis: Fortress Press, 1991.

———. "Über historische und dogmatische Methode in der Theologie (1898)." *Zur religiösen Lage, Religionsphilosophie und Ethik,* Vol. 2 of *Gesammelte Schriften*. Tübingen: C. B. Mohr, 1913.

Tucker, Aviezer. "Miracles, Historical Testimonies, and Probabilities." *H&T* 44.3 (2005): 373–90.

———. *Our Knowledge of the Past: A Philosophy of Historiography*. First edition. Cambridge ; New York: Cambridge University Press, 2004.

Tuckett, Christopher M. *Luke*. A&C Black, 2004.

Turner, David L. *Matthew (Baker Exegetical Commentary on the New Testament)*. Baker Academic, 2008.

Tzaferis, Vassilios. "Crucifixion—The Archaeological Evidence." *BAR* 11.1 (1985): 44–53.

Valla, Lorenzo. *On the Donation of Constantine*. Translated by G. W. Bowersock. Cambridge, MA, USA: Harvard University Press, 2008.

Van Oyen, Geert. "How Do We Know (What There Is To Know)?: Criteria for Historical Jesus Research." *LS* 26.3 (2001): 245–67.

Verheyden, Joseph, and Jozef Verheyden. *The Unity of Luke-Acts*. Leuven University Press, 1999.

Vermes, Geza. *Jesus The Jew: A Historian's Reading of The Gospels*. London: Collins, 1973.

———. *The Resurrection: History and Myth*. Crown Publishing Group, 2008.

———. *The Resurrection: History and Myth*. Crown Publishing Group, 2008.

Verne, Jules. *Autour de la Lune*. Paris: Pierre-Jules Hetzel, 1869.

———. *De la Terre à la Lune*. Paris: Pierre-Jules Hetzel, 1865.

Vielhauer, Philipp. *Geschichte der urchristlichen Literatur: Einleitung in das Neue Testament, die Apokryphen und die Apostolischen Väter*. Walter de Gruyter, 1978.

Vincent, Marvin Richardson. *Word Studies in the New Testament*. C. Scribner's sons, 1889.

Voorst, Robert Van. *Jesus Outside the New Testament: An Introduction to the Ancient Evidence*. Wm. B. Eerdmans Publishing, 2000.

Wahlde, Urban C. von. *Gnosticism, Docetism, and the Judaisms of the First Century: The Search for the Wider Context of the Johannine Literature and Why It Matters.* Bloomsbury Publishing, 2015.

———. *The Gospel and Letters of John, Vol 3: Commentary on the Three Johannine Letters.* Grand Rapids, Mich: Wm. B. Eerdmans Publishing Co., 2010.

Wall, Robert W. *Studies in Canonical Criticism: Reading the New Testament as Scripture.* Bloomsbury Publishing, 2020.

Wallace, Daniel B. *Greek Grammar Beyond the Basics: An Exegetical Syntax of the New Testament.* Zondervan, 1996.

———. *Revisiting the Corruption of the New Testament: Manuscript, Patristic, and Apocryphal Evidence.* Kregel Academic, n.d.

———. "The Son's Ignorance in Matthew 24:36: An Exercise in Textual and Redaction Criticism." Pages 178–205 in *Studies on the Text of the New Testament and Early Christianity.* Edited by Daniel M. Gurtner, Juan Hernández Jr, and Paul Foster. Brill, 2015.

Walsh, Robyn Faith. *The Origins of Early Christian Literature: Contextualizing the New Testament within Greco-Roman Literary Culture.* Cambridge: Cambridge University Press, 2021.

Ware, James. "The Resurrection of Jesus in the Pre-Pauline Formula of 1 Cor 15.3–5." *NTS* 60.4 (2014): 475–98.

Weaver, Walter P. *The Historical Jesus in the Twentieth Century: 1900-1950.* Harrisburg, PA: Trinity Press International, 1999.

Weiss, Bernhard. *Das Leben Jesu.* 2 vols. Berlin: W. Hertz, 1888.

Weiss, Johannes. *Die Predigt Jesu vom Reiche Gottes*. Göttingen: Vandenhoeck & Ruprecht, 1892.

Wenham, David. *Jesus in Context*. Cambridge University Press, 2021.

Weren, Wim J. C. "'His Disciples Stole Him Away' (Mt 28,13) A Rival Interpretation Of Jesus' Resurrection." *Resurrection in the New Testament: Festschrift J. Lambrecht*. Edited by Reimund Bieringer, Veronica Koperski, and Bianca Lataire. Peeters Publishers, 2002.

Whealey, Alice. "The Testimonium Flavianum." Pages 345–55 in *A Companion to Josephus*. John Wiley & Sons, Ltd, 2016.

White, Hayden V. *Metahistory: The Historical Imagination in Nineteenth-Century Europe*. Baltimore: Johns Hopkins University Press, 1973.

Wilckens, Ulrich. *Auferstehung: das biblische Auferstehungszeugnis historisch untersucht und erklärt*. Stuttgart and Berlin: Kreuz Verlag, 1970.

Wilcox, Max. *The Semitisms of Acts*. Clarendon Press, 1965.

Williams, David M. *Receiving the Bible in Faith Historical and Theological Exegesis*. Washington, D.C.: Catholic University of America Press, 2004.

Williams, Joel. *Other Followers of Jesus: Minor Characters as Major Figures in Mark's Gospel*. Bloomsbury Publishing, 1994.

Williams, Mary B. "Falsifiable Predictions of Evolutionary Theory." *Philos. Sci.* 40.4 (1973): 518–37.

———. "The Logical Status of the Theory of Natural Selection and Other Evolutionary Controversies." Pages 84–102 in *The Methodological Unity of Science*. Edited by Mario Augusto Bunge. Boston: Reidel, 1973.

Williams, Travis B. *History and Memory in the Dead Sea Scrolls.* Cambridge University Press, 2019.

Wilson, Stephen G. *The Gentiles and the Gentile Mission in Luke-Acts.* Cambridge University Press, 2005.

Winks, Robin W. *The Historian as Detective: Essays on Evidence.* New York: Harper & Row, 1970.

Winn, Adam. *The Purpose of Mark's Gospel: An Early Christian Response to Roman Imperial Propaganda.* Mohr Siebeck, 2008.

Wire, Antoinette Clark. *Holy Lives, Holy Deaths: A Close Hearing of Early Jewish Storytellers.* Brill, 2002.

Witherington, Ben. *The Christology of Jesus.* Fortress Press, 1990.

———. *The Jesus Quest: The Third Search for the Jew of Nazareth.* Downers Grove, Ill.: InterVarsity Press, 1997.

Witherington III, Ben. *The Acts of the Apostles.* Wm. B. Eerdmans Publishing, 1998.

Wolfson, Harry Austryn. *The Philosophy of the Church Fathers: Faith, Trinity, Incarnation.* Harvard University Press, 1956.

Wrede, William. *Das Messiasgeheimnis in den Evangelien: zugleich ein Beitrag zum Verständnis des Markusevangeliums.* Göttingen: Vandenhoeck & Ruprecht, 1901.

Wright, Brian J. *Communal Reading in the Time of Jesus: A Window Into Early Christian Reading Practices.* Fortress Press, 2017.

Wright, N. T. "Five Gospels but Not Gospel: Jesus and the Seminar." *Authenticating the Activities of Jesus.* Edited by Chilton Bruce and Craig A. Evans. Leiden, Netherlands: BRILL, 1999.

Wright, N. T. *Simply Jesus: A New Vision of Who He Was, What He Did, and Why He Matters.* HarperCollins, 2018.

Wright, N. T. "Towards a Third Quest? Jesus Then and Now." *JFRS, McGill U* 10 (1982): 20–27.

———. *Who Was Jesus?* Grand Rapids, Mich.: Eerdmans, 1992.

Wright, N. T., and Michael F. Bird. *The New Testament in Its World: An Introduction to the History, Literature, and Theology of the First Christians.* Zondervan Academic, 2019.

Wright, Nicholas Thomas. *Jesus and the Victory of God.* London: SPCK, 1996.

———. "Jesus' Resurrection and Christian Origins." *Gregorianum* 83.4 (2002): 615–35.

———. *The Resurrection of the Son of God.* Fortress Press, 2003.

———. *The Resurrection of the Son of God.* Fortress Press, 2003.

Young, Stephen E. *Jesus Tradition in the Apostolic Fathers: Their Explicit Appeals to the Words of Jesus in Light of Orality Studies.* Mohr Siebeck, 2011.

Zolondek, Michael Vicko. "The Authenticity of the First Passion Prediction and the Origin of Mark 8.31-33." *JSHJ* 8.3 (2010): 237–53.

Zulueta, F. De. "Violation of Sepulture in Palestine at the Beginning of the Christian Era." *JRS* 22.2 (1932): 184–97.

الإمام الحافظ ابن كثير الدمشقي (ت ٧٧٤ هـ). تفسير القرآن العظيم. محرر محمد حسين شمس الدين. المجلد ٢. بيروت: دار الكتب العلمية، ٢٠١٩.

ഇടമറുക്ജോസഫ്. ക്രിസ്തുവും കൃഷ്ണനും ജീവിച്ചിരുന്നില്ല. 40th ed. ന്യൂ ഡെൽഹി: ഇൻഡ്യൻ എതീസ്റ്റ് പബ്ലിഷേഴ്സ്, 2012.

കേസ്റ്റൻഹോൾഗർ. *യേശു ഇന്ത്യയിൽ ജീവിച്ചിരുന്നു.* കോട്ടയം: ഡി.സി ബുക്സ്, 2014.

തോമസ്ബോബി. *ക്രിസ്ത്യാനികൾ.* കോട്ടയം: ഡി.സി ബുക്സ്, 2017.

സിരവിചന്ദ്രന്. നാസ്തികനായ ദൈവം. കോട്ടയം: ഡി.സി ബുക്സ്, 2016.

Analecta Theologica: A Critical, Philological, and Exegetical Commentary on the New Testament. T. Cadell, Strand, 1842.

"Controversial 'Passion' Presents Priceless Opportunity for Education." *Christian Science Monitor*, 2 February 2004.

Dictionary of Judaism in the Biblical Period: (J - Z). Macmillan Library Reference, 1996.

"Digital Unwrapping: Homer, Herculaneum, and the Scroll from Ein Gedi | University of Oxford Podcasts - Audio and Video Lectures," n.d.

"Is Jesus Real to Australians? - NCLS Research," n.d.

"Jesus 'not a Real Person' Many Believe." *BBC News*, 31 October 2015, § UK.

Journal of the American Geographical Society of New York, 1890.

"Perceptions of Jesus, Christians & Evangelism in the UK." *Barna Group*, n.d.

Spirit and Power: A 10-Country Survey of Pentecostalism. Survey. Washington, DC: Pew Research Center, 2006.

The Early Text of the New Testament. Oxford, New York: Oxford University Press, 2014.

"The Oxyrhynchus Papyri." *Egypt Exploration Society*, n.d.

മാനവികശബ്ബാവലി. Vol. 2. തിരുവനന്തപുരം: കേരള ഭാഷാ ഇൻസ്റിറ്റ്യൂട്ട്, 1970.

പദസൂചിക